गहाळ

ओया बाय्दोर

मराठी अनुवाद
ललिता कोल्हारकर

पॉप्युलर प्रकाशन, मुंबई

'गहाळ' ही एक काल्पनिक कादंबरी असून, या कादंबरीतील सर्व व्यक्तिरेखा, त्यांची नावे, मानवसमूह आणि जाती-वर्ण, व्यवसाय, घटना-प्रसंग, स्थळे-ठिकाणे हे सर्व लेखिकेच्या कल्पनेतून साकारलेले आहे किंवा त्यांना कल्पनेची जोड दिलेली आहे. या सर्वांचे वास्तवातील जिवंत अथवा मृत व्यक्तींशी किंवा वास्तविक घटना-प्रसंगांशी कोणतेही साम्य आढळल्यास तो निव्वळ योगायोग समजावा. कादंबरीतील अनेक वर्णने, संवाद, मनोगते ही व्यक्तिरेखांच्या मनातील विचार म्हणून येतात. त्या विचारांशी लेखक, अनुवादक, प्रकाशक, मुद्रक सहमत असतीलच असे नाही.

गहाळ

(म-१३२०)

पॉप्युलर प्रकाशन

ISBN 978-81-7991-993-4

GAHAL

Oya Baydar

(Marathi : Novel)

Marathi Translation :

Lalita Kolharkar

© २०२२, पॉप्युलर प्रकाशन प्रा. लि.

पहिली आवृत्ती : २०२२/१९४४

मुखपृष्ठ : संदीप देशपांडे

प्रकाशक
हर्ष भटकळ
पॉप्युलर प्रकाशन प्रा. लि.
३०१, महालक्ष्मी चेंबर्स
२२, भुलाभाई देसाई रोड, मुंबई ४०० ०२६

अक्षरजुळणी
संतोष गायकवाड
पिंपळे गुरव, पुणे ४११ ०६१

मुद्रक
रेप्रो इंडिया लि.
लोअर परेल, मुंबई ४०० ०१३

This is a Marathi Translation of the original Turkish Novel Kayip Soz by Oya Baydar

१

लहान मुलांना लहान गोळ्यांनी ठार मारतात का, मम्मी?

मी शब्दाच्या शोधात होतो आणि माझ्या कानावर आवाज पडला.

मी शब्दाच्या पाठलागावर होतो. शब्द, जो मी आजपर्यंत धसमुसळेपणाने वापरला होता; बेछूटपणे उधळला होता. फेसाच्या बुडबुड्यात उडवून संपवून टाकला होता. ते पहिलं वाक्य, जे कथेला वाचा देईल, तिला बरोबर नेईल आणि तिची पूर्तीही करील. ते वाक्य, जे कोणत्याही प्रकारे शब्दांत गुंफताच येत नव्हतं. माझ्या पकडीत ते आलं आहे असं वाटता वाटताच आकारहीन विचारांच्या तरलपणात ते विरून जात होतं. हुलकावण्या देणारा तो शब्द...

मी तो आवाज ऐकला आणि शब्दाला विसरून मी त्या आवाजाचा पाठपुरावा करू लागलो.

शब्दांच्या लीला आणि भाषेच्या करामती करणारा माणूस, शब्दांचा जादूगार... त्याच्या नावाशी लेबलप्रमाणे निगडित झालेले ते पोकळ शब्द त्याच्या अवघ्या व्यक्तित्वाला त्या शब्दांनी जखडून टाकलं होतं.

त्याचे सरळ स्वभावाचे, काहीसे साधेभोळे चाहते त्याला ठरावीक पठडीतला प्रश्न विचारत, 'नवीन काय येतंय, गुरू?' एखाद्याच्या साहित्याचा आणि नशिबाचाही निवाडा करणारे, कला आणि साहित्य क्षेत्रांतले उत्साही आणि महत्त्वाकांक्षी पत्रकार आणि समीक्षकही हाच प्रश्न विचारत. त्या सर्वांना चेहऱ्याचे स्नायू जेमतेम हलवून एक थंड, खोटं हसू आणि एक तुटक उत्तर मिळत असे, 'काही गोष्टी सुरू केल्या आहेत. त्यांवर काम चाललं आहे. लवकरच बघायला मिळेल तुम्हांला.'

खरं तर आतून तो निव्वळ रिता होता. प्रतिबिंबाविना एकमेकांसमोर ठाकलेल्या आरशांसारखा अनंतापर्यंत पोहोचणारा भयाण, वैराण रितेपणा.

'केवळ उदासपणाची कडवट चव मागे ठेवणारी नाती, 'प्रेम' या सांकेतिक नावाच्या जाळ्यातली आडवीतिडवी धडपड.' कुठेतरी ऐकलेल्या या सफाईदार पण पोकळ वाक्यातून ज्याची प्रतीक्षा आहे अशी थोर साहित्यनिर्मिती करण्याची त्याची रात्रंदिवस चाललेली, थकवणारी धडपड. ते वारंवार माघारी परतणं म्हणजे प्रत्येक वेळी होणारा एक छोटासा पराभवच होता. एक काळोखी पोकळी आणि गुदमरण्याची भावना घेऊन पुन्हा निसटून जाण्यासाठी घरी परतणं, पत्नीकडे. ती तिथे सदैव आहे. नेहमीच प्रेमळ. नेहमीच संयमित आणि नेहमीच दूरस्थही. त्याच्या साहित्यिक वर्तुळापासून, त्यांचा, प्रशंसा आणि मैत्रीच्या देखाव्याआड दडलेला, 'तुझा भूतकाळ आम्ही जाणतो' हा कुत्सित भाव न बघितल्याचं सोंग करत; त्याच्या जुन्या साथीदारांपासूनही – ते कुठे, कसे आणि कोणत्या मनोवस्थेत असतील ते माहीत नसल्याची आशंका मनात बाळगत. रस्ते, देश, शहरं, हॉटेल्स, समुद्र, बंदरं आणि माणसं. सगळं काही फक्त जगण्यासाठी, तेही निरर्थकता आणि शून्यावस्था त्याच्या मनात रुतून बसली असताना...

तो एका शब्दाच्या शोधात होता, त्याने गमावलेल्या शब्दाच्या शोधात. त्यानं एक आवाज ऐकला... शहराच्या कोलाहलातून तुटलेला, दूर अंतरावर निनादणारा आणि रात्रीच्या नीरव काळोखाला भेदणारा आवाज, जो क़ाळ आणि अवकाश यांच्या पल्याड जाऊन निद्रा आणि अनिद्रा यांच्या किनाऱ्यावर उसळणाऱ्या पाण्यासारखा, तुफान वाऱ्यासारखा आदळला. मी ऐकला का तो?

तुम्हांला तो गदारोळ ऐकू येतो, तशीच कुजबूजही; आरडाओरडा, बोलणं, संगीत, निसर्गातले विविध आवाज आणि शांततासुद्धा ऐकायला येते; पण तुम्हांला ती किंचाळी ऐकायला येत नाही. ती तुमच्यावर चालून येते, तुम्हांला घेरते आणि पाच ज्ञानेंद्रियांमध्ये भर घालत सहावं स्वतंत्र ज्ञानेंद्रिय बनून तुमच्या पेशींना छेदते. मुलाला जन्म देताना त्याच्या पत्नीच्या तोंडून उमटलेल्या किंकाळीपेक्षा, एका रात्री भोसकलं गेल्यावर त्याच्या बाजूच्या माणसानं फोडलेल्या किंकाळीपेक्षा आणि नेमक्या कुठल्या युद्धात का चकमकीत आणि कुठल्या ठिकाणी ते त्याच्या लक्षात नाही, पण काळ्या बुरख्यातल्या त्या स्त्रीनं स्वत:चा बुरखा फाडून उघड्या छातीनं पोटच्या पोराच्या मृत शरीरावर स्वत:ला झोकून देताना फोडलेल्या जगभर घुमणाऱ्या किंकाळीपेक्षा ही किंकाळी

वेगळी असल्याचं त्याला कळतं. ही किंकाळी आवाजावर मात करून ध्वनीला गप्प करते. ती तुम्हांला ऐकायला येत नाही. ती तुम्हांला वेढते, घेरते, तिच्यामागून तुम्हांला फरफटवत नेते आणि बुडवून टाकते. ती किंकाळी...

मध्यरात्रीनंतर सुटणाऱ्या ॲनातोलिअन गाड्यांचे प्रवासी सर्वसामान्य चेहऱ्यांचे, कपड्यांचे आणि गंधाचे होते. शहरातल्या मोठ्या स्थानकात असते तशी वरवरची, भोंगळ व्यवस्था आणि जिवंत, खळखळती अव्यवस्था एकत्रितपणे नेटक्या दर्जेदार एअरपोर्टची नक्कल करू बघत होती. चुकीचे आघात देत उच्चारलेल्या एकसुरी घोषणा शेवटाला चुईंगगमप्रमाणे खेचल्या जात होत्या. प्रवाशांनी कृपया लक्ष द्यावे. प्लॅटफॉर्म क्रमांक १७ ची गाडी लवकरच सुटत आहे. कबाबाचे ठेले, सुका मेवा आणि दाण्यांचे विक्रेते, दुकाने, स्क्रॅच कार्ड विकणारे लोक, दुथडी भरून वाहणारे धार्मिक पुस्तकांचे स्टॉल्स, कॅसेट आणि सीडींची दुकाने, मेवा आणि मिठाया, लघवीचा भपकारा येणारी शौचालयं, त्यांच्या शंकास्पद तऱ्हेने ओल्या असलेल्या जमिनी, मोडलेल्या पाण्याच्या टाक्या, तुंबलेली बेसिन. जूनमधल्या रात्रीच्या हवेतल्या गारठ्याने थोडी शिरशिरी भरत होती. बथ्थड, मंद दिव्यातून पसरणारी पिवळट उदासीनता, हळूहळू रिकामी पडणारी प्रतीक्षागृहं आणि शांत होणारे प्लॅटफॉर्म.

त्याची गाडी सुटायला अजून अर्ध्या तासापेक्षाही जास्त वेळ होता. धांदल करणारे प्रवासी, निरोप द्यायला आलेले लोक, भीक मागणारी, उशिरापर्यंत चुईंगगम किंवा टिश्यू पेपर विकणारी मुले, कॅसेट्स, सुकामेवा आणि दाणे विकणाऱ्या स्टॉल्सभोवती जमलेली गर्दी बघत तो वेळ काढायचा प्रयत्न करत होता. नव्याने शोधून काढलेल्या, तो वारंवार जात असलेल्या एका फॅशनेबल हॉटेलच्या बारमध्ये बसून पिताना - खरं सांगायचं तर नेहमीप्रमाणे त्याही दिवशी त्याला जरा जास्तच झाली होती - अचानकपणे त्याला त्या कंटाळवाण्या शहरात अजून एक रात्र काढणं अशक्य वाटलं होतं. दुसऱ्या दिवशीच्या फारशा महत्त्वाच्या नसलेल्या दोन अपॉइंटमेंट्स रद्द करून त्याच रात्री बसनं इस्तंबूलला परतायचं त्यानं ठरवलं.

कोपऱ्यातल्या, प्लॅटफॉर्मवर उघडणारी काचेची मोठी मोठी दारं असलेल्या बास्कंट ब्यूफेसी हे राजधानीचं नाव धारण केलेल्या दुकानातून पाण्याची बाटली आणि सिगरेटचं पाकीट विकत घेताना त्याच्या लक्षात आलं की तो 'बास्कंट ब्यूफेसी, बास्कंट ब्यूफेसी' असं एखाद्या गाण्यासारखं म्हणत आहे. कधी कधी,

विशेषत: पिताना एखादा शब्द, वाक्य किंवा ओळ त्याच्या डोक्यात एखाद्या तुटलेल्या रेकॉर्डसारखी अडकून बसते. आत्ताही डोक्यातल्या त्या शब्दांचा विचार करताना त्याला कॅपिटल सिटी – राजधानीचं शहर – का म्हणायचं असं त्याला वाटलं. शहरं काळाबरोबर बदलतात का? बदलत असली तर कशी बदलतात? मला... आपल्याला आयुष्यभराचा काळ का असतो? आणि हा जीवनकाळ म्हणजे तरी काय? त्याला यौवनकाळ तरी म्हणा. या वेडपट प्रश्नांतून एखादा लेख तयार करता येईल का?

आपल्या निरर्थक आयुष्याची कोडी न सोडवता किंवा उलगडता किती पिढ्या आपण ती एखाद्या जिंगलप्रमाणे पुन्हा पुन्हा म्हणत आहोत? विशेषत: हा 'कोड' शब्द आपण सगळीकडे वापरतो. असे शब्द वापरले जातात ते लोकांनी आपल्याला बुद्धिमान समजावं म्हणून. ह्यात लिहिण्यासारखं काही नाही. माझ्याजवळही लिहिण्यासारखं काही नाही आणि तसं पाहता, अशी काय मी निर्मिती केली आहे? हं... स्वत:शी तरी प्रामाणिक राहा. पण इतकं कठोरही व्हायला नको. मला वाटतं तेवढा मी थोर नसलो तरी मी अगदीच नगण्यही नाही. जाऊ दे. मी गोंधळलोय आणि वैतागलोय. माझं डोकं म्हणजे समोरासमोर असलेल्या प्रतिबिंबहीन आरशांची अनंतापर्यंत पोहोचणारी भयाण वैराण पोकळी आहे. खरंच मी एवढं पिता कामा नये. मेंदूचा नुसता चुथडा झालाय. बस येऊन, माझी सीट मिळून डोकं खाली करून झोपता आलं तर किती छान होईल. सीटच्या घामट वासाच्या माथ्यावर डोकं टेकून गाढ झोपेत तारुण्याचे ते निरागस दिवस पुन्हा मिळवायचे, जेव्हा हवाई प्रवास हा आमच्या विद्यार्थिदशेतल्या बिकट आर्थिक स्थितीत आणि जगण्याच्या काटेकोर पद्धतीत, विचारसरणीत आणि क्रांतिकारक तत्त्वात बसत नव्हता. विमानाच्या एका तिकिटाला अख्ख्या महिन्याचा बेसिक पगार लागेल!

बास्कंट ब्यूफेसीच्या बाहेर सुट्या पैशांसाठी तो थांबला असताना आठ नंबरच्या प्लॅटफॉर्मजवळील बाकांवर वेगळीच हॅट घालून बसलेल्या स्त्रीला त्यानं पाहिलंच नसतं तर तो त्या दिशेला गेलाच नसता. त्याच्या छोट्या प्रवासी बॅगेच्या बाहेरच्या कप्प्यात मिनरल वॉटरची बाटली तो ठेवत असतानाच पुन्हा एकदा त्या मोठ्या किनारीच्या, हलक्या रंगाच्या हॅटनं त्याचं लक्ष वेधलं. वस्तूंच्या आकर्षकपणाकडे तो नेहमीच ओढला जातो. आताही तो आठ नंबरच्या प्लॅटफॉर्मकडे चालू लागतो.

ती एक बुटकी, जाडसर वयस्कर स्त्री आहे. सत्तरी ओलांडली असणार

तिनं. तिच्या फिकट, धुवट पँट गुडघ्याच्या थोड्या खालपर्यंत पोहोचत आहेत. त्यांना बर्म्युडा शॉर्ट्स म्हणता येईल का? तिच्या डोक्यावरच्या रुंद किनारीच्या जुन्या गवती हॅटला हिरवी रिबन आहे आणि तिनं पांढरे हातमोजे घातले आहेत. ती बोडरूम किंवा तशाच एखाद्या ठिकाणी राहणारी निवृत्त शिक्षिका असावी किंवा वर्षातले सहा महिने समुद्राकाठच्या समरहाऊसमध्ये घालवणारी वयस्कर सरकारी अधिकाऱ्याची बायको असावी. ती त्याला थोडीशी त्याच्या आईसारखी वाटते. अशा स्त्रिया रमी खेळत नसतील तेव्हा कापड रंगवतात, टाय-अँड-डाय करतात किंवा चित्र काढतात. कला आणि साहित्यातही त्या थोडीशी लुडबुड करतात. त्यांच्यातल्या बहुतेक जणी मास्तरकीचा आविर्भाव असलेल्या, जणू काही सर्वज्ञ अशा असह्य होणाऱ्या स्त्रिया असतात. आपली मतं बरोबरच आहेत असा त्यांना अगदी ठाम विश्वास असतो आणि त्यांच्या शेरेबाजीची प्रस्तावना, 'आम्ही प्रजासत्ताक पिढीच्या कन्या आहोत' या वाक्यानं होते. रुमालानं डोकं झाकलेली एखादी स्त्री जेव्हा त्या बघतात तेव्हा त्या चिडून, 'या स्त्रियांना अततुर्क (कमाल पाशा) सुद्धा शहाणपण शिकवू शकला नाही,' अशी खंत स्वरांवर आघात देत व्यक्त करतात. शिक्षकांप्रमाणे, अधिकाऱ्यांच्या पत्नीप्रमाणे किंवा माझ्या आईच्या मैत्रिणींप्रमाणे ती माझ्या आईसारखी दिसते आहे म्हणून मी कदाचित त्या बिचारीवर अन्याय करतोय, कारण मला माझ्या पालकांबद्दल आणि त्या दुराग्रही, संकुचित, उच्चभ्रू वर्तुळाबद्दलच घृणा वाटते.

ती वयस्कर स्त्री अखंड बोलते आहे. ती कोणाशी बोलते आहे, हे बघण्यासाठी तो आजूबाजूला बघतो, पण तिथे तर कोणीच नाही.

''बरोबर आहे का नाही, सर?'' ती परकीय स्वरात वेगळ्याच तरीही घोटीव उच्चारात विचारते.

तिनं मला ओळखलं तर नाही? मला ओळखलं आहे तिनं. कदाचित माझ्या पुस्तकांवर स्वाक्षरी देण्याच्या कार्यक्रमालाही ती हजर राहिली असेल. अभिमान आणि समाधान यांची उबदार जाणीव त्याच्यामधून दौडत जाते. कीर्तीचा, ओळखलं जाण्याचा, महत्त्वपूर्ण ठरण्याचा संतुष्ट भाव. तरीही तो भरपूर प्रसिद्धी मिळून कीर्तीचा आता कंटाळा आल्याप्रमाणे अशा तऱ्हेच्या भौतिक समाधानाच्या लोभापलीकडे गेलेल्या तटस्थ माणसाप्रमाणे वागतो. तो उत्तर देत नाही आणि हा प्रश्न आपल्याला विचारला गेला आहे हे कळलंच नाही, असं दाखवतो. शिवाय त्याला आता कोणाशीही बोलायचं नाही आहे.

फक्त ती बस प्लॅटफॉर्मवर लागून त्याला त्याच्या सीटवर डोकं टेकून झोपता येऊ दे. त्याला ते दिवस आठवले जेव्हा तो थोडा प्रेमाखातर आणि थोडा क्रांतीखातर लांब बॉनेटच्या स्वस्त रातराण्यांमधून इस्तंबूल आणि अंकारामध्ये फेऱ्या घालत असे. ते दिवस तारुण्याचे, अपरिपक्वतेचे आणि निरागसपणाचे होते. छान दिवस.

उत्तर मिळेपर्यंत प्रयत्न करायचा असा त्या स्त्रीनं पण केलाय हे उघड आहे. त्याला स्वत:चाच राग येतो. एका फडतूस हॅटबद्दल आकर्षण वाटून त्या दिशेला यायचं त्याला काय अडलं होतं? एका उत्सुक तरुण समीक्षकानं माझा उल्लेख, 'वस्तूची जादू समजून ती शब्दांत मांडणारा लेखक' असा केल्यापासून वस्तूंमध्ये रस घेणं भाग आहे असं मला वाटतं. घ्या आता - एका जुनाट बाईची हॅट! या नसत्या आफतीमागे मी का धावलो?

''तुम्ही तिथे पण होतात. आपण वॉर्सात होतो. नाही, मला वाटतं ते बुडापेस्ट होतं. आम्हांला बोटीवर चढवलं तेव्हा ते मूल माझ्याबरोबर होतं. दान्यूबमधून आम्ही निसटून जात होतो. मला शहर सोडायचं नव्हतं. पण त्यांनी मला भाग पाडलं. मी तुम्हांला सांगते, बोटीवर बसताना मूल माझ्याबरोबर होतं. तुम्ही त्याला पाहिलंत. सांगा त्यांना की तुम्ही त्याला पाहिलंत. तुमच्यावर विश्वास ठेवतील ते.''

त्यानं उत्तर द्यायला पाहिजे का? त्याचं डोकं हल्लक झालं आहे. तो गोंधळला आहे. त्याचे विचार इतस्तत: पसरले आहेत. तो एकट्याने पितो तेव्हा त्याचा पूर्ण ताबाच जातो. खरं तर या शहरात त्याचे कित्येक जुने मित्र आणि खूप नवीन ओळखीचे लोकही आहेत. हवं तर तो कोणालाही बोलवू शकतो आणि त्यांच्याबरोबर प्यायला जाऊ शकतो. त्याच्या नव्या मित्रांपैकी कोणालाही त्यानं बोलावलं, तर ते खूशच होतील की लेखक ओमर एरेनच्या संगतीत आपण दिसायचं, या विचारानं. जुन्या मित्रांचं काही सांगता येत नाही. त्यांनी कदाचित माझा नाद सोडला असेल किंवा कदाचित मी बोलावल्यावर त्यांना आनंदही होईल. काही सांगता येत नाही. माझ्या ओळखीचे खूप जण आहेत, पण मित्र मात्र आता उरले नाहीत. मी त्या सगळ्यांना वापरून टाकलं आहे किंवा त्यांना संपवलं आहे. मी बहुतेक सगळ्यांना, सगळ्यात चांगल्यांना, शब्दश: पुरून टाकलं आहे.

त्या विचित्र बाईच्या आवाजानं त्याच्या विचारांना खीळ पडली. ''ते कदाचित तुमच्यावरही विश्वास ठेवणार नाहीत. पण तरीही सांगा त्यांना.''

हे उघड आहे की त्या बाईचं डोकं फिरलं आहे. तो मेंदूला ताण देतो. १९५६ मध्ये हंगेरीतून दान्यूबमधून कोणाला दूर करण्यात आलं? जुन्या लोकांकडनं त्यानं अशा गोष्टी ऐकल्या होत्या. मरू दे! मला एकही गोष्ट आठवत नाही आहे. दिवसागणिक माझी स्मृती दुबळी होत आहे. मी इतकं पिता कामा नये. माझी बायको सांगते ते मी ऐकलं पाहिजे, मी मर्यादा ओलांडता कामा नये. एलिफ कधीही मर्यादा सोडत नाही. मर्यादा? कुठली आणि कोणाची मर्यादा? एलिफची? का?

"तुम्ही काय पाहिलंत ते फक्त सांगा, तेवढं पुरेसं आहे," त्या स्त्रीनं पुन्हा विनवलं, "त्यांना सांगा सर."

मी काय पाहिलं ते त्यांना सांगायचं? मी काही पाहिलं? पाहिलं होतं का मी काही? मी काय पाहिलं ते त्यांना सांगितलं का? मी काही पाहिलं असतं तरी त्यांना सांगितलं असतं का?

तो काहीच बोलत नाही. त्यानं इथून जायलाच हवं. या बाईपासून सुटका करून घ्यायलाच हवी.

"मूल मागून येईल असं ते म्हणाले. मी खूप वर्षं वाट पाहिली, पण तो आला नाही. एक छोटा मुलगा त्या रस्त्यांनी एकटाच कसा येऊ शकेल? जेव्हा भिंत पडली तेव्हा हंगेरियन सुनेनं सगळे पेपर्स आणि चांदीच्या कँडलस्टिक्स सुद्धा लपवून ठेवल्या. हं कदाचित त्या चांदीच्या कँडलस्टिक्स बुडापेस्टमध्येच राहिल्या असतील. त्याबद्दल तिला दोष देऊन नाही चालणार. बरोबर आहे नं सर?"

ती उठते आणि त्याच्या दिशेने चालू लागते. ओमर एरेन. तो निसटायचा प्रयत्न करतो पण ती स्त्री त्याची बाही ओढते. तो तिला झटकतो. "मी तिथे नव्हतो. मला माहीत नाही. मला काहीही माहीत नाही." खेकड्याप्रमाणे तिरक्या बाजूने सुटायचा प्रयत्न करत तो बोलतो.

ती म्हणते, "प्रत्येकजण म्हणतो, 'मी तिथे नव्हतो आणि मला माहीत नाही.' मग तिथे कोण होतं? कोणाला माहीत आहे, काय झालं ते? कोणाला आठवतंय? त्या मुलाला बोटीवरून कोणी उतरवलं? सुनेने उतरवलं असेल का? देशद्रोही असल्याबद्दल माझ्या मुलाला नोकरीवरून काढून टाकल्यावर तिने दुसऱ्यांसाठी काम करायला सुरुवात केली होती. त्या चांदीच्या कँडलस्टिक्स लपवणंही तिला अगदी सहज शक्य आहे. मला पूर्वेचा भाग सोडायचाच नव्हता. मी तिथेच वाट बघणार होते. मी त्या छोट्या मुलाला

सोडणार नव्हते. तिथे तो मला शोधू शकला असता. शोधून काढू शकला असता. हा भाग त्याला अजिबातच माहीत नाही. इथे तो कोणालाच शोधू शकणार नाही.''

ती स्त्री पुटपुटत पुन्हा तिच्या जागेवर जाते. आता ती काय म्हणते आहे हे तो ऐकू अथवा समजू शकत नाही. त्या वेड्या स्त्रीपासून सुटका मिळाली म्हणून त्याला बरं वाटत आहे. तिचं लक्ष जाऊन ती त्याच्या मागे येऊ नये म्हणून तो हळूहळू, जराही घाई न करता पुढच्या प्लॅटफॉर्मकडे जातो. काढून टाकलेला मुलगा, हरवलेलं मूल, नदी, हंगेरीयन सून, मेणबत्त्यांचे स्टॅण्ड आणि इतर, पूर्व भिंत... हवेत उडवलेले शब्द काळाच्या भोवऱ्यात लोकांबरोबर वाहून नेले जात होते. पण या सगळ्याचा या सामान्य जाडसर म्हातारीशी काय संबंध? पण या सगळ्याचा तिच्याशी काहीतरी संबंध का नसावा? स्वतःचे अनुभव कोणीच त्यांच्या शरीरावर, कपड्यांवर किंवा चेहेऱ्यावर ठेवत नाही. आपले अनुभव ते स्वतःच्या हृदयात, स्मृतीत जपून ठेवतात किंवा विक्षिप्त-पणात परिवर्तित करतात.

त्या विचित्र स्त्रीचे शब्द, आरडाओरडा, आरोळ्या, परिचित संचलनाचे आदेश यांत बुडून ऐकू येईनासे झाले. हा ओरडा कुठून येतो आहे हे प्रथम त्याला कळलेच नाही.

आवाजाच्या स्रोताच्या दिशेने तो बघतो. दर्शनी भागावर मोठा झेंडा फडकावलेली आणि तारा आणि चंद्रकोर असलेल्या कागदी झेंड्यांनी खिडक्या सजवलेली एक बस प्लॅटफॉर्म नंबर तीनवर येत असते. गाडीच्या एका बाजूला पूर्ण लांबीच्या फलकावर लिहिलं आहे. 'आमचा सैनिक हा सर्वोत्तम सैनिक आहे.' तीस-चाळीस तरुण त्यांच्यासारख्याच तरुणांना खांद्यावर उचलून एकत्रितपणे बसच्या दिशेने नेत आहेत. मंद पिवळ्या प्रकाशात त्यांचे कोवळ्या मिशीचे उत्तेजित झालेले गंभीर चेहरे तणावपूर्ण दिसत आहेत. आपल्या आवाजाने भारावून जाऊन ते हात उंचावून आणि डोळे जवळजवळ खोबणीबाहेर काढून लांडग्याच्या डोक्याची खूण करत आहेत. सैनिकांना देण्यात येणारा हा निरोपसमारंभ प्रत्येकाच्या परिचयाचा आहे. प्रत्येक गोष्ट जगण्याच्या दैनंदिन प्रवाहातली सर्वसामान्य बाब आहे. प्रत्येक गोष्ट हतबलता आणि असंबद्धता यांच्या भयावह चक्रात फिरत अधिकाधिक वेदना देत आहे.

एक रातराणी टर्मिनल - पूर्वी त्यांना बस स्टेशन म्हणायचे. पडावाने दान्यूब नदीतून निसटून आलेली आणि अजूनही पळत असलेली एक स्त्री -

का आणि कुठून कोण जाणे – दुसऱ्या महायुद्धातून का हंगेरीतल्या बंडाळीतून? आणि तो मुलगा? पण खरंच असा कोणी मुलगा होता का? इथे इतर मुलं जीव खाऊन ओरडताहेत. 'प्रेमाने रहा किंवा निघून जा', 'फुटीरतावाद्यांच्या नेत्यासाठी फक्त मृत्यूच', 'निशाण खाली होणार नाही', 'आमची मातृभूमी दुभंगणार नाही' आणि 'आमचे सैनिक सर्वोत्तम सैनिक' अशा घोषणांनी मुलं आपले गळे आणि रात्रीलाही चिरत होती. वेगळ्या ठिकाणची, वेगळ्या काळातली आणि वेगळं ध्येय असलेली मुलं... जगाच्या रंगभूमीवर सादर होणाऱ्या सर्व शोकांतिकांमधले बालकलाकार जे कायम एक्स्ट्राच राहतात.

मी इथे काय करतोय? मी दमलोय, थकलोय आणि मला चढलीही आहे. शिवाय माझा शब्द हरवलाय. मला आता लिहिता येत नाही आहे. मलाच मी आवडत नाही आहे. माझं माझ्याशीच युद्ध सुरू आहे आणि आता बसने इस्तंबूलला जाण्याची कल्पनाही फारशी बरी वाटत नाही आहे. ती कल्पना त्याच्या पन्नाशीतल्या शरीराइतकीच त्याच्या थकलेल्या मनालाही घृणास्पद वाटत आहे. एका वाईट रात्री एकटं बसून पिताना घेतलेला दारुडा निर्णय. समजा मी हॉटेलमध्ये परत जाऊन ताणून दिली तर... मग मी उद्या पहिल्या विमानातून फुकट सीटवर बसून कोकरासारखा निरागसपणे इस्तंबूलला जाईन. पहिली फ्लाईट पकडण्याची गरज नाही आहे. असं काय मोठं तातडीचं काम आहे मला? इस्तंबूलमध्ये माझ्यासाठी असं कोण खोळंबलं आहे एक एलिफ सोडून? आणि शिवाय ती तिचे प्रयोग, तिचे विद्यार्थी आणि परदेशी जर्नल्ससाठी ती लिहीत असलेले शास्त्रीय लेख यांत गुंतलेली असते. वाट बघणं हा बेरोजगार लोकांचा उद्योग आहे आणि एलिफ तर कामात आकंठ बुडाली आहे.

त्यानं गोळ्यांचे आवाज ऐकले नाहीत किंवा ऐकले असले तरी ते त्याच्या डोक्यात नोंदवले गेले नाहीत. पण ती किंकाळी मात्र आवाजाची गोळी बनून अतिशय वेगाने त्याच्या छातीत घुसली. एक अनामिक, उघडीवाघडी किंकाळी, जिला ओळखही नाही आणि गाभाही नाही अशी किंकाळी सानकायातल्या टेकड्यांमधून, सेरनच्या द्राक्ष बागांमधून, किल्ल्यामधून, उतारांवरून आणि कड्यांवरून फुटली. उद्धटपणात गुरफटलेल्या राज्याच्या राजधानीतल्या दिमाखदार विभागांना, टाय आणि सूटमधल्या सनदी अधिकाऱ्यांच्या कंटाळवाण्या विभागांना, पॉप्लर, ओलिअस्टर्स आणि पीचच्या झाडांनी उजाड

टेकड्यांना सजवणाऱ्या गरीब वस्त्यांना, हट्टीपणाने शहरात घुसणाऱ्या झोपडपट्ट्यांना, सिटाडेलकडे जाणाऱ्या चढांना, त्याच्या रस्त्यांना-मार्गांना, बसस्टॉप्सना, स्टेशनांना आणि रातराणी बस स्टेशनला त्या किंकाळीने कवेत घेतले. ती शहरभर पसरली आणि तिच्या मार्गात येणाऱ्या प्रत्येक हृदयावर आघात करत ती सभोवताली सर्वत्र निनादत राहिली. ती किंकाळी त्या विचित्र म्हातारीपर्यंत पोहोचली आणि ओमरपर्यंतही पोहोचली.

तो त्या आवाजाच्या भोवऱ्यात खेचला गेला. त्या भोवऱ्यात तो किती काळ फिरत होता? तो बाहेर कसा पडला? त्याला बाहेर येता आलं का? ती स्त्री त्याच्याजवळ सरकली होती, का तो तिच्याजवळ गेला होता? तिचं कुजबुजणं त्यानं ऐकलं. 'त्यांनी मुलाला ठार मारलं' आणि त्याच्या डोक्यातल्या किंकाळीला एक आवाज मिळाला. आवाज शब्दात बदलला आणि शब्दाला अर्थ प्राप्त झाला. ते मूल! त्यांनी मुलाला मारून टाकलं आहे!

बस स्टेशनवर अचानक पसरलेल्या मरणाच्या शांततेत प्लॅटफॉर्म नंबर २ आणि ३ च्या मध्ये एक तरुण स्त्री पडली आहे. तिच्या पायांमधून वाहणाऱ्या रक्ताचे डाग वर्तुळाकारात तिच्या लांब छापील कॉटन स्कर्टवर पसरत आहेत. ती खूपच लहान आहे, जवळजवळ बालिकाच. अंधूक प्रकाशात तिचा चेहरा निळसर पांढरा दिसतो आहे. या सगळ्या भयस्वप्नात ती कल्पनेपलीकडे सुंदर दिसत आहे. तिच्यासमोर गुडघे टेकवून बसलेल्या काळसर तरुणाकडे ती मान वळवून बघते आणि हसण्याचा प्रयत्न करते. तिचा चेहरा वेदनेनं पिळवटतो, तिचे ओठ हलतात आणि ती काहीतरी म्हणायचा प्रयत्न करते - आणि कदाचित म्हणतेसुद्धा. तो तरुण त्याचा हात हळुवारपणे त्या मुलीच्या डोक्याखाली घालतो. तिचं कपाळ आणि केस झाकणारा, क्रोशेची लेस असलेला तिच्या डोक्याचा रुमाल तो काढतो आणि स्वत:च्या मानेभोवती वेढतो. कणसाच्या रंगाचे तिचे दाट केस तो स्वत:च्या बोटांभोवती गुंडाळतो. एका हातानं तो त्या मुलीचं पोट थोपटत राहतो आणि त्याचा चेहरा तिच्याजवळ वाकवून काहीतरी प्रेमाचे शब्द कुजबुजतो.

काळ गोठवणारी ती संपूर्ण शांतता. संकटाच्या चाहुलीने आलेली भयग्रस्तता आणि अनिश्चितता यांचा जणू दुसऱ्याच कक्षेत अनुभवलेला तो क्षण निमिषार्धच टिकला असेल. काही मिनिटांपूर्वीच घोषणा देऊन चंद्रकोरीच्या निशाणांबरोबरच तुर्कस्तानचीही निशाणं हलवून गोंधळ माजवणाऱ्या तरुणांपैकी दोघंजण पळून जात आहेत आणि कोणीही त्यांचा पाठलाग करत नाही आहे.

एखाद्या शोकात्म बॅलेच्या शेवटच्या सीनप्रमाणे वेळेत बसस्टेशनवरचे रात्रप्रवासी, सैनिकी सेवेसाठी पाठवले जाणारे आणि त्यांना निरोप द्यायला आलेले लोक शांततेत, अतिशय धिम्या गतीने गोल करून जमू लागले. नंतर आरडाओरडा, तुटकी वाक्यं, प्रश्न, शपथा, शिव्याशाप आणि तक्रारींचा एकच कल्ला. जिला गोळी मारली आहे त्या मुलीच्या शेजारी बसलेला तरुण पुटपुटतो, ''तुम्ही तिला गोळी मारलीत. लहान मुलाला तुम्ही ठार मारलंत! तुम्ही ठार मारलंत लहान मुलाला!'' तो असा पुटपुटतो की जणू काही गळा चिरत आलेल्या त्याच्या पहिल्या किंकाळीत त्याचा आवाज संपून गेला आहे.

शब्दांचा आवाज होऊन ते निनादत राहतात, 'ते मूल तुम्ही मारलं आहे तुम्ही ठार केलं आहे त्याला!

मग हा गोंधळ, किंचाळ्या 'कोणाला तरी गोळी मारली आहे! धावा, वाचवा!' 'मदतीला या' असे पुकारे. डोक्याची शीर उडावी असे आवाज. 'ॲम्ब्युलन्स आहे का? कोणी डॉक्टर आहे का?' धांदलीने स्ट्रेचर घेऊन आलेली माणसे, जमिनीवर पसरलेले कागदी झेंडे, गोंधळलेले सुरक्षारक्षक. विखरत जाणाऱ्या गर्दीतून एक आवाज उठतो, 'हुतात्मे मरत नाहीत. मातृभूमीची फाळणी होणार नाही.' पळत जाणाऱ्या लोकांना एकत्रित आणण्याचा आणि जणू काही घडलंच नाही अशा तऱ्हेने, त्यांचा कार्यक्रम थांबला होता तिथून पुन्हा सुरू करण्याचा मुलं प्रयत्न करतात. त्यांनाही न कळणाऱ्या त्यांच्या ध्येयासाठी हवेत झाडलेल्या गोळीने घडलेला एक दुर्दैवी खून. ज्यानं चाप ओढला त्या अज्ञात खुन्याचा बालीश निरागसपणा. एका निरुद्देश गोळीनं जखमी झालेल्या मुलीला नेत असताना, स्ट्रेचर पकडून बरोबर जाणाऱ्या तरुणाच्या डोळ्यांतली हतबलता आणि चेहऱ्यावर कोरलेली वेदना. आजूबाजूला काय घडत आहे त्याचं भान नसणाऱ्या आणि ओमरच्या बरोबरच राहणाऱ्या त्या विचित्र स्त्रीचे रक्त गोठवणारे शब्द.

''त्यांनी माझ्यावर खूप दबाव आणला, पण मी त्यांच्यात सामील झाले नाही. मुलाला कोणी ठार मारलं हे मला माहीत होतं तरीही मी त्यांना सांगितलं नाही. मी स्वत:लाच समजावलं की तो मेला नाही आहे आणि कँडलस्टिक्स लपवल्या त्या हंगेरियन सुनेनं नाही काही. बघा, मी तुम्हांला सत्य सांगते आहे. मुलाला कोणी गोळी घातली आणि कोणी मेणबत्त्यांचे स्टॅण्ड लपवले हे सुद्धा मी पाहिलं आहे. ते आमच्यातलेच होते.''

रागाने, निराशेने आणि गोंधळून जाऊन त्यानं त्या स्त्रीच्या खांद्यांना धरून

तिला हलवलं. "कुठलं मूल, कोणतं मूल, वेडपट बये? तू कोणाला पाहिलंस?"

"आधी तू अंगावरचे हात काढ. गोळ्या झाडणारे सगळे लोक सारखेच असतात आणि ज्यांना गोळ्या मारल्या जातात तेसुद्धा. मी तेव्हा बोलले नाही. मी कोणाबद्दलच काही सांगितलं नाही. मूल नेहेमी तेच असतं, तेच मूल. तू मारलंस त्याला. मी तुला पाह्यलं आहे."

तो त्या चमत्कारिक बाईला जोरात ढकलून देतो आणि ते स्ट्रेचर घेऊन जाणाऱ्या माणसांच्या मागे धावतो.

त्याच्या पाठीमागे ओरडणाऱ्या स्त्रीचा आवाज त्याला ऐकू येतो. "या बोटी कुठे चालल्या आहेत? तुम्हांला माहीत असेल तर, सर, मला सांगा. मी कुठे उतरणार होते? कुठल्या बंदरात? मुलाला तुम्ही गोळी मारलीत हे मी कुणालाही सांगणार नाही. ही नदी कुठे वाहत जाते?"

त्या जखमी मुलीवर एक अस्वच्छ पांघरूण टाकण्यात आलं आहे; तिचे डोळे बंद आहेत; तिचा चेहरा आणि शरीर एकाच वेळी आकुंचन पावत आहे आणि हलत आहे. मांजराच्या आजारी पिल्लाप्रमाणे ती सतत कण्हत आहे. त्या कण्हण्याचं मधेमधे दबलेल्या हुंदक्यात रूपांतर होतं. एका हातानं स्ट्रेचर धरायचा प्रयत्न करणाऱ्या मुलाच्या पाठीवर ओमर हात ठेवतो आणि म्हणतो, 'मी डॉक्टर आहे.' प्रामाणिक बनून 'मी एक लेखक आहे' असं सांगण्यात काही अर्थ नाही. लेखकाला कोण विचारतो? आत्ता महत्त्वाचा आहे तो फक्त डॉक्टर.

ते स्ट्रेचर जमिनीवर ठेवतात. तो आपला हात पेशंटच्या कपाळावर ठेवतो. ते बर्फासारखं आहे. तो डॉक्टर वाटावा म्हणून तो जखमी मुलीची नाडी तपासण्याचा प्रयत्न करतो. ती कण्हते, तसा तो घाबरतो आणि सोडून देतो. दूर अंतरावरून ॲम्ब्युलन्सचा भोंगा ऐकू येतो. प्रमुख पोलीस ऑफीसरबरोबर सुरक्षा रक्षक येतो.

"तुम्ही ती घटना पाहिलीत का?"

"हो, मी पाहिली. तिला गोळी कोणी मारली ते माहीत नाही. पण नवीन भरती झालेल्यांना निरोप द्यायला आलेल्यांपैकीच कोणीतरी असावं. दोघंजण पळून गेले. हो, मी साक्षीदार आहे." ओळख पटवणं, पत्ता... "हो, मी उद्या पोलीस स्टेशनला येईन."

जखमी मुलीच्या शेजारी असलेल्या तरुणाचा चेहरा जखमेतील पुवाच्या रंगाचा झाला आहे. शरीरातील रक्त पूर्णपणे निघून गेल्यासारखा. तो तरुण ओळखपत्र बराच वेळ धुंडाळतो. ओमरला भीती वाटते की त्याच्याकडे ओळखपत्र नसावंच. मग ते त्या तरुणाला नेतील आणि तो अडचणीत सापडेल. गरज लागली तर मी मध्यस्थी करेन. मी कोण आहे ते सांगेन आणि या मुलाला वाचवेन. तरुणाच्या चेहऱ्यावरून काही अश्रू ओघळून त्याच्या खुरट्या दाढीत दिसेनासे झालेले तो पाहतो.

''ती बरी होईल,'' तो म्हणतो, ''बरी होईल ती. काळजी करू नकोस.''

पोलीस जबाब घेत असताना त्या जखमी मुलीच्या शरीरातून सारखा रक्तस्राव होतच आहे.

''मूल गेलं. ते मूल म्हणजे आमचं सर्वस्व होतं,'' तो तरुण पुन्हा पुन्हा हेच बोलत राहिला. त्यापलीकडे कशाचीच त्याला पर्वा नव्हती.

आता ओमरला समजतं की ती स्त्री गर्भवती होती.

''थोडी वाट पाहा आणि बघ. काळजी करू नकोस. कदाचित ते मुलालाही वाचवू शकतील.''

मुलीच्या पायांतून वाहणाऱ्या रक्ताच्या गुठळ्या तिच्या स्कर्टवर आणि सिमेंटच्या प्लॅटफॉर्मवर पसरतानाचं दृश्य त्याच्या डोळ्यांसमोर तरळतं. स्वतःच्या शब्दांवर त्याचाही विश्वास नाही.

सायरनचा आवाज अधिकाधिक जवळ येतो.

''ते तिला कुठे नेणार आहेत?'' घाबरलेल्या संशयी आवाजात तरुण विचारतो.

''हॉस्पिटलमध्ये.''

''आमच्याकडे जराही पैसे नाहीत,'' तो कुजबुजतो. त्याचा आवाज अतिशय निराश, केविलवाणा आणि दुःखी आहे. ''आणि ते आमच्या मागावर असले तर... ते आम्हांला जगू देणार नाहीत. शिवाय...''

आता या मुलाच्या आवाजातील पूर्वेकडचं उच्चारण ओमरच्या लक्षात येतं. त्याला कुर्दिश लोकांचं मदतीचं आवाहन आठवतं. तो प्रथमच तरुणाचा चेहरा काळजीपूर्वक निरखतो. त्याला तिथे दिसतो एकाकीपणा, भीती, अतीव निराशा आणि कैचीत सापडलेल्या जखमी जनावराचा भाव. तो अंदाज बांधतो की ते पळून जात असावेत. कोणापासून तरी दूर पळत असावेत ते. जबाबावर

सह्या घ्यायच्या नादात असलेल्या पोलिसानं त्याचं बोलणं ऐकलं नाही हे किती चांगलं झालं!

ॲम्ब्युलन्स येऊन त्यांच्यासमोरच थांबते. स्ट्रेचर उचलायला मदत करता करता तो म्हणतो, ''घाबरू नकोस. मी तुझ्याबरोबर येतो, हॉस्पिटल आणि सगळं काही आपण नीट करू. माझ्या ओळखीचे डॉक्टर्स असलेलं एक हॉस्पिटल मला माहीत आहे. काळजी करू नकोस. आणखीही काही प्रॉब्लेम असले तर आपण ते सोडवू.''

ओमर एरेनच्या सामर्थ्याने आणि आत्मविश्वासाने तो बोलतो. तो तरुण माणूस त्याच्याकडे अविश्वास, संशय आणि काळजीने बघतो. ओमर हे सगळं का करत आहे हा प्रश्न त्याच्या डोळ्यांत असतो.

रात्र काळोखी आहे आणि आकाश शाईसारखं गडद निळं आहे. चंद्र काहीच प्रकाश देत नाही आहे. शहराच्या प्रकाशामुळे तारे कळत नाही आहेत. तिकडे दूर, किल्ला आहे. निळसर प्रकाशानं उजळलेलं किल्ल्यावरचं प्रचंड निशाण हलकेच लहरत आहे. धमन्यांवर ओरखडे काढणारा आणि हृदय पिळवटून टाकणारा ॲम्ब्युलन्सच्या सायरनचा आवाज बुडवून टाकण्यासाठी ओमर ओरडतो, ''तुम्ही कुठून आलात? आणि कुठे चालला आहात?''

इतक्यात ती जखमी स्त्री वेदनेनं किंचाळते. स्ट्रेचरच्या बाजूने रक्त जमिनीवर ठिबकतं. त्याला उत्तर ऐकू येत नाही. कदाचित कोणी उत्तर दिलंच नसेल.

प्रयोगशाळेत छोट्या पिंजऱ्यात ठेवलेल्या गुलाबी डोळ्यांच्या आणि बिनकेसांच्या गुलाबी शेपटीच्या प्राण्यांकडे प्रेमाने बघताना एलिफनं थोड्या खेदानं आणि थोडं आसासून आपले तरुणपणाचे दिवस आठवले. पहिला उंदीर मारल्यावर ती किती रडली होती. तीस वर्षं होऊन गेली - कदाचित जास्तही. तो माझा पहिला मृत उंदीर. माझ्या हातचा पहिला खून.

मोठ्या आशेनं, निश्चयानं आणि उत्साहानं सुरू केलेल्या डॉक्टरेटच्या अभ्यासासाठी ती भल्या पहाटे इतर कोणीही काम सुरू करण्याआधी प्रयोगशाळेत जात असे. नोबेल प्राईझ मिळवणारी ती पहिली तुर्की मुलगी ठरेल असं तिचे प्राध्यापक विनोदानं म्हणायचेही. का नाही? मिळवेन मी. बघालच तुम्ही.

ती विनम्र होती असं काही म्हणता यायचं नाही. कमी उत्पन्नाच्या, मध्यमवर्गीय शिक्षकाच्या तीन मुलींमधली फारशी सुस्वरूप नसलेली मधली असलेल्या तिला फार लहान वयातच समजलं की, कोंदट कौटुंबिक वातावरणातून स्वतंत्र होण्यासाठी, अटळ, कंटाळवाण्या भविष्यातून सुटका करून त्यावर मात करण्यासाठी, ओळख आणि सन्मान मिळवण्यासाठी यश प्राप्त करणं हाच मार्ग आहे. ती महत्त्वाकांक्षी होती. तिच्या महत्त्वाकांक्षेनं तिच्या निश्चयाला बळ दिलं, आणि प्रतिभा, क्षमता किंवा बुद्धिमत्ता यांत काही उणीव असेल तर ती तिच्या अभ्यासूपणानं भरून काढली. तिला तिच्या आईसारखं व्हायचं नव्हतं आणि आत्या-मावश्या किंवा शेजारणींसारखं जगायचं नव्हतं. सामान्य माणसांच्या घरांतल्या कुबट कोंदलेल्या खोल्या, स्वयंपाकघरं यांत बंदिस्त होणं, शिवण-टिपण, स्वयंपाक, चहा पार्ट्या यांचा तिला तिटकारा होता. बालपणीदेखील ती कधी 'घर-घर' खेळली नव्हती. खेळातलं फर्निचर किंवा भातुकली तिला कधी आवडली नाही आणि बाहुल्यांमध्ये तिनं कधी फारसा रस घेतला नव्हता. तिला मऊ केसाळ प्राणी खूप आवडायचे. टेडी बेअर, ससे, मांजरं, कुत्रे आणि उंदीर. अर्थात हे प्राणी जिवंत असते तर तिला जास्त आवडले असते. पण घरात प्राणी ठेवायला तिला परवानगी नव्हती. कोणालाही — अगदी तिच्या भावंडांनाही — न सांगता तिनं खारीसारख्या असणाऱ्या एका भित्र्या हेझलमाऊसला दाणे, सुकामेवा, ब्रेडचा चुरा आणि चीजचे तुकडे भरवणं सुरू केलं होतं. तिच्या वडलांनी विषारी चीजचं आमिष लावून त्याला सापळ्यात पकडलं होतं तेव्हा ती ढसढसा रडली होती. त्यावेळी वडलांना शपथेवर सांगायला लागलं होतं की, त्यांनी त्या हेझलमाऊसला मारलं नाही तर सोडून दिलं होतं.

प्रयोगशाळेत हातमोजे चढवत असताना तिला सापळ्यात पकडलेल्या तिच्या छोट्याशा, लाडक्या उंदराचं व्याकूळ, बधिर रूप आठवतं. केवढं आश्चर्य! इतक्या वर्षांनंतर आजही ती आठवण अगदी स्पष्ट आहे. ती मोठ्या टेबलावरचा पिंजरा उघडते आणि प्रयोगासाठीच्या प्राण्यांपैकी एकाला दोन बोटांनी बाहेर काढते. त्याला न दुखावण्याची काळजी घेत जंतुरहित पेपर पसरलेल्या टेबलावर ठेवते. आता आपण तुला मारू या आणि आत काय होतं ते बघू या! आपण उंदराच्या डोळ्यांत बघण्याचं टाळत आहोत हे तिच्या लक्षात येतं तेव्हा एक उदास हसू तिच्या चेहऱ्यावर तरळतं. माझ्या पहिल्या मृत उंदरासाठी मी रडले तेव्हाच्या माझ्या भावना मला अजूनही आठवतात

हे चांगलं आहे. तिला दयाळू आणि संवेदनशील वाटतं आणि तसं वाटल्याबद्दल बरंही वाटतं. ती उंदराच्या मानेत सुई खुपसते. एक अस्पष्ट हतबल 'ईक' असा आवाज येतो; जो ऐकायची इतक्या काळानंतरही तिला सवय झाली नाही; आणि उंदराची मरतानाची अशक्त किंकाळी ऐकायला न आल्याचं सोंगही तिला करता येत नाही. तो प्राणी एक झटका देतो, त्याचे पंजे काही वेळा थरथरतात. तिच्या बोटांत धरलेलं ते चिमुकलं शरीर लुळं पडताना तिला जाणवतं. बस्स, संपलं. इतक्या प्रयोगांनंतर मी किती आत्मे मागे सोडले आहेत कोण जाणे! ती अचानक मूकपणे रडू लागते. तिच्या अश्रूंचं तिलाच आश्चर्य वाटतं. तिनं उंदीर मारला म्हणून ती रडते आहे का? गालांवरून ओघळत जाणाऱ्या उष्ण अश्रूंमुळे तिला एक अजब आनंद होतो.

प्रयोगशाळेतील प्राण्यांना मारणं तिच्या सहज अंगवळणी पडलं नव्हतं. ''अपेक्षित निकाल मिळवण्यासाठी माणसाला थोडं पाशवी व्हावं लागतं,'' तिचे शिक्षक म्हणायचे, ''तुमच्या हातात जिवंत प्राणी नाही तर कापडाचा तुकडा आहे असं समजा. प्रयोगातला एक प्राणी मारून तुम्ही किती मुलांचे, माणसांचे, प्राण्यांचे जीव वाचवाल त्याचा विचार करा.''

एलिफला परिणाम मिळवायचे होते. यशस्वी व्हायचं होतं. तिच्या शिक्षकांनी सांगितलेल्या गोष्टीचा विचार करून तिने ते मान्य केलं होतं आणि तिची पूर्ण खात्रीही पटली होती आणि तरीही या कामाच्या एका बाजूचा तिला त्रासही होत होता. कोणत्याही जिवंत प्राण्याचा कापडाचा तुकडा म्हणून विचार करता येऊ शकतो का? एका आत्म्याच्या बदल्यात हजारो आत्मे, एका आयुष्याच्या बदल्यात हजारो आयुष्यं, पण त्या एका आत्म्यासाठी, एका आयुष्यासाठी कोण जबाबदार? 'बहुसंख्यांच्या फायद्यासाठी' या एका तत्त्वाने सगळे खून स्वीकारार्ह ठरू शकतात का? कदाचित या अशा मुद्द्यांच्या वाढत्या ओझ्यामुळेच एकेकाळी अतिशय प्रिय असलेल्या प्रयोगशाळेतील कामापासून प्रोफेसर एलिफ एरेन हळूहळू दूर गेल्या. या मुद्द्यांमुळेच त्या शास्त्राचे तत्त्वज्ञान आणि नीतिशास्त्र यांकडे वळल्या आणि जेनेटिक्समधील (वंशशास्त्र) नैतिक मुद्द्यांचा ऊहापोह करू लागल्या. आता त्या नोबेल प्राईजचं स्वप्न न बघण्याइतक्या परिपक्वही झाल्या होत्या.

त्या छोट्या पांढऱ्या केसाळ बोचक्यातून काढलेला मेंदूचा तुकडा कॉम्प्युटरला जोडलेल्या मायक्रोस्कोपखाली निरखताना मनात कुठेतरी सतत

वाजणाऱ्या टेलिफोनच्या घंटेच्या आवाजातून स्वत:ला सोडवून घेत ती हातातल्या कामावर; म्हणजे मेलेल्या उंदरावर लक्ष केंद्रित करायचा प्रयत्न करते. तो प्रयत्न निष्फळ आहे. तिची प्रत्येक कृती आणि विचार पहाटे वाजलेल्या आणि नंतर तिच्या मेंदूत सतत कर्कशपणे खणखणत राहिलेल्या टेलिफोनच्या आवाजाचा वेध घेतात. ती थांबवू शकत नसलेल्या एखाद्या भयानक पार्श्वसंगीताप्रमाणे फोनचा खणखणाट चालूच राहतो.

एका अस्वस्थ करणाऱ्या स्वप्नातून पहाटे ती जागी झाली तेव्हा ती घामाघूम झाली होती. स्वप्नात धुक्याने भरलेल्या एका धुरकट रस्त्यावरून चालताना रस्त्यावर मध्यभागी खोचलेल्या अग्निबाणापासून ती निसटून जायचा प्रयत्न करत होती. अर्धवट झोपेत प्रथम तिला काय घडत आहे हेच कळत नव्हतं आणि जेव्हा तिच्या लक्षात आलं की, तो अग्निबाण म्हणजे वाजणारा टेलीफोन आहे तेव्हा ती एकदम गडबडून गेली. मध्यरात्र ते पहाट यांच्या दरम्यान ठोकले गेलेले दरवाजे आणि मध्यरात्री वाजलेले टेलीफोन हे अशुभ वार्ताच आणतात, हे ती लहानपणापासूनच्या कटू अनुभवांतून शिकली होती. तिच्या बालपणीच्या स्मृतीत वडलांचा मृत्यू म्हणजे अनातोलीतल्या दूरच्या छोट्या नगरातून मध्यरात्री आलेला फोनच होता. सत्ताधारी पक्षाची खप्पा मर्जी ओढवल्यामुळे निरुपद्रवी शिक्षक असलेल्या तिच्या वडलांची बदली तिथे करण्यात आली होती. लष्करी बंडाळीच्या दिवसांत लाथांनी दरवाजा तोडून तिच्या नवऱ्याला शोधत बेडरुममध्ये ते शस्त्र घेऊन घुसले होते, तेही पहाट फुटत असतानाच. त्यावेळी ती साडेतीन महिन्यांची गर्भारशी होती. हातांनी पोट झाकायचा प्रयत्न करत – त्यांनी तिला ढकललं असतं तर बाळाला इजा होऊ शकती असती – तिनं तिटकाऱ्यानं ओमरला नेलं गेलेलं मूकपणे पाहिलं. तिचं मुलाचं दु:ख (किंवा त्याचं जाणं आणि नाहीसं होणं म्हणायला हवं) म्हणजे सुद्धा ते गाढ झोपेत असताना मध्यरात्री हॉस्पिटलमधून आलेला फोन होता. 'डेनिज एरेन हा तुमचा नातेवाईक आहे का? त्याची परिस्थिती गंभीर आहे, ताबडतोब निघून या.' एका महत्त्वाच्या प्रयोगावर तिने कित्येक महिने केलेले कष्ट प्रयोगशाळेत लागलेल्या आगीनं काही मिनिटांत बेचिराख केल्याची आणि प्रयोगशाळेतील तिचे लाडके प्राणी नष्ट झाल्याची बातमी तिला त्यांनी कळवली तीही अशीच पहाटे फोन करून. एलिफला रात्री येणाऱ्या फोनची आणि पहाटे दार ठोकलं जाण्याची विलक्षण भीती वाटते.

गडबडलेल्या मन:स्थितीत, धडधडत्या हृदयानं तिनं फोन घेतला आणि

ओमरचा आवाज कानावर पडला तेव्हा तिची अस्वस्थता अधिकच वाढली. नक्की काहीतरी वाईट झालं असणार. तो निशाचर आहे, या वेळेला तो उठत नाही. कधीकधी तो सकाळपर्यंत काम करत असतो. एकीकडे पिता पिता सतत लिहीत असतो. कदाचित त्याला चढली असेल. इतकी चढली असेल की, या वेळी मी झोपले असेन हे सुद्धा त्याच्या लक्षात आलं नसेल. कदाचित आणखी वाईट म्हणजे...

''काय रे, काही झालं आहे का? आत्ता का फोन केलास? तू बरा आहेस ना?'' आवाजात काळजी उतरू नये असा तिचा प्रयत्न असतो.

''मी चांगला आहे, छान आहे. तसं काहीच नाही आहे. मी उद्या यायचं ठरवत होतो, पण ते नाही जमत आहे. मी तुला नंतर सांगेन. मी प्रवास करत असेन. पूर्वेकडे जातो आहे. मला उशीर होईल; आणि ते मला तुला कळवायचं होतं, समजलं?''

हे सगळं काय होतं? तेही पहाट फुटताना... तो कधी येणार आहे हे त्यानं तिला सांगितलंच नव्हतं; मग त्याला उशीर होणार आहे हे तिला का सांगायचं? कदाचित त्याला फक्त तिचा आवाज ऐकायचा असेल. का तो तिच्या मागावर होता? ती तिथे आहे का... फक्त शरीराने नाही, तर मनानेसुद्धा त्याच्यासाठी आहे का? ती तिच्या नवऱ्याची अदम्य सहनशक्तीने वाट पाहते आहे का?

प्रेम किती उरलं अहे? तीस वर्षांनंतर किती उरू शकतं? जे जिथं सोडलं होतं ते न मिळण्याची भीती, नात्यांना कुरतडणाऱ्या, ताटातुटीच्या विखारी शक्तीची चिंता आणि एखाद्या माणसाला गमावण्याची काळजी. जेव्हा शरीरातली वासनाशक्ती मंदावायला लागते आणि मिळणं अशक्य असलेल्या गोष्टींचं आकर्षण संपतं तेव्हा निर्माण झालेली एक आरामदायक सवय, एक सुरक्षिततेची भावना. एक प्रकारची सुखसोय, तुमच्यासाठी कोणीतरी आहे ही भावना. एक दुवा, जो हरवण्याची दोघांनाही भीती वाटते.

''तू पूर्वेला चालला आहेस? काय हा योगायोग. पुढच्या आठवड्यात मी पश्चिमेला चालले आहे. डेन्मार्कला. 'जीन' तंत्रज्ञानाची तात्त्विक आणि नैतिक व्याप्ती, या विषयावर तिथे चर्चासत्र आहे.''

''मी पूर्वेला आणि तू पश्चिमेला. आपण हळूहळू दूर जातो आहोत!''

ओमर असं म्हणाला की मी तशी कल्पना करते आहे? हे खरं की, गेली काही वर्षं आम्ही क्वचितच एकत्र असतो. आमचं काम आणि छंद पूर्णपणे

वेगळे आहेत आणि आवडो किंवा न आवडो, आमचा मित्रपरिवारही वेगळाच आहे. तरीसुद्धा, इतके अनुभव एकत्र घेतल्यावर आमचे रस्ते वेगळे झाले आहेत असं मला कधीच वाटलं नाही. काही झालं तरी आमच्यामागे खूप काही आहे. काय खूप आहे? पहिलं म्हणजे तारुण्य. आमचे आटोकाट प्रयत्न, ज्यांनी वेदना आणि कष्ट यांचं रूपांतर येणाऱ्या चांगल्या दिवसांच्या आशेत केलं; फक्त या देशाच्याच नाही तर अखिल मानवजातीच्या उज्ज्वल भविष्याची किल्ली आपल्याकडे आहे, असा एकत्रित विश्वास आणि आमच्या हृदयात ज्वाला निर्माण करणारं आणि रक्त पेटवणारं क्रांतिकारी स्वप्न. आम्ही उत्तेजित, निरागस मुलं होतो ज्यांना, अग्नी जाळतो हे अजून कळलं नव्हतं. आणि आम्ही हसतखेळत अग्निकुंडात उडी घेत होतो. फक्त एवढंच नाही. एकत्र अनुभवलेले कितीतरी आनंद, मजा, सुख आणि समाधान. एकच मित्रमंडळ आणि एकत्रित विजय. ते गंध, एकत्रित अनुभवलेली दु:खं आणि यशाचे क्षणही. काही अपयशं आणि काही पराभव. आणि तो... तो पराभव ज्याची आम्ही चर्चा करत नाही, ज्याचा आम्ही उल्लेखही करत नाही, कारण आम्हांला भीती वाटते की, आम्ही आमचं मौन एकदा जरी सोडलं तरी आमच्यातला दुवा दुरुस्त होण्यापलीकडे मोडेल. पराभव? नाही, अपराधीपणाची भावना.

''आणि तू तिथे असताना त्यालासुद्धा जाऊन भेटशील ना?''

नवऱ्याला काय म्हणायचं आहे ते तिला समजतं. पण त्याच्या आधीच्या शब्दांनी ती अजून नाराज आहे. 'आपण हळूहळू दूर जातो आहोत.' तीही ते शब्द उच्चारते. ''मी जाऊन कोणाला भेटेन?'' हे फक्त त्याला दुखवण्यासाठी.

''मुलाला... तू मुलाला जाऊन भेटणार आहेस?''

मुलाचं नाव उच्चारण्याची त्याची असमर्थता आणि त्याच्या आवाजातली असुरक्षितता, गरीबपणा आणि लाचारीचा स्वर ऐकून तिला यातना होतात. अशा बाबींमध्ये स्त्रियांपेक्षा पुरुष जास्त दुबळे, सहज मोडू शकणारे असतात का? आया दु:ख जास्त चांगल्या प्रकारे सहन करू शकतात का? हे जननक्षमतेचं, मेंदूत दिसणारं शरीरविज्ञान आहे का? ओमरला त्याची कधीच सवय झाली नाही. तो स्वत:ला, मुलाला किंवा आयुष्यालासुद्धा कधीच क्षमा करू शकला नाही... आणि माझं काय? 'माझी मी' अबाधित राहून ही सवय करून घेतली आहे का? मला ते स्वीकारता आलं आहे का?

ती कॉम्प्युटर समोर बसते. पडद्यावरच्या रंगीबेरंगी प्रतिमांच्या जादूमध्ये ती स्वत:ला क्षणभर हरवून जाते. तिला लहानपणचं शोभादर्शक नळकांडं

आठवतं, ज्याच्याशी खेळायचा तिला कधीच कंटाळा येत नसे. ते पुठ्ठ्याचं खेळणं तिनं डोळ्याला लावून फिरवताच त्यात स्वर्गीय फुलं उमलत, परीकथेतल्यासारखी फुलपाखरं उडत आणि आकाशातून रंगीबेरंगी तारे ओथंबून सांडत. ते तिच्या बालपणीचं लाडकं खेळणं होतं. तिला शोभादर्शक हा शब्द माहीत नव्हता, पण त्या पुठ्ठयाच्या जादूई नळीला ती परीकथेतील दुर्बीण असं म्हणत असे. एक दिवस पुठ्ठेरी नळीच्या टोकाशी असलेली पारदर्शक काच तिच्या चिकटवलेल्या कोपऱ्यातून चाकूने दूर करण्याचा मोह तिला आवरला नाही. तिला त्या यंत्राच्या मदतीशिवाय आतले नवलाईचे रंग आणि आकार बघायचे होते आणि त्या ताऱ्यांना आणि फुलांना हात लावायचा होता. शिवाय ते खेळणं कसं काम करतं याबद्दलही तिला जिज्ञासा वाटत होती.

आत्ता कॉम्प्युटरच्या पडद्यावरील गुंतागुंतीचे बहुरंगी आकार ती कौतुकानं बघत असताना तिला तो रंगीत कागद आणि शोभादर्शकातून खाली पडलेले ते काचेचे तुकडे आठवून वाईट वाटलं. कधीही सौंदर्यामागच्या सत्याचं विश्लेषण करायचा प्रयत्न करू नये. फुटक्यातुटक्या वस्तूतूनही स्वर्गीय प्रतिमा निर्माण करता येऊ शकतात. फक्त पाहा, त्यात आनंद आणि रस घ्या. कुठल्याही भ्रमामागचं सत्य जाणणं नेहेमीच अत्यावश्यक आहे का? कसंही करून सत्याचा शोध घ्यायची खुमखुमी उलटी परतवणं शक्य आहे का? आजकालच्या आभासी वास्तवामध्ये अशा प्रश्नांना काय अर्थ आहे? शास्त्रनीती काँग्रेसमधल्या तिच्या सादरीकरणात तिनं अशा कूट प्रश्नांचा ऊहापोह केला पाहिजे. तिचं भाषण सळसळतं होण्यासाठी त्याचा उपयोग होईलच. शिवाय वास्तव आणि आभासी जग. आभासी जग आणि नीतिशास्त्र यांच्यातील संबंध शोधायलाही त्याचा उपयोग होईल.

पडद्यावर आलेल्या प्रतिमांच्या फॉर्म्युल्याची आणि स्वत: काढलेल्या अनुमानांची ती नोंद करते. उंदराच्या मेंदूच्या सर्व प्रतिक्रिया तिनं मांडलेल्या सिद्धान्ताशी मिळत्याजुळत्या आहेत. सध्या प्रयोग यशस्वीपणे पुढे जात आहे. अजून किती उंदीर लागतील? मग नंतर मांजरांची पाळी असेल का? मग माणसांवरच्या संशोधनाचं काय? आजच्या पाठासाठी मुलांना मी प्रयोगशाळेत नेलं पाहिजे. एखादा सिद्धान्त पायरी पायरीने कसा पडताळून पाहिला जातो हे त्यांना प्रत्यक्षच बघू दे. म्हणजे त्यातल्या कोणाला रस असेल तर. तिला माहीत होतं की, विभागातले बरेचसे विद्यार्थी नाइलाजानं तिथे आले होते. त्यांना ज्या विषयाचा अभ्यास करायचा होता त्यासाठी त्यांचे मार्क पुरेसे नव्हते.

आजकालच्या काळात मूलभूत शास्त्राचा काय उपयोग? विशेषत: तुर्कस्तानात. म्हणूनच या प्रयोगातलं सर्व सुरळीत चालू होतं आणि तिचा सिद्धान्त पायरी पायरीनं खरा ठरत होता याचा तिला आनंद होत होता – तरीही तिला नेहमी व्याख्यान द्यायला आवडायचं नाही. पडद्यावर दिसणाऱ्या प्रतिमा आणि आकडेवारी यांबद्दलही ती समाधानी आहे. याचा परिणाम म्हणून काही नोबेल प्राईज मिळणार नाही, पण एखादं खालचं ॲवॉर्ड, उदा. युरोपिअन स्त्री शास्त्रज्ञ ॲवॉर्ड. पण मला रडायला का येतंय? मी उंदीर मारला म्हणून नक्कीच नाही हं.

तिच्या मनात त्याचा प्रश्न येतो, 'तू मुलाला भेटणार आहेस का?' गेले कित्येक महिने, ज्या दिवशी तिला कोपनहेगनच्या परिषदेत प्रबंध वाचण्यासाठी आमंत्रित करण्यात आलं तेव्हापासून हा विषय तिच्या मनात घोळतो आहे. तुलनेनं विचार केला तर कोपनहेगन नॉर्वेपासून हाकेच्या अंतरावर आहे. साहजिकच, ती मुलाला भेटायला जाऊ शकते. विचित्र आहे ते ओमरनं हे फोनवर विचारणं. त्यामागे काय आहे? ते फक्त आठवण करून देणं होतं, का सूचना, का विनंती? खूप दिवसांनी त्यानं प्रथमच मुलाचा उल्लेख केला. ती आठवण पुसट झाली आहे, का आता ती पूर्वीइतकी दुखरी नाही? दु:खाचं उदासीमध्ये रूपांतर व्हायला माणसाला किती वेळ लागतो? तिला तिच्या आवडत्या लेखकाचे शब्द आठवतात, 'कारण उदासपणा हे दु:खाचंच रूप आहे.' माझी वेदना हळूहळू उदासपणात परिवर्तित झाली आहे. आता ती पूर्वीइतकी झोंबत नाही; पण ती अधिक खोल गेली आहे आणि हेच मला सहन होत नाही. प्रत्येक गोष्टीचं संपणं, निघून जाणं, त्याची सवय होणं, आणि ते सामान्य होणं... ओमर कसा जगतो? तो त्याचं दु:ख कसं पेलतो? आम्ही त्याविषयी कधीच बोललो नाही. त्याविषयी बोलण्यापासून आम्ही थांबवलं स्वत:ला, आम्ही तो विषय टाळला. आमचं सामाईक दु:ख आम्ही एकमेकांबरोबर वाटून घेतलं नाही. जर उगम एकच असेल, जर एकाच बाणानं दोन लोक विद्ध होत असतील, तर ती वेदना वाटून नाही घेता येत — वाटण्यामुळे निदान ती कमीही होत नाही. 'मी पूर्वेकडे आणि तू पश्चिमेकडे' असं तू तुटक, कटू स्वरात बोललास. जर तू सरळ पूर्वेकडे जात राहिलास आणि मी पश्चिमेकडे जात राहिले, तर कदाचित आपण एखाद्या दूरच्या छोट्या बेटावर भेटूही.

एक छोटं दूरचं बेट, तिच्या गमावलेल्या मुलाचं बेट. उत्तरेकडच्या

नकाशावरचा तो सूक्ष्म ठिपका म्हणजे जमिनीचा प्रत्यक्षातला तुकडा आहे, का ती ज्यातून कधीच जागी होणार नाही अशा दुःस्वप्नाचा तो भाग आहे, हे तिला कळत नाही. ती जर ते विसरली तरच ती दुःखावर मात करू शकेल असं तिला वाटतं. तरीही ती न विसरण्यासाठी धडपडते – कारण त्याचा अर्थ मुलाला विसरणं असाही होईल.

प्रवासी नकाशावर ते बेट टाचणीच्या माथ्याएवढं दिसत होतं. दुपारी चार वाजताच अंधारतं अशा डिसेंबरच्या दिवशी, गाडीतल्या अपुऱ्या प्रकाशात त्यांनी तो नकाशा प्रयत्नपूर्वक वाचला होता. त्यांनी बर्जेन सोडलं होतं आणि ते नॉर्वेच्या उत्तरेकडे प्रवास करीत होते. 'रात्रीच्या मुक्कामाच्या सोयी' अशा चिन्हांसहित नकाशांवर दिसणारी ठिकाणं बंद होती. जवळपास कोणीही दिसत नव्हतं. शेवटचा उपाय म्हणून ते ज्या दीपगृहावर थांबले होते, तेथील रखवालदाराने त्यांना रात्रीचा आसरा आणि सकाळचा नाश्ता दिला होता. इंग्रजी, जर्मन, नॉर्वेजियन आणि खुणांची भाषा यांचा वापर करत रखवालदाराने, ख्रिसमसपूर्व संध्याकाळी ते ठिकाण बंद असतं आणि तो कुटुंबाबरोबर संध्याकाळचं जेवण घ्यायला जात आहे, असं सांगितलं होतं. तिथून पंधरा किलोमीटरवर असलेल्या एका छोट्या बेटावर त्यांना काही सोय होते आहे का हे शोधता येईल, असंही त्यानं सांगितलं होतं. ''आपण उत्तर ध्रुवापासून बस् झुरक्याच्या अंतरावर आहोत,'' ओमर त्याच्या नेहमीच्या बेफिकिरीनं म्हणाला होता, ''पूर्ण काळोख व्हायच्या आत आपलं त्या सैतानाच्या बेटावर पाऊल पडायला हवं.''

सकाळपासून ते प्रवासात होते. मुलगा खूप लहान होता. तो थकलेला आणि भुकेलेला होता. काही वेळ कुरकुर केल्यानंतर मागच्या सीटवर त्याला झोप लागली होती.

''तो साधा, जमवून घेणारा आहे म्हणून बरं, नाहीतर आपण अडचणीत आलो असतो!''

''माझा मुलगा त्याच्या वडलांवर गेलाय. मी करतोय का तक्रार?'' ओमर उत्तरला होता.

त्याचं बरोबर आहे. भर हिवाळ्यात उत्तरेला जायची कल्पना माझीच होती, तिच्या मनात आलं. पण तरीही आपण केलं ते योग्यच केलं. उन्हाळ्यात आपण तुर्कस्तानला परत जाऊ. त्यानंतर ही ठिकाणं बघायला जमेल न जमेल!

जिथे ती गेली दोन वर्षं काम करत होती त्या डेन्मार्कच्या जेनेटिक्स रिसर्च इन्स्टिट्यूटबरोबरचा तिचा करार या टर्मच्या अखेरीस संपत होता.

ज्यांना स्वत:च्याच देशात धमकी दिली आहे किंवा ज्यांची गळचेपी होत आहे अशा लेखकांसाठी असलेल्या पेनच्या फंडातून ओमरला मिळालेली अल्पावधीची ग्रँटही थांबली होती. आता त्यांना घरी परतायचं होतं. 'हो, कळतंय आपल्याला की सगळं काही खूप कठीण असणार आहे. पण तो आपला देश आहे. आपली मुळं, आपले मित्र, आपली धडपड सगळं तिथलं आहे. अजूनही आपण तिथे काही करू शकतो. अजूनही आपला उपयोग होऊ शकतो. इथे आपण परकीय आहोत. इथे कोणाला आपली गरज नाही आहे.' त्यांना परत तुर्कस्तानला का जायचं आहे, असं विचारलं गेल्यावर ते वरील आशयाचे उत्तर देत. आणखीन एक म्हणजे तुर्कस्तान हळूहळू बदलत होतं. १९८० च्या सप्टेंबरमधला अंधकार कडेकडेने दूर होत होता. त्यांच्या ओठांवर तेच जुनं लोकगीत होतं. 'तुमच्या देशाची आशा सोडू नका.' तेच गाणं जे ओमर कधीकधी, 'मानवाची आशा सोडू नका' असं म्हणत असे.

त्यांनी अजून आयुष्याची, जगाची, त्यांच्या देशाची आणि मानवजातीची आशा सोडली नव्हती. आम्ही तरुण होतो. धुमसत्या जगाला अजून ज्वालांनी वेढायला सुरुवात केली नव्हती. जेव्हा एकामागून एक बुरूज ढासळू लागले तेव्हा आम्हांला वाटलं की, ते पडले कारण ते नीट बांधले नव्हते. सिमेंटमध्ये खूप वाळू मिसळली होती. त्यांच्या जागी बळकट बुरूज बांधले जातील असं आम्हांला वाटलं.

त्या वर्षी हवा जास्त सौम्य होती. सभोवतालच्या डोंगरांमुळे या प्रदेशाचे आर्क्टिक वाऱ्यांपासून संरक्षण होत असल्यामुळे ती नेहमीच अशी सौम्य असते? 'त्याचं कारण गल्फमधले झरे' ओमर म्हणाला होता. 'या गरम प्रवाहामुळे नॉर्वेच्या किनाऱ्यावरल्या थंडीची बोच कमी होते. रस्त्याच्या एका बाजूला समुद्राचं लाटांरहित पाणी आत येऊन संथ तळ्यासारखं पसरलं होतं; आणि दुसऱ्या बाजूला गडद हिरव्या, वेतासारख्या झाडांचे दांडेरे आणि शेवाळं यांनी आच्छादलेले खडक होते. वाहन एका बेटावरून उचलून २०-२५ मीटरवरच्या दुसऱ्या छोट्या बेटावर ठेवण्यासाठी असलेल्या मोटरगाडीच्या फेरी बोटीवर त्यांच्या मनात आलं, 'केवढं साहस आहे हे!' रस्ता संपणार तरी कुठे या विचारानं त्यांना वाटत असलेली थोडीशी काळजी एकमेकांना कळू न देण्याचा त्यांनी प्रयत्न केला.

रस्ता संपला आणि तो खरोखरच समुद्राशीच संपला - तिथल्या जुजबी धक्क्यावर धुराडं, इंजिनरूम, केबिन आणि कठडा यांमुळे एखाद्या छोटुकल्या स्टीमरसारखी दिसणारी एक लहानशी बोट नांगरली होती. प्रत्येक हातात एक एक जड टोपली घेतलेली, गरम शालीत लपेटलेली एक स्त्री धक्क्याच्या काठावरून बोटीला निरखत होती. काय करावं ते न कळल्यामुळे ते तिथं क्षणभर थांबले आणि मग त्यांच्या लक्षात आलं की, त्यांना गाडी तिथेच सोडावी लागेल. तोंडात पाईप असलेल्या एका माणसानं त्यांना जणू काही 'लवकर या' अशा अर्थाची खूण केली. टोपलीवाली बाई उडी मारून बोटीवर चढली. मूल आणि त्यांचं प्रवासाचं सामान आणण्यासाठी ते पुन्हा गाडीकडे गेले. मुलगा जागा झाला होता आणि आजूबाजूला बावरल्या नजरेनं बघत होता. त्याच्या वडलांनी मागच्या सीटवरचा सीटबेल्ट काढला आणि आपल्या मुलाला कडेवर घेतलं.

''हं. आता आपण पुस्तकातल्या सैतानाच्या बेटावर जातो आहोत. परत आल्यावर तुझ्या मित्रांना तू त्याबद्दल सांगू शकशील.''

''सैतानाच्या बेटावरून कोणी परत येत नाही,'' मुलगा झोपाळलेल्या तरीही ठाम आवाजात म्हणाला, ''आणि दुसरं म्हणजे, सांगण्यासाठी मला मित्रच नाही आहेत.''

हे सगळं आठवताना तिच्या छातीच्या मध्यातून एक तीव्र कळ उठते; एक अतार्किक दुःख. मुलाचा एकाकीपणा, का वडलांच्या कवेत असतानाही त्याला भेडसावणारी काळजी... कशामुळे तिला हे असं होतं? मग तिला ओमरचं हसणं ऐकायला येतं, त्याच्या विनोदांनी मुलालाही हसवलं आहे. मग ओळखीच्या आनंदी वातावरणाकडे परतणं...

बोटीवर कोणीही तिकीट मागत नव्हतं किंवा प्रवाशांना सूचनाही देत नव्हतं. तिथे फक्त ते, टोपल्या घेतलेली ती स्त्री आणि आणखी दोघंजण होते. बेट बरोब्बर विरुद्ध बाजूला होतं. त्यांना तिथे एकदोन अंधूक दिवे आणि परीकथेतल्या दुष्ट राक्षसांच्या किल्ल्यासारखा दिसणारा, संधिप्रकाशात आकाशाला भिडून छाप पाडणारा किल्ला दिसला. ओमरनं मुलाबरोबरचा खेळ सुरू ठेवला.

''तो बघ! मी सांगितलं होतं ना! तो आहे सैतानाचा किल्ला.''

मुलानं त्याचा थकवा आणि झोपेची गुंगी दूर सारली आणि तोही खेळात सामील झाला.

"डॅडी, उद्या सकाळी आपण सैतानाला भेटू या. मग मी माझी तलवार उपसेन आणि..."

ते किनाऱ्यावर उतरले तेव्हा आजूबाजूला कोणीही नव्हतं. बोटीचा कप्तान आणि इतर दोन प्रवासी निमिषार्धात नाहीसे झाले होते. इतक्यात त्यांना ती टोपलीवाली बाई दिसली. जणू काही ती बोटीतून उतरली नव्हती, तर समुद्रातून उगवली होती - किंवा - एखाद्या अजब प्रकारे ती नेहमी तिथेच होती आणि त्यांना पलीकडच्या किनाऱ्यावर दिसलं ते तिचं भूत होतं.

"हॉटेल? मुक्काम आणि सकाळचा नाश्ता?"

त्यांना माहीत असलेले थोडेसे डेनिश, इंग्रजी आणि जर्मन शब्द वापरून ते त्या टोपलीवाल्या स्त्रीकडून अर्धवट वाक्यातून मदत मिळवायचा प्रयत्न करतात. ती स्त्री किनाऱ्यावरून जाणाऱ्या रस्त्याकडे बोट दाखवते.

"शेवटी, अगदी शेवटी."

त्यांना समजतं ते एवढंच. पूर्ण रस्त्याच्या कडेने असलेल्या घरांच्या रांगेसमोरून — प्रत्येक घर वेगळ्या रंगाचे, पिवळे, गुलाबी, हिरवे किंवा जांभळट — ते चालत जातात. खिडक्यांवरच्या लेसच्या आखूड पडद्यांतून उजेड झिरपत असतो. पण तिथे कोणाचीही जाग नाही. उघडी दारं आणि प्रकाशित दिवे असलेले, ओस पडलेले कॅफे आणि उपाहारगृहं मागे टाकत शेवटी ते एका 'गेस्ट हाऊस' अशी जर्मन भाषेतली पाटी असलेल्या छोट्याशा पांढऱ्या लाकडी घरापाशी येतात.

"जर्मन भाषेत का?"

"विचारायला पाहिजे."

दरवाजा उघडा असतो, प्रवेशद्वाराचे आणि कॉरिडॉरमधलेही दिवे सुरू असतात. ते थोडेसे बिचकतच प्रवेश करतात. ते प्रथम जर्मनमध्ये, नंतर त्यांना येत असलेले काही नॉर्डिक शब्द वापरून विचारतात. कोणाचेच उत्तर येत नाही, त्यांच्या स्वागतालाही कोणी येत नाही. कॉरिडॉरच्या शेवटी असलेलं त्यांच्या बाजूचं दार ते उघडतात. ते एक मोठं, घरगुती स्वयंपाकघर आहे. मध्यभागी असलेल्या मोठ्या टेबलाच्या भोवती मांडलेल्या लाकडी खुर्च्यांवरून ही जागा भोजनगृह म्हणूनही वापरण्यात येत असावी हे समजतं. चूल पेटलेली आहे; ती खोली उबदार आणि आरामशीर वाटते. त्या खोलीतल्या उबेने आणि

चुलीत जळणाऱ्या ओंडक्यांच्या ज्वालांमुळे त्यांचे चेहरे तापले तेव्हा आपण गार पडलो होतो हे त्यांच्या लक्षात येते. काही झालं तरी ही डिसेंबरची अखेर आहे आणि आपण उत्तरेकडे आहोत! टेबलावर एक चविष्ट वाटणाऱ्या वेगवेगळ्या चीजची ताटली आणि एक गोल केक आहे. मुलगा उत्तेजित स्वरात ओरडतो, ''केक!''

आता कुठे त्यांना तो चुलीशेजारच्या कोपऱ्यात, हातांनी विणलेली शाल गुडघ्यांवर ठेवलेला, झुलत्या खुर्चीत बसलेला म्हातारा दिसला. ''सगळे बाहेर गेले आहेत,'' तो जर्मनमध्ये म्हणाला, ''ते सगळे चर्चमध्ये गेले आहेत – सर्विसला. मला फारसं चालवत नाही. अर्थात चालता आलं असतं तर मी चर्चमध्ये न जाता बारमध्ये गेलो असतो.''

त्याची भाषा औपचारिक आणि पुस्तकी आहे; जर्मन भाषेच्या व्याकरणाचे क्लिष्ट नियम तंतोतंत पाळणारी. तो उचक्यांसारखे आवाज काढत मजेदार हसतो. ''खोल्या वर आहेत आणि किल्ल्या दरवाजांनाच लावल्या आहेत. इतर कोणीही पाहुणे नाहीत. त्यामुळे तुम्हांला हवं तिथे तुम्ही राहू शकता. तुम्हांला भूक लागली असेल तर मात्र कठीण आहे. इथे फक्त चीज, कॉफी आणि केक आहे... बस् इतकंच.''

''तुम्ही उत्कृष्ट जर्मन भाषा बोलता.''

''एकेकाळी मी जर्मन होतो. भाषा म्हणजे माणसाने गमावलेला देश असतो.''

''भाषा म्हणजे माणसाचा देश,'' ओमर जर्मन भाषेत पुन्हा म्हणतो.

''त्यानं गमावलेला देश'' म्हातारा माणूस आग्रहीपणे म्हणतो. मग उजव्या हाताने नाझी पद्धतीचा सॅल्यूट करून तो कुचेष्टेने उंच आणि थरथरत्या आवाजात, 'डॉइचलंड, डॉइचलंड उबर आले!'

तो एक शब्द हासडतो, ज्याचा उच्चार 'फक'सारखा वाटतो. तो उघडउघड शिवीगाळीचा शब्द आहे.

''उभे राहा, सावधान, स्त्री आणि पुरुषांनो. इथे तुमच्यासमोर एक अज्ञात पळपुटा आहे. डॉइचलंड, डॉइचलंड, उबर आले! अज्ञात सैनिक न होण्याचा एकमेव मार्ग म्हणजे अज्ञात पळपुटा होणं.' तो पुन्हा त्याच चमत्कारिक पद्धतीनं हसतो. ''जगभरच्या सगळ्या देशांत अज्ञात सैनिकाची स्मारकं आहेत; पण कोणत्या तरी कारणामुळे एकही स्मारक अज्ञात पळपुट्यासाठी नाही.''

"कुठलं युद्ध?" रस असल्याचा आव आणत ओमर विचारतो. त्याला बर्लिनमधल्या पॉटसडमचं अज्ञात सैनिक स्मारक आठवतं जे एका तुर्कस्तानी शिल्पकारानं साकारलं होतं. कोणीतरी; बहुधा एका नव-नाझीने ते भग्न केल्याचं त्यानं ऐकलं होतं.

"त्याला महत्त्व नाही. युद्ध कधीच संपत नसतात. जगातल्या सगळ्या युद्धांतला मी पळपुटा आहे."

थोडी विश्रांती घेण्यासाठी किंवा निदान मुलाला झोपवण्यासाठी खोली शोधण्यासाठी ते स्वयंपाकघराबाहेर पडतात, तेवढ्यात म्हातारा त्यांना हाक मारतो, "खोल्या थंडगार आहेत. ऊब येण्यासाठी शेकोटी पेटवा म्हणजे मुलाला गारठा बाधणार नाही. ते सर्विसहून परत आल्यावर कदाचित तुम्हांला पिण्यासाठी काही आणतील. अर्थात कोणी परत आलं तर! तुमच्याजवळ प्यायला काही आहे? अल्कोहोल? म्हणजे दारू?"

ओमर स्वत:ची पेटी उघडून अत्यंत निकडीच्या वेळेसाठी म्हणून आणलेली ब्रँडीची बाटली पुढे धरतो.

"तिथे कपाटात ग्लास आहेत," जागेवरून न उठता म्हातारा म्हणतो, "आणि करतोच आहेस तर मुलासाठी केकचा एक तुकडा पण काप."

वाळवी लागलेल्या कपाटातून ओमर तीन छोटे ग्लास बाहेर काढतो आणि भरतो. तिघंही एका दमात ग्लास रिकामा करतात. त्या म्हाताऱ्या शेजारच्या कॉफी टेबलवर ओमर बाटली ठेवून निघतो.

"आम्ही उद्या सकाळी लवकर निघू. आम्ही उत्तरेला अजून पुढे जाणार आहोत."

"ते येतात, एक रात्र राहून लवकर जातात.
ते इथून निघाल्यावर कुठे जातात मी जाणत नाही. पळून जायला कुठली जागा आहे का?
जाण्यासाठी कुठलीच जागा नाही; एका स्वत:शिवाय
या युगाचा संहार तुम्हांला सगळीकडे शोधून काढेल.
प्रत्येकाचं स्वत:चं आश्रयस्थान म्हणजे त्याचं बेट.
मी इथे हजारो वर्षे आहे; अज्ञात आणि पळपुटा."

त्यांच्या जर्मन भाषेच्या अज्ञानातून सुद्धा म्हातारा पुटपुटतो आहे ते पद्य आहे हे त्यांना कळतं.

''मी इथे हजारो वर्षं आहे; अज्ञात आणि पळपुटा.''

त्या माणसाने पुनरुच्चार केला.

''ही कविता वाटते आहे,'' ओमर म्हणाला.

''हो, बरोबर आहे. एकेकाळी ही कविता हजारो लोकांनी वाचली. त्याचं कारण मी एक कवी असलेला पळपुटा किंवा पळून जाणारा कवी आहे.''

तो उरलीसुरली ब्रँडी ग्लासात न ओतता बाटलीतून सरळ तोंडात ओततो. ते बेट खरंच अस्तित्वात होतं का? का ते एक मृगजळ, एक भयस्वप्न होतं? ज्या ऋतूत उत्तरेकडची समुद्री वादळं सर्वांत बेगुमान असतात त्या मोसमात मानवनिर्मित तळ्याइतक्या शांत समुद्रानं वेढलेला जमिनीचा तुकडा, एक अदृश्य रहिवाशांचं बेट, जिथले रस्ते निर्मनुष्य होते, जिथल्या खिडक्यांतून झरणाऱ्या प्रकाशाच्या गुलाबी, गडद निळ्या, फिकट हिरव्या, पिवळ्या रंगाच्या घरांतून कोणीच दिसत नव्हतं; जिथे टोपलीवाली खेडूत स्त्री किंवा ज्याचे पाय चालण्यास असमर्थ आहेत असा हजारो वर्षांचा पळपुटा म्हातारा यांच्याशिवाय दुसरं कोणीच राहताना दिसत नव्हतं, अनंतापर्यंत पसरलेल्या उघड्या समुद्राजवळचा भव्य किल्ला आणि त्या भग्न भिंती चढताना हुडहुडी भरवणारा गोठवणारा वारा, जिथे कोणीही त्यांचं स्वागत केलं नाही, त्यांना खोल्या दाखवल्या नाहीत वा किल्ल्या दिल्या नाहीत अशा छोट्या गेस्ट हाऊसमधली लाकडी छताची खोली — जिथल्या बिछान्यावर एकमेकांना बिलगून त्यांनी ऊब मिळवण्याचा प्रयत्न केला. तो म्हातारा, अज्ञात पळपुटा... हे सगळं खरं होतं का?

दुसऱ्या दिवशी सकाळी त्यांना जाग आली तेव्हा आकाश आणि समुद्र गडद निळ्या रंगाचे होते. रात्रभर त्या झुलत्या खुर्चीत बसून तो माणूस तिथेच गाढ झोपी गेला होता. कदाचित तो नशेच्या अमलाखाली असेल. त्याच्या शेजारच्या छोट्या टेबलावरची दारूची बाटली रिकामी होती. चुलीवर ताजी, गरम कॉफी होती. जगमध्ये गरम दूध होतं. स्वयंपाकघरातल्या फळीवर बन्स आणि चीजची बशी होती, खारवलेले मासे आणि काल संध्याकाळचा केक होता. कोणीतरी येऊन बिल देण्याची वाट पाहतच त्यांनी नाश्ता केला. मुलाला दूध आणि केक आवडला, तर ओमरला खारवलेले मासे आणि गोड सॉस. एलिफला कॉफी पसंत पडली. म्हातारा माणूस गाढ झोपलेला होता. आणि आजूबाजूला कोणीही नव्हतं. फळीवर काही पैसे ठेवून ते निघाले. अंगावर चालून येणारा तो गूढ काळोख काढून टाकल्यावर निळसर प्रकाशात

न्हायलेल्या त्या बेटावरची प्रत्येक गोष्ट साधी, सर्वसामान्य वाटत होती. धक्क्यावर त्यांना पलीकडे घेऊन जाणारी बोट बांधली होती. खांद्यावर टोपल्या घेतलेली ती स्त्री पुन्हा एकदा तिथे होती. रस्त्यावर, धक्क्यावर किंवा चौकात दुसरं कोणीही नव्हतं.

''ख्रिसमसच्या सकाळी भल्या पहाटे कोण बरं उठेल?'' त्या विचित्र शांततेचं पटू शकणारं कारण सांगायची गरज भासून ओमर म्हणाला.

मुलाला सैतानाच्या गढीत जाऊन किल्ल्यात असलेला सैतान पाहायचा होता.

''बघ, गावात कोणीच नाही आहे, सैतानसुद्धा ख्रिसमसच्या सुट्टीवर गेला आहे.''

''कदाचित सगळेजण किल्ल्यात सैतानाला ख्रिसमसच्या शुभेच्छा द्यायला गेले असतील,'' मुलगा म्हणाला, ''जरी तुम्ही मला जाऊन दिलं नाहीत तरी मोठा होईन तेव्हा इथे येऊन मी सैतानाला भेटेन.''

''ठीक आहे. कर तू तसं. पण आत्ता मात्र खूप उशीर व्हायच्या आधी ही बोट पकडू या आणि पलीकडे जाऊ या. आपली गाडी जागेवर आहे ना ते बघू.''

एलिफनं मुलाचा हात घट्ट धरला. मुलानं त्याचे हातमोजे घातले नव्हते. थंडीनं त्याचे हात बर्फासारखे आणि छोटंसं नाक लाल झालं होतं. छाती फुटेल का काय असं वाटणाऱ्या प्रेमाच्या उमाळ्यानं तिनं स्वत:चे हात मुलाभोवती गुंफले.

आत्ता प्रयोगशाळेत छातीत वेदना आणि हाताच्या तळव्यावर पांढरा मृत उंदीर घेऊन ती तेव्हाच्या त्या दूरच्या छोट्याशा बेटाचा विचार करते आहे. त्या अज्ञात पळपुट्या आणि चक्रम म्हाताऱ्या कवीचं बेट. तिच्या फरार मुलाचं बेट...

'मी पूर्वेकडे जातो आहे' असं जेव्हा मी फोनवर म्हटलं, तेव्हा एलिफ म्हणाली, 'मी पश्चिमेकडे जाते आहे.' तिनं मला, का आणि कुठं विचारलं नाही. नेहमीप्रमाणे तिनं, 'मला तुझी खूप आठवण येते आहे, तू खूप दिवस दूर गेला आहेस' असं किंवा अशासारखं काही म्हटलं नाही. तिच्या आवाजात

निराशा, राग किंवा टीकाही नव्हती. फार फार तर मी इतक्या पहाटे का फोन करत आहे हे न उमजल्याची खंत होती.

जेव्हा मी तिला आपण दुरावत आहोत असं म्हटलं तेव्हाही तिचा आवाज बदलला नाही. तिनं सगळं आत बंद करून ठेवलं. मला माहीत आहे ना, ती स्वत:च्या भावना सहजपणे उघड करत नाही. तरीही मला तिला काहीतरी वेगळंच सांगायचं होतं. ते शब्द म्हणजे आम्ही काय गमावलं त्याचा शोक होता. आमचे रस्ते भिन्न झाल्याबद्दल मला वाटणारी उद्विग्नता होती. मला कसंही करून ते व्यक्त करायला हवंच होतं. काळाच्या परिणामामुळे प्रत्येक गोष्ट बोथट झाल्याबद्दल, कुरतडली गेल्याबद्दल आणि नष्ट झाल्याबद्दलची माझी प्रतिक्रिया होती. मला टीका, खंत व्यक्त करायची होती, पण मला नेमके शब्द सापडले नाहीत.

इतक्या वर्षांनंतरही ओमरचं आपल्या पत्नीवर प्रेम आहे. सर्वसामान्य पुरुषांच्या वागण्यापेक्षा त्याची वर्तणूक फार वेगळी आहे हे त्याच्या मित्रपरिवाराला पटवून देण्याआधी त्यानं स्वत:ला पटवून दिलं होतं की, तीस वर्षं जुन्या पत्नीवर त्याचं आजही पूर्वीइतकंच प्रेम आहे. पुस्तक प्रचाराच्या, प्रदर्शनाच्या उद्घाटनात आणि सभासंमेलनात उपस्थिती लावताना, उत्सवी सोहळ्यात आणि विद्वान जमतात अशा ठिकाणी चाहत्यांच्या घोळक्यात, ज्यात बऱ्याचशा स्त्रियाच होत्या, अशा वेळी ओमर एरेनला आपल्या पत्नीवर पूर्वीइतकंच प्रेम करणं भाग होतं, कारण तो बदललेला नाही, विश्वास आणि निरागसपणाच्या काळात होतं तसंच अजूनही त्याचं हृदय आणि आत्मा आहे हे त्याला सिद्ध करायचं होतं. प्रसिद्ध आणि खूप वाचला जाणारा लेखक असूनही – 'खूप खपाचा लेखक' या वर्णनानं त्याचं रक्त उकळत असे – इतर पुरुषांपेक्षा त्याची वर्तणूक वेगळी आहे हे दाखवून देण्याची त्याला गरज वाटत होती. माणूस जेव्हा श्रीमंत किंवा प्रसिद्ध होतो तेव्हा बऱ्याच वेळेला तो करत असलेली पहिली गोष्ट म्हणजे पत्नीला काडीमोड देणं. इतर नाती, इतर स्त्रिया, इतर पुरुष,दीर्घकालीन विभक्तपणा, पुस्तक लिहीत आहोत या सबबीखाली नेहमीपेक्षा वेगळ्या, बाजूला असलेल्या, समुद्राकाठच्या गावात घेतलेला आसरा, त्या चोरट्या सुट्ट्या, खाजगी ठिकाणं... क्षुधावर्धक पेय आणि खाद्यपदार्थ यांच्यानंतर टेबलावर येणाऱ्या मुख्य जेवणावरच्या सजावटीसारख्या असतात या गोष्टी. जरी तो अशा गोष्टींवर फारसा विचार करत नसला, तरी

जेव्हा करायचा तेव्हा त्याच्या डोळ्यांसमोर प्रतिमा तरळायची ती भाजलेल्या टर्कीची - नवीन वर्षाच्या मेजवानीचा आवश्यक भाग असलेली टर्की, जिचा आकर्षकपणा आणि स्वाद तिच्यावर पसरलेल्या चवदार पदार्थांच्या पखरणीमुळे अधिकच वाढलेला असे.

एक अशुभ जाणीव, एक अंधारं धुकं त्याला वेढून टाकतं. किती दळभद्री रूपक. मी, ज्याला भाषेचा स्वामी मानलं जातं, ओमर एरेन ज्याला! शब्दांचं शक्तिशाली वरदान मिळालं आहे असं मानतो... तो मी नगण्य आहे. अशा माणसाला फ्रेंच 'मिडीऑकर' म्हणतात; म्हणजे दुसऱ्या शब्दांत सामान्य जेमतेम, निर्मितिक्षमता नसलेला. 'पठडीतले शब्द आणि ठरावीक गोष्टी, थोडं स्मरणरंजनाचं सॉस, चिमूटभर क्रांतिकारी मसाला, खूप सारं प्रेम आणि घालता येईल तेवढी शोकाकुलता. ओमर एरेन या प्रसिद्ध लेखकाचं लिखाण...' असं लिहिणारा तो गाढव समीक्षक चूक होता का? आमच्यातल्या काहीजणांनी भूतकाळ नाकारला, त्यांच्या आधीच्या श्रद्धांची खिल्ली उडवली, एकेकाळच्या आदरणीय लोकांना शिव्याशाप दिले, तर मी अशा विषयांना माझ्या लिखाणात आणून शब्दांचं प्रसिद्धी आणि पैशात रूपांतर केलं.

आत्ता आत्ता आतल्या पोकळीनं उग्र रूप धारण केलं आणि आता आपल्याला चांगलं लिहिता येणार नाही किंवा आपण पुन्हा कधीच चांगलं लिहू शकणार नाही, अशी भीती त्याच्या मनात निर्माण झाली आणि त्याचं स्वत:बद्दलचं असमाधानही वाढलं. दारू हे पलायन होतं. पुस्तकांवर सह्या द्यायचे मेळावे, भाषण, सभा, आणि शहराशहरांतून प्रवास हे दुसरं पलायनच. पुरुषांचा मेनोपॉज किंवा असंच काहीतरी म्हणतात ते हे आहे का? जगण्याचा आता थोडाच काळ उरला आहे या चिंतेचा घाला, भूतकाळातली वर्षं वाया घालवल्याची रुखरुख, त्या काळात पुन्हा जाता येणार नाही हे माहीत असल्यामुळे आलेला खिन्नपणा...

एलिफनं ती वर्षं दिवसादिवसानं, पायरीपायरीनं, पानापानानं एकत्र जोडली आणि ती वर्षं खरंच जगून झाली आहेत ह्याची आठवण तिनं मला दिली. मला हव्याहव्याशा वाटणाऱ्या, मागे पडलेल्या माझ्या भूतकाळाशी माझी पत्नी मला जोडते. मी तिला 'आपण एकमेकांपासून हळूहळू दूर जात आहोत,' असं म्हणायला नको होतं. 'आपण पुन्हा दूर नको जाऊ या,' असं म्हणायला हवं होतं.

'तू त्यालासुद्धा भेटणार आहेस का?' हा प्रश्नही 'आपण एकमेकांपासून

हळूहळू दूर जात आहोत' या वाक्याप्रमाणेच प्रेम, वासना आणि लैंगिक उत्तेजनाला काळानं केलेल्या इजेविरुद्ध त्याच्या मनानं केलेलं बंड व्यक्त करण्याचा मार्ग होता. एलिफनं तिच्या कधीच न संपणाऱ्या प्रयोगांत, तिच्या लाडक्या उंदरांत, तिच्या यशस्वी शास्त्राभ्यासात आसरा घेण्याविरुद्ध आणि तिनं तिच्या नवऱ्याचा अंतराय, गैरहजेरी आणि प्रेम प्रकरणं मान्य करण्याविरुद्ध केलेलं बंड, त्याची वासना, प्रेम, अपरिपक्व उत्तेजन आणि आशा नष्ट होण्याविरुद्ध आणि ते त्यांच्या तारुण्याच्या मनोरम प्रदेशाकडे कधीच परतू शकणार नाहीत या वास्तवाविरुद्धचं बंड. त्याला त्याच्या पत्नीला दुखवायचं होतं. का, ते त्याला माहीत नाही. पण कदाचित आत कुठेतरी तोही खूप दुखत होता म्हणूनही असेल.

'मी पूर्वेला, साऊथ इस्टला जातोय,' असं तो काहीशा बढाईनंच म्हणाला होता. त्याच्या कलेसाठी किंमत चुकवायला, त्याग करायला तो तयार असल्याचा बौद्धिक वरचढपणाचा आणि काही पाश्चिमात्य औद्धत्याचा भाग त्याच्या म्हणण्यात होता. त्याची अपेक्षा होती की, त्या भागात तो काय करणार आहे असं त्याची पत्नी त्याला विचारेल. तिनं ते विचारलं नव्हतं. तिनं विचारावं असं त्याला वाटत होतं, कारण त्याच्याकडे तिला सांगण्यासारखं काही होतं. जर त्यानं ते सांगितलं असतं तर त्याला हलकं वाटलं असतं आणि त्याच्या मनाला शांती मिळाली असती. एक विसरलेली कथा, जिची आठवण त्याचं हृदय आणि आत्मा यांसाठी हितकारक ठरली असती...

''आम्ही अठरा एकोणीस वर्षांचे होतो तेव्हा एकदा क्रांतिकारकांच्या आगगाडीतून झाप नदीवर पूल बांधायला गेलो होतो. त्या वेळी हा संपूर्ण देश लहानपणी शिकलेल्या कवितेप्रमाणे एडिर्न ते अरदहानपर्यंत आपला होता. आता आम्ही मोठे झालो होतो आणि आमच्या प्राथमिक शाळेतल्या पुस्तकातल्या 'आपण तिथे गेलो नसलो आणि पाहिली नसली तरीही ती खेडी आपली आहेत,' या वर्णनावर आमचा विश्वास उरला नव्हता. ज्या जागेला आपण भेट देत नाही किंवा जिथे पूल बांधत नाही, ती जागा आपली नसते हे आम्हांला आता उमगू लागलं होतं. पण सदिच्छेपोटी फक्त पूल बांधणं पुरेसं नसतं, तर त्यावरून पलीकडच्या बाजूला जाणंही आवश्यक असतं. शिवाय आम्ही बांधलेले पूल पुरेसे दणकट अथवा रुंदही नव्हते, हे अजून आम्हांला कळलं नव्हतं. पण आम्ही ते शिकलो असतो. आमच्या विशीमध्ये आम्ही नूरहाकच्या डोंगरात, सोकच्या पठारात आणि कुकुरोवा भागाच्या गावांमध्ये

क्रांतिकारक आगी लावत होतो. प्रथम चाचरत आणि सावधगिरीने गायिलं जाणारं गाणं नंतर मोठ्या आवाजात गावं त्याप्रमाणे पूर्व भागही आमच्या योजनेत होताच. तिथे राहणारी माणसं आमची होती – आमची लज्जा होती ती, कारण आम्ही त्यांना गरिबीत खितपत सोडलं होतं. ते आमच्या अभिमानाचा उगम होते कारण त्यांनी दमनाला विरोध केला होता; आणि 'कुर्द' हा शब्द वापरल्यामुळे त्यांच्या नावे तुरुंगात जाऊन आम्ही आमच्या सदसद्विवेक बुद्धीची बूज राखली होती. ते आमच्या आशेचा आणि आमच्या क्रांतीचा भाग होते. ते आमच्या स्वातंत्र्याचे भागीदार होते. ते आमची भाषा कठोर आणि तुटक आघात करत बोलत ज्यामुळे खरबरीत डोंगरकड्यांची आठवण येई. आमच्या हृदयांना माहीत होतं की ते दुसरीच भाषा बोलतात, तरीही ती आमची माणसं होती, ते म्हणजे आम्हीच होतो. ते रहस्यमय होते, ते फारसे मोकळ्या स्वभावाचे नव्हते. त्यांनी काही गुपितं ठेवली होती हेही आम्हांला कळत होतं. आम्ही त्या सगळ्यांचा मान राखायचा आणि त्यांच्या त्रासात वाटा उचलायचा प्रयत्न केला. आम्ही क्रांतिकारक होतो, आमचे शत्रू आणि मित्र सारखेच होते. आमच्या तक्रारी मिलीटरी पोलीस, सरकार, जमीनमालक आणि अधिकारी वर्ग आणि एकूणच सरंजामशाही पद्धतीच्या विरोधात होत्या. आमच्या मते आम्हांला तुडवलं गेलं होतं, आमच्यावर अन्याय झाला होता; आमच्या मनात बंडखोरीची भावना होती. आम्हांला असं वाटत होतं तर आमच्या तिप्पट त्यांना असं वाटत होतं. जर तुम्ही जेलमध्ये गेलात आणि 'तुम्ही तीन 'क' असलात, 'कुर्द – किझिलबास – कम्युनिस्ट' तर तुमची कंबक्ती भरलीच', आमचे जुने बरोबरीचे कॉम्रेड्स म्हणायचे. आमची अवस्था वाईट असेल तर कुर्दांची आमच्यापेक्षा तिप्पट भयंकर अवस्था असायची. आम्ही पूर्वेकडची लोकगीतं त्यांच्या बरोबर म्हणायचो, त्यांची महाकाव्यं वाचायचो आणि ते सांगू शकत नसलेल्या गोष्टी समजून घ्यायचा प्रयत्न करायचो. पण तरीही आमचे प्रयत्न पुरेसे नसायचे आणि आम्ही उणेच ठरायचो."

जर एलिफनं विचारलं असतं तर जुन्या आठवणींची अशी एखादी कथा सांगायला त्याला आवडलं असतं. लिहायचंच झालं तर हे लिहायला त्याला आवडेल. लिहिणं ही सर्वोत्तम गोष्ट आहे. आपल्याला जे खरोखरच सांगायचं आहे ते लिहायचं. कोणी ते वाचेल की नाही, कोणाला त्यात रस वाटेल की नाही, हे विचार बाजूला सारायचे. ह्या नवआधुनिक काळात, जेव्हा गरिबी,

दमन, बंड, क्रांती, कामगार, शेतकरी, हाडामासाची सर्वसामान्य माणसं हा लिखाणासाठी जुनाट, ताणलेला आणि कणाहीन विषय समजला जातो — 'मित्रा, अजूनही तू ते जुनंच गाणं आळवतोस?' — त्या काळात त्याला लोकांना माणसांची आठवण करून द्यायची होती. त्याला माणसं आणि त्यांच्या कथा सांगायच्या होत्या.

मला आवडेल तसं करायला. पण माझ्याकडे ते धैर्य आहे का? दूर गेलेलो नसतानाही दुर्लक्षित व्हायला मी तयार आहे? मी तयार आहे का भोवती कोणीही नसायला - माझ्या प्रकाशकाच्या सौम्य इशाऱ्यांना, गेली पंधरा वर्षं एकेका चिऱ्याने मी उभारत असलेली माझी करिअर कुचकामाची ठरायला, 'हो, एकेकाळी तो बऱ्यापैकी प्रसिद्ध होता. खूप जण वाचायचे त्याची पुस्तकं, पण मग त्यानं अधिक खोलवर शोध घ्यायचं ठरवलं, आणि इतिहासजमा झालेल्या विषयांकडे तो वळला आणि रद्दबातल झालेल्या क्रांतिकारी चर्चा आणि जुन्यापुराण्या मानवतावादात अडकला. अर्थातच आता कोणीच वाचत नाही त्याची पुस्तकं. किती वाईट!' असे शब्द ऐकायची तयारी आहे माझी? पुन्हा पुन्हा वापरून मी शब्द झिजवले आहेत. मी पार मोडकळीला आणलंय त्यांना आणि त्यांचा अर्थ काढून टाकला आहे. ज्या शब्दांतून त्यांचा आत्माच गेला आहे असे शब्द कुजतात.

आपण पूर्वी लिहायचो तसं आता आपल्याला लिहिता येणार नाही, हे ओमर एरेन जाणून आहे. कॉम्प्युटरच्या पडद्यावर उमटणाऱ्या वाक्यातला रिकामेपणा, त्यांची अर्थशून्यता त्याला कळते, ती फक्त ओळीनं उमटणारी काळी चिन्हं आहेत हे तो जाणतो. आतला आवाज मूक झाल्यावर माणसाचा शब्द हरवतो, का अर्थशून्यतेची जाणीव लेखकाला अशा जागी आणते जिथे शब्द संपतो?

पायरी पायरीनं त्याचा आवाज कसा हरवत गेला आणि शब्दांना पोसणारा खळाळता झरा कसा आटून गेला यावर जेव्हा तो विचार करू लागतो, तेव्हा त्याला सापळ्यात अडकल्यासारखं वाटतं. त्यातून बाहेर पडायचा त्याला माहीत असलेला मार्ग म्हणजे दारूत आणि त्याची लायकी नसताना त्याला मिळालेल्या कीर्तिवलयात आसरा घेणं. त्याच्या अप्रतिम उतरलेल्या पहिल्या कादंबरीनं जेव्हा साहित्य जगताला चकित केलं, तेव्हा एका प्रसिद्ध साहित्यिकानं त्याचा उल्लेख 'शब्दाचं वरदान मिळालेला साहित्यिक' असा केला

होता. त्याला वरदान मिळालेल्या त्या जादूई शब्दाशी त्यानं फितुरी केली होती, का त्या शब्दानं त्याच्याशी? त्याला माहीत नाही.

एका तासात दुसऱ्यांदा थांबलेल्या वाहनाच्या खिडकीच्या बाहेर तो आता बघत आहे. आपण या रस्त्यावर आणि या बसमध्ये कसे आलो याचं त्याला नवल वाटत आहे. त्याच्या शेजारी चिंतातुर होऊन बसलेल्या, स्थानिक पोशाखातल्या प्रौढ माणसाला तो बेफिकिरीचा आव आणून सहज वाटेल अशा स्वरात विचारतो, ''नेहमीच असं असतं, का गेल्या काही दिवसांतल्या घटनांमुळे?'' त्यावरचं उत्तर साधं आणि छोटं होतं, ''नेहमीच असं असतं, पण मामला आता जास्त बिघडला आहे.''

सहज छपून जाईल अशा गणवेशातली आणि तोंड आच्छादलेली अशी पूर्णपणे सशस्त्र आणि भीतिदायक माणसं परवानगी न घेता आत घुसून प्रवाशांना त्यांच्या बंदुकीच्या दस्त्यानं हलकेच ढोसून त्यांची ओळखपत्रं तपासत आहेत. गाडीमध्ये कुठल्याही क्षणी तुटेल अशी एक तणावपूर्ण शांतता आहे. हे भीतीची सवय होणं आहे, का भीती दाखवण्याची भीती आहे? ते काही जणांना गाडीतून उतरवणार हे त्याला कळून चुकलं आहे. पेट्या, बोचकी, दोरीनं बांधलेली पुठ्ठ्याची खोकी आणि पिशव्या मग बाहेर फेकून उघडल्या जातील आणि इतस्ततः पसरल्या जातील. कांदे आणि बटाट्यांची पोती – माणसं कांदेबटाटे आग्रहीपणाने एका ठिकाणाहून दुसऱ्या ठिकाणी का नेतात? मधाच्या बाटल्या, छोट्या गावातल्या हलवायांनी बनवलेल्या लोकमची पाकिटं, अंतर्वस्त्रं, औषधी गोळ्यांच्या पट्ट्या, चीजचे डबे, लग्नात वापरायचं भरतकाम केलेलं कापड, कृत्रिम फुलं, लांब, घट्ट विजारी आणि इतर बरंच काही सर्वत्र पसरलं जाईल. नंतर काढून इकडे तिकडे फेकलेल्या वस्तू गंभीर शांततेत गोळा केल्या जातील. बोचक्यांची कमतरता आणि प्रदर्शन मांडलेल्या अंतर्वस्त्रांची शरम चेहऱ्यांवर झळकेल. गाड्यांतून उतरवलेले कितीजण पुन्हा गाडीत चढतील? रिकाम्या सीटशेजारी कोण असेल? ड्रायव्हर नक्कीच 'देवा मला शक्ती दे' अशी आळवणी करत गिअर पकडेल. एखादं कुर्दिश गाणं गुणगुणत तो ॲक्सिलरेटरवर पाय दाबेल. निःश्वास, घोगऱ्या दबक्या आवाजात उच्चारलेले शिव्याशाप आणि दात खाऊन फुत्कारलेल्या शपथा यांनी भरलेली गाडी पुन्हा सुरू होईल. शिव्या कुर्दिश असतील, शपथा तुर्की असतील आणि भीतीनं घुसमटलेलं बंड पूर्णपणे मानवी असेल.

'आपण झाप नदीवर बांधलेला पूल पाडून टाकण्यात आलेला आहे,'

व्यवसायासाठी वारंवार या भागात येणारा ओमरचा एक जुना मित्र म्हणाला होता. तो मोजतो. सदतीस वर्षं... नाही, शक्यच नाही. इतकी वर्षं झाली त्याला; इतका काळ लोटला? शक्यच नाही. सदतीस वर्षांचा थकवा त्याच्यावर पसरतो. एका बाजूला खडकाळ पर्वत आणि दुसऱ्या बाजूला खोल दरी असलेल्या वळणावळणांच्या रस्त्यावरून बस जात असताना, तो लक्षपूर्वक आजूबाजूला पाहतो. व्यर्थच आहे. इतक्या वर्षांनंतर पुलाची नेमकी जागा त्याला ठरवता येणार नाही. जेव्हा ते चहासाठी थांबतात तेव्हा तो ड्रायव्हरला विचारतो, ''तू तरुण आहेस, पण कदाचित जुन्या लोकांकडून तू त्याबद्दल ऐकलं असशील. खूप वर्षांपूर्वी इस्तंबूल आणि अंकारा इथून तरुण मुलं आली होती आणि त्यांनी इथल्या भागातल्या मित्रांच्या जोडीनं झाप नदीवर पूल बांधला होता. आम्ही जोडीनं दगड वाहिले आणि सिमेंट मिसळलं. तो पूल अजूनही वापरात आहे का? मी ऐकलं की, तो नष्ट करण्यात आला.''

''मी ऐकलं आहे त्याबद्दल; मला माहीत आहे तो,'' ड्रायव्हर म्हणाला, ''माझ्या काकांनी त्या पुलाचं काम केलं होतं. डेनिस जेझमिसपण होता. त्यानं सांगितलं त्यामुळे मला माहीत आहे. अबी, या असल्या दिवसांत आणि काळात इतक्या वर्षांनंतर अशा प्रकारचा पूल अजूनही कसा राहील? खूप वर्षांपूर्वी तो उखणला गेला. काही म्हणतात तो सैनिकांनी उखणला, तर काही म्हणतात गेरिलांनी. मला विचाराल तर झाप नदीनंच तो पाडून टाकला. ती सगळ्यांपेक्षा शक्तिशाली आहे. त्या पुलाचे आधाराचे खांब अजूनही उभे आहेत. आपण तिथून जाताना मी ते दाखवीन तुम्हांला.''

झाप पूल बांधण्याच्या मोहिमेत डेनिज खरंच होता का? तो असता तर मला नक्कीच आठवलं असतं. कदाचित तो जाता जाता तिथे थांबला असेल. त्या काळात डेनिज एका जागी फार काळ थांबूच शकत नव्हता. तो नदीवरसुद्धा आला नसला तरी त्याच्यासारखे हीरो तर सर्वव्यापीच असतात. लोकांना महाकाव्य आणि महानायक यांची गरजच असते.

बस एका खडकाळ दरीतून जात असताना ड्रायव्हर मागे न बघताच ओरडला, ''झाप पूल!'' बसचा वेग त्यानं अतिशय मंद केला. त्या पुलाच्या जागी फक्त ढासळलेले दगडी आधार होते. ओमरला आठवतं की, पूर्ण रस्ताभर नदीच्या दोन्ही अंगांना अशी पडझड त्याला दिसली होती. असं वाटत होतं की, आमचा पूल अजून थोडा पुढे होता आणि यांच्या समोरच्या

किनाऱ्यावर खडकाळ उतारावर एक खेडं चिकटून बसलं होतं. नाही, इथे नव्हता तो पूल, तो अजून पुढे असला पाहिजे. तो बरोब्बर कुठल्या जागी होता याला काहीच अर्थ नाही. ही गोष्ट चांगली आहे की लोकांना तो अजून आठवतो, त्यांना तो माहीत आहे. 'थँक्स' त्यानं ड्रायव्हरला ओरडून सांगितलं. आठवू दे त्यांना, तो पूल इथे होता असं. कोणाला तरी आठवणं महत्त्वाचं. दंतकथा विसरल्या जाता कामा नयेत. त्यांचं गारूड तुटलं नाही पाहिजे आणि शंकाही उठता कामा नयेत.

झाप नदी गढूळ, मातकट वाहत आहे. आता हल्ली तिला कमी पाणी आहे असं वाटत आहे. वरकरणी शांत पण आतून खळबळ माजलेली. या जूनच्या उष्ण दिवसांत थंडीच्या दिवसांतला संताप ती विसरली होती. सगळं नेहमी होतं तसंच होतं — अगदी तसंच. त्या दरीच्या दोन्ही बाजूने चढत असलेले कडे आणि ते मातकट उतारही तसेच होते. जेव्हा दिवसाचा प्रकाश मंदावतो आणि सूर्य उंच डोंगराआड दिसेनासा होतो, तेव्हा हा दूरवर पसरत जाणारा रस्ता, आकाश, टेकड्या आणि नदीही राखाडी सोनेरी रंगाने वेढली जातात आणि आत्ता या क्षणी त्यांच्या उघडेवाघडेपणात, विक्राळपणात, कठोरपणात आणि एकाकीपणात हे सगळं विलक्षण सुंदर दिसत आहे. समुद्राच्या निळाईशी, जंगल आणि कुरणांच्या हिरवाईशी, बर्फाळ शिखरांच्या शुभ्रतेशी किंवा मावळत्या सूर्याच्या कुसुंबी छटेशी स्पर्धा करण्याच्या पलीकडे सुंदर दिसत आहे. किंवा मला तरी तसं वाटत आहे. आपण आपल्या डोळ्यांनी जरी पाहत असलो तरी आपली नजर आपल्या इच्छा, आपले विश्वास आणि आपल्या स्वप्नांच्या भिंगातूनच पाहत असते. त्यामुळेच तर आपल्याला एक तात्पुरता पूल बांधून आपण क्रांतीचं आणि लोकांच्या बंधुत्वाचं साम्राज्य स्थापन करू असं वाटलं होतं. तो पूल म्हणजे पश्चिमेकडच्या तरुणांनी पूर्वेकडच्यांच्या हातात हात गुंफण्याचं प्रतीक होतं. त्यावर असलेला विश्वास आणि त्या विश्वासातून निर्माण झालेली आशा फार सुंदर होती.

'खूप वर्षांपूर्वी मी या रस्त्यानं गेलो आहे' या विचारानं आलेला भेदक खिन्नपणा, 'मी बांधलेले पूल पूर्णपणे नष्ट केले गेले आहेत' याची निराशा आणि शिळा शिखरावर वाहून नेणाऱ्या सिसिफसचा निष्फळ थकवा हे सारं जाणण्यातून आलेलं नैराश्य पुन्हा कधीही आशेत बदलणार नाही.

तो पुलाच्या भग्नावशेषांकडे बघतो. जरी पूल तिथे नसला तरी अजूनही तो कोणाच्या तरी लक्षात आहे, हे चांगले आहे. डेनिजला जेव्हा फाशी दिलं

गेलं तेव्हा अजून बोलायलाही न लागलेल्या पूर्वेकडच्या मुलाला डेनिज गेझमिस माहीत आहे. स्मृती आकर्षक वाटण्यासाठी आणि अमर होण्यासाठी नायकांनी लवकर मरणं गरजेचं आहे!

ओमर एरेन पूर्वेकडे चालला आहे. पूर्वेच्या अतिपूर्व भागाकडे. त्याच्या अखेरच्या पुस्तकाचं नाव होतं 'कारण प्रकाश पूर्वेकडे उगवतो.' तो पाश्चिमात्य जगाच्या श्रद्धेतून आलेला, बायबलमधला एक वाक्प्रचार होता. ते पुस्तक झपाट्याने सर्वोत्तम खपाच्या पुस्तकांच्या यादीत गेलं आणि साहित्यिक वर्तुळात आणि विचक्षण लोकांकडून त्याची वारेमाप स्तुती झाली. ज्याचं इंग्रजी आणि फ्रेंच भाषेमध्ये भाषांतर होऊ शकेल अशाच संदर्भाचं नाव त्यानं निवडलं, हे तो स्वत:शीच कबूल करतो. पाश्चिमात्य जगातून आपण आपल्या धारणा बनवतो आणि पूर्वेविषयी लिहितो. आपण पूर्वेचे पूर्वेकडचे तज्ज्ञ आहोत. स्वत:चा शब्दांचा खेळ त्याला हुशारीचा वाटतो. एखाद्या लेखात हे वापरलं पाहिजे. अर्जेंटिनिअन सोलानासची 'दक्षिण' किंवा 'एल स्यूर' या नावाची फिल्म तो जड अंत:करणाने आठवतो. १९८० च्या दशकात सोलानाससुद्धा युरोपमध्ये तडीपार झाला होता. अर्जेंटिनाच्या राजकीय हद्दपारांची कहाणी सांगणारा त्याचा 'टँगोस' हा सिनेमा पॅरिसमध्ये दाखवला त्यावेळी दोघे भेटले होते. त्यावेळी सोलानास 'एल स्यूर'चं चित्रीकरण करत होता. फिल्ममध्ये अर्जेंटिनातल्या लास्ट ड्रीम्स कॅफेच्या समोरच्या रस्त्यावरच कोपऱ्यात धूर आणि धुक्यामध्ये त्यांच्या बँडोनेऑनमध्ये बसून तीन म्हातारे टँगोस खेळत असतात. स्वप्नात का प्रत्यक्षात कोणालाच माहीत नाही. त्याच्या चित्रपटात प्रेमातली माणसं बंड करताना, दगा देताना, विरोध करताना, अपयशी होताना आणि माणसं आशा आणि आयुष्याला कवटाळताना दाखवली आहेत. त्यांचा 'कबा' दक्षिणेला आहे: अशी जागा जिथे युद्धांची आणि स्वातंत्र्याची सुरुवात होते आणि जिथे क्रांतीच्या आशा छपून बसलेल्या असतात. बर्फाचं, गोठवणाऱ्या वाऱ्याचं, काळोखाच्या आणि एकाकीपणाच्या वातावरणाचं, फरारी लोकांचं आश्रयस्थान, परत न जाणाऱ्या कैद्यांचं थडगं म्हणजे पॅटागोनिआ. छळ होत असताना मेलेल्या आपल्या प्रियकराचा शोध घेणाऱ्या मारियाचं शोकपूर्ण टँगो नृत्य... 'दक्षिण : आमच्या आशेची भूमी, मूकपणाने मरणाऱ्या साथींनो, आमचं दिव्य स्वप्न, दक्षिण : आमच्या प्रेमाचं अखेरचं ठिकाण, आमचा कधीही न संपवणारा मार्ग.' तिच्या प्रियकराचा खून झाल्यावर लढण्यासाठी म्हणून अतिशय तरुण मारिआ ट्रकवर ड्रायव्हरशेजारी

दु:खाच्या मूक बोचक्याप्रमाणे बसून पंपासच्या न संपणाऱ्या रस्त्यांवरून दक्षिणेकडे जात आहे.

मातकट पिवळा प्रकाश कापत, मातकट पिवळ्या डोंगरांमधून प्रवास करणाऱ्या बसमधली मानवी श्वास आणि घाम यांचा दर्प असलेली हवा आत भरून घेताना मारिआचं गाणं 'दक्षिण : आमच्या एकाकीपणाचा प्रदेश, आमच्या आशांचा शेवटचा विश्राम, आमचा न संपणारा रस्ता...' गुणगुणत ओमर एरेन पूर्वेकडे जातो आहे. आपण हा प्रवास का करतो आहोत हे तो पुन्हा एकदा स्वत:ला विचारतो. तो मारिआचं गाणं स्वत:च्या शब्दांत गात चालला आहे. 'पूर्व : आमच्या सदसद्विवेकबुद्धीचा शेवटचा विश्राम. आमच्या पराभवाचा आसरा, पूर्व : अंतहीन संघर्षाची भूमी...'

'पूर्व : ती दूरची भूमी जिथे आमच्या वाडवडलांनी - सनदी अधिकारी आणि सैनिक — यांनी त्यांची सत्तेची सेवा केली. स्थलांतराची भूमी जिथे बाहेरच्या चौक्यांवर राहणारी अधिकाऱ्यांची कुटुंबं आणि सीमेवर सर्वत्र नेमलेल्या गस्त घालणाऱ्या तुकड्यांना कोल्हेकुई म्हणजे शत्रूनं केलेली चढाई वाटते. जिथे मुलं भीतीनं पांघरुणाखाली लपतात, जिथे उत्तरेला बर्फ वितळत नाही आणि दक्षिणेच्या उष्णतेत विंचू शेकत असतात. त्या प्रत्येक नवलाईच्या, अनोळखी भाषांची - कुर्दिश, झाझाकी, अर्मेनिअन, सिरिॲक, अरेबिक आणि जॉर्जिअन - भूमी, जिथलं बल्गरच्या चवीचं आणि घरी केलेल्या राकीबरोबर खाल्लेलं ते वेगळंच मसालेदार अन्न, जिथे चोरटी आयात करणारे गरीब, फाटके, जुन्या काळचे निरागस आणि शूर लुटारू, *मेहमेतिकस* आहेत, जिथे घुसखोर सुरुंग पेरलेल्या जमिनीत किंवा चकमकीत मारले जातात - कितीतरी मारले गेले, सतत मारले जात आहेत - ती बंडांची, काळ्या पाण्याची, युद्धांची आणि स्थलांतरांची भूमी. ती दूरची भूमी, जी प्रदेश किंवा हवामानापेक्षा खूप काहीतरी आहे. जिच्यामध्ये आम्ही आमच्या भीती, आमची शत्रुत्वं, आमच्या मैत्री, आणि आमचा आयुष्य आणि माणसामधला विश्वास तपासून बघतो; आणि तो ताण सहन न झाल्यामुळे आम्ही विसरण्याऐवजी आणि स्वत:ला दोषी ठरवण्याऐवजी इतरांना दोषी ठरवणं पसंत करतो. असं कारंजं जे आमच्या जखमी, धसलेल्या उजळलेल्या सदसद्विवेक बुद्धींना स्वच्छ करील अशी आम्हांला आशा वाटते. जिथे आम्ही आमची भीती आणि थकवा लपवू, जिथे काळाच्या पडझडीखाली पुरलेल्या कष्टकरी वर्गानं आमची साथ सोडली - का

आम्ही त्यांची साथ सोडली – तेव्हा झालेल्या पराभवाच्या जखमांची शुश्रूषा करण्याचा शेवटचा आसरा.'

हे त्यानं लिहून ठेवलं पाहिजे. खोलवर विचार करून, अपरिमित विशाल हृदयाने, प्रामाणिकपणे आणि हृदयाच्या तळापासून अधिक काव्यात्म भाषेत त्यानं हे लिहिलं पाहिजे. स्वतःच्या हृदयात डोकावून बघत आणि पुन्हा एकदा शब्द मिळवून त्यानं लिहिलं पाहिजे. कोण वाचतं आहे, त्याची किती विक्री होत आहे, कोण त्या लिखाणाला तुच्छ ठरवत आहे याची पर्वा त्यानं करता कामा नये. स्वतःची कीर्ती गमावण्याचा आणि बिनमहत्त्वाचं होण्याचा धोका त्यानं पत्करला पाहिजे. स्वतःचाच कंटाळा आलेल्या, खूप काही प्राप्त झालेल्या पण सुखसमाधान मिळवण्यात अपयश आलेल्या, वाळवंटात, पर्वतमाथ्यावर, बौद्ध आणि हिंदू धर्मस्थळात, गूढतावादात शांती शोधणाऱ्या पश्चिमेला हवी आहे तशी पूर्व सादर न करता त्यानं खऱ्याखुऱ्या लोकांची कहाणी लिहिली पाहिजे. संपन्न, आजारी आणि थकलेले, पैशाच्या राशीत लोळणारे श्रीमंत जे सगळं सोडून सुखाच्या शोधात गरीब प्रदेशात जातात त्यांना हवं असलेलं, खरी माणसं नसलेल्या परीकथांचं, मागणी आणि पुरवठ्याच्या गरजेप्रमाणे चालणाऱ्या साहित्य बाजाराला हवं असलेलं कृत्रिम साहित्य नाही.

न घाबरता, लपवाछपवी न करता स्पष्टपणे त्यानं त्याचा शब्द हरवण्यामागचं आणि तो काही काळ का लिहू शकला नाही याचं कारण शोधलं पाहिजे हे त्याला कळलं. आपली प्रसिद्धी कमी होण्याच्या, सर्वाधिक खपाच्या यादीत न येण्याच्या, आपले वाचक गमावण्याच्या त्याच्या भीतीमागे 'आपल्या कथेत काही डायनोसोर सोडून कोणाला रस वाटेल?' हा प्रश्न दडला आहे; आणि शब्द गमावणं ही एक क्लृप्ती आहे, स्वतःला फसवणं आहे. त्याला तो जर्मन युद्ध पत्रकार आठवतो, ज्यानं आत्महत्येपूर्वी लिहून ठेवलं होतं, 'माझ्याकडे लिहिण्यासाठी एकही ओळ शिल्लक नाही.' त्यानं पाहिलेल्या यातनांच्यामुळं तो लिहू शकत नव्हता, का त्याची लिहिण्याची ताकद आटून गेली होती, म्हणून?

आत्ताही मातकट पिवळ्या प्रकाशात, भुताटकीनं पछाडलेल्या उंच खिंडीत सेनाप्रमुखांच्या मर्जीवर, डोंगरातल्या शस्त्रसज्ज बंडखोरांवर आणि सैतानावरही आयुष्य सोपवून सुरुंग शोधत असलेल्या सैनिकांच्यामधून एका जुन्यापुराण्या खिळखिळ्या बसमध्ये बसून जाताना त्याच्या मनात शंकेचं काहूर उठतं की,

त्याला खरोखरच शब्द शोधता येईल का – त्याला म्हणायचे असलेले खरे शब्द – आणि त्याला सांगायची असलेली खरी कहाणी तो सांगू शकेल का? रात्र चिरत गेलेल्या त्या किंकाळीचा पाठलाग करताना त्याने निवडलेल्या मार्गाच्या अचूकपणाची, तो जे शोधतो आहे ते मिळण्याची, किंबहुना, तो काय शोधतो आहे हेही माहीत असल्याची त्याला खात्री नाही. या प्रवासाला सुरुवात केल्याबद्दलही त्याला काहीसा खेद वाटत आहे. त्याला दारू प्यावीशी वाटत आहे. तो एक शिवी हासडतो. नेहमी माझ्याकडे तयारी असते. खरं आहे, मी अगदी बेसावधपणेच ओढला गेलो. घरी केलेली राकी आणि त्यासारखे चविष्ट पदार्थ – ते सगळं मागे पडलं आहे, आठवणीत जमा झालं आहे.

गाडी जेव्हा विश्रांतीसाठी थांबली तेव्हा रस्त्याच्या दोन्ही बाजूला उभ्या केलेल्या साध्यासुध्या दुकानांतल्या काऊंटरवर किंवा फळ्यांवर दारूचं नामोनिशाणही दिसत नव्हतं. ही दुकानं भाज्यांपासून गव्हापर्यंत, चीजपासून शीतपेयांपर्यंत आणि खिळ्यापासून प्रार्थनेच्या चटईपर्यंत सर्व काही विकतात. त्याला विचारायचं धाडस नव्हतं, पण तरीही त्यानं ड्रायव्हरचा सल्ला घेतला.

'*अबी,* जराही नाही. बघायचे कष्टही घेऊ नका! इथे काही ती मिळणार नाही. हां... पण तुम्हांला पांढरा पदार्थ, मला पावडर म्हणायचं आहे, हवा असेल तर तो मिळणं सोपं आहे. इथे सगळीकडे पावडर आहे. सैनिकी पोलिसांना ती कुठे आहे हे माहीत आहे तशीच घुसखोरांनाही माहीत आहे. तुम्हांला थोडी हवी असेल...''

''मी पांढरा पदार्थ किंवा पावडर वापरत नाही. मला दारू हवी आहे... माझा घसा; आणि माझ्या हिरड्यांचीही आग होते आहे. मला वाटत आहे मला ताप येतो आहे. म्हणून मी अल्कोहोल शोधतोय.''

ड्रायव्हरला काही हे बोलणं पटलेलं दिसत नाही. तो मित्रत्वाने हसतो. आपण खोटं बोलल्याबद्दल ओमरला वाईट वाटतं आहे. तो पाण्याची बाटली विकत घेतो आणि गाडीकडे परततो. एका किंकाळीच्या शोधात तो जिथे आला आहे तिथे तो एखाद्या प्रवाशाप्रमाणेच परका आणि बावरलेला आहे. 'ज्यांना आपण दुसरं केलं आहे त्यांतला दुसरा...' चांगली शब्दयोजना आहे, मी हे लिहून ठेवायला हवं. अधेमधे त्याला चांगल्या शब्दयोजना मिळतात, ज्या तो लिहून ठेवतो. पण ते सगळे रिकामे शब्द आहेत; त्यांतला एकही

तो शोधत असलेला शब्द नाही. कदाचित आजपर्यंत मी लिहिलेले सारे शब्द फक्त शब्द होते... रिकामे आणि अर्थहीन.

तो त्याच्या शिकारी जाकिटाच्या अनेक खिशांत त्याची वही शोधत असताना त्याला त्याच्या मोबाइल फोनची आठवण येते. आतल्या भागातल्या गावांकडे बहुतेक वेळा सिग्नल मिळत नसतो. विशेषत: दऱ्यांत. जेव्हा ते डोंगरांमधल्या भागात असतात तेव्हा ते सिग्नलच्या कक्षेच्या आणि सर्विसच्या क्षेत्राबाहेर असतात. जसे हे भाग आमच्या खाजगी सर्विस प्रदेशाच्या बाहेर आहेत... फोनच्या स्क्रीनवर एक छोटं लिफाफ्याचं चिन्ह आहे — तुला एक संदेश आला आहे. पहिला मजकूर एलिफकडून आलेला आहे : 'मी मुलाला भेटणार आहे.' त्याचा प्रकाशक, संपादक आणि आंतरराष्ट्रीय पेन किंवा जिथे भाषण करायचं त्यानं कबूल केलं होतं अशी एक संस्था यांच्याकडून आलेल्या संदेशांकडे तो बघतही नाही. तो पुन्हा पुन्हा त्याच्या पत्नीचा संदेश बघतो : 'मी मुलाला भेटणार आहे.' सर्वसामान्य शब्द : त्या शब्दांचं ओझं. त्यांचा विखार आणि त्यांची वेदना त्या दोघांनाही चांगलीच माहीत आहे.

त्यांनी मुलाला मारलं, असं बस स्टेशनवरची ती अस्वस्थ करणारी स्त्री कुजबुजत होती. त्या कुजबुजीचं रूपांतर त्या तरुण युवकाच्या, रात्र आणि ती भित्री, चिडीचूप, विसराळू शांतता भेदणाऱ्या किंकाळीमध्ये झालं होतं.' त्यांनी मुलाला मारलं! *झरोक कुस्टिन!*

कुठलं मूल? त्या क्षणी त्यानं मुलाची आठवण काढायचं ठरवलं का? नाही, ते नंतर; ज्यावेळी इमर्जन्सी विभागाच्या, कोंदट अंधूक प्रकाश असलेल्या कॉरिडॉरमध्ये, जिथल्या मोडक्या बाकांवर रुग्ण झोपलेले असतात आणि त्यांचे चिंतामग्न नातेवाईक दरवाजा उघडल्यावर प्रत्येक वेळी आशेने बघतात तिथे त्या तरुण माणसाबरोबर भिंतीला टेकून सिगरेट मागून सिगरेट ओढत ऑपरेशन चालू असलेल्या स्त्रीच्या प्रकृतीच्या बातमीची वाट पाहताना ते ठरलं.

जेव्हा त्यानं स्वत:चं आणि त्याच्या ओळखीच्या एका प्रोफेसरचं नाव देऊन त्या गंभीररीत्या जखमी पेशंटचं तातडीने ऑपरेशन होईल असं पाहिलं, हॉस्पिटल प्रवेशाचे सगळे सोपस्कार उरकले आणि काही पैसेही देऊन ठेवले तेव्हाच खरं तर हे सगळं संपायला हवं होतं. जास्तीत जास्त स्वत:चा मोबाईल नंबर देऊन एखाद्या सदसद्विवेकबुद्धी असलेल्या जबाबदार नागरिकाप्रमाणे स्वत:चा रस्ता धरायला हवा होता. तसं वागणं नैसर्गिकही होतं

आणि त्याच्या स्वभावाला धरूनही होतं. त्याऐवजी थकवा आणि त्रास ह्यांनी झाकोळलेल्या चेहऱ्याच्या महमूदबरोबर – अखेर त्या युवकाचं नाव महमूद असल्याचं कळलं होतं – ऑपरेशनच्या परिणतीची वाट बघत कॉरिडॉरमध्ये येरझारा घालत होता.

पंचविशीच्या महमूदचा चेहरा दाढीचे खुंट असूनही मोकळा, रेखीव आणि सावळ्या रंगाचा दिसत होता आणि त्याच्या गबाळ्या अवतारातही तो देखणा, उमदा दिसत होता. तो गप्प, घाबरलेला आणि तुटकही होता. बोलताना तो अपराधी किंवा बुजऱ्या लोकांप्रमाणे नजरेला नजर न देता पलीकडे बघतच बोलायचा. तो पूर्वेकडचा होता हे उघड होतं. पण तरीही त्याचा बोलण्याचा ढंग पूर्वेकडच्या लोकांसारखा कळण्यास कठीण नव्हता. फक्त तो दीर्घ 'अ' आखूड करून आणि 'ग' थोडा जास्त घशातून काढायचा. शिवाय स्वरांचे उच्चारही तो ठासून वेगवेगळे करायचा. त्या तरुणाचं मौन, त्याचं नजर चुकवणं आणि त्याचं अस्वस्थ असणं हे असुरक्षिततेतून आलं आहे, हे समजायला ओमरला थोडा वेळ लागला.

''*अबी*, तुम्ही हे सगळं का करत आहात?'' त्याच्या आवाजात कृतज्ञता आणि नवलाबरोबरच संशयही होता.

'त्या किंचाळीमुळे... मुलामुळे' असं ओमर म्हणू शकला नव्हता. त्याऐवजी तो जराही विश्वास न बसणारा स्वर काढून म्हणाला, ''मी दुसरं काय करू शकलो असतो? मला तुम्हांला तसं कसं सोडता आलं असतं?''

''तुम्ही काही डॉक्टर नाही.''

''तुझं बरोबर आहे, मी डॉक्टर नाही. पण तसं म्हटल्यामुळे मला त्यावेळी तुमच्याबरोबर ॲम्ब्युलन्समध्ये येता आलं. प्रत्यक्षात मी एक लेखक आहे. कदाचित माझं नाव तू ऐकलं असशील. माझी पुस्तकं खूप वाचली जातात.''

त्यानं का तुझं नाव ऐकलं असेल? पुन्हा पोकळ बढाया. जणू काही पूर्वेपासून पश्चिमेपर्यंत अखिल तुर्कस्तान तुझं साहित्य वाचतो. जणू काही त्याचं कर्तव्यच आहे ते! पाकिटातून स्वतःचं कार्ड काढून ते पुढे करताना तो लोचटपणानं म्हणाला, ''कधीकधी पेपरमध्ये माझ्याबद्दल लेख छापून येतात. त्या कारणामुळे कदाचित...''

''खूप दिवस झाले, मी पेपर वाचला नाही. आय ॲम सॉरी.''

तरुण आता त्याला शिष्टाचाराने संबोधत आहे. ते आदरापोटी, का त्यांच्यात जितकं जास्त संभाषण होत आहे तितका तो जास्त परका वाटत आहे?

"तू अडचणीत आहेस हे उघड आहे. जर काही प्रश्न मी सोडवू शकत असलो तर... संशय बाळगण्याचं कारण नाही. तुझ्या वयात काहीही होऊ शकतं. मी काही एखादा एजंट किंवा तसा काही नाही. घाबरू नकोस."

"नाही, नक्कीच नाही, *होकम*. तसा अर्थ काढू नका. मला म्हणायचं आहे की, आम्ही... फार हतबल आहोत; अतिशय वाईट परिस्थितीत आहोत."

भीती आणि संशयाच्या कचाट्यातून मुक्त झालेले शब्द अचानक बाहेर पडतात. ओमरनं त्या तरुणाचा चेहरा नीट निरखून बघितला. तिथे त्याला स्वतःच्या मुलाच्या चेहऱ्यात दिसलेली निराशा, भीती आणि एकाकीपणा दिसला.

"कधी कधी आपण सगळेच हतबल असतो. तुझ्या वयाचा मुलगा आहे मला. त्याला मी जेव्हा शेवटी पाहिलं तेव्हा तो तुझ्याइतकाच टोकाला पोचलेला आणि निराधार होता."

जेव्हा मी तुला शेवटचं पाहिलं त्यावेळी एक जखमी श्वापदाची वेदना तुझ्या डोळ्यांत होती. आणि जेव्हा मी तुला प्रथम पाहिलं तेव्हा नुकताच मी तुरुंगातून बाहेर आलो होतो. त्या दिवसांत बाहेर असणं हे आत असण्यापेक्षा जास्त कठीण होतं. जेव्हा मी फाशी गेलेल्यांचा, छळामुळे मृत्यू पावलेल्यांचा आणि जन्मठेपेची सजा झालेल्यांचा विचार करतो तेव्हा माझी कैद ही अतिशय नगण्य, उल्लेख करण्याचीही शरम वाटावी अशीच वाटते. सप्टेंबरच्या उठावाआधी त्या काळी अस्तित्वात असलेल्या शेकडो, डाव्या विचारांच्या मासिकांपैकी एकात मी लिहिलेल्या एका अवमानकारक लेखाबद्दल मला अठरा महिन्यांची सजा झाली होती. एक वर्ष मी तुरुंगात काढलं होतं, नंतर एक तृतीयांश शिक्षा कमी करण्यात आली आणि मला सोडण्यात आलं. मी गेलो त्यावेळी तू तुझ्या आईच्या गर्भात होतास, आणि मला तू मिळालास तो सहा महिन्यांचा झालेला. तू मला परकं मानायचास. हा परका इसम आला तरी कुठून? असा प्रश्न तू करताना मला दिसायचास. तुझ्या डोळ्यात प्रश्न, भीती आणि शंका होत्या. माझ्या मुलाला माझ्या हातांत धरणं ही एक अतिशय आगळी, कशाशीही तुलना होऊ न शकणारी, पूर्वी कधीही न अनुभवलेली भावना होती. ना पहिल्या चुंबनाच्या आनंदात, ना रतिसुखाच्या समाधानात, ना नैसर्गिक चमत्काराच्या किंवा कलाकृतीच्या समोर उभं

राह्यल्यावर वाटणाऱ्या विस्मयात किंवा उच्च अनुभूतीतही अशी आगळी भावना नव्हती. माझा जीवनरस, माझ्यावर सोपवण्यात आलेलं आणि माझं असलेलं एक आयुष्य, छोटंसं आणि या भयानक जगासमोर निराधार! माझं तुझ्या आईवर नेहमीच प्रेम होतं. पण तिनं तुला जन्म दिल्यामुळे मी तिच्यावर अधिकच प्रेम करू लागलो. डेनिज नावाच्या इतर लोकांची स्मृती म्हणून आम्ही तुझं नाव डेनिज ठेवलं. तू मोठा होऊन आमच्याविरुद्ध बंड केलंस तेव्हा तू आमच्यावर केलेल्या आरोपाप्रमाणे इतर डेनिजनी फाशीच्या खांबावर उभारलेलं निशाण तू भविष्यात वाहून न्यावंस म्हणून नाही. आमच्या आशावादी तारुण्यातल्या बंडखोरीच्या दिवसांतल्या मैत्री आणि बंधुत्वभावाची ती स्मृती होती. आमच्या गमावलेल्या तारुण्याशी असलेले आमचे बंध तुटण्याच्या आशंकेनं आम्ही ते नाव एका खिन्न प्रामाणिकतेपोटी आणि रोमँटिसिझममधून दिले. जसा मी मांजराला मांजरच म्हणतो तसं मी तुला 'पुत्र' असंच म्हणत होतो. त्या सामान्य नामातून मी एक खास नाव निर्माण केलं, ते तू फक्त एक आणि एकमेव आहेस हे व्यक्त करायला.*

ओमरनं जेव्हा शेवटचं आपल्या मुलाला पाहिलं तेव्हा त्याच्या डोळ्यात तोच पराभूत, निराधार, अस्वस्थ भाव होता. महमूदचा भाव.

तो म्हणाला होता, ''जाऊ नकोस. रहा. पळून जाण्यासाठी कुठेच जागा नाही, पुत्रा.'' त्यानं डोळे जमिनीवर खिळवले होते. तो त्याच्या मुलाच्या अस्ताव्यस्त, वेळेआधी सुटलेल्या शरीराकडे पाहू शकला नाही. आलेली सूज, उठलेले ओरखडे अजून मावळले नव्हते. त्याचा चेहरा टाक्यांच्या आणि शस्त्रक्रियेच्या खोल वणांनी बेरूप झाला होता.

''मी नाही तसं करू शकत डॅड, मी इथे, नरकाच्या सीमेवर किंवा अगदी नरकातच नाही राहू शकत, आणि तेही बिजोर्नबरोबर! शिवाय हे शरीर, हा असा चेहरा!''

''सगळं काही बदलेल. सगळं काही सुधारेल. ते महत्त्वाचं नाही. बिजोर्न इथे आपल्याबरोबर अधिक सुखी होईल. तुझ्या आईलासुद्धा तुझी गरज आहे.'' नंतर संकोचत तो पुढे म्हणाला, ''आणि मला सुद्धा.''

''इथल्या कुणालाच माझी गरज नाही. ना तुम्हांला ना आईला. आई तिचे प्रयोग, तिचे गिनी पिग्ज, तिच्या शास्त्रासंबंधित मीटिंग्ज, तिचे पाठ आणि तिचे विद्यार्थी यांच्यात सुखी आहे; जसे तुम्ही तुमची पुस्तके, तुमचे लेख, तुमचे सोशल लाइफ, तुमचे मित्र आणि तुमचे चाहते यांच्यात. मला इथे काहीच

नाही. इथे मी, मला नाही...'' तो शोधत असलेला शब्द त्याला मिळाला नाही. ''इथे मी अपयशी आहे. या ठिकाणाची मला भीती वाटते.''

त्याला त्याच्या मुलाला आलिंगन द्यावंसं वाटलं, प्रेमानं नाहीतर करुणेनं, असमर्थतेनं. ''गमावणारा तू एकटाच नाही आहेस. आपण सगळ्यांनी एकच गमावलं आहे. खरं पाहिलं तर एका अर्थी आपण सगळेच अपयशी आहोत. कदाचित... मला माहीत नाही, आपण सुरुवात...''

माझे शब्द टीव्हीवरच्या वाईट सिरिअलमधल्या संवादांसारखे कृत्रिम, खोटे वाटतात. पण माझ्या भावना कृत्रिम नाहीत. त्या अशाच तऱ्हेने व्यक्त होतात. कदाचित आपल्याला तिडीक आणणाऱ्या मालिकांमधल्या त्या कंटाळवाण्या माणसांची ती कंटाळवाणी संभाषणं हा, संवाद साधायचा सगळ्यात प्रामाणिक, सगळ्यात नैसर्गिक मार्ग असावा. हा बरा न होणारा बौद्धिक अस्वस्थपणा असावा; माणसाला मग प्रत्येक गोष्टच तिरस्करणीय वाटते. तो वेगळ्या प्रकारे बोलतो. महत्त्वपूर्ण वाटणारे शेरे मारतो, आणि पढीक आणि शब्दबंबाळ बोलतो, ज्यामुळे तो वरच्या दर्जाचा आणि श्रेष्ठ वाटेल.

''आपण स्वप्न पाह्यला नको, डॅड. आपण काहीही पुन्हा सुरू करू शकत नाही. मी पुन्हा जन्म घेऊ शकत नाही आणि तुमच्या स्वप्नातला मुलगा होऊ शकत नाही. जे घडलं ते घडलंच नाही असं ढोंग मी करू शकत नाही. उला तुकडे होऊन जमिनीवर पसरलेली मी पाहिली. प्रत्येक दिशेत उडालेलं रक्त रस्त्यानं शोषलेलं मी पाहिलं. अजून चार महिनेही झाले नाहीत त्याला. तुम्हांला तर माहीत आहेच की, रक्त आणि हिंसा मला नवीन नाही. काही झालं तरी तुम्ही मला ऐन लढाईत युद्ध वार्ताहर होण्यासाठी पाठवलंत. त्या रणांगणात आणि त्या वाळवंटात खूप रक्त होतं. पण तरीही ती परकीय भूमी होती – परदेश – आणि मेलेली, जाळलेली, तुकडे केलेली माणसं हे माझी पत्नी, मूल, नातेवाईक किंवा मित्र नव्हते. ते फक्त मी घेत असलेल्या फोटोंचे विषय होते. त्यांचं वस्तूकरण झालं होतं. असं होतं तरीसुद्धा यातनांचे फोटो घेत राहणं मला जास्त काळ सहन करता आलं नाही. त्या कामाचा मला तिरस्कार वाटला. जरा विचार करा. रक्त वाहतं आहे, माणसं मरताहेत आणि मी फोटोत ठळकपणे उठून दिसणारी यातना, हिंसा आणि मृत्यू दाखवण्याचा प्रयत्न करत आहे. जितकी जास्त हिंसा, जितका जास्त रक्तपात मी दाखवतो तितका मी अधिक यशस्वी समजला जातो. मी शेकडो, कदाचित हजारो फोटो घेतले. मी प्रशंसा मिळवली आणि मला तुमची मान्यता मिळाली. मग मला

समजलं की, मी हे करू शकत नाही. मी सुरू ठेवू शकलो नाही; आणि मग मी तेथून पळालो. मी खूप बोलतोय. मला हे म्हणायचं आहे की, मी ओळखही नसलेल्या परक्या माणसांची वेदना, त्यांचं रक्त पाहू शकलो नाही. त्या मी जिच्यावर प्रेम केलं त्या स्त्रीला, माझ्या मुलाच्या आईला माझ्या डोळ्यांसमोर मारलं जाताना पहिलं. जर आम्ही बिजोर्नला इथे आणलं असतं तर उलासारखे कदाचित त्याचेही तुकडेतुकडे होऊन उडाले असते. ही भूमी मला घाबरवते. प्लीज समजून घ्या.''

म्हणण्यासारखं त्याला काहीच मिळालं नाही. त्याच्यावर एका तीव्र वेदनेनं, एका खोलवरच्या अपराधी भावनेनं आघात केला. तो म्हणाला, ''मी काय बोलू? तुझं बरोबर आहे; पण तरीही या भयानक गोष्टीनंतरही... इथे आणखी...''

डेनिजनं त्याच्या वडलांना रागाने आणि आक्रमकपणे तोडलं, 'इथे काय आहे डॅड? इथे सुरक्षित आहे असं म्हणणार होता का तुम्ही? का इथे शांती आहे असं म्हणणार होतात... म्हणणार तरी काय होतात तुम्ही? जे घडलं ते इथे; या तुमच्या नवलाईच्या शहरात ज्याच्याबद्दल तुम्ही तुमच्या कादंबऱ्यांतून भरभरून लिहिता. मी माझ्या पत्नीला इथे आणलं होतं ते तुम्हांला भेटण्यासाठी आणि माझा देश दाखवण्यासाठी. मला माहीत आहे, आम्ही इथे यावं म्हणून तुम्ही तडफडत होतात. मलाही क्षणभर आशा वाटली की कदाचित इथे, इथल्या एखाद्या खेड्यात किंवा बेटावर रक्त आणि असत्य यांचा मागमूस नसलेल्या ठिकाणी मी नवं, शांत आयुष्य सुरू करू शकतो. नंतर... आणि नंतर... बघा,'' त्याच्या चेहऱ्यावरचे घाव आणि खोल जखमा त्यानं कुरवाळल्या. ''तुम्ही माझ्या चेहऱ्याकडे बघूही शकत नाही. बरोबर आहे तुमचं, मी कधीच मदनाचा पुतळा नव्हतो. पण मी कुरूपही नव्हतो. नव्यानं सुरुवात. हो? अगदी नव्यानं मी सुरुवात केली, तरी उलाला मी कसं परत आणू? तीच एक होती जिनं माझ्याकडून मी महत्त्वाचं ठरावं, यशस्वी व्हावं किंवा देखणं असावं अशा कोणत्याही मागण्या न करता माझ्यावर निरपेक्ष प्रेम केलं. तिला मी होतो तसाच हवा होतो, आणि होतो तशाच माझ्यावर तिनं प्रेम केलं. मला प्रथमच शांती मिळाली ती तिच्याबरोबर. मला खोटं बोलण्याची आणि मी जो नाही तो असल्याचं भासवण्याची गरज नाही असं मला वाटलं ते माझ्या पत्नीमुळे. तुमच्यासाठी ती एक मूर्ख, उत्तरेकडची खेडूत मुलगी होती जिचा तुम्हांला तिटकारा वाटायचा, जिच्याकडे तुम्ही दुर्लक्ष

करायचात आणि तुमच्या मते ती साजेशी नव्हती - मला नव्हे, तर तुम्हांला. थडग्याशिवायचं प्रेत किंवा प्रेताशिवायचं थडगं.''

'थडग्याशिवायचं प्रेत' हे शब्द ओमरच्या हृदयात एखाद्या गोळ्यासारखे अडकले. ''हिंसा फक्त इथेच आघात करते असं नाही. हिंसा सगळीकडेच आहे. सगळं जगच पेटलेलं आहे, पुत्र. मध्य पूर्व आणि इराक जळत आहे. या जागा तू तुझ्या डोळ्यांनी पाहिल्या आहेस. आपण कुठे सुरक्षित असू शकतो? पळून जायला कुठलंच ठिकाण नाही.''

''इथे, आपण आगीच्या खूप जवळ आहोत. सीमांना ज्वाला चाटत आहेत इथे. तुम्हांला नाही जाणवत ती धग? या देशात असं वाटतं की, आग, बॉम्ब आणि बंदुकीच्या गोळ्या इथल्या माणसांतच आहेत. कुठल्याही क्षणी स्फोट करायला ज्वाळेत उसळायला सज्ज... बिजोर्न आणि मी आमच्या बेटावर इथल्यापेक्षा जास्त सुरक्षित आहोत. तिथे तो निसर्गात आणि समुद्राबरोबर समाधानानं वाढेल. तिथे कोणीही त्याला हाकत नसेल, त्याचा राग करत नसेल, आणि त्यानं त्यांच्या पायाशी आकाश आणून ठेवावं अशी अपेक्षा करत नसेल. मी... मी सुद्धा तिथे डेनिज नसतो. मी खूप लांबून आलेला चांगला परदेशी आहे. मला तिथे कोणालाही माझा हिशेब द्यावा लागत नाही. मला तिथे हिरो किंवा पंडित होण्याची गरज नसते. मला तिथे मी सोडून इतर कुणीही व्हायचं नसतं. तिथे मी कोणीच नसतो किंवा प्रत्येकजण असतो. मी तिथल्या प्रत्येकासारखाच असतो. त्यात मला सुख मिळतं. तुम्हांला राग आला असला डॅड, तरी तुम्ही समजू शकता ना?''

त्याला समजत होतं. डेनिज स्वतःची पराभवाची भावना, त्याच्या भीती आणि त्याची आसरा मिळण्याची गरज इतक्या उघडपणे आणि इतक्या अस्खलितपणे समजावून सांगू शकत होता; याचं त्याला नवल वाटत होतं.

''माझ्या मनाला कळतं आहे पण ते हृदयापासून स्वीकारणं मला कठीण जात आहे पुत्र. आपला मुलगा असणं म्हणजे काय ते तुला माहीत आहे का?''

''मलासुद्धा एक मुलगा आहे, म्हणून, हो. मला माहीत आहे. मला त्याचं रक्षण करायचं आहे. नाही, मला तो अपयशी व्हायला नको आहे. तुम्हांला तो गेस्ट हाऊसचा म्हातारा माणूस आठवतो? तो जर्मन म्हातारा, जो म्हणत होता, 'मी अज्ञात पळपुटा आहे?' मी लहान होतो तेव्हा. पण ते बेट आणि तो माणूस मी विसरलो नाही आहे. खूप वर्षांनंतर मी तिथे परत गेलो

आणि मला येत असलेलं थोडंसं नॉर्वेजिअन आणि खुणांची भाषा यांच्या साह्यानं मी समजावून सांगायचा प्रयत्न केला की, मी लहान असताना आम्ही त्या बेटावर येऊन एक म्हातारा असलेल्या त्या गेस्टहाऊमध्ये राह्यलो होतो. आणि तो म्हातारा झुलत्या खुर्चीत बसला होता आणि त्यानं मला केक खायला दिला. अर्थातच तो माणूस त्यांना माहीत होता. तो काही वर्षांपूर्वी मेला होता. त्यानंच स्वत:चा जीव घेतला होता. तो अगदी एकटा होता आणि त्याला वारस किंवा नातेवाईक नव्हते. ते गेस्टहाऊस त्यानं उलाच्या कुटुंबाला दिलं होतं. त्यांनी त्या म्हाताऱ्यासाठी खूप वर्षं काम केलं होतं; आणि आता गेस्ट हाऊस ते चालवतात. असो. तर अशा प्रकारे मी उलाला भेटलो.''

''असं का? मला माहीत नव्हतं.''

''अर्थातच ते तुम्हांला माहीत नव्हतं. तुम्ही विचारलंतच नाही, मग तुम्हांला कसं कळेल? मी कसा जगतो यात तुम्हांला काहीच रस नव्हता, फक्त माझ्या कर्तबगारीत होता. मी जेव्हा तिथे आश्रय घेतला, तेव्हा आई फक्त म्हणाली, 'सैतानाचं बेट? काय तरी नशीब?' असो, तर... त्यांनी त्या म्हाताऱ्याची खोली होती तशीच ठेवली होती. त्यांनी ती मला दिली. आश्चर्यचकित व्हायचा आईला पूर्ण अधिकार आहे. खरंच, काय नशीब! खरोखरच केवढा मोठा योगायोग. तिथल्या भिंतीवर रंगीत पेन्सिलीनं जर्मन भाषेत काही लिहिलं होतं. 'युद्धापासून दूर पळणं हे जीवनापासून दूर पळण्यापेक्षा जास्त सोपं आहे. शेवटी एकदाचा मी जिंकलो.' त्याखाली 'अज्ञात पळपुटा' अशी सही होती.''

आपल्या मनातली इच्छा दाबून टाकत त्यानं त्याच्या मुलाच्या चेहऱ्याकडे बघितलं. तिथे त्याला एक थकलेला, पराभूत, भेदरलेला भाव दिसला. जर त्याला मुलाला जवळ घेता आलं असतं, मिठी मारता आली असती आणि त्याला कधीच जाऊ न देता आलं असतं, त्याच्या डोळ्यातला तो भाव पुसता आला असता तर! जर त्याला मुलाची काळजी घेता आली असती आणि त्याला सोडवता आलं असतं तर! जर उत्तरेच्या समुद्रातीत विस्मरणात गेलेल्या छोट्या बेटावरचा अज्ञात पळपुटा होण्यापासून त्याला थांबवता आलं असतं तर.

''मला शक्य तितक्या लवकर घरी जाऊ दे. बिजोर्नला मी आणखी वाट पाहायला लावता कामा नये. माझा विरह त्याला खूप जाणवत अहे. उलाच्या

कुटुंबालाही मला एकटं सोडता येणार नाही. माझ्यावर जबाबदारी आहे. काही झालं तरी त्यांच्या मुलीला मी मृत्यूकडे घेऊन आलो.''

''त्यात तुझा दोष नाही. जगात कुठेही हे होऊ शकलं असतं. दहशतवाद सगळीकडे आहे. स्पेनमध्ये, न्यूयॉर्क, इराक, भारत, लंडन, लेबॅनन... सगळीकडे. हा एक भयानक योगायोग आहे की एक आत्मघातकी बॉम्बर गोंधळावा आणि त्यानं तेव्हाच पिन ओढावी जेव्हा तुम्ही बाजूनं जात होतात. तुम्हांला काही ठरवून लक्ष्य केलं गेलं नव्हतं. मला असं म्हणायचं आहे...''

''तीच सगळ्यात वाईट गोष्ट आहे. तुम्ही लक्ष्य म्हणून निवडलं जायची गरजच नाही. प्रत्येक जण कुठल्याही क्षणी लक्ष्य असू शकतो. मला माहीत आहे की, दहशतवाद सगळीकडे भक्ष्याच्या शोधात आहे. तुमचं बरोबर आहे. ही गोष्ट इतरत्रही घडू शकली असती. खरं आहे ते.पण तरीही ती घडली ती इथे.''

ती इथे घडली. ओमरच्या कादंबऱ्या आणि लेखनाची अविचल पार्श्वभूमी असलेली ही मनमोहक नवलाईची नगरी. इथे मानवाची शोकांतिका तिच्या विविध रूपांत हजारो वर्षे उत्कटतेने साकारली आहे. प्रवासी माहितीपत्रकात आणि प्रवासी गाईडमध्ये इस्तंबूल नगरी येते ती ओमर ओरेनच्या शब्दांसह, 'या नगरीचा इतिहास नाही तर हिच्यावर महाकाव्य आणि काव्य लिहिलं गेलं पाहिजे.'

ज्या शहरात तो जन्मला आणि वाढला ते शहर डेनिजला आपल्या बायकोला दाखवायचं होतं; आपल्या बालपणीच्या आणि तारुण्याच्या आठवणी तिला सांगायच्या होत्या आणि आपल्या शहराचा डौल मिरवायचा होता. पण उलानं सुलतानामत, ग्रँड बझार आणि सेंट सोफिया हा भाग प्रथम बघण्याचा आग्रह धरला होता. पूर्वेचा आत्मा पूर्णपणे जाणण्यासाठी आणि बायझँटिअम आणि इस्लाम नीट समजण्यासाठी हा भाग प्रथम पाहिला पाहिजे, असं इस्तंबूलवरच्या नॉर्वेजिअन प्रवासी गाईडमध्ये लिहिलं होतं. तिनं ग्रँड बझारमधून चमचमते मणी आणि चंदेरी गोंड्यांनी सजवलेला बेल्ट स्वतःसाठी तर आजोबांसाठी मीरशाउम पाईप, आजीसाठी रंगीत फुलाफुलांची शाल आणि बिजोर्नसाठी निळे मणी, रिबनी आणि घंटांनी सजवलेला खेळातला उंट, शिवाय दृष्ट लागू नये म्हणून एक भला मोठा निळा मणी घेतला होता. आपल्या खरेदीवर ती एखाद्या लहान मुलासारखी खूष झाली होती. कमरेभोवती तिनं ताबडतोब आपला बेल्ट घातला होता आणि बिजोर्नचा उंट छातीशी घट्ट

धरला होता. एकमेकांभोवती हात लपेटून आनंदात चालत ते नुरुउस्मानियेपासून सुलतानामतपर्यंत सेंट सोफियासमोर आले होते. आधी सुलतानामत चौक आणि सुलतानामत मशीद पाहून - गाइडमध्ये तिला 'निळी मशीद' असं म्हटल्यामुळे ती चमकदार निळ्या रंगाची असेल असं वाटलेल्या उलाचा अपेक्षाभंग झाला होता - नंतर सगळ्यात शेवटी सेंट सोफिया पाहायचं त्यांनी ठरवलं होतं. हाच रस्ता निवडण्याचं काही विशेष कारण नव्हतं. कदाचित त्यावेळी सेंट सोफियासमोर प्रवाशांचा मोठा गट असल्यामुळे असेल. कदाचित बागेच्या कडेला असलेल्या तेजस्वी लाल फुलांच्या रांगांसमोर तिची वाट बघत थांबलेल्या मृत्यूची आग्रही हाक ऐकून असेल. 'किती सुंदर आहेत ही फुलं,' ती कौतुकानं पुटपुटली. 'ती ट्यूलिप्सची फुलं आहेत. मी लहान असताना आजोबा मला एका लहान डच मुलीची गोष्ट वाचून दाखवायचे. त्या चित्रातल्या पुस्तकातली बूट घातलेली लहान मुलगी ट्यूलिप्सच्या शेतातली वेगवेगळ्या रंगांची फुलं तिच्या आईसाठी तोडत फिरायची.' मग तिनं आनंदानं उडी मारली. माझी उला अशीच होती. एका क्षणी ती तरंगही नसलेल्या सरोवरासारखी शांत, स्थिर असायची आणि अचानक वादळी समुद्रासारखी उसळी मारायची. 'आत्ताच्या आत्ता त्यांचे क्लोज-अप घ्यायलाच हवेत. घरी गेल्यावर आपल्या दरवाजाच्या दोन्ही बाजूंना मी ट्यूलिप्स काढेन; आणि इथल्यासारखं त्यांना पिवळ्या, लाल आणि पांढऱ्या रंगात रंगवेन. पण जरा थांब. आधी माझा त्यांच्यासमोर फोटो काढ.' मग ती एखाद्या गुटगुटीत, खोडकर मुलासारखी पळाली आणि बागेच्या दिशेने धावत जाताना तिच्याकडे हसत हसत बघणाऱ्या तिच्या नवऱ्याकडे नजर टाकायला वळली. 'छान फोटो घे हं!ट्यूलिप्स आणि मी सुंदर दिसलो पाहिजेत. आपण तो फोटो आजी-आजोबा आणि बिजोर्नला दाखवू या. त्यांनाही बघू दे तुझं शहर किती सुंदर आहे ते!'

डेनिजनं तिला शेवटचं पाहिलं ते तिच्या इच्छेसारख्या फोटोच्या फ्रेममध्ये, खेळण्यातला उंट छातीशी पकडून तिच्या लांब निळ्या ड्रेसमध्ये, मण्यांच्या किनारीचा रंगीबेरंगी चंदेरी कमरपट्टा कमरेभोवती गुंडाळलेला, तिचे लांब, तुकतुकीत सोनेरी केस आणि मागे गडद लाल ट्यूलिप्स. त्यानं बटण दाबलं; पण खरंच दाबलं का? त्याला बटण दाबता आलं होतं का? त्याला माहीत नाही, त्याला आठवत नाही. पण सुलतानामत मशिदीच्या पार्श्वभूमीवर रक्तासारख्या लाल ट्यूलिप्ससमोर तिचा लांब ड्रेस वाऱ्याच्या झुळुकीवर

उडताना, खेळण्यातला उंट एखाद्या लहान मुलासारखा छातीशी पकडलेल्या हसऱ्या उलाचा फोटो त्याच्या मनात कायमचा कोरला गेला आहे आणि कधीच पुसला न जाण्यासाठी तो तिथे तसाच आहे. नंतर कान आणि इंद्रियांना बहिरं करणारा स्फोट, किंकाळ्या आणि धूर, लाल ट्यूलिप्सवर पडलेला रक्ताचा सडा आणि रक्त, धूर, किंकाळ्या यांच्यामध्ये चहूबाजूला पडलेले पाय, दंड, बूट आणि एक खेळण्यातला उंट... प्रथम त्याला जाणवते ती चेहरा, हात आणि पायांमधली चटके देणारी वेदना, नंतर तळ नसलेल्या खोल, काळोख्या विहिरीत भोवंडत, गडबडा लोळत खाली पडणं. नंतर...

जेव्हा एका अतिदक्षता विभागात तो शुद्धीवर आला तेव्हा कोळ्याच्या जाळ्याप्रमाणे त्याच्या शरीराभोवती वेढा टाकलेल्या बारीक रबरी नळ्यांचा त्याला अर्थच लागेना. या नळ्या त्याच्या नाकातोंडापासून सुरू होत होत्या आणि त्यांच्या सुया त्याच्या हातात खुपसल्या होत्या तिथे चिकटपट्ट्या लावलेल्या होत्या. तो अजिबात बोलला नव्हता. प्रत्येक ऑपरेशननंतर जेव्हा तो शुद्धीवर आला तेव्हाही किंवा डोकं, चेहरा, हात, बोटं जाडजूड बँडेजमध्ये गुंडाळून हॉस्पिटलमध्ये कित्येक आठवडे पडून राहिला होता तेव्हाही नाही. नंतर जेव्हा त्या घटनेवर प्रकाश पडण्यासाठी ठरावीक प्रश्न विचारायला ते आले,तेव्हा एकच वाक्य त्याच्या ओठांतून बाहेर पडलं होतं. 'तिथे लाल ट्यूलिप्स होते; आणि उला त्या ट्यूलिप्सच्या समोर उभी राहिली.'

जेव्हा तो त्याच्या मुलाला 'रहा, जाऊ नकोस' असं म्हणाला तेव्हा त्याला कळून चुकलं की त्याचं आर्जव कुचकामी होतं तसंच क्रूरही होतं. आता डेनिजसाठी इस्तंबूल म्हणजे उलाच्या शरीराचे तुकडे विखुरलेलं आणि तिच्या रक्ताचा ट्यूलिप्सवर, रस्त्यावर वर्षाव झालेलं थडगं होतं. त्यानं त्याच्या मुलाच्या वेदनेचा मान ठेवला आणि ती वेदना त्याच्याही आतपर्यंत खोल गेली आणि ती सूचना त्यानं पुन्हा केली नाही.

जेव्हा त्याचा जायचा दिवस उजाडला तेव्हा निरोप द्यायला त्यांनी एअरपोर्टवर यावं असं डेनिजला वाटत नव्हतं. मुलाच्या प्रकृतीची त्याच्या आईला काळजी वाटत होती. तो अजूनही खूप लंगडत होता आणि कदाचित त्याला आणखी शस्त्रक्रिया कराव्या लागल्या असत्या. त्याच्या चेहऱ्यावरच्या जळण्याच्या जखमा बऱ्या झाल्या होत्या. पण व्रण इतके खोल होते की कॉस्मेटिक सर्जरी विना ते पुसट झाले नसते. एलिफच्या नजरेनं तो अस्वस्थ झाला होता; आणि तिला बरं वाटावं म्हणून, तो सुधारतो आहे असं तिला

वाटावं म्हणून, आणि त्याच्या दिसण्याबद्दल तिनं फार चिंता करू नये म्हणून तो म्हणाला होता, 'बरं होईल हे. काही काळात हे सगळं ठीक होईल. मी जितका जास्त काळ इथे राहतो, तितक्या माझ्या जखमा जास्त खोल चरत जातात. त्या बऱ्या होत नाहीत. माझ्या मुलाचीही मला खूप आठवण येत आहे. बिजोर्नला आणखी जास्त काळ एकटं सोडणं मला जमणार नाही. त्याची नीट काळजी घेतली जात आहे हे मला माहीत आहे; पण तरीही त्याला माझी गरज आहे.' तो जास्त बोलला नव्हता. त्यानं स्वतःचं मन उघडं केलं नव्हतं. त्याचं दुःख त्यानं त्यांच्याबरोबर वाटलं नव्हतं. तिला वाईट वाटू नये म्हणून तिनं खूप निगुतीनं बनवलेल्या त्याच्या आवडत्या पदार्थाची त्यानं चव घेतली होती; आणि त्याच्या बेटाबद्दल तो थोडंसं बोलला होता; नंतर निघून जाण्याची वेळ येईपर्यंत तो गप्पच होता.

आई, वडील आणि मुलगा तिघांनीही आपलं दुःख हास्यविनोद करत स्वतःच्या आत दडपण्याचा प्रयत्न केला आणि ते दुःख घशात एखाद्या धातूच्या गोळ्यासारखं राहिलं. 'हा पदार्थ तुला खूप आवडायचा', '*बोरेक* तुला अतिशय प्रिय.' तर डेनिजनं त्यांना हेरिंग मासे पकडणं, मासे खारवण्याची सर्वोत्तम पद्धत, जवळजवळ रोज ते किल्ल्यात गेले तरी त्यांना सैतान भेटला नाही; त्यांनी गेस्ट हाऊस चमकदार पिवळ्या रंगात रंगवलं आहे आणि ती खांद्यावर टोपल्या नेणारी भुताटकीसारखी स्त्री अजूनही जिवंत आहे – पण बहुधा तिची मुलगी असावी ती – ते बेट अजूनही तितकंच निर्मनुष्य आणि शांत आहे, आणि काही दिवसांसाठी येणारे पाहुणे गेस्ट हाऊसमध्ये राहतात हे सांगितलं. शिष्टाचाराचा एक भाग म्हणून तो असंही म्हणाला, 'त्या बाजूला तुम्ही आलात तर या आणि रहा. तुम्हांला पुन्हा पूर्वीसारखंच वाटेल आणि शिवाय तुम्ही बिजोर्नलाही पाहू शकाल.'

मग जायची वेळ झाली आणि त्यांनी एअरपोर्टवर यावं असं त्याला वाटत नाही आहे हे त्यानं पुन्हा एकदा सांगितलं. तो लंगडत त्याची जड सॅक पाठीवर घेऊन, त्याचं बेढब शरीर ओढत मान खाली घालून मागे न बघता निघून गेला होता. दरवाजाशी आलेल्या टॅक्सीत त्याला शिरताना त्यांनी आपल्या बाल्कनीतून पाहिलं होतं. पद्धत म्हणून एलिफनं त्याच्यामागे वाडगाभर पाणी ओतलं होतं – तो पाण्यासारखा सहजतेनं जावा आणि यावा यासाठी. आम्ही जी स्वप्नं साकार करण्यात अपयशी ठरलो, जी उमेद आम्हांला सोडून गेली; आणि भूतकाळात आम्ही विसर्जित केलेल्या आमच्या

आशा यांतल्या कशालाच साजेसं न ठरल्यामुळे सैतानाच्या बेटावर हे मूल आम्ही घालवून दिलं; कारण त्यानं आमच्या निराशांचा आणि पराभवांचा बदला घेतला नाही आणि आम्हांला आमच्या नावे जे युद्ध त्यानं लढायला हवं होतं ते तो लढला नाही. जो मुलगा आम्ही एकटा पाडला आणि जवळजवळ सोडूनच दिला कारण त्याला हिरो व्हायचं नव्हतं, कारण त्यानं स्पर्धेत उतरायला नकार दिला होता, आणि तो या जगाच्या क्रौर्याखाली चिरडला गेला होता, कारण त्याच्याकडे आयुष्याशी भांडायची शक्ती नव्हती, कारण तो पुरेसा महत्त्वाकांक्षी, सक्षम किंवा बलशाली नव्हता.

त्याला त्याचा मुलगा नेहमी आठवतो तो त्यानं शेवटच्या दिवशी त्याला पाहिला तसा.जेव्हा तो त्याचा विचार करतो तेव्हा तो त्याला आठवतो तो हळूहळू निघून जाताना - हरवलेला, एकाकी, थकलेला आणि पराभूत आणि त्याच्या डोळ्यातला तो भाव. महमूदचा भाव.

''जेव्हा मी त्याला शेवटी पाहिलं तेव्हा त्याच्या चेहऱ्यावर असाच तुझ्यासारखा भाव होता.''

''आणि तो भाव काय होता *होकम*?''

''दुःखानं कोसळलेला, पराभूत आणि निराश.''

''एखाद्या गोळी मारलेल्या जनावरासारखा? तोंडावर बंदुकीचा दस्ता दाबलेल्या आणि छातीवर लष्करी बूट रोवलेल्या, एखाद्या शरण आलेल्या दहशतवाद्यासारखा? पण तुमचा मुलगा, तुमच्यासारख्या लोकांचे मुलगे तसे नाही दिसणार!''

महमूदच्या शब्दांनी तो व्यथित होतो. तो उत्तर देत नाही. त्याच्या ओठाचा डावा कोपरा किंचित वळवळतो. ती भयानक वळवळ खूप काळात झाली नाही आहे. आता ती पुन्हा सुरू होणार का काय? डॉक्टर म्हणाले होते की, खूप दारूमुळे स्नायूंवरचा ताबा कमी होऊ शकतो. मी खरंच स्वतःची जास्त काळजी घेतली पाहिजे. त्याला महमूदचा राग येतो. यांना असं वाटतं की, फक्त हेच दडपले गेले आहेत आणि फक्त यांच्यावरच अन्याय झाला आहे. म्हणून आमचा मुलगा कधीच असा दिसणार नाही, कधीच निराधार होणार नाही! फक्त तुम्हां लोकांनाच नेहमी त्रास होतो का? या हॉस्पिटलच्या कॉरिडॉरमध्येसुद्धा बळी जात असल्याची भाषा, तीही या विशिष्ट परिस्थितीत! जणू पाठ केलेल्या घिस्यापिट्या कल्पना, प्रत्येकाला एकाच ब्रशनं डांबर फासायचा पठडीतला दृष्टिकोन, प्रत्येकाला एकाच दोरखंडानं फाशी द्यायची.

त्याचा राग वाढतच जातो. तुम्ही काही केलं तरी ते व्यर्थच. ते तुमच्यावर कधीच विश्वास ठेवत नाहीत. आणि तेही त्यांच्या हक्कांचं रक्षण होण्यासाठी मी खूप काही केल्यावरही. त्यांना यांची मातृभाषा वापरण्यास मिळावी या मुद्द्यामुळे आणि पूर्वेकडच्या अजून शोध न लागलेल्या खुनांवर मी लिहिलेल्या लेखांमुळे मी चांगलाच अडचणीत सापडत होतो. युरोपिअन युनियन, बिनसरकारी संस्थांची प्रतिक्रिया, युरोप काय म्हणेल याची काळजी या गोष्टी नसत्या तर माझ्या विरुद्धच्या खटल्यांमुळे त्यांनी मला केव्हाच गुन्हेगार ठरवलं असतं.

तो शांत दिसण्याचा प्रयत्न करतो. ''प्रत्येकाला स्वत:च्या अशा हालअपेष्टा असतात. स्वत:च्या कमतरता असतात. एखादा क्षण येतो जेव्हा आपण सगळे घाबरतो, सगळे हतबल होतो. तुर्क, कुर्द, फ्रेंच, अरब, कुठल्याही देशाचे असले तरी काहीच फरक पडत नाही. आज प्रत्येकजण दडपलेला आहे. प्रत्येकजण जुल्मी आहे आणि प्रत्येकजण बळीही आहे.'' त्याचा राग, त्याची नाराजी आणि थकवा त्याच्या आवाजात परावर्तित झाला आहे.

''मी तसं म्हणालो नाही. मला माहीत नाही. मला वाटलं तुमचा मुलगा यशस्वी झाला असेल. म्हणजे असं की, त्याला चांगली नोकरी असेल, शिकला असेल आणि असंच काही. माफ करा, पण नेहमी तसंच तर असतं. मला म्हणायचं आहे की, मोठ्या, महत्त्वपूर्ण माणसांचे मुलगे...''

मुलाची प्रामाणिक काळजी दर्शवणारी पद्धत आणि आपल्या बोलण्यामुळे गैरसमज होतो आहे की काय याची त्याला लागलेली चिंता यांमुळे ओमर थोडा नरमतो. मुलाचं बरोबर आहे. हे असंच असतं. आमच्या मुलांना जमतं. त्यांच्यातले बहुतेकजण यशस्वी होतात – किंवा लोकांना तसं वाटतं. 'आपण सगळे एकाच बोटीत आहोत' असा गैरविश्वास म्हणजे एक चमकदार फसवणूक नाही तर काय आहे? आपण क्रांतीसाठी आणि लोकांसाठी लढतो आहोत असं आम्हांला जेव्हा वाटायचं त्या माझ्या तारुण्यातल्या आनंदी, आशेनं भरलेल्या दिवसांत मीही असाच बोललो नसतो का? एकाएकी त्याला वैफल्य आलं. पहाट झाली आहे. सूर्य उगवतोय. अशा वेळी मी इथे काय करतो आहे? मी या हॉस्पिटल कॉरिडॉरमध्ये काय करत आहे? मी का किंमत चुकती करत आहे, भीक घालत आहे?

ज्या टीमनं शस्त्रक्रिया केली ती टीम त्यांच्या निळसर हिरव्या गाऊनमध्ये सर्जरी कॉरिडॉरच्या टोकाला दिसते. तरुणाला थांबायला सांगून तो त्याच्यापुढे

धावतो आणि त्यांच्याकडे जातो. टीमपैकी एखादा त्याला ओळखेल आणि माहिती देईल अशी त्याला आशा वाटते.

'ज्या स्त्रीवर ऑपरेशन झालं त्या जखमी स्त्रीच्या प्रकृतीची मला चौकशी करायची होती. मी...'

कोणीच लक्ष देत नाही. ते आपापसांत बोलत चालत राहतात.

''मी लेखक ओमर एरेन. मला जाणून घ्यायचं होतं...''

गाऊन घातलेल्या डॉक्टरांपैकी एक तरुण माणूस त्याच्याकडे वळतो. ''गोळी लागलेल्या स्त्रीबद्दल तुम्ही विचारत असाल, तर ती जगेल.''

''आणि मुलाचं काय? ते मूल...''

''गोळी गर्भातच घुसली. तो मुलगा होता. दुर्दैव. बहुतेकांना मुलगे हवे असतात... अच्छा, तुम्ही ओमर एरेन? तुम्हांला भेटून आनंद झाला. मी तुमचं एक पुस्तक वाचायला घेतलं आहे. तुम्हांला एखाद्या कथेसाठी हा चांगला विषय आहे.''

जास्त वेळ न घालवता भरभर पावलं उचलत तो आपल्या सहकाऱ्यांना गाठतो. लेखकाला भेटल्याचं त्याला काही कौतुक वाटल्याचं दिसलं नाही. कदाचित तो आगाऊ असेल किंवा खूप थकला असेल, ओमरला वाटतं. माझं एक पुस्तक सुरू केलं आहे असं तो म्हणाला. ते वाचलं, असं काही तो म्हणाला नाही. बास्टर्ड! कदाचित माझं लेखन त्याला आवडत नाही. कोणाला माहीत? प्रत्यक्षात बहुधा तो वाचतच नसावा. या पिढीला वाचनाची सवयच नाही आहे. अशीही शक्यता आहे की, पुस्तक घेणं फॅशनेबल असल्यामुळे ते विकत घेऊन बाजूला ठेवणाऱ्यांपैकी तो असावा.

अचानक त्याच्या डोळ्याला डोळा न भिडवता, रंग उडालेला महमूद त्याच्याशेजारी येऊन उभा राहतो. एखाद्या न कळणाऱ्या भाषेतली ओळ पाठ करावी तसा ओमर त्याला म्हणतो, 'अभिनंदन. तुझ्या पत्नीचा जीव वाचला आहे. डॉक्टर म्हणाले की, तिच्या गर्भातल्या बाळानं तिला वाचवलं. पण दुर्दैवाने, ते बाळाला वाचवू शकले नाहीत.'

बाळाने तिला वाचवलं असं खोटं तो का बोलला? डॉक्टर काही तसं म्हणाले नव्हते. कदाचित मूल गेल्याचं त्याला अतीव दुःख होऊ नये, बाळ नसतं तर त्याची पत्नी मरण पावली असती या कल्पनेनं त्याला जरा बरं वाटावं म्हणून मी ते रचलं. बाळ मुलगा होतं हे त्यानं महमूदला सांगितलं नाही. बंदुकीची एक चुकार गोळी आणि आईच्या गर्भात मुलगा मारला गेला.

तो तरुण डॉक्टर म्हणाला होता. 'हा तुमच्या गोष्टीसाठी चांगला विषय होऊ शकतो.' ती एक अघळपघळ स्तुती होती का तो उपरोधाने बोलत होता?

महमूद दोन पावलं मागे सरकतो आणि कॉरिडॉरच्या भिंतीला टेकून वाकून बसतो. तो त्याची हनुवटी छातीत रुतवतो, दोन्ही हातांची गुडघ्यांभोवती घडी घालतो; आणि स्वत:च्या शरीराचं घट्ट गाठोडं वळतो; जणू काही त्याला आक्रसत जाऊन नाहीसं व्हायचं आहे. तो स्वत:शीच कुर्दिश भाषेत विलापासारखं, गाऱ्हाण्यासारखं काही पुटपुटतो. नंतर तो त्याचं डोकं उचलतो. मूल आमच्यासारखं होणार नव्हतं. त्याचं नशीब झिललसारखं किंवा माझ्यासारखं व्हायचं नव्हतं. तो पर्वतांमध्ये असणार नव्हता. तो लढणार नव्हता. तो संघटनेच्या किंवा इज्जतीच्या पायी बळी जाणार नव्हता. ते मूल शिकूनसवरून सभ्य आयुष्य जगणार होतं. आम्ही मोठ्या शहरात स्वत:ला हरवणार होतो. आमचा थांग कोणालाच लागला नसता. ना राज्याला, ना संघटनेला किंवा तिच्या वडलांना; ना तिच्या आगांना. ते मूल स्वतंत्र होणार होतं आणि भयमुक्तही असणार होतं. त्याचं नाव असणार होतं हेवी – म्हणजे आशा.

वाकून बसला होता तिथेच किंचित झुलत आपला शांत, दबलेला विलाप तो सुरूच ठेवतो. त्याच्या गालांवरून ओघळणारे अश्रू त्याच्या दाढीतून मार्ग काढत त्याच्या हनुवटीवर जमा होतात. 'तुमच्यासाठी ही एक चांगली कथा होईल!' खरंच असं आहे? जे त्या वेदना दूर करू शकत नाहीत, त्यांना त्या यातनांची कथा लिहिण्याचा अधिकार आहे का? 'त्यांनी मुलाला ठार केलं आहे. हेवी मरण पावला आहे. आता पळून जाण्यात काय अर्थ आहे? आता वाचवायला काय उरलं आहे? *इरोक कुस्तीन. हेवी मिर. एडी ह्यूसेत रेव नेक?'*

तो कुर्दिश भाषेत शिरतो. कदाचित त्याच ओळींचा पुनरुच्चार तो स्वत:साठी, त्याच्या हृदयासाठी आणि त्याच्या मातृभाषेत असलेल्या स्मृतीसाठी करत आहे. जेव्हा तो त्याच्या मातृभाषेत बोलतो तेव्हा त्याची यातना कथन न बनता त्याची स्वत:ची खाजगी मालमत्ता बनते. तो स्वत:च ती यातना बनतो. त्याला आता शब्दांची गरज नाही. शब्दांतून सुटून वेदना त्याच्या हृदयात कायमची वस्तीला येते.

''तू का आणि कोणापासून पळतो आहेस पुत्रा?''

आपण या तरुणाला पुत्र म्हणून गेल्याचे त्याच्या लक्षात येते आणि त्याला स्वत:चंच आश्चर्य वाटतं. मी फक्त डेनिजला 'पुत्र' म्हणायचो!

''मृत्यूपासून,'' दातांच्या फटीतून थुंकत असल्यासारखं तो बोलला.

''लष्करापासून, लष्करी पोलिसांपासून, संघटनेपासून, सरकारपासून, परंपरेपासून... प्रत्येक गोष्टीपासून, आमच्या भागाबद्दल तुम्हांला माहीत असलेल्या प्रत्येक गोष्टीपासून. कारण त्या सर्व गोष्टी मृत्यूच आणतात.''

''कुठल्या भागातला आहेस तू?''

जळीत गावं, उद्ध्वस्त वस्त्या, सुरुंग, न उलगडलेले खून आणि इज्जतीचे रिवाज आणि ते डोंगर – विशेषत: ते डोंगर. ते सगळं म्हणजे मृत्यूच आहे.

आता तो मुलगा पूर्वेकडील पर्वतरांगांतल्या खेडुतांच्या विशिष्ट उच्चारात बोलत आहे. तो आता पर्वतात परतला आहे, ओमरला वाटतं. त्याच्या यातनांनी त्याला त्याच्या मुळांकडे परत नेलं आहे. आता तो स्वत:ला किंवा स्वत:च्या भाषेला टाळत नाही आहे...

''तुझं गाव कुठे होतं?''

तो नाव सांगतो. नंतर पुन्हा एखाद्या मृताबद्दल शोक करावा तसं म्हणतो, ''आमचं खेडं जाळलं गेलं. आमच्या आगांनी डोंगरात आश्रय घेतला. मी लहानच होतो, आठ किंवा नऊ वर्षांचा असेन. आम्ही आमचे प्राणी, कुरणं, शेतं आणि आमचं दोन खोल्यांचं घर सोडून दिलं. सगळं मागे टाकून आलो आम्ही. आमच्या पाठींवर, आमच्या गाड्यांत, एका जुन्या ट्रॅक्टरवर म्हातारे, पंगू, कुटुंबं आणि आमच्या चीजवस्तू लादून, एक काळ्या नाकाडाचं कुत्र्याचं पिल्लू माझ्या मिठीत... मी किंचाळून घर डोक्यावर घेतलं आणि वडलांनी मला मारलं तरी मी त्याला सोडलं नाही. आम्ही टेकडीवरून खाली पठारावर आलो आणि मागे बघितलं. आमचं गाव, घर आणि गोठे ज्वाळाच्या तोंडी पडले होते.''

जेव्हा तो दक्षिण-पूर्वेच्या पसरट उच्चारांत बोलतो तेव्हा तो जणू काही कुणी दुसराच असतो. वेदनेनं त्याचं मौन चिरलं आहे. एखाद्या फुटक्या नळीतून पाणी वेगाने यावं, तसे शब्द वाहत आहेत. आता अधिक काळ गप्प बसण्यात, स्वत:चं गुपीत लपवण्याचा प्रयत्न करण्यात किंवा एका सन्माननीय संयत प्रतिकारामागे दडण्यात त्याला काही अर्थ वाटत नाही. आता गमावायला काही उरलंच नाही आहे. आता त्याला बोलायचं आहे. आणि जणू काही तो आता बोलणं थांबवूच शकत नाही आहे. असह्य छळानं मोडून पडावं तसं, ओमरच्या मनात येतं. जेव्हा तुम्ही मोडून पडता तेव्हा विचारलेलं आणि न विचारलेलं सगळंच भडाभडा सांगून टाकता.

''आम्ही शहरात आलो आणि झऱ्याच्या काठी आमच्या काकांकडे आश्रय

घेतला. आम्ही एका तंबूत राहायला लागलो आणि नंतर एक पत्र्याची झोपडी तयार केली. नंतर मी शाळेत गेलो. 'माझा हा मुलगा, हा छोटा, माझा शेवटचा मुलगा शिकेल,' माझे वडील म्हणायचे, 'मी त्याचा पर्वतांना किंवा सरकारला बळी देणार नाही.' तरीही पर्वतांनी शहराला पूर्णपणे वेढलं होतंच आणि ते खुणावत होते. शिक्षक तुर्की भाषेत शिकवायचे. सुरवातीला आम्हांला ते काय म्हणताहेत ते समजायचेच नाही. आणि कुर्दी भाषेत त्याला काय म्हणतात असं आम्ही विचारायचो. त्यांच्यापैकी काहीजण दयाळूपणे सांगायचे की कुर्दीला परवानगी नाही आणि शिवाय अशी भाषा अस्तित्वातच नाही. आम्ही बोलतो ती भाषा अस्तित्वातच नाही असं कसं, याचं आम्हां मुलांना आश्चर्य वाटायचं. काही जण आम्हांला छडी मारायचे. आम्ही तुर्की शिकलो ते चांगला मार खाऊन. वरच्या वर्गात आम्हांला इतिहास शिकवला गेला. मुख्यत: अतातुर्कचा. आणि सगळे मोठे लोक तुर्की होते याचा. कुर्दींमध्ये अल्पारस्लन, फती आणि विशेषत: अतातुर्क नाहीत, याचं आम्हांला वाईट वाटायचं. कुर्द मूर्ख होते का? कुर्द भित्रे होते का? त्यांच्यात हिरो नव्हतेच? त्यांच्यात कोणी मोठी माणसं नव्हतीच? आम्ही ते जिवाला लावून घेतलं. आम्हांला अगदी पददलित असल्यासारखं वाटलं आणि ते म्हणायचे की, कुर्दांना शेपटी असते. म्हणून आम्हांला खरंच शेपूट आहे का काय, ते आम्ही तपासायचो. मोठं झाल्यावर आम्ही डोंगरांकडे बघायचो आणि शिक्षकांनी आम्हांला काय सांगितलं ते ऐकण्याऐवजी डोंगरांच्या सांगण्याकडे लक्ष द्यायचो. आता शेपूट आहे का ते आम्ही तपासत नव्हतो. ज्यांना शेपट्या नव्हत्या त्यांना खिजवण्यासाठी तरी आम्हांला शेपूट यावी असं आम्हांला वाटायचं. आम्ही जाऊ तिथे डोंगरांनी पूर्णत: वेढलेले होतो. आणि जरी ते नसले तरी आम्ही ते आहेत असंच मानायचो. पर्वत आमचे होते आणि त्यांची भाषा आम्हांला कळायची. आमच्याकडे हिरो नव्हते. ठीक आहे, नसू देत! परंतु आमच्याकडे जराही मान नव्हता, नाव नव्हतं, प्रतिष्ठा नव्हती. आमच्या छोट्याशाही चुकीवर ते आम्हांला काही प्रतिष्ठा नाहीच असं म्हणत. आणि जर तुम्ही हट्टीपणा केलात, आणि स्वत:चं समर्थन करायचा प्रयत्न केलात, तर तुम्ही अगदी खालच्या दर्जाचे असल्याचं मानलं जाई. पर्वतांमध्ये आम्ही प्रतिष्ठाहीन असणार नव्हतो. आम्ही हिरो होणार होतो आणि कीर्ती मिळवणार होतो. आम्हांला भविष्य नव्हतं म्हणून आम्ही स्वत:च ते स्थापन करणार होतो. आम्ही पर्वतांचा आवाज ऐकला आणि आम्ही पर्वतांकडे गेलो. नंतर... आम्ही नंतर...''

तो मूक झाला.

"नंतर? नंतर काय झालं, माझ्या लहानग्या?'' ओमर स्वतःच्याच आवाजाच्या बोगद्यात हरवतो. माझ्या लहानग्या... माझ्या लहानग्या... माझ्या लहानग्या. त्याच्या स्मृतीच्या तळातून एक कविता वर येते, एक संगीताचा तुकडा, एक अबोध भावना, एक आठवण.

'प्रिय लहानग्या, तू घाबरला आहेस,' 'वाळवंटामध्ये सापाशी गाठभेट ठरलेल्या लिटल प्रिन्सला पायलट म्हणतो.'

'आज संध्याकाळी मी जास्त घाबरलेला असेन. आज रात्री येऊ नकोस', लिटल प्रिन्स म्हणतो. 'माझ्या लहानग्या, मी तुला सोडणार नाही.'

'पण तुला फार त्रास होईल. मी जणू मरणारच आहे असा दिसेन; पण घाबरू नकोस. मी काही खराखुरा मरणार नाही आहे.'

'मी तुला सोडून जाणार नाही, माझ्या लहानग्या.'

'माझ्या लहानग्या' असं तो का म्हणाला? मैत्री करायला आणि जग समजून घेण्यासाठी जिथे केवळ एकच गुलाबाचं रोपटं मावू शकत होतं अशा स्वतःच्या छोट्या ग्रहावरून आलेल्या गोष्टीतल्या लहान मुलात आणि महमूदमध्ये काय साम्य आहे? त्याच्यात लिटल प्रिन्सशी कोणतंच साधर्म्य नाही. पण हो, त्याचं एकाकीपण, त्याची उदासी, त्याच्या गुलाबाविषयीची त्याची उत्कटता, दूरस्थ ग्रहच असलेल्या त्याच्या पर्वतांविषयीची त्याची ओढ हे मात्र आहे. त्याच्या ग्रहाकडे उडत जाण्यात अडसर असलेल्या शरीरामधून सुटका व्हावी म्हणून ज्या रात्री लिटल प्रिन्सनं सापाकडून चावून घेतलं, तेव्हा पायलट त्याच्याबरोबर राह्यला होता का? त्याला आठवत नाही. त्याला हे आठवतं की, पृथ्वीवर राहण्यासाठी पायलट लिटल प्रिन्सचं मन वळवू शकला नव्हता आणि त्याच्या ग्रहावर त्याची वाट पाहणाऱ्या गुलाब, कोकरू आणि सूर्यास्तांबरोबर पुन्हा एकत्र येण्यासाठी उडून जाण्यापासून रोखू शकला नव्हता.

त्याला थोडासा संकोच वाटला, तरी त्याचा निरुपाय असलेल्या भावुकतेनं तो पुन्हा एकदा 'माझ्या लहानग्या' असं म्हणतो. "पुढे काय झालं, माझ्या लहानग्या?''

"नंतर मी पाहिलं आणि माझ्या लक्षात आलं की, पर्वतांमध्ये रक्तपात आणि आक्रमकता आहे. मृत्यूपलीकडे तिथे भविष्य नाही. मी जितकं जास्त

पाहिलं आणि अनुभवलं तितका माझा पूर्वीच्या श्रद्धास्थानांवरचा विश्वास मी गमावला; आणि दिशाहीन झालो. नेटकं आयुष्य जगणं म्हणजे नेमकं काय असतं आणि मारणं आणि ठार मारणं यांचे अर्थ काय असे प्रश्न मी विचारू लागलो. झिलल इज्जतीच्या रिवाजांपासून आणि मी पर्वतांपासून अलग झालो आणि सुटून आलो. आम्ही कधीच समुद्र पाहिला नव्हता, तरी आम्हांला त्याची ओढ होती. माझे वडील म्हणायचे की, समुद्र माणसाला मृदू बनवतो तर डोंगर त्याला कठीण आणि अधिक कठोर करतात. झिलल आणि मी समुद्राच्या दिशेने निघालो. आम्हांला तिथे पोहोचायचं होतं. आम्हांला बाळ होणार होतं आणि तो हेवी किंवा होप असणार होता. त्याला चांगलं आयुष्य मिळालं असतं. एखाद्या सभ्य माणसाप्रमाणे तो उचित जगला असता. नंतर... आता वेगळं काय असू शकतं! आता काहीच उरलं नाही.''

''अजून काहीतरी आहे. असणारच. नवे हेवी आणि होप जन्माला येतील. तुला माहीत आहे, झिललला वाचवलं आहे. तुम्ही तुमच्या समुद्राजवळ पोहोचाल. झिलल बरी झाल्या झाल्या मी तुम्हांला तुमच्या समुद्राकडे नेईन. मी वचन देतो तुला!''

''थँक्स'' महमूद म्हणतो. तो स्वत:ला सावरतो. तो त्याचा मूळ प्रदेश, त्याची भाषा मागे टाकतो आणि त्याच्या विवरातून वर येतो. तीव्र वेदनेमुळे बाजूला केलेला मुखवटा-नृत्याच्या वेळी घालायचा पोशाख पुन्हा चढवतो. 'थँक्स *अबी*, पण आता आम्ही आणखी पळून जाऊ शकणार नाही. आम्ही कुठेही गेलो तरी डोंगर आमच्यामागे येतीलच. पण तरीही पुन्हा एकदा थँक्स.'' घामाने आणि मळाने त्याच्या शरीराला चिकटलेल्या शर्टच्या खिशातून तो कागदाचा तुकडा आणि पेन्सिल बाहेर काढतो आणि त्यावर काहीतरी लिहितो. ''कधीही तुम्ही माझ्या भागातून, माझ्या कुटुंबाजवळून गेलात तर माझ्या वडलांना माझी खुशाली सांगा आणि मी त्यांचे आशीर्वाद मागितले आहेत असं सांगा. माझ्यासाठी त्यांनी इतका त्याग केला आहे. माझ्या विशेष शिक्षणासाठी त्यांनी पैसे भरले आणि मला युनिवर्सिटीत सीट मिळाली. त्यांना सांगा की, मी युनिवर्सिटीत शिक्षण घेण्याऐवजी डोंगरांमागेच गेलो यामुळे मला कुचकामी ठरवू नका. माझ्या वडलांना सांगा की, मी काम केलं नाही आणि माझा वेळ वाया घालवला असं नाही आहे. ती सगळी गुंतागुंतीची हकीकत आहे. आणि आम्ही पुन्हा भेटलो तर मी त्यांना ती सांगेन. त्यांना झिललबद्दल आणि बाळाबद्दल काही सांगू नका. मूल गेलं नसतं तर सगळं काही

निवळल्यावर आम्ही त्यांच्याकडे जाणार होतो आणि त्यांच्या हाताचं चुंबन घेणार होतो. पण आता त्याची गरज नाही. मी तुम्हांला आणखी एक नावही देणार आहे. तुम्ही हे सगळं करू शकाल? म्हणजे तुम्ही हे कराल का ते मला माहीत नाही. काही झालं तरी तुम्ही हे का म्हणून करायचं?''

''तरीही मला सांग; आणि मला करता येण्यासारखं ते असेल...''

''जर मला काही झालं आणि त्यांनी झिललचा माग काढला तर ते तिला जगू देणार नाहीत. मला फक्त एकच माणूस माहीत आहे जी तिला कदाचित मदत करील. ती आमच्या भागातली एक केमिस्ट आहे. ती बायकांच्या संघटनांमध्ये काम करते. ती आजच्या जगातली स्त्री आहे जिला भीती माहीत नाही. ती एका मोठ्या कुटुंबातली आहे. एका समुदायाच्या नेत्याची मुलगी, जिला सगळे खूप मानतात. माझ्या गैरहजेरीत झिललला सांभाळू शकेल अशी ती एकमेव व्यक्ती आहे. त्या फार्मसीचा पत्ता आणि इतर माहिती मी लिहितो आहे. गरज लागली आणि मी मदत मागितलीच तर तिला फोन करा. ती झिललला वाचवेल असं बघा.''

त्या न जन्मलेल्या मुलानं या दोन तरुण जीवांना एकमेकांशी घट्ट बांधून ठेवलं आहे का, या विचारात ओमर पडतो. त्यांच्या आशा त्या मुलाबरोबरच मृत झाल्यासारख्या वाटतात. जिच्यावर तो प्रेम करतो तिला सोडून जिथून पळून आला त्या डोंगरात परत जायला हा तरुण माणूस तयार आहे असं वाटतं आहे. कदाचित नैराश्य, हालअपेष्टा किंवा आशाच नसल्यामुळे असेल... किंवा फक्त त्याच्या तरुण वयामुळे असेल. कोणास ठाऊक!

या कहाणीतलं काहीतरी त्याला कळत तरी नाही आहे किंवा समजत तरी नाही आहे, असं त्याला वाटतं. वेगळंच प्रेम, आशा आणि भीती असलेल्या, त्याला न कळणाऱ्या आणि माहीतच नसलेल्या दुसऱ्याच जगातल्या लोकांच्या कहाण्या. या गोष्टी त्यानं लिहायचंच ठरवलं तर त्यांच्यासाठी तो परकाच असेल हे त्याला माहीत आहे. जरी तो त्या कथा चांगल्या तऱ्हेने सांगत आहे असं प्रत्येकाला वाटलं तरी तो वाचकांना हे सांगू शकणार नाही की, त्याला आणि या ज्यांच्या कथा आहेत त्यांना, त्याला या कथा सांगणं जमलं नाही आहे आणि तो सत्याच्या जवळ जाऊ शकला नाही आहे हे माहीत आहे.

''कुठेही जायचा प्रयत्न करू नकोस. बस्. तू इथेच रहा.'' झोपेशिवायच्या त्या विचित्र रात्रीचा थकवा आणि ताण त्याच्यावर पसरत आहे. डेनिजलाही

तो याच प्रकारे, याच आवाजात आणि याच पराकोटीच्या हतबलतेनं म्हणाला होता, 'जाऊ नकोस. रहा.'

मुलगा गप्प आहे.

"पळून जायला जागाच नाही आहे, पुत्रा." त्या तरुणाच्या डोळ्यात तो थेट बघतो.

यावेळी मुलगा त्याची नजर चुकवत नाही. "खरं आहे. जेव्हा डोंगरामधल्या दऱ्यांत किंवा गुहा आणि रायांच्या आसऱ्यानं जिच्यावर प्रेम करता तिला कुशीत घेऊन झोपता आणि समुद्राचं स्वप्न बघता तेव्हा हे शक्य आहे, हे कुठेतरी अस्तित्वात असेल असं वाटतं. पण जेव्हा तुम्ही मैदानात उतरता तेव्हा तुम्हांला कळतं की, पळून जायला कुठेच जागा नाही. कुठे असलीच तर आपल्याला ती माहीत नाही. आपण इथे खाली आल्यावर आपला रस्ता पूर्णपणे गायब होतो आणि आपली आशाही गायब होते."

कॉरिडॉर आणि जिन्यांमधले आवाज,लांब दांड्याच्या पोतेऱ्याने जमीन पुसणारे सफाई कामगार, जंतुघ्नकांचे वास, बेडपॅन्स आणि संडास रिकामे केले जाणं, आवाज करत नर्सेसनी उघडलेले दरवाजे, निळ्या जाकिटातले लिफ्टमन, रात्रपाळीवरचे झोपाळल्या चेहऱ्याचे डॉक्टर, कोणालाही पत्ता लागू न देता लवकर आत घुसलेले पेशंटचे नातेवाईक. हॉस्पिटलमधली सकाळची लगबग.

कॉरिडॉरच्या भिंतीला ओमर टेकतो. भिंतीचा गारवा त्याच्या पाठीला जाणवतो. तो इतका थकला आहे. त्याचं तोंड कोरडं पडलं आहे आणि जिभेवर थर जमा झाला आहे. महमूदसारखं मुटकुळं करावं असं त्याला वाटतं, पण तो तसं करू शकत नाही. आपण शहरी लोक मांडी घालूनही बसू शकत नाही. मी वेगवेगळ्या विभागांतल्या आणि थरांतल्या शरीरभाषेबद्दल काहीतरी लिहिलंच पाहिजे. त्याच्या शिकारी जाकिटाचे असंख्य खिसे तो फोनसाठी चाचपडतो. नेहमीप्रमाणे तो त्याला शेवटच्या खिशात सापडतो. तो घरचा नंबर फिरवतो. फोनची बेल खूप वेळ वाजते. एलिफ अजून उठली नाही असं दिसतं आहे. असू दे, काही हरकत नाही. आता तिची उठायची वेळ झालीच आहे. दुसऱ्या टोकाला झोपाळू आवाजातलं 'हॅलो' येतं. 'गुड मॉर्निंग, डिअर'... 'मी पूर्वेकडे जातो आहे...' 'मी पूर्वेला आणि तू पश्चिमेला... आपण हळूहळू दूर जातो आहोत.' 'तू तिथे असताना, त्यालाही भेटणार आहेस का?' 'मुलाला?'

ध्वनिलहरींवर टांगलेला, अपराधी सुराचा अनुत्तरित प्रश्न.

**

२

राजकन्या उलाची वाट पाहणारं मूल

जुन्या किल्ल्याच्या अवशेषांमध्ये तो लहान मुलगा खेळत आहे. जमिनीवर पडलेल्या दगडांमधून घरं बांधण्यात तो गढून गेला आहे. डेनिज त्याच्या मुलाकडे बघतो आहे. सैतानाच्या किल्ल्यातल्या पडझड झालेल्या मनोऱ्यांवर समुद्रात मावळणारा सूर्य पिवळ्याचा नारिंगी, गुलाबीचा जांभळा असे बदलत जाणाऱ्या रंगांचे प्रकाशझोत टाकत आहे.मग मावळतीचा दुधट-राखाडी... पांढऱ्या रात्रींचा मोसम...

डेनिजला ही जागा आवडते. काळाच्या अनंतत्वाची जाणीव, शांततेचा भंग न करता खडकांवर फेसाळ होत फुटणाऱ्या लाटांचा आवाज, भग्न किल्ल्याचं रहस्य, तो एकांत, ती निर्मनुष्यता, जगापासून आणि काळापासून स्वतंत्र असल्याची जाणीव. तो आणि बिजोर्न इथे खूप वेळा येतात. ''मी इथे प्रथम आलो तेव्हा तुझ्यापेक्षा थोडासाच मोठा होतो,'' तो त्याच्या मुलाला तुटक्या नॉर्वेजिअन भाषेत सांगतो. ''माझे वडील म्हणाले, हा सैतानाचा किल्ला आहे. मला सैतानाला बघायचं होतं. म्हणून मी... तुम्ही कसं म्हणता हे? जेव्हा तीच एक गोष्ट तुम्हांला हवी असते. म्हणून तुम्ही पुन्हा पुन्हा 'मला हवं, मला हवं' असं म्हणत राहता ते?''

''त्याला आग्रह धरणं, हट्ट करणं म्हणतात. बघा, तुमच्यापेक्षा जास्त मला माहीत आहे. मग डॅडी तुम्हांला तो सैतान दिसला का? आणि पूर्वी, तेव्हा सुद्धा त्याचा किल्ला पडलेलाच होता का?''

''हो, हा कायम असाच होता. सैतानाला पडके किल्ले आवडतात. माझे

आईवडील पुन्हा प्रवास सुरू करण्यासाठी पलीकडच्या तीरावर जायच्या घाईत होते. मला त्यांनी किल्ला चढू दिला नाही. मी मोठा होईन तेव्हा इथं येईन आणि सैतानाला भेटेन, असं मी तेव्हा स्वत:लाच प्रॉमिस केलं.''

''आणि तुम्ही तुमचं प्रॉमिस पूर्ण केलंत आणि परत आलात, हो नं डॅडी?''

''हो, मी माझं प्रॉमिस पाळलं.''

जी सुंदर गोष्ट ऐकायचा त्याला कधीच कंटाळा येत नाही ती गोष्ट वडलांनी पुन्हा सांगावी अशी मुलाची इच्छा आहे.

''सांगा नं डॅडी, मला सांगा. सुंदर राजकन्येला सैतानानं त्याच्या किल्ल्यात कोंडलं आहे. राजकन्या रात्री रडायची. सांगा न डॅडी.''

''राजकन्या रात्री रडायची आणि तिचे अश्रू समुद्राच्या लाटांत मिसळून जायचे आणि मासे तिच्या अश्रूंना अक्षरांप्रमाणे वाचायचे. आणि एकदा माझ्या जाळ्यात पकडल्या गेलेल्या माशाने मला तिची बातमी दिली. त्यानं मला सांगितलं की, जेव्हा किल्ल्यातल्या सगळ्यात उंच मनोऱ्यावर पौर्णिमेचा चंद्र येईल तेव्हा राजकन्या स्वत:ला मनोऱ्याच्या खिडकीतून बाहेर फेकणार आहे.''

आजपर्यंत त्यानं शेकडो वेळा, कदाचित हजारो वेळा ऐकलेली ही गोष्ट या ठिकाणी आली की मुलाचे निळे पाणीदार डोळे भीतीने आणि उत्तेजित होऊन मोठे होतात ''आणि ज्या क्षणी राजकन्या उडी मारते, त्या क्षणी तुम्ही तिच्या सुटकेसाठी येता.''

''हो, जान अंकलच्या मासेमारी बोटीतून मी किल्ल्याखाली खडकांच्या बाजूला थांबतो. ती खडकांवर आपटून तिचे तुकडे तुकडे होणार तेवढ्यात मी तिला माझ्या बाहूंत पकडतो.''

''तिचे केस खूप लांब आहेत, माझ्या केसांच्या रंगाचे. आणि तिचे डोळेही अगदी माझ्या डोळ्यांसारखेच आहेत.''

''हो, तिचे डोळे अगदी तुझ्यासारखेच आहेत.''

''आणि तिचं नाव आहे...''

''आणि तिचं नाव आहे उला.''

''मग तुम्ही बोटीनं समुद्रात जाता आणि सैतानापासून सुटता. तुम्ही उलाला गेस्ट हाऊमध्ये आणता. तुम्ही एकमेकांवर खूप प्रेम करता. मग तुम्ही लग्न करता आणि मग मी येतो. नंतर...''

गोष्टीत ते या जागी पोहोचले की आस, दु:ख आणि निराशा ही तिन्ही असलेली भावना डेनिजला वेढून टाकते. पण मुलाच्या लक्षात येत नाही. त्याचे गर्द निळे डोळे त्यानं मोठे केले आहेत आणि त्याला तोंडपाठ असलेल्या गोष्टीच्या शेवटाची तो वाट पाहत आहे.

"मग तुझा जन्म होतो. आम्ही तुझं नाव बिजोर्न ठेवतो. राजकन्या उला इतकी सुंदर आणि इतकी चांगली आहे की सैतानसुद्धा तिच्यावर प्रेम करतो. तो तिला विसरू शकत नाही. तो शस्त्रं आणि बॉम्ब असलेल्या वाईट माणसाचं रूप घेतो आणि तिला आपल्यापासून दूर घेऊन जातो. त्याला तिला पुन्हा एकदा किल्ल्यात कोंडून ठेवायचं आहे.''

"त्या तिथल्या मनोऱ्यात, हो नं डॅडी?'' मुलगा अवशेषांमधल्या मनोऱ्याच्या उरलेल्या भागाकडे स्वत:च्या छोट्या हाताने निर्देश करतो.

"हो, बरोब्बर तिथे.''

"पण माझी आई... मला सांगा डॅडी. मग माझी आई काय करते?''

"राजकन्या उला नाही जात... तो कोणता शब्द आहे, जेव्हा तुम्ही तुमचे हात वर करता, जणू म्हणत, 'ठीक आहे, मी सोडून देतो?'''

"शरणागती. तुम्ही म्हणा. 'नाही जात शरण.' ही गोष्ट तुम्ही मला आधी सांगितलीत तेव्हाही हेच विचारलंत. तुम्ही शिकत का नाही डॅडी?''

"हं, बरं, राजकन्या उला नाही जात सैतानाला शरण. ती आकाशापर्यंत जाते आणि एक तारा पकडते आणि एका ताऱ्यावरून दुसऱ्या ताऱ्यावर उड्या मारत...''

"तिथे आहे, डॅडी! बघा तिकडे!''

दुधट राखाडीपासून गडद राखाडी होत जाणाऱ्या आकाशात जेमतेम दिसू लागलेल्या सायंताऱ्याकडे मुलगा निर्देश करतो.

"हो, तिथे आहे, पुत्रा.''

"आणि सैतानाचं काय?''

उत्तेजित होऊन मुलगा गोष्टीबरोबर वाहत गेला आहे आणि लटक्या भीतीचा बालीश आविर्भाव आणत वडलांच्या मांडीवर जाऊन बसला आहे. त्यामुळे त्याला घाबरण्यातली मजा अजून जास्त लुटता येईल.

डेनिज त्याच्या मुलाचे सोनेरी केस कुरवाळतो. "राजकन्या गमावल्याचं दु:ख सैतान सहन करू शकत नाही. तो पूर्वेकडे खूप दूर दूर जातो.''

"तो इथे पुन्हा कधीही येणार नाही; हो ना?''

''नाही, घाबरू नकोस. तो इथे येऊ शकत नाही.''

''पूर्व खरंच खूप लांब आहे ना, डॅडी?''

''ती दूर आहे, खूप दूर.''

''माझी आजी बेस्तेमोर म्हणते की, तुम्ही पूर्वेकडून आलात. ती म्हणाली की पूर्वेकडे युद्धं असतात आणि प्रार्थना न करणारी वाईट माणसं असतात जी लोकांचे गळे चिरतात. तुम्ही सैतानाला शोधून ठार मारण्यासाठी पूर्वेकडे गेला होतात का?''

काय म्हणायचं ते त्याला कळत नाही. त्याला हे अजिबात आवडत नाही. एखाद्या लहान मुलाला अशा गोष्टी सांगता कामा नयेत. तिच्या दृष्टिकोनातून पाहिलं तर मुलाच्या आजीचं बरोबर आहे. पूर्वेकडच्या क्रूर हिंसेला, तिथे राहणाऱ्या रानटी लोकांना तिच्या मुलीचा बळी गेलेला आहे. पूर्वेकडून तर सोडाच, पण पश्चिमेकडूनसुद्धा खूप दूर असलेल्या एका छोट्याशा बेटावरील खेडूत स्त्रीनं दुसरा काही विचार करावा अशी अपेक्षा कशी करता येईल? तरीही त्याला राग येतो. ''पूर्व ही चांगल्या लोकांची आणि छान गोष्टींची भूमी होती. मग पश्चिमेकडून सैतान आले आणि त्यांनी चांगली लोकं, सुंदर देश आणि छानछान कहाण्यांचा नाश केला. त्यांनी त्यांना संपवलं, बॉम्ब आणि शस्त्रांच्या मदतीने पुसून टाकलं.''

त्याला स्वत:चाच राग येतो, पण तो थांबू शकत नाही. मुलाला मी हे काय सांगतोय? त्याच्या आजीबरोबर करत असलेला अप्रत्यक्ष तात्त्विक वाद... खड्ड्यात जाऊ दे! ''बिजोर्न, सूर्य कुठे मावळतो हे तुला आठवतं आहे का?''

जिकडे क्षितीजावरला फिकट गुलाबी रंग संध्याप्रकाशाला विरोध करत आहे तिकडे मुलगा बोट दाखवतो.

''अरे वा, अगदी बरोबर! आता त्या बाजूला तुझी पाठ कर. आता तू बरोबर पूर्वेकडे पाहत आहेस. सूर्य तिथे उगवतो.''

''तर मग बेटावर येणारा प्रत्येकजण पूर्वेकडूनच येतो. कारण मी जिथे सरळ बघतोय तिथे बंदर आहे.''

डेनिज हसतो, तसंच मुलगाही हसतो; आणि दोघंही खुशीत येतात. मुलगा त्याच्या वडलांना प्रेमानं मिठी मारतो.

''मी बेस्तेमोरला सांगितलं, 'जरी माझे वडील पूर्वेकडनं आले असले तरी ते वाईट नाहीत. ते खूप, खूप, खूप चांगले आहेत.' मग ती मला म्हणाली,

'तुझे वडील वेगळे आहेत. ते चांगला परदेशी आहेत.' परदेशी म्हणजे काय डॅडी?''

''परदेशी म्हणजे जो या बेटावर परदेशातून, दुसऱ्या ठिकाणावरून आला आहे, या बेटावरून नाही.''

''वाईट परदेशी सुद्धा असतात?''

''वाईट परदेशी असतात आणि वाईट स्थानिक लोकही असतात. चल आता, आपल्या सगळ्या वस्तू घेऊ या आणि घरी जाऊ या.''

किल्ल्याच्या अवशेषांमधून वडील आणि मुलगा गावाच्या दिशेने जात असताना डेनिज गास्ट हाऊसच्या फोनवर ठेवलेल्या निरोपाचा विचार करतो. 'डेनिज, डिअर, मी एलिफ. मी एका मीटींगसाठी कोपनहेगनमध्ये आहे. तुला वेळ असेल तर मी येऊन तुला भेटू इच्छिते. माझ्या मोबाइलवर फोन कर.'

एक कोरडा त्रयस्थ निरोप... ती आता 'आई' म्हणू शकत नाही. खूप काळ झाला, तिनं 'आई' असं म्हटलं नाही आहे आणि लाडाकोडाचे शब्द आणि टोपणनावं तर फार पूर्वीच विसरली गेली आहेत. 'डेनिज, डिअर, मी एलिफ. डेनिज डिअर... जी माणसं तिला फारशी आवडत नाहीत, ज्यांच्याकडे ती तुच्छतेने पाहते किंवा ज्यांच्या सहवासात ती अस्वस्थ होते अशा लोकांना माझी आई 'डिअर' म्हणून संबोधते. तिच्या भाषेत डिअर हा एक अत्यंत चंचल शब्द आहे, जो प्रेमाची उणीव लपवतो आणि माणसांमध्ये अंतर निर्माण करतो. तर मीही 'डिअर' झालो आहे, हो ना? तिला फोन करणं पुढे ढकलण्यात काही अर्थ नाही. तिच्या मोबाइलवर मी एक अतिशय छोटा निरोप ठेवू शकतो. 'आता आहे तेच आपल्यासाठी बरं आहे. आयुष्य जटिल नको करायला.' हो, असं करणंच ठीक होईल. ते सगळ्यांसाठीच जास्त चांगलं ठरेल. तर आता 'डिअर' आहे, हो का? इतकं दूरचं, इतकं परदेशी...

तो लहान होता तेव्हा आईबरोबर खेळ खेळायचा. तो ते आठवतो तेव्हा त्याला तीव्र वेदना होते. त्याचा आवडता खेळ होता मांजराचं भटकं पिल्लू आणि त्याचा मालक. हे सकाळचे खूप आवडते क्षण होते जेव्हा तो आई आणि वडील झोपलेल्या मोठ्या पलंगावर चढून मांजराप्रमाणे गुरगुरत आईच्या छातीत त्याचं डोकं खुपसायचा आणि तिची ऊब, तिचा निकटपणा अनुभवायचा आणि आई त्याला कवेत घेऊन तो मांजर असल्यासारखं त्याला थोपटायची. ते सुखाचे क्षण, जेव्हा आई त्याच्या गळ्यावर, त्याच्या कानांच्यामागे, त्याच्या छोट्या तळपायांना खाजवायची. तिनं त्याला गुदगुल्या

केल्या तरी त्यानं कधीही तक्रार केली नाही. 'थांब! तसं करू नकोस!' असं म्हणाला नाही. तो 'मांजरीचं छोटं पिल्लू' 'प्रिय छोटी मांजर' असे आणि त्याच्या आईची 'किटी', त्याच्या आईचा छोटा उंदीर असे. तो लहान असताना त्याच्या आईनं त्याला कधी 'डेनिज' अशी हाक मारलेली त्याला आठवत नाही. नंतर माऊच्या कुल्ल्यावर एक हलकीशी चापट. ''हं चल आता, मला आता उठायला हवं आणि कामाला जायला हवं. मांजरानं आता स्वयंपाकघरात जाऊन त्याचं दूध प्यायचं आहे.''

''मला तुझ्याबरोबर कामावर ने नं मम्मी''

''मला शक्य नाही ते. शिवाय माझी कामाची जागा उंदरांनी गजबजली आहे. तिथं मांजरांना प्रवेश नाही.''

एकदा तिनं त्याला त्या नवलाईच्या ठिकाणी नेलं होतं. प्रयोगशाळेत विसरलेलं काहीतरी घेण्यासाठी एलिफ तिथं जाणार होती. मग तिथून ते एकमेकांबरोबर ET सिनेमा बघण्यासाठी जाणार होते. आईबरोबर कुठेतरी जाण्याचे ते दुर्मिळ आनंदी प्रसंग!

''शांत उभा रहा. तुझ्यामुळे उंदरांना इजा होऊ नये याची काळजी घे हं मनीमाऊ.''

''मनी आई, तू इथं उंदीर का ठेवतेस?''

''माझ्या प्रयोगांसाठी.''

''प्रयोग म्हणजे काय?''

''बघ, म्हणजे उदाहरणार्थ, आजारी मुलांचं आयुष्य वाचवणारं किंवा त्यांचं दुखणं कमी करणारं नवं औषध शोधायचं आहे. मग प्रथम आम्ही ते औषध प्राण्यांना देतो. जर ते त्यांच्यासाठी चांगलं असेल, जर ते अपाय न करणारं असेल, तर ते नंतर माणसांना देता येतं. दुसऱ्या शब्दांत सांगायचं तर आम्ही प्राण्यांवर प्रयोग करतो.''

''इथे बहुतेक सगळे उंदीरच का आहेत?''

''उंदरांची रचना ही माणसांच्या रचनेला जवळची आहे म्हणून.''

''पण उंदरांना वेदना होत नाहीत का?''

एलिफ मूक झाली. डेनिजला अजूनही ती शांतता आठवते.

मग ती म्हणाली, 'जेव्हा तू मोठा होशील आणि शिकशील, तेव्हा प्रसिद्ध शास्त्रज्ञ होऊन प्रयोग करशील. लोकांच्यासाठी चांगल्या असलेल्या गोष्टी तू

शोधून काढशील. माझा छोटासा बोकोबा मुलगा मोठ्ठा, खूप मोठ्ठा शास्त्रज्ञ होईल.''

''पण मी उंदरांना इजा करणार नाही. मी चांगला बोका आहे आणि उंदीर माझे मित्र आहेत. तुला माहीत आहे, तूच नेहमी म्हणतेस की, मांजरं आणि कुत्रीसुद्धा एकमेकांचे मित्र असू शकतात आणि किंडरगार्टनमधली मुलं माझी चेष्टा करतात आणि मला पिटतात तेव्हा तू सांगतेस की, मी त्यांच्याशी चांगलं वागलं पाहिजे आणि ते करतात ते चुकीचं आहे हे मी त्यांना गोडपणानं सांगायचा प्रयत्न केला पाहिजे.''

''ते खरं आहे... तुझं बरोबर आहे मन्या. तरीही माझं काम संपेपर्यंत प्रयोगाच्या प्राण्यांपासून प्लीज दूर रहा. काही झालं तरी मांजरं केव्हा काय करतील कसं सांगावं!''

जेव्हा जेव्हा त्याला त्याचं लहानपण आठवतं आणि त्याच्या आईचा विचार मनात येतो, तेव्हा छातीच्या मध्यभागी उमटलेल्या ओरखड्याप्रमाणे अंधूक वेदना होते; एक अपराधीपण, कमतरतेची आणि कमी दर्जाचं असल्याची भावना येते. तिचा आवाज अजून त्याच्या कानात गुंजतो. 'रुसू नकोस. मी तुझा शाळेचा रिपोर्ट वाईट आहे असं म्हटलं नाही. पण बायॉलॉजी आणि केमिस्ट्रीमध्ये अधिक चांगलं काही मिळवता आलं असतं असं मी म्हटलं. जर तू परीक्षेतल्या प्रश्नांकडे नीट लक्ष दिलं असतंस, तर फिजिक्समध्ये तुला नवाऐवजी दहा मिळू शकले असते.'

त्याला आठवत की, त्यानं आईच्या हातातून रिपोर्ट धसमुसळेपणाने खेचून घेत म्हटलं होतं की, 'मी आईनस्टाईन नाही. आणि तो होण्याची माझी इच्छा पण नाही आणि' नंतर संतापाने आणि बंडखोरपणाने उसळून स्वतःला खोलीत बंद करून घेतलं होतं. आईला दुखवण्यासाठी तो ओरडला होता, 'तू तुझ्या उंदरांना मारणं चालू ठेव!'

सर्वसाधारणपणे त्याचे वडील यात भाग घ्यायचे नाहीत. 'मुलाला दडपू नकोस. तो आहे तसा असू दे. त्याच्यापुढे त्याचं उभं भविष्य आहे. शिवाय, तो वर्गात पहिला आला नाही म्हणून काही तो वाईट विद्यार्थी ठरत नाही. मी सुद्धा शाळेत आदर्श विद्यार्थी नव्हतो. भविष्यात माणूस कोण होईल, त्यांना कशात गोडी वाटेल आणि ते यशस्वी होतील का नाही हे कोणीही सांगू शकत नाही. महत्त्वाचं आहे ते त्यांनी चांगला माणूस होणं, जगाबद्दल त्यांना

उत्सुकता असणं आणि माणसांबद्दल आणि सर्व सजीवांबद्दल त्यांच्या मनात जबाबदारीची भावना असणं.'

त्याच्या छातीवरील ओरखड्याचं दु:ख अधिकच तीव्र होतं. लहान-पणापासून त्याच्या ओळखीची असलेली ती तिरस्करणीय भावना, स्वत:चा बचाव करण्याची संधी न मिळताच झालेला पाडाव, भरगर्दीमध्ये अचानक नग्न केलं जाणं... मार खात असताना प्रेमाची भीक मागणाऱ्या कुत्र्याचा दर्द किंवा अजून जिवंत असतानाच मेंदू उघडला गेलेला प्रयोगशाळेतला प्राणी... अपराजित्व, दु:ख, असहाय्यता, मरण्याची तीव्र इच्छा... पण मी अपराधीही नाही आणि पश्चात्तापही करत नाही.

डेनिजला त्याच्यापुढे मजेत उड्या मारत जाणाऱ्या त्याच्या मुलाला कवटाळायचं आहे, त्याच्याबरोबर धुतलं जाऊन शुद्ध व्हायचं आहे. निरागसपणात आसरा घ्यायचा आहे. पण त्याची हिंमत होत नाही. व्याख्या न करता येणारी आपली ती भयंकर भावना आपल्या मुलाकडे संक्रमित होण्याची त्याला भीती वाटते. बिजोर्नला ती भावना कधीच माहीत होता कामा नये - आणि नाहीच होणार कधी. त्याला सुखाचा खराखुरा अर्थ सापडेल. तो स्वत: असण्यातच आनंदी होईल. तो त्याचं आयुष्य निसर्गाच्या सान्निध्यात घालवेल. शांतीनं भरलेलं, स्थिर, स्वत:बद्दल समाधानी असणारं आणि स्वत:विषयी आदर बाळगणारं, आयुष्याचा केवळ हाच आणि एकमेव अर्थ आहे हे जाणणारं.

त्याचं मी हिंसेपासून रक्षण करेन. त्याला मी जुल्मी होऊ देणार नाही किंवा बळीही. कोणीही त्याच्यावर स्वत:ची मूल्यं लादणार नाही किंवा त्याला आकाशाला गवसणी घालायला सांगणार नाही. कदाचित तो एखादा दयाळू अंत:करणाचा आनंदी कोळी होईल. कदाचित तो फक्त धवल रात्रींच्या मोसमात येणाऱ्या गिऱ्हाइकांसाठी एखादं छोटंसं गेस्ट हाऊस चालवेल. मी कोणालाही बिजोर्नला वाईट वागवू देणार नाही. किंवा एखादी त्याला नको असलेली गोष्ट करायला भाग पाडू देणार नाही. 'येऊ नकोस' असा निरोप मी एलिफला पाठवलाच पाहिजे. कदाचित उत्तर न देणं हेच सगळ्यात चांगलं. त्याच्या स्मृतीच्या गुंतागुंतीच्या जाळ्यातून काही गाळीव शब्द, वाक्यं आणि संवाद त्याला आतून टाचण्यांसारखे टोचतात आणि त्याचा अस्वस्थपणा आणि कोंडमारा आणखीनच वाढवतात. खऱ्या मूळ डेनिजप्रमाणेच डेनिज नाव पुढे चालवणं... त्या नावाला लायक ठरणं... ते त्यांच्या मूल्यांसाठी मरण

पावले... जग बदललं तरी मूलभूत मानवी मूल्यं बदलत नाहीत... माणूस त्याच्या काळाशी, त्याच्या समाजाशी त्रयस्थ होऊन जाऊ शकत नाही... त्यानं तसं होता कामा नये... जीवनाचा अर्थ काय आहे असं तुम्हांला वाटतं? तुमची मर्जी संपादन करण्यासाठी मीसुद्धा तुमच्या डेनिजसारखं फासावर जायला पाहिजे का डॅड? मूलभूत प्रश्न आहे तो हा की, एखाद्या माणसाच्या मते आयुष्याचा अर्थ काय आहे? ... डुकरंसुद्धा सुखी असतात, पण मला डुकरांसारखं आनंदी जगण्यापेक्षा मानवी हक्क, न्याय आणि स्वातंत्र्यासाठी लढता लढता मरणं जास्त आवडेल... आणि तुमच्या मुलालाही मरू द्यायचं का? माझा मुलगा शास्त्रज्ञ होईल... तुझ्याकडे सगळं आहे, पारंगत होण्यासाठी तुला प्रत्येक संधी देण्यात आली आहे... तुला हवं तर तू परदेशातल्या सर्वोत्कृष्ट शिक्षण संस्थांत जाऊ शकतोस... लायक ठरणं... कशासाठी लायक, कुणासाठी लायक? तू कशासाठीच योग्य ठरताना दिसत नाही आहेस, तर तू इराकला जा आणि मानवी यातनांचे फोटो काढ. मी तुझ्यासाठी इराकमधल्या युद्ध वार्ताहराची नोकरी मिळवली आहे... युद्धं फार वाईट असतात. युद्धात माणसं मरतात. जग खरोखर कसं आहे ते बघणं तुझ्यासाठी चांगलं ठरेल... डेनिज नावाचे लोक... वधस्तंभ... शास्त्राचा प्रदेश, प्रयोगशाळा... थोडी महत्त्वाकांक्षा चांगली असते, ती शर्यतीत पुढे जायला बळ पुरवते... बरं, मग तुला आयुष्यात करायचं तरी काय आहे? डुकरांचं सुख... झोपायचं, कायम झोपायचं... त्या खेडूत मुलीबरोबर, त्या बेटावर जिथे तू स्वत:ला पुरून घेतलं आहेस... आयुष्याचा अर्थ? ते काय असतं? तो चिरंतन पळपुटा, चिरंतन अपयशी... जाऊ नकोस. आपण पुन्हा नव्यानं सुरुवात करायचा प्रयत्न करू या... लहानपणी सायकल चालवायला शिकताना सुद्धा तू धडपडलास. ज्या मूर्ख सायकॉलॉजिस्टनं तुझा आयक्यू जिनिअसच्या जवळ जाणारा आहे असं सांगितलं होतं, त्यानं आता तुला बघायला पाहिजे... मला नाही जिनिअस व्हायचं. मला 'कोणीच नाही' असं व्हायचं आहे... मला एकटं सोडा, मला झोपायचं आहे... तुमची मूल्यं, तुमचं मूल्य, माझं मूल्य... जाऊ नकोस, पुत्रा... मूल गमावणं... प्रेम म्हणजे काय? उलानं माझ्यावर प्रेम केलं, तिनं एकटीनंच माझ्यावर प्रेम केलं... मी अदृश्य आहे का? सकाळी वर्गात येणाऱ्या मुली सगळ्या मुलांचं चुंबन घेतात, पण त्या माझ्याकडे बघतही नाहीत... मी एकाकी आहे. खूप एकाकी... मी खूप, खूप, खूप, छान आहे... मी तुम्हांला सांगितलेली प्रत्येक गोष्ट खोटी होती... मी तुम्हांला

सांगितलेली प्रत्येक गोष्ट खरी होती... मी घाबरलो आहे मम्मा... मी घाबरलो आहे, डॅडी... मी घाबरलो आहे उला... अज्ञात पळपुटा... आयुष्याला दगा देणारा अज्ञात...'

उशीर न करता मी एलिफला गाठलंच पाहिजे. तिच्या मोबाइलवर निरोप पाठवला पाहिजे. त्याच्याकडे मोबाईल फोन नाही हे त्याला आठवतं. मोबाईल म्हणजे जगाशी दुवा. तुम्ही कुठेही असा. ते तुम्हांला शोधतील. जॅन मासेमारीहून परत आला की मी त्याचा फोन वापरेन. त्याची काही गरज नाही. मी गास्ट हाऊसवरून फोन करेन. अगदी छोटा संदेश: 'तुला यायचं कारण नाही. मी छान आहे.'

मुलगा त्याच्यापुढे चालता चालता खडकांत दिसेनासा होतो. तो त्याचा नेहमीचाच लपंडावाचा खेळ आहे. पण आजच्या संध्याकाळी मात्र डेनिज गडबडतो. त्याला त्याच्या मुलाबद्दल काळजी वाटते. 'बिजोर्न' तो हाक मारतो. ''बिजोर्न, प्लीज बाहेर ये. मी खेळत नाही आहे.''

'बिजोर्नला गमावणं... आपण शेवटी भेटलो तेव्हा डॅड तुम्ही मला विचारलं होतंत की, मुलगा गमावणं म्हणजे काय ते मला माहीत आहे का? तुम्हांला त्रास होत होता, तुम्ही दु:खी होतात. माझ्यासुद्धा लक्षात आलं. तुम्हांला माहीत आहे की मी असंवेदनशील आहे असं तुम्ही म्हणता. एक क्षण तर मला असंसुद्धा वाटलं की, तुम्हांला मी करायला हव्या असलेल्या गोष्टी कराव्यात, तुम्हांला मी जे बनायला हवं आहे ते बनावं आणि पुन्हा प्रयत्न करावा. तरीही मला युद्ध वार्ताहर म्हणून पाठवताना तुमचा मुलगा गमावण्याचा धोका तुम्ही लक्षात घेतला नाही का? मला जेव्हा ते आणखी सहन होईनासं झालं आणि मी परत आलो तेव्हा माझ्याकडे हेटाळणीने बघत तुम्ही तुच्छतेनं म्हणाला होतात, 'ही नोकरीसुद्धा जमली नाही का?' डेनिज नावाच्या इतरांसारखा मी होऊ शकलो नाही या वास्तवाचा तेव्हा शोक केलात?'

''बाहेर ये, बिजोर्न, बाहेर ये. उशीर झाला आहे बघ. डॅडी आता घरी चालले आहेत.''

खडकामागे लपलेल्या जागेवरून मुलगा हसत बाहेर आला. ''मी डॅडींना घाबरवलं, मी डॅडींना घाबरवलं!''

''मला पुन्हा घाबरवू नकोस. डॅडींना आणखी इतर मुलं नाही आहेत.

आणि आपल्याला लांडग्यांसारखी भूक लागली आहे. आपण सरळ घरी जाऊ या आणि जेवू या. आपल्यासाठी बेस्तेमोरनं काय केलं आहे ते बघू या.''

हळूहळू अंधारणाऱ्या समुद्रातल्या, बंदराकडे येणाऱ्या बोटीकडे मुलगा निर्देश करतो. ''बघा, आपली बोट आली. चला, आपण जाऊन कोणी प्रवासी आले आहेत का बघू या.''

हा आहे दुसरा खेळ. बेट आणि मुख्य भूमी यांना जोडणाऱ्या बोटीतून बिजोर्नच्या कल्पनेतली जी रहस्यमय, अनोळखी माणसं उतरणार आहेत त्यांची वाट पाहण्याचा खेळ. डेनिजला माहीत आहे की, लहान मुलगा खरी वाट बघतोय ती राजकन्या उलाची... त्यांनी निर्मण केलेल्या परीकथेच्या जगात उलाला त्यांच्याशिवाय खूप चुकल्यासारखं वाटेल, मग एक दिवस ती तिच्या ताऱ्यावरून खाली उतरून पृथ्वीवर परत येईल. विशेषत:, थंडीच्या काळात जेव्हा लवकर काळोख होतो तेव्हा शेवटच्या फेरीत बोट एकतर रिकामी परतते किंवा काही उशीर झालेले खेडूत बोटीवरून खाली उतरतात. फार क्वचित प्रवास चालू ठेवणं झेपणार नसल्यामुळे रात्रीचा मुक्काम बेटावर करायला आलेले एक दोन बाहेरचे परके लोक असतात. उन्हाळ्याच्या मोसमात विशेषत: या वेळी जास्त जण बोटीवरून उतरतात. ते गेस्टहाऊसमध्ये राहतात. यामुळे मुलाचं मात्र समाधान होत नाही. ''आपल्याकडे कोणी का येत नाही, डॅडी?'' तो विचारतो. त्याचा उंच पट्टीतला कोमल आवाज निराशा, एकाकीपणा आणि दु:ख यांमुळे कापतो.

''आपलं बेट खूप लांब आहे. इथे येण्याइतकं प्रत्येकजण शूर नसतं. म्हणून.''

''मग तुम्ही कसे आलात, डॅडी? तुम्ही खूप शूर आहात? तुम्हांला चाच्यांची किंवा सैतानाची भीती वाटली नाही, हो ना?''

''नाही, मी घाबरत नव्हतो, पुत्रा.''

त्याला काय सांगू की मी घाबरत होतो. मी म्हणजे भीतीनं वळलेली गुंडाळी होतो जी घरंगळत या भागात आली; की मी इथे आहे कारण मी घाबरलो होतो?

प्रत्यक्षात कसा आलो मी इथे? माझी भीरुता, माझं थकलेपण, माझं सोडून देऊन पळून येणं हे मी त्याला कसं सांगू शकणार आहे? मी आयुष्याला दगा देऊन पळालेला माणूस आहे हे मी त्याला कसं समजावू शकेन? आत्महत्या करण्यापूर्वी गेस्ट हाऊसच्या भिंतीवर त्या म्हाताऱ्या माणसानं लिहून

ठेवलं होतं, 'युद्धापासून पळणं हे आयुष्यापासून पळण्यापेक्षा सोपं होतं.' अज्ञात सैनिक नाही, तर अज्ञात पळपुटा, आयुष्याशी दगाबाजी करणारा...

मुलगा धक्क्याकडे धावतो. टोपलीवाली बाई प्रथम खाली उतरते. नंतर बेटावरचे दोन विद्यार्थी. ते बहुधा परीक्षेहून परत येत असावेत. नंतर... बिजोर्न एकदम जागच्या जागी थांबतो. बोटीत अजून एक प्रवासी आहे, परदेशी, अखेर एक खराखुरा परदेशी!

मुलाला घेण्यासाठी डेनिज धक्क्याकडे येतो आणि संधिप्रकाशात त्याला कळून चुकतं की, आलेला प्रवासी एक स्त्री आहे. जीन्स आणि फिकट रंगाचा टी शर्ट घातलेल्या त्या स्त्रीनं खांद्याला एक मोठी बॅग अडकवली आहे आणि ती धक्क्याकडे काळजीपूर्वक चालत येत आहे.

ती चाल आणि ती बॅग कुठेतरी मला माहीत आहे; जशी ती टोपलीवाली बाई तिचा चेहराही न बघता मला दुरूनही ओळखता येते. क्षणार्धासाठी – तो अतिसूक्ष्म, छोटा आणि अनंतापर्यंत लांब क्षण एखादा माणूस काय आहे, त्याचे अनुभव, भावना आणि विचार यांत भरून गेला आहे – त्यानं काय करायचं याचा तो विचार करतो.

खूप उशीर झाला आहे. अजून भारावल्याप्रमाणेच पूर्ण स्तब्ध उभ्या असलेल्या मुलाजवळून पुढे जाताना, त्याच्याकडे जराही लक्ष न देता, एवढंच काय, त्याचं अस्तित्वच न समजता ती स्त्री निश्चयपूर्वक डेनिजकडे चालत राहते. बंदरावरच्या पिवळ्या दिव्यांमुळे तिचा चेहरा फिकट दिसतोय आणि त्यावरच्या रेषा अधिक खोल. तिच्या ओठांवर एक खोटं हास्य रेंगाळत आहे, डेनिजच्या ते खूप ओळखीचं आहे, ज्याच्यापासून तो सावध असतो आणि जे त्याला मुळीच आवडत नाही.

ते हसू म्हणजे एलिफची असुरक्षितता, तिचं भय आणि चिंता हे लपवणारा बुरखा आहे, हे त्याला कळत नाही आणि जाणवतही नाही. या स्त्रीचं हृदय किती वेड्यासारखं धडधडत आहे, दात घट्ट आवळून धरल्यामुळे जबडा खूप दुखत आहे, इथे येण्याचा निर्णय घेण्यासाठी किती रात्री झोपेविना काढल्या आहेत आणि मागच्या मागे पळून जाण्याची इच्छा दडपण्यासाठी तिला केवढे प्रयत्न करावे लागत आहेत, हे त्याला जराही माहीत नाही.

''टोपलीवाली बाई वीस वर्षांत जराही बदलली नाही आहे,'' जणू काही ते थोड्या वेळापूर्वी खूप काळ गप्पा मारत होते अशा तऱ्हेने सहज, नैसर्गिक

आवाजात एलिफ म्हणते. ''हे खरंच सैतानाचं बेट असलं पाहिजे जिथे झोंबी राहतात. बरं, कसा आहेस तू?''

तिचा आवाज कापतो आहे आणि ते थंड हसू मावळून तिचा चेहरा उदास झाला आहे. हे त्याच्या ध्यानात येतं.

''आई!'' तो चकित होऊन घुटमळत म्हणतो.

''मग, कसा आहेस तू,'' टेलिव्हिजनवरच्या मालिकांतून वापरतात तशा नेहमीच्या आवाजात तिनं विचारलं. चांगला प्रश्न. मी कसा आहे? हो, खरंच झोंबी राहतात त्या सैतानाच्या बोटावर मी कसा आहे?

टोपलीवाली बाई वीस वर्षांत बदलली नाही आहे. तेवढं खरं आहे. नेहमी तीच स्त्री आहे का, का ही तिची मुलगी आहे? आपल्याला याबद्दल कधीच कुतूहल वाटलं नाही याचं डेनिजला आता आश्चर्य वाटतं. हलक्या, ताज्या रंगात रंगवलेली छोटी लाकडी घरं, दोन्ही बाजूला मासेमारीच्या जाळ्यांचे ढीग असलेला धक्का, बेटाला मुख्य भूमीच्या संपर्कात ठेवणारं, एक पूल आणि धुराडं असलेलं छोटुकलं जहाज, खांद्यावर टोपल्या घेतलेल्या स्त्रिया, दाढीवाले, ढेरपोटे कोळी, वर चढाच्या दरडी आणि जुन्या किल्ल्याचे अवशेष... जिचा फारसा विचार करायचं कारण नाही अशा तऱ्हेची आहे ही जागा; जिथे माणसं त्यांचं नैसर्गिक, सरधोपट, काहीच न घडणारं संथ आयुष्य जगतात आणि त्याच नैसर्गिक प्रकारे मरण पावतात. तसंच तर असलं पाहिजे, मला तसंच तर असायला हवं आहे... याचा अर्थ मी मजेत आहे...

इतक्या वर्षांनंतर तो त्याच्या लहानपणच्या सैतानाच्या बेटाकडे कशामुळे ओढला गेला याचं तो नवल करतो. नशिबामुळे? काहीतरी मूर्खपणा! आपण उचललेली पावलं आणि निवडलेले रस्ते यापेक्षा नशीब वेगळं काय असतं? कदाचित त्याला योगायोग म्हणणं योग्य ठरेल. हो, फक्त एक योगायोग. एक प्रसिद्ध युद्ध वार्ताहर आणि पत्रकारितेतलं महत्त्वाचं नाव असलेल्या, वडलांच्या घनिष्ट मित्राबरोबर काम करायला म्हणून तो इराकला गेला, तेव्हा इतकी वेडीवाकडी वळणं घेत तो उत्तर समुद्रातल्या या बेटावर येऊन पोहोचणार आहे, हे त्याला माहीत नव्हतं. तो इराकला गेला म्हणण्यापेक्षा त्याला तिथे पाठवलं गेलं म्हणणं अधिक रास्त ठरेल. युद्धाचं छायाचित्रण ही त्याच्यासाठी योग्य नोकरी ठरेल ही कल्पना त्याच्या वडलांची. ती त्याची स्वत:ची निवड

नव्हती. ओमर त्याच्या मित्राला म्हणाला होता, 'डेनिजला तुझ्याबरोबर इराकला पाठवू या. लाल फितीच्या कार्यवाहीचं – व्हिसा, ओळखपत्र आणि इतर गोष्टींचं मी बघून घेईन. त्याच्यासाठी ही एक नवी सुरुवात ठरेल. या कामाविषयी तो तुझ्याकडून शिकेल. डेनिज चांगला फोटोग्राफर आहे. माझा माझ्या मुलावर विश्वास आहे.'

त्याचे वडील खोटं बोलत आहेत हे त्याला माहीत होतं, ज्याची त्याला आठवणही काढायची नाही. त्या भयानक दिवसांनंतर वडलांचा त्याच्यावर जराही विश्वास नव्हता आणि वाईट गोष्ट ही की, त्यांचा विश्वास नसायला कारणंही तशीच होती. डेनिजला लाज वाटत होती आणि जायची इच्छाही नव्हती; पण तो नाही म्हणू शकला नाही. शिवाय त्यात त्याचा काहीच तोटा नव्हता.

ते असे दिवस होते की जेव्हा त्याची बेफिकिरी आणि आळस हे अपयशात बदलले; अपयश संपूर्ण निराशेत, निराशा भीतीमध्ये आणि भीती शरमेमध्ये रूपांतरित झाली. तो अगदी एकटा, अक्षम आणि टोकाला पोहोचलेला होता. त्यानं स्वत:साठी एक स्वप्नभूमी निर्मिली होती. त्या जगात तो यशस्वी, विलक्षण हुशार आणि सर्वोत्तम होता. तिथे तो त्याच्या आईला हवं ते सर्व होता आणि वडलांच्या सर्व अपेक्षांप्रमाणेही होता. तिथे त्यानं सर्वांना मागे टाकलं होतं, एखाद्या जातिवंत, खास जोपासलेल्या माणसाप्रमाणे त्यानं आघाडी घेतली होती, आणि टाळ्यांच्या गजरात तो शिखरावर पोहोचला होता. जिथे स्वप्नं खोट्याबरोबर मिसळली जातात आणि जिथे या दोन्हींच्या सीमारेषा ठरवता येत नाहीत ते काल्पनिक जग हेच त्याचा एकमेव आसरा बनलं होतं. त्या जगात त्याला मित्र होते, कल्पनेतलेच. त्यांचं त्याच्यावर प्रेम होतं, ते त्याची स्तुती करत. तो त्यांच्याबरोबर सहलींना जाई, काल्पनिक सहली, ज्या त्यानं कधीच केल्या नाहीत. त्या जगात त्याला एक छोटीशी, सुंदर मैत्रीण होती, जिच्याबरोबर तो हातात हात घालून चालायचा; जिच्या उबदार ओठांचा स्पर्श त्याला त्याच्या ओठांवर जाणवायचा. कोणीतरी त्याच्यावर प्रेम करणारं, त्याला गंभीरपणे घेणारं – जे त्याची चेष्टाही करायचं नाही किंवा तुच्छतेनेही वागवायचं नाही. अशी मैत्रीण जी कधीच अस्तित्वात नव्हती, जी त्याच्या स्वप्नांशिवाय कुठेच राहत नव्हती.

त्यानं ज्यांचा आवडता बनलं पाहिजे आणि ज्यांचा प्रिय बनण्यासाठी प्रयत्न केले पाहिजेत अशी माणसं नसती आणि त्यानं जग जिंकावं अशी

अपेक्षा करणाऱ्या माणसांचा वेढा त्याला पडला नसता तर तिथे खोटेपणाही आला नसता. ती असत्यं निरागस होती, ती स्वप्नांचंच प्रकटीकरण आणि रूप होती. जागेपणीच्या त्या स्वप्नभूमीत तो एका आनंदापासून दुसऱ्याकडे, एका प्रेमाकडून दुसऱ्याकडे आणि एका यशापासून दुसऱ्या यशाकडे जाताना त्याच्या चेहऱ्यावरचं बालीश हसू त्याला काहीसा मूढपणाचा भाव देई, त्यावेळी त्याची पावलं पिसासारखी तरंगत आणि त्याचं हृदय एक निरभ्र निळंभोर आकाश असे. मग एक दिवस जेव्हा चूक आणि बरोबर, खरं आणि खोटं यांचे तराजू हातात घेऊन बसलेल्या उद्दाम राजे आणि युवराज यांच्या वारातून त्याला या दुष्ट जगाकडे परतायला लागलं तेव्हा त्याला कळतं की, तो प्रत्यक्षात काहीच नव्हता तर त्याच्या स्वप्नसृष्टीत हरवलेला एक रेन-मॅन होता आणि नाटकाच्या अखेरीचा पडदा आता पडला आहे; मग त्यानं बेफिकिरी, असंवेदनशीलता आणि मौन यांचं चिलखत संरक्षणासाठी चढवलं. या चिलखताला भेदून त्याच्या हृदयापर्यंत काहीच पोहोचत नव्हतं. आता त्याच्यावर कशाचाच परिणाम होत नव्हता.

जेव्हा सत्याला सामोरं जायची वेळ आली, तेव्हा त्यानं बर्फासारख्या आवाजात म्हटलं, 'आजपर्यंत मी तुम्हांला माझी जी कर्तबगारी सांगितली, त्या निव्वळ थापा होत्या.' तेव्हा त्यांचा त्याच्यावर विश्वास बसला नाही हे बघून त्याला आश्चर्य वाटलं होतं. उलट, त्यांना आश्चर्य वाटलं होतं की, तो इतका शांत, दूरस्थ आणि परका कसा राहू शकतो. त्याने सायकॉलॉजिस्टला भेटावं असा आग्रह जेव्हा त्याच्या आईनं धरला तेव्हा त्यानं विरोध केला नाही. आपल्या कोषात जायची गरजही त्याला वाटली नाही. शेवटी तो रिकामाच होता. ते एक बिनशेवटाचं, बिनबुडाचं काळं विवर होतं ज्यात सगळ्या भावना, दुःख आणि आनंदही गिळून टाकला जाई. मला खरंच काही वाटत नव्हतं, का मी माझ्या भावना फक्त दडपून टाकत होतो? नाही, मला काहीच वाटत नव्हतं, मी आतून पूर्णपणे रिक्त होतो.

ज्याच्याकडून चमत्कार घडेल अशी त्याच्या आईला आशा होती, त्या शेवटच्या सायकॉलॉजिस्टनं सांगितलं होतं, 'हा तुझा सेफ्टी वॉल्व आहे, तुझी संरक्षण यंत्रणा आहे. जर तुला कुठलीही भावना जाणवली तर तू ती सहन करू शकणार नाहीस. या तऱ्हेने तू स्वतःचं रक्षण करतोस. तुझी जिवंत राहण्याची उपजत इच्छा अजून लढत आहे. ही चांगली गोष्ट आहे.'

जिवंत राहायचं, तणासारखं, झाडांसारखं, फुलांसारखं, शेतातल्या

उंदरांसारखं, मांजरासारखं, कासवासारखं किंवा माशासारखं जिवंत राहायचं... निसर्गाचा, जीवनाचा, विश्वाचा एक संतुलित भाग म्हणून जिवंत राहायचं. त्याला माहीत होतं की, जीवनाचं हे तत्त्वज्ञान त्यानं निवडलं नव्हतं तर स्वीकारलं होतं आणि जणू काही स्वत:चीच निवड असल्याप्रमाणे तो त्यावरून तलवारीच्या पात्यावरून चालल्याप्रमाणे चालत होता. अजूनही एकटा, कोणालाही काहीही न सांगता...

एखाद्या नामोहरम झालेल्या सैन्याच्या जखमी, पराभूत सैनिकाप्रमाणे तो जिथे त्यांनी त्याला पाठवलं होतं त्या परदेशी युनिव्हर्सिटीच्या शहरातून घरी परतला. घर काय होतं? माझी आई, माझे वडील, मांजर, घरातली झाडं, न वाचलेल्या पुस्तकांनी भरलेली शेल्फं आणि तो सगळ्यात दुखावला गेला ते, त्यांनी त्याला कधीही परतल्याबद्दलची उत्तरं मागितली नाहीत यामुळे. त्याला मानसिक त्रास झाला आणि शरम वाटली ती त्यांनी त्याच्यावर रागावण्याऐवजी आणि आरोप करण्याऐवजी त्याला समजूतदारपणा आणि काळजीच्या वर्षावात बुडवून टाकल्यामुळे. तो त्यांची घोर निराशा केलेला, त्यांचा काहीच न जमणारा मुलगा नव्हता, तर एक हरलेलं आजारी मूल होतं. त्याची आई जी नेहमी त्याच्यातले दोष काढायची, जिला अजून काहीतरी हवं असायचं, जी जास्त यशाची अपेक्षा बाळगायची ती आता गप्प झाली आणि त्याच्याकडे विचारात पडलेल्या, ओल्या नजरेनं बघायची. त्याचे वडील असं वागायचे, जणू काही झालंच नाही आहे; कित्येक वर्षं बाहेरदेशी शिकायला असलेला त्यांचा मुलगा जणू काही शिक्षण पूर्ण करून, यशस्वी होऊन परतला आहे आणि आता नोकरीच्या शोधात आहे. तो तळाला गेला होता. त्याच्या कुटुंबानं एका मोठ्या असत्यात भाग घेतला होता. एका वाईट लिहिलेल्या नाटकातली आपली भूमिका चांगली वठावी असा प्रयत्न करणाऱ्या अभिनेत्यांसारखे ते होते.

जेव्हा ओमर अजिबात खऱ्या न वाटणाऱ्या, खेळीमेळीच्या आवाजात विनोद करत म्हणाला, 'ठीक आहे, आम्ही समजू शकतो की तुला नोबेल प्राइज मिळणार नाही, पण निदान तुझ्या कॅमेऱ्यानं तू जगातल्या यातनांचा साक्षी तरी होऊ शकशील.' तेव्हा डेनिजला सुटका झाल्यासारखं वाटलं. त्याच्या हृदयावर ओझं लादणारा सगळा उदासपणा, भ्रमनिरास आणि दगा दिला गेल्याची भावना त्याच्या शब्दात साचून आली होती. कदाचित त्याच्या वडलांनी नेमके हेच शब्द म्हटले नसतील. नाही, वडील इतके दुष्ट नव्हते. पण

तरीही त्यांचे शब्द काहीसे याच प्रकारचे होते. कुठल्याही बाजूनं पाह्यलं तरी एकच अर्थ निघत होता, त्याला टाकून देण्यात आलं होतं. अजून एक नवं असह्य ओझं जे त्यानं ताबडतोब त्याच्या कृष्णविवरात ढकलून टाकलं. तो म्हणू शकला नाही, 'मला या जगाच्या वेदनांचा पुरावा द्यायचा नाही आहे. वेदनांना साक्षी होता येत नाही. वेदनेशी फक्त लढता येतं – आणि अशा लढाईला मी तयार नाही, मी कुठल्याच लढाईला तयार नाही.' एक क्षण त्यानं अशीही कल्पना केली की, तो त्याच्या स्वप्नसृष्टीत परत जाऊ शकेल आणि यशस्वी होईल; तो एक आंतरराष्ट्रीय कीर्तीचा युद्ध छायांकनकार होईल. पण वास्तव समोर येताच एका क्षणातच या चित्राच्या ठिकऱ्या ठिकऱ्या झाल्या. त्याची आई म्हणाली नव्हती का, 'जर दुसरं काहीच शक्य नसेल तर जा आणि मानवी चिलखत हो?' नाही, नाही, आया अशा गोष्टी म्हणत नव्हत्या. मनीआई असं कधीच म्हणणार नाही. नाही, तिनं असं काहीच म्हटलं नाही. पण तिच्या मनात हा विचार तरळला याबद्दल माझी स्वत:च्या कानांनी ऐकल्याइतकी खात्री आहे.

विजय का मृत्यू ... जरी शेवटाला मृत्यूच असला तरी विजय हेच ध्येय ठेवा. अयशस्वी मुलापेक्षा मुलगा मृत असणं त्यांना मान्य होतं. त्यांच्या दृष्टीनं योग्य असलेल्या कारणांसाठी – विज्ञान, क्रांती, शांती किंवा जी काही असतील ती – दिला गेलेला मुलाचा बळी म्हणजे मुलगा गमावणं नाही; पण आता त्यांच्या नजरेत आणि भावनेत मी त्यांचा गमावलेला मुलगा आहे.

तो अतिशयोक्ती करतो आहे आणि त्याच्या अंतर्मनाला त्याची जाणीव आहे. पण अतिशयोक्तीमुळे त्याला अपमान, अपराधी भावना आणि शरम यांपासून मुक्ती मिळते. इतरांना दोष दिल्यामुळे त्याच्या अपमानाचं क्रोधात, अपराधी भावनेचं बळी गेल्याच्या भावनेत आणि शरमेचं आत्मविश्वासात रूपांतर होतं.

जेव्हा आम्ही अजून अर्ध्या चड्डीतच होतो तेव्हा आम्ही वाया गेलेलो नव्हतो. पाठांतर करून घेणाऱ्या खाजगी संस्थांमध्ये आम्हांला खेचलं जायचं आणि सर्वोत्कृष्ट शाळांच्या प्रवेश परीक्षेसाठी आम्हांला न थांबता, झोपू न देता अभ्यास करायला लावला जायचा. सगळ्यात अभिमानास्पद संस्थेत सगळ्यात यशस्वी ठरण्यासाठी आम्हांला शर्यतीच्या घोड्यासारखं प्रशिक्षण दिलं जायचं कारण आम्ही त्यांची आशास्थानं होतो. 'तुझ्यासारख्या मुलांवर खूप कष्ट घेतले आहेत आणि तू त्याचं चीज केलं पाहिजेस. तुम्ही खूप नशीबवान, आपोआप

खूप लाभ मिळालेली मुलं आहात, विशेषत: आपल्यासारख्या समाजात तर खूपच,' एलिफ म्हणायची. ती तिच्या स्वत:च्या विद्यार्थ्यांची उदाहरणं द्यायची. कुठल्याच सोयी न मिळालेल्या, खालच्या वर्गातल्या मुलांबद्दल – ज्यांच्यासाठी कोणीच प्रयत्न केले नाहीत, ज्यांनी अतिशय प्रतिकूल परिस्थितीत अभ्यास करून यश मिळवलं, त्यांची काहीशी हेवायुक्त स्तुती करायची. त्याला अजून आठवतं की, नेहमी कानावर पडणाऱ्या या शब्दांनी त्याला लहान असतानासुद्धा किती निराश वाटायचं.

अर्थातच त्याची आई म्हणाली तसं त्याला नगण्य व्हायचं नव्हतं. कोणाला तसं वाटेल? पण तरीही नगण्य होणं म्हणजे काय ते त्याला समजलं नव्हतं. ज्याला ते 'यश' म्हणायचे ते आपोआप आलं असतं तर बरं झालं असतं, पण त्यासाठी स्पर्धेत उतरायची त्याला इच्छाही नव्हती आणि त्याच्याकडे तेवढी शक्तीही नव्हती. आईवडलांना सुखवण्यासाठी आणि त्यांची मर्जी मिळवण्यासाठी आवश्यक असलेले उच्च गुण मिळावेत म्हणून त्यानं खूप अभ्यास केला, सगळं पाठांतर केलं. पण तरीही त्याच्या प्रयत्नांची त्यांनी नेहमीच हेटाळणी केली; त्यांना आणखी चांगलं प्रगतिपुस्तक हवं असायचं. एलिफ आणि ओमर एरेनच्या मुलाकडून त्यांना जास्त अपेक्षा होत्या, असं शाळेतले शिक्षकसुद्धा म्हणायचे. सुरवातीला त्याला हे समजू शकायचं नाही, नंतर त्याला ते क्रूर आणि अन्याय्य वाटायला लागलं आणि त्यानं त्याविरुद्ध बंड पुकारलं.

एलिफ म्हणायची, 'खूप महत्त्वाकांक्षा ही चांगली गोष्ट नाही. पण महत्त्वाकांक्षाच नसेल तर माणूस आळशी आणि निरुत्साही बनतो आणि स्वत:ला यशापासून दूर ठेवतो.' मला महत्त्वाकांक्षा नव्हती, अभिलाषा नव्हती. मल कधीच इतरांपेक्षा चांगलं व्हायची इच्छा नव्हती. कदाचित मला जमणार नाही हे मला माहीत असेल, कदाचित मला स्वत:वर जबरदस्ती करायची नसेल किंवा माझ्यात तेवढी शक्ती नसेल. मला सर्वोत्तम ठरायची इच्छाच नव्हती. मला सर्वांत जास्त हवं होते ते माझ्यावर प्रेम केलं जाणं. मला माझ्यावर प्रेम करणारे मित्र हवे होते, आणि माझ्याकडे लक्ष देणाऱ्या मुली हव्या होत्या. मला माझं एकुलतं एक छोटंसं आयुष्य प्रेम आणि सुखानं ओत:प्रोत भरून शांतपणे जगायचं होतं.

सगळ्यात महागडी आणि अतिशय आधुनिक अशी फोटोग्राफीची साधनं घेऊन तो नरकाची अवस्था प्राप्त झालेल्या इराककडे निघाला तेव्हा युद्धाचे

सुरवातीचे दिवस होते. खूपच साधे कॅमेरे वापरणाऱ्या व्यावसायिक वार्ताहरांबरोबर वावरताना त्याला त्याच्या वडलांनी घेऊन दिलेल्या किमती साधनांचा संकोच वाटे. लवकरच बगदादवर बॉम्ब टाकले जातील अशी त्यांची अटकळ होती. काही जणांना ते युद्ध वाटलं. काही जणांसाठी ती चढाई होती. तर डेनिजसाठी तो नरक होता. इराकमधल्या युद्धाबद्दल जग अजून बोथट झालं नव्हतं. ही आग विझवता येईल, हा मूर्खपणा थांबवता येईल अशी अजून आशा वाटत होती. जगभरातून 'इराकवर हल्ला नको', 'इराकमध्ये युद्ध नको' अशा घोषणा उठत होत्या. अनेक युरोपिअन देशांतून तरुण माणसं बगदादच्या संरक्षणासाठी, निदान प्रतीकात्मक संरक्षणासाठी, किंडरगार्टन, शाळा, हॉस्पिटल आणि तेलशुद्धीकरणाच्या जागा यांना मानवी आच्छादन देण्यासाठी आली होती. तो त्यांच्या मुलाखती घेण्यासाठी गेला असताना जर त्याला तो उत्तम इंग्रजी जाणणारा, थकल्या नजरेचा, पांढराफटक अल्बिनो तरुण भेटला नसता, तर तो आज दुसरीकडेच कुठेतरी असता. हा योगायोग होता का नशीब?

बातमी तयार करण्यासाठी तो सुरवातीला एका खूपच तरुण इंग्रज मुलीशी बोलला होता. पण त्याच्या लक्षात आलं की, त्यांच्या तारा जुळत नव्हत्या आणि मुलाखत भरकटतच होती. बंदुकीच्या गोळ्यांनी चाळणी केलेल्या भिंतींच्या, मोडक्या खिडक्यांच्या आणि एका खाटेवर तीन तीन जखमी मुले असलेल्या हॉस्पिटलच्या दारात ते उभे होते. तिथे अत्यावश्यक औषधांची वानवा होती आणि भूल न देता शस्त्रक्रिया होत होत्या. चेहऱ्यावर काहीसे हेटाळणीचे भाव असलेला आणि विझल्या नजरेचा तो अल्बिनो तरुण पायऱ्यांवर बसून त्यांचं निरीक्षण करत होता, हे त्याच्या लक्षात आलं होतं. कॅमेरा त्याच्याकडे वळवून हातात मायक्रोफोन घेऊन डेनिज त्याच्याकडे गेला आणि तो तरुण या परदेशात काय करत होता आणि कशासाठी, असा त्यानं त्या तरुणाला प्रश्न केला.

तो मुलगा म्हणाला, ''सरळ आहे. लोक मारले जाऊ नयेत आणि परिसराचा नाश होऊ नये, म्हणून मी इथे आहे. माझ्या सदसद्विवेकबुद्धीसाठी मी इथे आहे आणि सगळ्यात महत्त्वाचं म्हणजे, मी इथे असणं योग्य आहे असं मला वाटतं, म्हणून मी इथे आहे. तुला या गोष्टींची काळजी वाटत नाही का?''

''मी फोटोग्राफर आहे. युद्ध वार्ताहर होण्याचं मी प्रशिक्षण घेत आहे.''

''तू कुठल्या देशाचा आहेस?''

''तुर्कस्तान.''

''इथे तुझ्या देशातले तरुणही आहेत आणि मी ऐकतो त्यावरून तुझ्या इथल्या शांतिदूतांनी या घाणेरड्या युद्धात सहभागी होण्यापासून तुर्कस्तानला रोखलं आहे.''

मायक्रोफोन बंद करून काहीशा शरमेच्या आणि अपुरेपणाच्या भावनेनं डेनिज पुटपुटला होता, 'मीही युद्धविरोधी सभांना गेलो होतो. पण मी कुठल्याही चळवळीचा सभासद नाही.' हे म्हणताना अशा सभांना उपस्थित न राहिल्याबद्दल त्याला विषाद वाटला होता.

जेव्हा सद्दामची वाणी त्याच्या लोकांना संपूर्ण विजयाची ग्वाही देत असायची त्या दिवसांच्या गुदमरलेल्या तणावपूर्ण रात्री बगदादवर बॉम्ब पडण्याची भीती वाटत असताना त्या नॉर्वेजिअन मुलाशी - ओलाफशी त्याची खूप वेळा दीर्घ संभाषणं झाली. आतून खोलवरून आलेली ऊर्मी - कदाचित एक प्रकारचा विश्वास ह्न जिला ओलाफ माझी सदसद्‌विवेकबुद्धी असं म्हणायचा, तिच्यामुळे सुरू झालेला ओलाफचा कधीच न संपणारा प्रवास त्याच्यावर प्रभाव टाकायचा तसंच त्याला चकितही करायचा. या प्रवासानं त्याला, भुकेच्या तावडीत सापडलेल्या एरिट्रिआपासून उपासमार होणाऱ्या मुलांना पळवून जबरदस्तीने युद्धात लढायला आणि मरायला लावणाऱ्या सुदानपर्यंत, जिथे वेगळ्या वंशाचे आणि धर्माचे असल्यामुळे लोक एकमेकांचा खून करायचे त्या बोस्नियापासून हळूहळू ज्वालामुखीत रूपांतर होत असलेल्या इराकपर्यंत, शिवाय आणखी कुठे कुठे कोण जाणे, फिरवलं होतं. आपण एखाद्या थोर तत्त्वासाठी फार मोठा त्याग केला किंवा काही महत्त्वपूर्ण गोष्टींत पारंगत झालो अशा थाटात ओलाफनं या गोष्टी सांगितल्या नाहीत. तो त्यांविषयी बोलला ते जणू काही या गोष्टी एखाद्या साध्या सर्वसामान्य जगण्याच्या दैनिक दिनक्रमाचा भाग होत्या आणि तेही 'मी त्या मुलीबरोबर बाहेर गेलो.' 'ही माझी आवडती बिअर.', 'जग बघणं चांगलं असतं.' 'मी एकदम कंगाल आहे, थोडे पैसे मिळवायलाच हवेत.' अशा पद्धतीच्या सुरात. हिरोगिरी नाही, आपण त्राता असल्याची भाषा नाही, उदात्त कार्याविषयी प्रवचन नाही, बढाया नाहीत - ओलाफ असा जगत होता, ती त्याची जीवनपद्धती होती. ओलाफची बोलण्याची साधी, स्पष्टवक्ती, रसरशीत पद्धत डेनिजला आवडायची. लहानपणापासून आईवडलांच्या मित्रांबरोबर डेनिजला

वाटणाऱ्या दडपणाच्या वातावरणाचा ह्व पराभूत सैनिकांविषयी उदात्त कार्य आणि तेजस्वी क्रांतीबद्दलच्या लंब्याचौड्या चर्चा, त्यांच्या तारुण्याच्या काळाबद्दल आणि भूतकाळाबद्दलचं अनैसर्गिक आणि रोगट आकर्षण, आणि या वाईट जगाविषयीच्या तक्रारी - त्यात मागमूसही नव्हता. त्याला ओलाफ आवडू लागला होता. त्याच्या आत वाढत जाणाऱ्या पोकळीवर, वैफल्याच्या आणि क्षुद्रतेच्या त्याच्या भावनेवर ओलाफ जणू मलमपट्टी होता.

त्या प्रसिद्ध युद्ध वार्ताहराच्या मागे दक्षिणेत इराणी आखाताकडे जाताना ओलाफला बगदादमध्ये मागे सोडून जाणं डेनिजच्या जिवावर आलं होतं. आता वाळवंटात त्याला अतिशय एकटं वाटणार होतं. त्याचा कॅमेरा अधिकाधिक जड होत होता. तशीच आजूबाजूची प्रत्येक गोष्टही. त्याच्या मनाला आणि हृदयाला ते सर्व अति वाटत होतं, झेपेनासं झालं होतं. कॅमेरा वाहून नेणं कठीण नव्हतं, पण त्यात उतरवलेल्या प्रतिमा अतिशय जड वाटत होत्या.

आपल्या एकुलत्या एक मुलाला सर्वोत्कृष्ट कॅमेरा आणि फोटोग्राफीची साधनं देऊन ओमरनं रणभूमीच्या केंद्रस्थानी - रक्तरंजित आगीसारख्या महाभयंकर वाळवंटात पाठवलं तेव्हा त्याचं मुलावर प्रेमच होतं, यात काहीच शंका नव्हती. मला त्यांच्या प्रेमाबद्दल कधीच शंका नव्हती, पण मला ते समजायला जड जात होतं. ते आतमध्ये वळलेलं प्रेम नव्हतं ज्यामुळे त्यांच्या हृदयाला ऊब वाटेल आणि मी जगतोय, मी अस्तित्वात आहे यातच त्यांचं सुख असेल. ते बाह्यगामी प्रेम होतं जे इतरांकडून मान्यतेसाठी सादर केलं गेलं आणि जे माझ्या कर्तबगारीबद्दल त्यांना वाटणाऱ्या अभिमानावर पोसलं गेलं असतं. ज्या प्रेमाला मी इजा केली होती आणि संपवलं होतं ते प्रेम मी पुन्हा पुनरुज्जीवित करावं आणि वाढवावं यासाठी मला बगदाद आणि इराकी वाळवंटात पाठवलं गेलं होतं. अर्थात, त्यांनी या दृष्टीने पाहिलं होतं असं म्हणणं न्याय्य ठरणार नाही. मी त्यांना केलेल्या जखमा बऱ्या व्हाव्यात, त्यांचं त्यांच्या मुलावरचं प्रेम वाढावं आणि त्यांना पुन्हा त्याच्यावर विश्वास टाकता यावा एवढंच त्यांना हवं होतं. मी हे जाणतो.

तिथे खूप रक्तपात होता. मी इतकं रक्त, यातना, भीती आणि मृत्यू पाहिला. डोळे फोडलेले गुलाम केलेले, अनाथ, दयनीय, अपमानित केलेले लोक ज्यांना भिंतीशेजारी उकिडवं बसायला लावलं गेलं. काटेरी तारेच्या कुंपणापलीकडे फेकलं गेलं, त्यांच्या छातीपर्यंत पोहोचतील अशा काळ्या

गोणपाटाच्या बुरख्यांनी त्यांचं डोकं झाकलं गेलं... आपल्या बाहूंत स्वत:ची मृत मुलं घेतलेल्या माता आपल्या रक्तरंजित चादरीचं आणि फाटक्यातुटक्या कपड्यांचं कफन करू बघत होत्या... मृत मांजरी, कुत्रे, मृत पक्षी आणि मेलेली झाडे वास मारणाऱ्या कचऱ्यात मिसळून रस्त्यावर रचलेले ढीग... जळणारी शहरं, कोसळणारी घरं, जमीनदोस्त इमारती, बंदुकीच्या गोळ्यांनी चाळण झालेली साधीसुधी मातीची घरं, प्रेतं तरंगत असलेली तळी... मानवी हृदयाच्या सहनशक्तीपलीकडचं मी पाहिलं. पण मी आतून पूर्णत: रिता होतो. मी फक्त तिऱ्हाईतपणे बघायचो, प्रतिक्रिया न देता. त्या सायकॉलॉजिस्टने म्हटल्याप्रमाणे हे सारंसुद्धा मी माझ्या बिनतळाच्या कृष्णविवरात ढकललं. ज्यांना आशा वाटते, ज्यांच्याजवळ काही गमावण्यासारखं आहे, फक्त तेच घाबरतात. मला भीती वाटली नाही. मी फोटो घेण्यासाठी त्यांच्या अगदी जवळपर्यंत जायचो. खूप धाडसी, खूप महत्त्वाकांक्षी युद्ध वार्ताहरांपेक्षा मृत्यूच्या प्रदेशाच्या कितीतरी जास्त जवळ मी गेलो. मी नाकाने त्याचा वास घेतला, कानांनी तो ऐकला. रक्त आणि हिंसेनं थक्क होणाऱ्या, स्वत:च निर्माण केलेल्या हिंस्रता आणि मृत्युसत्राकडे बघायचा शीण न येणाऱ्यांचं आणि या जमावांना सतत रक्तपुरवठा करून त्यावर स्वत:ला पोसणाऱ्या प्रसारमाध्यमांचं समाधान करण्यासाठी मी कॅमेऱ्याची कळ दाबतच राहिलो. उद्‌ध्वस्त गावं, पेटलेली शहरं, जखमी, रक्तबंबाळ लोक यांचे फोटो काढता काढता मी मानवजातीच्या यातनांचं वास्तव गोठलेल्या प्रतिमांमध्ये परावर्तित केलं. वेदनांमुळे जमिनीवर गडबडा लोळणारी मुलं, शुश्रूषा आणि औषधांविना मरण्याआधी खूप तापानं तळमळणारी तान्ही बाळं, मुलांच्या मृत्यूचा शोक करताना अंगावरची वस्त्रं दूर करून छाती पिटणाऱ्या माता, ज्यांच्याभोवती गिधाडं घिरट्या घालत आहेत असे घायाळ सैनिक या सगळ्यांचे फोटो मी काढले. युद्धाची भयानकता, मानवतेचा सर्वनाश माझ्या डिजिटल कॅमेऱ्याच्या छोट्याश्या चिपमध्ये मी बंदिस्त केला.

आपलं काम करताना तो असा शांत असायचा की, जणू तो देखाव्यांचे, पक्ष्यांचे, फुलांचे किंवा मुलांचे फोटो घेत आहे. त्याला फक्त उत्कृष्ट चित्र मिळवण्यात, उत्कृष्ट परिणाम साधण्यात रस होता. त्याचा रिक्तपणा, त्याची भावनाशून्यता, स्किझ्झोफ्रीनीआजवळ जाणारी त्याची बेपवाई, त्याचा थंडपणा आणि दूरत्व यांना धैर्य मानलं गेलं. त्याच्या कौशल्याची स्तुती झाली. त्याने काढलेले फोटो ह्न त्या प्रसिद्ध टेलिव्हिजन वार्ताहराच्या मदतीने ह्न

वर्तमानपत्रांच्या पहिल्या पानावर प्रसिद्ध झाले आणि टेलिव्हिजनच्या पडद्यावर पुन्हा पुन्हा दिसले.

या वेळी – कधी नव्हे तो – एकदाचा तो यशस्वी झाला. वाळवंटातून निघून जेव्हा ते जळणाऱ्या बगदादमध्ये पोहोचले तेव्हा बॉम्बचा वर्षाव झालेल्या त्या शहरातून परदेशी पत्रकारांना बाहेर काढण्याआधी त्यानं इस्तंबूलला फोनवरून संपर्क साधला होता. तो त्याच्या आईवडलांशी बोलत होता तेव्हा त्यांच्या शब्दांतून आणि आवाजातून त्याला कळलं आणि त्याच्या हृदयालाही जाणवलं की, त्याला क्षमा केली गेली आहे. त्यांना त्यांच्या मुलाचा अभिमान वाटत होता. जसं काही ते एकमेकांशी बोलत असलेले त्याला ऐकूच येत होतं. 'हो, त्यात काय? प्रत्येकजण काही शास्त्रज्ञ होत नाही. एक चांगला युद्ध वार्ताहर होणं, एक अप्रतिम फोटोग्राफर होणं हे काहीच नसण्यापेक्षा चांगलंच आहे.' 'युद्ध भडकत आहे. सगळं गंभीर वळण घेत आहे. तो भाग आता खूप धोकादायक आहे. ताबडतोब परत ये.' त्यांच्या या शब्दांची त्यानं वाट पाहिली ती निष्फळच ठरली. त्यांनी असं म्हटलं असतं तरी तो परतला असता असं नाही. तो त्याच्या कामात आणि दीप्तिमान यशाच्या आनंदात इतका गुरफटला होता, तो बहुधा घरी परत गेला नसताच. पण ते 'परत ये' म्हणाले नाहीत; त्यांनी घरी बोलावून घेतलं नाही. तो त्याची स्वत:ची नीट काळजी घेईल अशी आशा त्यांनी फोनवर व्यक्त केली आणि त्याचं शुभचिंतनही केलं. 'डेनिज चालू दे. छान काम करतो आहेस तू. माझा पठ्ठ्या!' त्याचे वडील म्हणाले; आणि आई म्हणाली 'काळजी घे हं मनुली. संधी मिळताच आम्हांला फोन करीत जा.' 'मनुली' या लाडाच्या संबोधनानं त्याला आतून हलवलं. मार्जार माता त्यांच्या पिल्लांचं रक्षण करतात. त्यांना धोक्यापासून दूर ठेवतात. आपला एकटेपणा त्याला अधिक काळ सहन होईना. त्याला रडायचं होतं; त्याचा एकाकीपणा घशात गोळा होऊन अडकला. त्याला रडताही येईना.

अमेरिकन तुकड्यांच्या साथीनं आणि रणगाड्यांच्या संरक्षणाखाली उत्तरेच्या दिशेने कूच करताना ते एका अतिदरिद्री उजाड गावातून जात होते. जर त्याने काटेरी तारांनी आणि पूर्णत: सशस्त्र अमेरिकन सैनिकांनी वेढलेले कैदी पाहिले नसते तर तो महामुश्किलीनं मिळवलेल्या जीपमधून उडी मारून बाहेर पडला नसता. ती काही चांगले फोटो मिळवण्याची इच्छा होती का यश, प्रेम आणि स्तुतीनं त्याला चेव आला होता?

नंतर त्यानं स्वत:ला शेकडो वेळा कदाचित हजारो वेळा सांगितलं असेल की, जर त्यानं 'त्याला' पाहिलं नसतं तर त्याचं आयुष्य अगदी वेगळं असतं, तो पूर्णपणे भिन्न ठिकाणी, भिन्न रस्त्यावर असता.

'त्याला' ... काळा गोषा किंवा थैली चेहऱ्यावर ओढलेल्या, पाय पसरून उन्हात बसलेल्या, पिवळ्या पट्ट्यांच्या पांढऱ्या कुडत्याच्या बाहीला, जखम झालेल्या उजव्या हाताच्या रक्ताने डाग पडलेल्या, उघड्या पावलांवर प्लास्टिक सँडल असलेल्या... 'त्याला', छातीशी आपल्या लहानग्याला कवटाळलेल्या: त्या जखमी, कैदी पित्याला, माणसाला, बळीला.

नंतरच्या दिवसांत निरंतरची शरम आणि पश्चात्तापाचे झटके यांसह त्याला आठवायचे ते फोटो काढताना त्याच्या मनात आलेले विचार, हा 'फोटो ऑफ द इयर' – वर्षातला सर्वोत्तम फोटो का ठरू नये?' डोक्यावर काळा गोषा असलेल्या त्या माणसाने जखमी हाताने त्याच्या मुलाला छातीशी कवटाळलं होतं, तर भीतीने किंवा तापाने निपचीत पडलेल्या त्या बापुडवाण्या मुलाच्या कपाळावर त्याचा घाणेरडा, मळका, डावा हात ठेवला होता. जणू काही जगातलं सगळं प्रेम त्या लुकड्या हाताच्या हडकुळ्या बोटांत सामावलं होतं, इतकं मृदू, एखाद्या आलिंगनासारखं, दुखवायची भीती वाटणारं... त्याचं मस्तक खाली झुकलं होतं; त्याचे ओठ हलताना दिसू शकत नव्हते, पण घाम आणि धूळ यांच्यामुळे कपाळावर चिकटलेल्या मुलाच्या काळ्या केसांना त्याची हनुवटी स्पर्श करीत होती. अपमान, पराभव आणि मृत्यूचंसुद्धा प्रतीक असलेल्या त्याच्या डोक्यावर लादलेल्या त्या काळ्या गोषाखालून तो निश्चितच आपल्या मुलाला प्रेमाच्या शब्दांनी दिलासा देत होता. कदाचित तो म्हणत असेल, 'घाबरू नकोस, हा तर फक्त खेळ आहे.' आपल्या जखमी हातानं त्यानं मुलाला स्वत:च्या हृदयाच्या इतकं जवळ धरलं होतं की, जणू काही तो मुलाचं साऱ्या जगापासून रक्षण करायचा प्रयत्न करत होता – जसं काही ते शक्यच होतं – पण त्याच वेळी, आपण काही करू शकत नसल्याचं माहीत असल्यामुळे होणारं वेडं, हतबल दु:खही त्यात होतं. मुलाच्या अर्धमिटल्या डोळ्यांत अश्रू नव्हते, वडलांच्या रक्तानं माखलेल्या त्याच्या चेहऱ्यावर भीती नव्हती, त्याच्या विलग ओठांतून दूषणं येत नव्हती ना किंकाळी; एक स्तब्धता जी स्पष्टपणे कळवत होती की, तो आता पुन्हा कधीच बोलणार किंवा रडणार नाही...

विचार न करता, न बघता तो एकाच कोनातून कधीकधी झूम करत

कॅमेऱ्याचं बटण दाबत फोटो घेतच राहिला. त्या कैद्याचा चेहरा दिसत नव्हता. त्या भयानक गोषाखाली तो आंधळा, मुका, एकटा आणि निराधार होता. हाडामासाच्या बळीची ही प्रतिमा पाश्चिमात्य संस्कृतीचा ठेवा असलेल्या वारशापैकी महत्त्वाचा भाग असलेल्या पिएटा शिल्पांचं त्यांना तकलादू ठरवून विडंबनच करीत होती. द सेविअर, क्रूसावरून खाली उतरवलेला, आईच्या बाहूंत पहुडलेला बळी गेलेला मुलगा : मृत्यूची शिक्षा ठोठावण्यात आलेल्या जखमी बापाचा पुतळा, स्वत:च्या मुलाला वाचवू न शकणारा कैदी...

आपल्या लहानग्याला लवकरच आपल्या छातीपासून खेचून काढतील आणि दूर ओढत नेतील हे त्या माणसाला माहीत होतं. त्याचं स्वत:चं काय होणार, त्याला एकाच गोळीनं ठार केलं जाईल का, हे त्याला माहीत नव्हतं. त्याला माहीत नव्हतं की, त्याच्या हातून काय गुन्हा घडलेला असावा, सैनिकांनी त्यांच्या बंदुकी त्याच्याकडे का वळवल्या आणि त्याच्या माथ्यावर ती काळी थैली का चढवली गेली. जवळच असलेल्या आजोबांच्या घरी कपभर साखर असली तर ती आणण्यासाठी म्हणून तो मुलाला हाताला धरून नेत होता. जेव्हा सैनिकांनी त्यांच्या घाबरवणाऱ्या शस्त्रांनी, त्याला न कळणाऱ्या भाषेतल्या ओरड्याने त्यातल्या आज्ञांनी आणि कदाचित शिव्याशापांनीही त्याला थांबवलं होतं तेव्हा आपल्या हातून कोणता अपराध घडला याची त्याला कल्पनाच नव्हती. त्यानं त्याच्या छोट्या मुलाला घट्ट धरलं आणि भयभीत होऊन मुलगा वडलांना असा चिकटला की त्यांना वेगळं करण्यापेक्षा दोघांना तसंच उचलून काटेरी तारेच्या पलीकडे टाकणं सैनिकांना सोपं वाटलं.

एक क्षणभर डेनिजला वाटलं की, त्या जाड काळ्या गोषातून आरपार एक चमत्कृतिजन्य प्रकाश त्या बंदीवान वडलांच्या चेहऱ्यावर पडून त्याला क्षणभर तो चेहरा दिसला आहे. त्याला वाटतं जर एकच मानवी चित्रण, एकच प्रतिमा पुढची हजार वर्षं टिकणार असेल तर ती क्रूसावरचा ख्रिस्त नसून या इराकी वडलांचा चेहरा असावी. मेंदू जिथे हृदयाला मिळतो त्या आत्म्याच्या धूसर गूढ खोलीतून एक विस्मृतीत गेलेली प्रतिमा नंतर त्याच्या जाणिवेच्या शीतल आणि स्वच्छ पातळीवर आली आणि त्याच्या डोळ्यात वसली. फार वर्षांपूर्वी, जेव्हा तो अजूनही लहान मूल होता तेव्हा त्याच्या परिसरातल्या कुत्र्यांना मारण्यासाठी नागरी समितीची माणसं आली होती आणि त्यांनी एका पिल्लं असलेल्या कुत्रीला विष घातलं होतं. ती माणसं तिच्या पिल्लांकडे जात आहेत हे त्या कुत्रीच्या लक्षात आल्यावर, ती मृत्युपंथाला लागलेली कुत्री

कशी स्वत:ला फरफटवत त्या माणसांकडे गेली आणि दयेची याचना करणाऱ्या नजरेने त्यांच्याकडे बघत आपल्या त्या खुन्यांचे हात चाटायचा प्रयत्न करत तिने कशी त्यांच्याकडे दयेची भीक मागितली ते त्याला आठवलं. डेनिज ओरडला होता, 'नाही, त्यांना मारू नका!' आणि नंतर शुद्ध हरपून तोंडाशी फेस येत तो जमिनीवर पडला होता. नंतर आईनं त्याला सांगितलं होतं की, ही मिरगीची फीट आहे का काय असं वाटून ते खूप घाबरले होते.

गुंगी चढल्याप्रमाणे तो कॅमेऱ्याचं बटण दाबतच राहिला होता. तेव्हाही त्या बंदीवान वडलांच्या आणि कुत्र्याच्या पिल्लांच्या आईच्या हृदयातलं आणि डोळ्यांतलं सांगता न येणारं दु:ख एकमेकांवर छापलेल्या फोटोंसारखं एकमेकांत मिसळून एकच चित्र झालं होतं. आपला छोटा मुलगा पूर्णपणे आशाहीन स्थितीत हृदयाशी धरलेल्या हतबल वडलांची खोळीनं माथा झाकलेली प्रतिमा डेनिजच्या हृदयात आणि स्मृतीत कोरली जाऊन तिथेच राह्यली आहे, तसाच पिल्लांना वाचवण्यासाठी आपल्या खुन्यांचे हात चाटणाऱ्या पिल्लांच्या आईच्या चेहऱ्यावरचा याचनेचा भावही कोरला गेला आहे.

गेल्या काही महिन्यांत त्यानं डोळ्याची पापणीही न लववता कित्येक फोटो काढले आहेत, ज्यांच्या प्रतिमांकडे बघणं असह्य होतं. आपल्या मनातल्या कृष्णविवरात त्यानं ते टाकून दिलं आहे. तरीही काटेरी तारेच्या पलीकडे आपल्या छोट्या मुलाला छातीशी धरून बसलेल्या, डोक्यावर काळा गोषा असलेल्या, मृत्यूच्या उंबरठ्यावरच्या बंदीवान, असहाय्य वडलांच्या यातनांसाठी तिथे जागा नाही. कदाचित त्याचं कृष्णविवर त्याला वाटलं तितकं खोल नसेल किंवा आता ते भरून गेलं होतं. हे शेवटचे फोटो त्यानं कुठंही पाठवले नव्हते, कोणालाही दाखवले नव्हते आणि स्वत:ही पुन्हा पाह्यले नव्हते. कॅमेऱ्याच्या मेमरी कार्डमधून त्यानं ते काढून टाकले. स्वत:च्या आठवणीतूनही ते काढून टाकायला त्याला आवडलं असतं. पण त्याला ते शक्य झालं नव्हतं. क्रौर्याचे फोटो घेणं त्याला एक प्रकारे जुलमाशी केलेली हातमिळवणी वाटायची. त्याच्या डोळ्यादेखत घडणारे खून थांबवण्याऐवजी त्यांचे फोटो घेणं म्हणजे गुन्ह्यात दिलेला सहभाग आहे, असं त्याचं मत होतं. फोटोग्राफच्या रूपात मानवी दु:ख गोठवून त्याला चिरंतन करणं म्हणजे ते कायमचं सार्वत्रिक करणं असा त्याचा विश्वास होता. जास्तीत जास्त रक्तपात, मृत्यू आणि संहाराच्या दर्शनाइतकाच पैसा आणि प्रसिद्धी मिळवून देणाऱ्या बातम्या, फोटोग्राफ आणि टेलिव्हिजनच्या मुलाखतींची त्याला शिसारी आली होती.

माणसातलं क्रौर्य, हिंसा, निराशा, अगतिकता आणि शरम जितकी जास्त दाखवतील तितकं अधिक चांगलं... त्यांना तो यशस्वी व्हायला हवा होता, हो ना? मग घ्या हे यश! यातनांबद्दल सांगून, बातम्या पसरवून आणि दाखवून दमनकर्त्याचा पराभव करणं शक्य होतं का? दुसरा कोणताच मार्ग नव्हता का? पळून जाण्याव्यतिरिक्त दुसरं उत्तर त्याला सापडलं नव्हतं. दुसऱ्या बाजूला, जिंकणाऱ्यांच्या बाजूला जाण्याची संधी त्यानं घेतली न घेतली तोच पुन्हा ती गमावलीही. ह्याही वेळी मला जमलं नाही, मी यशाची किंमत देऊ शकलो नाही. मी घाबरट आहे, मूर्ख आणि नालायक आहे. मी पुन्हा हरलो आहे.

दुसरं उत्तर आहे, हे त्याला माहीत होतं. ते त्याला आतमध्ये जाणवलं आणि ते उत्तर होतं हिंसा, क्रौर्य आणि दु:ख यांच्याकडे पाठ फिरवण्याऐवजी त्यांना तोंड देणं. ते करण्याइतका तो शक्तिशाली नव्हता. मुक्ती मिळवण्यामध्ये त्याचा विश्वास नव्हता. इराकमध्ये त्याने व्यतीत केलेल्या काळाने, मानवजात वाचवता येणं शक्य नाही, या त्याच्या मताला पुष्टी दिली होती; आणि खलत्व, क्रौर्य आणि युद्ध यांवर मानव विजय मिळवू शकणार नाही, याही विश्वासाला दुजोरा दिला होता. जीवन आणि मानवता यांच्याबरोबरची एकी भक्कम करण्यासाठी आपण होऊन आग, रक्तपात आणि क्रौर्याच्या केंद्रस्थानी जाणाऱ्या त्याच्याबरोबरच्या मुली आणि मुलं – उत्तरेचे, दक्षिणेकडचे, मध्यपूर्वेचे, युरोपिअन, अमेरिकन, ऑस्ट्रेलिअन, जपानी, तुर्कस्तानी, सोनेरी केसांचे, काळे सावळे – या सर्व तरुण वर्गाकडे तो काहीशा आश्चर्याने बघत त्यांना समजावून घेण्याचा प्रयत्न करी. ते सगळे खूप वेगवेगळे होते, पण त्या सगळ्यांच्यात ओलाफचं काहीतरी होतं. ते तिथे इतरांच्यासाठी आहेत असं वाटलं तरी प्रत्यक्षात ते तिथे त्यांच्या स्वत:साठीच असत.

एक दिवस तो हॉस्पिटलमध्ये मुलांचे फोटो घ्यायच्या गडबडीत होता. गोळ्यांनी पडलेली भोकं, रक्ताचे डाग आणि त्या घाणीवर अणि रक्तावर वाढणारी शेणकिडे आणि झुरळं यांची पैदास यांनी लडबडलेल्या भिंतींचे वॉर्ड, त्यांतल्या खाटांवरच्या फाटक्या गाद्यांवर एकावर एक पडलेली, कोणाला हात नाहीत तर, कोणाला पाय अशी फाटक्या कपड्यात लपेटलेली मुलं. तिथे त्याला डॉक्टर्स विदाऊट बॉर्डर्स या संघटनेतली एक तरुण फ्रेंच डॉक्टर भेटली. ती या नरकात का आली आहे, असं त्यानं विचारलं तेव्हा तिचं उत्तर होतं, ''कारण इथे जे काही आहे त्याला मी जबाबदार आहे, असं मला वाटतं;

कारण असं जग मला सहन होत नाही, मला हल्लेखोरांना सामील व्हायचं नाही, गुन्ह्यामध्ये सहभाग घ्यायचा नाही.''

''आपण काम करतो आहोत या भावनेनं तुझ्या सदसद्विवेक बुद्धीला बरं वाटत आहे. म्हणजे तू फक्त स्वत:लाच सांभाळून आहेस.''

''जर मानवजातीच्या सदसद्विवेकबुद्धीतच तुमची ही विवेकबुद्धी सामावली असेल तर प्रश्नच उद्भवत नाही. मला वाटतं, मला ते जमलं आहे.''

''सदसदविवेकबुद्धीला अशी काय मोठी शक्ती आहे? हिंसेचा वापर करणाराच नेहमी जिंकतो. नेहमी तर बघतो आपण असं.''

''तुझं म्हणणं चूक आहे. सरतेशेवटी आपण जिंकतो. पाशवी शक्ती स्वत:चाच नाश करतात. जग बदलेल.''

''कसं काय?''

कित्येक रात्री नीट न झोपू शकलेल्या, विस्कटलेल्या केसांच्या त्या तरुण फ्रेंच स्त्रीकडे याचं उत्तर आहे असं त्याला वाटलं. हे उघड होतं की, आंघोळ करायची संधीच तिला मिळाली नाही आहे. शहराचं पाणी तोडलं होतं आणि तिनेसुद्धा पाण्याचे कॅन हॉस्पिटलमध्ये वाहून आणण्यात मदत केली होती. पेशंट्सची काळजी घेता घेता तीच आजारी पडायला आली होती. जर तिच्याकडे तिला पटणारं, तिची श्रद्धा असणारं उत्तर नसेल, तर ती करत असलेलं काम तिला करता येणं शक्यच नव्हतं. तिला ते सहन करताच आलं नसतं. त्या उत्तराच्या मोजमापानं स्वत:ला मोजायची डेनिजला भीती वाटत होती. 'कसं?' फक्त हा प्रश्न त्यानं स्वत:ला विचारला होता. तो त्यानं प्रत्यक्षात मोठ्यानं उच्चारलाही नव्हता.

भग्नावशेषांमध्ये भीक मागत असलेल्या एका मुलाला त्यानं आपल्या–जवळच्या किमती वस्तू देऊन टाकल्या होत्या आणि कोणालाही न सांगता खिशात अगदी थोडे पैसे ठेवून तो बगदादकडे निघाला. संकटांनी भरलेल्या रस्त्यांवरून मृत्यूसह सगळे धोके पत्करत जेव्हा तो बगदाद शहरात पोहोचला तेव्हा बरेचसे परदेशी लोक आधीच निघून गेले होते. एकजूट दाखवण्यासाठी आलेली तरुण माणसं, मानवी चिलखतांचे गट हे सर्व विखुरले होते. त्यांचा उपयोग करून घेण्याच्या स्थितीत कोणीच नव्हतं. पराभवाच्या तोंडावर उभ्या असणाऱ्या बगदादमध्ये त्यांच्यासाठी कामच नव्हतं. काहीजणांनी कामच सोडून दिलं होतं, तर काहीजणांनी नि:शस्त्र प्रतिकाराला निरर्थक ठरवून प्रत्यक्ष विरोधासाठी स्वत:ला शस्त्रसज्ज केलं होतं.

तो तरुण नॉर्वेजिअन परत जाण्याची तयारी करीत होता. तो म्हणाला, 'मी इथे काहीच करू शकत नाही आहे. मी शांततावादी आहे. मी शस्त्र वापरत नाही आणि इथे शस्त्र, हिंसा आणि मृत्यूशिवाय दुसरं काहीच नाही. आता मी घरी परत जातो आहे.'

डेनिजनं स्वत:ला ओलाफबरोबर जोडलं आणि त्या अस्थिर प्रदेशातून दोघांनी बरोबरच प्रयाण केलं. वाळवंट, रक्त, उलथापालथ आणि यातनांनंतर त्यांच्या थकल्या भागल्या जिवाला विश्रांतीसाठी एखाद्या ओॲसिसची गरज होती. अंधारी गुंफा, जिथे तो एखाद्या जखमी जनावरासारखा विसावू शकेल. जिथे तो त्याच्या जखमा चाटून त्यांना आराम देऊ शकेल. स्वप्नांच्या दुनियेत किंवा खोटेपणामागे लपण्याऐवजी, यावेळी त्यानं विस्मरणाच्या प्रांतात अदृश्य होऊन आणि एक अनोळखी परका माणूस होऊन आसरा घ्यायचं ठरवलं.

खूप वर्षांपूर्वी ओस्लोमध्ये काम करण्यासाठी आलेल्या एका तुर्की माणसानं चालवलेल्या छोट्याशा हॉटेलमध्ये रात्रीचा पहारेकरी म्हणून काम करत असताना अपघातानेच तो त्याच्या लहानपणीच्या सैतानाच्या बेटावर पोहोचला. वरच्या मजल्याकडे जाणाऱ्या जिन्याच्या बाजूच्या भिंतीवर टांगलेला एक फोटो. फेसाळ लाटा आदळत असलेला एक उभा कडा, ज्याच्या माथ्यावर एक पडका किल्ला आणि निळंभोर आकाश आहे. त्याच्या स्मृतीतली एक धूसर प्रतिमा चाळवली, याआधी पाहिल्याची एक भावना, कुठल्यातरी कोपऱ्यात धुकं विरू लागलं... मला माहीत आहे ही जागा. मग अजून एक पाऊल पुढे. मला तिथे जायचं आहे.

नॉर्डिक भागातल्या त्या दीर्घ रात्री तो समोरच्या भिंतीकडे बघत वेळ काढे. नॉर्वेचा एक साधासुधा देखावा, शेकडो बेटांतलं एक बेट, उत्तरेच्या समुद्राच्या किनाऱ्यावरच्या हजारो कड्यांपैकी एक... ते एक स्वप्न झालं जे नंतर हळूहळू एक ध्यास बनलं. त्याच्या मनाच्या तळातून पृष्ठभागावर येणारी एक उडती आठवण त्या स्वप्नांवर प्रकाशाचे झोत टाकायची. त्या बेटाची एक खूप जुनी आठवण, ज्यात त्या बेटाबद्दल तो लहान मुलगा म्हणाला होता, 'मी मोठा झालो की इथे येईन आणि सैतानाला भेटेन.'

जिथे कोणीही त्याला शोधू शकणार नाही आणि त्याची शांती भंग करू शकणार नाही असा आसरा... अशी भूमी जिथे बॉम्ब फुटत नाहीत. जिथे तिथली मृत शरीरे रक्ताचा दर्प सोडत तापलेल्या रस्त्यांवर पडत नाहीत. एक प्रत्यक्षातलं बेट जिथे तो नैसर्गिकपणे शांततेने आणि सहजतेने जगेल ह्व एखाद्या

माशासारखा, मांजरासारखा, वाऱ्यासारखा किंवा पृथ्वीसारखा. अशी जागा जिथे यशस्वी, तक्रारखोर, दुष्ट किंवा ढोंगी माणसे त्यांची दहशत वाटणारी बोटे रोखून दोषी ठरवत नाहीत आणि त्याच्याकडे उपकृत करत असल्यासारख्या नजरा टाकत नाहीत. तिथे मी सुखी असेन आणि मी मुक्त असेन. मी 'मी' असेन.

त्याला त्या बेटाचं नाव माहीत नव्हतं, ना त्याची जागा. त्या जागेला नाव असेल का, त्याला वाटायचं. कित्येक वर्षांपूर्वीची गोष्ट आहे. मी लहान मूल होतो - मग मला कसं आठवू शकेल? गोळ्यांच्या रंगाची बाहुलीच्या घरासारखी घरं, ज्यांतले सजवलेले ख्रिसमस ट्री खिडक्यांमधून दिसतात, संध्याप्रकाशातले रिकामे रस्ते. झुलत्या खुर्चीत बसलेला एक विचित्रसा म्हातारा, खांद्यावर टोपल्या घेऊन दिसणारी आणि दिसेनाशी होणारी एक बाई, कड्यांच्या माथ्यावरचे किल्ल्याचे अवशेष, सैतानाचा किल्ला, गहिरं निळं आकाश, बेटाला मुख्य भूमीशी जोडणारं खेळण्यासारखं जहाज...

माझ्या आईला फोन केला पाहिजे. तिला माहीत असेल. तो एक क्षण स्वत:शीच हुज्जत घालतो. मी तिला फोन केला, तर ती पुन्हा प्रश्नांच्या फैरी झाडेल.ती मला विचारेल की, युद्ध छायाचित्रकाराची माझी उजळ कारकीर्द मी का सोडली आणि का पळालो. पुन्हा एकदा तिचा स्वर उपकार करणारा, दोष देणारा आणि दुखावलेला होईल. मग त्याला आत वेदना होतील. तो दु:खी होईल.

तरीही तो तिला फोन करतो. तो स्वत:शीही कबूल करणार नाही की त्याच्या हृदयाला तिचा आवाज ऐकायची तीव्र आस लागली आहे, तो उतावीळ झाला आहे आणि त्याचवेळी त्याला भीतीही वाटते आहे. पण हे तो न दाखवण्याचा प्रयत्न करतो. जणू काही ते आदल्या दिवशीच बोलल्याप्रमाणे त्याचा आवाज शांत आणि नेहमीप्रमाणेच आहे.

''हॅलो आई, तुला ते बेट माहीत आहे ना, जिथे मी लहान असताना आपण एक रात्र राह्यलो होतो? माहीत आहे नं ते सैतानाचा किल्ला असलेलं? ते कुठे आहे ते आठवताय का तुला?''

''धन्य आहे तुझी डेनिज! जवळ जवळ दोन महिन्यांत तुझी काही खबरबात नाही... नशीब! त्या बेटाचा विचार आला तुझ्या मनात. त्यामुळे तू अजून जिवंत आहेस हे तरी आम्हांला कळलं!''

''लगेच सुरू करू नकोस हं आई, मी डॅडींना सांगितलं होतं की, मी इराक सोडलं आहे आणि नॉर्वेत आलो आहे.''

"तेवढ्यावर झालं, असं तुला वाटलं का?"

"हो आई. मला असंच वाटतं. तुम्हांला जास्त माहिती असायला पाहिजे असं मला नाही वाटत. ते राहू दे. त्या बेटाला काय म्हणायचे आणि ते कुठे आहे, हे तुला आठवतं आहे का?"

"मला नाव आठवत नाही आहे, पण ते कुठे आहे हे साधारण आठवत आहे. तिथे जाऊन तू काय करणार आहेस?"

तो थाप मारतो. "माझ्या गर्लफ्रेंडला मी त्याबद्दल सांगितलं; आणि सुट्टीत तिथे जावं असं तिला वाटत आहे."

त्याला गर्लफ्रेंड नाही, तो अगदी एकटा आहे. त्याच्याबरोबर कोणी मुलगी आहे ह्या विचारानं त्याच्या आईला बरं वाटेल, हे त्याला माहीत आहे. माझ्या एकटेपणामुळे आई नेहमी दुःखी व्हायची. त्याला अपराधी आणि उदास वाटतं. त्याला स्वतःची आणि त्याच्या आईचीही दया येते. या नकारार्थी भावना काढून टाकायचा मार्ग म्हणजे स्वप्न आणि खोटेपणा एकमेकांत जिथे मिसळला आहे अशा जगात प्रवेश करणं.

"माझी गर्लफ्रेंड दिसायला खूप छान आहे, आई. तू पाहिलीस तर तुला ती खूप आवडेल. काळजी करू नकोस. तुझा मुलगा आता एकटा नाही. ती इथे सोशलिस्ट वृत्तपत्रात काम करते. पुढच्या महिन्यापासून मी फोटोग्राफर म्हणून काम करीन."

दुखावलेल्या स्वरात एलिफ सैतानाच्या बेटाची जागा तिला आठवते आहे तशी सांगते. "तुला सापडेल ते. तिथे इतकी शांतता आहे की ज्याला विचारशील तो रस्ता दाखवेल आणि तुझी गर्लफ्रेंड नॉर्वेजिअनच असल्यामुळे तुम्ही प्रवास करतानाही विचारू शकाल. सुट्टी छान जाऊ दे!"

आईच्या आवाजातली शंका त्याला जाणवते आणि जे काही झालं ते जवळजवळ विसरलं असताना आणि जखमा भरत आल्या असताना पुन्हा परत आलेली उदासीही ऐकायला येते.

"थँक्यू, आई. डॅडींना हॅलो सांग. मी छान आहे. माझी काळजी करू नका. नाही, मला काही नको आहे. मी छान आहे, अगदी छान."

त्याला हवं होतं फक्त एक दूरचं शांत अभयस्थान – आणि तिथे जाण्यासाठी एक जुनं वाहन, कदाचित एक मोटर बाईक. तिनं त्याला सैतानाच्या बेटावर पोहोचवलं की पुरे. मग जास्त काही गरज नाही... तो परत उलटा येणारच नाही आहे.

दुरून पाहताच त्यानं ते ओळखलं. इतक्या वर्षांनंतरही आईला बेटाचं स्थान नीट आठवलं याचं त्याला आश्चर्य वाटलं नाही. त्याला त्याबद्दल राग आला. प्रोफेसर एलिफ एरेन, नेहमीच स्थिर; नेहमीच हुशार, नेहमीच बरोबर; कधीही चूक केली नाही! प्लीज, एकदा तरी चूक कर! बदल म्हणून अपयशी हो! तुझ्यासमोर लोकांना किडामुंगी वाटायला लावणं बंद कर. त्यांना चिरडू नकोस आणि तू विच्छेदन करतेस त्या प्रयोगासाठीच्या प्राण्यांत त्यांना बदलवू नकोस!

जेव्हा तो बेटाच्या जवळ पोहोचला आणि धक्क्याला बांधलेली बोट त्याला दिसली तेव्हा त्याच्या मनातल्या खोलीतून वर तरंगत आलेली आईच्या छातीची ऊब आणि सुगंध यांची आठवण आणि आधीचा राग एकमेकांवर आदळले आणि विरुद्ध दिशांना निघून गेले. त्याच्या आठवणीच्या धुक्यात खांद्यावर टोपल्या घेतलेली स्त्री दिसली आणि बोटीकडे चालू लागली. सगळं खूप धुरकटलेलं होतं आणि सैतानाचा किल्ला पुसटसा होता, पण लहानपणच्या खेळकर आठवणींमुळे तो तिथे आहे हे डेनिजला माहीत होतं. जो माणूस दुसऱ्या, तिसऱ्या, इतकंच काय पाचव्या वापराची वाहनं विकायचा त्याच्याकडून नगण्य किमतीत विकत घेतलेली मोटर सायकल बोटीवर चढवताना त्याला त्याच्या वडलांचे शब्द आठवले. 'तुझी आई तुला वाचून दाखवायची त्या पुस्तकातल्या सैतानाच्या किल्ल्याकडे आपण जात आहोत.' त्याला वाटलेली खंत त्याच्या हृदयावरून सावलीसारखी निघून गेली. 'जाऊ नकोस, रहा,' वडील म्हणाले होते. 'पळून जायला कुठे जागाच नाही आहे पुत्रा.' त्याच्या वडलांचे डोळे ओले होते. ते ओल्यापेक्षा जास्ती होते. ते अश्रूंनी डबडबले होते. त्यांना वाटतं माझ्या लक्षात येत नाही, मी थंड, कोरडा आहे. खरं तर माझ्या सगळं लक्षात येतं. मला वाटतं आणि समजतं. पण मी काही करू शकत नाही. मी असहाय्य होतो. मी खांदे उडवतो, बेफिकीर असल्याचं सोंग करतो. प्रत्येक गोष्ट मी माझ्या आतल्या बिनतळाच्या खोल विवरात टाकतो आणि मी त्यापासून मुक्त होतो.

बेटावर पोहोचल्यावर बंदरावरच्या चौकात न रेंगाळता बाइक घेऊन तो सरळ गेस्ट हाऊसकडे गेला. ते गेस्ट हाऊस कुठे आहे हे त्याला आठवलं होतं का त्या विविधरंगी लाकडी घरांसमोरून पूर्वेकडे बेटावरच्या शेवटच्या वस्तीपर्यंत जाणाऱ्या रस्त्याशिवाय दुसरा पर्यायच नव्हता? रस्ता जिथे समुद्राला मिळतो तिथे त्याच्यासमोर उभ्या कड्यांशेजारी अचानक घर उभे ठाकले. हो, हीच ती जागा. त्याला आता आठवतं. झुलत्या खुर्चीत बसलेला तो

म्हाताराही आता त्याला आठवतो. ते झोपले होते ती खोली थंडगार होती आणि तो त्याच्या आईवडलांच्या मध्ये झोपल्यावर त्याच्या शरीराला आणि हृदयाला ऊब मिळाली, हे त्याला आठवतं. त्याच्या अंगावरून हात लांबवून वडलांनी त्याच्या आईचा हात थोपटला आणि जणू काही त्यालाच थोपटल्यासारखा तो खूष झाला.

त्या दिवशी धुकं होतं, पण काळोख नव्हता. दुधाळ-निळ्या धुक्याने बेट आच्छादलेलं होतं. ते पिवळं घर, राखाडी कडे, चंदेरी समुद्र... प्रकाशापेक्षा जास्त सावल्याच चितारणारं एखाद्या नॉर्डिक कलाकाराचं प्रशांत आणि काहीसं उदास चित्र...

रस्त्याकडे उघडणारं गेस्ट हाऊसचं दर्शनी दार बंद होतं. त्यानं काही वेळा दार वाजवलं; पण कोणीच उत्तर दिलं नाही. समुद्राच्या दिशेला असलेलं दार त्याला आठवलं. त्या दरवाजाने बाहेर निसटून त्यानं कडा चढायचा प्रयत्न केला होता. पण आई त्याला रागावली होती. तो घराला वळसा घालून त्या बाजूला गेला. हो; ते दार उघडं होतं, खूप वर्षांपूर्वी होतं, अगदी तसंच.

लांब सोनेरी केसांची आणि निळ्या डोळ्यांची एक गुबगुबीत मुलगी दरवाजाच्या चौकटीला टेकून समुद्र निरखत होती. त्यानं प्रथम इंग्रजीत आणि नंतर मोडक्यातोडक्या नॉर्वेजिअन भाषेत खोली रिकामी आहे का, असं विचारलं. मुलीनं 'आत ये' अशा अर्थाची खूण केली. मोटरसायकलच्या मागे लावलेली सॅक काढून ती तिच्या पाठीमागे गेला. त्याच्या ओळखीच्या काही शब्दांवरनं त्यानं अंदाज बांधला की ती ओरडत आहे, "आजोबा, माणूस आला आहे, त्याला खोली हवी आहे." त्याला वाटलं, अनेक वर्षांपूर्वी त्यानं आजोबांना पाहिलं असेल. पण नाही, हा माणूस तसा नव्हता. ते बरोबर वरच्या मजल्यावर गेले. त्याला ती मोठ्या खाटांची, लाकडी छताची, समुद्राच्या दिशेची खोली आठवल्यासारखं वाटलं. त्यानं पसंतीची मान डोलावली. "छान" तो माणूस म्हणाला आणि प्रसन्नपणे हसला.'

"किती? किती क्रोनर?"

सुरवातीला त्या माणसानं सांगितलेली रक्कम त्याला कळली नाही. नॉर्वेजिअन भाषेतले दहा आणि शंभर यांची तो नेहेमीच गल्लत करायचा. अजूनही हसतच त्या माणसानं दोन्ही हातांच्या बोटांनी आकडा दर्शविला.

"बरं, ठीक आहे!"

"तू किती काळ राहाणार आहेस?"

"माहीत नाही. कदाचित खूप काळ."

त्या माणसाच्या चेहऱ्यावरून सावलीसारखी एक छटा, एक आठवण, एक प्रश्न तरळून गेला. 'ही खोली तुझी आहे, घर समजून रहा,' अशा अर्थाचं तो काहीतरी म्हणाला आणि दरवाजा उघडा टाकून बाहेर गेला. तो खाली उतरताना त्या जुन्या लाकडी पायऱ्या करकरल्या, नंतर तिथे शांतता पसरली.

डेनिज गादीवर आडवा झाला आणि वरच्या लाकडी तक्तपोशीकडे पाहू लागला. काही मिनिटांतच त्याला झोप लागली. खूप दिवस न झोपल्यासारखा, अगदी गळून गेलेला, जणू काही आयुष्याच्या आणि जगाच्या अंताला पोहोचल्यासारखा तो झोपला.

त्याला जाग आली तेव्हा संध्याकाळ होऊन गेली होती. वादळ आलं होतं आणि एक दरवाजा आपटत होता. त्याला लगेच भान आलं नाही. ही कुठली जागा आहे? वेळ काय झाली आहे? मी इथे कसा?'

लांब पांढऱ्या पोशाखात - बहुधा तिचा रात्रीचा पोशाख असावा - अनवाणी पायांनी, आपले कमरेपर्यंत लांब सोनेरी केस मोकळे सोडून कॉरिडॉरमधून येणाऱ्या फिकट पिवळ्या प्रकाशात ती मुलगी हालचाल न करता स्तब्ध उभी होती. डेनिज जागा झाला आहे हे लक्षात येताच ती पटकन पळून गेली होती. पायऱ्या करकरल्या आणि तळमजल्यावरचं एक दार हलकेच बंद झालं. खोलीमध्ये फक्त वाऱ्याचा आणि भिंतीवर आपटणाऱ्या दरवाजाचा आवाज येत राहिला.

तो उठला. आपल्याला घामाचा दर्प येतो आहे हे चेहरा धुताना त्याच्या लक्षात आलं. संपूर्ण प्रवासात त्यानं टी शर्ट बदलला नाही हे त्याला आठवलं. शॉवर कुठे आहे हे विचारायला तो तळमजल्यावर गेला. जेवणघर म्हणूनही वापरात असलेल्या शेकोटीच्या खोलीत त्या जुन्या झुलत्या खुर्चीत बसून टी. व्ही. बघता बघता ती मुलगी मांडीवरच्या टेडी बेअरला कुरवाळत होती.

"एक्स्क्यूज मी, शॉवर कुठे आहे?" त्याचं बोलणं समजावं म्हणून त्यानं शॅम्पूनं केस धुतल्याचा आविर्भाव केला.

खुर्ची झुलवता झुलवता मुलीनं बोट वर केलं. "माडीवर; डावीकडचा दुसरा दरवाजा, तुझ्या खोलीच्या आधी दोन दरवाजे. दुसरा," तिची दोन बोटं उडवत तिनं पुन्हा सांगितलं. पुढच्या दिवसांत मूकाभिनयाचा हा दोघांतला खेळ ते चालू ठेवणार होते. अगदी डेनिज नॉर्वेजिअन भाषा शिकायला लागल्यावर आणि त्याचं बोलणं कळायला लागल्यावरही हा खेळ त्यांनी थांबवला नाही.

त्या रात्री नाही, पण तो बेटावर आल्याला फार काळ झाला नव्हता तेव्हाचीच गोष्ट. त्यानं दार उघडं टाकलं ते त्याला वाटलेल्या आकर्षणामुळे बळकटी मिळालेल्या अंतर्मनाच्या सूचनेमुळे असावं का? त्याला उला येईल असं वाटत होतं? तिचा लांब नाइट गाऊन घालून ती मुलगी त्याच्या दरवाजात आली तेव्हा त्याला आश्चर्य वाटलं नव्हतं. त्याच्या मांड्यांमधल्या वजनाचं अचानक एका अग्निबाणात रूपांतर झालं.

तो बिछान्यात पाठीवर झोपला होता. दरवाजा बंद होताना त्यानं ऐकलं. त्याने डोळे बंद केले आणि मुलगी जवळ येण्याची तो शांतपणे वाट पाहू लागला. हवेतल्या लहरींनी आणि त्याच्या चेहऱ्याला लपेटणाऱ्या उबेमुळे ती त्याच्या बिछान्याजवळ उभी आहे हे त्याला कळलं. डोळे न उघडता किंवा इतर कुठलीही हालचाल न करता त्यानं त्याचा हात पुढे केला आणि तिचं उबदार, मऊ शरीर हलकेच स्वत:कडे खेचलं. प्रथम बोटांच्या टोकांना, नंतर ओठांवर आणि त्यानंतर सर्व शरीरभर तिच्या अंगातली कंपनं त्याला जाणवली. कामक्रीडेच्या वेळी त्याने प्रेमाचे गोड शब्द कुजबुजले नाहीत. त्याला नॉर्वेजिअन भाषा येत नव्हती आणि त्याला कळणाऱ्या भाषेतले शब्द उलाला माहीत नव्हते. त्यांचं प्रेम मुकं होतं, त्यांची वासना मुकी होती. ते समुद्रातून झेपावलेलं उधाण होतं आणि जमिनीकडे परतत होतं. शब्द आणि भाषेपासून मुक्त, विचारांच्या अडथळ्यांविना ते इंद्रियं आणि भावना यांच्यातून जाणवत होतं. त्याची शक्ती आणि आनंदही शरीरजन्य होता - त्याला शब्दांची आवश्यकताच भासत नव्हती.

दूरवरून आलेल्या अजनबीचं गारूड सैतानाच्या बेटाच्या अवगुंठित गूढाबरोबर एकरूप झालं तेव्हा त्यांच्या साध्या, सामान्य प्रेमकथेला एखाद्या पुराणकथेचं, दंतकथेचं रूप आलं. जेव्हा ते रिकाम्या गुंफांकडे, उलानंसुद्धा ज्याला सैतानाचा किल्ला म्हणायला सुरवात केली होती त्या किल्ल्याचे अवशेष यांच्यामध्ये हातात हात घालून फिरायचे तेव्हा ते प्राचीन नॉर्डिक दंतकथांचे नायक बनायचे. ती एक गुबगुबीत खेडूत तरुणी नव्हती किंवा डेनिजही दाढी न केलेला, स्वत:ला सैल सोडलेला अस्ताव्यस्त तरुण नव्हता. तिच्या पांढऱ्या, निळ्या, गुलाबी लांब स्कर्टमध्ये, केस वाऱ्यावर लहरत सोडून फिरणारी उला आणि समुद्रातून निघालेला तो अद्भुत अजनबी - काहींच्या मते तो एका अरब शेखाचा मुलगा होता, तर काहींना तो इटालिअन काऊंट वाटायचा - यांचं प्रेम म्हणजे दीर्घकाळ वाट पाहिलेला चमत्कारच होता.

जेव्हा तो तिला आलिंगन द्यायचा आणि तिचं शरीर त्याच्या शरीरावर आणि तिचं हृदय त्याच्या हृदयात अनुभवायचा, जेव्हा तो तिचे लांब केस त्याच्या बोटांभोवती गुंडाळायचा, जेव्हा तो तिच्या मऊ उरोजांच्या आश्वासक उबेत विसावायचा, जेव्हा तो तिचा हात धरायचा किंवा स्वत:चा हात तिच्या कमरेभोवती लपेटायचा तेव्हा आयुष्यात प्रथमच डेनिज सुख आणि समाधान यांनी तृप्त व्हायचा. पूर्वायुष्यातल्या चाचरणाऱ्या विसंवादी, अपुऱ्या, अर्धवट प्रेमप्रकरणांची कटू आठवण ते एकमेकांना करणाऱ्या प्रत्येक स्पर्शाने, प्रत्येक कामक्रीडेने, त्यांच्या लांब मौनाने, समुद्रावर किंवा कड्यांवरच्या विहाराने पुसली जात होती. प्रथमच त्यानं स्त्रीच्या शरीराला आत्मविश्वासाने आलिंगन दिलं होतं, प्रथमच त्याच्या मनावर अपराधीपण किंवा चिंतेची काजळी नव्हती. प्रथमच ही अनुरूप जोडी जमली होती. उत्तर समुद्राच्या धुकाळ निळ्या रंगासारख्या उलाच्या डोळ्यांत त्याला खोल आत वाटणारी भीरुता आणि न्यूनगंड विरघळून गेले होते. प्रथमच, आयुष्याला तोंड देऊ न शकलेला मुलगा ज्यानं इतरांना त्याच्याकडून असलेल्या अपेक्षांची राख केली आणि खोट्या स्वप्नसृष्टीत आसरा घेतला, ही त्याची ओळख त्यानं झटकून टाकली.

मी जो कोणी आहे किंवा नाही त्यावर प्रेम करणारी पहिली व्यक्ती उला होती. जणू काही कित्येक वर्षे त्या बेटावर ती माझी वाट पाहत होती. फक्त माझ्यावर प्रेम करणं आणि माझ्यासोबत राहणं यापलीकडे दुसरी कोणतीच गोष्ट तिला नको होती. खेळत राहणाऱ्या आणि एकांतातील गुहेत शृंगार करणाऱ्या दोन सील माशांप्रमाणे आम्ही होतो. आम्ही डॉल्फिन्सप्रमाणे आणि समुद्र पक्ष्यांप्रमाणे होतो. आम्ही समुद्र, दरडी आणि ढगांच्या निसर्गाचित्राचा भाग होतो. जेव्हा आम्ही कोळ्यांबरोबर मोठ्या होड्यांतून उघड्या समुद्रात जायचो तेव्हा आम्ही त्यांचे शुभचिन्ह होतो. जिथले रहिवासी शांत होते, वातावरण गंभीर होते आणि क्वचितच पाहुणे असायचे त्या गेस्ट हाऊसला आम्ही आनंद आणि खळाळतं हास्य दिलं. आम्ही हसायचो. माझ्या चुकीच्या नॉर्वेजिअन भाषेला, उलाच्या अव्यवस्थितपणाला, आजोबांनी केलेल्या गमतीदार गोष्टींना, मधूनमधून येणाऱ्या पाहुण्यांच्या वागण्याला, समुद्रावर जाणाऱ्या कोळ्यांच्या बडबडीला, सूर्याला, ढगांना, वादळांना, पावसाला ह्न या सगळ्यांना आम्ही किती हसायचो. आम्ही फारसे बोलायचो नाही. आम्हांला खूप बोलायची गरज वाटायची नाही. शिवाय आमच्याकडे शब्दही नव्हते. माझ्या परकीय

असण्यामुळे, मला वाटणाऱ्या शब्दांच्या भीतीमुळे... कारण उलाला शब्दांची गरजच वाटत नसल्यामुळे...

एकमेकांवर प्रेम करणारी मुलं होती ती. एकमेकांमुळे त्यांनी आपल्या भयावर विजय मिळवला होता. एका संध्याकाळी तिच्या दरवाजात अवतरलेल्या, समुद्रावरून आलेल्या परीकथेतल्या राजकुमारामुळे उला अनाथ असण्यानं आलेला एकाकीपणा आणि तिच्या लहान मुलासारख्या हृदयातलं दुःख विसरली. तो अजनबी इथल्या आसऱ्याला आला तेव्हा आपण कोणीच नसावं अशी आस त्याला लागली होती. आणि त्याबद्दल खूष असणारी राजकन्या उला त्याला मिळाली. तो तिच्याजवळ असावा, यापेक्षा जास्त त्याच्या या लहान स्त्रीनं कधी न मागितल्यामुळे, तिला काही नको असल्यामुळे, त्याच्या मूळ स्वभावापेक्षा त्यानं वेगळं असण्याच्या अपेक्षा तिनं न केल्यामुळे त्याला ओझं होणारी स्वप्न निर्माण करण्याची, असह्य होणारा खोटेपणा करण्याची गरज राहिली नाही. या दोन लहान मुलांनी आयुष्याचा अर्थ काय यावर विचार केला नाही की बाकीच्या जगाची काळजीही केली नाही. आयुष्य अद्भुत आहे आणि जगण्यासारखं आहे यावर त्यांचा विश्वास होता. आणि या विश्वासानंच त्यांनी त्यांचं आयुष्य, ते बेट आणि ते उदास गेस्ट हाऊस हे राहण्यासारखं सुंदर आणि आनंदी ठिकाण बनवलं.

उलानं कॉटेजच्या बागेच्या भिंतींवर आणि प्रवेशद्वारावर रंगीत चित्रं काढली. गुबगुबीत गोऱ्या मत्स्यकन्या, झिरमिरीत शेपटीचे सगळ्या रंगांचे शोभिवंत मासे, बेटावर कधीच नसलेली फुले, वसंतातला मोहोर, पऱ्या, गोळ्यांच्या गुलाबी, निळ्या, हिरव्या, पिवळ्या रंगांची घरं... त्यांनी आजोबांच्या विरोधावर मात केली आणि घराला पिवळा जर्द भडक रंग दिला. सुरवातीला डेनिज खोल समुद्रात जाणाऱ्या मासेमारी बोटींवरचा पाहुणा झाला, नंतर वरकामाचा पोऱ्या झाला आणि सगळ्यात शेवटी हवाहवासा कामातला भागीदार झाला. तो होता कष्टाळू, दणकट आणि कार्यक्षम. जेव्हा तो समुद्रावर नसेल तेव्हा तो आजीआजोबांना गेस्ट हाऊसमध्ये मदत करायचा. तिथे त्याला काम येत नसलं तरी तो कामाला उत्सुक आणि तयार असायचा. समुद्रावर शांत आणि काटक आणि जमिनीवर आनंदी आणि मस्तीखोर असणाऱ्या बेटावरच्या भल्या कोळ्यांनी त्यांचं आयुष्य वाटून घ्यायला आलेल्या या परक्या माणसाला आपल्यात सामावून घेतलं. आपल्या नातीला तिच्या उदासपणातून बाहेर काढल्यामुळे आणि एकटेपणातून सोडवल्यामुळे आजी-आजोबांना तो

आवडू लागला. तिला वडील कधीच माहीत नव्हते; आणि ती तीन वर्षांची असताना तिची आई मासेमारीच्या बोटीतून खूप दूर निघून गेली होती. हा अनोळखी माणूस आपल्या बेटावर का आला आहे याचं कुतूहल त्यांना होतं, पण त्यांनी कधीही चौकशी केली नाही किंवा त्याच्यावर संशय घेतला नाही. त्यानं त्यांना सांगितलं होतं, 'मी खूप लहान असताना माझ्या आईवडलांबरोबर एका प्रवासात इथं आलो होतो... त्यावेळी मी तो पडका किल्ला चढू शकलो नव्हतो. म्हणून मोठा झाल्यावर सैतानाचा किल्ला पाहण्यासाठी मी परत इथे येईन, असं मी स्वत:लाच वचन दिलं होतं. म्हणून मी आता आलो!' त्यानं त्यांना त्या म्हाताऱ्या जर्मन माणसाबद्दल, त्या अज्ञात पळपुट्याबद्दल सांगितलं होतं जो त्याला फारसा आठवत नव्हता, पण ज्याच्याबद्दल आईकडून त्यानं खूप वेळा ऐकलं होतं. त्याला हे आठवतं आहे याचं त्यांना आश्चर्य वाटलं होतं आणि खूप समाधानही.

एखाद्या जखमी प्राण्याप्रमाणे आसऱ्यासाठी तो एखादं बीळ शोधत होता पण त्याला त्यापेक्षा जास्त मिळालं. तोपर्यंत कुठेच त्याला घरच्यासारखं वाटलं नव्हतं; आणि आता त्याला तो जिथलाच होऊन जाईल अशी जागा सापडली होती. त्याला ती माणसं आवडली, उलाचे आजी-आजोबा, ते कोळी, ते खेडूत, अज्ञात पळपुट्याला ओळखणारा छोट्या लाकडी चर्चचा पाद्री, मुसलमान धर्म आणि पूर्वेकडची संस्कृती यांबद्दल जिज्ञासा असणारा तरुण शिक्षक आणि अस्वली जॅन, ज्याला सर्वोत्तम व्हिस्की गाळत असल्याचा अभिमान होता...

मी त्या सगळ्यांवर प्रेम केलं ज्या प्रेमात भीती किंवा कर्तव्याचा भाग नव्हता; कारण त्यांनी मला स्वीकारलं होतं; आहे त्यापेक्षा मी अधिक काही असावं अशी त्यांनी अपेक्षा केली नव्हती. ते माझ्यावर खूष होते कारण त्यांच्याबरोबर मला कधी कमी दर्जाचे असल्यासारखं वाटलं नाही. आणि कदाचित असंही होतं की, खोलवर आत कुठेतरी त्यांच्यापेक्षा मी श्रेष्ठ असल्याच्या भावनेचा मी गुप्तपणे आनंद घेत होतो. प्रेम हा शब्द बरोबर आहे का नाही, माहीत नाही, पण लहानपणापासून प्रथमच मला सैलावलेलं, सहज आणि सुखी वाटलं. आई त्याला 'डुकरांचं सुख' म्हणेल. हे बेट, जिथे माणसं छोट्या साध्या गोष्टींवर भागवत होती आणि सुखी होती, ते बेट प्रौढ, क्रूर जगापासून दूर असलेला आसरा होतं.

त्यांचं मूल या अभयस्थानी जन्मेल आणि सुरक्षिततेत वाढेल. पेटलेल्या

जगाच्या ज्वाला त्यांच्यापर्यंत पोहोचणार नाहीत. कोणीही त्याला दुखवू शकणार नाही किंवा हुकूमत गाजवणार नाही. त्यांच्या मुलाचं नशीब इराकच्या काटेरी तारेपलीकडे माथ्यावर खोळ घातलेल्या, मुलाला वाचवण्याचे जिवापाड आणि निष्फळ प्रयत्न करणाऱ्या बंदीवान वडलांच्या मुलापेक्षा वेगळं असेल. जगाच्या यातनांचं किंवा मानवजातीच्या पापांचं ओझं त्याला कळणार नाही. त्या साऱ्यांचा जाब त्याला द्यावा लागणार नाही. कोणीही हा हिशेब चुकता करण्याची त्याच्यावर सक्ती करणार नाही किंवा त्यांचं ओझं त्याच्या सदसद्विवेकबुद्धीवर पडणार नाही. तो एखाद्या सुंदर प्राण्यासारखा नैसर्गिक असेल, निसर्गासारखा मुक्त असेल – आणि तो फक्त तो स्वत: असेल.

मग बिजोर्न जन्माला आला. तेव्हा गेस्ट हाऊसमधल्या पांढऱ्या तोंडाच्या, निळ्या डोळ्यांच्या थोराड कुत्रीनं दोन सुंदर पिल्लांना जन्म दिल्याला तीन दिवस झाले होते, तर त्याच दिवशी बेटाच्या किनाऱ्यावर वाहत आलेल्या व्हेलच्या अर्भकांची सुटका करून त्यांना पुन्हा समुद्रात सोडण्यात कोळ्यांना यश आलं होतं. बाळंतिणीच्या खोलीच्या दाराशी उत्कंठेनं वाट पाहणारे आजोबा, उलाचे बेस्टेफार, बाळाचं पहिलं रडणं, आयुष्याची ललकारी ऐकून आनंदाने ओरडले होते, 'पहा, अजून एका बाळाला आज सोडवण्यात आलं!' बाळ मुलगा आहे हे समजल्यावर त्यांना आणखीनच आनंद झाला होता. ते कोणाशीही सल्लामसलत न करता म्हणाले, 'त्याचं नाव बिजोर्न ठेवू.' त्यावेळी डेनिजच्या लक्षात आलं की, त्यांनी बाळाच्या नावाचा विचारच केला नाही आहे. बिजोर्न चांगलं नाव आहे. मग काय हरकत आहे? त्या भाषेत अस्वल हे ताकदीचं, निसर्गाचं प्रतीक आहे. मग का नको?'

बिजोर्न वसंत ऋतूत आला; जेव्हा उत्तरेकडच्या बुटक्या स्नोड्रॉप्सची फुलं फुलायला सुरुवात होत होती; समुद्रपक्ष्यांनी अंडी उबवायला प्रारंभ केला होता आणि लांडगे त्यांच्या नवजात पिल्लांना प्रेमानं पाजत होते. दिवस मोठे होत होते; काळोख कमी होत होता; आणि उत्तरेला भेट द्यायची तयारी सूर्य करत होता. उलानं आपल्या विशाल उरोजांशी आपल्या मुलाला धरलं आणि त्याला तिनं स्तनपान दिलं. आपल्या मुलाला डेनिजनं खूप काळजीपूर्वक हातांत घेतलं आणि तो जगातली सर्वांत मौल्यवान चीज असल्याप्रमाणे त्याला इजा होऊ नये या भीतीनं घाबरत, तो एक चमत्कार आहे अशा नजरेनं त्याच्याकडे बघत त्याला कुरवाळलं. एक जिवंत वस्तू फक्त आपल्या दोघांच्या मालकीची आहे,

जिच्यावर ते प्रेम करणार होते आणि ते बाळही त्यांच्यावर परतून प्रेम करणार होतं.

'मग कसा आहेस तू?' आपल्या भावना लपवण्यासाठी स्वत:च्या हृदयावर आणि चेहऱ्यावरही मुखवटे चढवणाऱ्या माझ्या विचित्र आईनं विचारलं. तिच्या आवाजातला कंप ती तुटक, त्रयस्थ स्वरात बोलून लपवण्याचा प्रयत्न करत होती. छान प्रश्न! मी कसा आहे, खरंच? उत्तर समुद्राला सन्मुख अशा हजारो मोठ्या आणि छोट्या नॉर्वेजिअन बेटांपैकी एका छोट्या, दूरच्या एकाकी बेटावर मी कसा होतो; डोळ्यांत लाल ट्यूलिप्सचा आनंद प्रतिबिंबित होत असताना तुकडे तुकडे होऊन विखुरल्या गेलेल्या उलाच्या बेटावर मी कसा होतो?

एलिफ तिच्यासमोरच्या वेगळ्याच दिसणाऱ्या माणसाकडे त्याला ओळखायचा प्रयत्न करीत असल्याप्रमाणे बघत आहे; त्याची ओळख पटण्याची भीती वाटत, तिची चूक होत असावी या आशेनं... तो अनोळखी माणूस फक्त म्हणावा, 'तुमची चूक होते आहे', किंवा 'तुम्ही मला दुसराच कोणीतरी समजलात' किंवा 'तुमची भाषा मला कळत नाही' आणि वळून निघून जावा. पण हा तर इथे चकित होऊन उदासपणाने झाकोळलेल्या प्रश्नार्थक चेहऱ्यानं बघत आहे. हा भाव तो अगदी तान्हा असतानाच त्याच्या डोळ्यांत येऊन बसला.

हा माझा मुलगा आहे? हा थोराड, वयस्कर, लांब दाढीचा, एखाद्या कोळ्यासारखा दिसणारा नॉर्वेजिअन खेडूत, हा माझा मुलगा आहे? हे तर लांबलेलं भयस्वप्न आहे! भयस्वप्न, ज्याच्यातून कित्येक वर्षांत मला जाग येऊ शकली नाही, जे मला विसरता येत नाही, जे माझा पाठलाग करतं आणि जे माझ्या हृदयाला, मनाला, भावनांना चिकटून बसलं आहे... 'तू मुलालासुद्धा भेटणार आहेस का?' तू पहाटे केलेल्या फोनवर मला विचारलं होतंस. हं, तो मुलगा आत्ता माझ्यासमोर उभा आहे. नाही, मी तुला सगळं सांगणार नाही. मी सांगेन त्याची प्रकृती वाईट असल्याचं दिसत नाही. मी सांगेन, तो ठीक आहे, तो सुखात आहे आणि कदाचित तो सुखात आहेच.

माझा मुलगा, आपला मुलगा माझ्यासमोर उभा आहे आणि मी माझे हात त्याच्याभोवती वेटाळू शकत नाही, त्याला हुंगू शकत नाही. त्याची ऊब मिळवू शकत नाही. एखादं जनावर त्याच्या पिल्लांवर करील तसं प्रेम मी त्याच्यावर नैसर्गिकपणे, उपजत ओढीने आणि आतड्यापासून करते. मला

सोसता येत नाही इतकं प्रेम मी त्याच्यावर करते. पण तरीसुद्धा, मला ते शब्दांत व्यक्त करता येत नाही. मला ते दाखवता येत नाही. आपण हरवलेला मुलगा माझ्यासमोर उभा आहे आणि मी त्याला परत आयुष्यात आणू शकत नाही – आपल्या आयुष्यात, जिथे तो असायला हवा. मला त्याच्यापर्यंत पोहोचतासुद्धा येत नाही आहे.

डेनिज आईला मिठी मारतो. ती त्याच्या बाहूंत थरथरत असलेली त्याला जाणवते. तेवढ्यात तो लहान मुलगा उत्तेजितपणे डोळे विस्फारून खेकड्या- सारख्या विचित्र चालीने त्यांच्याकडे येतो. फिकट पिवळ्या उजेडात चमकणाऱ्या गवताच्या रंगाच्या केसांना कुरवाळत आणि स्वतःचा आवाज शक्य तेवढा सहज ठेवण्याची प्रयत्न करीत डेनिज म्हणतो, ''हा बिजोर्न, आई.'' नंतर नॉर्वेजिअन भाषेत, ''ही स्त्री माझी आई आहे बिजोर्न.''

नजरेत नवल आणि आश्चर्य ओतप्रत भरलेला मुलगा स्त्रीकडे टक लावून पाहतो. ''डॅडी, तुम्ही तिला काय म्हणालात? तुम्ही असे काय बोललात?''

''मी तिला तुझ्याबद्दल सांगितलं. मी तुर्की भाषेत बोललो.''

''ती आपली भाषा बोलत नाही? ती पण परदेशी आहे का?''

''हो, तीसुद्धा परदेशीच आहे. पण छान परदेशी. तिला आपली भाषा येत नाही. तिला ती का येईल?''

''हो, पण मग मी तिच्याबरोबर कसा बोलणार?''

''आजी आणि नातू कुठल्याही भाषेत मैत्री करतात.''

एका बाजूला समुद्र आणि दुसऱ्या बाजूला फिकट रंगाची घरं असलेल्या रस्त्यावरून चालताना एलिफ म्हणते, ''आपण इथे आलो होतो त्याला वीसहून जास्त वर्षं होऊन गेली; कोणाला वाटलं असतं?''

कोणाला वाटलं असतं की आम्ही... की आम्ही काय? की आम्ही आमचा मुलगा गमावला असता? 'गमावणे' हा शब्द इथे बरोबर आहे? 'पुरून टाकणे'? नाही नाही...

गवताच्या रंगाच्या कुरळ्या केसांचा आणि टपोऱ्या निळ्या डोळ्यांचा तो छोटा मुलगा तिचा हात खेचतो आणि तिला काहीतरी सांगायचा प्रयत्न करतो.

''तो म्हणतोय की, तो राजकन्या उलाची वाट बघत होता, पण तरीही तू आली आहेस त्याचा त्याला आनंद आहे.''

''ही राजकन्या उला कोण? ती एखाद्या परीकथेची नायिका आहे का? इथली मुलं अजूनही अभिजात बालकथा वाचतात का? किती छान!'' ती

स्वत:ला सावरून घेते. ''ओह, आय ॲम सॉरी! माझ्या लक्षात राहिलं नाही. आय ॲम सो सॉरी.''

''क्षमा मागायची काही गरज नाही आई.''

क्षमा मागायची गरज आहे. तशी गरज आहे, हे इतर कुणालाही नसलं तरी एलिफला माहीत आहे. आपल्या प्रेमाच्या आणि समजूतदारपणाच्या कमतरतेबद्दल आणि स्वत:तच मग्न असण्याबद्दल तिनं माफी मागायलाच हवी. तो फक्त उला म्हणाला असता तर मला कळलं असतं. मला समजलं नाही कारण तिचा विचार मी राजकन्या म्हणून करू शकले नाही. परीकथेतल्या सुंदर राजकन्यांसारखी ती जराही नव्हती. जेव्हा आम्ही प्रथम भेटलो तेव्हा काय करू, कसं वागू हे समजत नसल्यामुळे मला इतकं चमत्कारिक वाटलं. गवताच्या रंगाच्या केसांची आणि या मुलापेक्षा खूप फिकट निळ्या, जवळजवळ राखाडी रंगाच्या डोळ्यांची जाड नॉर्डिक मुलगी, जिच्याजवळ जराही डौलदारपणा नव्हता. तिला कवेत घेऊन तिचं चुंबन घ्यायच्या ऐवजी मी जेव्हा शिष्टाचार म्हणून माझा हात तिच्या खांद्यावर ठेवला तेव्हा माझ्या लक्षात आलं की, ती थरथर कापते आहे. आम्ही आपल्या बेबेकमधल्या अपार्टमेंटच्या दारात होतो. आमचा मुलगा आणि सून यांना भेटायला आम्ही एअरपोर्टवर गेलो नव्हतो. ते टॅक्सीतून उतरताना आणि दोघंही कोंबडीसारख्या विचित्र चालीनं रस्ता ओलांडून बिल्डिंगकडे येताना मी घराच्या बाल्कनीतून पाहिलं. मी त्यांचे साधेसुधे, रोजच्यातले, फॅशनेबल नसलेले कपडे, त्यांच्या जुन्या सॅक आणि त्यांचं निगा न राखलेलं रूप पाहिलं. बेल वाजण्यापूर्वी मी दरवाजा उघडला नाही. मी वेळ लावला तो थोडाफार रागाच्या प्रतिक्रियेतून. पण त्याचबरोबर कसं वागावं ते न कळल्यामुळेसुद्धा.

मिठी मारून चुंबन घेण्याऐवजी एलिफ दुराव्याचा स्पर्श – खांद्यावर हात ठेवणं – निवडते; आणि ती मुलगी पिंजऱ्यातल्या सशासारखी, एखाद्या भीतीनं गोठलेल्या उंदरासारखी थरथर कापत असलेली तिला जाणवते. आवडलं न जाण्याच्या, खूश करू न शकण्याच्या भीतीनं मुलगी कापते आहे. अपार्टमेंटच्या भव्य दरवाजानं, प्रवेशद्वाराच्या संगमरवरी फरशीनं, शोभेच्या पितळी वस्तूंनी आणि घरातल्या शोभिवंत झाडांनी ती गांगरली आहे; आणि सुप्रसिद्ध लेखक ओमर एरेन आणि विज्ञानाच्या क्षेत्रातली नामवंत स्त्री प्रोफेसर एलिफ एरेन यांच्या प्रतिक्रियांची तिला भीती वाटत आहे. स्वत:बद्दल ठाम खात्री असलेल्या प्रौढांच्या या जगात, डेनिजनं तिला

ओढून आणलेल्या या परदेशात तिला एकटं आणि नि:शस्त्र वाटत आहे. कुठल्याही क्षणी तिला रडू फुटेल हे तिच्या घरेलू बाहुलीसारख्या चेहऱ्यावरच्या भावांनी स्पष्ट कळत आहे.

एलिफच्या बोटांच्या टोकांना त्या मुलीला वाटणारं भय, गोंधळ आणि एकटेपणा जाणवतो. जेव्हा मी माझ्या हातात प्रयोगशाळेतल्या प्राण्यांना घेते तेव्हा तेसुद्धा निराधारपणा आणि मृत्यूचं भय यांनी असंच थरथरत असतात. मृत्यूच्या एका प्रहारानं मी त्यांची कंपनं संपवते, एखादी बारीक सुई किंवा कधीकधी एखादा चाकू वापरून – जो लगेच ठार करत नाही आणि कंपने काही काळ चालूच राहतात; अपराधीपणाची एक तरल भावना प्रत्येक वेळी तिच्यावर आघात करते, येऊ घातलेल्या मृत्यूचा तो वास, तो निरर्थक पश्चात्ताप... या सगळ्याची सवय होते म्हणतात, घरातल्या माश्यांना मारण्यासारखी ती एक नेहमीची क्रिया होते असंही म्हणतात. पण मला आजपर्यंत त्याची सवय होऊ शकली नाही. तरीही मी ते सुरू ठेवतेच. माझ्या लाडक्या छोट्या प्राण्यांचे मऊ केस हलकेच कुरवाळत मी त्यांना मारते ते प्रेमाने, हे मी कोणालाही, अगदी स्वतःलाही कळू देत नाही.

ती अचानक मुलीला मिठी मारते; आणि तिच्या दोन्ही गालांचं चुंबन घेते. तिनं जे काही केलं त्यानं ती स्वतःच चकित होते.

उला अश्रूंत विरघळते. ते तिच्या गालांवरून ओघळत असताना ती छोट्या हुंदक्यांनी गदगदते. 'सॉरी, सॉरी,' तिला येत असणाऱ्या किंचित इंग्रजीत ती म्हणत राहते.

'इतक्या धावपळीच्या प्रवासानं ती थकली आहे. ती अतिशय ताणाखाली होती. तिनं विश्रांती घेतली की तो ताण जाईल,' डेनिज क्षमायाचनेच्या स्वरात म्हणतो. तिचा मुलगाही फिकुटला आहे हे एलिफच्या लक्षात येतं. कशीतरी वाढलेली दाढी, उत्तेजित झाल्याने लाल पडलेले गाल, वाढलेल्या वजनामुळे गालांत बुडलेले निस्तेज डोळे यांमुळे त्याचा चेहरा फार दूरच्या आणि फार पूर्वीच्या ओळखीचा वाटतो. तिच्या मुलाच्या देखण्या, रेखीव नाकडोळ्यांचं वाईट अर्कचित्र...

त्यांच्या पहिल्या भेटीच्या वेळी ती बिचारी मुलगी अशी थरथर कापली नसती, तर एलिफला इतकं अपराधी वाटलं नसतं. काही झालं तरी आम्हां सगळ्यांच्यात सर्वांत निष्पाप तीच आहे, एलिफनं स्वतःशीच विचार केला होता. दोन जखमी मुलं, ज्यांनी प्रौढांच्या या दुष्ट जगातून निसटून जाऊन

एकमेकांत आसरा घेतला आहे, गबाळी, दुबळी, प्रेम आणि मान्यतेसाठी तडफडणारी... त्यामुळे तर एलिफचं हृदय विरघळलं होतं आणि त्यांचं सांत्वन करून तिला त्यांना तिच्या पंखांखाली घ्यायचं होतं. तिच्या इतक्या टोकाच्या भावनाप्रधानतेचं मूळ होतं ते, 'जे काही घडलं त्यात तिचा काहीच हात नव्हता का' हा प्रश्न तिनं स्वत:लाच विचारल्यावर तिला जे काही हृदय दुभंगणारं, सांगता न येणारं दुःख झालं त्यात. तरीही तिचं वात्सल्य आणि तिचा समजूतदारपणा फार थोडा वेळ टिकला होता. मुलातल्या धैर्य आणि यशाच्या कमतरतेबद्दल, त्यांची इतके वेळा निराशा केल्याबद्दल, त्यांनी त्याला गमावलं आहे असं त्यांना वाटायला लावल्याबद्दल मुलावर असलेल्या तिच्या रागाचा विजय झाला. तो दुसऱ्याच जगात दिसेनासा झाला होता, त्यानं स्वत:ला दुःखद आयुष्याची शिक्षा दिली होती. जिवंत पुरून घेतलं होतं आणि त्यांनी त्याच्यासाठी तयार केलेल्या देदीप्यमान भविष्याला नकार दिला होता. उलाचं अस्तित्व ह्व आणि आता मुलाचंसुद्धा – म्हणजे परिस्थितीचा गुंता सुटू न देता त्याच्या बेड्या आवळणाऱ्या साखळ्या होत्या.

अर्धं इंग्रजी, अर्धं जर्मन आणि डेनिजचे भाषांतराचे प्रयत्न यांतून ते एकमेकांशी बोलायचा प्रयत्न करीत होते, तेव्हा फारश्या संभाषणकुशल नसलेल्या त्या बिचाऱ्या मुलीनं तिच्या भाषिक क्षमता पणाला लावून दुय्यम दर्जाच्या कौटुंबिक सिनेमांची आठवण करून देणारा प्रश्न विचारला.

''मी तुमच्या मुलाच्या आयुष्याचा नाश केला, असं तुम्हांला वाटतं का?''

आपली पत्नी काहीतरी कठोर बोलेल या भीतीनं ओमर पटकन मध्येच बोलला, ''नाही''. तो म्हणाला, ''उलट आम्ही तुझे आभार मानले पाहिजेत. आमचा मुलगा कठीण काळातून जात असताना तू त्याच्यासाठी तिथे होतीस.'' त्याला खरंच असं वाटत होतं, का तणाव सैलावण्यासाठी आणि प्रसंगातून वाचवण्यासाठी त्यानं हे ठरावीक उत्तर दिलं?

''मूल जरा लवकरच नाही का झालं? मूल वाढवणं किती कठीण जाईल, विशेषत: तुम्ही राहता त्या छोट्या समाजात, याचा तुम्ही काही विचार केलात का?'' एलिफला बोलल्याशिवाय राहवलं नाही.

''तुम्ही मुलाकडून काय अपेक्षा करता त्यावर हे अवलंबून आहे,'' डेनिजनं उत्तर दिलं. ''मूल हे पालकांसाठी काय आहे. त्यांच्या स्वत:च्या महत्त्वाकांक्षा पूर्ण करण्याचं ते एक साधन आहे, त्यांचा अहंकार सुखवावा म्हणून ते आहे?

का तुम्हांला अशी व्यक्ती निर्माण करायची आहे जिचं सुख तुम्हांला आनंद देईल, जिची मूल्यं आणि निवडीचा मान ठेवला जाईल?''

त्याच्या आवाजातला उपरोधिक स्वर, त्यातला उघडावाघडा सूड आणि कटुपणा कोणापासूनच लपला नाही, काय बोललं आहे हे न समजणाऱ्या उलापासून सुद्धा नाही.

काहीतरी वेडवाकडं बोललं जात आहे हे जाणवून तिच्या नवऱ्याकडे तिनं भेदरलेल्या नजरेनं बघितलं. ''बिजोर्न दोन वर्षांचा झालासुद्धा,'' ती म्हणाली. ''ते काही कठीण नाही. तो आम्हांला खूप आनंद आणि समाधान देतो.''

''तो अगदी साधासोपा मुलगा आहे. आम्ही त्याच्यावर काहीच लादत नाही किंवा कसलीही सक्ती करत नाही. त्याचं त्याच्या आजीबरोबरही चांगलं जमतं. आम्ही दूर असताना तो तिला त्रास देणार नाही याची खात्री आहे मला.''

''मला वाटतं, तुम्ही त्याला आणलं असतंत तर आम्हीही त्याला बघू शकलो असतो.''

''ते कठीण झालं असतं. तुम्हांला मुलांची सवय नाही, आई. आणि शिवाय तुम्हांला कामही खूप असतं.''

त्यांनी तो विषय थांबवला आणि ते इतर नेहमीच्या गोष्टींबद्दल बोलू लागले. नंतर ते टेबलाजवळ बसले. त्यांच्या घरी काम करणाऱ्या बाईला, जी चांगला स्वयंपाकही करायची, तिला तुर्कस्तानी पदार्थच नाही तर त्यांच्या नॉर्वेजिअन सुनेला आवडतील असे मासे असलेले पदार्थही करण्यास सांगण्यात आलं होतं. त्याप्रमाणे केलं गेलं असूनही उलानं इतक्या कसोशीनं केलेल्या पदार्थांना स्पर्शही केला नव्हता आणि त्यामुळे तिला जेवणाचे शिष्टाचार माहीत नाहीत असं मानलं गेलं होतं.

एका बाजूला एलिफच्या मनात खोलवर करुणा होती. त्यांना जवळ घेऊन, 'गोष्टी अशा घडल्या आहेत, तरी काळजी करू नका. असू दे! तुम्हांला हवं आहे तसं जगा. स्वत: कुठलाही ताण घेऊ नका. नका असे तणावाखाली राहू. आता आमची तुमच्याकडून कसलीच मागणी नाही. फक्त सुखी रहा – तेवढं पुरेसं आहे' असं सांगायची इच्छा होती. तर दुसऱ्या बाजूला राग आणि दुःख होतं; तिच्या आयुष्यातला सर्वांत मोठा पराभव स्वीकारायची तिची असमर्थता होती... आणि तिच्या मनात टोचणारा प्रश्न. पूर्ण खात्रीशिवाय म्हटल्या गेलेल्या 'फक्त सुखी रहा – तेवढं पुरेसं आहे' या शब्दांचा पोकळपणा

आणि अप्रामाणिकपणा, सुखाचा सापेक्ष अर्थ... आणि ज्या तऱ्हेच्या आयुष्याला डेनिज सुख म्हणतो आहे ते म्हणजे पराभव आणि पळपुटेपणा असल्याची खोलवर झालेली जाणीव...

एक दिवस, जेव्हा तो खूप लहान होता – तो अतिशय दुबळा, जराही छाप न पाडणारा आणि त्याच्या बरोबरच्या मुलांपेक्षा खूपच लहान पण नेहमी हसरा असा होता – मैदानात खेळणाऱ्या मुलांनी त्याला आपल्या खेळात घ्यायला नकार दिला होता आणि त्याला बाजूला ढकलत म्हटलं होतं, 'तू खूप लहान आहेस, अगदीच छोटासा. तू नाही आमच्याबरोबर खेळू शकत.' तेव्हा तो वाळूच्या हौद्यात मध्यभागी त्यांचा खेळ बघत उभा राहिला होता. त्याच्या चेहऱ्यावरचं दुःख कुठल्याही लहान मुलासाठी न पेलवणारं होतं आणि जेव्हा त्यांचा बॉल त्याच्याकडे यायचा, तेव्हा अनिश्चित मनाने तो उचलून घेऊन परत त्यांच्याकडे फेकायचा. तो इतका दुखावलेला आणि तरीही इतक्या चांगल्या स्वभावाचा, आवडता होण्यासाठी आणि स्वीकारलं जाण्यासाठी काहीही करायला तयार असणारा दिसत होता, की ती त्याच्याकडे धावली आणि तिनं त्याला आपल्या मिठीत घट्ट धरलं. तेव्हा तिच्या लक्षात आलं की त्याच्या डोळ्यांतून अश्रू वाहत आहेत आणि तरीही त्याच्या चेहऱ्यावरचं ते वेगळंच हसू कायम आहे. काय चुकलं? सुरवातीपासूनच काय कमी होतं जे आमच्या लक्षात आलं नाही? त्यानं स्वतःचा बचाव का केला नाही, मारामारी किंवा हिंसेकडे तो का वळला नाही? याचा आम्ही नेहमीच चांगला अर्थ लावला. आमचं मूल नीट जमवून घेतलेलं, शांतताप्रिय मूल आहे.

किनाऱ्याच्या कडेने रस्त्याच्या शेवटी असलेल्या गेस्ट हाऊसकडे जाताना एलिफ स्वतःला तोच प्रश्न विचारते. वीस वर्षांपूर्वी केलेल्या एका संस्मरणीय सहलीतलं ठिकाण म्हणून आठवणीत असलेल्या आणि आता एक भयस्वप्न झालेल्या त्या नॉर्डिक बेटावरून चालताना तो प्रश्न अधिकच कळीचा ठरतो. काय चुकलं?

रस्ता संपतो तिथे ते लाकडी घर अचानक त्यांच्यासमोर ठाकतं आणि उभे कडे दोन्ही बाजूंना मागे दिसतात. ही तिची आठवण पहिल्या भेटीपासून होती. जेव्हा त्यांनी आपला रस्ता चुकला आहे असं समजून आशा सोडली होती, इथे हॉटेल नाहीच असं त्यांना वाटलं होतं, तेव्हा हे पांढरं घर त्यांना समोर दिसलं होतं.

"तुला गेस्ट हाऊस आठवतं आहे का आई?"

"मी कसं विसरेन? अर्थातच मला आठवतं आहे. माझं चुकत नसेल तर ते पांढऱ्या रंगाचं होतं."

"आम्ही ते पिवळ्या रंगात रंगवलं. पांढरा रंग खूप उदास दिसतो असं उला म्हणायची."

पांढऱ्या रात्रीच्या अंतहीन सांध्यप्रकाशात राखाडी आणि गडद निळ्या समुद्राच्या पार्श्वभूमीवर पिवळी जर्द इमारत उभी राहते. प्रवेशद्वारावर निऑन लाइट्सनी प्रकाशित केलेलं चिन्ह ती बघते. गेस्ट हाऊस हा शब्द मुलांच्या चित्रांची आठवण जागवणाऱ्या मासे, मत्स्यकन्या आणि फुलांच्या रंगीबेरंगी रचनांनी सजवलेला आहे. उत्तर समुद्राचा राखाडी उदासपणा आणि हे घर ज्यांना टेकलेलं होतं त्या उभ्या कड्यांचा भव्यपणा यांच्यामध्ये एक खेळकर, लहरी, पोरकट, आगळीवेगळी गंमत.

"हे चिन्ह आणि बागेच्या भिंती उलानं रंगवल्या. मासे, मत्स्यकन्या, पऱ्या, नाचणारी आनंदी मुले – अशी चित्रं काढायला तिला आवडायचं. आतमध्ये तिनं काढलेली आणखी चित्रं आहेत. तुला नाही आवडणार ती. खूप साधीसुधी, अनघड चित्रं आहेत ती. पण ती चित्रं काढायला तिला खूप आवडायचं."

"हे खरं की मला अनघड कला आवडत नाही. पण ही चित्रं खूपच चित्तवेधक आहेत. आजूबाजूची रंगहीनता, कठोर हवा आणि स्तब्धता यांच्या पार्श्वभूमीवर ती सुंदर तऱ्हेने उठून दिसतात. तुर्कस्तानात आपणही अशा तऱ्हेची एक शैली वापरतो. चमकत्या रंगातल्या मत्स्यकन्या, गुलाब अशा प्रकारची चित्रं आपण काचेवर काढून रंगवतो. या चित्रांनी मला त्याची आठवण झाली."

एका लहान खेडूत मुलगी जिला उसळते उत्साही रंग, फुलं, आनंद आणि आयुष्याची ओढ होती... मृत्यूचा अंदाज आल्यावर थरथरणाऱ्या प्रयोग-शाळेतील प्राण्यांप्रमाणे ती मुलगी थरथरताना बघून तिच्या मनात ज्या भावना आल्या होत्या त्याच तिनं पुन्हा अनुभवल्या. काही मिनिटांतच ती त्या मुलीच्या कुटुंबीयांना भेटेल हे तिच्या लक्षात आलं. आत्तापर्यंत माझ्या ते कसं काय लक्षात आलं नाही? निदान मी थोडी तयारी केली असती. काय म्हणायचं, कसं वागायचं...

"उलाची आई गेस्ट हाऊसमध्येच राहते?"

"तिला आई किंवा वडील नाहीत. जणू ते कधीच नव्हते. तिला आजी

आणि आजोबा आहेत. नॉर्वेजिअन भाषेत बेस्तेमोर आणि बेस्तेफार... हे त्यांचंही घर आहे. तुला बघून ते खूप चकित होतील. त्यांना जराही कल्पना नाही.''

''ते तुझ्यावर रागावले आहेत का?... म्हणजे त्यांच्या मुलीला, म्हणजे नातीला जे काही झालं त्यामुळे...?''

''उलाच्या मृत्यूमुळे? माहीत नाही. त्यात माझा दोष नव्हता. ते एक अतिवाईट दुर्दैव होतं. ते त्यांना कळतं. आम्ही त्याविषयी सहसा बोलत नाही. बिजोर्नमुळे त्यांना बरं वाटतं. पण कदाचित उलाला मी तिकडे नेल्याबद्दल त्यांच्या मनात ते कुठेतरी मला दोष देत असतील. खरं तर मीच स्वतःला दोष देतो. इथून दूर जाणं, हे अभयस्थान सोडणं ही एक चूक होती. तिचं बेट सोडून दुसऱ्या देशात जायला ती घाबरत होती. हा प्रवास करायचं तिच्या कधीही मनात नव्हतं; पण ती माझ्यासाठी आली. मी स्वतःला कधीही क्षमा करणार नाही.''

एलिफच्या मनात येतं, त्यांनी त्यांची मुलगी गमावली, नात गमावली. मी माझा मुलगा गमावला. म्हणजे आमची फिटंफाट झाली. कोणाचं दुःख जास्त मोठं आहे ते मला माहीत नाही. दुःख कसं मोजतात? मला तेही माहीत नाही.

✳✳

३

मला लागली ती कोणाची गोळी

अतिदक्षता विभागाच्या कॉरिडॉरच्या टोकापर्यंत हळूहळू चालत जाऊन काचेच्या दरवाजापलीकडल्या पायऱ्यांवरून खाली ओमर एरेन दिसेनासा होईपर्यंत महमूद उभाच राहिला. त्या रात्री जे काही घडलं त्याचा अर्थ लावण्याचा प्रयत्न करत, स्वत:चे विचार गोळा करत तो त्याच्या दिशेने बराच काळ बघत राहिला. त्याच्या मनात खूप गोंधळ होता, खूप उलथापालथ होती. कुठलाच अंदाज लागत नव्हता. उदाहरणार्थ, हा लेखक... या माणसात काहीतरी विचित्र होतं ज्याचा अर्थ महमूदला लावता येत नव्हता. बंदूक उडाल्याउडाल्या आणि झिलल जमिनीवर पडल्यापडल्या तो अचानक त्यांच्या शेजारी उगवला होता. नंतर ते कोण आहेत किंवा काय झालं याची चौकशी न करता त्यांच्याबरोबर हॉस्पिटलमध्ये येणं आणि प्रत्येक गोष्टीची काळजी घेणं. 'पुत्रा' म्हणताना त्याचा आवाज कापणं आणि कुठल्याही क्षणी रडू कोसळेल अशा तऱ्हेनं त्याचे डोळे पाणावणं. हे सगळं खूप विचित्र होतं. हे सगळं तो खरंच खूप सरळ माणूस असल्यामुळे, असं आपण म्हणू या. जर तो फक्त साधासुधा दयाळूपणा असता तर जिथले डॉक्टर आणि व्यवस्था त्याला माहीत आहे अशा हॉस्पिटलमध्ये तो त्यांना घेऊन आला असता, त्यांना काही पैसे देऊन तो निघून गेला असता. त्यानं का पर्वा करावी? शिवाय हेही उघड होतं की, आम्ही संकटात आहोत, फरार आहोत, आम्ही पर्वतांमधून आलो आहोत, आमचे हात रक्तानं रंगले आहेत, आणि आम्ही बेकायदेशीरपणे आलो आहोत. हे सगळं तर स्पष्टच होतं. या माणसाच्या ते

लक्षात आलं, त्याला ते समजलं, तरीही तो घाबरला नाही. निघून गेला नाही. विचित्र माणूस, कोणीतरी सुप्रसिद्ध असलेला. जर तो नामवंत लेखक नसता, तर मी म्हटलं असतं की आमचा माग काढायला पाठवलेला गुप्तहेर आहे तो.

थकल्यामुळे कॉरिडॉरमध्ये तो वाकला आणि त्याच्या विचारांची त्याला शरम वाढली. त्याला खिन्न वाटलं. पर्वत तुम्हांला संशयी बनवतात. ते लोकांना शत्रू बनवतात. तुम्ही छोट्याशा गोष्टींनीही घाबरायला लागता, तुम्ही तुमच्या साथीदारांवरही संशय घेता. त्याचे वडील म्हणायचे, 'पर्वतांमुळे माणसांना झळ लागले आणि ते कठोर होतात; पठारांनी ते मृदू आणि सौम्य होतात.' त्यांना पर्वत आवडायचे नाहीत, असं नाही. मी जिथून आलो तिथे पर्वत आमच्या पूर्वजांसारखे असतात; आमच्या संतांसारखे असतात. प्रत्येक पर्वताची स्वत:ची भुतं आणि आत्मे असतात. त्यांची नावे, नकाशे आणि ॲटलसवर नसतात. त्याची नावे नकाशे आणि ॲटलसवर नसतात. माणसं पर्वतांशी बोलतात आणि मन मोकळं करतात. ते त्यांना विनंती करतात आणि तिथे आश्रय घेतात; आणि कधीकधी आपल्या मुलांना आणि मुलींना नेल्याबद्दल शिव्याशापही देतात. माझे वडील तशा गोष्टी बोलले त्याचं कारण त्यांना पर्वत आवडायचे नाहीत असं नव्हतं, पण ते शहाणे आणि ज्ञानी होते म्हणून आणि त्यांच्या मुलांना चांगलं आयुष्य मिळावं असं त्यांना वाटायचं म्हणूनही. कदाचित या भूमीत माणसं माणसाप्रमाणे जगू शकतील, भय किंवा उपासमारीशिवाय जगतील अशी आशा त्यांना राहिली नसावी... कदाचित त्यांची मुलं वाचावीत म्हणूनही असेल.

पाठ भिंतीला लावून हॉस्पिटलच्या कॉरिडॉरमध्ये महमूद वाकला होता. जागरण आणि दमणुकीने थकून त्याने डोळे बंद केले होते. पण तरीही त्याचं मन निरभ्र, स्वच्छ होतं. त्यानं आणि झिललनं जगलेल्या, पर्वतातल्या प्रेम-कथेचा तो विचार करत आहे. कादंबऱ्या, टीव्ही मालिका किंवा त्यानं न पाहिलेल्या सिनेमातल्यासारखी त्यांची प्रेमकहाणी नाही... हिवाळ्यातल्या लांबलचक रात्री *देंगबेज* सांगायचा तशा कथांत बसणारी एक दंतकथा. भविष्यातल्या एखाद्या दिवशी ते मामुडो आणि झिललची दंतकथाही सांगतील का? *देंगबेज*च्या शूरवीरांची महाकाव्यं सामान्यत: उज्ज्वल शेवटाची असतात, पण प्रेमकहाण्या मात्र बहुधा दु:खीच असतात. प्रेमिकांच्या मध्ये दुष्ट पात्रे येतात, शेवटी मृत्यू प्रेमीजनांचं मीलन घडवतो. तो शहारतो. आमच्या कथेचा शेवट सुखान्त असेल. सगळं ठीक होईल. जर माझी झिलल बरी झाली आणि

माझ्यावर प्रेम करत राहिली तर *देंगबेजनी* आमची कथा सांगितली नाही, ती दंतकथा किंवा कहाणी झाली नाही तरी हरकत नाही.

त्यांच्या पर्वतातून पठारावर, शहरात, लोकांच्या सहवासात येण्याचा तो विचार करतो. नंतर... त्याला तो क्षण आठवतो जो त्याला कधीच आठवायचा नाही आहे, पण जो त्याच्या मनातून कधीच जात नाही. त्याक्षणी एक भयानक भावना त्याच्या मनाला डांबरासारखी चिकटून बसते. तो जितका त्या क्षणाला घालवून टाकण्याचा प्रयत्न करतो, तितका तो क्षण मोठा होतो आणि खोलवर जातो. तो क्षण एक शेवट आहे, तसाच एक प्रारंभही. त्याला माहीत नाही तो अंत आहे का आरंभ.

डाव्या खांद्यात चिरत जाणाऱ्या तीव्र वेदनेमुळे तो एका काळोख्या बोगद्यात भिरकावला जातो. ती जखम सुऱ्याने झालेली आहे, का एखाद्या विषारी सापाने किंवा विंचवाने डंख केल्यामुळे ते त्याला कळत नाही. त्याला आठवत आहे तो फक्त त्याचा स्वत:चा आवाज, त्याची किंकाळी आणि बिनशेवटाच्या काळोख्या बोगद्यातून त्याचं दिवसाच्या लख्ख प्रकाशात येणं. नंतर तो टेकडीवरनं गडगडत खाली येतो. त्याला हवं तर तो अजूनही शेवटचा प्रयत्न करून झुडपाला किंवा खडकाला चिकटू शकतो, आहे तिथे राहू शकतो किंवा मदतीसाठी हाका मारू शकतो. तो काही करत नाही. तो स्वत;ला जाऊ देतो. आता त्याला वेदना जाणवत नाहीत. त्याचं शरीर जणू काही रक्त, मांस आणि हाडांऐवजी स्पंज, रबर आणि चिंध्यांचं झाल्यासारखं त्याला वाटतं. त्याचं मन नेहमीपेक्षा जास्त जागरूक, वेगवान आणि स्वच्छ आहे. ते त्याला गोळी मारतील का, असा विचार त्याच्या मनात येतो. त्याला वाटतं तो एखाद्या त्रयस्थासारखा, टीव्हीच्या एखाद्या कॅमेरामनसारखा – परदेशी टेलिव्हिजनची माणसं एकदा कॅम्पवर आली होती, तेव्हा त्यानं त्यांना बघितलं होतं – घटना बाहेरून बघत आहे. जणू तो एखादा मारधाडीचा सिनेमा बघत आहे. त्याला भीती वाटत नाही, फक्त जिज्ञासा. तो खाली घरंगळत असताना त्याच्या खांद्यातून होणारा रक्तस्राव अजून वाढतो. त्या रक्तानं गवत आणि खडक माखतात. त्यांना त्याला पकडायचं असेल तर रक्ताच्या खुणांवरून ते त्याचा माग काढू शकतात. जर फक्त तो एका क्षणासाठी थांबून उभं राहू शकला तर त्याच्या कमरेभोवतीच्या शूटिकचा तुकडा किंवा ते निरुपयोगी ठरल्यास इतर कपड्याचा तुकडा काढून बंदुकीच्या गोळीच्या जखमेभोवती घट्ट बांधून रक्तस्राव कमी करता येईल. पण तो थांबू शकत नाही, त्यानं थांबता कामा नये. त्याला

ओकच्या छोट्या झाडांपर्यंत असं घरंगळत जायला पाहिजे आणि तिथून जंगलात खोलवर आत जाऊन स्वत:चा मार्ग लपवला पाहिजे.

हा भाग त्याला त्याच्या हाताच्या तळव्यासारखा माहीत आहे. इथल्या प्रत्येक काना-कोपऱ्याची, लपायची शक्यता असलेल्या प्रत्येक जागेची त्याला खडान्‌खडा माहिती आहे. कुरणं, मळे आणि लहानपणीची खेळण्याची मैदानं, प्रेमाच्या गुप्त जागा, लवकर वयात आलेल्या खेड्यातल्या तरुणांची निरागस अविचारी साहसं... टेकड्यांचे उतार जे आधी हिरवे होते. मग जळके काळे आणि आता पुन्हा एकदा हिरवे होत आहेत... निसर्गातून उफाळून येणाऱ्या जीवनाला कोण थांबवू शकेल? पृथ्वीच्या आत खोलवर लपून बसलेल्या बीजांचा कायमचा बीमोड कोण करू शकेल? आणि कोण त्यांना अंकुरण्यापासून आणि जमिनीला तडे पाडण्यापासून, मृत्यूची अवज्ञा करत जिवंत राहण्यापासून रोखू शकेल?

वर जरी लढाई सुरूच आहे तरी ती हळूहळू थांबत आहे हे उघड आहे. गोळ्यांचे आवाज आता कमी वेळा येत आहेत आणि बंदुकींचे आवाजही आता कमी आणि दुरून येत आहेत. बंदुकीच्या दोन फैरींमधल्या शांततेच्या विचित्र क्षणात ऐकू येणारे आवाज म्हणजे घाबरलेल्या थ्रश पक्ष्यांच्या पंखांची फडफड आणि रात्र आणि दिवस कळण्यामध्ये बहुधा गल्लत झाल्यामुळे होणारी किड्यांची एकसुरी किरकिर. आजचा हल्ला बराच काळ, अगदी दिवसा उशिरापर्यंत चालला. असं कधी होत नाही. कधीकधी तुम्ही कर्तव्य म्हणून लढता तर कधी जीवनमरणाचा प्रश्न म्हणून. ठार मारलं जाऊ नये म्हणून तुम्ही ठार करायला तयार होता आणि कधीकधी तुम्ही त्वेषानं आणि मनापासून लढता ते एखाद्या मूल्यासाठी, विजयासाठी. यावेळी झालं ते तसं होतं. आत्ता आत्ताच रुजू झालेले नवीन भरतीतले सदस्य - त्यांच्यापैकी कित्येक जण पोरसवदा होते, त्यांच्यात काही तरुण स्त्री गुरिलाही होत्या - ज्यांचा नेतृत्वावरचा, संघटनेवरचा आणि कार्यावरचा विश्वास अजून अढळ होता, ते लढत होते. त्यांची श्रद्धा खडकासारखी अचल असते आणि त्यांचे प्राण तळहातावर घेतलेले असतात. आपण मारले जाऊ हे जरी कळलं तरी ते मागे हटत नाहीत, पळून जात नाही, किंवा शरण येत नाहीत. या कथेचं मृत्यू हे एक अंग असतं. तो काही शेवट नसतो, तर दंतकथेचा नायक बनताना होणारा तो सुरुवातीचा प्रस्तावनेचा भाग असतो. ते इतके तरुण आहेत, मृत्यूपासून इतके दूर आहेत, चिकटून राहावं असं त्यांच्या आयुष्यात काहीच

नाही. ते वेदनेला घाबरतात, पण मृत्यूला नाही. इतका काळ संघर्ष सुरू असण्याचं हेच तर कारण आहे.

आणि माझं काय? मी काय केलं? मी पळालो का? ती भयानक काळीकुट्ट चिकट भावना... नाही, मी पळालो नाही, मला गोळी मारली गेली. गोळी मारली! ही काही माझी पहिली चकमक नव्हती, मग मी का गडबडलो आणि पळालो? जर मला पळायचं असतं तर पूर्वीच मी तसं केलं असतं, मला इतके वेळा संधी मिळाली होती. मी पळालो नाही. मला गोळी घातली. त्यानं स्वत:ला शेवटच्या क्षणी थांबवलं नसतं तर तो टिपेच्या आवाजात ओरडला असता. 'मला गोळी मारली गेली! गोळी मारली!'

मागे जाताना सैनिक पर्वताची उत्तर बाजू आणि आम्ही दक्षिण बाजू वापरतो. त्यांच्यात एखादा अव्यक्त करार झाल्यासारखे सैनिक त्यांच्या बराकींकडे जाताना आणि गुरिला त्यांच्या पर्वताकडे जाताना शस्त्रं मूक करतात, जिवंत राहण्याच्या भावनेचा विजय होतो आणि जीवन मृत्यूवर विजय मिळवतं... असं म्हणतात की, चकमक संपली आणि दोन्ही बाजूंनी माघार घ्यायला सुरुवात केली की सैनिक आणि गुरिला यांची रस्त्यात गाठ पडली तरी ते एकमेकांवर शस्त्र उगारत नाहीत. कदाचित ही फक्त एक अफवा असेल, पण तरीही त्यामुळे बरं वाटतं हे खरं.

त्याच्या दिशेने कोणीही गोळी झाडत नाही आहे. तो चेहरा खाली करून पडतो आणि त्याच्या चांगल्या हाताने झुडपं आणि काटेरी वनस्पतींना पकडतो. हाताची नखं जमिनीत रोवून तो एक क्षण टेकडीच्या माथ्याकडे बघतो. नाही, कोणीही माझा पाठलाग करत नाही आहे. मला खाली घसरताना कोणीच पाहिलं नाही का? का प्रत्येक जण स्वत:ला वाचवण्याच्या प्रयत्नात आहे? का त्यांनी मला टेकडीवरून खाली दगडासारखं गडगडत जाताना पाहिलं आणि मी मेलो आहे असं ते समजले? का अजून दुसरं काही? कोणाची गोळी मला लागली? त्याच्या जखमेपेक्षाही हा प्रश्न त्याला जास्त वेदना देतो, त्याला आतून ओरबाडतो आणि दगडांवर, खडकांवर आणि त्याच्या हृदयावर ठाण मांडतो. मी दोन्ही बाजूंच्या गोळीबारात सापडलो होतो. मी पळून जायचा विचार केला होता का, एक क्षण तरी हा विचार माझ्या मनात तरळला होता का? नाही... हो... हो! नाही. मला माहीत नाही. मी आघाडीला होतो. कुठल्याही नायकगिरीमुळे नाही, तर फक्त अंदाज चुकल्यामुळे... मी इतक्या लांबपर्यंत यायला नको होतं. का केलं मी तसं? मी काही सगळ्यात मोठा

शूरवीर होतो का? का मी सैनिकांच्या बाजूला पळत होतो? नाही, मला माहीत नाही.

त्याला माहीत नाही आणि त्याला माहीत करून घ्यायचंही नाही. त्याला आशा वाटते की, त्याला सैनिकाची गोळी लागली असावी. *हेवल* गोळी लागली असण्याची कल्पना म्हणजे पाप करण्यासारखंच आहे. ती शत्रूची गोळी होती. ती विरुद्ध बाजूनं आली. ती मला चाटून गेली असावी. का अजूनही ती गोळी आतच आहे? तो हाताने खांदा चाचपून बघतो. त्याला मागच्या बाजूने जखम झाली आहे. तो शहारतो. माझं तोंड शत्रूकडे होतं; पण बहुधा मी आमच्या गटापासून खूप पुढे आलो आहे हे लक्षात आल्यावर मी एकच क्षण मागे बघितलं असावं.

शत्रू : एक नावाविना, आत्म्याविना, शरीराविना, चेहऱ्याविना विचार, एक भूत. सैनिकांना शत्रू म्हणायला त्याचं मन घेत नाही.माझा चुलतभाऊ मामुडो – आमच्या पणजोबांच्या नावावरून त्यालाही महमूद म्हटलं जायचं – माझ्याच नावाचा आणि माझा जिवाभावाचा... तो सैन्यात आहे आणि मी इथे आहे. झाहोसचा हिदिर सैनिक आहे आणि त्याचा मामेभाऊ गुरिलांबरोबर आहे. म्हणून तर बंदुकीत गोळी भरताना, प्रत्येक वेळी बंदूक झाडताना, विशेषत: सुरुवातीला, त्याच्या हृदयाला घरं पडायची. मग ह्या *केकोज*ना आम्ही काय शत्रू म्हणायचं? अर्थातच आम्ही म्हटलं पाहिजे, आम्हांला म्हणायला लागतं. एकदा का तुम्हांला 'शत्रू' हा शब्द म्हणायची सवय झाली, की ते खरंच शत्रू होतील. तो शब्द म्हणत रहा आणि शत्रू तुम्हांला पाठ होईल. ज्यांना शत्रू म्हणायला तुम्ही शिकला आहात त्यांना तुम्ही गोळी माराल, जखमी कराल, सूड घ्याल आणि मोठा योद्धा व्हाल, एक हिरो. शब्दाची मनाला वळण लावण्याची आक्रमक ताकद महमूदला जाणवते. जीभ हे शस्त्र होऊ शकतं हे त्याला माहीत आहे. त्याला कळत नाही ते हे, की हा तथाकथित शत्रू ठरवायला त्याला इतकं कठीण का जावं. जेव्हा तुम्ही त्याच्या समोरासमोर येता, त्याच्या डोळ्यांत बघता तेव्हा तुम्हांला शत्रू दिसत नाही, तुम्हांला दिसतो तो दुसरा माणूस. अगदी जेव्हा तुम्ही एकमेकांकडे बंदुकी रोखता, तेव्हाही तुम्हांला विचार करायला अर्धा क्षण जरी मिळाला तरी तुम्हांला कळत नाही की तुम्ही एकमेकांचे शत्रू का आहात. काही लोकांनी सैनिक पर्वतात पाठवले आणि इतरांनी गुरिला सैनिकांवर आणि गावच्या रखवालदारांवर सोडले. बरोबर बसून बिडी ओढण्याऐवजी, आपापल्या प्रेमीजनांविषयी गप्पा मारण्याऐवजी, एकमेकांना फोटो दाखवण्याऐवजी तुम्ही

गोळ्या घालता आणि ठार मारता. मग जो अधिक वेगवान आणि अधिक चांगला नेमबाज आहे, ज्याचा हात चाप ओढताना थरथरत नाही आणि जो भावुक कल्पना मनात बाळगत नाही, तो जिवंत राहतो.

प्रथम त्याच्याच लक्षात आलं की हळूहळू तो वाईट लढवय्या होत आहे, कधीकधी जाणूनबुजून लक्ष्य चुकवणारा. आणखीन वाईट गोष्ट म्हणजे चकमकीच्या वेळी तो पिछाडीला राहत असे. ह्यामागे होती त्याची सैनिकांना शत्रू मानण्याची असमर्थता आणि माझ्याविरुद्ध उभा आहे तो माझा चुलतभाऊ तर नसेल, ही त्याच्या मनावर स्वार झालेली शंका. त्याला भीती वाटायची की *हेवलच्या*सुद्धा हे लक्षात येईल आणि त्याच्या गटाच्या कमांडरलाही हे कळेल. तो मृदू आणि दुबळा असल्याची त्याच्यावर टीका होईल हेही तो जाणून होता. हे स्वत:चंच मूल्यमापन त्याला सांगायला लागेल आणि त्याची भरपाई करायचा प्रयत्नही करायला लागेल. त्यानंतर काहीच पूर्वीसारखं राहणार नाही आणि संशयाचं भूत त्याच्या साथींच्या मनात कुठेतरी कायमच राहील. आणखीन वाईट म्हणजे फितूर, *कास*, गुप्तहेर म्हणून त्याला शिक्षाही झाली असती; आणि मग.. सेडो लटपटला होता आणि ऐन चकमकीच्या वेळी त्यानं शरण जाण्याचा प्रयत्न केला होता म्हणून एका बर्फाळ सकाळी शिबिरामध्ये पहाटेच्या वेळी सेडोला मारण्यात आलं होतं आणि इतर गटांना भोवती उभं राहून ते ताकीद म्हणून बघायला लावलं होतं. महमूदनं बघत असल्याचं ढोंग केलं होतं, पण प्रत्यक्षात तो बघू शकला नव्हता. त्यानं फक्त जमिनीवर पालथ्या पडलेल्या मुलाच्या छातीतून वाहणारं उष्ण रक्त बर्फावर पसरताना पाह्यलं होतं. नंतर त्याचं अजूनही गरम लागणारं शरीर खोल दऱ्यांच्या काळोखात फेकून देण्यासाठी गोठलेल्या खडकांकडे उचलून नेताना त्या मुलाची पावलं थंडीनं सुजून निळीजांभळी झाल्याचं त्याच्या नजरेस आलं होतं. त्याला सगळ्यात त्रास झाला होता आणि त्याच्या अंत:करणाच्या चिंध्या केल्या होत्या त्या मृत्यूनं नाही, तर त्या निळ्याजांभळ्या पावलांनी.

आणि तरीही असं सगळं असताना मला गोळी लागायचीच असली तर ती गोळी सैनिकाची असू दे. संघटनेच्या गोळीपेक्षा सैनिकाची गोळी केव्हाही चांगली. दुसरीमुळे तुम्ही हुतात्मा ठरता, तर पहिलीमुळे फितूर. मृत्यू एकच आहे. पण नावं पार वेगळी आहेत.

फक्त तीनच का होईना, पण मेडिकल कॉलेजची सत्रं जरी बाजूला ठेवली, तरी युनिव्हर्सिटीत शिकणं हासुद्धा एक विशेष अधिकार होता ज्यामुळे

सुरुवातीला संरक्षण मिळायचं. शिकलेल्यांना आणि विद्यार्थ्यांना नेतेमंडळी आपल्या पंखाखाली घेतात असं बोललं जायचं. तुम्हांला खूप पाठिंबा असल्यासारखं वाटायचं. तरीही पर्वतातल्या काही तुकड्यांना, विशेषत: काही कमांडर्सना शिकलेल्यांबद्दल किंवा शहरातल्या विद्यार्थ्यांबद्दल जराही सहानुभूती नव्हती. 'या लोकांना लक्ष केंद्रित करणं जमत नाही. आणि त्यांना कष्ट सोसत नाहीत. स्वत:च्या चिंता सगळ्यांना सांगत सुटायच्या आणि त्यांचंही मनोबल खच्ची करायचं, अशी त्यांची वृत्ती असते,' अशी मतं कुजबूज करून किंवा मोठ्यानं बोलूनही पसरवली जायची. कमांडर तुमच्याबद्दल काय विचार करतात हे त्यांच्या जवळिकीतल्या लोकांच्या दृष्टिकोनातून तुम्हांला समजून यायचं. कॅम्पमधल्या थोड्या प्रसंगांवरून महमूदला आपल्याला थंड प्रतिसाद दिला जातो आहे, हे कळून चुकलं होतं. त्याला वाटलं की, शेवटच्या चकमकीत त्याला घेऊन जाण्यात आलं ते न्यावं लागलं म्हणून आणि कदाचित त्याची परीक्षा पाहण्यासाठीसुद्धा.

मी द्रोही नाही. कधीच नव्हतो. वेळोवेळी मुलांना त्यांच्या इच्छेविरुद्ध नेण्यात येतं. पण मला कोणीही जबरदस्तीनं पर्वतात आणलं नाही. आमच्यापैकी बहुतेकांना इथं यायची गरज नव्हती. ती आम्ही केलेली निवड होती. आमच्या हृदयात आम्हांला पर्वतांचा आवाज, काव्य आणि दंतकथांची अनुभूती आली. लहानपणापासून ऐकलेल्या शौर्याच्या कथांबरोबर आम्ही त्यांची सांगड घातली. आमच्या धाडी घातलेल्या, रिकाम्या केलेल्या, जाळलेल्या गावांच्या आठवणींना गरिबी, दडपशाही आणि धुत्कारलं जाणं यांविरुद्धच्या बंडखोरीनं अधिक बळ पुरवलं.

आमच्या टेकड्यांवरून आणि दऱ्याखोऱ्यांतून निनादणाऱ्या दुःखी गाण्यांचा आम्ही पाठपुरावा केला.

द्यूर ना ना नेस हेवल! त्यू द्यूर नेस!

आमची घाणेरडी, निराशाजनक, भविष्यहीन आयुष्यं आम्ही जड शब्दांची गरज न भासता, मूकपणानं स्वातंत्र्याच्या दंतकथांना वाहिली. आमची विश्वास ठेवायची तयारी होती आणि आम्ही तो ठेवला. आमची लढायची तयारी होती आणि आम्ही लढलो.

त्याचे वडील म्हणायचे, 'पर्वतांमध्ये भविष्य नाही. *दहाती न ली सियानन ए.* पर्वतांमध्ये तुम्ही एकमेकांशी लढू शकता. तुम्ही मारता आणि मारले जाता; पण बंदुकी आणि शस्त्रांनी तुम्ही भविष्य घडवू शकत नाही. तुम्हांला तुमचे

अधिकार पर्वतांमध्ये मिळवता येत नाहीत. जर तुम्ही शिकलात आणि चांगलं करिअर केलंत तर तुम्ही स्वत:ला आणि त्याचबरोबर इतर कुर्दींना वाचवू शकता, शहाणं करू शकता.' पर्वतांकडे यायची माझ्यावर कोणीही जबरदस्ती केली नाही. उलट ते मला 'जाऊ नकोस' असंच सांगायचे. संघटनेत भाग घेण्यासाठी मला कधीही कोणी भाग पाडलं नाही.

माझ्या वडलांवर माझा विश्वास होता. मला जमेल असं मला वाटायचं. मी स्वत:ला वाचवू शकेन, असं मला वाटायचं. माझ्या कोर्सचा खर्च भागवण्यासाठी संपूर्ण कुटुंब कचरा वेचायचं. थोर, ज्ञानी संतांचे वारस असलेले माझे वडील, एक अभिमान बाळगणारा पुरुष कचऱ्याचे डबे हाताळायचा. स्वत:च्या चेहऱ्यावर ते रुमाल बांधायचे. घाणीचा वास येऊ नये म्हणून नाही, तर ओळखलं जाण्याचा लज्जास्पद प्रसंग टाळण्यासाठी.

त्यानं खूप जिवापाड अभ्यास केला होता. त्यावर्षी कोर्समधले फक्त दोन विद्यार्थी युनिव्हर्सिटीत जाऊ शकले होते. त्याला मेडिकल स्कूलला प्रवेश मिळाला होता. त्याची सर्वप्रथम पसंती तीच होती. एवढंच कय, त्याच्या भागातल्या जवळच्या युनिव्हर्सिटीतच ते स्कूल होतं. लोकांनी नाक मुरडून त्याच्याकडे पाहिलं होतं, म्हणाले होते, 'या छोट्या भागाच्या युनिव्हर्सिटीत तू डॉक्टर होऊ शकणार नाहीस. जास्तीत जास्त तू जखमांना मलमपट्टी करायला शिकशील आणि कोणी तुला बरी नोकरी देणार नाही. तुला करायला मिळेल ते म्हणजे दायांना मदत आणि सरकारी आरोग्य केंद्रांवर इंजेक्शनं देणं.' पण त्याच्या कुटुंबाला विलक्षण आनंद झाला होता. त्याच्या वडलांनी त्याची पाठ थोपटली होती. आईने आपल्या मुलाभोवती हात लपेटले होते आणि ती रडली होती. त्याचे शेजारी त्याचं अभिनंदन करायला आले होते आणि त्याच्या आईनं काहीही सामग्री नसताना बनवलेले खाद्यपदार्थ आणि मिठाई त्यांना दिली होती. माझी आई नेहमीच एक छुपी साठेबाज होती. तिच्या लग्नात तिला मिळालेल्या पाच सोन्याच्या वस्तू तिनं बाहेर काढल्या होत्या. त्या पूर्वीच मोडून झाल्या असं त्यांना वाटायचं. पण आणीबाणीच्या प्रसंगासाठी तिनं त्या बाजूला ठेवल्या होत्या. माझ्यासाठी त्यांनी एक जीन्स, एक चांगली पँट, काही शर्ट आणि एक बूट आणले. त्यांचा मुलगा चार लोकांत वावरणार होता. कोणीही त्याच्याकडे विचित्र म्हणून पाहू नये; त्याला कमतरता किंवा लाज वाटता कामा नये. या गोष्टींचा उपयोग होईल असं प्रत्येकाला, अगदी महमूदलासुद्धा वाटलं होतं.

त्यानं तिसरी टर्म पूर्ण केली आणि तो परीक्षाही पास झाला होता तेव्हा त्याच्यावर नवरोझच्या वेळी युनिव्हर्सिटीच्या आवारात नाचल्याबद्दल शिस्तभंगाची कारवाई झाली आणि एका टर्मसाठी त्याला काढून टाकण्यात आलं. त्यानंतर कोणत्यातरी कारणानं त्याच्यावर नाखूष असलेल्या, आवारातल्या सैनिकी अधिकाऱ्यानं त्याच्याबद्दल आणि विद्यार्थि सांस्कृतिक मंचाच्या इतर सभासदांबद्दल तक्रार केली की, त्यांनी कुर्दिश गाणी म्हटली आणि स्वातंत्र्याबद्दल एक मूक नाट्य सादर केलं. त्याचा परिणाम म्हणून त्याला आणखी दोन टर्म्ससाठी काढून टाकण्यात आलं; नाहीतर शिक्षण पूर्ण करून तो डॉक्टर झाला असता. मग तो राज्याच्या दवाखान्यात किंवा छोट्या गावातल्या आरोग्य केंद्रात का असेना. तो या देशाच्या लोकांची सेवा करीत असता. शिवाय सनदी सेवकाच्या पगारात चुकीचं काय आहे? दर महिन्याच्या सुरवातीला तुमचे पैसे बँकेत जमा होतात.

पण ते जमलं नाही. चौथी टर्म भरण्याची त्याला संधीच मिळाली नाही. जर त्याला ऐपत असती किंवा त्याला अर्धवेळ नोकरी मिळाली असती तर शिक्षा संपेपर्यंत वाट बघून नंतर जरी तसं करणं कठीण होतं तरी पुढचा कोर्स त्यानं पुन्हा सुरू केला असता. पण त्याला पैशाचं पाठबळ नव्हतं, नोकरी नव्हती आणि वडलांचा पैसाही नव्हता. जेव्हा त्याच्या हातात शिस्तभंगाच्या कारवाईचा हुकूम पडला तेव्हा त्याला इतका मनस्ताप झाला की जणू काही विजेचा बाण त्याच्या मेंदूतून गेला आणि त्याच्या डोळ्यातली एक सूक्ष्म रक्तवाहिनी फुटून त्याच्या डोळ्यात रक्त उतरले.

आमच्या प्रदेशात, जर तुम्ही अडचणीत असाल आणि तुमच्या मेंदूत वीज गेली आणि मनस्तापामुळे डोळ्यातली सूक्ष्म रक्तवाहिनी फुटली तर तुम्ही जिथे जायचं ते ठिकाण, तुम्ही आसरा घ्यायची जागा म्हणजे तुमच्या भूमीला आणि तुमच्या हृदयाला लपेटलेले पर्वत. मोकळं स्वतंत्र क्षितीज बघण्यासाठी तुम्ही पर्वतांकडे पाहता आणि मग ते चढता. तुम्ही पर्वतांकडे लक्ष देता आणि तुमच्या भाषेत गाणी गाण्याआधी पर्वतांचे आवाज ऐकता. सुरवातीला पर्वत जेव्हा फक्त पर्वत होते तेव्हा युद्ध, देशद्रोह, गुरिला दलं किंवा कुर्दी अलगतावाद नव्हता. आमच्या प्रदेशात जिथले बाहेर जाण्याचे सर्व रस्ते आणि दारं ठोकून बंद केली आहेत, जिथल्या सर्व किंकाळ्या आणि आवाज घुसमटवून टाकलेले आहेत, तुम्ही कितीही जोराने किंकाळी मारायचा प्रयत्न केलात तरी तुमचा आवाज फुटत नाही आणि जरी तो बाहेर आला तरी तो

ऐकला जात नाही; तिथे पर्वत आशेचं प्रतिनिधित्व करतात, ते म्हणजे स्वातंत्र्य, जिथून तुम्ही तुमचा आवाज ऐकायलाच लावता असं उंचावरचं व्यासपीठ, जिथून तुमच्या किंकाळीचे प्रतिध्वनी येतील.

विचार आणि स्मृती यांच्या वेगाने थक्क होऊन; रक्तस्राव सुरू असताना तो टेकडीवरून खाली गडगडतो तेव्हा नशा केल्याप्रमाणे त्याच्या मेंदूला सुखद ग्लानी आली आहे.

ज्या रात्री त्याच्या गावावर धाड पडली तेव्हा बंदुकीच्या दस्त्यांनी घरं आणि कोठारं यांची दारं तोडली गेली अणि आलेल्या लोकांना भिंतीशी उभं करण्यात आलं. त्याची आई, आजी आणि आत्यांच्या मानेवर बुटांचे पाय रोवून त्यांना जमिनीकडे तोंड करून पालथं झोपण्यास भाग पाडलं गेलं आणि घराची झडती घेण्यात आली. काही अंतर्वस्त्रांतल्या तर काही नग्न पुरुषांना तुर्की-कुर्दी शिव्या, थपडा आणि लाथाचा भडिमार करत गावातल्या चौकात एकत्र करण्यात आलं. तेव्हा तो त्यांच्या सपाट छपराच्या, शेणाचा वास मारणाऱ्या पिवळट मातकट मातीच्या घराच्या एकुलत्या एका खिडकीखाली भीतीनं मुटकुळं करून बसलेला लहान मुलगा होता. त्याचे लंगडणारे म्हातारे आजोबा, लांब बाह्यांच्या अंतर्वस्त्रातले वडील, चुलत भाऊ आणि थोरला भाऊ यांना हात मागे जखडून चालवत नेल्याचं त्याला आठवतं - असं दृश्य कोण विसरू शकतं? आजोबा, वडील, काका-मामा, भाऊ असे सगळे खुरडत जात असताना काठ्यांनी आणि बंदुकीच्या दस्त्यांनी त्यांना ढोसणारी, बर्फातल्या कानटोप्या आणि वेगवेगळे गणवेश घातलेली, रात्रीच्या काळोखात मिसळून जाणारी सशस्त्र माणसं पाह्यल्याचं त्याला आठवतं. 'आर्मेनिअन आणि कुर्दांचं बेणं!' 'देशद्रोही!' 'गुन्हेगार!' अशा घोषणांच्या गदारोळात त्याच्या काही माणसांना ढोसून आणि ट्रकमध्ये ढकलून घेऊन गेल्याचं त्याला आठवतं आणि हेही आठवतं की, भले जखमी होऊन किंवा हाडं मोडून का होईना पण घरी परत आल्याबद्दल त्याच्या वडलांना आणि आजोबांना नशीबवान समजण्यात आलं होतं. त्याला हेही आठवत की, वेदना किंवा आजारपणामुळं नाही, तर दुःख आणि शरमेमुळं त्याचे वडील तीन दिवस अंथरुणावरून उठले नव्हते; ते तिन्ही दिवस ते कोपऱ्यातल्या उशांवर भिंतीकडे तोंड करून पडले होते.

'आपण हे गाव सोडायलाच हवं' अखेरीस ते उठले तेव्हा म्हणाले. 'दूर कुठेतरी अशा जागी जायला हवं जिथे रात्रीच्या वेळी घरांवर धाडी पडत नाहीत. ही आपली जन्मभूमी - आपला गाव आहे असं कोणी मला सांगू

नका. हा कसला आला आहे आपला गाव? गुरिला हल्ला करतात; आणि अन्न, आसरा आणि पर्वतांमध्ये लढण्यासाठी मुलांची मागणी करतात. सरकार हल्ला करतं आणि तुम्ही तुमच्या आयुष्याचा, तुमच्या मानसन्मानाचा, तुमच्या स्वत:चाच त्याग करावा अशी अपेक्षा करतं. आपण शहरात गेलं पाहिजे, जिथे कुणी कुणाला ओळखत नाही अशा मोठ्या शहरात. बाकीच्यांसाठी आता खूप उशीर झाला आहे; पण निदान या छोट्या मुलानं तरी आता शाळेत गेलं पाहिजे, शिकलं पाहिजे आणि समाजातला एक जबाबदार माणूस झालं पाहिजे. पर्वत आता सुरक्षित राहिले नाहीत. इथे मृत्यू घिरट्या घालतो आहे. पर्वतांमध्ये भाऊ भावाला गोळी घालतो.'

ज्या दिवशी गाव रिकामं केलं गेलं आणि जाळलं गेलं, त्या दिवशी बायकामुलांसकट प्रत्येकजण भग्न मन:स्थितीत पाठीवर ओझं लादून खालच्या पठारावर पोहोचण्याच्या प्रयत्नात होते. जेव्हा ते मागे बघण्यासाठी थांबले तेव्हा एक अघटित घडलं, त्याचे वडील रडले होते; गावाकडे तोंड करून प्रार्थनेला बसावं अशा तऱ्हेने ते गुडघ्यांवर बसले होते आणि रडतारडता स्वत:शीच बोलत होते. त्यांना असं बघून स्त्रियाही त्यांच्याशेजारी बसल्या; आणि हुंदके देत आणि रडत त्यांनी गावाचा निरोप घेतला. *'सिन ऊ सिवन'* जणू काही मृतासाठी त्या प्रार्थना करत होत्या. स्थलांतर करणाऱ्या लोकांबरोबर असणाऱ्या सैनिकांना ऐकू जाऊ नये म्हणून त्याचे वडील तोंडातल्या तोंडात पुटपुटत होते, एखाद्या जखमी जनावराप्रमाणे जणू काही दातांच्या फटींतून हवा सोडत होते. *'माली सेरं चीयन मिरिन ते जी रेझिल बुथिना ली वीर बश्तीर ब्यु?'* या अप्रतिष्ठेपेक्षा पर्वतातच मरणं जास्त श्रेयस्कर नव्हतं का? आमच्या पूर्वजांचं घर पेटलं आहे. तुमच्या जन्मभूमीतली आग विझवण्याची शक्ती तुमच्यात नसेल तर जगून काय उपयोग? *'गेर मिरोव जी बोय टेफडिना रोवटा वेलात इवेदी हेझ ने बे, जियन चीरे दिवे?'* आता या वेळी आजोबा, आजी, आई, सून, नातवंडं हे सगळे एकमेकांबरोबर मूकपणे रडले. त्यांची स्वत:ची जन्मभूमी म्हणजे, त्यांच्या नाकात राहिलेला जळलेल्या गवताचा आणि शेणाचा वास, त्यांच्या डोळ्यात वसलेला जळत्या निखाऱ्यांचा रंग, त्यांच्या ओठावरली अश्रूंची खारट चव, त्यांच्या हृदयातली वेदना आणि त्यांच्या मनातली ओढ बनून राहिली. जळकी गावे, जळक्या टेकड्या, जळके पर्वत... जळालं ते काय फक्त एवढंच?

आता तो घरंगळत नाही आहे. पुढचा मोठा उतार तो त्याचे जखमी खांदे

पुढे ठेवत, त्याच्या पृष्ठभागावरून घसरत पार करतो. आवाज आहे फक्त चुरगळणाऱ्या गवताचा आणि घरंगळणाऱ्या दगडगोट्यांचा... आणि नीरवता... ती शांतिपूर्ण आहे का भयसूचक आहे ते त्याला ठरवता येत नाही आणि त्याच्या पुढ्यात - अगदी १००-१५० मीटर अंतरावर झाडांचा दाट झुबका, जो टकलावरच्या केसांच्या तुऱ्यासारखा दिसत आहे...

आपला माग पुसून टाकण्यासाठी तो थोडा वेळ विरुद्ध दिशेला जातो. त्याला अजून थोडं पुढे जायलाच पाहिजे. तिथे एक गुहा आहे. तिथं त्यानं काही निशाणी सोडली पाहिजे. तो गवताला आणि दगडगोट्यांना रक्त फासायचा प्रयत्न करतो. त्याच्या खांद्यातून खूप रक्त वाहतं आहे. ते थांबतच नाही आहे. पण आतमध्ये गोळी मात्र नाही आहे, ती त्याला फक्त चाटून गेली असणार. गोळी आतमध्येच असती तर त्याची स्थिती बिकट झाली असती, हे त्याला माहीत आहे. काही झालं तरी त्यानं वैद्यकीय शाखेचा अभ्यास केला होता. गुप्त संभाषणातून त्याच्या कानावर पडलं होतं की, बरेच फरारी कबुली देतात ती जखमी झाल्यामुळेच. तुम्ही वाईट तऱ्हेने जखमी झालेले फरार असाल तर तुम्ही काय करू शकता? सरकारचं दार तुम्ही ठोठावणार आणि जर तुम्हांला जन्मभर तुरुंगात राहायचं नसेल तर तुम्ही शरण जाणार.

ही जखम मी सहन करू शकेन. भुंकणारा कुत्रा चावत नाही. खूप रक्तस्राव होणाऱ्या जखमेमुळे मृत्यू येत नाही. पण हाडाच्या ठिकऱ्या उडाल्या आहेत हा वैताग आहे. तो गुहेत जाईल तिथे शर्टचा एक फाटका तुकडा आणि काडतुसांच्या पट्ट्यातल्या एक दोन गोळ्या तिथे ठेवेल. तो त्याचा खांदा बांधेल आणि रक्त थांबवण्याचा प्रयत्न करील. मग तो उठेल आणि जंगलाच्या दिशेनं धाव घेईल.

या सगळ्यात अर्थ नाही हे त्याला माहीत आहे. त्यांना हवं असेल तर तो कुठेही गेला तरी ते त्याला शोधून काढतील. मी काही कोणी महत्त्वाची व्यक्ती नव्हतो, पर्वतातल्या तुकड्यांमधला एक मामुली लढवय्या होतो, एवढंच. मी कोणी खास असतो तर त्यांनी मला जाऊच दिलं नसतं. ज्यांना फाशी दिलं गेलं ते महत्त्वाचे कॉम्रेड्स होते किंवा हिदिरसारखी कोवळी मुले होती. मग मी का असा विचार करतो आहे की मला लागलेली गोळी आमच्या बाजूचीच होती? त्या सगळ्या गोंधळात गोळी आली ती नेमकी कुठून हे कोणाला तरी सांगता येईल का?

तो गुहेच्या तोंडाशी पोहोचतो आणि शेवटचा एक झटका देऊन स्वत:ला आत ढकलतो. गुहा शांत आणि गार आहे. त्याला आता गुंगी आल्यासारखं वाटत आहे. महमूदला जरी झोप हळूहळू येत आहे असं वाटलं तरी प्रत्यक्षात झोपेनं त्याच्यावर झडप घातली आहे. माझ्या अंगातून खूप रक्त गेलं असलं पाहिजे. इथे सुरक्षित नाही आहे. मला झोप लागता कामा नये. मला दुसऱ्या बाजूला पोहोचलंच पाहिजे. तिथे जंगलाच्या मध्यभागी काटेरी झुडपं, बुटके ओक आणि बर्चची झाडं यांनी मिळून एक आत शिरताच येणार नाही असा भाग तयार केला आहे. गुरिलाही तिथे येत नाहीत आणि सैनिकही. लपण्यासाठी ते जंगल छान आणि सुरक्षित आहे. पण तिथून बाहेर पडायला मार्ग नाही. जर तुम्हांला घेरलं गेलं तर तुम्ही आटोपलातच.

शेवटचा प्रयत्न करून तो त्याचा काडतुसाचा पट्टा—ज्यात बऱ्याच रिकाम्या जागा आहेत – काढतो. त्याचं शूटिक सोडतो, त्याच्या शरीराला चिकटलेला शर्ट काढतो आणि त्याचा स्कार्फ काखेतून मागच्या बाजूने पुढे घेऊन जखम घट्ट बांधतो. आता प्रथमच त्याला तीव्र वेदना जाणवतात. मांसापेक्षा खोल गेलेली जखम आहे ही. ही हाडापर्यंत पोचली आहे. त्याचं गळपट्टीचं हाड कदाचित दुखावलं आहे; नाही, दुखावलं नाही, पूर्णपणे चुरडलं आहे. तो आता आयुष्यभर व्यंग घेऊन जगणार, हे उघड आहे. नशीब, हा डावा हात आहे, तो स्वत:शीच म्हणतो. त्याला अशक्त वाटतं. मी त्या पलीकडच्या जंगलात पोहोचायलाच हवं. इथं सुरक्षितता नाही. इथे ते मला सशासारखं टिपून काढतील. तो उठण्यासाठी धडपडत असताना त्याच्या डोळ्याला मऊ उबदार उशीचा स्पर्श होतो. त्याचा स्वत:वरचा ताबा जातो. मी जंगलात गेलंच पाहिजे... मी गेलंच... मी... पाहिजे... गुहेच्या ओलसर थंडाव्यात त्याचं डोकं मऊ उबदार उशीवर ठेवताना, गडद निळ्या आकाशात त्याला शेकडो तारे दिसतात. एकमेकांवर आदळत अग्निगोलांसारखे पडणारे तारे...

तू तुझं डोकं माझ्या मांडीवर ठेवलंस आणि तुझी शुद्ध हरपली. तू झोपी गेलास. तुझा चेहरा मी बघू शकले नाही. तू जखमी झाला होतास आणि तुझ्या अंगातून रक्त वाहत होतं. तुझी छाती आणि पाठ उघडी होती. मी तुझ्या डोक्यावरून आणि छातीवरून माझा हात फिरवला. माझ्या बोटांना तुझ्या दाट मऊ केसांचा स्पर्श झाला. तशी माझ्या अंगावर शिरशिरी आली

आणि मला वेगळंच वाटलं. नाही, मला कधीच तुझी भीती वाटली नाही. कोणीतरी गुहेत आलं आहे हे लक्षात आल्यावर मी आतल्या मिट्ट काळोख्या कोपऱ्यात सरकले. बाहेरून झिरपणाऱ्या प्रकाशात तू जखमी आहेस एवढं मला दिसलं. जर कुण्या बापुडवाण्या जखमी माणसानं आमच्या शेतात आसरा घेतला, तर माझ्या आईनं किंवा दुसऱ्या आईनं तो कोणत्या बाजूचा आहे ह्याचा कधी विचार केला नाही. ना कधी तसं विचारलं. कधीकधी माझं वडील विचारायचे, ''कुठल्या कुटुंबातला आहे हा?'' माझी आई ताठ उभी राहत उत्तर द्यायची, ''तो पर्वतातला असू दे का राज्याच्या सैन्यातला. तरीही तो माणूसच आहे, त्याच्या आईचा लाडकाच आहे, मग इतर गोष्टींचा काय संबंध?'' आणि माझी दुसरी आई माझ्या आईला पाठिंबा देत म्हणायची, ''तुमचा मुलगा पर्वतात आहे. माझ्या गावची दोन शूर मुलं तुर्की प्रजासत्ताकाचे – टीसीचे – सैनिक आहेत, पण त्याचा काय संबंध?''

माझ्यावर बलात्कार केला ते सैनिक होते का गुरिला होते? मला माहीत नाही. काळोख पडत होता. कळपाला खाली दरीत सोडून वरच्या खडकांत मी हरवलेल्या काळ्या कोकराला शोधत होते. या दगडावरून त्या दगडावर. एका खडकावरून दुसऱ्या खडकावर उड्या मारत मारत मी बरीच दूर आले असले पाहिजे. कोणीतरी मला मागून पकडलं. मी त्याचा चेहरा पाहू शकले नाही. त्यांनी मला जबरदस्तीने खाली पाडलं. माझा घागरा वर उचलला. माझी विजार काढून टाकली, माझी चड्डी फाडून फेकली. माझे पाय फाकवले आणि माझ्यावर बलात्कार केला. पहिल्या वेळी – ते कितीजण होते आणि किती वेळा केला ते मला माहीत नाही – मी ओरडले ती घाबरल्यामुळे नाही तर वेदनेने. मी धडपडले, लाथा मारल्या, बुक्के मारले आणि सुटायचा प्रयत्न केला. शेवटचा म्हणाला, 'घाबरू नकोस.' तो तुर्की बोलला का कुर्दी हे मला आठवत नाही; पण मला हे समजलं की, तो मला न घाबरायला सांगत आहे. त्यानं माझं सर्वांग कुरवाळलं ते थोड्याफार घाईतच; त्यानं माझं चुंबनही घेतलं. आत प्रवेश करण्यापूर्वी आणि केल्यावर दोन्ही वेळा. त्याला दाढी होती. त्यानं त्याची दाढी माझ्या चेहऱ्यावर, ओठांवर, स्तनाग्रांवर, पोटावर आणि माझ्या स्त्रीत्वाच्या अवयवांवरसुद्धा हळुवारपणे, कुरवाळल्यासारखी घासली. त्याच्या मनात मला दुखवायचं नाही आहे, हे माझ्या लक्षात आलं. माझ्या पायांमधल्या भागातली वेदना वाढतच होती आणि रक्तही वाहत होतं. मी आतमध्ये जखमी झाले होते. पण माझ्या अंतःकरणातली भीती थोडी कमी झाली होती. अचानक एक अग्निबाण

माझ्या पायांमधून आत शिरला; आणि मग पोटातून जाऊन त्यानं माझ्या स्तनाग्रांना, गळ्याला आणि ओठांना भेदलं. गवत आणि मातीला पकडून असलेली माझी बोटं मी सैलावली आणि माझ्यावर आडव्या झालेल्या माणसाच्या पाठीत आणि दंडात घुसवली. मला त्याला इजा करायची नव्हती, फक्त धरून ठेवायचं होतं. त्यानं आहे तिथंच राहावं, उठून निघून जाऊ नये, एखाद्या संरक्षण करणाऱ्या कवचाप्रमाणे तिथंच राहावं अशी माझी इच्छा होती. माझं रक्ताळलेलं शरीर त्यानं इतर नालायकांसमोर टाकू नये असं मला वाटत होतं. कदाचित ते त्याला कळलं, कदाचित नसेलही कळलं. इतरांनी त्याला शब्दांनी नाही, पण शिट्टी वाजवून हाक मारली. माझ्यावरून उठत तो काहीतरी म्हणाला. ती कोणती भाषा होती किंवा तो काय म्हणाला हे मला समजलं नाही. माझं डोकं बधिर झालं होतं. नंतर ते घाईघाईनं निघून गेले. मी पडले होते तिथून त्यांच्या काखेत लोंबकळणाऱ्या बंदुका मला दिसत होत्या. मी थकले होते, पण पूर्णपणे गळून गेले नव्हते. मला आता भीतीही वाटत नव्हती. आणखी वाईट काय घडू शकतं? मी जवळच्या झऱ्यावर गेले आणि स्वत:ला पूर्णपणे नीट धुतलं. मला स्वच्छ झाल्यासारखं, शुद्ध झाल्यासारखं वाटलं. मी पाण्यातल्या स्वत:च्या प्रतिबिंबाकडे पाह्यलं. लोकांना कळलं तर ते कशी माझी बलात्कारित आणि कलंकित वेश्या म्हणून टर उडवतील! पण पाण्यामध्ये लहरणारं चमचमतं प्रतिबिंब म्हणजे तीच पूर्वीची मी होते. माझ्या अब्रूवरचा डाग पाण्यानं स्वच्छ धुऊन निघाला होता. माझा चेहरासुद्धा नेहमीपेक्षा जास्त चमकत होता का? पाण्यातल्या चमचमत्या आरशात मी स्वत:ला पाहू शकत नव्हते. मी माझ्या अंतर्दृष्टीनं पाहत होते. मी अधिक सुंदर झाले होते. मी मोठी झाले होते आणि माझं स्त्रीत्व वाढलं होतं. आमच्या गावातली एक बाई तरुण नववधूंना आणि स्त्रियांना घाणेरड्या गोष्टी सांगायची, शक्य असेल तेव्हा आमची उमलती स्तनाग्रं कुरवाळायची आणि आमच्या गुप्तांगांना बोटानं स्पर्श करत म्हणायची, 'बघू, तू कुमारिका आहेस का ते.' माझ्या आईला तिनं खिदळत सांगितलं होतं, 'तुझ्या मुलीवर नजर ठेव. वेश्येसारखी आग आहे तिच्यात.' अर्थात तिनं असं सांगितलं नसतं तरी माझी आई माझ्यावर नजर ठेवून होतीच; आई-वडील असा खेळ खेळायला आणि मुलगे तर सोडाच, पण मुलींच्यातही जास्त रमायला मला परवानगी नव्हती. मला काहीतरी होईल किंवा मी माझं कौमार्य गमावेन अशी भीती तिला वाटायची असं नाही. पण अब्रूच्या कल्पनांना ती घाबरायची, तिला माझं रक्षण करायचं असायचं.

जेव्हा तू तुझं डोकं माझ्या मांडीवर ठेवून झोपलास तेव्हा मी हळूच उठून पसार होऊ शकले असते. मी पळून गेले नाही. मी तुझी उघडी छाती थोपटत असताना तो अग्निबाण माझ्या जांघांतून घुसला आणि माझं पोट, उरोज, स्तनाग्रं, माझा गळा आणि माझे ओठ यांच्यापर्यंत पोहोचला. एका गोड, पापमयी भावनेनं मला कवेत घेतलं. माझ्यात खरोखरच वेश्येची आग आहे का? मी पुरुषांना चिथावते का? स्वत: म्हणायच्याऐवजी लोकं माझ्या दुसऱ्या आईच्या तोंडून वदवतात त्याप्रमाणे मी खरोखरच एक पापी रांड आहे का? त्यांचं म्हणणं खरं आहे का?

पोटात तीव्र वेदना, घशात पुवाची चव आणि तोंडात गंज असल्याची भावना असताना पांढऱ्या रंगात रंगवलेल्या हॉस्पिटलच्या पांढऱ्या बिछान्यावर पडून झिलल हे सर्व आठवत असते. जेव्हा ती लहान होती तेव्हाचा मुलांबरोबर चालत शाळेत जायचा लांब रस्ता तिला आठवतो. ते तिला चिमटे काढायचे, तिची छाती दाबायचे आणि तिची तुमान खाली ओढायचे. तिला आईची आठवण यायची आणि भीती वाटायची. तिला शाळा आवडायची, पण या सगळ्या प्रकारामुळे कधीकधी तिला शाळेत जायचं नसायचं. तिच्या भावानं तिला न्यावं असा ती हट्ट करायची. रस्ता थंडीत बर्फानं आणि वसंत ऋतूत उंच फुलांनी आणि गवतानं आच्छादल्या जाणाऱ्या डोंगरातल्या कुरणांमधून जात होता; आणि एका झऱ्याला मिळत होता. जवळचे धबधबे आणि फेसाळणारं पाणी यांचं जिथे लक्ष गेलं नव्हतं, अशा उथळ आणि शांत ठिकाणी झऱ्यावर एक लाकडी डुगडुगणारा पूल होता ज्याला कठड्याऐवजी एक दोरी होती. पाणी वाढलं, की ना पायऱ्या दिसायच्या ना पूल. एकदा आई आणि भावाबरोबर ती तो पूल ओलांडत असताना त्यांनी धरलेली ती दोरी तुटली; आणि तिची आई आणि ती दोघीही झऱ्यात पडल्या. सुदैवानं त्या वेळी पाणी जास्त नव्हतं. त्यामुळे थोड्या जखमांवर तो प्रसंग निभावला. त्यावेळीही ती अशाच पांढऱ्या भिंतींच्या आणि पांढऱ्या बिछान्यांच्या विभागीय दवाखान्यात राहिली होती. शेजारच्या गादीवर दुसरा एक मुलगा होता, सुलेमान नावाचा. त्याला ती कधीच विसरणार नाही. शहरातल्या हॉस्पिटलमध्ये त्याचा एक हात आणि एक पाय कापून टाकला होता आणि त्याच्या जखमा बऱ्या होत नव्हत्या म्हणून त्याला दवाखान्यात आणलं गेलं होतं. त्या मुलाची आई दिवसभर रडायची आणि शिव्या द्यायची. आपलाही हात आणि पाय कापून टाकतील या भीतीनं झिलल डोळे सुजेपर्यंत रडली

होती. तिची समजूत घालताना आई म्हणाली होती. 'तो खूप खट्याळ मुलगा होता. जायला नको तिथं तो गेला होता आणि त्यानं सुरुंगावर पाय ठेवता होता. तुझा सुरुंग आणि तसल्या गोष्टींशी काही संबंध नाही. तेव्हा तू घाबरू नकोस.'

मग एक दिवस त्यांनी तिला सांगितलं, 'आता तू मोठी झाली आहेस. जवळजवळ लग्नाचं वय झालं तुझं. त्या रस्त्यांनी मुलांच्याबरोबर तू जायचं नाहीस; आणि एकटं जायचा मुळी प्रश्नच येत नाही. शाळेत मिसरूड फुटायला लागलेली मुलं आणि पुरुष शिक्षक आहेत; पाळी यायला लागलेली मुलगी शाळेत जात नाही.' तिनं कोणालाच, तिच्या दुसऱ्या आईलासुद्धा सांगितलं नाही की, मुलांनी आधीच तिची छाती दाबली आहे, तिची चड्डी काढली आहे, आणि जिज्ञासेनं ती विशिष्ट जागा पाहून ते हसले आहेत.

चालत जायचा तो रस्ता सोडला तर शाळेत मजा होती. ते तुर्की भाषेत शिकवायचे, वाचणं आणि लिहिणं, अततुर्क, निशाण... गणित हा तिचा आवडता विषय होता. संख्यांची तिच्यावर मोहिनी पडायची. शेजारी ० ठेवलं की १ चे १० कसे होतात २ वेळा २ केले की ४ कसे होतात? तुमच्याकडे १५ अंडी असली आणि त्यांतली ५ नासली; तर १० चांगली अंडी उरली हे तुम्हांला एक एक करून न मोजता कसं कळतं? जी चार वर्षं ती शाळेत गेली त्या काळात ती स्वत:ला जादूच्या खुणांची कोडी सोडवणारी जादूगार समजायची. जेव्हा इतर मुलं पेन्सिलीनं डोकं खाजवत आणि हाताची बोटं मोडत मोजत असायची, तेव्हा तिचं ते गणित डोक्यात सोडवून तयार असायचं आणि ती लगेच उत्तर द्यायची. एकदा शिक्षकांनी तिच्या वडलांना शाळेत बोलावलं होतं. ते आले नाहीत तेव्हा शिक्षक मुद्दाम त्या गावाला गेले होते. शिक्षकांनी त्यांना सांगितलं होतं, ''तिला विभागीय निवास शाळेत किंवा तत्सम ठिकाणी पाठवण्याच्या शक्यतेचा मी शोध घेतो. ती तल्लख आहे. ती इतरांपेक्षा खूप वेगळी आहे. ती कदाचित शिक्षण चालू ठेवेल, शिक्षक होईल, युनिव्हर्सिटीत जाईल.'' पण तिच्या वडलांनी शिक्षकाच्या शब्दांकडे जराही लक्ष दिलं नव्हतं. ''तुमचं म्हणणं बरोबर असेल शिक्षकबेग, पण माझा धाकटा मुलगासुद्धा हिच्यासारखाच होता. तुम्ही तेव्हा नव्हतात पण त्याहीवेळी ते इथं गावाला आले होते. ही देवाची देणगी माझ्या आजोबांकडून आली. त्यांना फारसं लिहिता वाचताही यायचं नाही, पण सगळ्या जमातीचे हिशेब ते बघायचे. माझ्याकडे पैसे असते तर मी माझ्या मुलाला शाळेत पाठवलं असतं.

मुलगी आता मोठी झाली आहे. पुरे झालं तिचं शिक्षण. शिकलेली बायको तिच्या नवऱ्याकडे अविश्वासानं पाहते.''

मान खाली घालून, काठी टेकत ते शिक्षक उतारावरून हळूहळू खाली उतरले तेव्हा तिला त्यांच्यामागे पळत जाऊन त्यांच्याबरोबर जावं असं वाटलं होतं. तिला आकड्यांची जादू आणि शब्दांचं मायाजाल शिकायला, त्याच गोष्टी वेगवेगळ्या भाषांतून कशा म्हणता येतात त्याचं गुपीत शोधायला, कुर्दी भाषा का बोलता कामा नये ते कळायला, चंद्र आणि आकाशातल्या ताऱ्यांबद्दल आणि दूरदूरच्या देशांबद्दल आणि विशेषत: शिक्षकांनी सांगितलेल्या त्या समुद्रांबद्दल माहिती करून घ्यायला, पृथ्वी नावाचा हा अकल्पनीयरीत्या मोठा, काहीसा ओबडधोबड गोल कसा अवकाशात अथकपणे गरगरत राहतो, आणि ते अनंत अवकाश कुठे संपतं ते जाणून घ्यायला आवडलं असतं. आपण जी भाषा घरी आणि गावात बोलतो तिला शाळेत परवानगी का नाही, कुर्दी बोललं तर त्यांना मार का मिळतो? नाही, तिचे स्वत:चे शिक्षक रागवायचे किंवा शिक्षा करायचे नाहीत. ते फक्त त्यांना सांगायचे, 'तुम्हांला तुर्की भाषा शिकायलाच हवी.' पण मुख्याध्यापक - हे लोक माणसासारखे नसतातच - जे कुर्दी बोलतील त्यांना फार वाईट पद्धतीनं बदडून काढत. लोक वेगवेगळ्या भाषा का बोलतात? तुम्ही 'आई' किंवा *'याडे'* किंवा *'दाये'* किंवा 'मम' म्हणू शकता, कोकराला 'कोकरू' किंवा *'बेर्क्स'* असं बोलवू शकता. ते एकच असतात, सगळ्यांनी उमगते ती एकच गोष्ट. मग शाळेत आईला *'दाये'* आणि कोकराला *'बेर्क्स'* म्हणायला परवानगी का नाही? हे तिला माहीत करून घ्यायचं होतं, शिकायचं होतं आणि तिला कळलेलं इतरांना शिक्षकासारखं शिकवायचं होतं. पण या अशा गोष्टी शहरात, मोठ्या शाळेत शिकता येतात, जवळच्या खेड्यातल्या स्थानिक शाळेत नाही, हे तिनं जाणलं होतं.

ती बारा-तेरा वर्षांची झाल्यावर त्यांनी तिचं लग्न करून दिलं नव्हतं. मुलीचं इतक्या लवकर लग्न करायची आपली परंपरा नाही आणि जर मुलगी सुंदर असेल, आणि अनेकांची मागणी येत असेल तर ते मुलीची किंमत वर जाण्याची वाट बघतात. *बेएज* आणि आगांच्या मुली मिळणं कठीण असतं. माझ्या वडलांचे नातेवाईक *'बेएज'* नव्हते. पण आम्ही गरीबही नव्हतो. युद्धाआधी त्यांच्याकडे खूप मालमत्ता आणि गुरं होती असं दिसतं. माझे पणजोबासुद्धा एक 'शेख', संत होते. माणसं त्यांच्या हाताचं चुंबन

घ्यायला,त्यांना कोंबड्या, अन्न किंवा पिशवीत जे काही भरलं असेल ते द्यायला यायची. तिला जेमतेमच आठवतं. ते सगळे खूप मिठाई खायचे. रंगीत आवरणातली, लिंबू आणि स्ट्रॉबेरीच्या वासाची मिठाई, नशिबावर लिहिलेल्या कवितेत गुंडाळलेल्या टॉफी... ते इतर मुलांनाही त्या द्यायचे. खाऊसाठी तिच्याभोवती गर्दी जमायची. मातीच्या अंगणात उघडणाऱ्या वेगवेगळ्या खोल्यांचं एक खूप मोठं घर जिथे स्त्रिया आणि मुलं, आजोबा आणि नातवंडं, बायका आणि दुसऱ्या बायका सगळ्यांची गर्दी एकत्र राहायची. मग एक दिवस अचानक ते घर सोडल्याचं आणि पाड्यावर आल्याचं तिला आठवतं. ते आता खाऊ खात नसल्याचं, त्यांच्याकडे आता काही बकरे आणि मेंढ्यांपलीकडे गुरंढोरं नसल्याचं, त्यांचे शेख आजोबा वारल्याचं, तिचे एका मागून एक भाऊ घर सोडून गेल्याचं, तिचा आवडता भाऊ मसूद दिसेनासा झाल्याचं, आणि त्याचं नाव फक्त हळू कुजबुज करतच घेतलं गेल्याचं तिला आठवतं. तिला वडील आठवतात ते चांगला माणूस म्हणून. ते नेहमी प्रेमळ वागायचे, तिच्या आईला त्यांनी कधीच मारलं नाही, तरी त्यांनी तिच्या दुसऱ्या आईला एकदा खूप मारलं होतं – पण ते योग्यच होतं कारण माझ्या आईशी ती उद्धटपणानं वागली होती – त्यांच्या मुलीला त्यांनी कधीच थप्पडही मारली नव्हती आणि ती खूप लहान असताना ते तिला कुरवाळायचे – मुली मोठ्या झाल्यावर वडील त्यांना कधीच जवळ घेत नाहीत – म्हणायचे, *'केसा मिन जा सापशिना, एक्झेवेशिक!* माझी निळ्या डोळ्यांची सुंदर मुलगी!'

एक दिवस तिच्या वडलांनी स्वत:लाच मारलं होतं. त्यांनी छाती पिटली होती असं म्हणता येणार नाही, कारण त्यांनी खरोखर स्वत:ला शब्दश: ठोकलं होतं. आपल्या डोळ्यांनी ते बघू नये म्हणून घरातली बायकामुलं कोपऱ्यांमध्ये दडून बसली. आपण साक्षीदार होण्याचा अपराध घडेल याची सर्वांना भीती वाटत होती.

एक माणूस आला होता. तो खूप दुरून आला होता हे उघड होतं. त्याचे हात रिकामे होते, पण कमरेला काडतुसांचा पट्टा आणि बंदूक होती. तिच्या चेहऱ्याकडे न बघता तो तिला म्हणाला होता, 'तुझ्या वडलांना बोलाव.' मी माझ्या वडलांची मुलगी आहे हे त्याला कसं कळलं? तिनं धावत जाऊन वडलांना बोलावलं होतं. ते उन्हाळ्याचे दिवस होते का? हवा प्रसन्न होती. पण तरीही ते दोघं पुरुष दरवाजासमोर किंवा अंगणात बसले नव्हते; ते घराच्या

आतल्या भागात गेले होते. तो माणूस निघून गेल्यावर वडलांना रडताना त्यांनी ऐकलं होतं, 'मुलगा गेला. मुलगा संपला!'

'मुलगा गेला', तिची आई कुजबुजत पुन्हा म्हणाली होती. एवढंच. नंतर ती आपल्या मृत मुलाच्या आत्म्यासाठी मूकपणानं प्रार्थना करू लागली. तिच्या डोळ्यांतून नाही, तर तिच्या ओठांच्या हालचालीतून दुःख व्यक्त होत होतं. आला होता तसा आजूबाजूला न बघता तो माणूस निघून गेला. खऱ्याखुऱ्या माणसाप्रमाणे नाही तर तो गोष्टीतल्या, कुवार्ता आणणाऱ्या दूताप्रमाणे होता. मग तिचे वडील खोलीतून बाहेर आले आणि अंगणात मध्ये उभं राहून त्यांनी कपाळावर बुक्के मारायला सुरुवात केली. ते भानावर दिसत नव्हते. आपण काय करतो आहोत हे त्यांना कळत नव्हतं. आपण त्यांना पाहिलं आहे असं न दाखवता बायका अंगणातून, काही दिसू नये म्हणून पळून गेल्या. नंतर तिच्या वडलांनी जमिनीवर जे काही मिळेल ते उचलून फेकायला सुरुवात केली. त्यांच्या आवडत्या सोनेरी कुत्र्याचं छोटंसं पिल्लूसुद्धा त्यातून सुटलं नाही. रात्री आईला कळलं की तिचा मुलगा मेला नाही आहे. तिनं सुटकेचा निःश्वास सोडला आणि ती प्रार्थना करू लागली. तिनं उपवास धरले आणि देवाला बळीही कबूल केला. ''तुम्ही मला विलक्षण घाबरवलंत पतिदेव! माझं लाडकं कोकरू मेलं असं मला वाटलं. तो जिवंत आहे, हो ना? आणि तेच तर सगळ्यात महत्त्वाचं आहे. जोपर्यंत तो जिवंत आहे तोपर्यंत त्यानं कबुली दिली वा तो सैनिक झाला आहे का गुरिला, याची मला पर्वा नाही!''

''मला नाही हे सहन होत. आपल्या इज्जतीच्या कायदेकानूंत देशद्रोह बसत नाही. आपल्या कुटुंबात किंवा घराण्यात *काश* नाहीत, दगाबाज नाहीत. मी नाही त्याला पर्वतात जायला सांगितलं. अशी घाण जो खाईल त्याला त्याचे परिणाम भोगायलाच हवेत. देशद्रोही हं? *काश*, हं? तो परत आला तर माझ्या हातानं गोळी घालीन. माझा मुलगा असला तरी सोडणार नाही मी. मला नाही हे सहन होत. तो मरायलाच हवा होता. म्हणजे निदान तो माझा मुलगा राहिला असता, हुतात्मा झाला असता. *काश* – शरण गेलेला! मला नाही सहन होत. मी नाही मान्य करू शकत. मला नाही हे झेपत!''

वडलांच्या डोळ्यातून वाहिलेला अश्रूंचा पूर तिनं पाहिला, तेव्हा ती चकित झाली. मृत्यूपेक्षा अधिक वाईट काय असू शकतं, मुलगा मरायलाच हवा होता अशी वडलांची इच्छा का आहे, हे तिला कळू शकलं नव्हतं.

''स्वत:कडे बघा जरा!'' तिच्या आईनं गर्जना केली होती. ''बघा स्वत:कडे! एवढं वय झालेला माणूस कोल्ह्यासारखा रडतो आहे! का ओरडता आहात असं? तुमचं सगळं घराणं गावाचे पहारेकरी नाही आहेत का? म्हणजे जे गावात राहिले ते? गावाचे पहारेकरी होऊन स्वत:लाच वाचवलं ना त्यांनी? स्वत:चेच खिसे भरायची दक्षता घेतली ना त्यांनी? गावाचे पहारेकरी किंवा जे कबुली देतात ते - दोघंही सरकारचीच सेवा करतात ना? जरा थोडं थांबा. आपण वाट पाहू या आणि बातमी खरी आहे का बघू या. तो मेला आहे हे कळणं जास्त चांगलं होतं का? थांबा, आणि जरा वेळ ऐका, खरंच काय झालं आणि का, ते शोधा.''

''तो मरायला हवा होता असं मला वाटतं! द्रोह करणं हे इज्जतीच्या कायदेकानूंत बसतच नाही. आमच्या कुटुंबात दलबदलू किंवा देशद्रोही नाहीत. जर तो गावाचा राखणदार असेल तर तो गावाचा राखणदारच राहतो. तो पर्वतात गेला तर पर्वतातच राहतो. आता आपण सगळे खूप संकटात सापडलो आहोत.''

मग तिचे वडील निघून गेले. ते कुठे गेले आहेत हे कोणालाच माहीत नव्हतं. तिच्या दुसऱ्या आईला काळजी वाटत होती. पण तिची आई म्हणाली, 'मी ओळखते त्यांना. डोकं फिरतं त्यांचं आणि मग शांत होतात; घाबरू नकोस बाई. काही रात्री आराम कर.'

आईच्या आवाजातली कडवी निर्भर्त्सना आणि दबलेलं दु:ख झिललला जाणवलं आणि ती चांगलीच अस्वस्थ झाली.

तिच्या आईचं म्हणणं बरोबर होतं. दोन दिवसांत तिचे वडील परत आले. ते कुठे गेले होते आणि कोणाला भेटले याविषयी ते काहीच बोलले नाहीत. काही घडलंच नाही असाच सगळ्यांचा आविर्भाव होता. कोणी काही पाहिलं किंवा ऐकलं नव्हतं. जणू मसूद *अबी* शरण गेलाच नव्हता. कोणालाही काहीही न सांगण्याबद्दल मुलांना बजावण्यात आलं. जर कोणी गौप्यस्फोट केलाच तर त्याचे कान खिळ्यानं छताला ठोकण्याची धमकी त्यांना देण्यात आली.

आणि नंतर हिवाळ्याच्या सुरुवातीला एक दिवस तिचा मसूद *अबी* येऊन टपकला. ते तिघंजण आले. दोन पूर्णपणे सशस्त्र होते. तिच्या मसूद *अबीचं* वजन उतरलं होतं पण तो अतिशय निरोगी आणि उमदा दिसत होता. तो कमांडर असल्याप्रमाणे ऐटदार आणि शानदार दिसत होता. ज्यांनी ते सशस्त्र पुरुष पाहिले ते लपून बसले. झिलल पळून गेली नाही; तिनं आपले गर्द निळे

डोळे त्यांच्यावर रोखले. ती सरळ तिच्या भावाकडे जाऊ शकली नाही. त्याच्याशिवाय तिला फार चुकल्या चुकल्यासारखं झालं होतं; आणि तिला त्याला मिठी मारायची होती. तिनं घाबरत एक पाऊल पुढे टाकलं. मग तिला वडील रडले होते त्या दिवशीचे त्यांचे शब्द आठवले : संगनमत करणारा... *काश... काश...* देशद्रोही... ती गोठून गेली. तिचा मसूद *अबी* हसला. त्याचं हास्य नेहमीच सुंदर असायचं. सर्व भावंडांत झिलल त्याची लाडकी होती आणि तो तिचा लाडका.

"तू माझ्या इतकी उंच झाली आहेस. मुली, तू लग्नाजोगी झाली आहेस!" तो म्हणाला आणि त्यानं तिच्या केसांना थोपटले. तिनं भावाला आधी कधीही तुर्की भाषा बोलताना ऐकलं नव्हतं. तिला विचित्र वाटलं. "जा, आईला बोलाव. म्हणावं, मसूद आला आहे आणि त्याला तिच्या हाताचं चुंबन घ्यायचं आहे."

ती हलली नाही. 'तुझी इच्छा माझ्यासाठी आज्ञाच आहे, भाऊ' असंही ती म्हणाली नाही. त्याऐवजी ती म्हणाली, "माझ्या वडलांनी तुला बघताक्षणी ठार मारण्याची शपथ घेतली आहे." हे असं म्हणताक्षणीच तिला हे शब्द उच्चारल्याचा पश्चात्ताप झाला. ती अतिशय घाबरून गेली. ते शब्द आपल्या तोंडून कसे निसटले आणि इतके कठोर शब्द आपण कसे वापरले हे तिला कळलंच नाही.

"आपले वडील इथे आहेत?"

"नाही, ते शहरात गेले आहेत."

"छान. तुझ्या म्हणण्याप्रमाणे मला बघतील तेव्हा ते मला ठार मारतील. म्हणजे आत्ता भीती नाही." त्याचा आवाज उपरोधिक होता. उघडउघड तो त्याच्या वडलांची आणि त्याच्या छोट्या बहिणीची टर उडवत होता. "जा आणि माझ्या आईला सांग. ही जागा म्हणजे पाच-सहा घरांचं छोटंसं बीळ तर आहे. कुठे तडफडले आहेत सगळे?"

"शस्त्र घेतलेल्या पुरुषांना पाहून आई घाबरेल."

"अग मुली धीर धर आणि तिला बोलाव. मला तिच्याकडे असं जायला लावू नकोस. नाहीतर इथे आम्ही सगळी उलथापालथ करू! माझ्या आईला सांग, 'तो इथून जात होता आणि तुझ्या हाताचं चुंबन घ्यायला आला आहे.' हं, चल, जा! आणि ह्या भावांना काहीतरी प्यायला दे, ताक, चहा किंवा काहीतरी."

जेव्हा ती आत गेली आणि तिनं आईला बोलावलं, तेव्हा ती *'केके मसूद हातिये!* मसूद *अबी* आला आहे!' असं म्हणाली नाही. पण तिनं 'तुझा मुलगा इथे आला आहे.' असं पुकारलं. तिच्या मसूद *अबी*ला काहीतरी झालं होतं. त्याचा आवाजसुद्धा बदलला होता. तो अधिकारवाणीने जणू काही आज्ञा देत असल्याप्रमाणे बोलत होता. तिच्या मसूद *अबी*ला काहीतरी वाईट झालं होतं. त्यांच्या मुलानं कबुली दिली आहे हे कळल्यावर तिच्या वडलांचं भान दु:खानं कसं गेलं होतं; ते किती अस्वस्थ झाले होते हे तिला आठवलं. कदाचित वडलांचं बरोबर होतं, तिला वाटलं. तो आता प्रेमळ आणि लाघवी राहिला नाही. त्याचं हसू सुद्धा बदललं आहे. तो त्या दुसऱ्या माणसांसमोर ऐट दाखवत होता का त्यांना तो घाबरत होता हे सुद्धा तिला सांगता आलं नाही. तो विचित्रच झाला आहे. त्याच्यात काहीतरी परकं आणि दुष्ट आहे. जेव्हा तो उर्मट तोऱ्यात चालत आहे, तेव्हा त्याच्या डोळ्यांत दिसते ती भीती कसली? तो इकडून तिकडे डोकं वळवतो ते कशासाठी? त्याच्या अस्वस्थपणाचं कारण काय? कबुली देणं म्हणजे काय असतं? ते *काश* किंवा बिनबापाचा यासारखं काहीतरी वाईट असणार. तिनं शाळेच्या रस्त्यावर पाहिलेलं तिला आठवलं. एका माणसाला मारून त्याचा मृत देह रस्त्यावर फेकला होता. त्याच्या कपाळावर त्यांनी लाल रंगात *'काश'* असं लिहिलं होतं. तिच्या वडलांनी *काश* म्हटलं तेव्हा त्यांना हुंदका फुटला होता. *'काश'*!

दुमडून कमरेशी खोचलेला स्वत:चा घागरा खालीही न ओढता माझी आई दरवाजाकडे धावली. आई आणि मुलगा एकमेकांना मिठी मारताना बघायला लागू नये म्हणून, त्या माणसांना चहापाणी करणं टळावं म्हणून एका छपरावरून दुसऱ्या छपरावर बकऱ्याप्रमाणे उड्या मारत मी टेकडीवरच्या खडकांकडे धावले. रस्त्यातले दगड गोटे मोजत, त्यांच्या बेरजा वजाबाक्या करण्यात मी मन गुंतवलं. मला माझ्या मसूद *अबी*ला विसरायचं होतं. माझ्या वडलांनी त्याला मारलं किंवा नाही मारलं तरी दोन्हीही दु:खदायकच होतं. नाहीतरी तो मेल्याप्रमाणेच होता. माझ्या मनाला भावाचं दु:ख आणि वडलांचं दु:खही जाणवलं. तेव्हा मी वयानं लहान मुलगी होते.

तू माझ्या मांडीवर डोकं ठेवून झोपला आहेस. कोण आहेस तू? असली कसली झोप ही? तुझ्या अंगातून रक्त वाहतं आहे. गावातले लोक म्हणायचे की, जखमी माणसानं झोपायचं नसतं. लोकांना किती वेळा गोळी मारली जायची, कधी सैनिकांकडून, कधी गुरिलांकडून, कधी सूड म्हणून, कधी

जमिनीच्या वादांवरून... ते जखमी माणसाला जागं ठेवण्याचा प्रयत्न करायचे. त्याला शुद्ध गमावू द्यायचे नाहीत. ते त्याला मृत्युनिद्रा म्हणायचे. ही तुझी मृत्युनिद्रा आहे का? तुला गोळी का मारली गेली? तू कोण आहेस? इथं खूप काळोख आहे. मला तुझा चेहरा दिसत नाही आहे. तू कसा दिसतोस हे समजण्यासाठी मी तुला बोटांनी चाचपत आहे. मी तुझे केस थोपटते आहे. मला तू मरायला नको आहेस. मला इथं एकटी असायचं नाही आहे. मला भीती वाटते आहे.

जेव्हा तो जागा झाला किंवा भानावर आला तेव्हा त्याचं डोकं अजूनही त्या मऊ उबदार उशीत विसावलेलं होतं. त्याची आई थोपटायची तसं कोणीतरी त्याचे केस हळुवारपणे थोपटत होतं. आपण स्वप्नातच आहोत असं त्याला प्रथम वाटलं. त्याला दुखत होतं, खांद्यात मरणप्राय वेदना होत होत्या आणि जखमी हाताच्या बोटांना कोणतीही संवेदना नव्हती. सरळ होऊन तो कुठे आहे हे बघण्याचा त्यानं प्रयत्न केला. कळ त्याच्या छातीपर्यंत पोहोचल्यामुळे तो विव्हळला. त्यानं उठण्याचा पुन्हा प्रयत्न केला. या वेळी त्याला ती मुलगी दिसली.

"त्यू बरिंदरी, त्यू जी सेर हिशे झेवे, च्यू यू केटे झेवे. तुला जखमा झाल्या आहेत. इथे तुझी शुद्ध हरपली. तू झोपी गेलास,"* ती मुलगी कुर्दी भाषेत म्हणाली. निर्मळ पाण्याप्रमाणे किंवा झऱ्यात विरघळणाऱ्या बर्फाप्रमाणे तिचा आवाज हळुवारपणे निघत होता.

तेव्हा कुठे महमूदला कळलं की तो असायला नको अशा जागी आहे. म्हणजे मी जंगलापर्यंत जाऊ शकलो नाही. मी होतो तिथंच पडलो आणि या मुलीचं काय? ती एखादी वनदेवता वगैरे आहे का, हे तो तिला विचारू धजला नाही. मी विचारलं तर तिला वाटेल की, मी घाबरलो आहे. आधारासाठी तिच्यावर रेलत तो उभं राहायचा प्रयत्न करतो.

"तू इथे काय करते आहेस?"

"तू जे काही करतो आहेस तेच. मीही तेच करते आहे."

"अच्छा, बघा तरी तिच्याकडे!" महमूदच्या आवाजात उपरोधिक हसू मिसळलं. "म्हणजे तूही चकमकीत लढत होतीस तर?"

"नाही, मी पळून आले आहे. मी लपून राहिले आहे."

त्या मुलीच्या आवाजातल्या बेपर्वाईनं तो चकित झाला. तिच्या आवाजात धैर्य आहे, का फक्त तिच्या नशिबाविषयी बेफिकिरी, ते त्याला ठरवता येईना.

''मी कोण आहे आणि काय आहे हे माहीत नसताना तू असं कशी बोलू शकतेस? मी तुला पकडून देईन अशी तुला भीती नाही वाटत?''

''नाही, तू पण फरार आहेस हे उघड आहे आणि तू जखमीही आहेस. तू मला इजा करू शकणार नाहीस.''

''कुठे पळून जाते आहेस तू? कोणापासून पळते आहेस? या पर्वतात आणि गुहांमध्ये तू लांडगे आणि गिधाडांचा बळी ठरशील.''

''गिधाडं आणि लांडग्यांनी पूर्वीच खाल्लं आहे. ते मला सतावणार नाहीत.''

तिच्या बोलण्याचा अर्थ त्याला कळत नाही. त्याचा हात दुखतो आहे आणि त्याला चक्कर येते आहे. माझी शुद्ध जाता कामा नये, मला चक्कर येता कामा नये, मी या गुहेत राहता कामा नये आणि हे सगळं कमी पडलं म्हणून का काय, कुठूनतरी ही गूढ मुलगी इथे उगवली आहे. त्याचं डोकं खडकावर आपटू नये म्हणून त्याच्या मानेमागे हात घालायचा ती प्रयत्न करत असताना गुहेतल्या अंधूक प्रकाशात तिचा चेहरा त्याला फारसा दिसत नाही. मी मृत होऊन स्वर्गात आलो आहे का? तो जाणीवपूर्वक त्याच्या पापण्या थोड्या खाली झुकवतो.

''तू जखमी झाला आहेस,'' दगडगोट्यांवरून वाहणाऱ्या स्वच्छ पाण्यासारख्या आवाजात ती पुन्हा म्हणते. ''तू पर्वतातला आहेस का?'' ती विचारते, ''खूप गोळ्या झाडल्या गेल्या. बराच गोळीबार चालला होता. मला इथेसुद्धा ऐकायला येत होता.''

''हो, मी *हेवल*पैकी एक आहे. मला गोळी लागली आणि मी टेकडीवरनं गडगडलो.'' तो तिला सत्य सांगत नाही. तो सांगत नाही की, मी पर्वतापासून पळून जात होतो.

''माझा एक भाऊ पर्वतात होता.'' तिचा आवाज तुटलेला, दुःखी आणि आरोप करणारा होता. स्वतःला वेदना, थकवा आणि मनाची कमकुवत अवस्था असूनसुद्धा महमूदला तिच्या आवाजातला कंप जाणवतो. तिचा भाऊ मेला असावा, त्याला वाटतं. तो त्यावर अधिक विचार करत नाही.

''पण आता तो पर्वतातून खाली आला आहे. कदाचित तू ओळखत

असशील त्याला. त्याचं नाव मसूद आहे. का तू सुद्धा कबुलीजबाव दिला आहेस?''

''नाही,'' आवाजात शक्य तेवढा जोर आणत तो म्हणाला, ''मी कबुली दिली नाही आणि मला तुझा भाऊही माहीत नाही. शिवाय पर्वतामध्ये लोकांना वेगळ्याच नावाने ओळखलं जातं. तशा गोष्टींची उघड चर्चा होत नाही.'' त्याची जखम आता अधिकच ठणकत आहे. बोलत राहण्याऐवजी या मुलीनं जर त्याचा खांदा तपासला आणि जखमेबद्दल काही केलं तर किती बरं होईल.

''ठीक आहे. मग आपणही नको बोलायला. थोडं पाणी पी. तुझ्या जखमेसाठी आणि आत्म्यासाठी ते चांगलं आहे.''

तिनं समोर धरलेल्या प्लॅस्टिकच्या बाटलीतून तो काही घुटके घेतो. तिच्याजवळ पाण्याची बाटली... मुलगी तयारीनिशी आली आहे. कदाचित मी एका सापळ्यात प्रवेश केला आहे. कोणाचा सापळा? तो शहारतो. ''माझा खांदा बघ बरं. त्यातून खूप रक्त वाहत आहे.''

''त्यातून रक्त वाहतच होतं; पण आता रक्त कमी येत आहे. तू थोडक्यात बचावला आहेस. गोळी हाडाला घसटून गेली आहे. पण मांसात राहिली नाही आहे.''

''मी जखम बांधायचा प्रयत्न केला, पण मला जमलं नाही ते. तू ती पुन्हा घट्ट बांधू शकशील का?''

''ओके. प्रथम मी ती धुते, नंतर स्वच्छ कापडाच्या तुकड्यानं बांधेन.'' ती हळुवारपणाने जखमेला चिकटलेलं, घाणेरडं, रक्तानं भिजलेलं बॅंडेज दूर करते. थोड्याशा पाण्यानं ती जखम स्वच्छ करायचा प्रयत्न करते. वेदनेमुळे आवळलेल्या दातांतून महमूद कण्हतो.

''हलू नकोस. पुन्हा घेरी येऊन पडू नकोस. इतकी काही तुझी जखम वाईट नाही आहे. असला कसला *हेवल* तू!''

''हो ना. म्हणजे तू तज्ज्ञ आहेस तर! मी डॉक्टर होण्याचा अभ्यास करत होतो. त्यामुळे जखमांबद्दल मला माहिती आहे. अशा तऱ्हेच्या जखमांमध्ये गुंतागुंती असू शकतात.'' मग तो विषय बदलतो आणि कुठल्या कुठे असणाऱ्या गुहेतल्या गूढ, उद्धट मुलीला तिची पायरी दाखवण्यासाठी विचारतो, ''तू कोणापासून दूर पळून जात आहेस हे मला अजून सांगितलं नाहीस. तुझं कोणावर प्रेम बीम आहे का? तू कोणाबरोबर तरी पळून जाते आहेस का?''

स्वत:च्या प्रश्नानं तोच गडबडतो. अरे बापरे, हा विचार मी आधी का केला नाही? ही मुलगी एकटी असेल असं मी का गृहीत धरलं? अशी माणसं आपल्या प्रिय व्यक्तीबरोबर पळून जातात. चकमकी, कारवाया, लढाई, पर्वतात आम्ही मरतो आहोत आणि मारत आहोत याचं कोणाला काय पडलंय?

"मी आमच्या अब्रूच्या रिवाजांपासून पळत आहे," ती मुलगी कोरड्या आवाजात म्हणाली. तिनं कोणतंही स्पष्टीकरण, जास्त माहिती, असं काहीच दिलं नाही.

त्याचं आखडलेलं हृदय सैलावलं, त्याला हलकं वाटलं. म्हणजे आत्ता लगेच कोणता धोका नाही तर! तो गुहेतल्या अंधूक प्रकाशात मुलीचा चेहरा बघण्याचा प्रयत्न करतो. गव्हाच्या पसरलेल्या लोंब्या, हिमकण, जंगली गुलाब, ताजी थाईम, चिकरी, शीतल झरे, ओढे... त्याला माहीत असलेलं सगळं सौंदर्य तिच्या चेहऱ्यावर झळकतं आहे. ते एका दुधाळ निळ्या ढगात विरतं आणि दिसेनासं होतं. यावेळी त्याला खरोखर घेरी आली आहे.

किती रात्री आणि दिवस त्यांनी गुहेत काढले? संख्या माहीत असलेल्या त्या मुलीनं उगवणारे आणि मावळणारे सूर्य मोजले. एके दिवशी पहाटेच्याही आधीच्या सगळ्यात काळोख्या वेळी त्यांनी गुहा सोडली आणि समोरच्या जंगलातल्या सर्वांत एकाकी जागी आसरा घेतला.

देंगबेज मधल्या दंतकथा आणि गावात कथा सांगणाऱ्या स्त्रीच्या कहाण्यांत असतं त्याप्रमाणे महमूद आणि झिलल या दोन प्रेमिकांसाठी पर्वतातल्या वनदेवता आणि जंगलातल्या पऱ्या यांनी निर्माण केलेल्या जादूई झऱ्यावरून झिलल पाणी आणायची. आणि त्या गुणकारी पाण्यानं त्याची जखम स्वच्छ करायची. ती सगळ्या प्रकारच्या वनस्पती गोळा करायची, त्या उकळून, वाटून त्या मिश्रणाचं पोटीस त्याच्या जखमेवर लावायची. जरी यामुळे त्याचा हात बरा होत होता, तरीही अजून हाताची अवस्था वाईटच होती; आणि तो त्या हाताचा उपयोग करू शकत नव्हता. ते खिदळायचे आणि म्हणायचे प्रेम करायला एक हात पुरतो.

पुरत असण्यापेक्षाही ते खूप होतं. त्यांचं प्रेमच तसं होतं. ते लैला आणि मेकनन, ताहिर आणि झुहरे, युसुफ आणि झुलेया यांचं प्रेम होतं. ते प्रेम एक दंतकथा, एक लोककथा होतं... तो प्रेमाग्नी बंदीवासात भडकत होता, हतबलतेत वाढत होता. त्यात त्यांच्या प्रेमाच्या तीव्रतेने ते मंत्रमुग्ध होत होते, ती तीव्रता त्यांना वासनेत पेटवत होती. ती दोन निष्पाप मुलं होती, ज्यांना

त्यांच्या निरागसतेमुळे नरकात यायला बंदी होती आणि त्यांच्या पूर्वजांच्या पापांमुळे त्यांना नंदनवनात प्रवेश नव्हता आणि त्यांना पृथ्वीवर भिरकावण्यात आलं होतं. ते प्रेम करत त्या प्रत्येक वेळी त्यांची शरीरं शुद्ध व्हायची आणि जसजसे त्यांचे देह शुद्ध होत होते तसतशी त्यांची हृदयं सगळ्या जगाला कवेत घेण्याइतकी मोठी होत होती. ते दुष्टावा, पाप, रक्त आणि मृत्यूपासून मुक्त होते. पर्वतांच्या माथ्यांवर आणि दूरच्या उतारांवर झाडलेल्या गोळ्या त्यांच्यापर्यंत पोहोचत नव्हत्या. झाडांतल्या आगी आणि जळणारी शेतं त्यांच्यापासून दूर राहिली होती. सैनिक किंवा गुरिला कोणीच त्यांच्या तिकडे आलं नाही. जणू काही सगळे रस्ते बंद करण्यात आले होते; किंवा पर्वताची ही बाजू वितळून अदृश्य झाली होती. सगळ्या निष्पाप जनांकडे देतात, तसे देवदूत त्यांच्याकडे लक्ष देत होते; कारण असं उत्कट प्रेम पापाचा पराभव करतं, कारण परमेश्वराच्या नजरेत प्रेम निर्दोषी आणि अपराधी या दोघांनाही स्वच्छ करतं, शुचित्व देतं. एक दंतकथा, एक चमत्कार साकारत होता आणि त्यांना त्याची जाणीव नव्हती. त्यांना चमत्कार माहीत नव्हते. त्यांना फक्त एकमेकांची शरीरं, हृदयं आणि मनं माहीत होती.

मग एक दिवस, हिरव्यागार झाडाझुडपांच्या निवाऱ्याला झिललनं महमूदला तिच्या गर्भात वाढत असलेल्या बीजाबद्दल सांगितलं. सोपेपणात खोल अर्थ जाणवणाऱ्या आणि त्यामुळे जादू करणाऱ्या पवित्र ग्रंथांच्या साध्या भाषेत जणू काही, 'मला माहीत आहे आणि मी माहीत करून देत आहे' अशा पद्धतीनं ती बोलली. महमूद थोडा वेळ गप्प राहिला. मग त्यानं आपल्या प्रियेच्या पोटावर हात ठेवला आणि तो रडला.

त्यानं भाग घेतलेल्या एका चकमकीच्या वेळी, तो पूर्वीइतका त्वेषाने लढत नाही आहे हे त्याच्या साथीदारांच्या लक्षात आलं होतं, आणि त्यांनी ते अहवालात नमूद केलं होतं. जेव्हा तो स्वत:वर टीका करत होता, तेव्हा ते म्हणाले, 'लढाईत हळवेपणा किंवा दयेला जागा नसते. तुम्ही मारायला हवं नाहीतर मरायला हवं. चाप ओढताना जराही विचलित न होणाऱ्या आपल्या स्त्री लढवय्याकडून आणि *हेवल*कडून प्रेरणा घे.'

लढाईत हळवेपणा किंवा दयेला जागा नसते. पुरुष रडत नाहीत. पण तो तर रडत होता. झिलल आपल्या ओठांनी त्याचे अश्रू टिपत होती आणि प्रेमळ शब्दांच्या वर्षावात बांधून टाकायचा प्रयत्न करत होती, तेव्हा त्याला वाटलं, मी हळवा आहे. मी तसा नसतो तर तिला आत्ता इथल्या इथे गोळी घातली

असती. मी तसा नसतो तर तिच्या गर्भात तिनं शत्रूचं बीज जोपासण्याचा विचार मी सहन करू शकलो नसतो. मग त्यानं मूकपणानं आनंद साजरा केला. मी हळवा आहे, मी तिला मारत नाही, मी कोणालाच मारत नाही ही किती चांगली गोष्ट आहे.

हे त्याचे स्वत:चे शब्द होते का कोण्या स्वर्गीय शक्तीनं त्याच्यात प्रवेश करून त्याला असं वाटायला लावलं होतं? त्या शक्तीचा आवाज होऊन तो म्हणाला, 'हे मूल माझं मूल आहे. हे मूल आपलं मूल आहे. तुझं आणि माझं. काही दिवस माझी बीजं तुझ्या भूमीवर पडत आहेत. त्या भूमीतल्या त्या बीजांपासून हे मूल अंकुरेल. सैनिक असो वा गुरिला, हे मूल युद्धाचं नसेल. तो आमचं मूल असेल. आपण त्याला या पर्वतांपासून दूर नेऊ या. आपण समुद्राजवळ जाऊ या. हे मूल शांतीचं मूल असेल.'

खडकातून उसळणाऱ्या शीतल झऱ्याजवळच्या त्या हिरव्यागार अभय-स्थानाला इभ्रतीच्या नियमांनी भेदलं नाही. सरकारी किंवा पर्वतातल्या कायद्यांना तिथं मान्यता नव्हती. झिलल आणि महमूद एका स्वप्नात होते, जिथं ते जंगली फळंपानं खायचे आणि ईडनच्या पवित्र नदीचं संजीवक पाणी प्यायचे. ते म्हणजे निरागसता हरवलेल्या दु:खद जगाचं स्वप्न होते आणि आनंदवार्ता होते.

सैन्यदलाचे पोलीस सर्वेक्षणासाठी आले त्या दिवशी स्वप्नातून जागं होण्याची वेळ आली आहे हे त्यांनी ओळखलं. त्यांच्या हिरव्या विसाव्याच्या अगदी निवांत कोपऱ्यातल्या घरट्यातून एकही जण नजरेला न पडता, त्यांची गुहा सैन्याच्या पोलिसांनी शोधून काढलेली त्यांना ऐकू आली. मोठ्या शस्त्रांनी सज्ज असलेल्या सैन्यदल पोलिसांनी गुहेवर धाड घातली. ते काळजीपूर्वक हालचाली करत होते. त्यांचं हिरवं आश्रयस्थान प्रवेश करण्यासाठी इतकं दुर्गम होतं, इतकं लपलेलं होतं की झिलल आणि महमूदला त्या मोठ्या बंदुका किंवा पुरुषाच्या अवजड बुटांच्या सावध हालचाली दिसल्या नाहीत. पण त्यांना आवाज ऐकू आले आणि लहानपणापासून माहीत असलेल्या त्या ओळखीच्या गोंधळाच्या आवाजावरून काय चाललं आहे ते त्यांना समजलं.

'सैन्यदलाचे पोलीस लढायला येत नाहीत,' महमूद म्हणाला, 'ते दुसऱ्या कशामागे तरी असणार.'

''ते माझ्या मागावर आहेत,'' मुलगी म्हणाली, *''आपे मिनन द्यु मिन झिस्तिन...* माझ्या काकांच्या कुटुंबाने त्यांना मला शोधायला पाठवलं आहे.

ते कधीच हार मान्य करत नाहीत. मला मृत्युदंडाची शिक्षा फर्मावली गेली, तेव्हा माझे वडील मला मारू इच्छीत नव्हते. माझे वडील एक वेगळेच, चांगला माणूस आहेत. मेंढ्यांच्या खुराड्यात त्यांनी मला कोंडलं. त्यांनी एक दोर छतापासून बांधला. त्यात माझ्या गळ्यासाठी एक फास तयार होता. मी दोर तपासला, तो भक्कम होता. पण खुराड्याचं छप्पर माझं वजन घेऊ शकेल का? माझी खात्री नव्हती. ते स्वत: मला फासावर लटकवण्याचा धोका पत्करण्यास तयार नव्हते. ते स्वत: ते करायला समर्थ ठरले नाहीत, का त्यांना कायद्याची भीती वाटत होती, ते मला माहीत नाही. मी स्वत:च ते करावं असं त्यांनी मला सांगितलं. माझं स्वत:चं आणि माझ्या गर्भातल्या जीवाचं आयुष्य संपवण्याचं पाप मी करायचं होतं. जर हा तुमच्या इभ्रतीचा कायदा आहे, तुम्ही करताय ते जर बरोबर आहे, तर मग पुरुषासारखं स्वत:च ते करा. माझ्याकडून तुम्हांला मदत मिळणार नाही. दोन आयुष्यं संपवण्याचं पाप तुम्ही स्वत:वर घ्या. तुमच्यापैकी कोण दोर ओढतं ते बघू या. मी ते करणार नाही. जेव्हा तो निर्णय घेतला गेला तेव्हा माझी आई रडली, पण तिनं त्याला हरकत घेतली नाही. नाहीतरी हरकत घेऊन तरी असं काय मोठं होणार होतं? माझी दुसरी आई म्हणाली, 'हे बरोबर नाही. यात तुझा दोष नाही. हे देवाचं मूल आहे. मला माहीत आहे, तुझे वडील तुझ्यासाठी गुपचुप रडतात. हा गावाचे राखणदार असलेल्या तुझ्या काकांचा हट्ट आहे की, असा नियम आहे. ते सगळीकडे हिंडत म्हणताना दिसतात, 'मी गावचा मुख्य राखणदार आणि त्या रांडेला शिक्षा नको करू? मी राखणदार आहे आणि इज्जतीचा नियम मीच तोडू? अशक्य!' तुझ्या वडलांचा पराभव परंपरांनी नाही केला, ता तुझ्या काकांनी केला. त्याला कसं कळलं माहीत नाही, पण तुझा भाऊ मसूद, त्यानं सुद्धा निरोप पाठवला. तो म्हणे म्हणाला, 'मी त्या रांडेला जिवंत सोडणार नाही.' त्यांनी मला सांगितलं, 'तुला सकाळपर्यंत वेळ आहे. लवकर कर. तू करायला पाहिजेस ते, करून टाक.' आणि ते निघून गेले. मध्यरात्र उलटून गेल्यावर दरवाजा उघडला आणि माझे वडील आत आले. मी इतकी घाबरले की माझं हृदय उडू लागलं. त्यांच्या वेदनेचा शेवट करण्याठी ते मला संपवून टाकतील असं मला वाटलं. मी लपले नाही. मी खोलीच्या मध्यभागी आले आणि फासाखाली उभी राहिले. मी जर चवड्यांवर उभी राहिले असते तर फासाचा वेढा माझ्या गळ्याभोवती आला असता. माझ्या वडलांच्या हातात एक पिशवी होती. ते म्हणाले, 'ही घे, आणि ताबडतोब नीघ. पुढे जा.'

''त्यानी मला दिलेली पिशवी मी घेतली आणि निघाले. आयुष्य गोड असतं, विशेषत: तुम्ही तरुण असाल तर, विशेषत: तुमच्या आत अजून एक जीव असेल तर. ती रात्र विचित्र होती. पौर्णिमा होती, पण चंद्र ढगामागे गेला असल्यामुळे खूप काळोख होता. ही देवाची करणी होती. जणू काही माहीत असल्याप्रमाणे कुत्रे गप्प होते. कोणीच आवाज केला नाही आणि आजूबाजूला कोणीही नव्हतं. मी त्या खुराड्यातून पळून जाणार आहे हे प्रत्येकाला माहीत होतं का, का ही दैवलीला होती? मला तो भाग चांगला माहीत आहे; आणि दिशांचा अंदाज मला चांगला येतो. माझा रस्ता मला सहज शोधता येतो. खडकांमधून आणि पर्वतातून दूर दूर जात मी खूप दिवस चालले. पिशवीत पाणी, खाणं, थोडे पैसे आणि माझं ओळखपत्र होतं. आम्हां सगळ्यांची ओळखपत्रं काढल्याबद्दल माझ्या वडलांना खूप अभिमान वाटायचा. विचार कर, मुलींकडेही ओळखपत्रं होती. मी खूप खूप चालले आणि मग गुहेत पोहोचले.

''दुसरा जीव पोटात घेऊन मी चालत होते. माझं डोकं हलक झालं होतं आणि मन धुरकट. मी जणू काही स्वप्नात होते. दगड आणि खडक चुकवताना, डबकी आणि ओहोळ यांच्यावरून उड्या मारत जाताना मी जणू ढगांवर चालत होते. माझ्या अनवाणी पायांना जमिनीचा स्पर्श होतच नव्हता. मला भूकही लागली नाही किंवा मी दमलेही नाही. मी जवळची शिदोरी उघडलीसुद्धा नाही. माझी मृत्यूपासून सुटका झाली होती आणि माझी भीतीच नष्ट झाली होती. मी पाड्यांच्या वस्त्या आणि चराऊ कुरणांपासून दूर राहत होते. मी पर्वतांच्या दिशेने, नेहमीच फक्त पर्वतांच्या दिशेनेच चालत राहिले. मला दूर आगी दिसल्या. पूर्वेकडच्या वाऱ्यांनी जळक्या गवताचा आणि वैरणीचा, कोळसा झालेल्या झाडांचा वास आणला. कधी कधी दूर अंतरावरून बंदुकीच्या फैरी ऐकू आल्या. मी माझ्या गर्भातल्या जीवाचा, त्याला काय होईल याचा,आयुष्य म्हणजे काय याचा विचार करत माझ्या आयुष्याचं, माझ्या आईच्या, माझ्या बहिणीच्या आयुष्याचं काय झालं या सर्व विचारात बुडून चालत होते. आम्हां बायकांचं जाऊ दे. पण माझे वडील, आजोबा, भाऊ यांनी त्यांच्या आयुष्याचं काय केलं? माझं चालणं उलट दिशेनेच होतं. मी पर्वतांकडे जात होते. खरं तर मी शहराकडे जायला हवं होतं. माझ्या वडलांनी मला नगरं टाळून सरळ शहराकडे जायला सांगितलं होतं. ते म्हणाले होते, 'शहर तुला आच्छादून टाकेल. गर्दीत तू दिसेनाशी होशील. तू बदलशील.

ओळखता न येण्यासारखी होशील; आणि कदाचित तू निसटून जाशील.' मी उलट दिशेने चालत राहिले. शहरातल्या बिननावाच्या गर्दीत हरवून जाण्यापेक्षा पर्वतातलं स्वातंत्र्य मला पसंत पडलं. मग मला तू मिळालास. मग मला समजलं की इतका वेळ मी येत होते ती तुझ्याकडे. हे सगळं तुला भेटण्यासाठी...''

ते रस्ते तिनं गर्भातल्या जीवाचा विचार करत काटले. उभे चढ, आणि खडक चढताना, एखाद्या झाडाच्या तळाशी पोकळीत, एखाद्या मोठ्या खडकाच्या सावलीत थकून विश्रांती घेताना, तिचं मन पुन्हा पुन्हा पोटातल्या गर्भाकडे वळे. कदाचित अशा अवघड प्रदेशात इतक्या वेगाने चालून तिच्याही नकळत ती तो गर्भ काढून टाकायचा प्रयत्न करत होती. शेतातल्या ज्या गर्भारशी स्त्रियांना मूल नको असायचं त्या अतिशय जड वजनं उचलून, आगीच्या वरून उडी मारून किंवा त्यांच्या डोक्याच्याही खूप उंच असलेल्या दोरांना पकडून मूल पाडायचा प्रयत्न करत. जर या गोष्टींचा उपयोग झाला नाही तर दाई त्यांना औषध द्यायची किंवा त्यांचा गर्भपात घडवून आणण्यासाठी त्यांच्या आत सुईने टोचायची. झिललनंही असाच प्रयत्न केला असता. तिला जगायचं असलं तर तिच्या आत वाढणाऱ्याला तिनं संपवायला हवं. तिच्या स्वप्नातल्या समुद्र नावाच्या त्या अनंत जलाशयाकडे तिला पोहोचायचं असेल तर तिच्या शरीराला कैद करणाऱ्या या वाईट बीजाला तिनं उपटून टाकायलाच हवं. तरीही, ती घाबरली होती आणि तसं करू शकली नव्हती. तिच्या गावात मरण पावलेल्या मिझजिनची प्रतिमा तिला पांगळं करायची. अधिकाधिक निस्तेज होत जाणारा मिझजिनचा चेहरा, पांढरे पडत जाणारे ओठ, तिच्या पायातून रक्त वाहू लागलं तसे सुजत जाणारे डोळे आणि तिची शेवटची लांबलचक किंकाळी तिच्या मनाच्या आरशावर कायमसाठी कोरली गेली आहे.

खडकावर डोकं टेकलेल्या अवस्थेत गुहेच्या तोंडाशी घेरी येऊन पडलेला तो जखमी अनोळखी माणूस तिला दिसला त्यावेळी ती याच गोष्टींचा विचार करत होती. ती निर्णय घेणार होती. तिच्या आतल्या ओझ्यापासून ती मुक्ती मिळवणार होती. नंतर रिकाम्या गर्भाशयाने, रिकाम्या हृदयाने मुक्त अशी ती उघड्या, अथांग समुद्राकडे जाणार होती.

समुद्राकडे, जो तिच्या शिक्षकांनी इतक्या आवेगाने आणि असोशीनं मोठी वर्णनं करून त्यांना सांगितला होता. शिक्षकांनी त्यांना सांगितलं होतं की, समुद्र

काही बोटन झरा, झॅप नदी किंवा उलुसायसारखा नसतो. ते म्हणाले होते, 'हे झरे आणि या नद्या समुद्राच्या तुलनेत डबक्या एवढ्यासुद्धा नाहीत. या तर पाण्यानं काढलेल्या रेघा आहेत.' नंतर मुलांना समुद्र म्हणजे काय याची थोडी जास्त कल्पना यावी म्हणून त्यांनी, मुलांपैकी कोणी वॅने सरोवर पाहिलं आहे का, असं थोड्या आशेनं विचारलं, परंतु त्यांना होकारार्थी उत्तर मिळालं नाही.

झिललनं सगळ्यात जवळचा समुद्र त्यांच्या गावापासून किती दूर आहे ते विचारलं होतं.

शिक्षकांनी त्यावर डोकं खाजवलं, थोडा विचार केला, काही हिशेब केले आणि मग ते म्हणाले, ''जसा कावळा उडतो तसं सरळ रेषेत डोंगर आणि टेकड्यांचा विचार न करता मोजलं तर ६०० ते ७०० किलोमीटर अंतर असेल. पण रस्त्याने मोजलंत तर ते अंतर त्यापेक्षा बरंच जास्त असेल.''

संख्यांमध्ये हुशार असलेल्या त्या मुलीनं मनातल्या मनात हिशेब केला. ते शाळेला चालत जायचे त्या रस्त्याच्या ३५० पट. ''म्हणजे काही फार लांब नाही, सर. हे म्हणजे शाळेला ३५० वेळा चालत जाण्यासारखं आहे. म्हणजे जाणं आणि परत येणं धरून १७५ दिवस शाळेत जाण्याइतकं होतं. आम्ही प्रत्येक वर्षी तितके दिवस चालतोच.''

शिक्षकांनी त्यांच्या छोट्या विद्यार्थिनीकडे आनंद आणि अभिमानानं तर नाहीच, पण हतबलता आणि वेदना होत असल्याप्रमाणे पाह्यलं. शिक्षक स्वतःशीच हलक्या आवाजात बोलताना तिनं ऐकलं, 'अशा बुद्धीचा काय उपयोग? ती आत्तापेक्षा हजारपट जास्त बुद्धिमान असती तरी काय मोठं होणार होतं? खड्ड्यात जावो हे जग!' आणि त्यांनी मान हलवली होती.

त्या दिवशीपासून झिलल सतत समुद्राचा विचार करायची. शाळेत मोठे नकाशे नव्हते. भूगोलाच्या जुन्या पुस्तकामधून किंवा ॲटलसमधून फाडलेली पानं शिक्षकांनी वर्गात आणली होती. तुर्कस्तान हा पृथ्वी नावाच्या भल्या मोठ्या गोलावरचा किती छोटासा भाग होता हे त्यांनी मुलांना दाखवलं. मुलांना त्यांचं गाव नकाशावर पाहायचं होतं आणि ते दिसत नाही याचं त्यांना आश्चर्य वाटलं होतं. जगाच्या नकाशावर किंवा तुर्कस्तानच्या नकाशावरसुद्धा ते नव्हतं. जिथे सरकारी कार्यालयं होती तो भागसुद्धा नकाशात नव्हता. मुलांना थोडी तरी कल्पना यावी, समजावं म्हणून शिक्षक म्हणाले होते, 'मी म्हणजे जग आहे असं समजा. मग तुर्कस्तान सगळ्यात लहान बोटाच्या नखाएवढा

असेल. त्या नखाचा केवढा भाग म्हणजे त्यांचं गाव असेल?' मुलांची खूप निराशा झाली. ते प्रचंड पर्वत, वसंत ऋतूत आपल्या फुफाटणाऱ्या प्रवाहात माणसांना ओढून नेणाऱ्या राक्षसी नद्या, कुरणं आणि मळे, त्यांचं गाव, त्यांची घरं, त्यांची शाळा, हे काहीच खिजगणतीतही नव्हतं का? ते म्हणजे नकाशावरचा बिंदूही नसले, तर त्यात काय अर्थ होता?

या मुद्द्याचं झिललला विशेष काही वाटलं नव्हतं. तिला त्याची पर्वा नव्हती असं नाही. पण तिला हे समजत होतं की, आणखीन मोठ्या नकाशात तुर्कस्तान मोठं दिसेल आणि तुर्कस्तानच्या त्या खूप मोठ्या नकाशावर त्यांचं गाव, एवढंच काय त्यांची घरंसुद्धा दाखवता येतील. शिक्षकांचं बोलणं ऐकण्याऐवजी ती, ज्या समुद्रानं तिला पछाडलं होतं त्याचा सतत विचार करत राहायची, तासाच्या वेळीही त्या स्वप्नात ती गुंग असायची. खूप खूप दूर असलेला, तरीही शाळेच्या एका वर्षापेक्षा दूर नसलेला समुद्र...

इतके कष्ट सोसूनही टिकलेलं ते जोमदार दुष्ट बीज तिच्या आत वाढत होतं आणि मृत्यूच्या सापळ्यातून निसटून तिला मिळालेल्या आयुष्यात अडथळा बनत होतं. मिझजिनचे पांढरेफटक ओठ, तिच्या दोन पायांमधून ठिबकणारं काळपट, घाणेरडं रक्त किंवा तिची शेवटची रक्त गोठवणारी किंकाळी तिला तिच्या आतला जीव भिरकावून देण्यापासून परावृत्त करू शकणार नव्हती.

ज्या वेळी मी माझं गर्भाशय खोदून रिकामं करून आयुष्यातल्या स्वातंत्र्याची किंवा मृत्यूची चव घ्यायची तयारी करत होते, त्या वेळी मी तुला पाहिलं. तू जखमी होतास आणि तुला रक्तस्राव होत होता. तुझी शुद्ध गेली होती आणि तू गाढ झोपेत होतास. तुझं डोकं मी माझ्या छातीशी धरलं. माझ्या पोटाच्या खाली जिथे ते बीज अंकुरत होतं, तिथे मला तुझी ऊब जाणवली. मी कल्पना केली समुद्राची, उबदार, पारदर्शक, आकाशाच्या रंगाचा... मी एक इच्छा केली, प्रतिज्ञा केली, की जर तू, एक अनोळखी, चांगला माणूस असशील आणि जर मी तुझ्या जखमांची काळजी घेतली, तर तू मला स्वीकारशील आणि आपण दोघं एकत्र जाऊन समुद्रापर्यंत पोहोचू आणि समुद्र होऊ. मी मोजल्यावर तो माझा शहाण्णवावा दिवस भरला. प्रत्येक दिवशी ते अधिक दिसण्यात येईल. मग मी आकाशातल्या चंद्रावरून हिशेब मांडला; त्या मोजदादीप्रमाणे अजून १८४ दिवस बाकी होते. मी तुला सांगितलं, पण ते घाबरल्यामुळे नाही. मी का घाबरावं? मी काय गमावणार

होते? मी सांगितलं, कारण तुझ्यावरच्या माझ्या प्रेमाला खोटेपणा मान्य नव्हता. आणि माझा विश्वास होता की, मी शुद्ध आणि निष्पाप आहे. माझं पोट थोपटून तू रडलास. ते प्रेमाचे अश्रू होते आणि ते तुझ्या डोळ्यांतून नाही, तर तुझ्या हृदयातून आले होते हे मला कळलं.

तू म्हणालास, 'आपण एकमेकांना सापडावं यासाठीच कदाचित सगळं, अगदी वाईट गोष्टीसुद्धा घडल्या.' मीही अगदी हेच म्हणणार होते तेवढ्यात माझ्या तोंडातले शब्द तू उच्चारलेस. हे मूल म्हणजे स्वर्गीय देणगी आहे असा विश्वास त्या क्षणी मला वाटला. माझ्यावर बलात्कार करणारे सैनिक, रखवालदार किंवा गुरिला नव्हते, तर आपण एकमेकांना भेटावं, एकमेकांचं व्हावं यासाठी दुष्ट सैनिकी पुरुषांचा वेष घेतलेला आत्मा होता. आकाशातला, पाण्यातला, पर्वतातला...

तुलाही हे माहीत होतं. तू म्हणालास, 'हे आपलं मूल आहे. हे बालक युद्धाचं नाही तर आशेचं आणि शांततेचं आहे.' माझ्या उदरातलं मी खलप्रवृत्तीचं मानत असलेलं बीज त्या क्षणी नंदनवनातल्या गुलाबासारखं उमललं आणि आपली आशा झालं. माझं मूल तुझं मूल झालं कारण ते जन्मायच्या आधी आपण त्याच्यावर प्रेम केलं. त्या अजून न जन्मलेल्या मुलाच्या चमत्कारामुळे आपण एकमेकांवर प्रेम केलं, त्या न जन्मलेल्या हेवीला जगात आणण्यासाठी आपण प्रेम केलं.

कसाबसा अर्धामुर्धा शोध घेऊन सैनिकी पोलीस घाईघाईने निघून जाताना त्यांनी पाहिले. एखाद्याला शोधण्यासाठी डोंगरामध्ये इतक्या दूर जायला पोलिसांना आवडत नसे. एखाद्या गुहेतून किंवा खडकामागून अचानक काय आणि कोण उगवेल ते सांगता येत नसे. ह्या धोकादायक भागात त्यांना रेंगाळायचं नव्हतं हे उघड होतं. त्यांच्यातले काहीजण जंगलाकडे आले खरे, पण अर्ध्या वाटेवरूनच ते माघारी वळले.

''आपण इथे किती दिवसांपासून आहोत?'' पोलीस निघून गेल्यावर आणि सगळीकडे शांत आणि निवांत झाल्यावर महमूदनं विचारलं.

''सतरा दिवस,'' संख्या कळणाऱ्या मुलीनं सांगितलं.

त्यांच्यात इतकं घनिष्ठ नातं निर्माण झालं होतं की जणू काही ते सतरा वर्षं एकमेकांबरोबर आहेत आणि त्यांच्यात एकमेकांविषयी एवढी तीव्र ओढ होती की, जणू ते कालच भेटले. कितीही जवळ असूनसुद्धा त्यांचं समाधान होत नव्हतं.

"आपला लाडका होप किती दिवसांचा आहे?" महमूदनं विचारलं.

"१०३ दिवस पूर्ण केले आहेत त्यानं," झिलल म्हणाली.

आत वेळ आली आहे हे त्यांना कळत होतं. आता जागं व्हायलाच हवं आणि जगाकडे परतायला हवं, हे त्यांना माहीत होतं. पर्वतांचा निराप घेण्याची आणि मोकळ्या समुद्राकडे जाण्याची वेळ आली आहे, हे त्यांना समजत होतं.

दोन निराधार जीव, दोन निरागस मुलं तिसऱ्याला एखाद्या शुभशकुनाप्रमाणे आपल्या आत बाळगून, हेवीला पर्वतातल्या गुहांच्या वैराण, बेचिराख टेकड्यांच्या उतारांच्या आणि निर्मनुष्य झालेल्या गावांच्या स्मशान- शांततेच्या हवाली करावं लागू नये म्हणून आशेच्या प्रदेशाकडे उतरू लागले.

'मला एखादी सुटकेची गोष्ट सांगा, जी करुण नाही, जिच्यात कोणी मरत नाही, कोणी रडत नाही अशी गोष्ट. तुम्ही कथा सांगता, तर मला अशी छान गोष्ट सांगा ज्यात प्रेमिकांचं मीलन होतं, भावांच्यात समेट होतो, आणि प्रत्येक जण शेवटपर्यंत सुखाने राहतो. कथाकार, मला सुटकेची सुंदर गोष्ट सांगा. त्यात पळून आलेले आपल्या ध्येयापर्यंत पोहोचू देत, मुलं मृत्यू न पावू देत, प्रेमिकांची ताटातूट न होऊ दे आणि कुणीही उपाशी न राहू दे. तिथे आशा असू दे आणि अंताला शांतता असू दे. मला एखादी सुखान्त असलेली छान गोष्ट सांगा.'

जेव्हा तिची भीती गेली आणि ती बोलू लागली त्यावेळी झिलल ओमर एरेनला खरंच असं म्हणाली होती, का त्या मुलीच्या सुंदर तेजस्वी निळसर हिरवट डोळ्यांतलं दुःख बघून ओमरनं स्वतःच असं लिहिलं होतं?

झिललला जेव्हा अतिदक्षता विभागातून साध्या खोलीत हलवण्यात आलं तेव्हा तिनं एकही शब्द उच्चारला नाही. तिनं भिंतीकडे तोंड फिरवलं आणि ती गप्प राहिली. ते अशक्तपणामुळे का रागानं हे ते सांगू शकले नाहीत. त्याच्या प्रेमिकेला श्रम होऊ नयेत आणि तिनं थकून किंवा अस्वस्थ होऊन जाऊ नये म्हणून सुरवातीला महमूदही गप्प राहिला. पण नंतर त्याला ती शांतता किंवा काहीच न घडल्याचा देखावा सहन होईनासा झाला. त्याला भीती वाटत होती की, तिचं मन ताळ्यावर नसेल आणि तिची स्मृतीही गेली असली तर तिला काहीच आठवणार नाही. आणि त्याहीपेक्षा जास्त म्हणजे... तो घाबरला, गडबडून गेला. ती जर का त्यांची उत्कटता, त्यांचं प्रेम आणि

त्यांची प्रेमक्रीडा विसरली असली तर? जर तिनं त्याला ओळखलं नाही, ते परीकथेसारखे दिवस तिला कधीच आठवले नाहीत, तर? तो तिच्याशी बोलला. जे सगळं झालं ते त्यानं तिला पुन्हा पुन्हा सांगितलं. तिला आठवावं म्हणून, ती थकण्याचा आणि तिला वेदना होण्याचा धोका पत्करूनही सांगितलं. पण तरीही झिलल काहीच बोलली नाही. तिला त्यातलं किती समजलं? तो सांगू शकला नाही. त्यानं भीतीनं थरथर कापत डॉक्टरांना विचारलं. ते म्हणाले, 'या धक्क्यातून बाहेर येणं तिला कठीण जाईल, पण ती सुधारेल.' मग एक दिवस, जेव्हा ओमर एरेन भेटायला आला होता तेव्हा तिनं तिचा सुंदर चेहरा दरवाजाकडे वळवला. दरवाजाशी हातात, फुलं घेऊन उभ्या असलेल्या लेखकाकडे तिनं निर्देश केला आणि तुटक, कोरड्या आवाजात विचारलं, ''*इयु की ये?* ते कोण आहेत?''

''ओमर एरेन. आपले एक प्रसिद्ध लेखक. ते आपल्याला मदत करत आहेत,'' महमूद म्हणाला.

''*चिमा?*'' मुलीनं विचारलं, दरवाजाजवळ हातात फुलं घेऊन उभ्या असलेल्या माणसाला कळावं म्हणून मग तिनं पुन्हा तुर्की भाषेत विचारलं, ''का?''

महमूद आणि झिललनं ओमरकडे पाहिलं आणि ओमरनं आपल्या हृदयात. का?

''संकटात सापडलेल्यांना माणूस मदत करू शकत नाही का?''

तिथे शांतता पसरली. हॉस्पिटलच्या खोलीतले कृत्रिम धाग्यांच्या कापडाचे, फिकट रंगाचे पडदे सूर्याची उष्णता बाहेर ठेवू न शकल्यामुळे गरम असलेली खोलीतली हवा अधिकच असह्य झाली.

''करू शकतो,'' महमूद म्हणाला.

मुलीनं पुन्हा डोकं विरुद्ध दिशेला वळवलं आणि ती काहीच बोलली नाही.

ओमरनं प्रयत्न सोडले नाहीत. भावनांना शिरकाव करू न देणारं तिचं कवच भेदायचा त्यानं प्रयत्न केला.

''मला यातना आणि हताशपणा माहीत आहे. लोकांना एकमेकांची गरज असते. लोकांच्या द्वारे दुष्टपणा येऊ शकतो, पण तसाच दयाळूपणाही. तुला गोळी लागली तेव्हा मी तिथे होतो. मी माझ्या बसची वाट पाहत होतो. मी बस पकडून निघून जायला हवं होतं का? तुम्ही असं केलं असतंत का?

तुम्हांला यातना होत होत्या. त्या मला वाटून घ्यायच्या होत्या, कमी करायच्या होत्या. बस, एवढंच.''

खरंच हे एवढंच होतं का? जर माझ्या मुलाचं दु:ख आणि उत्तर समुद्राकडून आलेल्या उलाचे भर इस्तंबुलमध्ये तुकडे तुकडे झाल्याची भयानक आठवण नसती तर मी या दोघांच्या मागे आलो नसतो आणि माझी बस घालवली नसती. या मुलाच्या हातात मी काही लिरा टेकवल्या असत्या, माझ्या बसमध्ये बसलो असतो आणि माझ्या मार्गाने निघून गेलो असतो. पण एकदा जरी दुसऱ्याचं दु:ख स्वत:चं दु:ख असल्याप्रमाणे तुमच्या हृदयाला जाणवलं, आणि तुम्ही त्याला जबाबदार आहात असं तुम्हांला वाटलं असेल, तर दु:ख म्हणजे काय हे तुम्हांला कळतं आणि त्यानंतर ते बाजूला टाकून तुम्ही नाही जाऊ शकत. माझ्या मुलाचं दु:ख मला नसतं तर या हट्टी, रागावलेल्या, संशयी कुर्दी मुलीच्या बिछान्याशेजारी मी असा उभा राहिलो नसतो.

''माझ्या खूप जवळच्या, माझ्या मुलासारख्या कोणाबाबतीत असं झालं होतं... ते जिथून जात होते तिथे बॉम्ब फुटला आणि त्याची तरुण पत्नी - जी दुरून आलेली परदेशी स्त्री होती - तिचे तुकडे होऊन उडाले. त्यांना शरीराचे सगळे अवयवही मिळाले नाहीत. एक खूप लहान मूल मागे ठेवून ती गेली.''

''तो कोणता गट होता, *अबी*? त्यांना ते कळलं का? कोणी त्या स्फोटाची जबाबदारी स्वीकारली का?'' महमूदच्या आवाजात आस्थेपेक्षा जास्त काहीतरी आहे, तो काळजीत आहे, कळण्यासाठी आतुर आहे.

''त्यानं काय होतं? डावी विचारसरणी असल्याचा दावा करणाऱ्या सशस्त्र संघटनांपैकी एक होती. शिवाय त्या स्फोटात बंडखोरांपैकी एकजण, एक तरुण स्त्रीही ठार झाली.''

''एक क्षण मला वाटलं आम्हीच होतो का काय?''

मुलाकडून चुकून बोलून गेलेल्या त्या विधानाचा फायदा घेत ओमरनं एक मुद्दा मांडला. ''ते तुमच्यापैकी असू शकले असते, तुम्हीसुद्धा असू शकला असतात. एकदा का तुम्ही अशा व्यवहारात भाग घेतलात, हिंसेमध्ये मोक्ष शोधलात, आणि शस्त्रांना उत्तर समजलात...''

''असा एखादा क्षण येतो जेव्हा शस्त्र आणि मृत्यू यांच्याखेरीज सुटका होऊच शकत नाही. इतर जर ठार मारत असले, तर ठार मारण्यापलीकडे

तुम्हांलाही पर्याय नसतो. ते तुमच्याकडे आले आणि तुमच्यावर ताबा मिळवू लागले तर तुमचं स्वत:चं संरक्षण तुम्ही शस्त्र वापरूनच करता.'' प्रथमच ती मुलगी इतकं बोलली होती.

त्या नाजूक शरीरातून, त्या फिकट, सौम्य, सुंदर चेहऱ्याकडून असे शब्द आणि असा कठोर आवाज येईल असं ओमरला वाटलं नव्हतं. त्याला आश्चर्य वाटलं आणि त्याची निराशाही झाली. ''रक्तानं रक्त धुतलं जात नाही,'' तो दुबळ्या स्वरात म्हणाला. ते त्याचे शब्द नव्हते, तो त्याचा नेहमीचा नैसर्गिक आविष्कार नव्हता याची त्याला जाणीव होती. त्या मुलीला समजावं म्हणून त्यानं या प्रकारे बोलून बघण्याचा प्रयत्न केला होता. जणू त्यासाठी तो खालच्या पायरीवर उतरला होता. हे लक्षात येताच तो अस्वस्थ झाला. सह-अनुभूतीचा तो एक वाईट पद्धतीने झालेला प्रयत्न होता. राजकीय व्यवहारात उचित ठरण्यासाठी केलेलं, दुसऱ्या माणसाच्या भाषाशैलीत बोलण्याचं ढोंग.. आणि तेही तो माणूस नीट माहीत नसताना किंवा त्याच्याकडून प्रतिसाद मिळत नसताना... पाश्चात्त्य बुद्धिमंतांचे न संपणारे व्यर्थ प्रयत्न...

''जर आपण म्हणी वापरून बोलायचं ठरवलं तर असंही म्हणतात, 'बूट कुठे चावतो ते घालणाऱ्यालाच माहीत असतं' किंवा 'जिथे पडेल ती जागा ठिणगी जाळते.' मेला तो तुमच्या जवळचा माणूस, तुमचा मुलगा नाही तर मेली ती ती परदेशी मुलगी. जर त्यांनी तुमच्या मुलाला ठार केलं असतं तर तुमच्या मनात आकस राहिला असता. तुम्ही त्यांचा पाठलाग केला असता. तुम्ही त्यांना ठार मारण्याची इच्छा बाळगली असती,'' तिनं उत्तर दिलं.

''आणि तरीही आपल्या लेखक *अबींना* कलह नको असतो,'' झिललच्या शब्दांना सौम्य करण्याचा प्रयत्न करत महमूद म्हणाला, ''बुद्धिमंतांना कलह नको असतो. इतक्या सगळ्या हत्या, इतकी वर्षं वाहिलेलं रक्त... काय बदललं आहे? आपण आपल्या भीतीत, आपल्या शत्रुत्वात अडकून पडलो आहोत. तीच तीच गाणी, काही तुर्की भाषेत तर काही कुर्दी, ऐकत आपण एकमेकांचे जीव घेत आहोत.''

''तुमची खरंच मदत करायची इच्छा असेल तर जिथे आम्हांला कोणी शोधू शकणार नाही अशा दूर ठिकाणी न्या. जिथे आमच्यावर इभ्रतीच्या रितीरिवाजांची, संघटनेची किंवा सरकारची सत्ता चालणार नाही अशा ठिकाणी... आम्हांला समुद्राकडे न्या,'' नम्र विनवणीचा मागमूसही नसलेल्या तुटक स्वरात ती म्हणाली.

''मला शक्य आहे ते मी करीन. फक्त बरी हो आणि हॉस्पिटल सोडण्याइतकी नीट.''

''*अबी*, डॉक्टर म्हणाले की त्यासाठी दहा दिवस लागतील.''

''जर त्यांनी मला दहा दिवसांनी जाऊ दिलं तर सगळे मिळून सतरा दिवस होतील. आज कोणता वार आहे?''

''बुधवार.''

''म्हणजे मी इथे आले तो गुरुवार होता. म्हणजे पुढच्या रविवारी किंवा उशिरात उशिरा सोमवारी सोडतील. म्हणजे अजून खूप वेळ आहे.''

ओमरनं बोटं वापरून मोजदाद केली आणि तो चकित झाला. गणती करताना जराही न अडखळता त्या मुलीनं तिला हॉस्पिटलमध्ये आणलं तो दिवस आणि तिला सोडतील तो दिवस सांगितला होता.

''ती खूप वेगानं हिशेब करते,'' ओमरच्या कोड्यात पडलेल्या चेहऱ्याकडे हसत बघत महमूद अभिमानानं म्हणाला. ''हवं तर तुम्ही तिला मनातल्या मनात गणित करायला सांगा. ती तिथल्या तिथे करील. देवाची देणगी आहे ती.''

''नाही, गरज नसताना तिला दमवायला नको. सगळं ठीक झालं की तुमच्यासाठी आपण एखादा व्यवसाय सुरू करू शकतो. समुद्राजवळच्या एखाद्या उन्हाळी रिझॉर्टमध्ये एखादं छोटंसं दुकान. तिथल्या हिशेबाची जबाबदारी झिलल घेऊ शकेल.''

''तुम्ही हे सगळं का करत आहात? आम्ही काही तुमच्या नात्याचे नाही. तुम्ही कुर्दीसुद्धा नाही आहात. मग का?'' मुलीनं पुन्हा एकदा तिच्या शंकेखोर संशयी स्वरात विचारलं.

त्यानं बोलण्यासारखं काहीतरी शोधलं,पण त्याला काही मिळालं नाही. ''कारण मी एक कथाकार आहे. मी कथा लिहितो. कदाचित एक दिवस मी तुमची गोष्ट लिहीन.''

''तुम्ही कथाकार असलात तरी ते दुसऱ्या जगाचे कथाकार आहात. आमची गोष्ट तुम्हांला नाही लिहिता येणार. तुमच्या मनाला ती समजू शकेल. पण तुमच्या हृदयाला ती जाणवू शकणार नाही. हृदयातून न आलेली गोष्ट मुलंसुद्धा ऐकणार नाहीत.''

ती वेगळीच मुलगी आहे. महमूद साधाभोळा आहे, पण ती हुशार, तीक्ष्ण आणि तडजोड न करणारी आहे. ती कोणासाठीही मध्यावर जाणार

नाही. ती एखाद्या सुंदर मांजरीसारखी दिसते. ओमरच्या लक्षात येतं की, तो आता तिच्याकडे दया बुद्धीनं बघत नाही आहे तर त्याला तिच्याबद्दल एक चौकस कुतूहल आणि आदरसुद्धा वाटत आहे. ''कदाचित तुझं खरं आहे झिलल. तू विचारते आहेस की मी तुमचा एवढा विचार का करतो आहे? तुला गोळी लागली त्या रात्रीपासून मी स्वत:ला हाच प्रश्न विचारत आहे. अडचणीत सापडलेल्यांना मदत वगैरे सगळं खरंच आहे. पण मला वाटतं माझा मुख्य हेतू माझी स्वत:ची कथा लिहिणं हा आहे. माझा स्वत:चा शब्द मिळवणं हा आहे.''

''मग तुमची कथा, तुम्ही स्वत:च्या भूमीत, स्वत:च्या माणसांत का शोधत नाही?''

चांगला प्रश्न आहे, त्याला वाटलं. तिनं विचारलेल्या प्रश्नाचं महत्त्व कदाचित त्या मुलीला कळत नसेल, पण या प्रश्नाचं उत्तर मी दिलंच पाहिजे. ''माझी स्वत:ची भूमी सुकली आहे. माझे स्वत:चे लोक बदलले आहेत. कदाचित ते नाही, मी बदललो आहे. त्यांच्यासाठी मी परका झालो आहे, कदाचित माझ्यासाठीसुद्धा. माझी कथा मी हरवून बसलो आहे. प्रत्येक कथाकाराला स्वत:चीच कथा सांगायची असते. पण जेव्हा उगम कोरडा पडतो तेव्हा तुम्ही तुमची तहान भागविण्यासाठी नव्या झऱ्यांवर तुमच्या आशा ठेवता. हे सगळं कठीण आहे. मी सांगायचा प्रयत्न करतो आहे ते हे. माझी मदत नाकारू नका आणि माझ्याबद्दल संशयही बाळगू नका. मी हे तुमच्यापेक्षा जास्त माझ्या स्वत:साठी करतो आहे.''

''जर तुम्ही कथा सांगणारे आहात, शब्दांचे वाहक आहात तर मला एखादी सुटकेची कथा सांगा. ती एक छान गोष्ट असू दे. तिचा शेवट चांगला असू दे. प्रेमिकांचं मीलन होऊ दे, भावांमध्ये पुन्हा सलोखा नांदू दे, प्रवाशांचं सुरक्षित आगमन होऊ दे; बाळांना गोळ्या मारल्या जाऊ नयेत. आणि ही फक्त गोष्टच आहे, तर यांतलं कोणीही अन्यायी असू नये, कोणीही दडपशाही करू नये किंवा कोणालाही ठार मारू नये.'' झिलल हे असं बोलली की जणू काही ती एक कथाच सांगत आहे किंवा कविता म्हणत आहे. तिचा आवाज सौम्य झाला होता, तो उदास आणि थकलेला वाटत होता. तो आवाज आपल्या आईला अंगाई म्हणायला किंवा झोपताना गोष्ट सांगायला सांगणाऱ्या लहानग्या मुलीचा आवाज होता.

ओमरने त्या मुलीचे शब्द मनातल्या मनात घोळवले. किती अकल्पित

ही मुलगी म्हणाली, 'शब्दांचा वाहक.' ओमरला सगळे तसंच म्हणायचे. साहित्यिक वर्तुळात त्याची हीच ओळख होती. तिचा एकाकीपणा, तिचा दूरस्थपणा तिची गरिबी पार करून जी अंत:प्रेरणा तिच्या हृदय आणि मनापर्यंत पोहोचली, तिचा उगम कोणता होता?

'शब्दांच्या वाहकानं' खूप काळात एकही शब्द पोहोचवला नाही आहे, त्याने ते शब्द गमावले आहेत हे फक्त त्याला आणि एलिफला माहीत होतं. एलिफनं अत्यंत निर्दयपणे त्याला सांगितलं होतं, 'जेव्हा तू सर्वांत जास्त खपाच्या जगात प्रवेश केलास, तेव्हा तू भावनांपासून, ज्या स्रोतांनी तुला जोपासलं त्यांच्यापासून फारकत घेतलीस.' तिनं असं म्हटलं होतं, 'तुझे वाचक बदलल्यावर तुझं लेखनही बदललं. तू तुझ्या श्रोतृवृंदाच्या मनाप्रमाणे खेळण्यात मग्न आहेस. म्हणून तुला पाहिजे ते तू लिहू शकत नाहीस.' निदान झिलल तरी काहीतरी जास्त मृदू, सुंदर आणि प्रोत्साहनपर बोलेल या आशेनं तो ओसंडून गेला.

"तुला पाहिजे तशी कहाणी लिहिण्याचा मी प्रयत्न करीन," तो शांतपणे म्हणाला. "मला लिहिणं जमलं तर मी त्याचा सुखान्त करेन. तू सतत 'का?' असं विचारत राहतेस ना? मला का तुमच्यात रस आहे? मी का तुम्हांला मदत करण्याचा प्रयत्न करतो आहे? तुला सांगतो, त्याचं नेमकं कारण आहे: शब्द शोधण्यासाठी."

'गावात एक म्हातारी बाई होती, गोष्ट सांगणारी. ती शब्द पोहोचवायची. ती फक्त स्वत: गोष्टी सांगायची असं नाही, तर ती मुलांचे शब्दसुद्धा पुढे आणायची. ती आम्हांला गोष्टी सांगायची, ज्या आम्ही इतर मुलांना सांगू. मला गोष्ट सांगणं चांगलं जमायचं. तिला मी आवडायचे. ती म्हणायची 'एक दिवस तू माझी जागा घेशील.' नंतर मी शाळेत गेले. माझ्या मातृभाषेत आमच्या स्वत:च्या भाषेत गोष्टी सांगायला तिथे मला परवानगी नव्हती. शिक्षक तुर्की भाषेत गोष्टी सांगायचे. मी लवकर शिकले आणि तुर्की भाषा चांगली बोलू लागले. पण गोष्टींची भाषा मात्र मी हरवली. मला आता गोष्टी सांगता येईनात - ना तुर्की भाषेत ना कुर्दी भाषेत. मी शब्द गमावला. म्हणून तर मला संख्यांमध्ये इतका रस वाटू लागला. संख्यांना भाषा नसते."

'माझी जिव्हासुद्धा गहाळ झाली आहे. - मात्र तुझ्यासारखी नाही. भाषा म्हणजे फक्त शब्द नाहीत. 'तो शब्द' शब्दांपेक्षा जास्त काही असतो. मग तो तुर्की, कुर्दी, इंग्रजी, फ्रेंच किंवा अरबी असो. तुम्हांला सगळे शब्द माहीत

असतात आणि तरीही कधीकधी तुम्ही अडता, तुम्हांला स्वत:ला व्यक्त करता येत नाही. 'तो शब्द' रिता झाला आहे. छान सांगितलंस झिलल. तू काय सांगितलंस त्याचं महत्त्व कदाचित तुझ्या लक्षात आलं नसेल. पण ते सत्य आहे.''

त्याला उभारी आली. तो सैलावला, सौम्य झाला. कदाचित, गडबडून जायची गरजच नव्हती. प्रत्येक लेखकाला हे असं होतं, असं म्हणतात. अचानक एके दिवशी तुमच्या लक्षात येतं की, तुम्हांला 'लेखकाचा अडसर' आलेला आहे. तात्पुरत्या नपुंसकत्वासारखं काहीतरी... जेव्हा मी लिहिताना आनंदी असायचो आणि जे लिहिलं त्याबद्दलही आनंदी असायचो, त्या काळात मी कशावर पोसला जात होतो? मी तेव्हा आमची कथा लिहीत होतो; असे आम्ही, ज्यांना सगळं जग हवं होतं, फक्त स्वत:च्या आयुष्यातच ज्यांना अडकून राहायचं नव्हतं. ज्यांना आपण मात करू, बदलू आणि एक चांगलं जग निर्माण करू असा विश्वास होता, परंतु जे पराभूत झाले. मी गरिबांबद्दल, कामगारांबद्दल, झोपडपट्ट्यांबद्दल, सामान्य माणसांबद्दल जे प्रमुख व्यक्ती किंवा नायक असणं गरजेचं नव्हतं, अशांबद्दल लिहीत होतो. मी आशेबद्दल लिहीत होतो. जग बदलण्याची आशा, मुक्तीची आशा. कारण आम्ही अशी पिढी होतो ज्यांची श्रद्धा आशेवर पोसली गेली, ज्यांची तत्त्वं आशेवर आधारित होती. 'तू आपल्याबद्दल छान लिहितोस,' एक जुना मित्र म्हणाला होता. तो पुढे म्हणाला, 'पण आपला इतक्या वाईट तऱ्हेने पराभव झाला आणि आता आपण इतके थोडेजण आहोत, की या गोष्टी वाचायची इच्छा असलेले फार जण आता शिल्लकच नाहीत.'

''मी आमच्याबद्दल खरंच चांगलं लिहीत होतो, पण माझा मित्र म्हणाल्याप्रमाणे आम्ही थोडेच होतो. नव्या जगाला ऐकायची इच्छा नव्हती. त्या आमच्या उदात्त कल्पनांचा आम्हांलाही कंटाळा आला होता. आमचे भव्य आदर्श आत्ताच जुनाट आणि असंबद्ध झाले होते. नाही, लोकांना वाटतं तसा माझा भूतकाळ मी कधीच नाकारला नाही. पण मी त्यातच अडकून पडलो नाही. ज्यांना मागणी असेल असे नवे ताजे मार्ग मी शोधले. माझ्यात हे स्थित्यंतर घडवत मी नवीन कादंबरी लिहिली - 'विरुद्ध बाजू'जिनं खपाचा विक्रम केला आणि आनंदाश्चर्याचा धक्का बसलेल्या माझ्या प्रकाशकाला मागणीप्रमाणे पुन:प्रकाशन करण्यासाठी धावपळ करायला लागली. कादंबरीचं नाव ठेवताना मी तो विचार केला नव्हता, पण त्या कादंबरीबरोबर मी विरुद्ध

बाजूला गेलो. वाचकांच्या संख्येत बेसुमार वाढ, तीन आठवड्यांत वेगाने सर्वोत्तम खपाच्या यादीत सर्वोच्च स्थान आणि पहिल्या क्रमांकावर कित्येक महिने अढळ... 'विरुद्ध बाजू' हे असं पुस्तक होतं ज्यात मी आता वाकबगार झालेल्या सगळ्या क्लृप्त्या वापरल्या होत्या; व्यावसायिकतेच्या औद्धत्यानं मी आकृतिबंध आणि रचनेचे असे धाडसी प्रयोग केले होते ज्यांना मी समीक्षक असतो तर 'अरोचक आणि उथळ' म्हणालो असतो. माझ्या आवाक्यातलं सगळं काही मी उधळून आणि विखरून टाकलं होतं. आणि नकळत ते संपवलंही होतं. वाचकांच्या मागण्या, अभिरुची, मार्केटचे नियम मी शिकलो होतो. मग विचार किंवा गणित न करता त्यासारख्याच कादंबऱ्या पाठोपाठ आल्या. मी प्रेमविषय वाढवला. त्यात रहस्य, गूढ आणि अध्यात्मवादाची भर घातली. माझ्या पुस्तकांचा खप वाढला. माझं काम जसंजसं सुमार झालं, तसतसा मी रित्या कल्पनांना दिखाऊ वाक्यांनी नटवण्यात पारंगत झालो. लोकांना वाचायचे नसलेले महत्त्वाचे विषय आणि मानवी घटितांचे प्रसंग यांपासून मी स्वतःला जितकं अलिप्त ठेवू लागलो तितका माझ्या पुस्तकांचा खप वाढला. मी माझं संचित वापरून टाकलं, मी माझं आतलं जग संपवलं. प्रेम, श्रद्धा, आशा, माणूस... ते आंतरिक वैभव जे माणसाला अनेक शब्दांपासून त्या एका सच्च्या शब्दाकडे नेते... माझं आतलं जग थकलं.. तसा माझा शब्दही थकून गेला. माझ्याजवळ जे काही होतं ते म्हणजे शब्द तर होता. आता मी पूर्णपणे रिता आहे.''

''जर तुम्हांला तुमचा शब्द मिळवायचा असेल आणि तो तुम्ही आमच्या पाऊलखुणांत शोधत असाल तर *होकम*, तुम्ही त्या ठिकाणी जा आणि तो शोधा,'' महमूद म्हणाला. ''तुम्ही दूर अंतरावरून योग्य शब्दापर्यंत पोहोचू शकणार नाही. तो आवाज तुमच्या कानावर पडला पाहिजे. तो तुम्ही ऐकला पाहिजे म्हणजे तुम्हांला तो शब्दात रूपांतरित करता येईल.''

जेव्हा ते खोलीतून बाहेर आले आणि कॉरिडॉरमध्ये एकटेच होते तेव्हा ओमरनं महमूदला आणीबाणीच्या वेळी करण्यासाठी बरेच फोन नंबर दिले आणि त्यांचं आयुष्य सुरक्षित करण्यासाठी इतरही गोष्टी दिल्या, ज्यांत झिलल बरी होत असताना ते राहू शकतील अशा एका ठिकाणाचा पत्ताही होता. आता परदेशात असलेल्या मित्राची, फारशी वापरात नसलेली ब्रह्मचाऱ्याची कुटी असलेला तो व्हिला सेरन व्हाईनयार्डच्या सीमेवर होता. शिवाय त्यानं खास त्यांच्यासाठी उघडलेल्या, पण सुरक्षेच्या कारणासाठी स्वतःच्या नावावर

ठेवलेल्या खात्याचं ATM कार्डही दिलं. बदल्यात त्यानं एक विनंती केली, ''माझी वाट पहा. मी येण्याआधी कोणतेही मोठे निर्णय घेऊ नका. आधी झिललला बरं होऊ दे, तुम्ही दोघंही स्थिरस्थावर व्हा. नंतर शांत डोक्याने विचार करा - आपण विचार करू. आत्ता मी तुम्हांला किंवा तुम्ही मला काही सांगणं निरर्थक आहे. वाट पहा.ठीक आहे? मी लवकरच परत येईन.'' त्याचा मुलगा डेनिजशी बोलताना तो ज्या स्वरात बोलत असे, त्याच कळकळीच्या याचनेच्या स्वरात तो हे बोलला.

मान्य असल्याप्रमाणे महमूदने हलकेच मान हलवली आणि तो गप्प राहिला. त्यानं कोणतंही वचन दिलं नाही, पण तो नाही असंही म्हणाला नाही.

अशा प्रकारे ओमरनं प्रवासाला सुरुवात केली. 'मी पूर्वेकडे जातो आहे,' असं तो काही दिवसांपूर्वी एलिफला म्हणाला होता, तेव्हा रस्ता हा एक धूसर हेतू, एक मनाला लागलेली ओढ होती. 'शब्दात रूपांतरित करण्यासाठी तुम्ही आधी आवाज ऐकलाच पाहिजे' या महमूदच्या शब्दांनी ते अटळ दैव झालं. आपल्या गहाळ झालेल्या शब्दाच्या शोधात त्यानं सुरू केलेलं एक चमत्कृतिपूर्ण साहस.

**

४

आमचं बर्फ, आमचे पॉप्लर वृक्ष आणि आमचे कावळे यांच्याबरोबर आम्हांला सोडून

महमूदनं आपल्या ठसठशीत उच्चारांत ज्याला नगर असं संबोधलं होतं, त्या मोठ्या खेडेगावातून आत्ता चालत असताना त्याच्या मनाला आणि हृदयाला ग्रासून असलेल्या कल्पना तो शब्दांत पकडायचा प्रयत्न करत आहे. उजाड टेकड्यांनी वेढलेल्या या गावात, त्यानं दुसऱ्या जगात वाया घालवलेल्या आणि हरवलेल्या, ज्याला तो 'शब्द' म्हणतो अशा 'प्रत्येक गोष्टीच्या' शोधात आहे. इथल्या गरीब, चंद्रमौळी घरांच्या भिंती अजूनही बंदुकीच्या गोळ्यांनी चितारलेल्या आहेत. पॉप्लर झाडांचे उडणारे पराग माणसाच्या केसांत आणि कानात जातात; अणि पॉप्लरच्या झाडांवर बसणारे मोठे कावळे मोठ्याने कावकाव करत येणाऱ्याजाणाऱ्यांच्या डोक्यावर सूर मारतात.

वादळी संकटात सापडलेल्या त्या दोन तरुण जीवांचं नशीब वाटून घ्यायला तो इथे आलेला नाही हे त्याला माहीत आहे. तसंच, साहस, मानवतावाद, बौद्धिक जबाबदारी अशा गोष्टींसाठीही नाही; तर त्याला व्यक्त करता येत नाही अशा कारणांनी तो इथे आला आहे, हे तो जाणतो. त्याच्या नापीक जमिनीतून पळून जाऊन, जिथे नद्या आणि झरे अनावर कुरणांना हिरवंगार करतात अशा मातीत नवीन आयुष्याकडे जाण्यासाठी का तो इथे आला आहे? का त्या दोन फरारी तरुण जीवांत त्याच्या स्वत:च्या फरारी मुलाचं प्रतिबिंब त्याला दिसतं म्हणून तो इथे आला आहे? तो इथे शब्द शोधायला आला आहे का? का त्यानं गमावलेला त्याचा मुलगा डेनिज याच्या शोधात तो इथे आला आहे?

झिलल म्हणाली होती, 'जर तुम्ही तुमच्या हृदयातला आवाज ऐकू शकला नाहीत तर काही म्हणण्यासाठी तुमच्याकडे शब्दच शिल्लक राहणार नाहीत. तुमचं हृदय जसंजसं कठीण होत जातं आणि उद्धट, बेफिकीर, स्वार्थी, हृदयशून्य आवाजांचा मेळ तुमच्या कानांना बधिर करतो, तसंतसं तुम्हांला लोकांचा आवाज ऐकू येणं थांबतं. जर लोकांचा आवाज, त्यांची किंकाळी तुमच्या शब्दांत प्रतिध्वनित होत नसेल, तर तुमच्या शेवटच्या लिखाणाप्रमाणे तुमचा शब्द रिता आणि पोकळ होऊन जातो किंवा तुम्ही गप्प होता आणि लिहिण्याची शक्ती पूर्णपणे गमावता.' या क्षणी तसंच तर झालं आहे.

तो इथे शब्द का शोधत आहे, असं तो स्वतःलाच विचारतो. या भग्न, अनाथ जगातून उठलेला आवाज 'त्या' शब्दात कसा रूपांतरित होईल? त्याला कळत नाही. जर गप्प होण्याची सजा भोगायची नसेल, तर त्यानं शब्द शोधायचा प्रयत्न केलाच पाहिजे. तो धोका पत्करेल. तो प्रयत्न करील. महमूदनी कागदावर लिहिलेल्या पत्त्यात फक्त त्या भागाचं नाव आहे – प्रजासत्ताक विभाग, क्रमांक १७ – पण त्यात रस्त्याचं नाव नाही. कदाचित तो लिहायला विसरला असेल; किंवा कदाचित इथे रस्त्याच्या नावाची गरज नाही. शहरातून जाणारा मोठा रस्ता रिपब्लिक स्क्वेअर या नावाच्या छोट्या चौकात येतो. चौकात मध्यभागी सिमेंटच्या चौथऱ्यावर काळसर राखाडी रंगाचा अतातुर्कचा पुतळा आहे. पुतळ्याभोवती घट्ट ओढलेल्या काटेरी तारेचे कुंपण आहे आणि त्याभोवती कोमेजलेल्या, माना टाकलेल्या, काही ठिकाणी मेलेल्या डेजी फुलांचे वाफे आहेत... जूनच्या अखेरीच्या गरम कोरड्या मध्यान्हीला चौक शांत, जवळजवळ निर्मनुष्य आहे; चौकातली दुकानं बंद आहेत. 'इंटरनेट कॅफे' अशी पाटी असलेल्या, एका एकमजली अर्धवट पडक्या इमारतीचा दरवाजा आणि खिडक्या सताड उघड्या आहेत.

तो आत जातो. कितीतरी तरुण कम्प्युटरसमोर बसून खेळत आहेत. भांडत आहेत, शिव्या देत आहेत.

''हाय!'' तो म्हणतो, ''इथे जवळपास कुठे रिपब्लिक डिस्ट्रिक्ट आहे का?''

''हो. हाच तर आहे. ऑब्लिगेशन चौकाच्या आसपासचा भाग. तुम्हांला कुठला भाग हवा आहे?''

''१७ नंबर, पण मला रस्त्याचं नाव माहीत नाही.''

तो हातातल्या कागदावरून महमूदच्या वडलांचं नाव वाचतो.

''माझ्या मोठ्या भावाला ते माहीत असतील. तो येईलच एवढ्यात. तुम्ही सरकारकडून आला आहात का? कोणी पाठवलं तुम्हांला?''

''मी सरकारी किंवा असा कोणी नाही आहे. मी नातेवाईक आहे. ह्या भागातून जात होतो, म्हणून म्हटलं भेट घ्यावी.''

ते मुलगा त्याच्याकडे संशयाने आणि अविश्वासाने पाहतो. ''तुम्ही आमच्यापैकी नाही आहात. तुम्ही काय शोधत आहात? तुम्ही इथे का याल?''

''का नाही? हा आपला देश नाही आहे का – तुमचा आणि माझा?''

''ही माझी भूमी आहे आणि तुमची वसाहत आहे.''

कम्प्युटरजवळ बसलेला एक मोठासा मुलगा त्याच्या मित्राला म्हणतो, ''गप्प बस! तोंड आवर! या सद्गृहस्थांना काय हवं आहे ते बघू या. तुझ्या भावाची वाट पाहू. तो लवकरच इथे येईल.''

''दुकानं बंद आहेत, आणि रस्त्यावर कोणी नाही आहे. सुट्टी आहे की काय?''

''निषेध म्हणून शटर्स खाली ओढली आहेत आणि आज शुक्रवार आहे. काही जण मशिदीत प्रार्थनेसाठी गेले आहेत आणि उरलेल्यांनी बंद पाळला असं होऊ नये म्हणून ती सबब सांगितली आहे.''

''पण मग बंद आहे तो का?''

''कारण खूप छळ होतो आहे. इतके मृत्यू होत आहेत, बॉम्ब फुटत आहेत. पर्वतातून शटर्स बंद ठेवण्याचा संदेश आला आहे.''

''पण मग हे ठिकाण कसं काय बंद नाही?''

''हे दुकान नाही आहे. हे ठिकाण नेहेमी उघडं असतं. प्रत्येकानं काय करायचं ते इथे समजतं.''

''गप्प बस रे. काय हे!'' मोठा मुलगा मध्येच बोलतो. ''*अबी*, तुम्ही आमच्या मोठ्या भावाशी बोलाल तर बरं.'' एक तरुण माणूस आत येतो. ''बघा, आलाच हा. तुम्हांला हवी असलेली माहिती तुम्ही याला विचारू शकता.''

तो तरुण माणूस त्याच्या भुवयांखालून या अनोळखी माणसाकडे अविश्वासाने आणि संशयाने बघतो.

''सलाम!'' ओमर अभिवादनाखातर म्हणतो. ''अलेकुमसलाम!'' तो तरुण माणूस म्हणतो. त्याच्या आवाजात दुरावा आणि प्रश्न आहे.

"मी एकाला शोधतो आहे." अचानकपणे ओमर सत्य सांगायचं ठरवतो. "मी त्यांना खुशाली विचारण्यासाठी आणि त्यांच्या एका नातेवाइकांची चांगली खबर देण्यासाठी शोधतो आहे. रिपब्लिक डिस्ट्रिक्ट क्रमांक १७, हुसेन बोझलाक."

तो तरुण या अनोळखी माणसाला नीट न्याहाळतो. त्यानं चष्मा घातला नसला तरी जणू काही चष्म्यावरूनच पाहत असल्याप्रमाणे तो ओमरकडे टक लावून पाहतो. "कोणता नातेवाईक? तुम्हांला तो कुठे दिसला? या नातेवाइकाला तुम्ही कुठे भेटलात?"

जे घडलं त्या सत्यालाच धरून राहणं चांगलं. "मला त्यांचा मुलगा हॉस्पिटलमध्ये भेटला." इथपर्यंत खरं आहे, पण आता मात्र काही असत्य, एक वेगळीच गोष्ट आवश्यक आहे. "तो जखमी झाला होता, त्याला हॉस्पिटलमध्ये आणलं गेलं, तिथे आम्ही भेटलो. त्याच्या वडलांना भेटून तो खुशाल असल्याचं मी सांगावं अशी त्यानं मला विनंती केली."

"तुम्ही डॉक्टर आहात?"

"नाही, मी लेखक आहे, मी माझ्या डॉक्टर मित्राला भेटायला गेलो होतो."

तो तरुण अजूनही त्याच्याकडे संशयाने, अविश्वासाने आणि विचित्र नजरेनं पाहत राहिला आहे. तो म्हणतो, "आमच्या माहितीप्रमाणे त्यांचा मुलगा पर्वतात आहे."

"तो कुठे आहे ते मला माहीत नाही. पण मला हॉस्पिटलमध्ये भेटलेल्या तरुणाने हा पत्ता दिला. तुम्हांला माझा संशय येतो आहे असं दिसतंय. पण तुम्ही कदाचित मला ओळखत असाल. माझं नाव वर्तमानपत्र आणि टीव्हीवर वेळोवेळी येतं. ते काही महत्त्वाचं आहे म्हणून मी तुम्हांला ते सांगत नाही आहे, पण कदाचित् तुम्ही माझं नाव ऐकलं असेल."

"काय नाव आहे तुमचं?"

"ओमर एरेन."

जणू काही बोटातून शक्ती मिळवायची असल्याप्रमाणे तो मुलगा स्वत:चा अंगठा आणि तर्जनी कानशिलावर ठेवतो आणि विचारात गढतो. "हो, आमच्या टेलिव्हिजनवर बोलला होता तुम्ही. कुर्दी भाषेवर बंदी घालता कामा नये, मातृभाषा शिकवलीच पाहिजे अशा गोष्टी बोलला होतात तुम्ही."

मी खरंच असं म्हणालो होतो का? राजकीय दृष्ट्या उचित ठरण्यासाठी

अशा गोष्टी आपण म्हणतो, आणि स्वत:ला चांगलं वाटण्यासाठीही म्हणतो आणि नंतर त्याचा विसर पडतो. मुलानं ज्याचा उल्लेख 'आमचा टेलिव्हिजन' असा केला त्याच्या प्रक्षेपणात आपण हजर असल्याचं त्याला आठवत नाही. कदाचित ती मुलाखत त्यांनी दुसऱ्या चॅनेलवरून घेऊन पुन:प्रक्षेपित केली असेल. गोष्टी बिघडवू नये, जास्त माहिती देऊ नये, हे बरं. महत्त्वाचं आहे ते या तरुणाचा विश्वास जिंकणं.

''मला माहीत नाही, मी ते कुठे बोललो ते मला आठवत नाही. पण मी ते बोललो आहे, कारण ते खरंच आहे.''

त्या तरुण माणसाच्या चेहऱ्यावरची धास्ती आणि अविश्वास नाहीसा होतो. आणि कपाळावरच्या आठ्या जातात. त्याचा चेहरा उजळतो. आता तो महमूदसारखा दिसतो, हसऱ्या, आनंदी महमूदसारखा. ''तुम्ही मला सांगताय, *अबी*. हो, अर्थातच, ओमर एरेन. मी तुम्हांला ओळखायला हवं होतं.'' त्या तरुणाला ओमर एरेन माहीत नाहीत हे उघड आहे. पण ज्याला तो 'आमचा टेलिव्हिजन' म्हणतो त्यावर कोणीतरी मैत्रीपूर्ण रितीने त्याचे हक्क, त्याची भाषा यांची बाजू घेतल्याचं त्याला आठवतं. त्याच्यासमोरचा माणूस तोच आहे यावर त्याला विश्वास ठेवायचा आहे.

''मी तुम्हांला हुसेन दायीकडे नेईन. त्यांचा एक मुलगा पर्वतात मरण पावला, आणि त्या लोकांनी त्याचा देहसुद्धा यांना दिला नाही. त्याला त्याच्या दुसऱ्या मुलाची सतत काळजी लागून राहिलेली असते. किती चांगलं आहे की तुम्ही त्याची प्रकृती चांगली असल्याची छान बातमी घेऊनच आला आहात.''

ओमरचं हृदय शिशासारखं जड झालं आहे. मी कोणती चांगली बातमी आणली आहे?

ते रस्त्यावर जातात. यावेळी तो आजूबाजूला जास्त लक्षपूर्वक पाहतो. दुकानाची शटर्स बंद आहेत. जिथे शटर्स नाहीत तिथे कोणतीच हालचाल नाही. चौकाच्या मध्यभागी चौथऱ्यावर असलेल्या अतातुर्कच्या अर्धपुतळ्याभोवती कागदाचे कपटे, प्लॅस्टिक पिशव्या उडत आहेत. कावळे बसत आहेत आणि उडत आहेत, सोडून दिल्याचा भाव, उदासपणा...

''मुलं याला ऑब्लिगेशन स्क्वेअर का म्हणतात?''

''जायला दुसरी कुठलीच जागा नाही म्हणून. दुसरा रस्ता नाही, सिनेमा नाही, जत्रेचं मैदान नाही.. पूर्वी कधीतरी डोंबारी यायचे, काठ्यांवर चालणारी

माणसं, जादूगार आणि हातचलाखीचा खेळ करणारे येत असत. एकदा तर एक मत्स्यकन्या आली होती असं माझे वडील सांगतात. युद्धापासून कोणीच येत नाही. मुलं, तरुण माणसं, बेकार असलेले लोक, सगळे जण याच चौकात जमा होतात. म्हणून हा ऑब्लिगेशन चौक. त्यांच्याकडे थोडेसे *कुरुश* असतात तेव्हा ते इंटरनेट कॅफेत वेळ घालवतात, एरवी ते पुतळ्याभोवती असतात.''

''तू किती वर्षांचा आहेस?''

''मी बावीस वर्षांचा असेन. मी *उशक*मध्ये माझी सैनिकी सेवा केली. मी पर्वतात गेलो नाही. मी सैन्यदलात भरती झाली. प्रत्येकानं आम्हांला नावं ठेवली. त्यांनी माझी आणि माझ्या वडलांची निर्भर्त्सना केली. परंतु भीतीपोटी ते काही बोलले नाहीत. मी भरती झालो. पण मला आता कळतं आहे ते तेव्हा कळत असतं तर... मला खूप मारलं. आम्ही लोक चांगले नेमबाज आहोत. हे माहीत आहे तुम्हांला? माझी बोटं बघा.''

मुलाच्या उजव्या हाताची तीन बोटं आतल्या बाजूला वळून कडक झाली आहेत.

''शस्त्र वापरल्यामुळे असं झालं का?''

''नाही, मला शस्त्र वापरायचं नव्हतं म्हणून असं झालं. आमचा एक सार्जंट होता. नेमबाजीच्या सरावाच्या वेळी त्यानं पाहिलं की, मी लक्ष्यावर अचूक नेम मारतो, माझा एकही नेम चुकत नाही; बस, मग त्यानं डोक्यात घेतलं की मी पर्वतात बंदूक चालवायला शिकलो आहे; आणि फुटीरतावादी लुटारूनं बंदूक कशी चालवायची ते मला शिकवलं आहे. मी कधीही पर्वतात गेलो नाही आहे, हे त्याला मी सतत सांगत होतो, पण त्यानं माझ्यावर विश्वास ठेवला नाही. एक दिवस तो खूप संतापला आणि मला, 'तू हे का सांगत नाहीस? तू का कबूल करत नाहीस?' असंच सतत म्हणत राहिला. मी जे केलंच नाही ते कबूल करणार होतो आणि पर्वतात गेलो होतो असं म्हणणारच होतो, पण मला भीती वाटली की ते मला तुरुंगात टाकतील, आणि बंडखोर संघटनेतला असल्याबद्दल कोर्टात खेचतील. म्हणून मी ठाम राहिलो आणि म्हणत राहिलो, 'मी कधीच पर्वतात गेलो नाही. गुरिलांशी मला काहीच देणं घेणं नाही.' मग त्याने माझ्या बोटात धातूच्या सळ्या खुपसल्या आणि त्यांवर तो प्रहार करत राहिला. मी वेदनांनी बेशुद्ध झालो. माझी बोटं पुन्हा कधी सरळ झाली नाहीत.''

''म्हणून आता तू बंदूक वापरू शकत नाहीस.'' मुलाचं हसू निरागस

तसंच लबाडही होतं. “*अबी*, माझा डावा हातही मी तितकाच चांगला चालवू शकतो. जर तुमची नजर चांगली असेल आणि जबरदस्त इच्छाही असेल तर तुम्ही डाव्या हातानंही तितकाच चांगला नेम साधू शकता. नेमबाजीच्या सरावाच्या ठिकाणच्या बरॅकमध्ये एका पाटीवर लिहिलं होतं. 'गोळी चालवा, लक्ष्य साधा आणि अभिमान बाळगा.' देवाशपथ, आमचं नेमबाजीचं कौशल्य गर्व बाळगावा असंच आहे!”

एकमजली मातीच्या घरांच्या, गिलावा न केलेल्या कुरूप, उदास वाटायला लावणाऱ्या दोन-तीन मजली, अपार्टमेंट बिल्डिंगच्या आणि तुटलेल्या खिडक्यांच्या रिकाम्या दुकानांसमोरच्या धुळकट रस्त्यांवरून ते एका चोपलेल्या मातीच्या बऱ्यापैकी मोठ्या चौकात येतात. तिथल्या एका कोपऱ्यात बिनकामाच्या वस्तूंचा ढीग आहे.

“पहा, हेच आहे ते,” चौकातल्या कोपऱ्यातल्या, निळ्या चुन्यानं रंगवलेल्या घराकडे बोट दाखवत तो म्हणतो. तो पुढे होतो आणि अर्धवट उघड्या लाकडी दरवाजावर टकटक करतो. 'हुसेन दायी, तुमच्याकडे कोणीतरी आलं आहे!'

पांढरी बंडी आणि निळी ट्रॅकसूट पँट घालून दरवाजापाशी आलेल्या, काळसर, केसाळ माणसाचं महमूदशी आश्चर्य वाटावं इतकं साम्य आहे. कोणातरी ढेपाळलेल्या, किंचित वाकलेल्या वयस्कर माणसाला आपण भेटू असं का कोण जाणे, पण ओमरला वाटलं होतं आणि त्याप्रमाणे त्याच्या मनाची तयारी होती. पण समोरचा माणूस, पन्नाशीचा, चांगल्या अंगापिंडाचा आणि बळकट दिसतो आहे.

“या माणसानं तुमच्या मुलाची खबर आणली आहे, हा आपला एक लेखक आहे - आपल्यातलाच एक.”

त्या मुलानं सहज टाकलेल्या निष्कपट विश्वासामुळे ओमर अस्वस्थ झाला आहे. दहा पंधरा मिनिटांपूर्वी तर या मुलाला अविश्वास, संशय आणि दुरावा वाटत होता. त्याची स्वत:ची मातृभाषा शिकण्याच्या मुलाच्या हक्काला थोडाफार पाठिंबा दिल्यामुळे त्याची मैत्री, त्याचा विश्वास मिळाला होता. इतक्या सगळ्या रक्तपातामध्येही निरागसता टिकून होती...

“काही वाईट नसेल अशी मी आशा करतो. या बसा,” काहीशा काळजीनं तो माणूस म्हणतो. दोन प्लॅस्टिकच्या खुर्च्या तो आत जाऊन

आणतो, आणि फुलाफुलांचा प्लॅस्टिक टेबलक्लॉथ घातलेल्या टेबलाच्या दोन्ही बाजूंना एक एक खुर्ची ठेवतो. ज्या मुलानं रस्ता दाखवला तो दरवाजाच्या उंबरठ्यावर बसतो. लांब, छापील, सुती पोशाख घातलेली, काळ्या कुरळ्या केसांची एक छोटी मुलगी आजूबाजूला पळत अहे.

''आमची नात'' तो माणूस सांगतो, ''आमच्या मोठ्या मुलाची आठवण. महमूद हा सगळ्यात धाकटा.''

त्या माणसाचा आवाज आणि बोलणं यामुळे त्याला महमूदची आठवण येते.मी त्याला काय सांगणार आहे? मी का आलो हे मी त्याला कसं सांगणार आहे? ''माझं नाव ओमर आहे, ओमर एरेन. महमूदशी अंकारामध्ये अचानकच माझी भेट झाली. त्याची प्रकृती चांगली आहे. मी काही कामासाठी या रस्त्याने येणार होतो; आणि तो मला म्हणाला की, मी इकडून गेलो तर मी त्याच्या पालकांना भेटून त्याची काळजी करू नये असं सांगावं. तुम्ही तुमचं गाव सोडण्याबद्दल आणि त्यानं नीट शिकून आपलं बस्तान बसवावं यासाठी तुम्ही केलेल्या प्रयत्नांबद्दलही त्यानं मला थोडंसं सांगितलं आहे.'' त्याचे शब्द कृत्रिम आणि खोटे वाटत आहेत याची त्याला जाणीव होती. हे शब्द कोणतेही दरवाजे उघडू शकणार नाही. लोकांपर्यंत पोहोचणार नाहीत, सत्य उघडकीला आणणार नाहीत, किंवा गहाळ झालेल्या शब्दाला खोलवरून बाहेर ओढून आणणार नाहीत.

थोडा वेळ मिळवण्यासाठी किंवा स्वत:चा वेळ वाचवण्यासाठी त्या माणसानं त्या मुलीला कुर्दी भाषेत काहीतरी सांगितलं. ओमरला फक्त इतकं कळलं की, त्यानं चहा सांगितला आहे. ती आत पळाली. काही मिनिटांनंतर ती परतली ती प्लॅस्टिक बाटलीच्या खालच्या अर्ध्या भागात ठेवलेली पिवळी, लाल, हिरवी कृत्रिम फुलं घेऊन. प्लॅस्टिक कापडाने आच्छादलेल्या टेबलाच्या मध्यभागी ती तो पेला ठेवतो, ज्याच्याकडे बघून ओमरचं हृदय हेलावतं. ती कुर्दी भाषेत काहीतरी बोलते. तिचे निरभ्र, टप्पोरे, हसरे डोळे आनंदानं चमकत आहेत.

''तिनं तुमच्यासाठी फुलं आणली आहेत,'' तो माणूस म्हणतो, ''तिला तुम्ही खूप आवडलात असं ती सांगते आहे. तिचे वडील गेल्यापासून कोणीही अनोळखी माणूस घरी आला की ती असंच करते. ती खूपच चेकाळते.''

ते बोलायचे थांबतात. ज्यानं रस्ता दाखवला तो मुलगा शांततेचा भंग करतो. ''तिला तुर्की भाषा येत नाही. शाळा सुरू करेपर्यंत आमच्यापैकी

कोणालाच ती भाषा येत नाही. तिथे मात्र आमच्यात ती ठोकून बसवली जाते. मग आमच्या आयांना तुर्की भाषा येत नाही म्हणून आम्ही रागावतो. त्या तुर्की नाही म्हणून आम्ही रागावतो. शिक्षक कुर्दी भाषेला मज्जाव करतात आणि तुर्की भाषा शिकेपर्यंत आम्ही मुकेच राहतो.''

एक उंच, अतिशय सडपातळ तरुण स्त्री तांब्याच्या ट्रेमध्ये चहा घेऊन येते. तिच्या कपाळावर सोन्याच्या नाण्यांचा पट्टा आहे आणि डोक्यावरच्या पांढऱ्या रुमालातून निसटून तिचे काळे केस तिच्या खांद्यावर रुळत आहेत. ओमरच्या गुडघ्यांजवळ वाकून बसलेल्या त्या छोट्या मुलीला ती काहीतरी म्हणते. तिनं पाहुण्यांना त्रास देऊ नये असं कदाचित त्या स्त्रीला वाटत असावं. ट्रे टेबलावर ठेवून ती आपला फुलाफुलांचा रंगीबेरंगी लांब घागरा जमिनीवर लोळवत आत जाते. हवेत उष्णता आहे. अधूनमधून येणाऱ्या झुळकांमुळे पॉप्लर झाडाची ताजी पानं हलतात, आणि पराग हवेत विखुरतात. सतत घृणास्पद कावकाव करत कावळे आकाशात उडत राहतात.

''आमचं झाड पॉप्लर आहे,'' तो माणूस म्हणतो. 'दुसरं कुठलंच झाड रुजत नाही आणि रुजलं तरी ते यशस्वीपणे कसं वाढवायचं ते आम्हांला कळत नाही. आमचं झाड पॉप्लर आहे, कावळा आमचा पक्षी आहे. दुसरा कुठलाच पक्षी या भागात येत नाही आणि हिवाळ्यात आमच्या इथे बर्फ असतो. जमिनीवर बर्फ, सात-आठ महिने असतो. त्यावेळी रस्ते पूर्ण बंद होऊन जातात. कोणी खूप आजारी पडलं तरी आम्हांला या नगराबाहेर पडता येत नाही.''

ते बसलेले असतात तिथून क्षितिजावर दिसणाऱ्या मातकट, उघड्या टेकड्यांकडे ओमर पाहतो. रस्त्यावरून येताना त्याला दिसलेल्या, नजर पोहोचेल तिथपर्यंत लाटालाटांनी पसरलेल्या आणि गूढपणे आकर्षित करणाऱ्या राजेशाही, दणकट पर्वतांपेक्षा या मुलायम टेकड्या वेगळ्या आहेत. ''तिथल्या या टेकड्या किती सुंदर आहेत – पण उजाड आहेत.''

'ते आमचे जाळलेले पर्वत आहेत,'' रागाचा आता लवलेश नसलेल्या, नशिबाला शरण गेलेल्या, उदास आवाजात तो माणूस म्हणतो.

धन्य आहे माझी! हा विचार माझ्या मनात का नाही आला? मी कसा काय विसरू शकलो? जिथे पडेल ते ठिकाण पेटवणारा हाच का तो अग्नी? आम्ही खूप बोललो, जाळपोळ आणि संहाराबद्दल आम्ही लिहिलंही खूप. पण नंतर आम्ही विसरलो. मी विसरलो. याचा अर्थ असा की, गावं, जंगलं आणि

पर्वतांना पेटवणारा अग्नी आमच्या जिभांपलीकडे जाऊ शकत नाही आणि आमच्या हृदयात खोलवर पोहोचत नाही. आम्ही जे काही बोललो आणि लिहिलं ती एक कल्पनाच, एक राजकीय भूमिकाच राहिली आणि तिचं रूपांतर सदसद्विवेकबुद्धी, भावना, वेदना आणि बंड यांत होऊ शकलं नाही. ओमर एरेनला एक विचित्र अस्वस्थपणा येतो. त्याच्या केसांच्या मुळांशी घाम येतो. आता ती लहान मुलगी चुरगळलेल्या पाकळ्या आणि दुबळे देठ असलेली केविलवाणी दिसणारी डेजीची फुलं घेऊन परत येते. बाळपणाच्या सगळ्या आशा आणि आसुसलेपणा नजरेत एकवटून, शब्द अपुरे पडत असल्यामुळे डोळ्यांची भाषा वापरायचा प्रयत्न करत ती मुलगी तिच्या आवडत्या अनोळखी माणसासमोर ती कोमेजलेली फुलं धरते.

जाळलेल्या पर्वतांसमोर प्लॅस्टिक कापडानं आच्छादलेल्या टेबलावरची कृत्रिम फुलं, मुलीच्या हातातल्या कोमेजलेल्या डेजी, वडील माहीतच नसलेल्या तिच्या डोळ्यांतली आस, घरासमोरचा तो चोपलेल्या मातीचा चौक – जो नक्कीच तरुण मुलं फुटबॉल खेळण्यासाठी वापरतात, इथे तिथे असलेली पॉप्लरची झाडं आणि कावकाव करणारे कावळे... जितका जास्त काळ राहतो तितकं अधिक दडपण आणणारा दुःखी भाव, जो अंतर्मनाचा हिस्सा होऊन छातीवर एखाद्या तोफगोळ्यासारखा ओझं होतो आणि त्याच्या डोळ्यांत अश्रू आणणारी शरम – मी का शरमतो? – नैराश्य आणि बंड त्याच्या मनात पसरतं. तो त्या लहान मुलीला मांडीवर घेतो. ''किती छान छोटी मुलगी आहेस तू! कुर्दी भाषेत थँक यू कसं म्हणतात?''

''स्पास दिकिम'' महमूदचे वडील सांगतात. *''स्पास दिकिम''* ओमर त्यांच्यामागून म्हणतो. तो मुलीचे केस थोपटतो. ती हसते आणि गुणगुणत ती त्याच्या मांडीवरून उतरते आणि घरात पळते.

रस्ता दाखवणारा मुलगा संधी साधतो आणि निर्जीव, दोष देणारी टकळी सुरू करतो. ''जर आपले बुद्धिजीवी इथे आले आणि त्यांनी स्वतःच्या डोळ्यांनी पाहिलं, जर प्रेसचे लोक आले, आणि जर त्यांनी आम्हांला समजून घेतलं आणि आम्ही बेशरम दहशतवादी आणि फुटीरतावादी नाही असा वृत्तांत दिला तर किती बरं होईल! आम्ही कुर्द आहोत, माणसंच आहोत. आम्हांला फक्त आमची भाषा आणि आमच्या अस्तित्वाची ओळख हवी आहे. पश्चिमेतल्या लोकांसारखं आम्हांला राहायचं आहे.''

आपल्या शब्दांचा काय परिणाम होतो आहे याची त्याला खात्री नाही. तो एक क्षणभर थांबतो. त्याला काहीतरी अधिक आर्जवी बोलायचे आहे. ''ही भूमी, हा आमचा प्रदेश म्हणजे फक्त मृत्यू, सुरुंग आणि लढाया नाहीत. इथे प्रवाशांसाठी गुंफा आहेत. दहा हजार वर्षांपूर्वीचे प्राचीन अवशेष आहेत. जर इथे लोक आले – या स्थळांना भेट द्यायला प्रवासी आले तर किती छान होईल.''

महमूदचे वडील गप्प आहेत; ओमरही गप्प आहे. त्या तरुणाच्या मोडलेल्या बोटांवर ओमरचे डोळे खिळले आहेत. दहा हजार वर्षं जुन्या अवशेषांसाठी आणि प्रवाशांचं आकर्षण बनण्यासाठीची धडपड आणि अस्तित्वात नसलेल्या कितीतरी गोष्टींसाठी व्याकूळ असणाऱ्या त्या मुलाची शरणाधीनता आणि त्याच्या स्वप्नांचा केविलवाणेपणा त्याला बेचैन करतो. गप्प राहण्यासाठी चहा मदतीला येतो, सबब पुरवतो.

थोड्या वेळानं बोलत असलेल्या शब्दांच्या वजनानं जड झालेल्या आवाजात हुसेन बोझलाक म्हणतात, ''त्या तिथल्या गरीब बिचाऱ्या मुलाचा पिता असलेला माझा मुलगा मी पर्वतात गमावला आणि आता तुम्ही सर्वांत धाकट्याची बातमी आणली आहे. तुम्ही म्हणता तो खुशाल आहे. मलाही वाटतं तो खुशाल आहे. स्वतःचा मुलगा गमावणं म्हणजे काय ह्याची तुम्हांला कल्पना आहे का, *बेग*?'' कधीकधी जेव्हा महमूद भावनेच्या आणि रागाच्या भरात बेभान होई तेव्हा ठळकपणे उठून दिसणारी काठिण्य असलेली पूर्वेकडची बोलीभाषा आणि स्वराघात आत्ता त्याच्या वडलांच्या आवाजातही प्रतिध्वनित होत आहेत. ''देव साक्षी आहे, त्यांच्यापैकी कोणीच पर्वतात जायला मला नको होतं. त्यांनी शिकावं असंच मला वाटायचं. आमच्या भागात काही लोकांना सरकार शत्रू वाटतं आणि ते त्याच्या मुलांना पर्वतात पाठवतात. तुर्कांना, आर्मेनिअन लोकांना किंवा अरबांना, कोणालाच त्यांनी शत्रू मानावं असं मला वाटायचं नाही. तुम्ही लोकांकडे शत्रू म्हणून पाहिलंत तर तेही तुमच्याकडे शत्रू म्हणूनच बघतील. माझ्या मुलांनी त्यांच्या कुटुंबाबरोबर नेटकेपणानं राहावं, कुठेतरी पोटापाण्यापुरतं कमवावं आणि सुखात राहावं असंच मला वाटायचं. मुलगा गमावणं म्हणजे काय त्याची तुम्हांला कल्पना आहे का? आयुष्यापेक्षा अधिक पवित्र कोणतं ध्येय आहे? कोणतं युद्ध आपल्या मुलांच्या कल्याणापेक्षा अधिक महत्त्वाचं आहे? मी एक मुलगा गमावला आहे.

आता दुसराही गमावायचा का? मुलगा गमावणं म्हणजे काय ते तुम्हांला माहीत आहे का?''

''माहीत आहे,'' ओमर म्हणाला 'माहीत आहे.' हे शब्द अनिच्छेनं अणि विचार न करता म्हटले गेले. कदाचित तो इथे आला ते फक्त यासाठी. 'माहीत आहे' हे म्हणण्यासाठी, हे दु:ख ज्याच्या हृदयात आहे त्याच्याबरोबर ती वेदना वाटून घेण्यासाठी, मुक्त होण्यासाठी.

''मला माहीत आहे. मला एक मुलगा होता. तो मरण पावला नाही आहे, पण तरीही मी त्याला गमावलं आहे. मुलं काही फक्त पर्वतात किंवा युद्धात जाऊन नाहीशी होत नाहीत. जगातल्या परिस्थितीनं माझ्या मुलावर मात केली; त्यानं स्वत:चा नाश केला. माझी इच्छा होती की त्यानं लढावं, स्वत:च्या पर्वतांवर विजय मिळवावा. त्यानं माझ्यापेक्षा अधिक चांगलं व्हावं असं मला वाटायचं. त्यानं माझ्या ध्येयाचा कैवार घ्यावा, माझ्या मूल्यांना पाठिंबा द्यावा असं मला वाटायचं. नुसतंच जागच्या जागी कशातही भाग न घेता जगत राहण्याऐवजी ज्यावर त्याचा विश्वास आहे त्यासाठी त्यानं लढावं, प्रसंगी त्यासाठी मरण्याचं धैर्यही दाखवावं असं मला वाटायचं.'' आपल्या शब्दांतल्या निष्ठुरतेची आणि प्रेमाच्या अभावाची त्याला जाणीव होते आणि तो गप्प होतो. शब्दांत मांडून उच्चारल्यावर निरुपद्रवी, निष्पाप विचारांना मूर्त सजीव रूप मिळून ते अपराधी भावना ठरतात. तो गडबडतो. मी काय म्हणालो? डेनिजचा मृत्यू मला अधिक पसंत पडेल, असं मी म्हणालो का? हुतात्म्यांच्या अंत्यसंस्कारांच्या वेळी दु:खाचा पहाड कोसळलेले पिता जसं म्हणतात, 'मला अजून एक मुलगा आहे, माझ्या देशासाठी मी त्याचा स्वखुशीनं त्याग करीन.' माझ्या शब्दांत आणि त्या मानसिक दृष्टिकोनात, लोकांचं रक्त गोठवणाऱ्या त्या विधानांमध्ये काय फरक आहे?

''आपली मुलं म्हणजे ज्यात आपल्याच तत्त्वांचं प्रतिबिंब पडेल असे आरसे नसतात, ओमर *बेजिम.* कोणतंही तत्त्व, कोणताही विजय मुलाच्या मापानं मोजता येत नाही किंवा आपल्या मुलाच्या आयुष्याच्या बदल्यात भरपाई करून देऊ शकत नाही.''

दुसऱ्या माणसाच्या आवाजात निंदा, तिटकारा आणि कीव आहे, असं ओमरला वाटतं. तो जे काही बोलला त्याची त्याला लाज वाटत आहे. त्याला आश्चर्यही वाटत आहे. हा माणूस खरोखरच एक अडाणी आणि दरिद्री कुर्दी खेडूत आहे का? आपल्याला तो तसा दिसतो आणि त्याचा विचारही

आपण तसाच करतो. तो जे बोलला त्याचं श्रेय त्याला देणं आपल्याला जमत नाही आहे. विद्वत्तापूर्ण आणि गहन विचार मांडायचा एकाधिकार आपल्यालाच आहे असं आपल्याला वाटतं. 'आपली मुलं म्हणजे ज्यात आपल्याच तत्त्वांचं प्रतिबिंब पडेल असे आरसे नसतात,' फक्त मी असे शब्द म्हणू शकतो किंवा असं वाक्य लिहू शकतो. महमूदच्या वडलांकडे असे शब्द वापरण्याचं कौशल्य नाही, बरोबर? 'कोणतं तत्त्व आयुष्यापेक्षा अधिक पवित्र आहे?' असा प्रश्न विचारणारा मीच असू शकतो. आम्हां लेखकांना आणि बुद्धिजीवींना शब्दाची देणगी मिळाली आहे म्हणून गहन विचार मांडायचा पूर्णाधिकार आमचाच आहे, असं आम्ही गृहीत धरतो.

"कुठलं आयुष्य अधिक मौल्यवान आहे, कोणतं आयुष्य अधिक श्रेष्ठ आहे, कोण अधिक शौर्यशाली आहे हे आपल्याला कळू शकत नाही. तुमचा मुलगा जर प्रत्यक्षात मृत्यू पावला नसेल, तर तुम्ही तो गमावला नाही आहे, ओमर *बेजिम*," ओमरचं मन वाचत असल्याप्रमाणे महमूदचे वडील म्हणतात.

पॉप्लरच्या सावलीत लपू न शकणाऱ्या, तळपत्या उन्हातल्या त्या बापुडवाण्या एकमजली निळ्या घराच्या प्रवेशद्वारासमोर ते कित्येक तास काय बोलले? आता जेव्हा तो विचार करतो तेव्हा नुकत्याच भेटलेल्या त्या माणसाबरोबर आपल्या खाजगी आणि मनातल्या गोष्टींबद्दल आपण इतक्या प्रामाणिकपणे आणि मोकळेपणाने कसं बोलू शकलो, याचं त्याला आश्चर्य वाटतं. मी डेनिजबद्दल कोणाबरोबरच बोललो नाही. आमच्या दोघांच्याही हृदयात असलेलं दुःख मी माझ्या पत्नीबरोबरसुद्धा वाटून घेऊ शकलो नाही. ज्यांनी विचारलं त्यांना मी सांगितलं, 'तो मजेत आहे. परदेशात राहण्याचं त्यानं ठरवलं आहे. लब्बाड कुठला!' आणि विषय बदलला. फार पूर्वीच माझा मुलगा हरवल्याचं मी जाहीर केलं आणि दुःख कोणाही बरोबर वाटून घ्यायची मला भीती वाटायची. एलिफ म्हणायची, 'पुरुष आपलं दु;ख आपल्या जिवलग मित्रालाही सांगत नाहीत; कारण दुःख म्हणजे पराभव असं त्यांना वाटतं. आपला दुबळेपणा आपल्या जवळच्या लोकांनासुद्धा दाखवायला ते नाखूष असतात. पुरुषांना विश्वासाच्या जागा नसतात; कारण दुःख होणं हे त्यांना विकलांग असल्यासारखं वाटतं आणि आत्ता या इथे बसून माझ्या पत्नीलाही मी सांगू न शकलेल्या गोष्टी या माणसाला सांगत आहे. कारण जे काही सांगितलं गेलं ते एखाद्या मुक्या माणसाप्रमाणे तो स्वतःशीच ठेवेल. कारण तो माझा धिक्कार करील अशी मला भीती वाटत नाही; कारण मी

स्वामी आहे. माझे पराभव मी माझ्या बरोबरच्यांना सांगू शकत नाही. पण स्वत:ला इजा न करून घेता हे मी त्याला सांगू शकतो. धन्य आहे! मी एवढा बदमाश आहे!

तो माणूस बोलताना स्वत:ला इतकं स्पष्ट, इतकं व्यवस्थित व्यक्त करू शकत आहे याचं ओमरला अतिशय आश्चर्य वाटतं. त्याच्या उपमा साध्या पण उचित आहेत. तो वापरत असलेली रूपकं चित्तवेधक आहेत. त्याची वाक्यं छोटी आणि नि:संदिग्ध आहेत. आपल्या मुलांबद्दल बोलताना त्या पित्याचे डोळे भरून येत असलेले त्याला आठवतात. महमूदबद्दल वारंवार विचारताना काय उत्तर मिळेल ही काळजी, तो घाबरलेला भाव त्याला आठवतो. तसंच जेव्हा तो म्हणतो, 'आपण जेव्हा 'प्रत्येक तुर्क हा सैनिक म्हणूनच आणि प्रत्येक कुर्द हा गुरिला म्हणूनच जन्माला येतो' असं म्हणणं थांबवू तेव्हाच शांतता प्रस्थापित होईल. तेव्हा हे म्हणतानाचा आवाजातला कंपही आठवतो. आणि 'जर तुम्ही महमूदला पुन्हा भेटलात तर *बेजिम*, त्याला सांगा की, त्यानं मोठ्या शहरात जायला हवं. तुम्हांला शक्य असेल तर त्याला मदत करा. त्यानं कामधंदा शोधून सभ्य जीवन जगायला हवं. ही त्याच्या वडलांची इच्छा आहे. त्यांची शेवटची विनंती आहे असं त्याला सांगा. ओमर *बेजिम*, माझा दुखवण्याचा हेतू नाही, वाईट वाटून घेऊ नका. मी तुम्हांला उपदेश करत आहे असंही समजू नका. पण तुमच्या मुलाचं बलिदान करू नका. त्यानं आयुष्याची निवड केली म्हणून त्याला टाकू नका. रक्तात न्हाऊन जग कसं गटारात जात आहे ते पहा. आपल्या मुलांचा बळी द्यायला आपण अब्राहम नाही आहोत...' हे म्हणतानाचा त्याच्या आवाजातला याचनेचा स्वरही आठवतो आणि नंतर रिपब्लिक चौकाच्या कोपऱ्यावरून सुटणाऱ्या छोट्या बसमध्ये ओमर चढला आणि एकमेकांचा निरोप घ्यायची वेळ आली तेव्हा त्याचं ओमरचा हात आपल्या हातात धरून दीर्घकाळ त्याच्या चेहऱ्याकडे टक लावून बघत राहणंही आठवतं आणि जे तो आयुष्यभर विसरू शकणार नाही असे, विलग होतानाचे ते टोकदार शब्द 'तुम्ही असेच निघून जा आणि आम्हांला आमची पॉप्लर झाडं, आमचे कावळे आणि आमचं बर्फ यांच्याबरोबर सोडून द्या.'

त्याच्या मुलाची बातमी आणणाऱ्या या स्नेहशील अनोळखी माणसाच्या जाण्यानं निर्माण झालेला एकटेपणा त्या माणसाच्या शब्दांतून पाझरतो आणि त्या छोट्या गावावर धुक्यासारखा बसतो. अजून बर्फाला वेळ आहे, पण अंतर, एकाकीपणा आणि तुटलेपणा याचं प्रतीक बनून पॉप्लरची झाडं आणि

कावळे मागे राहतात. आपल्या पाहुण्याविषयी दाखवायच्या आदराचा शेवटचा भाग म्हणून उजवा हात छातीवर धरलेल्या हुसेन बोझलाककडे बसच्या खिडकीतून बघताना, तो स्वत: इथं का आला आहे, तो काय शोधत आहे आणि त्याचा रस्ता पुढे कुठे जात आहे हे त्याला उमजत आहे. त्याला अचानक कळतं, त्याचा रस्ता इथे संपणार नाही आहे. शब्दाला संजीवन देईल असा आवाज इथे आहे, पण जेमतेम कुजबुजीइतका. उसळणारा समूहस्वर मी अजून ऐकलेला नाही. त्याला पूर्वेच्या पूर्वेकडे जायला हवं, जिथे आवाज ही एक किंकाळी आहे, खलाश्यांना मोहात पाडणाऱ्या भोंग्यासारखी जी अनावर शक्तीने त्याला बोलवत आहे.

महमूदचे वडील, वडलांची आशा करताना घरी येणाऱ्या प्रत्येक माणसाला बिलगणारी ती छोटी मुलगी, स्वत:चा खिन्नपणा दाखवणारं आणि राग लपवणारं ते लहान नगर आणि ते कावळे, ते पॉप्लर आणि वसंतात जमिनीवरून अदृश्य होणारं बर्फ ओमरनं मागे टाकलं आहे; आणि स्वत:चा प्रवास चालू ठेवला आहे. हा पूर्वेच्याही पूर्वेकडे, त्याच्या भावनांच्या अंतिम मर्यादेकडे, त्यांच्या अज्ञात गहराईकडे, आरंभ आणि भविष्याकडे जाणारा थरारक प्रवास होता. हा प्रवास त्याला कुठे घेऊन जाईल किंवा तो कुठे संपेल हे त्याला माहीत नव्हतं. पण अंतर्यामी त्याला हे जाणवत होतं की, जर हे अंतर त्यानं पार पाडलं – म्हणजे तो हे अंतर पार करू शकला – तर तो पूर्वीचा राहणार नाही.

भीती आणि बंडखोरी यांच्या प्रभावातून बांधली गेलेली अजिंक्य गढी, पर्वत, खडक, टेहेळणी नाके, डिवचणारा गोळीबार आणि कमांडो यांनी वेढलेल्या शहराच्या एकमेव प्रवेशद्वारावर 'एक देश, एक ध्वज, एक भाषा' असं लिहिलेला फलक फडफडत आहे. त्या द्वारातून ते जात असताना महमूदचे शब्द त्याला आठवतात.

'मी भयस्वप्नात आहे का स्वप्नात ते मला माहीत नाही. लढताना माणसाचे पाय जमिनीवर असतात. तुम्ही गोळी मारता, तुम्हांला गोळी मारली जाते. पण अलीकडे मी अनुभवत असलेल्या गोष्टीत काहीच खरं नाही. मी त्या उतारावरून खाली गडगडलो तेव्हापासून, मला झिलल भेटल्यापासून, ती चुकार गोळी झिललला लागल्यापासून, हेवी जन्मायच्या आधीच आम्ही त्याला गमावल्यापासून, आमची सुटका करायला तुम्ही आल्यापासून घडणारं काहीच वास्तवातलं नाही. *अबी*, तुम्ही म्हणालात ना, 'मी कथा सांगतो.' तुम्हांला

माहीत आहे, कित्येक दिवस मी स्वत:ला विचारत आहे: हे जे काही आहे ती गोष्ट आहे, स्वप्न आहे, का कल्पनेची करामत आहे? या कथेचा शेवट काय होईल? मला भीती वाटते.'

मार्गात सतत थांबवून झडती घेतली गेल्यामुळे थकलेला ओमर जेव्हा त्या खटारा बसमधून शहरात प्रवेश करतो तेव्हा त्याच्याही लक्षात येतं की, कथा कशी संपणार हे त्यालाही माहीत नाही. महमूदनं त्याला ज्या केमिस्टला भेटायला आणि झिललला जिच्याकडे सोपवायला सांगितलं आहे, त्या केमिस्टला शोधायला तो या शहरात आला आहे, या विचारानं अस्वस्थ होण्याऐवजी त्याला आनंद होत आहे, त्याचं हृदय उचंबळत आहे. तो कुठे जात आहे याला काही महत्त्वही नाही. तो एका अनोळखी, अपरिचित शहरात कोणाला तरी शोधत आहे आणि तिचं नाव आठवायलासुद्धा त्याला त्याचं टिपण बघायला लागत आहे. गरज पडल्यास, आणि ती पडणार हे उघड आहे, जिला तो ओळखत नाही अशी झिलल, ज्याला तो ओळखत नाही अशा महमूदच्या सांगण्यावरून एका अपरिचित केमिस्टवर सोपवून तो कदाचित अजाणतेपणे नियतीचा दूत होणार आहे.

दरी आणि डोंगर यांच्यामध्ये वसलेल्या या शहरात वर्षातल्या मोठ्या दिवसांच्या काळातसुद्धा सूर्य वेगाने शिखरांना शरण जातो आणि खड्या पर्वतांमागे अदृश्य होतो आणि संध्याकाळचा गारवा शहरात वेगाने पसरतो. खडकाळ डोंगरांमधली अशी जागा त्याला मेसेडोनियाशिवाय आणखी एका ठिकाणी पाहिल्याचं आठवतं. तिबेटमध्ये का?असाच लवकर येणारा गारवा गुदमरवणाऱ्या उष्णतेला कापत अचानक पसरतो, तसाच जांभळट प्रकाश, रंग आणि सावल्यांची तशीच थरथर. हातात बॅग घेऊन बसमधून उतरताना तो ड्रायव्हरला राहण्यासारख्या हॉटेलविषयी विचारतो.

'एकच नाही. कितीतरी आहेत,' ड्रायव्हर अभिमानाने सांगतो. 'एका शेजारी एक आहेत. सीमेजवळ पलीकडे जायच्या रस्त्यावर असल्यामुळे इथे वस्तीच्या जागा आहेत. इथून मुख्य रस्त्यावर जा आणि सरळ चालत रहा. इथे एकच तर रस्ता आहे, तुम्ही चुकूच शकत नाही. तुम्हांला पुढे लगेच हॉटेलं दिसतील. यिलदिझ हॉटल चांगलं आहे असं म्हणतात. परदेशी लोक नेहमी तिथंच राहतात.'

त्या माणसाची संशयी, विचारी नजर ओमरला आपल्या मानेजवळ जाणवते किंवा त्याला तसं वाटतं. त्यानं आधी हयात केमिस्ट शोधली पाहिजे

का हॉटेलमध्ये गेलं पाहिजे? तो अनिर्णीतपणे दुतर्फा पॉप्लरची झाडं असलेल्या रस्त्यावरून पानांची सळसळ आणि कावळ्यांची कावकाव यांमधून चालत जातो.

त्याच्या समोरच बाजाराच्या उजव्या हाताला यिलदिझ हे कुठल्याही छोट्या नगरात आढळणाऱ्या हॉटेलसारखं हॉटेल होतं. धातूच्या सोनेरी सळ्यांच्या दरवाजांच्या मुख्य दरवाजातून तो आत जातो. तिथे किरमिजी रंगाच्या कातडी आच्छादनाच्या जुन्या आरामखुर्च्या, जमिनीपर्यंत पोहोचणारे किरमिजी पडदे, कबाब, बुरशी आणि काजळी यांचा विचित्र संमिश्र वास होता. प्रवेशद्वाराच्या सुरवातीला डावीकडे लाकडी पॅनेलिंगच्या कोपऱ्यात 'स्वागतकक्ष' लिहिलेली पाटी होती. काऊंटरवर एका बटबटीत प्लॅस्टिक वाजमध्ये पिवळ्या आणि लाल रंगाची गुलाबाची कृत्रिम फुलं होती... काऊंटरवर कोपरं टेकून तो रेलतो आणि कोणीतरी येण्याची वाट पाहतो. थोड्या वेळाने तो हाताने घंटा दाबतो.

मागच्या बाजूच्या दारातून एक वयस्कर माणूस बाहेर येतो. ''मी आपल्याला काय मदत करू शकतो?''

''तुमच्याकडे सिंगल रूम आहे का?''

''हो, आहे. आपण किती काळ राहणार आहात?''

विचार करायला हवा! मी किती काळ राहीन? ''माझ्या कामावर अवलंबून आहे. बहुधा मी इथे काही रात्री असेन.''

तो माणूस एक मोठा नोंदणी फॉर्म काढतो. ''तुम्हांला हा भरायला लागेल. ते अनंत प्रश्न विचारतात. तुम्हांला सगळ्यांची उत्तरं द्यावी लागतात. तुमचा तुर्की ओळख क्रमांकही लागेल. तुम्हांला तुमचं ओळखपत्रही इथे ठेवावं लागेल. कमांड हेडक्वार्टर्सला आम्ही ती माहिती पाठवू.''

''कमांड हेडक्वार्टरशी याचा काय संबंध?''

''परदेशी लोकांसाठी त्यांना ही गरज भासते.''

''पण मी परदेशी नाही. मी तुर्की नागरिक आहे.''

''माझ्या म्हणण्याचा तसा अर्थ नाही. बाहेरून आलेले लोक, इथले स्थानिक नसलेले लोक असं मला म्हणायचं आहे. इथे प्रत्येकजण परदेशी असतो.''

मी आधीच कमांडर हेडक्वार्टर, जिल्हा गव्हर्नर किंवा अशा कोणाकडे तरी जायला हवं होतं आणि माझी ओळख करून द्यायला हवी होती. मी एका

नवीन पुस्तकाचं काम करतो आहे, असं सांगितलं असतं. त्या लोकांनी माझं काम सोपं केलं असतं.

त्रास देण्यासाठी म्हणून तो त्या माणसाला स्वत:च्या ओळखपत्राऐवजी ड्रायव्हिंग लायसन्स देतो.

तो माणूस कंटाळून ड्रायव्हिंग लायसन्स परत करतो. ''मला सगळं सारखंच आहे हो, पण कमांड हेडक्वार्टरला तुमचं ओळखपत्रच हवं असतं.''

त्याला स्वत:चाच राग येतो. या माणसाला त्रास देण्यात काय अर्थ आहे? गाढवाऐवजी खोगिराला मारायचं तसं आहे ते. तो ओळखपत्र देतो. नोंदणी फॉर्म भरता भरता तो विचारतो, ''हयात केमिस्ट इथून जवळ आहे का?''

''हो, आहे. रस्ता ओलांडलात की लगेच डावीकडे. दरवाजातून बाहेर पाहिलंत तरी दिसेल तुम्हांला. बाजाराच्या तोंडाशीच आहे. इथे येणारे सगळे परदेशी लोक हयात केमिस्टची चौकशी करतात.''

त्या माणसाच्या आवाजात त्याला सुटकेचा भाव आणि मैत्रीपूर्ण स्वर जाणवतो. ''का बरं?''

''अनोळखी लोकांशी कसं बोलावं ते आमच्या जियन *अब्ला*ला कळतं आणि या प्रदेशाची तिला छान माहिती आहे. गरज पडली तर ती इंग्रजीही बोलते. ती आमची एकमेव महिला केमिस्ट आहे. प्रत्येकाला ती आवडते आणि प्रत्येकाला तिच्याबद्दल आदर वाटतो.''

छोट्या गावातल्या, ज्यात त्यात लुडबुडणाऱ्या अर्धवट हुशार, थोडं शिकलेल्या आणि केमिस्टचं दुकान उघडल्यामुळे समाजातलं स्थान उंचावलेल्या आणि सर्वांत महत्त्वाचं म्हणजे त्यांच्या जमातीच्या नेत्याची (म्हणजे काय, कोण जाणे) मुलगी असलेल्या, शिवाय कुर्दी असलेल्या स्त्रीची तो कल्पना करतो. ज्यांना कुर्दी लोकांशी संबंध ठेवायचे आहेत असे अमुक मिशन किंवा तमुक कमिशनवाले सर्व युरोपियन लोक प्रथम तिचा शोध घेणार.

एक क्षण त्याला वाटतं, गाव हिंडावं किंवा सैनिकी छावणीत, गव्हर्नरच्या निवासस्थानी किंवा इतर कुठेतरी जावं. काही झालं तरी ओमर एरेनबद्दल माहीत असलेलं कोणी ना कोणीतरी त्याला भेटतंच. मी त्यांना सांगेन की, मी एका नवीन पुस्तकावर काम करतो आहे आणि या प्रदेशातलं वातावरण स्वत:त भिनवून घेण्यासाठी मी इथे आलो आहे. कोणालाही शंकासुद्धा येणार नाही. शिवाय, ते खरंच आहे. मला कोणी नको असलेला माणूस मानणं शक्य

नाही. पूर्वी, पंचवीस-तीस वर्षांपूर्वी तसं होतं. काही झालं तरी तेव्हा आम्ही क्रांतिकारक होतो, कम्युनिस्ट होतो. आता मी सुप्रसिद्ध लेखक ओमर एरेन आहे. 'व्यवस्थेचा लाडका आणि खूप खपाचा लेखक. असा लेखक जो नेमक्या प्रमाणात विरोध करतो, नेमक्या प्रमाणात स्वत:चा आग्रह सोडतो. सत्तेचं लज्जारक्षण करणारा...' माझ्याबद्दल हे कोणी लिहिलं? कोण रांडलेक? खड्ड्यात जावो. एलिफनं मला शिव्या देताना ऐकता कामा नये. ती म्हणायची, 'स्त्रीवाद आणि स्त्रियांचे हक्क यांना तुम्ही नेहमी उचलून धरता, पण तुमच्या शिव्या मात्र बायकांचा अपमान करतात.' तिचं काही चुकलं का? आणि जेव्हा तो बिनबापाचा म्हणाला, 'नेमक्या प्रमाणातला विरोध, नेमक्या प्रमाणात स्वत:च्या मताचा त्याग' तेव्हा तो तरी पूर्णपणे चूक होता का?'

''चला, सर, जाऊ या. मी तुम्हांला तुमची खोली दाखवतो,'' तो माणूस म्हणतो. तो बॅग उचलून पुढे चालू लागतो. एका घाणेरड्या आणि डागाळलेल्या किरमिजी गालिचानं आच्छादलेल्या पायऱ्यांवरून ते दुसऱ्या मजल्यावर जातात, रूम नंबर २०४. हॉटेलमध्ये २०० खोल्या नाहीत, त्याच्या मनात येतं. ते नेहमीच असं करतात, जणू काही हॉटेलचा लौकिक त्यामुळे वाढतो.

खोलीत खूप गरम, गुदमरल्यासारखंसुद्धा होत आहे. ''इथे एअर कंडिशनिंग आहे,'' तो माणूस म्हणतो, पण त्याच्या धीरोदात्त आणि निष्फळ प्रयत्नांनंतरसुद्धा तो चालू होत नाही. तो जाळीचा पडदा मागे सरकवतो आणि खिडकी उघडतो. मागच्या बाजूच्या सरपणाच्या जागेच्या बाजूला ती उघडते. वरून सपाट असलेल्या विटांच्या घरांना गिलावा आणि छप्पर नाही, वरून बाहेर पडणाऱ्या धातूच्या सळ्या दिसत आहेत. कवट्यांसारख्या एकमेकांशेजारी ठेवलेल्या इमारती. इथे तिथे असलेले पॉप्लर, ज्यांच्यावर रात्री पक्षी मुकाट बसतात आणि त्यांच्या मागे, तुम्ही हात लांबवलात तर स्पर्श करता येईल असं वाटणारे पर्वत, ज्यांच्या शिखरांवर जूनमध्येसुद्धा बर्फ आहे. महमूदचे वडील म्हणाले होते, 'तुम्ही निघून जाल आणि आम्हांला आमचे पॉप्लर, आमचे कावळे आणि आमच्या बर्फात सोडून जाल.' त्यांच्या आवाजातली तीव्र खिन्नता त्याला आठवते.

''सगळं ठीक आहे ना, सर?'' स्वागतकक्षातून आलेला माणूस विचारतो.

''ठीक आहे. म्हणजे चादरी स्वच्छ असल्या तर!''

''त्या स्वच्छ आहेत. तुम्ही आमचे फक्त पाचवे गेस्ट आहात. आणखी

पाच जणांनासुद्धा या चादरी चालतील!'' स्वत:च्या विनोदावर खूष होऊन तो जवळिकीने खट्याळपणे हसतो. ''चादरी रोज नाही, पण नियमितपणे बदलल्या जातात, सर. धुण्याच्या बायकांना पैसे कमवायला हवेत ना. काळजी करू नका.''

तो जे काही म्हणाला त्याची जणू खात्री करण्यासाठी तो वरचं कवर खाली ओढून आतली चादर आणि अभ्रे तपासतो. चादर विरली आहे आणि तिला मध्यभागी भोक पडले आहे. ''बघा, बर्फासारखी पांढरी शुभ्र. धुतल्यामुळे ती विरली आहे. पण हा काही प्रेसिडेंटचा राजमहाल नाही. हो ना?''

किल्ली देऊन तो माणूस गेल्यावर ओमर बॅग उघडतो आणि आतून दाढीचं सामान आणि टूथब्रश काढतो. कोपऱ्यातल्या कपाटात तो काही शर्ट आणि एक जास्तीची पँट टांगतो. तो बाथरूममध्ये जातो आणि हात आणि चेहरा धुतो. बेसिनवरच्या आरशात तो त्याचा चेहरा निरखतो. थोडे दाढीचे खुंट आहेत. हरकत नाही. इथे रोज दाढी करायची गरज नाही. त्याचा चेहरा किंचित ओढलेला दिसतो. पण तसं होणारच. किती काळ तो प्रवास करत आहे आणि तेसुद्धा इतक्या ताणाखाली. तो दरवाजा बंद करून खाली जातो. थेट केमिस्टकडे जायचं का याबद्दल अजून त्यानं काहीच ठरवलं नाही आहे. हॉटेलच्या कोंदट लॉबीत बसण्याऐवजी मार्केटमध्ये जाणं, एखाद्या रेस्टॉरंटमध्ये जाऊन स्थानिक पदार्थ खाणं आणि जमल्यास, राकीसारखं पेय थोडंसं घेणं यानं त्याला बरं वाटेल. तो रस्त्यावर जातो. हॉटेलसमोरच्या पायऱ्यांवर आणि रस्त्याच्या कडेला तरुण मुलं टवाळक्या करत वेळ घालवत आहेत. लहान मुलं टिश्यू, छोटे छोटे दागिने, निलगिरीच्या गोळ्या, कविता लिहिलेल्या कागदातल्या टॉफी आणि इतर छोट्या छोट्या गोष्टी दोरीने मानेभोवती अडकवलेल्या पुठ्ठ्याच्या खोक्यात ठेवून विकत आहेत. हॉटेल शेजारच्या दुकानात विविध प्रकारची सुवेनीर विक्रीसाठी आहेत, त्यांत स्थानिक किलिमपासून मधापर्यंत आणि चांदीच्या वस्तूंपासून स्थानिक पोशाखापर्यंतच्या चिजा आहेत. मी नंतर त्या पहिल्या पाहिजेत. अशा तऱ्हेच्या वस्तू एलिफला आवडतात.

बाजाराकडे जाणारा रस्ता त्याच्या अपेक्षेपेक्षा जास्त गजबजलेला, अधिक जिवंत आहे. तो हयात केमिस्टच्या दिशेने, ते एव्हाना बंदच झाले असेल असा विचार करत चालत राहतो.

रस्त्यांवरचे दिवे अजून लागलेले नाहीत, पण कॉफी हाऊसेसचे आणि एक दोन दुकानांचे दिवे नुकतेच लागले आहेत. केमिस्टच्या चिन्हावर लाल रंगाचा फ्लुरोसंट दिवा आहे. ते आतून प्रकाशित आहे. दुकान बंद असताना निश्चितच जमिनीला टेकणारी धातूची शटर्स आत्ता अर्धी उघडी आहेत. खिडकीवर चिकटवलेल्या चिन्हात शब्द आहेत, 'आज रात्री आमचे केमिस्ट ड्युटीवर आहेत.' धातूच्या सळ्यांनी संरक्षित केलेले काचेचं दार तो हलकेच ढकलतो. दरवाजा उघडला गेला आहे असं सुचवणारा घंटांचा लांब किणकिणाट ऐकू येतो.

दरवाजाकडे पाठ करून शेल्फवर वस्तू रचणारी स्त्री वळते आणि दाराकडे पाहते. "येस? मी आपल्यासाठी काय करू शकते?"

आवाज आणि चेहरा एकमेकांना इतके शोभणारे कसे, हा ओमरच्या मनात आलेला पहिला विचार आहे, तर दुसरा विचार आहे, या स्त्रीचे काळे कुळकुळीत केस हे नैसर्गिक आहेत की रंगवलेले? नाही, ते रंगवलेले असणं शक्य नाही. वरच्या पिवळट प्रकाशात तिच्या कानशिलाजवळचे एक दोन केस चंदेरी दिसत आहेत.

पुढच्या काही दिवसांत त्यांच्या पहिल्या भेटीचा क्षण जियनला तो असा सांगेल, 'मी आधी तुझे केस पाहिले, फक्त केस. ते जणू काही तुझ्या आवाजात गुंतले होते. तुझा चेहरा मी खूप नंतर पाहिला.'

"मला डोकेदुखीसाठी काहीतरी द्या – ॲस्पिरिनपेक्षा जास्त परिणामकारक असणारं आणि... मी खूप लांबचा प्रवास करून आलो आहे म्हणून काहीतरी आराम पाडणारं, ज्यामुळे रात्री मला झोप लागेल. शक्य असेल तर हर्बल."

फळीवर योग्य प्रॉडक्ट शोधता शोधता केमिस्ट विचारते, "तुम्ही या भागात प्रथमच येत आहात का?"

डोक्याच्या मागे सैलसरपणे एकत्र केलेल्या आणि हस्तीदंती रंगाच्या मोठ्या पिनेनं बांधलेल्या तिच्या दाट केसांतून निसटलेल्या काही लांब बटा तिच्या खांद्यावर रुळत आहेत. ती स्त्री इतकी उंच आणि इतकी सडपातळ असल्याचं ओमरला आश्चर्य वाटतं. औषधांच्या कपाटाकडे ती तिचा हात नेते तेव्हा लगेच तिच्या डौलदार मनगटातली आणि सडपातळ बाहूतली काळं जडावकाम केलेली चांदीची ब्रेसलेट आणि उजव्या हाताच्या तीन बोटांतल्या मोठ्या, लक्षणीय आणि वेगळ्याच अंगठ्या त्याला दिसतात. हे अलंकार काळी तुमान आणि घट्ट काळं सुळसुळीत सुती ब्लाऊज या तिच्या

साध्यासुध्या कपड्यांशी विरोधाभास साधतात. ते कपडे म्हणजे जणू स्त्रीच्या शरीराचं नैसर्गिक अंग आहे जे ती लपवू शकत नाही.

त्यानं अजून तिचे डोळे पाहिलेले नाहीत. ती जेव्हा औषधं फळीवरून खाली आणते आणि त्याच्यासमोर काऊंटरवर ठेवते आणि तो या भागात कसा आला हे स्वत:लाच न समजणाऱ्या त्या थकल्याभागल्या अनोळखी इसमाकडे बघून हसते तेव्हा ते डोळे त्याला दिसतात.

''मला वाटतं ही तुम्हांला उपयोगी पडतील. आमचे रस्ते खरंच लांबलचक आणि परीक्षा पाहणारे आहेत. सौम्य गुंगी आणणारी आणि नैराश्य कमी करणारी औषधंच मी जास्त करून परदेशी लोकांना देते. नाहीतर इथे टिकाव लागणं कठीण आहे.''

लांबलांब पापण्यांचे तिचे डोळे काळेभोर आणि तिच्या चेहऱ्याच्या मानाने मोठे आहेत. 'तिचे डोळे फक्त डोळे नाहीत. तर ते डोळ्यांची भूमी आहेत.' ... या ओळी कोणत्या कवीनं लिहिल्या?

'तुझे डोळे म्हणजे एक दूरस्थ देश आहे. तुझे डोळे म्हणजे तुझ्या शहराचा, तुझ्या देशाचा आरसा आहे. इतके उदास, इतके भयभीत, इतके गूढ आणि बंडखोर.' नंतर कवीच्या त्या ओळीचा निर्देश करून तो तिला सांगणार होता.

आता गोळ्यांचं बिल देण्यासाठी पाकिटातून पैसे काढताना ती स्त्री सुंदर आहे का नाही हे तो स्वत:लाच विचारतो. त्याच वेळी दुसरं काही तिला विचारण्यासाठी तो वेळ काढायचा प्रयत्न करतो. नाही, ती सुंदर नाही. त्या केमिस्टला कोणी सुंदर म्हणू शकणार नाही. ते सौंदर्य असं नाही. ती स्त्री माणसांत वेगळीच भावना निर्माण करते. ती भावना ही की, हा प्रश्नच निरर्थक आहे, तो विचारता कामा नये. वेगळी, असाधारण, छाप पाडणारी... नाही, यांतलं कुठलंच विशेषण तिचं योग्य वर्णन करू शकत नाही. तिला प्रथमच पाहणाऱ्यानं असे प्रश्न विचारावेत हेच ती असाधारण असल्याचं लक्षण आहे. कदाचित ती फक्त एक काहीशी काळसर, सामान्य, पण दाखवण्याजोगी, काळ्याभोर केसांची स्त्री आहे आणि गेले काही दिवस मी ज्या सगळ्यातून जात आहे त्यामुळे माझ्यावर तिची छाप पडली आहे. तिचं असामान्यत्व हा एक भ्रम आहे.

''आय ॲम सॉरी, पण आपण जियन *हनीम* आहात का?''

''हो, मी तीच आहे. पण तुम्ही सॉरी का आहात?'' ती पुन्हा हसत विचारते.

तिच्या डाव्या गालाखाली, तोंडाच्या कोपऱ्याजवळ खड्डा असला आणि तिच्या काळ्या केसांत अधूनमधून पांढरा केस दिसत असला तरी ती स्त्री तरुण आहे हे त्याच्या लक्षात येते. ती पस्तीस वर्षांची असावी - कदाचित तेवढीही नाही.

''मी हा भाग पाहायला आणि तुम्हांला भेटायला आलो आहे,'' हे म्हणणं आपल्याला इतकं कठीण का वाटावं हे त्याला समजत नाही. अचानक बस स्टेशनवरच्या त्या भयानक रात्रीपासून घडलेलं सगळं काही, विशेषत: त्याचं आत्ता इथे असणं हे विचित्र आणि खोटं वाटत आहे. संभाषण पुढे कसं न्यावं ते न कळल्यामुळे, ते चालू ठेवावं किंवा नाही ते ठरवता न आल्यामुळे तो गप्प होतो.

''मला तुमचं नाव कळलं तर,'' जियन म्हणते. ''मी तुम्हांला कुठल्या तरी कारणाने कदाचित ओळखते.''

''ओमर एरेन. मी लेखक आहे.''

''अर्थातच, अर्थातच मी तुम्हांला ओळखते. मी तुमच्या सगळ्या कादंबऱ्या वाचल्या नाहीत. पण तुमचे लेख, ज्यांत तुम्ही पूर्व-पश्चिम प्रश्नाची चर्चा केली आहे, ते मी वाचले आहेत. मी ते पुस्तक विकत घेतलं तेव्हा मला वाटलं होतं की, ते तुर्कस्तानच्या पूर्व-पश्चिम संघर्षाबद्दल आहे. माझी कल्पना चुकीची होती. पण तरीही मला ते माहितीप्रद वाटलं. तुम्हांला मी काही वेळा टेलिव्हिजनवर पाहिलं आहे. मला माफ करा. मी तुम्हांला लगेच ओळखायला हवं होतं. अपेक्षा नसताना अकस्मात तुम्ही कोणाला भेटलात तर त्यांचा लगेच संदर्भ लागत नाही.''

''खरं सांगायचं तर माझ्या इथे असण्याचं मला तुमच्याइतकंच आश्चर्य वाटत आहे. हा एक योगायोग आहे. महमूद... मी तुम्हांला भेटावं असं त्याला वाटलं. हे नाव तुमच्या परिचयाचं आहे? तुम्हांला महमूद आठवतो?''

''आय ॲम सॉरी, मला नाही आठवता येत. या भागात महमूद नाव असलेले इतकेजण आहेत.''

''महमूद पूर्वेचाच आहे, पण इथला नाही. महमूद हे त्याचं खरं नाव आहे का तेही मला माहीत नाही. हे नाव त्याच्या ओळखपत्रावर लिहिलं होतं आणि स्वत:ची ओळख त्यानं महमूद म्हणून करून दिली. माझ्या माहितीप्रमाणे तो काही काळ पर्वतात होता; कांडीलमध्ये आणि कदाचित बेका आणि त्याच्या आसपास. नंतर तो सीमेच्या या बाजूला आला. नंतर काहीतरी घडलं. माझ्या

कल्पनेप्रमाणे तो जखमी झाला आणि त्यानं पर्वतातला गट सोडला. मला खात्रीशीर माहिती नाही. मी तपशील विचारले नाहीत.''

''जेव्हा ते पर्वतात असण्याबद्दल बोलतात तेव्हा तुम्हांला लगेच कांडील आठवतं, हो ना? मला नाही वाटत, तो तिथे असेल. पण तरीही... पर्वतांपासून फारकत घेणं इतकं सोपं नाही. हां, तो शरण गेला असेल आणि नंतर खबऱ्या म्हणून भरती झाला असेल तर, वेगळं.''

''नाही, नाही, असं अजिबात नाही. त्याच्याबरोबर एक अतिशय तरुण स्त्री होती. ती गर्भार होती. ते दोघं बरोबर पळून जात होते. त्या मुलीचे भाऊ आणि कुटुंब तिचा पाठलाग करत होतं. जमातीच्या कायद्यांपासून सुटका होण्यासाठी ती पळून जात होती. ते एकत्र होते. नंतर त्या मुलीला एक चुकार गोळी लागली.'' एखाद्या उत्तेजित लहान मुलानं एखाद्या अविश्वसनीय साहसाचं वर्णन करावं तसा तो विस्कळीत अणि संगती न लागणारी वाक्यं बोलत आहे, हे त्याच्या लक्षात येतं आणि तो हसू लागतो. ''माफ करा. तुम्हांला सारांश सांगण्याच्या प्रयत्नात सगळं मिसळलं गेलं. मुळामध्ये मी महमूदला आणि त्या मुलीला अंकारा बस टर्मिनलवर अपघातानंच भेटलो. एक प्रसंग घडला आणि त्या मुलीला एक चुकार गोळी लागली. त्यांना मदत करता करता मी त्यांच्या कहाणीत गुरफटलो गेलो हे माझ्या लक्षात आलं आणि आत्ता मी इथे आहे. झिललसाठी महमूद सुरक्षित जागा शोधत होता. झिलल हे त्या मुलीचं नाव. तुम्ही कदाचित मदत करू शकाल असं महमूद म्हणाला आणि त्यानं तुमच्या औषधांच्या दुकानात यायचा रस्ता सांगितला. कदाचित तुम्हांला आठवत असेल तो. त्याच्या वडलांचं नाव हुसेन बोझलाक आहे. इथे येण्याआधी मी त्यांनाही भेटून आलो आहे. ते सुज्ञ आणि प्रतिष्ठित गृहस्थ आहेत. दुःखी...''

''मला वाटतं हुसेन बोझलाकना मी ओळखते. माझ्या पतीच्या वडलांच्या बाजूनं आमचं काहीतरी दूरचं नातं आहे. जबरदस्तीनं रिकामं केलेल्या त्यांच्या गावाला आम्ही गेलो होतो. तुम्ही ज्याच्याविषयी बोलता आहात तो हुसेन *अमका*चा सर्वांत धाकटा मुलगा महमूद असणार. मी त्याला पाहिलेलं नाही. मी म्हटलं तसं आम्ही खूप जवळचे नाही आहोत, पण मारल्या गेलेल्या त्याच्या मोठ्या भावाला मी ओळखत होते. महमूद युनिव्हर्सिटीमध्ये शिकतो आहे, असं मी ऐकलं होतं. त्याच्या वडलांची इच्छा होती की, त्यांच्या धाकट्यानं तरी शिकावं, नीट नोकरी मिळवावी आणि करीअर करावं. किती वाईट झालं!''

ती बोलत असताना ती देत असलेला अक्षरांवरचा तीव्र आघात, स्वर आखूड करणं, दीर्घ 'ई'ला ऱ्हस्व करणं आणि महमूदबद्दल बोलण्यापेक्षा जास्त जोरानं 'पती' हा शब्द उच्चारणं त्याच्या लक्षात आलं. कसं कोण जाणे, पण ही स्त्री विवाहित असू शकते हा विचार त्याला सुचलाच नव्हता.

''आज आम्ही ड्यूटीवर आहोत. माझ्या सहाय्यकानं काही दिवसांची रजा घेतली आहे. मला इथे निदान मध्यरात्रीपर्यंत तरी थांबायला हवं. प्लीज बसा ना. इथे आपण आरामात बोलू शकतो,'' कोपऱ्यातल्या एका जुन्या खुर्चीकडे निर्देश करत जियन म्हणाली. ''तुम्ही कुठे उतरला आहात?''

''समोरच्या यिलदिझ हॉटेलमध्ये.''

''ते स्वच्छ आणि सुरक्षित आहे. इथे येणारे बहुतेक परदेशी तिथेच राहतात. सरकार आणि छावणीचं मुख्यालय यांच्याशी त्यांचे चांगले संबंध आहेत. भेट देणाऱ्या सगळ्या परदेशी लोकांची नोंदणी ते थेट केंद्राकडेच पाठवतात, त्यामुळे काही प्रश्न नाही. तुम्हांला लवकरच कमांडरकडून राकी पिण्यासाठी आमंत्रण आलं तर मला मुळीच आश्चर्य वाटणार नाही. काही झालं तरी तुमच्यासारखी प्रसिद्ध माणसं या भागात वारंवार येत नाहीत.''

''कमांडरना मी माहीत असेन असं मला खरोखर वाटत नाही. पण खरं सांगायचं, तर राकी पिण्याचं कोणाचंच आमंत्रण मी नाकारणार नाही. मी थकलेलो आहे आणि तणावाखालीही आहे; आणि मला ड्रिंकची गरज आहे!''

तो फारच मोकळेपणाने आणि धक्कादायक पद्धतीने वागला असं त्याचं त्यालाच वाटलं आणि तो खजील झाला. मी एका स्त्रीला माझ्यासाठी ड्रिंकची व्यवस्था करण्याबद्दल विचारलं. तिला मी दारूची सवय असणारा ठरावीक प्रकारचा लेखक वाटणार, ज्याचे हातपाय दारू मिळाली नाही तर थरथरायला लागतात.

दरवाजाबाहेरून त्यांना संभाषणाचे तुकडे, चढलेले आवाज आणि धातूंचा किणकिणाट ऐकू येतो. ते गप्प होतात आणि बाहेर बघतात. रस्त्यावरचे दिवे अजूनही आलेले नाहीत. पण केमिस्टच्या दुकानातल्या दिव्यांनी बाहेरच्या रस्त्यावर उजेड पाडला आहे. काळे हिमबुरखे आणि कामुफ्लाज घातलेले काही सशस्त्र लोक खिडकीच्या काचेवर हात आणि नाक दबवून दुकानात पाहत आहेत.

''राकी पिण्यासाठी आमंत्रण आलेलं दिसत आहे,' आपली चिंता आणि उत्तेजितता आवरायचा प्रयत्न करत ओमर म्हणाला.

वर्तमानपत्रातल्या फोटोवरून आणि टेलिव्हिजनच्या पडद्याच्यामुळे तो त्यांना ओळखतो. दहशतीच्याविरुद्ध आणीबाणीच्या उपायांचा भाग म्हणून जेव्हा पहिली खास टीम तयार केली गेली तेव्हा काही वर्षांपूर्वी त्यानं एक लेख लिहिलेला त्याला आठवतो. ओमरनं पाठवलेल्या प्रत्येक लेखाची स्वत:च्या सहीनं पोच देणाऱ्या आणि त्याचे लेख नेहमी पहिल्या पानावर छापणाऱ्या प्रमुख संपादकांनी यावेळी मात्र 'सध्याची नाजूक परिस्थिती आणि संबंधित अधिकाऱ्यांची संवेदनशीलता लक्षात घेऊन' लेख थोडा सौम्य करण्याची विनंती केली होती. ओमर संतापानं खवळला होता आणि लेख परत घेत म्हणाला होता, 'तसं असेल तर लेख छापू नका.'

मुखवट्यांमधले हे लोक खरोखर घाबरवणारे आहेत. उन्हाळ्यातल्या दिवशी हिवाळ्यातल्या या मुखवट्यांचं काम फक्त दहशत निर्माण करणं हेच असू शकतं असं ओमरला वाटतं. कदाचित असं हिंडायला त्यांना आवडत असावं. केवळ आपली ओळख दडवणं एवढाच हेतू मुखवटा घालण्यासाठी नाही, तर मुखवटे त्यांना भीतिदायक बनवतात, त्यांची शक्ती, त्यांचा प्रभाव वाढवतात हे त्यांना माहीत आहे. शेवटी ती तरुण मुलं आहेत. या असह्य वातावरणात त्यांच्या कंटाळवाण्या आयुष्याला ते अशा तऱ्हेने मसालेदार बनवतात. ते स्वत:ला दहशत आणि भयाचे स्वामी मानतात. इच्छा असल्यास सगळ्या जगाला ते त्यांच्यासमोर गुडघे टेकायला लावू शकतील असं त्यांना वाटतं. या सगळ्यामुळे त्यांना उत्तेजित व्हायला होतं.

पाठ फिरवून चेहरा लपवण्याचा प्रयत्न करण्याऐवजी जणू काही स्वत:च्या भीतीला आव्हान देत असल्याप्रमाणे तो सरळ खिडकीकडे पाहतो. मुखवट्यांमागची माणसं आणि त्यांची भयावह शस्त्रं जाणून घेण्याची लेखकाची अंगभूत जिज्ञासा हीसुद्धा त्या कृतीमागचं एक छोटं कारण आहे. ही मुखवटाधारी, पायापासून डोक्यापर्यंत शस्त्रसज्ज माणसं इथल्यापेक्षा वर्तमानपत्रातल्या फोटोत आणि टीव्हीच्या पडद्यावर जास्त खरी, जास्त भयानक दिसतात. या दूरवरच्या विचित्र आणि उदास नगरातल्या काळोख्या रस्त्यावर जिथे ते अधिक भयावह, सर्वाधिक घाबरवणारे वाटायला हवेत तिथे ओमरच्या दृष्टीनं त्यांनी सामर्थ्य आणि महत्त्व गमावलं आहे. ते बघताना लांब भविष्यातल्या दुसऱ्याच आकाशगंगेवर घडणाऱ्या एखाद्या विज्ञानकथेतल्या प्रसंगात भूमिका करणाऱ्या एक्स्ट्रॉ नटांची किंवा रस्त्यातल्या जत्रेमध्ये सुपरमनचे अर्धेमुर्धे कपडे, आणि अर्धा बुरखा पांघरून मुलांना घाबरवण्याचा प्रयत्न

करणाऱ्या वाईट विनोदी नटांची त्याला आठवण येते. फोटोमध्ये त्यांचे चेहरे प्रत्यक्षातल्यापेक्षा जास्त सामर्थ्यशाली दिसतात, कारण मूळ गोष्टी इतक्या भीतिदायक असतात की त्या खऱ्या असू शकत नाहीत.

''घाबरू नका. शहरात नवीन येणाऱ्यांचं स्वागत करण्यासाठी स्पेशल टीमचा हा खास ग्रुप आहे. एक नेहमीची भेट. त्यांच्या नजरेतून काहीच सुटू शकत नाही हे सांगणारा हा एक संदेश.'' जियन दरवाजाकडे वळते. ती चालत असताना तिच्या गळ्याची मागची बाजू आणि शरीराचा सडपातळपणा उठून दिसतो. ती एखाद्या उच्च कुळातल्या ताठर काळ्या मांजरीसारखी – तिच्यात मांजरीशी साम्य शोधणं चूक ठरेल – काळ्या चित्त्यासारखी दिसते. ती हलकेच दरवाजा उघडते. ''आज रात्री मी ड्यूटीवर आहे. तुम्हांला काही हवं आहे का?'' तिच्या आवाजात जराही थरथर नाही, घाबरलेपणाचा लवलेश नाही. ''मी इथे मध्यरात्रीपर्यंत असेन; आणि त्यानंतर तुम्हांला काही गरज लागल्यास मी घरी असेन.'' जराही घाई न करता, ती दरवाजा सावकाश बंद करते. वातावरणाशी पूर्णपणे विसंगत अशा आनंदी, किणकिणत्या घंटानादाने अंतर्भाग भरून गेला आहे.

''ते सुद्धा घाबरलेले आहेत,'' ती म्हणते. ''त्यांच्या तोऱ्यावर जाऊ नका. इथे प्रत्येकजण घाबरलेला आहे. जुलूमशाही लोकांना घाबरवते, त्यांना दहशतीत ठेवते, पण भीतीसुद्धा जुलमांना खतपाणी घालते. आपण जितके जास्त घाबरू, तितके जास्त दुष्ट आपण सगळेच बनतो. काही महिन्यांपूर्वीपर्यंत आम्ही थोडे जास्त सैलावलेले होतो. ताण कमी झाले होते; समझोत्याला सुरुवात झाली होती आणि आम्हांला आशा वाटायला लागली होती. कल्पना करा. रस्त्यावरचे दिवे रात्री सुरू असायचे. काळोख्या, अंधारलेल्या रस्त्यांचा मला किती तिटकारा आहे ते मला समजलं. रस्त्यावरचे दिवे रात्री लावायला त्यांनी पुन्हा सुरुवात केल्यावर प्रकाशित रस्त्यांवरून भटकायला न मिळाल्यावर मला किती चुकल्यासारखं झालं होतं तेही कळलं. त्या काळात रात्री घरांवर पूर्वीइतके छापे पडत नव्हते. स्त्रियांना संगिनीनं टोकलं जात नव्हतं आणि त्यांच्या गळ्यावर सैनिकी बुटांचे पाय रोवून त्यांना जमिनीवर पडण्याची सक्ती केली जात नव्हती आणि त्यांच्या पुरुषांना अज्ञात ठिकाणी पाठवलं जात नव्हतं. निदान अशा गोष्टी दररोज आणि दररात्री घडत नव्हत्या. तपास न लागलेल्या खुनांची संख्या कमी झाली होती. आम्हांला किती आशा वाटत होती. सगळं विसरून जायला आम्ही किती उत्सुक होतो...''

''मग?''

''तुमच्या लक्षात आलं का नाही ते मला माहीत नाही. तुम्हांला त्याचं काहीच वाटत नसेल – कदाचित तुमच्या लक्षातही आलं नसेल. पण, पहा, रस्ते पुन्हा अंधारले आहेत. रस्त्यांवरचे दिवे लावले जात नाहीत. हिमबुरखा घालणाऱ्या दलाने पुन्हा ताबा घेतला आहे. तुम्हांला कदाचित ऐकायला येत नसेल, पण काही आवाजांबद्दल आमचे कान खूप सजग झाले आहेत. चकमकी, चिथावणाऱ्या आगी, पर्वतातले छापे, कोब्राज, दूर अंतरावरचा हेलिकॉप्टरचा आवाज हे सगळं आम्हांला ऐकायला येतं. सुरुंग उडतात. सैनिक मरतात, सैन्याच्या कामगिरी पार पडतात, आमची मुलं मरतात. थोडक्यात, आयुष्यानं पुन्हा तोच शापित ठेका पकडला आहे आणि हे सगळं असं आहे.''

ती माणसं निमूटपणानं निघून गेली आहेत हे ते बघतात. लाकडी दरवाजाचं कोपऱ्यातलं कपाट ती उघडते. औषधांच्या बाटल्या, डब्या आणि जखमांच्या ड्रेसिंगचं साहित्य असलेल्या छोट्याशा फ्रीजमधून एक बाटली काढते.

''त्या गोळ्यांपेक्षा एखाद्या ड्रिंकचा तुम्हांला जास्त उपयोग होईल. फक्त थोडी व्हिस्की आहे. तुम्हांला ती कशी आवडेल?''

क्षणापूर्वीच्या तणावातून सुटलेला ओमर हातांवर डोकं टेकवून हसत सुटतो. ''मला कमांडरचं आमंत्रण बहुधा स्वीकारायला लागणार नाही असं दिसत आहे!''

''निदान आज संध्याकाळी तरी नाही. माझ्या व्हिस्कीची मला खात्री आहे. ही सर्वोत्तम चोरटी आयात आहे. मला वाटतं तुम्हांला माहीत असेल की, देशातल्या चोरट्या आयातीच्या सगळ्यात महत्त्वाच्या मार्गावर आपण आहोत.''

जियनच्या चेहऱ्याकडे बघताना, तिच्या असामान्य सौंदर्याला कशामुळे बाधा येत आहे, तिच्या चेहऱ्यावरचे भाव कशामुळे कठोर वाटतात ते त्याच्या लक्षात येतं. तो दोष आहे तिच्या जाड, उग्र वळणाच्या आणि डोळ्यांच्या अतिशय समीप असलेल्या भुवयांचा. हा दोष सहज दूर करता येण्यासारखा आहे.

''कदाचित तुम्हांला भूक लागली असेल. मी विचारायला विसरले. रिकाम्या पोटी दारू घेणं चांगलं नाही. रस्त्यापलीकडच्या दुकानात मला कबाबांची ऑर्डर देऊ दे. सकाळपासून मी काही खाल्लेलं नाही. *सोगुकपितर*

(ट्राऊट) खायचं आमंत्रण मी तुम्हांला दिलं असतं, पण आता तिथे रात्री जाता येत नाही, मनाई आहे. या परिसरातलं खरोखरचं प्रसन्न, निवांत असं ते एकमेव ठिकाण होतं.''

ही सतत स्थानिक परिस्थितीबद्दल तक्रार करत राहणार आहे का? हे लोक अडाणी असोत वा शिकलेले, खेड्यातून आलेले असू दे वा शहरातून; ते सगळेजणच दडपशाही, भेदभाव आणि हलाखीबद्दल बोलतात. तुम्ही त्यांची कीव करावी म्हणून नाही, तर त्यांची तुमच्याकडून काही अपेक्षा आहे. त्यांचा बळी गेल्याच्या कहाण्या सांगून ते तुम्हांला थकवू पाहतात. तुमच्यात काही उणीव आहे असं तुम्हांला वाटावं असा प्रयत्न करतात. ओमर रागानं उसळत आहे. ह्यांचे हक्क सुरक्षित राहावे म्हणून त्यानं घेतलेला त्रास, त्याची देशद्रोही म्हणून झालेली छी: थू, या ना त्या कलमाखाली चाललेले खटले आणि इतर कितीतरी, आणि या सगळ्याची कोणाला जाणीवही नाही. ते तुमच्यावर विश्वासही ठेवत नाहीत की आभारही मानत नाहीत. त्यांच्या नजरेत तुम्ही पश्चिमेकडचे तुर्कींचे सहकारी आहात. चांगला तुर्की असो वा वाईट, शेवटी तुम्ही परदेशीच ठरता. ही बळी गेल्याची भाषा माणसाला अस्थिर करते, ज्यांना मदत करण्याची इच्छा आहे, त्यांनाही दूर लोटते...

'ज्यांना अजून न्यायाची चाड आहे अशा सदसद्विवेकबुद्धी शाबूत असलेल्या लोकांना असल्या बोलण्यामुळे टोचणी लागते. तुम्हांला स्वत:तली कमतरता जाणवते. तुम्ही स्वत:ला स्वीकारता आणि तुमच्या सदसद्विवेकबुद्धीला शरण जाता आणि नंतर, साहजिकच तुम्ही आमच्यावर रागवता. तुम्ही तुमच्या रागातच आसरा घेता आणि तुमचा अलिप्तपणा आणि तुमच्यातली धैर्याची उणीव झाकायला सबब शोधता.' पुढे जेव्हा त्यानं हा मुद्दा तिच्यासमोर मांडला, तेव्हा जियन असं म्हणणार होती.

''इथे तुम्ही उघडपणे अल्कोहोल पिऊ शकत नाही,'' कोलाच्या गडद रंगाच्या ग्लासमध्ये व्हिस्की ओतताना ती म्हणाली. त्या ग्लासमधून घुटका घेताना तो विचारतो, ''तुमचे पतीसुद्धा केमिस्ट आहेत का?'' ही चौकशी करताक्षणी त्याला पश्चात्ताप होतो आणि तो संकोचतो. तू अगदी तिटकारा येण्यासारखा आहेस. तू विचार करतो आहेस, ही स्त्री तुला मिळू शकेल का, तिला तुझ्यात रस वाटतो आहे का याचा. तिचा नवरा उपजीविकेसाठी काय करतो याचं तुला काही पडलेलं नाही.

''माझे पती कायदेतज्ज्ञ होते. पाच वर्षांपूर्वी त्यांचा खून झाला.''

जेव्हा ती 'माझे पती' म्हणते तेव्हाच्या तिच्या आवाजात उत्कटता, अभिमान तसंच तिचा निश्चयीपणा त्याला ऐकू येतो. त्यातल्या शब्दात न मांडलेल्या ताकदीने त्याला धक्का बसतो. 'इथेच थांबा. हा माझा खाजगी विभाग आहे. तुम्हांला प्रवेश करण्याची परवानगी नाही.' 'पती' या शब्दाला दिलेल्या महत्त्वाने 'त्यांचा खून झाला' हे शब्द बाजूला सरतात.

''मला माहीत नव्हतं,'' तो खऱ्याखुऱ्या संकोचाने हलक्या आवाजात म्हणतो. ''आय ॲम सॉरी. मला माहीत असणं शक्य नव्हतं.''

''तुम्हांला माहीत असणं शक्य नव्हतं. कसं माहीत असणार! पण आता माहीत आहे. आमच्या शहरात स्वागत असो, ओमर *बे.*''

चिअर्स म्हणण्यासाठी जियन तिचा पाणी भरलेला ग्लास उंचावत नाही, तर त्याऐवजी ती ग्लासवर मधल्या बोटानं टकटक करते. 'लपून छपून पिणं' या विधीचा हा एक भाग असावा.

वेगळीच स्त्री, ओमरला वाटतं, त्याच्या ओळखीच्या कुठल्याही स्त्रीपेक्षा वेगळी. एक वाक्यरचना आहे, 'एक खूप खास स्त्री'. ही स्त्री केमिस्ट खूप खास स्त्री आहे. आकर्षक पण त्याच वेळी त्रासदायकही. व्हिस्कीचा घुटका घेण्याआधी मान वर न करता आणि तिच्या नजरेला नजर न देण्याचा प्रयत्न करत तो म्हणतो, ''तुमच्या आरोग्यासाठी.''

नगरांना आवाज असतात. या नगराला नाही. विशेषत: रात्री हे फारच शांत आणि काहीच व्यक्तिमत्त्व नसलेलं वाटतं. दिवसा बाजाराच्या चौकात आणि बस स्टेशनच्या बाजूच्या परिसरातही कोलाहल असतो. बाजाराच्या रस्त्यावर दोन्ही बाजूंना दुकाने, दोन कमानी रस्ते आणि व्यापारी इमारत आहे. शेवटी एक ऑफिस असलेली इमारत-ज्यात वकिलांची ऑफिसं, एक नोटरी, एक डेंटिस्ट आणि एक डॉक्टरांचं शस्त्रक्रिया दालन आहे, ती इमारत मोठी आणि कुरूप आहे. तिथे काही गाळ्यांचे समूहसुद्धा आहेत. बरेचसे वरचे मजले गिलावा नसलेले अनाकर्षक, करडे आणि उग्र दिसणारे आहेत आणि अशाच बऱ्याचशा पोपडे पडणाऱ्या कुरूप इमारतींच्यामध्ये खाली इंटरनेट कॅफे असलेली, काचेची एक सहामजली इमारत परग्रहावरून पडावी तशी जमिनीवर उभी आहे... कुठलाच स्थानिक रंग किंवा उत्साह न उरलेलं, अनातोलीच्या

छोट्या नगरातल्या अनेक मार्केटसारखंच हे मार्केट आहे. फक्त थोडं जास्त मागे पडलेलं, जास्त कुरूप आणि जास्त दरिद्री.

बाजारात हालचाल आहे. दुकानात माणसांची ये-जा. *काफिये* आणि डोक्याचा रेशमी रुमाल या स्थानिक पोशाखातल्या माणसांचा वावर, रिकामे पुरुष, बायकांचा बाजारहाट आणि वेगात जाणारी सैनिकी वाहनं. सशस्त्र वाहनं लोकांना वेगळी किंवा लक्ष देण्यासारखी वाटत नाहीत याचं ओमरला आश्चर्य वाटतं. अनेक घोडागाड्या आणि पेटारे वाहणाऱ्या गाढवांच्या रहदारीमध्ये नव्या काळ्या जीप भर बाजारातल्या, रंगीत काचांच्या व्यापारी इमारतीइतक्याच अस्थानी दिसत आहेत. गोंधळाचे आवाज आणि गुणगुण; कुर्दी, अरबी आणि काही तुर्की गाणी, कॅसेट विकणाऱ्या ठेल्यांवरून येणारी लोकगीतं, भोंगे, मुलांचं किंचाळणं, शिव्यांच्या लाखोली, बांधाकामाच्या ठिकाणांहून तरळत येणारी उदास लोकगीतं, प्रार्थनेसाठीचे पुकारे, बाजाराच्या टोकाला असलेल्या सैनिकी छावणीतून निनादत येणारं 'रिपब्लिक मार्चचं दशम वर्ष', लाऊडस्पीकरवरून मोठ्या आवाजात वाजणारी कॅसेटवर रेकॉर्ड केलेली भाषणं, मातृभूमी-राष्ट्र-ध्वज या विषयावरची काव्यं आणि वारंवार उठणारी 'एक भूमी, एक भाषा, एक ध्वज' घोषणा, त्यानंतर 'तुझ्याकडे वाईट नजरेनं बघणाऱ्या पक्ष्याचं घरटं मी उद्ध्वस्त करीन...'

दुसऱ्या कुठल्याही नगराप्रमाणे या नगरातसुद्धा दिवसा आवाजांची सरमिसळ असते; पण तरीही त्याला स्वतःचा विशिष्ट आवाज नाही. त्याचा आवाज हरवला आहे. तो दबला गेला आहे, या सगळ्या गोंधळाच्या आवाजात आणि गुणगुणण्यात तो बुडून गेला आहे. ऐकायला येणारे आवाज इतरांचे आहेत. नगरानं स्वतःला आत ओढून घेतलं आहे, आणि स्वतःचा आवाज दाबून टाकला आहे आणि विशेषतः जेव्हा दिवसाचा प्रकाश डोंगर लवकर पकडतात आणि अचानक रात्र होते तेव्हा काळोखात घाईघाईने रिकाम्या होणाऱ्या रस्त्यांवर ऐकू येतं ते फक्त भटक्या कुत्र्यांचं भुंकणं, एक-दोन लोकांच्या पावलांचे आवाज आणि मधूनमधून ऐकू येणारे बंदुकींचे आणि भोंग्यांचे आवाज जे फक्त रात्रीला आणि नगरालाच नाही, तर हृदयांनासुद्धा खंजिराप्रमाणे चिरत जातात. यांतला कुठलाच ध्वनी नगराचा स्वतःचा नाही.

आपल्यावर पडलेली ही छाप जेव्हा त्यानं जियनला सांगण्याचा प्रयत्न केला, तेव्हा ती बंडखोरपणे म्हणाली होती, 'आम्ही आमचा आवाज गमावला आहे. आमचे स्वतःचे आवाज आणि शब्द गप्प करण्यात आले आहेत.

आमचे आपले असे हजारो आवाज होते, पर्वतातल्या कुरणांचे, मैदानांचे, आमच्या विवाहांचे आणि आमच्या गुराख्यांच्या ढोलक्यांचे, आमच्या स्त्रियांच्या विलापांचे, आमच्या वधूंच्या गीतांचे, शिकाऱ्यांच्या शस्त्रांचे, आमच्या भाषेच्या बंडखोरपणाचे, आमच्या आनंदांचे, आमच्या दुःखाचे आणि याहीपेक्षा आमच्या आशेचे जी आमच्या आवाजांना रंगत देत होती. आमचे आवाज मैदानातून फुटून डोंगरांवरल्या कुरणात जाऊन पर्वतात निनादायचे. ते नद्यांमध्ये मिसळायचे, खिंडीतून निघायचे, खडकाळ कड्यांवर आदळायचे आणि नगरांकडे परतायचे - आणि नगराचा आवाज व्हायचे. आता आमचे आवाज ऐकले जात नाहीत. आमची कुजबुज इथून फुटून पर्वतात पोहोचत नाही. ती पर्वतात निनादून पुन्हा आमच्याकहे अधिक शक्तिशाली बनून येत नाही. आता दुसरेच आवाज पर्वतातून येतात. मृत्यूचा आवाज असं म्हणायला हवं, पण मृत्यूला आवाज नसतो. या कारणांमुळे नगर गप्प झालं आहे — खूप गोंधळाच्या आवाजांचं पण तरीही गप्प.'

जेव्हा जियननं महाकाव्यातून उचललेल्या शब्दांप्रमाणे मोठमोठ्या शब्दांत स्वत:च्या भावना व्यक्त केल्या तेव्हा त्याला ते विचित्र वाटलं, अनैसर्गिक वाटलं. ही स्त्री *मानुक्यान*च्या रंगभूमीवर असल्यासारखी बोलत आहे. छाप पाडण्याच्या प्रयत्नात नेमका विरुद्ध परिणाम होतो आहे. पण पुढे तिच्या व्यक्त होण्याच्या पद्धतीची त्याला सवय झाली आणि नंतर जणू त्याचं व्यसनच लागलं.

हे जेव्हा त्यानं जियनला सांगितलं आणि ती अशी अवजड, आलंकारिक भाषेत का बोलते असं विचारलं, तेव्हा ती म्हणाली, 'आम्ही एकतर ओठ शिवून टाकतो किंवा असं बोलतो. कदाचित हे एका परंपरेचे अवशेष आहेत. आमच्या आया आणि आज्याही असंच, जणू एखादं महाकाव्य वाचत असल्याप्रमाणे बोलतात. पण त्या कुर्दी भाषेत बोलतात. तेव्हा ते जास्त छान, अधिक नैसर्गिक वाटतं. जेव्हा माझ्या डोक्यातले आणि हृदयातले कुर्दी भाषेतले विचार मी तुर्की भाषेत मांडते, जेव्हा माझ्या कल्पना आणि भावनांचा थोडा गोंधळ उडतो. म्हणून तुम्हांला त्या वेगळ्या, अनैसर्गिक आणि दिखाऊ वाटतात. तुम्हांला *देंगबेजलिक* म्हणजे काय ते माहीत आहे? ती आमची गाणाऱ्यांची परंपरा, आमचं मौखिक साहित्य आहे असं म्हणू या. कदाचित *देंगबेज* ही माझी प्रेरणा असेल. मी हे मुद्दाम किंवा आधी विचार करून करत

नाही. ते उत्स्फूर्तपणे बाहेर येतं. माझ्या ओठांवर ते तसंच येतं. खरं तर मी सत्यच सांगते आहे. विश्वास ठेवा, मी सत्य नटवून सांगत नाही आहे. मला समजू शकतं की तुम्हांला ते विचित्र वाटतं आहे, कारण तुम्ही आमच्या भागाची भाषा तिच्या भावनिक आवाक्यासह शिकला नाही आहात. तुम्ही लिखाणात जी शैली वापरता ती मी बोलताना वापरते. तुम्ही मला दिलेल्या तुमच्या शेवटच्या कादंबरीत मी बोलते तशाच प्रकारची वाक्यं व्यक्त आहेत. तो माणूस त्या मुलीला म्हणतो, 'तुझे डोळे डोळे नाहीत. ते जणू अख्खं जग आहे, एक संपूर्ण आयुष्य आहे.'

तो संकोचून गेला. कारण जियनसाठी तो खास शब्द निर्माण करू शकला नव्हता; कारण वाचकांकडून त्यानं प्रशंसा मिळवली होती ती अशी पठडीतली वाक्यं वापरून; कारण तो त्याच्या पूर्वीच्या दिवसांप्रमाणे खोल शोध घेणाऱ्या, आव्हान देणाऱ्या, कल्पना वापरून प्रसिद्ध झाला नव्हता. तर आलंकारिक वाक्यं आणि कमअस्सल भावना यांनी भरलेल्या कादंबऱ्या लिहून त्यानं प्रसिद्धी मिळवली होती आणि सगळ्यात महत्त्वाचं कारण, तो स्वत:पासूनही लपवत असलेल्या त्याच्या कमतरता जियनला समजल्या होत्या.

बाजार ओलांडून रस्त्याच्या टोकाला असलेल्या लष्करी छावणीच्या दिशेने जाणाऱ्या उतारावरून खाली येताना ओमर एरेन हा विचार करत आहे. तो मनात विचार घोळवतो. पण त्याचं मन गोंधळलं आहे, त्याचे विचार विस्कळीत झाले आहेत. त्याच्या डोक्यात धुकं साठलं आहे, पण ते विरावं असं त्याला वाटत नाही; तो झिंगल्यासारख्या अवस्थेत आहे, पण त्यातून भानावर यायला तो घाबरत आहे.

त्याच्या डाव्या बाजूला एक मातीचं मैदान आहे जिथे पूर्वी तरुण मुलं फुटबॉल खेळायची, सणासुदीच्या वेळी जत्रा भरायच्या आणि जिथे कधीकधी दर्जाहीन लोकगीतगायक मैफल करायचे आणि जिथे तंबूतली नाटकं आणि फिरते डोंबारी खेळ सादर करायचे. त्या जागेभोवती आता काटेरी तारेचं कुंपण आहे, आणि दोन्ही बाजूला तात्पुरत्या टेहळणीच्या जागा उभारल्या आहेत. त्याला वाटतं, नगराला स्वत:चा आवाज नसला तरी रंग आहे, पिवळट करडा, धुळीचा आणि धुक्याचा रंग, आनंद, हास्य आणि क्षितीजाला पूर्णपणे सन्मुख असल्याच्या रोमांचक भावनेला पारखा असलेला रंग, करडी माती, धुरकट करडे कडे आणि निळसर पांढऱ्या बर्फाचं मिश्रण असलेला रंग. पुढे उजव्या बाजूला सिमेंटचे करडे ठोकळे जे नगर, सैनिकी बराकी आणि लष्करी

छावण्या यांच्यात पसरले आहेत, जे नगराच्या उदास रंगाशी एकजीव झाले आहेत. नगराच्या रंगात मिसळून गेले आहेत. आणि वर चढत जाणाऱ्या रस्त्याच्या टोकाला एखाद्या अजिंक्य गढीसारखे अचानक पुढे ठाकणारे उभे खडकाळ पर्वत म्हणजे ओलांडायला वाव नसलेली सीमा. जियन म्हणाली होती. ''हे नगर म्हणजे एक खुला तुरुंग आहे. मात्र स्त्रियांसाठी हे नगर एक बंद कारागृह आहे.''

''या कारागृहात तुम्ही कुठे आहात, जियन?''

''मी प्रवेशद्वारावरली अधिकारी आहे. जन्मठेपेची शिक्षा झालेली साथीदार आहे मी, जिला चांगल्या वागणुकीमुळे व्यवस्थापक बनवण्यात आलं आहे. अशी अधिकारी जिच्याशी कैद्यांना आणि तुरुंगातल्या अधिकाऱ्यांनाही जमवून घ्यावंच लागतं; कारण त्या दोघांनाही तिच्या मदतीची गरज असते.''

उपमा आणि रूपकं यांनी नटलेली तिची वाक्यं ओमरला चकित करतात. फक्त जियनच नाही तर ज्या सर्वसामान्य माणसांशी तो बोलू शकला त्यांनी त्यांची मतं त्यांच्या पूर्वेकडच्या वैशिष्ट्यपूर्ण बोलीभाषेत, स्वरांवर जोरदार आघात करत अतिशय स्पष्टपणे मांडली, हे त्याच्या लक्षात येतं. काहीजणांनी काव्यात्मक तऱ्हेने जियनप्रमाणे महाकाव्याच्या पद्धतीने; तर काहीजणांनी स्पष्ट, स्वच्छ आणि मुद्देसूद पद्धतीने. पण सगळ्यांनीच, सांगायला हवं ते सांगायला पाहिजे त्या पद्धतीनेच विषयाच्या गाभ्याला हात घालत सांगितलं... कदाचित पर्वतांच्या एकांतवासात ते खूप विचार करत आणि कमी बोलत असतील, त्यामुळे असेल.

छावणीच्या प्रवेशद्वाराजवळ ड्यूटीवर असलेल्या, मोठ्या प्रमाणावर शस्त्रसज्ज असलेल्या सैनिकांना तो त्याचं ओळखपत्र दाखवतो आणि कमांडरशी आत्ता त्याची भेट ठरली असल्याचं सांगतो. ते फोन करत असताना तो थांबतो.

काही मिनिटांतच एक कनिष्ठ अधिकारी लगबगीने येतो आणि त्याच्याशी स्नेहपूर्ण हस्तांदोलन करतो. ''ओमर *बे*, वेलकम, कमांडर आपलीच वाट पाहत आहेत. प्लीज या बाजूनं या.''

जियननं केलेल्या अंदाजाप्रमाणे कमांडरचं आमंत्रण यायला फार काळ लागला नाही. दुसऱ्या दिवशी जरी नाही, तरी तो नगरात आल्यावर थोड्याच दिवसांत एक अधिकारी - कदाचित तो प्रतिनिधी असावा - रात्री हॉटेलमध्ये आला आणि त्यानं, कमांडरना ओमरला भेटायला आवडेल आणि ते त्याची

दुसऱ्या दिवशी संध्याकाळी सात वाजता वाट पाहतील असं सौजन्यपूर्ण रितीनं सांगितलं. हॉटेलवर त्याला घेण्यासाठी गाडी येईल असंही अधिकाऱ्यानं सांगितलं; पण ओमरनं नम्रतापूर्वक ते नाकारलं आणि त्याला चालत यायला आवडेल असंही सांगितलं. सैनिकी विभागात थोडा फेरफटका मारून पाहावा असं त्याला वाटत होतंच, पण उगाचच लक्ष वेधलं जाईल आणि काही कटकट निर्माण होईल या भीतीनं त्यानं तो विचार सोडून दिला होता. कमांडरच्या आमंत्रणामुळे सैनिकी विभागात हिंडण्याची संधी त्याला विनासायास मिळाली होती. 'ओ भाऊ, तुम्ही कुठं जाताय या बाजूला?' या प्रश्नाला त्याच्याकडे उत्तर होतं.

जियनबरोबर किंवा तिनं ओळख करून दिलेल्या लोकांबरोबर, तिनं त्याला ज्यांच्यावर सोपवलं किंवा ज्यांना देऊन टाकलं असं म्हणणं जास्त बरोबर होईल, अशांबरोबर त्यानं या भागात भटकंती केली होती. त्यांना हा भाग नीट माहीत होता. अनोळखी लोकांपासून आपली रहस्यं दडवून ठेवणाऱ्या या भूमीत ते संचार करू शकत होते. हे सगळे प्रवास अधिकृतपणे 'सर्वेक्षण' होतं ज्यासाठी त्यांना मार्ग कळवून कमांड हेडक्वार्टर आणि गव्हर्नरची त्यासाठी परवानगी घेणं बंधनकारक होतं. आपण एक पूर्णपणे नवीन खंड शोधून काढला आहे, असंच या सर्वेक्षणांच्या प्रवासात ओमरला वाटलं होतं. पण तरीही या भूमीचा इंच न् इंच मला माहीत होता किंवा तसं मला वाटत होतं. आमच्या तारुण्यात, आमच्या क्रांतिकारक कल्पनांच्या काळात आम्ही कमी चर्चा केल्या नव्हत्या. आपण गावांकडून शहरांकडे बंद पुकारला पाहिजे, का कामगार वर्गानं पुढाकार घेऊन शेतकऱ्यांना वाचवत शहरांकडून गावांकडे गेलं पाहिजे यावर नेहमीच दुमत होई. सोक आणि चुकुरोवाचे कापूस वेचणारे, पूर्वेकडचे भूमिहीन खेडूत, मजूर, शेतकरी कुळं, आगा आणि मालक यांच्या पिळवणुकीमुळे गांजलेले हे सारेजण आम्ही तिथे येऊन त्यांना वाचवावं म्हणून आमची वाट बघत नव्हते का? बदललो आहे, या भागापासून दुरावलो आहे तो मी, का या लोकांनी संपर्क तोडला आणि ते निघून गेले आणि परके झाले? आता मला ही भूमी माहीत नाही. मी सुद्धा इथे आता परका आहे.

मुख्य रस्त्यावर सुरुंग झाडून काढणारे गट, ज्यांत तरुण माणसं आणि कोणाचे तरी लाडके मुलगे आहेत. प्रत्येक पावलावर ज्यांच्या हृदयांचा मृत्यूच्या भीतीने थरकाप होत आहे अशी ही माणसं जिथं एकेरी रांग करून झाडत आहेत; ज्या दोरस्त्यांवर सशस्त्र वाहनं वाट पाहत आहेत; माणसांचं

नशीब ठरवणाऱ्या तपासणी नाक्यांवर; रस्त्यांच्या अंतहीन कामांच्या ठिकाणी समजण्यापलीकडच्या कारणांमुळे तासन्‌तास वाट पाहताना; 'इथपासून धोकादायक', 'प्रवेश बंद', 'आत येण्यास मनाई!' निर्जन केलेल्या भागातल्या अशा पाट्यांमुळे त्यांना उलट फिरावं लागताना, वस्ती नसलेल्या खेडेगावातून, निर्जन पाड्यांच्या एकांतवासात त्याचा एकाकीपणा, परकेपणा आणि असहाय्यता आणखीनच वाढली.

मी कुठे आहे? हा कोणता देश आहे? कित्येक वर्षांपूर्वी जेव्हा मी बोस्निआत, नंतर अफगाणिस्तानमध्ये आणि काही काळापूर्वी इराकमध्ये हिंडून युद्ध या विषयावर लेख लिहीत होतो तेव्हा मला मी कुठे आहे ते कळायचं आणि कधी विचारायला लागलं नाही. तिथे मी व्यवस्थित प्रकारे परदेशीच होतो. म्हणूनच कदाचित परकं असल्याच्या भावनेने माझ्यावर अंमल गाजवला नाही. परका असल्याची मला शरम वाटली नाही. जे काही दिसत होतं त्याला मी जबाबदार नव्हतो. त्या खेळात माझी भूमिका नव्हती. मी फक्त संकटाने होणाऱ्या यातना, माणसाची शोकांतिका बघणारा निरीक्षक होतो. इथे मात्र... ही कुठली जागा आहे? घडी करता येणाऱ्या, तुर्कस्तानच्या रस्त्यांच्या नकाशातल्या सगळ्यात शेवटच्या पानावरच्या अगदी तळभागातला हा एक गहाळ झालेला भाग आहे. स्वत:च्याच गुपितांखाली, त्याच्या यातनांखाली आणि त्याच्या पर्वतांच्या बंडाखाली चिरडली गेलेली ही भूमी कोठे आहे?

लष्कराचा कमांडर त्याच्या ऑफीसमध्ये एका भरभक्कम डेस्कच्या मागे, तुर्की निशाण आणि प्रतीकात्मक निशाण यांच्यामध्ये आणि ग्रेट ऑफेन्सिवच्या आधी कोर्कटेप येथे विचारात गढून चालणाऱ्या सर्वोच्च कमांडर मुस्तफा केमालच्या, भिंतीवर टांगलेल्या मोठ्या फोटोच्या समोर बसला आहे. तो एकटा नाही आहे. ओमर आत शिरताच तो उठून उभा राहतो. खोलीतली दोन माणसे ह्न त्यांतला एक अधिकाऱ्याच्या गणवेशात आणि दुसरा साध्या कपड्यांत आहे, ह्न कमांडर पाठोपाठ उभी राहतात. ओमरच्या स्वागतासाठी डेस्कच्या पुढे येऊन तो इतरांचा परिचय करून देतो. 'जिल्ह्याचे गव्हर्नर आणि पर्वतीय कमांडो दलाचे कमांडर.' त्याच्या डेस्कच्या अगदी समोर असलेल्या काळ्या मोरक्को लेदरच्या खुर्चीकडे तो निर्देश करतो.

''कृपया आपण बसावं मि. एरेन. तुम्हांला इथे भेटून आम्हांला खरोखर अतिशय आनंद झाला आहे.''

तो माणूस शब्द काळजीपूर्वक निवडत आहे हे एरेनच्या लक्षात येतं. तो

मनापासून बोलतो आहे, का हे ठरावीक भाषण आहे? मला इथे घाबरवण्यासाठी, ताकीद देण्यासाठी बोलावलं आहे, का मौजमजेची आवड असणाऱ्या अधिकाऱ्याला इथल्या गुदमरवणाऱ्या तणावपूर्ण वातावरणातून विसावा मिळण्याची गरज आहे म्हणून, तो पारखा झालेल्या जगातून आलेल्या लेखकाशी त्याला बोलायचं आहे? काय बोलावं ते न कळल्यामुळे तो हसून किंचित मान हलवतो.

''इथे पर्वतांमध्ये सुरुंग, चकमकी, मृत्यू, हल्ले आणि सैनिकी कारवाया यांतच आमचे दिवस खर्च होतात. आणि त्यामुळे तुमच्यासारखं कोणी इथं आलंच तर आम्ही त्यांना आमच्याबरोबर चहा घेतल्याशिवाय जाऊ देत नाही.'' तो चमकदार हसतो. ''अर्थात तुम्ही चहा प्यायला पाहिजे असं नाही. आम्ही अधिक आकर्षकही काही देऊ शकतो. ओमर *बे* तुम्ही आमच्यासाठी दूरचे प्रदेश दाखवणारी खिडकी आहात. म्हणून आम्हांला तुम्हांला दाखवायचं आहे की, इथे ड्यूटीवर असणारी माणसं, जी या दूरच्या भागात मृत्यूला तोंड देत असतात, ती तुमच्या कल्पनेपेक्षा वेगळी असू शकतात. नुकतेच ह्ण तो एका नामांकित तुर्की वार्ताहराचं नाव घेतो - इथे आले होते. नुकत्याच झालेल्या अजून न उकललेल्या खुनाच्या घटनेनंतरची गोष्ट. त्या वार्ताहरानं काही काळ आधीच स्वतःचा निर्णय घेतला होता. तुम्ही त्याचे लेख वाचले असतीलच. तुम्हांला माहीत असेल की, लष्कर आणि सैनिक यांच्याबद्दल त्यांचं चांगलं मत नाही. ते सौम्यपणे शब्द वापरत नाहीत. त्यांनी आमच्या दृष्टिकोनातून परिस्थिती बघावी म्हणून आम्ही त्यांना सगळीकडे हिंडवलं, स्थानिक लोकांशी संपर्क साधायला परवानगी दिली. विश्वास ठेवा, काही दिवसांतच आम्ही मित्र बनलो. आम्ही एकमेकांवर विश्वास ठेवू लागलो. जेव्हा ते इथून गेले तेव्हा त्यांचं मतपरिवर्तन झालं होतं, असं मी म्हणणार नाही, पण त्यांच्या डोक्यात नवीन प्रश्न होते. दहशतवादी संघटना मानतात तशी प्रत्येक गोष्ट काही काळी किंवा पांढरी नसते.''

त्या माणसाच्या शब्दांत छुपी धमकी, सूचना आहे, का ते खरोखर प्रामाणिक आहेत हे पुन्हा ओमरला ठरवता येत नाही. ''कमांडर, प्रत्येक गोष्ट काळी आणि पांढरी नसते हे एखाद्या सैनिकाकडून ऐकायला मिळणं ही फार आनंदाची बाब आहे. तुमचं बरोबर आहे. जटिल राजकीय परिस्थिती त्या ठिकाणी जाऊन बघणं आणि अभ्यास करणं ही वेगळीच गोष्ट आहे. कोणी मनात पूर्वग्रह ठेवू नये. तरीही काही गोष्टी स्पष्ट असतात आणि त्या दडवून

ठेवता कामा नयेत. मी त्या वार्ताहराला चांगलं ओळखतो. मी त्याला मित्रसुद्धा म्हणेन. तो नेहमीच असं मत मांडतो की, घटनात्मक सरकारची तत्त्वं स्थगित करण्यासारखं कोणतंच कारण किंवा सबब असू शकत नाही.''

आपले शब्द खूपच आक्रमक होते, हे त्याच्या लक्षात येतं आणि तो स्वत:चे शेरे सौम्य करायचा प्रयत्न करतो. ''पण मी तर एक कादंबरीकार आहे. मी इथे येण्याचं कारण आहे मी सुरू केलेलं नवीन पुस्तक. इथलं भवताल, स्थानिक माणसं मला अधिक चांगली माहीत असणं गरजेचं आहे. कदाचित माझी वेळ चुकली आहे. कटकटींना पुन्हा एकदा नव्यानं तोंड फुटलं आहे तेव्हाच नेमकी मी भेट दिली आहे. माझं पत्रकारितेतलं कौशल्य तेवढं प्रगत नाही. मी अधूनमधून मला रस असलेल्या विषयांवर लेख लिहितो, एवढंच. बस्.''

''तुम्ही फारच विनयशील आहात, ओमर *बे*. दोस्तांच्या हल्ल्याची वाट बघत असताना तुमचे बगदादहून लिहिलेले वर्तमानपत्रातले लेख आणि तुमच्या त्या आधीच्या अफगाणिस्तानातल्या नोंदीही मी खुशीनं वाचायचो आणि तुमचे टीव्हीवरचे कार्यक्रमही मी पाहिले आहेत. तुमच्या कादंबऱ्या मात्र मी वाचलेल्या नाहीत. आम्ही सैनिकी पेशातले लोक फारशा कादंबऱ्या वाचत नाही हे मला कबूल केलेच पाहिजे. आम्हांला वेळ नसतो.''

''मी सुद्धा फारशा कादंबऱ्या वाचत नाही,'' संभाषणात भाग घेत जिल्हा गव्हर्नर म्हणाले, ''मी हायस्कूलमध्ये असताना *गोल्डक्रेस्ट* आणि नंतर *मेहमत, माझा ससाणा* ही वाचली. हल्लीच मी विचार केला होता की आजच्या फॅशनेबल लेखकांपैकी एखाद्याची कादंबरी वाचावी. मी ती सुरू केली ती चांगल्या उद्देशाने, पण मला ती चालू ठेवता आली नाही आणि शेवटापर्यंत मी पोहोचलो नाही. माझी पत्नी खूप कादंबऱ्या वाचते. ती तुमच्या चाहत्यांपैकी आहे. तिला तुमची पुस्तकं खूप आवडतात. मला वाटतं, तिनं तुमची जवळजवळ सगळी पुस्तकं वाचली आहेत. मी जेव्हा तिला तुम्ही इथे आहात असं सांगितलं तेव्हा ती म्हणाली, 'मी नाही विश्वास ठेवणार!' तुम्हांला भेटायला तिला खूप आवडलं असतं.''

''त्यांना भेटून मला आनंद झाला असता. कृपया त्यांना माझं अभिवादन कळवा. त्या स्वीकार करणार असल्या तर माझं एखादं पुस्तक मी त्यांना सही करून पाठवेन.'' तो इतक्या सौजन्यपूर्वक, नम्र आणि संयमी पद्धतीने बोलू

शकत आहे याचा त्याला आनंद होतो. इथे सरकारी लोकांबरोबर सलोख्यानं वागायला लागतं.

"तुमचा इथे दीर्घकाळ मुक्काम असेल, का आम्हांला लवकरच सोडून जाणार?"

"मी कधी परतणार ते मी अजून ठरवलेलं नाही. एखादं स्थळ वरवर पाहणं पुरेसं नसतं. संवेदनशीलता, लोकांच्या मनात प्रवेश करणं, त्यांच्याशी बोलणं, त्यांच्या डोळ्यात पाहणं आणि संपर्कातून त्यांचं व्यक्तिमत्त्व समजणं हे लेखनासाठी आवश्यक असतं. मला वाटतं मला अजून काही काळ लागेल."

"इथल्या लोकांच्या डोळ्यात फार खोलवर बघू नका. आणि ते जे काही बोलतील त्यावर फार विश्वास ठेवू नका. राजकारण आणि सभ्यपणा बाजूला ठेवून स्पष्टपणे, सैनिकासारखं प्रामाणिकपणे बोलायचं तर ते सगळे सरकारचे शत्रूच आहेत. अगदी शांत दिसणारे, जे सरकारशी प्रामाणिक आहेत असं वाटतं तेसुद्धा," पर्वतीय कमांडो दलाचे कमांडर ठासून सांगतात.

ओमर उत्तर द्यायच्या तयारीत असतो. तेवढ्यात लष्करी कमांडर विषय बदलतात. "आपले बुद्धिजीवी लोक इथे येतात याचा आम्हांला आनंद आहे. दहशतीची खरी बाजू, आपल्या देशाचं वास्तव बघणं हे त्यांच्यासाठी अर्थातच चांगलंच आहे. हे लोक इथे येणं इथल्या स्थानिकांसाठीही महत्त्वाचं आहे. त्यांचा विसर पडला नाही आहे, पश्चिमेकडचे लोक त्यांच्याकडे दुर्लक्ष करत नाहीत हे दाखवणं महत्त्वाचं आहे. कमांडर कठोरपणे बोलत आहेत त्याला कारण आहे. ते खूप अस्वस्थ आहेत. फक्त दोनच दिवसांपूर्वी एका दगाबाज चकमकीत त्यांचा एक मामुली अधिकारी आणि एक सामान्य सैनिक मरण पावले. एक खूपच तरुण सैनिक, किशोरवयीनच आणि वर कुर्दी. तो मामुली अधिकारी चांगला मुलगा होता, स्वेच्छेने इथे आलेला देशभक्त. तीन मुलं आहेत त्याच्या मागे. अशा परिस्थितीत, दुर्दैवानं नेहमीच सौम्य राहणं शक्य नसतं. खरं तर सरकार जर अधिक स्वागतशील असेल, नागरी सरकारनं या भागात जास्त अन्न आणि कामधंदा आणला, जर सरकारनं जखमांवर मलमपट्टी केली, तर इथले लोक बहुतांशी विश्वासू आणि चांगले आहेत. मूठभर देशद्रोही कुठेही सापडतात. दुर्दैवाने इथल्या परिस्थितीमुळे लोकांवर प्रभाव टाकणं सोपं जातं."

"तुमच्या अडचणी मी समजू शकतो," ओमर अर्धवट मनापासून म्हणतो.

''हे युद्ध, दहशत आणि रक्तपात यांनी प्रत्येकजणच गांजून गेला आहे. माझ्यापेक्षा हे तुम्हीच चांगलं जाणता. या सगळ्या प्रसंगांना तुम्हांलाच तोंड द्यावं लागतं. लढताना प्राण पणाला लागतात ते तुमचे. गेल्या काही दिवसांत मी बघू शकलो ते एवढंच की, इथल्या लोकांना शांतता आणि न्याय, त्यांच्या अस्तित्वाची ओळख, त्यांचा सन्मान हे हवं आहे. त्यांना लाजिरवाणं किंवा देशद्रोही समजलं जायला किंवा अपमानकारक वागणूक मिळायला नको आहे. तुम्हांला कदाचित हे लेखकाचं धूर काढत पाहिलेलं स्वप्न वाटेल. पण इतक्या सगळ्या रक्तपातानंतरही या लोकांनी त्यांचा निरागसपणा गमावलेला नाही. माझ्या मते अजून आशेला जागा आहे.''

''प्रिय लेखक, आल्यापासून तुम्ही ज्या लोकांना भेटला आहात त्यांच्या प्रभावाखाली न येण्याचा प्रयत्न करा. मानवी हक्कांसाठी मोहीम या बुरख्याखाली दहशतवादी संघटनेचा सक्रिय कार्यकर्ता होण्याचं ठरवणारे आणि फुटीरतेची वागणूक असणारे खरे मार्गदर्शक होऊ शकत नाहीत.'' पुन्हा एकदा पर्वतीय दलाचे कमांडर धोक्याची सूचना देतात.

या माणसाच्या हेकट दृष्टिकोनामुळे आणि आक्रमकतेमुळे आपली सहनशक्ती संपुष्टात येत असल्याचं ओमरला समजतं. काय वाट्टेल ते झालं तरी शांत रहा, तो स्वत:ला सांगतो. या लोकांच्या विरोधात जायची गरज नाही. शेवटी काही झालं तरी या भागावर त्यांची सत्ता आहे. दुसरं म्हणजे, आम्ही लेखक सह-अनुभूतीविषयी खूप बोलतो, या माणसांनाही समजून घेणं गरजेचं आहे. मृत्यू, युद्ध, भीती आणि शत्रुत्वाची भावना यांनी ते वेढलेले आहेत. भरीला या माणसाचा दुय्यम अधिकारी आणि त्याचा सैनिक नुकतेच ठार झाले आहेत. दुसरे उद्या मरणार नाहीत याचा कोणी भरवसा द्यावा? फुटीरतेची वागणूक असणारे असं ते कोणाविषयी म्हणत आहेत असं तो विचारणारच होता तोच त्याच्या लक्षात आलं की, जिल्हा गव्हर्नर त्याच्याकडे दयाळू पण धोक्याचा इशारा देणाऱ्या नजरेने पाहत आहेत. त्या दुसऱ्या कडक अधिकाऱ्याच्या संतापापासून आपल्या पाहुण्याला वाचवावं आणि त्याची काळजी घ्यावी अशी त्याची इच्छा दिसली.

''तुमचा इशारा मी लक्षात ठेवीत,'' तो तुटकपणे म्हणतो.

त्या तणावपूर्ण शांततेचा लष्करी कमांडर भंग करतो. ''मी तुम्हांला चहा नाही देत ओमर *बे*. मला वाटतं आमचे लेखक महोदय त्याहीपेक्षा स्ट्रॉंग गोष्टीला नाही म्हणणार नाहीत. त्यामुळे आम्हांलाही ड्रिंक घ्यायला सबब

मिळते. बरोबर ना, मि. गव्हर्नर? आजची रात्र आपण कमांडरना सुट्टी देऊ. त्यांनी आधीच माफी मागून गैरहजर राहायची परवानगी मागितली आहे. गेले दोन दिवस त्यांच्यावर खूप ताण पडला आहे. आमच्या सांत्वनाचा स्वीकार करा कमांडर. उद्या भेटूच आपण. या बाजूनं या, ओमर *बे.* आमच्या साध्यासुध्या क्लबचा शेफ अजिबात वाईट नाही आहे. शिवाय तो स्थानिक पदार्थही फार छान बनवतो.''

ओमरला जरा शंका होती, तरी ती संध्याकाळ मजेत जाते. कमांडर आणि जिल्ह्याचे गव्हर्नर हे नेमस्त, आवडावे असेच आहेत. ते अशा तऱ्हेचे लोक होते जे असा विचार करतात की, जर हे सगळं झालंच नसतं तर, जर आम्हांला इथे भांडायला लागलं नसतं तर बरं झालं असतं. त्यांच्याबरोबरचं संभाषण मनापासून, मैत्रीपूर्ण आणि मोकळं होतं. स्थानिक पदार्थ फार छान होते आणि राकी अजिबात वाईट नव्हती.

ते एकमेकांकडे लक्षपूर्वक बघताहेत आणि थोडंच पीत आहेत; जिल्हा गव्हर्नरना मधुमेह आहे आणि ते दारू पीत नाहीत. थोडा वेळ ते पौष्टिक खाणं, मधुमेह आणि रक्तदाब यांच्यावर चर्चा करतात. जसं जसे ते एकमेकांचा अंदाज घेतात आणि सैलावतात, तसंतसे ते कमांडर, गव्हर्नर आणि लेखक असणं थांबतं आणि ते फक्त माणसं होतात. संभाषणाचा प्रवाह मोकळा होऊन वाहू लागतो. ते इज्जतीचे नीतिनियम, नेते आणि शेख, वेगवेगळे समाज, श्रीमंतांची परिस्थिती, सामान्यांची दुःस्थिती, कायदा पाळणारे नागरिक, चोरटा व्यापार, दहशत, सैनिकांच्या हालअपेष्टा, प्रतिबंधित विभाग, भय, राग, महत्त्वाकांक्षा, आशा यांवर, एवढंच काय, थोडंसं राजकारणावरही बोलतात.

बोलता बोलता संभाषण जेव्हा त्या भागातल्या स्त्रियांच्या स्थितीकडे वळतं, तेव्हा गव्हर्नर म्हणतात, ''प्रत्येक क्षेत्रात कार्यरत असलेली जियन *हनीम,* ती केमिस्ट, स्त्रियांच्या हक्काची बाब आली की फार जागरूक असते. माशल्ला, तुम्ही तिला आधीपासून ओळखत होतात, का इथे आल्यावर ओळख झाली?''

''नाही, मी तिला ओळखत नव्हतो. मी तिला कुठे भेटणार होतो? ज्या संध्याकाळी मी इथे आलो, त्या वेळी माझं डोकं दुखत होतं. माझा प्रवास एखाद्या भीतिदायक स्वप्नासारखा झाला होता. तुम्हांला तो रस्ता माहीतच आहे. दोन तासांचा प्रवास जवळजवळ सहा तास चालला. वेदनाशामक गोळ्या

घेण्यासाठी मी त्या फार्मसीत गेलो. अशी आमची भेट झाली. ती एक बुद्धिमान आणि लक्षणीय स्त्री असावी.''

''तशी ती आहेच आणि शिवाय ती या भागातल्या एका शक्तिशाली जमातीतली आहे. ती एक मोठी जमात आहे जिचा सरकार आणि फुटीरतावादी दहशत असणाऱ्या संघटना या दोघांशीही संबंध आहे. एका शाखेचे लोक व्यवस्थापकीय अधिकारी आहेत, तर दुसरी शाखा दहशतवादी संघटनांना मदत करते आणि त्यांच्यात सामीलही होते. जमातीच्या प्रश्नाचा तुम्ही अभ्यास करायला हवा ओमर *बे*. ते एक अगदी वेगळंच जग आहे. तिथे जे काही घडतं त्यामुळे जुनी मूल्यं एका बाजूला फेकली जातात. मी त्या प्रसंगाच्या वेळी इथे नव्हतो. त्यानंतर माझी नेमणूक झाली. पण मला जेवढं कळतं त्यानुसार या केमिस्टच्या नवऱ्याच्या खुनाचा संबंध त्या जमातीशी आहे. तो या प्रदेशातली महत्त्वाची व्यक्ती होता. मान असलेला लेखक.''

''ती केमिस्ट म्हणाली की, तिचा नवरा एका न उकललेल्या खुनातला बळी होता. ती त्या विषयावर बोलली नाही; आणि अधिक खोलात जाऊन चौकशी करणं मला प्रशस्त वाटलं नाही. शिवाय तो मला रस असणाऱ्या गोष्टींच्या मर्यादेत येत नाही.''

''इथल्या आसपासच्या भागात दहशतवादी संघटनांशी जवळीक असणाऱ्या कोणाचा किंवा ज्याच्या मतांना किंमत आहे अशा कोणाचा खून झाला तर त्याचा संबंध ताबडतोब सरकारशी जोडला जातो. फुटीरतावादी संघटना ताबडतोब असा प्रचार करते,'' कमांडर म्हणतात. ''खरं सांगायचं तर एकूण काय, आमचा काहीही संबंध नसला तरी आमचा दरारा कायम ठेवण्यासाठी आम्ही गप्प राहतो आणि आमची जबाबदारी नाही असं स्पष्ट सांगत नाही. कारण आम्ही तसं केलं तर दहशतवादी संघटनांना अधिकृतपणे संबोधल्यासारखं होतं. लष्कर ते कधीही करणार नाही. गव्हर्नरने ज्या प्रसंगाचा उल्लेख केला ती एक चित्तवेधक गोष्ट आहे. त्या खुनाची जबाबदारी कोणीच घेतली नाही, पण कोणी ती नाकारलीही नाही. पत्नीला पूर्वकल्पना होती, अशाही अफवा होत्या. पण माझ्या मते, ते रचलेले कुभांड होतं. तुम्हांला वाटतं त्यापेक्षा इथलं पाणी जास्त गढळ आहे, ओमर *बे*.''

''जर जमातीचं संरक्षण नसतं तर ती केमिस्ट इतक्या मुक्तपणे वागू शकली नसती. मानवी हक्क, स्त्रियांचे हक्क आणि काय काय – प्लीज माझ्या म्हणण्याचा विपर्यास करू नका ओमर *बे* – पण अखेरीस हे सगळं

फुटीरतावाद्यांच्या चक्कीचं दळण आहे. जर त्या स्त्रीला दोन्ही बाजूंचं संरक्षण आणि आधार नसता तर इतक्या बिनदिक्कतपणे तिच्या राजकीय कार्यात तिला भाग घेता आला नसता. तुम्हांला उपदेश करण्याचा मला अधिकार नाही. पण हा एक स्नेहाचा इशारा समजा. आपल्या बुद्धिवाद्यांसाठी या प्रदेशाची एक बाजू अतिशय आकर्षक आणि भुरळ पाडणारी आहे. जर ते त्या मोहिनीच्या पूर्ण प्रभावाखाली गेले तर त्यांची स्थिती खलाश्यांना आपल्या मोहमयी आवाजाच्या जाळ्यात गुरफटवून नंतर त्यांची बोट खडकावर नेऊन आदळणाऱ्या 'सायरन'च्या मोहपाशात गुरफटलेल्या खलाश्यांसारखी होईल.''

दर्जेदार पुराणकथांचं आपलं ज्ञान मिरवून संतुष्ट झालेले गव्हर्नर त्यांच्या खुर्चीत मागे रेलतात आणि मिशीखालून छद्मी हसतात. कमांडरचा चेहेरा लांब झाला आहे आणि त्यांनी आपली मान दुसरीकडे वळवली आहे हे त्यांच्या लक्षात येत नाही.

गव्हर्नरचा इशारा ऐकलाच नाही असं ढोंग करणं फायद्याचं ठरेल असं ओमरला वाटतं. विषय बदलायचा असं तो ठरवतो. तो कमांडरकडे वळतो आणि त्यानं आणखी काय पाहावं आणि आणखी कुणाला भेटावं याविषयी पृच्छा करतो. कमांडरना वेळ असल्यास ते अशा भेटींची सोय करून देऊ शकतात का, अशी चौकशीही तो करतो. काही विशिष्ट ठिकाणं पाहण्यासाठी लष्कर ओमरला काही खास परवानगी देऊ शकतात का? जर त्यांना योग्य वाटलं तर एखाद्या लष्करी चकमकीची तयारी - निदान बरॅकमधली तयारी तरी तो पाहू शकेल का?

तो हे म्हणतो ते केवळ त्यांचा विश्वास मिळवण्यासाठी काहीतरी संभाषण करावं म्हणून. त्याला कोणतीच जागा खास करून बघायची नाही आहे. कोणालाच भेटायचं नाही आहे, कोणाशीच बोलायचं नाही आहे; आणि सगळ्यात महत्त्वाचं म्हणजे, त्याला कोणत्याही कारवाईत भाग घ्यायचा नाही आहे. तो प्रत्यक्षात कादंबरी लिहीत नाही आहे. तो लिहायला असमर्थ आहे. प्रत्यक्षात 'सायरन'च्या - मोहमयी स्त्रीच्या - दिलखेचक पुकारण्यापासून, पर्वतांच्या आवाजापासून दूर राहण्याचं त्याला कारणच नाही.

कमांडरच्या गाडीतून, काळोख्या निर्जन रस्त्यांवरून हॉटेलकडे परत येताना तो एक क्षण सियनला - नाही, सियन नाही - जियनला भेटायला जायचा विचार करतो. मी नेहमीच या नावांची गल्लत का करतो? एकतर तिचा कायमचा निरोप घेण्यासाठी किंवा तो दाबून टाकत असलेल्या मनातल्या

इच्छेला शरण जाण्यासाठी, मोहमयी स्त्रीच्या खडकांवर त्याचं तारू आदळून तुकडे करण्यासाठी, या मंत्रभारित, भयाण, टाकून दिलेल्या बेटातून मुख्य भूमीवर कधीच न परतण्यासाठी.

ते हॉटेलजवळ आले तसा त्याचा फोन वाजतो. तो कोंबड्याच्या आवाजाचा रिंगटोन आहे. गाडी चालवणारा सैनिक प्रथम चकित होतो, नंतर त्याला हसू आवरत नाही. कमांडरचा पाहुणा एक मुलकी, बिनवर्दीचा माणूस आहे. जरा मोकळं वागायला काहीच हरकत नाही.

कोंबड्याचा आवाज एलिफसाठी असतो आणि मांजराची म्याव म्याव डेनिजसाठी – म्हणजे पूर्वी, त्यांनी त्याला गमावण्याआधी. त्यानं त्याच्या फोनवर इतरांसाठीही रिंगटोन ठरवल्या होत्या.उदा. त्याचा प्रकाशक, लेखकाच्या बळावर श्रीमंत झालेला एक पूर्वीचा क्रांतिकारक याच्यासाठी रिंगटोन होता जुनं फ्रेंच क्रांतिकारक गीत *'एंतरनॅस्योनाल.'* त्याच्या जवळच्या मित्रांसाठी हा एक छानसा विनोद होता. जेव्हा एलिफनं विचारलं, ''माझा कोंबड्याशी का संबंध लावतोस?'' त्यावर त्याचं उत्तर होतं, ''कारण तू माझी पत्नी आहेस जी मला नेहमी जागं करते आणि आयुष्यात जागरूक ठेवते'' आणि खरोखर असंच होतं. डेनिज त्यांच्या आयुष्यातून पळून जाण्याआधी तो त्यांचा लाडका मुलगा, लाडकं पिल्लू होता. जेव्हा तो फोन करी तेव्हा मांजराच्या म्याव म्यावनं त्याची वर्दी मिळायची. आत्ता, केवळ शरीरानंच हजारो किलोमीटर नाही तर मनानंसुद्धा कोंबडा, मांजर आणि एंतरनॅस्योनालपासून हजारो किलोमीटर दूर असताना ते किती उपरे वाटत आहेत असं मनात येऊन तो किंचित गडबडतो आणि त्याच वेळी त्याला अजब प्रकारचं स्वातंत्र्यही वाटतं.

ओमर फोन घेत नाही. कोंबडा खूप वेळ आरवतो आणि या वेळी कोणालाही जागं न करता गप्प होतो. हा एकतर खूप लवकर आरवणारा कोंबडा आहे किंवा खूप उशिरा आरवणारा. अजूनही हसणाऱ्या ड्रायव्हरला तो म्हणतो, 'हा वेळ सांगतो. अगदी मध्यरात्री सुद्धा.' तो हॉटेलच्या प्रवेशद्वारा-जवळ खाली उतरतो आणि थेट त्याच्या खोलीत जातो.

मी इथे आलो आहे तो माझ्या हातून गहाळ झालेला शब्द शोधण्यासाठी. ती एकाकी, जखमी, फरार तरुण माणसं म्हणाली होती, 'जा आणि शब्दाला त्याच्या स्थानी शोधा. शब्द शोधण्यासाठी आधी तुम्हांला आवाज शोधला

पाहिजे. तुम्हांला आधी आवाज ऐकला पाहिजे, तरच तुम्ही तो शब्दात मांडू शकाल.' त्यांच्यावर विश्वास टाकला आणि मी इथे आलो. मी फक्त गहाळ झालेल्या शब्दाच्या शोधातच होतो का? मला माहीत नाही.

त्याचा अंदाज आहे की, तो व्याख्या न करता येणारी गोष्ट शोधत आहे जी एकेकाळी त्याच्यात तुडुंब भरलेली होती. नंतर ती स्वत:च्या जागी एक थंड, काळोखा रितेपणा सोडून निघून गेली. आरामशीर, दैनंदिन आयुष्यात त्याच्याही नकळत त्याला स्वार्थी असंवेदनशीलतेनं गिळून टाकलं. पण इथे का? या दूरच्या परक्या भूमीत का आणि तिथे–जिथे त्यानं तो हरवला तिथे का नाही?

हाच प्रश्न जेव्हा झिललनं तिच्या भाषेत विचारला होता, तेव्हा त्याचा उगम आटला आहे, असं उत्तर त्यानं दिलं होतं. पण या भागातले प्रवाह अधिक मुक्त, अधिक शुद्ध आणि अधिक शीतल आहेत असं मानणं हासुद्धा त्याच प्रकारचा बौद्धिक रोमँटिकपणा नव्हता का? हीसुद्धा आपण निर्माण केलेली पूर्वेची दंतकथा नाही का?

जियन म्हणाली होती, ''तुम्हांला आमच्या लोकांचा आत्मा मिळवायचा असेल तर एखाद्या शोकगृहात जा. मी तुम्हांला एका मित्राशी, वकिलाशी ओळख करून देईन. तो माझ्या नवऱ्याच्या विद्यार्थ्यासारखा होता. तो इथलाच जवळपासचा आहे. युनिव्हर्सिटीत राहून स्वत:ची करिअर करायची, इस्तंबुलमध्ये ऑफीस उघडून श्रीमंत आणि प्रसिद्ध वकील बनायचं त्याऐवजी इथे राहून गावचा वकील बनणाऱ्यांपैकी तो एक आहे. तो तुम्हांला एखाद्या शोकगृहात घेऊन जाईल.''

त्याला समाज केंद्रं माहीत होती पण शोकगृहांविषयी त्यानं कधी ऐकलं नव्हतं. ''थोड्या दिवसांपूर्वी ज्याला दहशतवादी म्हणून मारलं गेलं त्या तरुण मुलाचं घर का?''

''ते फक्त त्या मुलाचं घर नाही, तर ते प्रत्येकाचं घर आहे. हे ठिकाण थोडं–फार स्थानिक समाज केंद्रासारखं आहे. कोणी मृत्यू पावलं की माणसं तिथं जमतात, मृताचे नातेवाईक सांत्वनांचा स्वीकार करतात. मृतासाठी शोक केला जातो, कविता वाचल्या जातात आणि गाणी गायली जातात.''

ती उपहासाने हसते. ''एखादी मशीद किंवा अलेवी सभागृह यांच्यासारखीच ती एक सार्वजनिक जागा आहे. नगरातल्या खोल दु:खांचं हृदय तिथे स्पंदन करतं.''

''ते नेहमीच उघडं असतं का?''

''ते नेहमी उघडं असतं, कारण माणसं नेहमीच मरत आहेत. इथे खूप माणसं मृत्यू पावतात. आमची सर्वांत महत्त्वाची सामाजिक धामधूम मृत्यू आहे.''

तिचा जो वकील मित्र ओमरला शोकगृहात घेऊन जाणार होता त्याच्याशी ओळख करून देताना जियन म्हणाली, ''ओमर *बेंची* ओळख तुम्हांला मी करून द्यायची नक्कीच गरज नाही. माझ्या आठवणीप्रमाणे तुम्ही 'द अदर साइड' वाचलं आहे असं तुम्ही म्हणाला होतात.''

''ओमर एरेनना मी अर्थातच ओळखतो.''

तो ओमरशी मैत्रीपूर्ण हस्तांदोलन करतो. ''जियनकडे लक्ष देऊ नका. कधीकधी ती अशीच निराशावादी असते. ती प्रत्येक गोष्ट अहे त्यापेक्षा जास्तच बापुडवाणी करते. आपण शोकगृहाला भेट द्यायला हवी ही तिचीच सूचना असणार. अर्थातच आपण तिथे जाऊ पण आमच्याकडे आनंदी, आशापूर्ण, जिवंत जागाही आहेत. आमचं सांस्कृतिक केंद्र, महिला सहकारी केंद्र, स्त्रियांचं आधारगृह, आमचे मनोरंजनाचे भाग. आम्हांला फक्त मरण्याची नाही तर जगण्याचीही माहिती आहे. आम्हांला नृत्य आणि संगीताचीही जाणकारी आहे. एका रात्रीत डझनावारी मेंदी कार्यक्रम होतात. एका दिवसात, विशेषत: उन्हाळ्यात डझनांनी लग्न लागतात.''

''नक्कीच होत असणार. मला खात्री आहे. एखादं लग्न असायला हवं होतं. मला लग्नाला हजर राहायला आवडलं असतं. दोन दिवसांपूर्वी चुकीनं दहशतवादी समजून मारल्या गेलेल्या मुलाच्या कुटुंबाला भेटायची माझी इच्छा होती आणि मी त्यांना काही मदत करू शकतो का, हेही विचारायचं होतं. म्हणून जियन *हनीमनं* मला शोकगृहाविषयी सुचवलं. मी तुम्हांला खूपच त्रास देत आहे.''

''यात काही त्रास नाही. आज मला हिअरिंग (कोर्टात काम) किंवा इतर काही नाही. खरं तर मलासुद्धा खून झालेल्या मुलाच्या कुटुंबाशी बोलायलाच हवं. ते तिथे असतील. मी पण त्यांना त्याच वेळी भेटेन.''

एका दुर्लक्षित धूळभरल्या रस्त्यावरून एका बाजूला साठलेले कचऱ्याचे ढीग आणि प्लॅस्टिकच्या पिशव्या आणि वर्तमानपत्राचे कागद इतस्तत: उडत असताना चालता चालता वकील म्हणाले, ''सर्वांत वाईट गोष्ट काय असेल, तर आमच्या आत असलेली एकटेपणाची भावना. एकटेपणा आणि

अविश्वास... म्हणून तर तुमच्यासारख्या लोकांनी इथे येणं महत्त्वाचं आहे. त्यामुळे आमची एकाकीपणाची भावना कमी होते. पण अर्थातच त्यामुळे आमच्या अपेक्षा आणि आशाही वाढतात. आम्हांला वाटतं, ज्यांनी इतक्या लांब यायचे कष्ट घेतले ते आमची परिस्थिती समजून घेतील आणि आम्ही ऐकलं आहे त्यावरून आमच्याबरोबर एकजुटीने उभे राहतील आणि आमचे प्रश्न सोडवायला आम्हांला मदत करतील. पण गोष्टी अशा नाही होत. नंतर तुम्ही बघितलंत त्याप्रमाणे तो अविश्वास आणि एकाकीपणाची भावना अधिकच खोल होतात. कृपया माझ्या बोलण्याचा गैरसमज करू नका. तुम्हीसुद्धा असहाय्य आहात हे आम्हांला कळतं. वेळ पाहिजे, चिकाटी पाहिजे, पण, लोकांचा वेळ आणि चिकाटी संपत आली आहे.''

''दहशतवादी म्हणून मारला गेला तो मुलगा... तो बारा वर्षांचा होता असं तुम्ही म्हणालात? त्याला का?''

''हा प्रश्न विचारताना तुम्हांलाही शंका येतात? अविश्वास आमच्या हृदयातच स्थिरावला आहे. त्यावर सहजपणानं मात करणं आम्हांला शक्य नाही. तो मुलगा खरंच निरागस होता. या भागात निरागस म्हणजे जे काही असेल ते... अर्थात तो संघटनेसाठी वाहक असू शकला असता. तो पर्वतात संदेशांची देवाणघेवाण करू शकला असता. तो शस्त्र किंवा काही लपवून ठेवू शकला असता. कधी कधी मुलंसुद्धा लढाईत सामील होतात. हे ठिकाण काही निरागस देवदूतांचं नाही. कोणाच्याच पाठीवर पंख नाहीत. युद्ध आहे. युद्ध निरागसतेचा नाश करते. पण हा मुलगा, विश्वास ठेवा, एक मूलच होता. माझ्या समजुतीप्रमाणे खरं लक्ष्य त्याचे वडील होते. कदाचित ते एक चुकलेलं लक्ष्य होतं. कदाचित एक धमकावणी.

''मला आशा आहे सत्य वर येईल. तुम्ही जर वर्तमानपत्रं बघितलीत तर या प्रसंगाचा जनमतावर बराच परिणाम झाला आहे. असं म्हणतात की, प्रत्यक्ष जागेवर येऊन पाहणी करण्यासाठी कमिटी ठरवल्या जात आहेत.

''मी तुम्हांला तेच सांगू इच्छीत आहे ओमर *बे*. अन्यायाविरुद्ध योग्य प्रामाणिक भावना घेऊन, उदात्त हेतूने ते झुंडी झुंडीने येथे येतील. ते कुटुंबाचं दुःख, आमचं दुःख वाटून घेतील. जसे तुम्हीही लवकरच घ्याल. हे प्रकरण थंडावू देणार नाही, असं वचन ते स्वतःला आणि आम्हांला देतील. मग ते त्यांच्या घरी परतील. ते त्यांना शक्य तेवढं करतील आणि त्यांचं शक्य तेवढं खूप नसेल असंही ते नेहमीप्रमाणे बघतील. अधिक महत्त्वाचं काम निघेल

किंवा त्यांच्यात काही करण्याची शक्ती नसेल आणि त्यांच्याकडे काही उपाय नसेल. गोष्टी बाजूला पडतील आणि नंतर विसरल्या जातील. मधल्या काळात मुलं मरत राहतील, मारली जात राहतील. तुमची मुलं, आमची मुलं,जगाची मुलं.'' त्या माणसाच्या आवाजात थकलेपणा, टीका किंवा औदासीन्य नाही. जणू काही तो थंडपणे व्यावसायिक विश्लेषण करत आहे.

''मी इथे त्यांच्यासारखं व्हायला आलो नाही,'' ओमर म्हणतो. हे शब्द त्यानं वकिलांना उद्देशून म्हटले नसून स्वत:लाच म्हटले आहेत. तो मोठ्याने बोलत विचार करत आहे, हे त्याच्या लक्षात येतं. ''फक्त समजणं पुरेसं नाही. त्या दुसऱ्या माणसाचं शरीर आणि आत्मा होणं गरजेचं आहे. यातना वाटून घेता येत नाहीत. माणसाला यातना सहन करायला लागतात. एकजूट म्हणजे स्वत:ची फसवणूक करणं आहे असं मला काही काळ वाटत आहे आणि काय करायचं ते आता मला कळत नाही.''

त्याचं महमूदच्या वडलांशी झालेलं संभाषण त्याला आठवतं. आपल्या वडलांचं नसणं जाणवणाऱ्या त्या लहान मुलीनं आणलेली ती नाजूक डेजीची फुलं आठवतात आणि हुसेन बोझलाकची 'आपला स्वत:चा मुलगा गमावणं म्हणजे काय हे तुम्हांला माहीत आहे का, ओमर *बेजिम?*' ही पृच्छाही आठवते. स्वत:चं हृदय मोकळं करत, दुसऱ्या कोणालाही तो जे सांगणार नाही ते सांगत ते दोघे काय बोलले ते त्याला आठवतं. या लोकांच्यात असं काहीतरी आहे जे प्रामाणिकपणाला उत्तेजन देतं. स्वत:ला उघडं पाडत असल्याची चिंता न करता माणसाला बोलायला प्रवृत्त करणारं काहीतरी. कदाचित त्यांच्या हृदयापर्यंत पोहोचण्याचा तो एकमेव मार्ग आहे म्हणूनही असेल. वकिलांनी अविश्वासाचा उल्लेख केला. असं बोलणं कदाचित अविश्वास दूर करावा म्हणूनही असेल.

शहराच्या परिघावरल्या गरीब वस्तीतल्या कॉफी हाऊसमधली मोठी खोली म्हणजे शोकगृह आहे. भिंतीला लागून खुर्च्या मांडल्या आहेत. उकाड्यामुळे उघड्या ठेवलेल्या दरवाजाच्या अगदी समोरच्या खुर्च्यांवर सुतकात असलेल्यांचे नातेवाईक बसतात. मध्यभागी बसलेली ती तरुण स्त्री आई असणार. तिच्या डोक्यावरनं लोंबकळणाऱ्या लांब पांढऱ्या स्कार्फचं टोक जमिनीवर लोळत आहे. ओमरला वाटतं, इथे सुतक आणि मृत्यूचा रंग काळा नाही. त्यांचा शोक इतका खोलातून आहे, इतका त्यांचा भाग आहे की तो प्रतीकांनी व्यक्त करण्याची गरज नाही. जीवनाचे रंग आणि मृत्यूचे रंग इथे एक आणि समानच

आहेत. आईशेजारी इतर स्त्रिया, वयस्क स्त्रिया आहेत. त्या हलक्या आवाजात, जास्त करून फक्त ओठच हलवून प्रार्थनेसारखं काहीतरी पठण करत आहेत. आई रडत नाही आहे, ती प्रार्थनेतही सहभागी होत नाही. आपल्या प्लॅस्टिकच्या चपलांवर नजर खिळवून, हात पोटाखाली बांधून ती स्तब्ध बसली आहे. स्त्रियांपासून काही खुर्च्या सोडून काहीसे एका बाजूला वडील एकटेच बसले आहेत आणि ते येणाऱ्या जाणाऱ्यांकडे बघत आहेत.

ते आत येताना वकील आतल्या लोकांना मूकपणाने अभिवादन करतात. ते आणि ओमर एकत्र वडलांकडे जातात.

''ओमर *बे* आपले एक लेखक आहेत. ते आपलं दु:ख वाटून घेण्यासाठी अंकाराहून आले आहेत. ते तुमचं सांत्वन करू इच्छितात.'' ते तुर्की भाषेत म्हणतात, नंतर जे म्हणाले ते कुर्दी भाषेत पुन्हा सांगतात.

वडील उभे राहतात. 'यावे *बेजिम.* माझ्या मुलाला गोळी मारली गेली. *झरोक कुश्तिन! झरोक कुश्तिन! झरोक कुश्तिन! झरोक कुश्तिन!'*

अंकारा बस स्टेशनवरची रात्रीला भेदणारी ती किंकाळी : महमूदच्या आवाजात, महमूदच्या शब्दांत. *वे झरोक कुश्त! एव झरोक कुश्तिन!*

कंपासनं काढलेलं वर्तुळ जिथून सुरू झालं तिथेच पुन्हा यावं तसं हे आहे. स्वत:च काढलेल्या वर्तुळात कैद झाल्याची भावना ओमरचा कब्जा घेते. काय करायचं ते माहीत नसलेल्या त्यानं त्या तरुण वडिलांचा खांदा थोपटला. तो उच्चारेल तो प्रत्येक शब्द रिकामा, अप्रामाणिक आणि आत्म्याशिवाय असेल असं त्याला वाटतं. या मुलाच्या खुनात, या माणसांच्या दु:खात माझा कोणताही दोष नाही, भाग नाही. मग ही शरमेची, अपराधाची भावना का आहे? झिलल आणि महमूदच्या यातनांच्या पावलांमागे याच भावनांनी मला ओढत आणले नव्हते का? या माणसांच्या दु:खानं, शोकगृहाच्या भिंतीतून झिरपणाऱ्या प्रकाशानं त्याचं हृदय आणि मन उजळून निघालं आहे. डेनिजचा पराभव. त्याचं सगळं सोडून, सगळं मागे टाकून पळून जाणं हा सुद्धा याच अपराधाच्या, शरमेच्या जाणिवेचा परिणाम नव्हता का?

त्यानं काहीतरी, निदान एखादा दु:ख निवारण करणारा उद्गार काढायलाच हवा असं त्याला वाटतं. 'या वेळी त्यांना शिक्षा होईल. या वेळी ते सुटू शकणार नाहीत.'

'कोणालाही शिक्षा होणार नाही. त्यांच्यावर खटलासुद्धा होणार नाही. या जुलमी लोकांना विरोध करण्याचं बळ कुठल्या वकिलात किंवा दुसऱ्या

कोणातही नाही,' दुःखाचा डोंगर कोसळलेले वडील म्हणाले. 'तुम्ही इतक्या लांबून आलात *बे/जिम*, धन्यवाद. वकील म्हणाले की तुम्ही लेखक आहात. तुमच्याकडे पेन आहे. पेन तलवारीपेक्षा सामर्थ्यशाली आहे असं म्हणतात. आमचाही पेनावर, शब्दाच्या ताकदीवर विश्वास आहे. आम्हांला शांती हवी आहे. मृत्यूचा शेवट हवा आहे. पण आता माझ्या एकुलत्या एक मुलाला गोळी मारली गेली आहे. तुम्ही कितीही लिहा – *तुम्ही त्याला परत आणू शकणार नाही. या परिसरात लेखणीपेक्षा तलवार जास्त शक्तिशाली आहे.* पुन्हा कोणीही मला लेखणीच्या किंवा शब्दाच्या सामर्थ्याबद्दल सांगू नका.' तो मूक झाला.

प्रत्येकजण गप्प आहे. सोनेरी मुलाम्याच्या प्लॅस्टिक ट्रेमध्ये एक स्त्री चहा आणते. भिंतीवर पांढऱ्या कॉलरच्या काळ्या युनिफॉर्ममधला मृत मुलाचा पासपोर्टचा फोटो मोठा करून लावला आहे. जेव्हा त्यानं शाळेत जायला सुरुवात केली तेव्हा नोंदणीच्या कामासाठी तो काढला असला पाहिजे. त्याच्या डोळ्यांतला उदासपणा ओमरच्या हृदयाला स्पर्श करतो. जणू काही तो मुलगा स्वतःचा मृत्यू, स्वतःसाठीचं सुतक बघत आहे. खोलीच्या मध्यभागी ठेवलेल्या,तीन बाजूंना खुर्च्या असलेल्या छोट्याशा टेबलावर एका पाण्याच्या बाटलीत पिवळी, लाल आणि हिरवी फुलं ठेवली आहेत. जिथं त्यानं आणि महमूदच्या वडिलांनी चहा प्यायला होता त्या प्लॅस्टिकचं कापड असलेल्या टेबलावरच्या फुलांसारखीच ही फुलं आहेत.

ओमर आणि वकील शोकगृहात आल्यापासून स्त्रियांनी प्रार्थना आणि शोक थांबवला आहे. खोली शांत आहे. जणू काही ही शांतता आता आवाज होणार आहे आणि शब्दात रूपांतरित होणार आहे.

जेव्हा ते पुन्हा बाहेर आले तेव्हा वकील म्हणाले, ''वडिलांचं म्हणणं मनाला लावून घेऊ नका. जर त्यांनी तुम्हांला मित्रासारखं मानलं नसतं, जर त्यांनी मदतीची अपेक्षा केली नसती तर ते असं बोलले नसते. त्यांनी त्यांचं हृदय तुमच्यापाशी मोकळं केलं. स्पष्ट करून सांगणं कठीण आहे. पण त्यांचा तुमच्यावर विश्वास बसला. त्यांना तुमची, तुमच्यासारख्या माणसांची, माझी, आपल्या सर्वांची गरज आहे. खरं तर आम्हां सगळ्यांनाच तुमची गरज आहे. मी जेव्हा विचार करतो तेव्हा वाटतं, आमचा राग, आमची टीका या गरजेतून निर्माण होते.''

''म्हणून तुम्ही इथे आहात का?''

प्रथम वकिलांना हा प्रश्न कळत नाही.

''मला असं विचारायचं आहे की, तुमची इथं गरज असल्याचं माहीत असल्यामुळे तुम्ही इथे राहिलात का? जियन *हनीम* म्हणाल्या की, पाहिजे तर तुम्ही इस्तंबुल, अंकारा किंवा आणखी कुठे वकील होऊ शकला असतात. युनिव्हर्सिटीत राहून शैक्षणिक क्षेत्रात काम करू शकला असतात. पण तुम्ही इथे राहणं निवडलंत.''

''तसं म्हणता येईल. हा माझा देश, माझी मातृभूमी आहे. असं म्हणतात की कोणतीही गोष्ट आपल्या आपल्या जागी जास्त मौल्यवान असते. आम्ही पर्वतात जाऊ किंवा नगरात राहू - चूक असो वा बरोबर - आम्ही असं मानतो की, ज्यांचे आम्ही अंग आहोत त्या या भूमीचं, या लोकांचं आम्ही देणं लागतो आणि ते फेडण्याचा आम्ही प्रयत्न करतो.''

''या भूमीनं तुम्हांला यातनांपलीकडे काय दिलं? हे नगर जिथं शोकगृह सर्वसामान्य बाब मानतात...''

'ही भूमी किंवा लोक यातना निर्माण करत नाहीत. इतिहासाच्या दबावानं, सत्ताधाऱ्यांच्या क्रौर्यानं यातना आमच्यावर लादल्या गेल्या. या यातनांची आम्हांला, या भूमीच्या लेकरांना अंतर्यामी लाज वाटते. जर जगाच्या आणि माणसांच्या यातनांबद्दल वाटणारी लाज तुमच्या हातून गहाळ झाली तर तुम्ही माणूस असण्याचा आत्माच गमावलात असं *होका* (शिक्षक) म्हणायचे. आम्ही *होका*कडून - मी, जियन *हनीम*चे पती ज्यांना आम्ही गमावले. त्यांच्याबद्दल बोलतो आहे - आम्ही खूप काही शिकलो.''

थोड्या वेळापूर्वी शोकगृहात असताना आकारहीन शोध असलेले ओमरचे विचार आता स्थिरावू आणि आकार घेऊ लागतात. इतरांच्या यातनांबद्दल मला मनात शरम वाटायची. कामगारांच्या पिळवणुकीसाठी, लोकांच्या दारिद्र्यासाठी, त्यांच्यावरच्या जुलमांसाठी, त्याच्या युद्धांसाठी, खुनांसाठी आणि त्यांच्या मृत मुलांसाठी जगाच्या सर्व हालअपेष्टांसाठी मी स्वत:ला जबाबदार मानायचो, आणि मी - आम्ही मानवजातीच्या या सगळ्या पापांची भरपाई करायचा प्रयत्न करायचो. जेव्हा माझा तो जबाबदारीचा भाव कमी झाला, मी स्वत:च्याच चिंतांमध्ये मश्गूल झालो, तेव्हा मी शब्दाला आणि मला स्वत:लाही पारखा झालो.

''आणि जियन *हनीमचं* काय? ती सुद्धा तुमच्यासारखी...?''

''जियनही हा भाग सोडून जाऊ शकत नाही. जर ती गेली तर ज्या

विशाल वृक्षाच्या छायेत प्रत्येकजण आसरा घेतो तो वृक्ष उन्मळून पडेल. तिच्यासारखी माणसं इथून गेली तर या नगराची सदसद्विवेकबुद्धी आणि आशा कोलमडून पडेल. पर्वतांच्या आंधळ्या संतापाला सगळ्याचाच ताबा मिळेल. 'जाणं' हा शब्द मी, इथून हलणं किंवा सोडून जाणं या अर्थानं वापरत नाही आहे, ओमर *बे*. माणसं राहूनही निघून जाऊ शकतात.''

माणसं राहूनही निघून जाऊ शकतात. कदाचित मी अशांपैकीच होतो जे राहिले पण निघून गेले. एक महिला केमिस्ट. एक गावाकडचा वकील, *होका*, त्यांच्यासारखेच इतर... जे राहतात आणि जे लढतात. सदसद्विवेक बुद्धीचा शेवटचा बालेकिल्ला...

आपल्या कुतूहलावर मात करू न शकलेला ओमर विचारतो. ''जियन *हनीम*चे पती, *होका*... ते कोण होते?''

''ते आमच्या या भागातले असलेल्या तत्त्वज्ञांपैकी, आमच्या लेखकांपैकी होते. मुळात ते एक कायदेपंडित होते, पण आमच्या इतिहासावर, आमच्या भाषेवर त्यांनी खूप काम केलं होतं. त्यांना या भागात आणि संपूर्ण कुर्दी जगात खूप मान होता. १९८० नंतर हद्दपार झालेले *होका* खूप वर्षं स्वीडनमध्ये राहिले. जियनचा मोठा भाऊ स्टॉकहोममध्ये होता. ती भावाला भेटायला तिथे गेली, तेव्हा तिची आणि *होका*ची भेट झाली. त्या दोघांच्यात वीस वर्षांपेक्षाही जास्त अंतर होतं, पण त्यांचं एकमेकांवर खूप प्रेम होतं. त्यांची उत्कटता परीकथेला साजेशी होती, त्यांचं प्रेम अमर्याद होतं. १९९० च्या सुरुवातीला जेव्हा काही राजकीय निर्वासितांना माफ करण्यात आलं तेव्हा *होका* घरी परतले. त्यांनी लग्न केलं आणि ते इथे राहू लागले.''

''त्यांच्या मृत्यूचं काय?''

''जियननं तुम्हांला सांगितलं नाही?''

''मी जियन *हनीम*शी या विषयावर फार थोडं बोलू शकलो. तिच्या खाजगी जीवनात मला ढवळाढवळ करायची नव्हती आणि तिलाही उघडपणे ते नकोच होतं. तरीही त्याबद्दल मी थोडंसं ऐकलं आहे.''

''तुम्ही काहीतरी ऐकलं असणार याची मला खात्री आहे. इथे खूप काही ऐकायला मिळतं – सगळंच, फक्त सत्य सोडून. आपल्याला जे ऐकायला येतं त्यावर फार विश्वास ठेवू नये, ओमर *बे* जर तुम्ही लढाईमध्ये असाल. झालेल्या प्रसंगांची प्रत्येक बाजूकडे स्वत:ची आवृत्ती असते; स्वत:ची अशी सत्यं असतात. उकल न झालेल्या खुनांना तर ते जास्तच लागू होतं. मला माहीत

आहे. माझ्या हातात तपास न लागलेल्या डझनावारी केसेस आहेत.'' त्याला आणखी काही बोलायचं नव्हतं हे उघड होतं.

ओमरला एक वेगळाच मत्सर आणि वैफल्य वाटतं. किलकिले झालेले दरवाजे अनोळखी माणसासाठी पुन्हा बंद केल्यासारखे वाटतात. ह्या माणसाला जियनबद्दल सगळं काही माहीत आहे. मला काहीच माहीत नाही. ''नवरा मारला गेल्यावर, इथे राहणं जियन *हनीम*साठी कठीण नव्हतं?''

''नि:संशय होतं. पण तेव्हा तिला दुसरा पर्यायही नव्हता. *होका*ची भेट होण्याआधी तिनं इथून निघून जाण्याचा, परदेशीसुद्धा जाण्याचा विचार केला होता. सुरुवातीला वाटायचं ती इथली नाही. तिचं इथे जमणार नाही. पण *होका*शी ओळख झाल्यावर सगळंच बदललं. ही भूमी, इथले लोक - मला म्हणायचं आहे आमचे लोक - आणि तिचं तिच्या नवऱ्यावर असलेलं प्रेम या दोन गोष्टी अभिन्न होऊन गेल्या. जणू काही जियनचं जियन हे अस्तित्व संपलं आणि ती त्या सगळ्यांची एक गोळाबेरीज होऊन गेली. ती हा प्रदेश सोडून जाणार नाही. आता तिला जाता येणार नाही. आता ती निघून गेली तर ती जियन राहणारच नाही.''

ओमरला मनात अस्वस्थ वाटतं, पण त्याचं कारण त्यालाही कळत नाही. त्याला वाटतं, या वकिलानं किती थोड्या शब्दांत जियनचं नेमकं वर्णन केलं. तो म्हणाला, 'आता ती निघून गेली तर ती जियन राहणारच नाही.' हेच मला शब्दांत सांगता येत नव्हतं, मला ते जाणवत होतं पण ते नीट व्यक्त करता येत नव्हतं. जियन ही फक्त एक स्त्री नव्हती. तसं पाहिलं तर ती फक्त जियनही नव्हती. ती होती, वकिलानं सांगितलेल्या सगळ्या गोष्टींची बेरीज आणि त्यामुळेच ती कोणीतरी खास, सुंदर आणि लक्षणीय बनली होती.

विषय बदलण्यासाठी तो विचारतो, ''हुतात्मा झालेल्या सैनिकांची कुटुंबं - हुतात्म्यांचे अंत्यसंस्कार - यासाठी शोकगृहात आणली जातात का?'' स्वत:चा प्रश्न मूर्खपणाचा आहे हे उमगून तो गप्प होतो. ''मला वाटतं मी मूर्खासारखंच विचारतो आहे.'' शिक्षकांना चुकीचा प्रश्न विचारणाऱ्या विद्यार्थ्या-सारखं तो म्हणतो.

''तसं झालं तर शोकगृहांची गरजच राहणार नाही. गुरिला किंवा सैनिक कोणीच हुतात्मा होणार नाही. पण तुमचा प्रश्न काहीतरीच नाही, ओमर *बे*. हे जियनचं शेवटचं, सगळ्यात ताजं स्वप्न होतं. शोकगृहात मृत सैनिकांसाठी

एक शांत, साधासा विधी व्हावा यासाठी ती प्रयत्न करत होती. सगळ्यांनी एकाच जागी एकत्र यावं, आनंदाच्या प्रसंगी नाही तर शोकाच्या प्रसंगी तरी आणि या देशासाठी मेलेल्यांकरिता आणि ज्यांना मृत म्हणूनच पकडलं गेलं त्याही सर्वांकरिता एकत्रच शोक करावा; मग ते तुर्की, कुर्दी किवा कोणीही असोत.''

''तुम्ही भूतकाळात का बोलत आहात? तिनं ती कल्पना रद्द केली का? ती सोडून दिली का?''

''असं म्हणू या की ती अजून यशस्वी झाली नाही आहे. जियन कधीही सोडून देत नाही. शिवाय तिच्यासाठी ही *होका*ची शेवटची विनंती आहे. या आमच्या मुलखात लढणं, मरणं आणि मारणं ही सगळ्यात कठीण गोष्ट नाही आहे. कठीण आहे ते आमच्या मृत व्यक्तींसाठी सगळ्यांनी एकत्र रडणं, सगळ्यांच्या मनाला ते सारखंच स्पर्श करणं. दोन्ही बाजू त्या गोष्टीला विरोध करतात. मृतांचा शस्त्रासारखा उपयोग करणाऱ्यांना, त्यांचा वापर करून स्वत:ची सत्ता बळकट करणाऱ्यांना ते त्यांचा स्वार्थ साधण्यासाठी सोयीचं ठरत नाही. आणि फक्त कल्पना करा, आपापसांत लढणाऱ्या दोन सैन्यांनी एकमेकांच्या सैनिकांना आलिंगन द्यायचं! कुठल्या कमांडरला हे खपेल?''

ते बाजारात पोहोचेपर्यंत प्रत्येक गोष्टीवर बराच विचार करण्याची आणि स्वत:च्या भावना आणि विचार नीट सुसंगत करण्याची इतकी तीव्र गरज ओमरला वाटली की जियनशी संवाद साधण्याची कल्पना त्यानं सोडून दिली. उत्तम वाचक असलेल्या आपल्या पत्नीतर्फे गव्हर्नरांनी दिलेलं रात्रीच्या जेवणाचं आमंत्रण पक्कं आहे का हे बघण्यासाठी त्यांना फोन करण्याचं ओमरनं ठरवलं. हो, ते त्याची वाट बघत होते. त्याला भेटायला आणि त्याच्याबरोबर जेवायला त्यांना अतिशय आवडणार होतं.

संध्याकाळला अजून वेळ होता. तो त्याच्या ई-मेल पाहण्यासाठी इंटरनेट कॅफेत गेला.

**

५

आयुष्यापासून फरार होणाऱ्या अज्ञात माणसाच्या पावलावर पाऊल ठेवत

मध्यरात्रीनंतर ती वाऱ्याच्या किंचाळण्यानं आणि लाटांच्या आवाजानं जागी झाली. गेस्ट हाऊसच्या वरच्या मजल्यावरच्या मोठा पलंग आणि उंच लाकडी छत असलेल्या खोलीत, जिथं वीस वर्षांपूर्वी ती, ओमर आणि डेनिज एक कुटुंब म्हणून राहिले होते त्याच खोलीत ती होती.

'इथली हवा अतिशय बदलती असते. समुद्र कधीकधी एखाद्या धरणाच्या तलावाइतका शांत असतो आणि कित्येक दिवस तसाच राहतो. मग एखादं वादळ सुटतं. वरच्या मजल्यावर त्याचा चांगलाच मोठा आवाज ऐकायला येतो. ते गडगडतं आणि गर्जना करतं. तुला झोपणं अशक्य होईल,' डेनिजनं सावधगिरीची सूचना दिली होती. पण तरीही तिला त्याच खोलीत राहायचं होतं. हे स्मरणरंजन होतं, का स्वपीडन?

खिडकीच्या लाकडी दरवाजाची कडी निघाली होती आणि तो आपटत राहिला होता. ती उठते आणि तो बंद करण्यासाठी खिडकी उघडते. वादळ आणि संतप्त लाटांनी खोली भरून गेल्यासारखी वाटते. ती घाईघाईनं लाकडी दरवाजा लावून घेते आणि खिडकी खाली ओढते. रात्रीच्या काळोखात बाहेरचं वातावरण खूप भयप्रद आणि रानटी आहे. तिला मुलांच्या चित्रांच्या पुस्तकातल्या वाईट चेटकिणीच्या खडकाळ बेटावरच्या किल्ल्याची किंवा एखाद्या भयपटातल्या नेपथ्याची आठवण होते. ही जागा कितीही जपलेली आणि संरक्षित असली, तरी शेवटी हे नॉर्वे म्हणजे उत्तर समुद्र आहे. आत्ता

ओमर येथे असता तर म्हणाला असता, 'आपण ध्रुवापासून फक्त एका सिगरेटच्या अंतरावर आहोत.' एक थंड रितेपणा तिच्यावर उतरतो. परकेपणाची, इथलं नसल्याची, एकाकीपणाची भावना... तिच्या पतीचा विरह तिला जाणवत आहे आणि तिला तो जवळ हवा आहे हे तिला जाणवतं. जर त्यांची हृदयं एकमेकांपासून पूर्ण वेगळी झाली नसली, जर ते एकमेकांना पूर्णपणे परके झाले नसले तर जोडप्यानं एकमेकांपासून इतकं दूर राहता कामा नये; आपली आयुष्यं इतकी निराळी करता कामा नयेत. वाटून न घेतलेली जगं शेवटाला विलग होऊन विखुरतात.

'तू पश्चिमेकडे आणि मी पूर्वेकडे. आपण क्रमाक्रमानं एकमेकांपासून दुरावत आहोत,' ओमर म्हणाला होता. एलिफला तीव्र दुःख जाणवतं. आपण पुन्हा एकत्र आलं पाहिजे. आपली हृदयं पुन्हा जोडली पाहिजेत. एकाच मार्गावरून चालताना हृदयं जोडली जातात. आम्हां दोघांना एकत्र चालता येईल असा रस्ता शोधायलाच हवा. बाहेर वादळ आहे, गर्जना आहे जी कवाडं आणि खिडक्यांमधून घुसून खोलीला भरून टाकत आहे. कापलं जाणाऱ्या जनावरांसारखे चीत्कार, बहुधा मोठ्या समुद्रपक्ष्यांचं किंचाळणं असावं. कदाचित त्या खडकांतून नागासारखं सळसळणाऱ्या वाऱ्याची शीळ असावी.

टेबलाच्या काठावर तिनं फेकलेल्या, सामानानं वेडवाकडं भरलेल्या थैलीतून ती सिगरेटचं पाकीट काढते आणि सिगरेट शिलगावते. खरं तर तिला तंबाखूचं व्यसन नाही; पण अधूनमधून मजा म्हणून किंवा ताण जावा म्हणून धूम्रपान करणाऱ्यांपैकी ती आहे. पण या क्षणी तिला गरज आहे ती सिगरेटची आणि उत्तरेकडचे लोक ज्याला स्नॅप म्हणतात तशा एखाद्या कडक पेयाची.

ते ह्याच खोलीत ह्याच बिछान्यावर झोपले होते. डिसेंबर अखेरीचे दिवस होते. ती नाताळची पूर्वसंध्या होती आणि गारठा होता. शेकोटीतून निखारे आणून घाईघाईने पेटवलेल्या फरसबंदी शेगडीचा काहीच परिणाम नव्हता. त्यांच्या लहान मुलाला थंडी बाधू नये म्हणून त्यांनी त्याला दोघांच्यामध्ये आत घेतलं होतं. तो रात्रभर गाढ झोपला. पती-पत्नीनं हात मुलाच्या डोक्यावरून नेऊन एकमेकांत गुंफले होते. पाय एकत्र गुंफून त्यांनी एकमेकांना जवळ घ्यायचा आणि ऊब मिळवायचा प्रयत्न केला होता. ती गारठ्याची पण शांत रात्र होती. ते सुखात होते. पण आजच्या रात्री...

तिला भीती वाटली होती त्याच्याविरुद्ध, उलाच्या आजीआजोबांशी झालेली भेट मुळीच वाईट झाली नव्हती. अर्थात भाषेची अडचण होतीच,

पण बिजोर्ननं सगळंच सोपं करून टाकलं. त्याच्या वडलांना आई होती आणि ती त्याच्यासमोर आहे यावर त्याचा विश्वास नसला तरी ही परदेशी स्त्री त्याला आवडली होती. टेबलावर थंड आणि कच्चा मासा, सुकवलेला मासा, खारवलेला मासा, माशाबरोबर खाण्यासाठी गोड आणि आंबट सॉस आणि उकडलेले बटाटे तळलेल्या कांद्यात मिसळून केलेला चविष्ट पदार्थ होता. स्वत: बनवलेलं कडक पेय त्यांनी तिला देऊ केलं होतं. तिला भीती वाटली होती तशी जेवणावर उलाच्या आठवणींची दाट छाया पडली नव्हती. धातूचे जड दरवाजे अर्धवट उघडे असलेल्या शेकोटीच्यावर तिचा पाईनच्या काड्यांच्या फ्रेममधला फोटो नसता, तर ती इथे कधी राहिलीच नाही, असं वाटलं असतं. डेनिजबरोबर इस्तंबुलमध्ये आलेल्या – आणि तिथे मरण पावलेल्या – मुलीपेक्षा फोटोतली उला खूप तरुण दिसत होती. फोटोतली ती पंधरा किंवा सोळा वर्षांची असणार. तेव्हासुद्धा तिच्या निस्तेज, झाकोळल्या डोळ्यांनी ती दूर बघत होती आणि तिचं स्मित उदास होतं. ती त्या फोटोकडे बघत होती हे त्यांना कळू नये म्हणून तिच्या अगदी समोर बसलेल्या आजोबांवर तिनं नजर खिळवली अणि चेहऱ्यावर हसू आणलं. तिला वाटलं उलाचं नाव काढलं तर पॅन्डोराचा पेटारा उघडेल आणि सगळा अबोल दोष, यातना आणि पश्चात्ताप धो धो वाहू लागेल. कदाचित ते सगळं आत दाबून टाकलं जाईल आणि ते दु:ख, दोष आणि पश्चात्ताप, पुरून टाकला जाईल आणि त्यांच्या हृदयाच्या भूमीतून तो हाडवैर, राग, आणि शत्रुत्व बनून फोफावेल.

जेवताना तो मुलगा इतका उत्तेजित झाला होता की तो एका जागी बसूच शकत नव्हता. तो खुर्चीतून उठायचा आणि एलिफकडे यायचा. तिचा हात धरायचा प्रयत्न करायचा आणि तिच्या चेहऱ्याकडे निरखून बघायचा. बिजोर्नकडे बोट दाखवून डेनिज म्हणाला, ‘त्याला तू आवडली आहेस.’ नंतर त्यानं नुकतंच जे म्हटलं त्याचं भाषांतर करून नॉर्वेजिअन भाषेत आजीआजोबांना सांगितलं. तिच्या मुलाच्या वागण्याच्या पद्धतीत, त्याच्या चेहऱ्यात आणि आवाजात एक विचित्र ओशाळेपणा, या गरीब लोकांची मर्जी संपादन करण्याचे प्रयत्न जाणवले; आणि ती अस्वस्थ झाली.

ते कित्येक वर्षांपूर्वी बेटावर आले होते तेव्हाच्या गोष्टी सांगत जेवण पार पडलं. सैतानाचा किल्ला बघायलाच हवा हा डेनिजचा हट्ट, स्वत:ची ओळख ‘अज्ञात पळपुटा’ अशी करून देणारा त्यांना भेटलेला वयस्कर जर्मन गृहस्थ आणि त्या रात्री खांद्यावर टोपल्या वाहून नेणाऱ्या स्त्रीशिवाय दुसरं कोणीही

त्यांना कसं भेटलं नाही आणि हे बेट पछाडलेलं असावं असं त्यांना कसं वाटू लागलं होतं या गोष्टी. प्रत्येकाला समजावं यासाठी डेनिज संभाषणाचं भाषांतर करण्याचा आटोकाट प्रयत्न करत होता.

"आम्हां उत्तरेकडच्या लोकांचा समुद्रातले आत्मे, पर्वतातल्या पऱ्या, जंगलातल्या वनदेवता, तसंच परीकथा आणि दंतकथा यांच्यावर विश्वास असतो. हे धुकं, वादळं, महिनोन् महिने टिकणारा संधिप्रकाश आणि नंतरच्या लांबलचक काळोख्या रात्री, उफाळणारे समुद्र आणि किर्रर् जंगलं यांमुळे असेल कदाचित."

"पण आता ते सगळं संपलं आहे. आधुनिक आयुष्यानं सगळं बदललं आहे," मुलगा जिला *मोरमोर* असं संबोधत होता त्या आजीनं विरोध दर्शवला. "आता टेलिव्हिजन जग आपल्या घरात आणतं. आता छोट्या छोट्या मुलांचासुद्धा वनदेवता आणि पऱ्यांवर विश्वास नाही. ते खरं वाटल्याचं ढोंग करतात ते फक्त मजा म्हणून. पूर्वेकडे म्हणे परीकथा आणि पुराणातल्या कथा अजूनही लोकप्रिय आहेत. प्रत्येकाला 'एक हजार आणि एक रात्री' माहीत आहे. हो ना?"

"आमच्या देशातसुद्धा परिस्थिती काही फारशी वेगळी नाही," एलिफ म्हणाली. "जग आता लहान झालं आहे. तुम्ही म्हणालात त्याप्रमाणे तंत्रज्ञानाने ते गारूड संपवलं आहे. आणखीही एक वस्तुस्थिती आहे. तुर्कस्तान हे काही खरीखुरी पूर्व नाही. आम्हांला युरोप जास्त जवळचा वाटतो. भौगोलिक दृष्ट्या आम्ही युरोपलाच जास्त जवळ आहोत."

देव जाणे, नॉर्वेच्या या खेडुतांना कदाचित तुर्कस्तानातल्या सगळ्या स्त्रिया जनानखान्यात राहतात आणि पुरुष तुऱ्याची गोंडेबाज टोपी घालून हुक्का ओढतात, असं वाटत असावं. म्हणून ते डेनिजकडे असे तुच्छपणे पाहत असतील. त्याला, अशी वाईट वागणूक सहन करायची नाही असं सांगायला हवं.

"जग वाईट आहे," आजोबांनी दुःख व्यक्त केलं. तिनं केलेल्या आधुनिक तुर्कस्तानच्या वर्णनात त्यांना काही रस वाटला नाही हे उघड होतं. "वाइटानं जगाला घेरलं आहे. दुष्टपणापासून आमचं बेट वाचवायचा आम्ही प्रयत्न करतो आहोत. अजून किती काळ आम्हांला तसं करणं जमेल हे सांगता येत नाही, पण कित्येक वर्षांत इथे काही विपरीत घडलं नाही. कधीकधी शेजारी एकमेकांशी भांडतात. पण मग चर्चमध्ये ते सलोखा करतात. कधीतरी एखाद्या

बोटीला अपघात होतो आणि आम्ही काही माणसं गमावतो. आम्ही दु:खी होतो, विशेषत: तरुणपणी मरणाऱ्यांसाठी; पण मग आम्ही देवावर श्रद्धा ठेवतो आणि मागे राहिलेल्यांची काळजी घेतो. पण बेटावर मात्र लोक एकमेकांशी वाईट वागत नाहीत. मुलं इथे सुरक्षित असतात.''

या क्षणी 'उला'चा उल्लेख झाला असं एलिफला वाटतं. डेनिज प्रत्येक गोष्ट भाषांतर करून सांगत नाही आहे हे तिच्या लक्षात येतं. कदाचित उला तुर्कस्तानात मारली गेल्याबद्दल आजोबा काहीतरी बोलले असावेत आणि वातावरणात तणाव टाळण्यासाठी डेनिजनं त्या शब्दांचं भाषांतर केलं नाही. त्यानंतर दुसऱ्या दिवशी भरणार असणाऱ्या मत्स्य महोत्सवाविषयी ते बोलले.

डेनिज म्हणाला, ''उद्या इथे हेरिंग माशांचा फेस्टीवल आहे आई. त्याच्या तयारीची ते चर्चा करत आहेत. उद्या बेटावर खूप माणसं असतील. बोटीनं लोक भेट द्यायला येतील. ते काहीतरी खाण्यासाठी आणि ड्रिंकसाठी गेस्ट हाऊसवर येतील. ते कदाचित रात्री मुक्कामही करतील. *बेस्टेमोर* आणि *बेस्टेफार* म्हणजे आजी आजोबा त्यासाठी काय करायचं अजून राहिलं आहे त्याबद्दल बोलत आहेत. हे मी भाषांतर करून तुला सांगायची गरज नाही. मला नाही वाटत तुला त्यात काही रस वाटेल. या मच्छीमार खेड्यातली ती एक साधीसहज गोष्ट आहे.''

तिच्या मुलाच्या आवाजात ती कमी दर्जाची आहे, तिच्यात काहीतरी कमतरता आहे असा भाव असल्याचं तिला जाणवलं आणि तिच्या दु:खाची तीव्रता वाढली. पण तरीही जेवण आणि ती संध्याकाळ वाईट गेली असं म्हणता येत नव्हतं. मग तिच्या उरामध्ये हा खोल काळोखा खड्डा कोणी खणला? एखादी रानमांजर आपल्या नख्यांनी तिचा स्तन ओरबाडून रक्त काढत आहे, असं तिला का वाटलं?

बाहेर वादळ थैमान घालतं आहे आणि त्याची गर्जना खिडकीतून आत घुसत आहे. या लाटा घरापर्यंत पोहोचतील आणि त्या खिडकीतून आत येऊन खोली बुडवून टाकतील अशी भीती तिच्या मनाचा कब्जा घेते. ज्या मोठ्या खोलीत ते जेवले तिथे जेवणानंतर त्यांनी दिलेलं आयोडीनसारख्या चवीचं कडक ड्रिंक तिला आठवतं. मला एखादा घुटका घ्यायलाच हवा. त्यामुळं काय बरं होईल ते मला माहीत नाही. पण आत्ता मला एखादं ड्रिंक आणि सिगरेट हवीच आहे! ती बेडरुमचा दिवा चालू ठेवते आणि दरवाजा उघडा ठेवून मंद प्रकाश असलेल्या जिन्यावरून खाली जाते. खड्ड्यात जाऊ दे! काय

म्हणेल ती? मी म्हणेन मला तहान लागली होती आणि मी पाणी प्यायला खाली आले. मला ड्रिंक पाहिजे आहे असं एखाद्या दारुड्यासारखं तर मी म्हणू शकत नाही. नाही का?

सुदैवाने आजीआजोबा आसपास नाही आहेत. एका लांब, मजबूत लाकडी टेबलाच्या टोकाला डेनिज बसला आहे. रंगीबेरंगी चमचमती मायका किंवा तत्सम प्रकारातून कापलेल्या विविध आकारांच्या आणि साइजच्या माशांच्या ढिगातले मासे माशांच्या जाळ्याला बांधत आहे.

''वादळाच्या आवाजानं मला जाग आली, आणि...''

''मी तुला सांगितलं होतं. वादळ सुटतं तेव्हा त्या खोलीत राहण्यासाठी माणसाला कानांत दडे घालून घ्यावे लागतात. म्हणून तर आता मी खाली मागच्या बाजूच्या खोलीत झोपतो.''

एलिफ शोधक नजरेनं आजूबाजूला बघते. टेबलावर, स्वयंपाकघराच्या ओट्यावर, कोरीव काम असलेल्या लाकडी साइडबोर्डवर ती दारूची बाटली शोधते. ''आपण घेतलेलं पेय किंवा काहीही कडक असं थोडंसं मला दे. बीअर नको.'' ती त्या लांब टेबलाच्या दुसऱ्या टोकाला तिच्या मुलाच्या थेट समोर बसते.

''काय झालं आई? तुला काही अल्कोहोलची एवढी आवड नाही.''

''पण आज रात्री मला त्याची गरज आहे.'' ती थांबते, थोडी नरमते आणि म्हणते, ''ते या वादळामुळे. यावेळी मी उठले तर मला झोप लागत नाही. एक ग्लास दारूनं जरा उपयोग होईल.''

''नॉर्वेमध्ये अल्कोहोल मिळणं कठीण असतं आणि तुला माहीत असेल ते महागडं सुद्धा आहे. पण हे घर प्रवासी लॉज मानलं जात असल्यामुळे, जरी इथे फारसे लोक येत नसले तरी अल्कोहोल नेहमीच इथे असतं. आपण आज जेवणाच्या वेळी घेतली ती तुला आवडेल का?''

''नाही, आधी घेतली ती नको. दुसरी कोणती असेल तर बरं होईल.''

तो त्याच्या आईचा ग्लास भरतो. ''मी स्वत: फारसं स्ट्राँग ड्रिंक घेत नाही. अल्कोहोलफ्री बीअर जास्त बरी पडते.''

''हे तू काय करतो आहेस? उद्याची तयारी?''

''उद्या सकाळपर्यंत वादळ शमेल का नाही, मला माहीत नाही. पण बंदराचा चौक सजवण्याची मत्स्योत्सवाची परंपरा आहे. हे मला वेळेत संपवायला हवं.''

“आणि हे तुझ्यावर सोपवलं आहे?” तिच्या आवाजातली कीव ती लपवू शकत नाही आणि ती गप्प होऊन जाते.

“फक्त माझ्यावर नाही. इतरजणंही करतात. उला आणि मी एकत्र करायचो. तिला सगळ्या प्रकारची हस्तकला आवडायची आणि चांगली जमायची सुद्धा. मी या हस्तकौशल्यात फारसा हुशार नाही, हे तुला माहीत आहे. शेवटी काही झालं तरी मीही पुरेसं करू शकत नाही. खूप सजावट लागते. आई, असं काहीतरी करून मला समाधान मिळतं. तुझ्या मुलाला, अशा साध्या कामात स्वत:ला गुंतवायला आवडतं.”

“मी काहीच म्हणाले नाही, उगाच वाकड्यात जाऊ नकोस. ही तुझी निवड आहे. ती माझीही निवड असल्याचं ढोंग मी करू शकत नाही. जर जगाच्या टोकाला असलेल्या, खिजगणतीतही नसलेल्या बेटावरच्या मत्स्योत्सवासाठी चकाकता कागद, प्लॅस्टिक किंवा हे जे काही असेल त्यापासून बनवलेले मासे जाळ्यावर लटकवण्यात तुला सुख वाटत असेल...”

“आई, तुला माझ्या सुखाशी काही देणंघेणं असलं तर मला माहीत नाही. पण, हो, हे रंगीबेरंगी मासे बनवणं, फडतूस मत्स्योत्सवासाठी जाळी सजवणं यांत मला सुख लाभतं. समुद्रावर जाणाऱ्या बोटींवरची मासेमारीची जाळी दुरुस्त करणं, जहाजांवरच्या लोकांसाठी स्वयंपाक करणं आणि त्यांना ड्रिंक देणं, मासेमारीच्या टोपल्या आणि कोलंबीची खोकी उचलणं यानं मला सुख मिळतं. हे करण्यात मला सुख लाभतं याचा मला खेद आहे. तू काय सुचवशील?” आवाज न चढवण्याचा प्रयत्न करत तो हलक्या आवाजात बोलतो. त्याचवेळी रंगीबेरंगी माशांच्या डोळे आणि शेपटातून जाळं ओवण्याचं त्याचं काम सुरूच आहे आणि तो त्याच्या सडपातळ लांब बोटांनी गाठीही बांधत आहे. त्याच्या जाड, आडमाप शरीरावरची ही लांब, सडपातळ बोटं ही त्याच्या भूतकाळातल्या डौलदार तारुण्याची आठवण आहे.

तिच्या मुलाबद्दलच्या जटिल भावनांच्या भोवऱ्यात सापडून एलिफ गप्प होते. तो नेहमीच बेडौल असायचा. तो कष्टाळू होता, चांगल्या स्वभावाचा. पण अकुशल होता, विशेषत: हस्तकौशल्य आणि खेळांच्या बाबतीत. चेंडूच्या खेळात सामील होता यावं म्हणून इतर मुलांची मर्जी संपादन करण्यासाठी त्यानं केलेले प्रयत्न तिला आठवतात. तिला थोडंसं नैराश्य येतं. आणि इथे तो या मूर्ख नॉर्डिक खेडुतांची मर्जी त्यांची काम करून आणि त्या टुकार उत्सवासाठी सजावट करून मिळवण्याच्या प्रयत्नात आहे. अचानक ती हलकेच

आणि मूकपणे रडू लागते. तिच्या गालावरून अश्रू खाली ओघळतात.

''आई!'' तो म्हणतो, ''मनीमाऊ आई... प्लीज रडू नकोस ना. बघ, तुझा मन्या माशांशी खेळतो आहे. मांजरांना मासे आवडतात.'' त्याला आईला मिठी मारायची आहे, तिला बिलगायचं आहे, पण त्याला तसं करवत नाही. हे अंतर पार करणं, त्यांच्यात संवाद नसण्यावर मात करणं इतकं कठीण का व्हावं?

टेबलावर असहाय्यता पगडा बसवते, एक जड शांतता. फक्त वादळाची गर्जना आणि लाटांचा आवाज ऐकू येतो आणि ककू पक्ष्याच्या घड्याळाची टिकटिक.

''मी असं सुचवेन की, तू ही जागा सोड आणि खऱ्या आयुष्याकडे परत ये. तू या फसव्या आसऱ्यापासून दूर जा आणि आमच्याकडे परत ये. जगाकडे परत, मग ते कितीही दुष्ट आणि रानटी असू दे.''

''तुला खरंच हे हवं आहे याची तुला खात्री आहे का आई? सुप्रसिद्ध लेखक ओमर एरेन आणि 'या वर्षीची स्त्री शास्त्रज्ञ'साठी नामांकन मिळालेल्या प्रोफेसर एलिफ एरेन आयुष्यात असमर्थ ठरलेल्या त्यांच्या मुलाला आधार द्यायला तयार आहेत का?''

मुलाच्या आवाजातला उपहास एलिफला कळतो. तिचे अश्रू थांबतात. तिचा श्वास अडकतो. तो प्रश्न एक लोहाचा गोळा बनून तिच्या छातीवर आदळतो. ती तिच्या मुलाला आधार द्यायला तयार आहे का? तिच्या अयशस्वी, बोजड, पराभूत मुलाला, या अस्ताव्यस्त, गलथान, मंद, लठ्ठ माणसाला?

''मला माहीत नाही, पण मी किंमत चुकवायला तयार आहे. जर तू निर्णय घेतलास आणि तुझ्यात धैर्य असेल तर मी आणि तुझे वडील आम्ही दोघंही तुझ्या बरोबर नवं आयुष्य सुरू करायचा प्रयत्न करू. ज्याला तू सुख म्हणतो आहेस ते आळसाची एक अवस्था, जीवन लांबणीवर टाकणं यापेक्षा अधिक काही नाही आहे आणि 'सुप्रसिद्ध लेखक' आणि 'सुप्रसिद्ध प्रोफेसर' वगैरे बोलणं हा तुझ्या स्वत:च्या बचावाचाच प्रकार आहे. तुला कधीही कमी लेखल्याचं किंवा स्वत:चा बडेजाव मिरवल्याचं मला अजिबात आठवत नाही.''

तिला अधिकाधिक राग येतो. ती जितकी जास्त रागावते, तितकं तिचं दु:ख कमी होतं, आणि त्वेष वाढतो. शेवटी आपल्या प्रत्येक कृत्याचं माणसं

समर्थन शोधतातच. एखाद्याच्या आईवडलांनी अवहेलना केली ही सबब धूर्त सायकॉलॉजिस्टनाही आवडते.

''कदाचित तुम्ही यांतलं काहीच केलं नसेल. पण मी तुमच्याबरोबर होतो तेव्हा तुमची माझ्याकडनं जास्त अपेक्षा आहे असं मला वाटायचं आणि तुमच्या अपेक्षा मी पुऱ्या करू शकायचो नाही. इथे माझ्याकडून कोणाची काहीच अपेक्षा नाही. इथे मी माझ्याशीच लढत नाही. मी जे काही आहे त्याची मला लाज वाटत नाही. मी जे काही आहे त्याचं मला दुःख नाही. माझं मी असणं तुम्ही स्वीकारायला हवं. तुमच्या मनात तुमचा मुलगा कोण असला पाहिजे? त्यानं कुठलं शिखर गाठायची आकांक्षा धरली पाहिजे? या प्रश्नांची उत्तरं मला माहीत नाहीत. मला वाटतं जिथे तुम्ही पोहोचाल, जिथे तुम्ही असाल ते शिखर. बघ आई, एकदाच माझं ऐकून घे. मला माझ्या स्वतःच्या काही कल्पना आहेत हे मान्य कर. ऐक... बाहेरचं वादळ ते जे काही आहे त्यापेक्षा वेगळं काही असायचं ढोंग करत नाही. समुद्राचंही तेच; मासे, मांजरं, समुद्रपक्षी, हे कडे, दुसऱ्या शब्दांत म्हणायचं तर निसर्गच आहे त्यापेक्षा इतर काही बनायचा प्रयत्न करत नाही. इथे सुसंवाद आहे, विलक्षण सुसंवाद. आपल्या महत्त्वाकांक्षांनी माणसं हा सुसंवाद धोक्यात आणतात आणि त्याचा नाश करतात. सुसंवादावर दबाव आणण्याचा परिणाम म्हणजे रानटीपणा, युद्ध, रक्त आणि क्रौर्य. मला सुसंवादाचा एक तरंग व्हायचं आहे. मला पशुत्व आणि क्रौर्यात सामील व्हायचं नाही.''

''आम्ही तुझ्याकडून नोबेल प्राइजची, तू कीर्ती मिळवावीस किंवा तू एखाद्या उद्योग व्यवसायाचा प्रमुख बनावंस किंवा तू – मला माहीत नाही – फार शक्तिशाली किंवा श्रीमंत असं काही बनावंस अशी कोणतीही अपेक्षा केली नाही. अर्थात पशुता आणि क्रौर्य यांच्या विरोधात असणं चांगलंच आहे. पण अशा गोष्टींना मुकाटपणे शरण न जाता किंवा पळून न जाता माणसाचं दुःख नाहीसं करण्याचा प्रयत्न करून आणि न्याय आणि शांतीसाठी काम करून तू क्रौर्याला विरोध करू शकला असतास. तू असा जगू शकला असतास. तू आफ्रिकेतल्या उपासमार होणाऱ्या मुलांसाठीच्या अन्न कार्यक्रमात किंवा डॉक्टर्स विदाऊट बॉर्डर्स किंवा हरित चळवळ किंवा एखाद्या युद्धविरोधी संघटनेत सामील होऊ शकला असतास. तुला एखादं ध्येय असू शकलं असतं. झगडण्यासाठी एखादं कारण असू शकलं असतं आणि तू पळून जाणं, लपून बसणं निवडतोस. तू त्या म्हाताऱ्या जर्मन माणसासारखं या बेटावर पुरून घेणं,

आयुष्यापासून पळणारा अज्ञात पळपुटा होणं निवडतोस. आम्ही या गोष्टीची प्रशंसा करावी, याला पाठिंबा द्यावा, याबद्दल आनंदी व्हावं अशी अपेक्षा करू नकोस. तू माझ्या हृदयातली, आमच्या हृदयातली एक वेदना आहेस. इतकी खोल की तुला ती समजू शकणार नाही.''

''मला काहीतरी करणं जमलं म्हणायचं: मी एक खोलवर वेदना बनलो आहे. आय ॲम सॉरी, आई. पण उलाच्या मृत्यूपासून, मी तुमची निराशा केल्यापासून, मी स्वप्नात आणि खोटेपणात आसरा शोधू लागल्यापासून, वेदना म्हणजे काय ते मलाही माहीत आहे. काळोखात मासेमारीच्या बोटीत लाटांशी सामना करताना वेदना कमी होते असं वाटतं. जाळ्याला कागदी मासे चिकटवताना किंवा पाहुण्यांना बीअर भरून देताना ती जाणवेनाशी होते. बिजोर्नबरोबर खेळताना आणि दिवसेन् दिवस त्याला वाढत असलेलं पाहताना ती पूर्णपणे अदृश्य होते. वेदनेचा तुम्ही स्वीकार केलात, तिला तुमच्या आत भिनवलंत तर वेदना थांबते. विरोध करण्यामुळे वेदना वाढते. मी तिला विरोध करणार नाही, कारण माझ्यात ती शक्ती नाही. माझ्यासाठी वाईट वाटून घेऊ नकोस. मला तुझा गहाळ झालेला मुलगा समजणं तुला सोपं जाणार असेल तर तसं समज. मी हे तुला सांगतो आहे ते तुला बरं वाटावं म्हणून. मी ठीक आहे, आई. मी खूप खूप खूप मजेत आहे.''

'मी खूप खूप खूप मजेत आहे.' लहानपणापासून तो असंच म्हणायचा. विशेषत: जेव्हा तो सगळ्यात कठीण स्थितीत असेल, जेव्हा तो अगदी तळाला गेला असेल. त्यानंच स्वत:च्या शब्दांवर आधी विश्वास ठेवावा म्हणून त्यांच्यावर अधिक जोर देत आणि ते अधोरेखित करत तो असंच म्हणायचा. कदाचित तो खरंच ठीक असेल, एलिफ विचार करते. आणि कदाचित तो बरोबरही असेल. मला – आम्हांला काय बरोबर ते ठरवायचा एकाधिकार दिला आहे का? त्याला त्याचा स्वत:चा उद्देश असू शकत नाही का? तिच्या मुलानं भोंगळपणानं बांधलेल्या गाठी पुन्हा तिच्या नजरेत भरतात. मत्स्योत्सवासाठी सजावट तयार करणं यालाही अर्थ असू शकतो, यानंही सुख लाभू शकतं, आयुष्य आनंदी बनू शकतं. ठीक आहे, जर हा प्रश्न अगदी रोखठोकपणे, सगळी कलाबूत काढून विचारायचा झाला तर मी स्वत: काय करते? मी स्वत:ला प्रयोगशाळेत बंद करण्यापलीकडे आणि मी मारलेल्या छोट्या प्राण्यांचे मेंदू तपासण्यापलीकडे आणि मी मिळवणार असलेल्या सन्मानांचा विचार करण्यापलीकडे मी काय करते?

'मी खूप खूप खूप मजेत आहे,' असं जेव्हा तिचा मुलगा म्हणतो, तेव्हा एलिफला अपराधीपणाच्या भावनेतून सुटका होण्यासाठी, चिंतामुक्त होण्यासाठी त्याच्यावर विश्वास ठेवायचा होता. तिला मानसिक ताणातून सुटून सैलावायचं होतं. तिला तिच्या चिंतांकडे दुर्लक्ष करायचं होतं आणि निश्चिंत व्हायचं होतं.

''मला अजून एक ड्रिंक दे. मीही तुला मदत करते. आता रात्री यावेळेला मला झोप लागेल असं वाटत नाही.''

ती माशांचा एक ढीग स्वत:समोर ओढते. टेबलावर पसरलेल्या मासेमारीच्या जाळ्यावर वाकून आई आणि मुलगा कित्येक वर्षांत प्रथमच एकत्र काम करतात. आपापल्या विचारात बुडून ते गप्पपणे जाळ्यावर मासे अडकवतात.

दुसऱ्या दिवशी सकाळी एलिफ उठली आणि रात्रभर थैमान घालणारं वादळ शांत झालेलं बघून चकित झाली. उत्तरेचा समुद्र बंधारा घातलेल्या छोट्या तळ्याप्रमाणे, जणू रात्री ते वादळ झालंच नाही अशा आविर्भावात शांत होता. जवळजवळ नऊ वाजले होते. ती खूप झोपली का? ती खूप उशिरा, जवळजवळ सकाळीच झोपी गेली. तिला स्ट्राँग ड्रिंकची सवय नव्हती. ती खूपच प्यायली होती आणि आडवी झाल्या झाल्या लगेच झोपी गेली होती. तिचं डोकं टेबलावर टेकायच्या आत तिनं आता झोपावं असं डेनिजनं सांगितल्यामुळे बिछान्यावर पडताना तिला आठवलं की, खालच्या मजल्यावर तिचा मुलगा अजून त्या बिनमहत्त्वाच्या सजावटीसाठी राबत आहे.

''आई, आता तू झोप. अजून थोडेसेच तर मासे राहिले आहेत. मी ते संपवतो आणि मी पण झोपायला जातो.''

तिच्या मुलाचा दाढी वाढवलेला चेहरा थकलेला दिसत होता. त्याच्या डोळ्यांतला भाव अतिशय थकलेला होता; शरण गेलेला, कचखाऊ, पराभूत भाव. रात्रीच्या लांब संभाषणाच्या शेवटी - आई - मुलाच्या आयुष्यातल्या सगळ्यात जवळिकीच्या, दीर्घ आणि मित्रत्वाच्या संभाषणाच्या शेवटी डेनिजनं विचारलं होतं, 'आई, तुझ्या मते सुखी होण्याचा मार्ग कोणता आहे? उंदरांच्या मेंदूतले बदल तपासणं? माझ्या वडलांप्रमाणे, पुस्तक - स्वाक्षरी दिनाच्या दिवशी रांगेत उभ्या असलेल्या वाचकांना कादंबऱ्यांवर हसत हसत स्वाक्षरी देणं? एखाद्या मूल्यासाठी लढणं आणि मरणं किंवा मारणं? कदाचित हे

सगळेच मार्ग. ठीक आहे, मी इथे सुखात आहे. वाईट वाटून घेऊ नकोस. तुझा मुलगा ठीक आहे.'

पण त्याच्या डोळ्यांत सुख परावर्तित झालं नव्हतं. डोळ्यांत भाव होते ते पराभव, पाडाव आणि शरणागतिकता. माझ्या मुलानं पराभवात सुख शोधलं आहे; कारण ते इतरच कुठे शोधण्याची शक्ती त्याच्यात नाही. न लढताच तो पराभूत झाला आहे.

तिला आठवलं की आदल्या रात्री तिनं जेव्हा कदाचित दारूच्या अमलाखाली, कदाचित नाइलाजानं पण डेनिजला तो जसा आहे तसं स्वीकारलं होतं, तेव्हा तिच्या मनाला शांती लाभली होती; आणि तिनं स्वत:ला प्रश्न विचारले होते; काय बरोबर असतं? काय चांगलं असतं? सुख म्हणजे काय? माणसांच्या आयुष्याचा अर्थ काय आहे, त्याचं मोल काय आहे? पण आता नवा दिवस सुरू होताना रात्री डळमळीत झालेल्या शक्तिशाली मूल्यांनी पुन्हा त्यांच्या विनाशर्त आणि भेदक सत्यांमुळे स्वत:ची सार्वभौम सत्ता प्रस्थापित केली.

ती उठली आणि खोलीच्या कोपऱ्यातल्या बेसिनवर तिनं चेहरा धुतला. आरशात दिसणारं प्रतिबिंब तिला आवडलं. पूर्वीपासूनच मी जितकी जास्त थकेन, जितकी जास्त खचेन, तितकी मी जास्त चांगली दिसते. 'डार्लिंग, तुला स्वत:ची दया आली पाहिजे, कारण या अशा चेहेऱ्यामुळे लोकांना तुझी दया येणार नाही!' आपल्या बायकोला जवळ घेऊन तिच्या केसांवरून हात फिरवत ओमर म्हणायचा. तो असं म्हणे तेव्हा तिच्या सगळ्या चिंता उडून जात आणि त्रासाला अर्थ उरत नसे. प्रेमाची दिलासा देणारी शक्ती आम्ही कधी गमावली? आमच्या भावनांना ओलावा देणारा स्रोत कधी आटला? आमचा मुलगा आम्ही गमावला आहे हे आमच्या लक्षात आलं तेव्हा? का त्याच्याही बरंच आधी जेव्हा तू शब्दांच्या जादूमागे धावत होतास, निसरडे उतार चढत होतास आणि आमच्यापासून दूर जात होतास? का जेव्हा मायक्रोस्कोपमधून पडद्यावर आलेल्या जादूई प्रतिमा बघताना मी हरवून जायचे आणि प्रयोगशाळेतून घरी यायला विसरायचे तेव्हा? का तू तुझ्या लिखाणात, पुस्तकात आणि चाहत्यांच्यात अडकून दूर जाणं, आणि मी माझ्या लहानपणाच्या शोभादर्शकाच्या वलयात हरवून जाणं या गोष्टी कारण नव्हत्या तर परिणाम होत्या?

डोळे आणि भुवयांवर पेन्सिलचा हलकासा हात, लिपस्टिकचा पुसट स्पर्श आणि कपाळावरच्या आणि ओठांच्या कोपऱ्यातल्या खोल होणाऱ्या रेघा सौम्य

करण्यासाठी थोडं फाऊंडेशन या क्रिया ती दात ब्रश करण्याइतक्या सहजपणे रोज करत असे. नेहमीच्या प्रसिद्ध ब्रँडच्या नसलेल्या, खूप घट्ट न होताही शरीराला उठाव देणाऱ्या, तिला छान व्यवस्थित बसणाऱ्या डिझाइनर जीन्स घालताना पन्नाशीनंतरही सडसडीत, चैतन्यमय असलेल्या आपल्या शरीरावर खूष होऊन ती किंचित हसते. काय म्हणता? पन्नास? तिला नेहमी ऐकायला मिळणारी स्तुती ती आठवते. 'पन्नास वर्षांच्या? मला नाही खरं वाटत! तुम्ही चाळिशीपेक्षा जास्त वाटत नाही.' डेनिज लठ्ठ झाला होता. त्याचा वेडावाकडा आकार डोळ्यांना आणि त्याच्या शरीरालाही अपाय करत होता, तिच्या आठवणीत असलेली त्याच्या बालपणीची वाक्यं अधोरेखित करत होता: 'त्याला त्याचा अभ्यास जमत नाही आणि तो इतर मुलांपेक्षा जाड आहे.' आपल्या मुलाच्या शरीराची आपल्याला लाज वाटत आहे हे लक्षात येताच तिला स्वत:चा राग येतो. मी सडपातळ, डौलदार आणि छान नेटकी आहे. मी प्रोफेसर एलिफ एरेन आहे. पण या सगळ्यांचा काय उपयोग? या सगळ्याला काय अर्थ आहे ओमरच्या दृष्टीने?

तिचा नवरा तिला अधूनमधून फसवतो हे तिला माहीत आहे. 'फसवतो' या शब्दाशी ती अडकून राहते. तो एक कुरूप शब्द आहे. तो एक अक्कलशून्य घाणेरडा वाक्प्रचार आहे. त्या शब्दातून सत्य प्रतीत होत नाही. ओमर या प्रकारच्या नैमित्तिक संबंधांविषयी बोलत नाही, पण तो ते लपवतही नाही. हे सगळं त्याच्या आयुष्याच्या वेगळ्याच भागाचं अंग आहे; असा भाग ज्याचा माझ्याशी कोणताच संबंध नाही. ते माझं काही हिरावत नाही किंवा माझ्यात काही कमी असल्याचं दाखवत नाही... याचा शरीर, वासना किंवा सेक्स कशाशीच संबंध नाही... ही पुरुषाची उपजत प्रेरणा आहे. स्वत:ला सतत सिद्ध करायची गरज. आपण हवंहवंसं वाटलं पाहिजे, महत्त्वाचं ठरलं पाहिजे, आपली स्तुती झाली पाहिजे अशी अनावर धारणा आणि विजय संपादण्याची इच्छा. त्याची खरी स्त्री मी आहे. प्रत्येक वेळी तो जिच्याकडे परत येतो ती स्त्री मी आहे. नाही, हे बरोबर नाही; तो कधीच अलग होत नाही. माझ्यापासून दूर तो कधीच जात नाही की ज्यामुळे त्यानं परत यायला हवं.

प्रासंगिक संबंधांनी कमकुवत होण्याऐवजी हे नातं वर्षानुवर्षं टिकलं आहे, बळकट आणि स्थिर झालं आहे. आता ते आसक्तीयुक्त प्रेम, वेडं प्रेम नसलं तरी एलिफला ते एखाद्या सुरक्षित निवाऱ्यासारखं वाटतं. ओमर एरेनची पत्नी, त्याची स्त्री असणं...

''ओमर एरेनचं साथीदार असणं कसं वाटतं?'' राष्ट्रीय प्रसारणासाठी सुप्रसिद्ध लेखक आणि त्यांची पत्नी यांची मुलाखत घेण्यासाठी त्यांच्या घरी आलेल्या तरुण वार्ताहर स्त्रीनं विचारलं होतं. एलिफ मुलाखत देण्यासाठी अगदी योग्य होती. तिनं थोडीही चूक केली नाही. स्त्रीवादी मुद्दा मांडण्यासाठी ती म्हणाली होती, ''हा प्रश्न असाही विचारता येऊ शकतो! विस्मरण आणि पुन:स्मरण या विषयावर आंतरराष्ट्रीय क्षेत्रातल्या कामामुळे सुपरिचित असणाऱ्या प्रोफेसर एलिफ एरेन यांचा पती असण्याबद्दल काय वाटतं?'' या प्रश्नामुळे ती तरुण वार्ताहर धक्का बसून गडबडली आणि पुढची मुलाखत तिनं नवशिकेपणानं अडखळत चालू ठेवली. आणि तरीही त्या मुलीच्या शेवटच्या प्रश्नाचा एलिफच्या मनाला आत्ता त्रास होत होता.

त्या वेळी घरात असलेल्या डेनिजशी बोलायचा आग्रह त्या बिचाऱ्या मुलीनं धरला होता. प्रसारणात सामील होण्याची त्या तरुण मुलाची अनिच्छा आणि भय यांची कल्पना नसलेल्या तिनं फक्त एक प्रश्न विचारण्याचा आग्रह धरला. ''ओमर एरेन आणि एलिफ एरेन यांचा मुलगा असण्याबदल काय वाटतं?''

''ते भयानक आहे,'' खरखरीत आवाजात डेनिज उत्तरला होता. ''मी त्या आयुष्याची शिफारस करत नाही. कोणी तुमच्याकडे 'तुम्ही' म्हणून बघतच नाही. 'या व्यक्तीचा' किंवा 'त्या व्यक्तीचा' मुलगा म्हणून ते तुमच्याकडे बघतात आणि मग तुम्हांला तुम्ही स्वत: होण्यासाठी काही अशक्य चमत्कार करून दाखवावे लागतील असं वाटतं.''

एलिफला त्या तरुण वार्ताहर मुलीची आश्चर्यचकित मुद्रा आठवते. मुलाखतीचं संपादन करताना निदान या शेवटच्या प्रश्नाचा अंतर्भाव न करण्याचं सौजन्य तरी तिनं दाखवलं होतं.

'आमचा मुलगा असणं असं आहे? उत्तरेकडे जगाच्या दुसऱ्या टोकाच्या एखाद्या एकाकी बेटावर, आयुष्यापासून पळणाऱ्या अज्ञात माणसाच्या बेटावर राहणं अधिक चांगलं आहे का? कुठल्या संवादातून, कुठल्या मुलाखतीतून एखाद्या माणसाबद्दलचं सत्य समजून येतं? मी इथे का आहे, माझ्या आत ही गुदमरवणारी भावना, हा उदासपणा हे कोण समजावून सांगू शकेल? मला इतकं अस्वस्थ का वाटावं? ज्या मी एकच दिवसापूर्वी एका आंतरराष्ट्रीय परिषदेत एक सर्वांत महत्त्वपूर्ण पेपर सादर केला आणि ढीगभर प्रशंसा – एका तुर्की स्त्रीनं अनपेक्षितपणे असे लक्षवेधी निष्कर्ष मांडावेत यासाठी ती प्रशंसा

नसेल असं नाही - मिळवली, अशी मी जी आंतरराष्ट्रीय समूहात नाव कमावत आहे आणि 'वूमन सायंटिस्ट ऑफ द इयर' पारितोषिक मिळवण्याच्या जवळ गेले आहे. मग माझ्या आत ही थंड काळोखी रितेपणाची, अपयशी ठरल्याची भावना काय आहे? आजच्या या सकाळी मला एकटं, असहाय्य का वाटत आहे? ते या मुलामुळे का? का मला ओमरचा विरह जाणवत आहे? का दोन्ही कारणांमुळे?

मला तुझी गरज आहे. तुझ्या आवाजाची गरज आहे. मला तुझा आवाज ऐकायलाच हवा आहे. जेव्हा मी परत येईन तेव्हा मी तुला जाऊ देता कामा नये. जरी तुला जायचं असलं तरी मी तुला मिठी मारून पकडून ठेवलं पाहिजे. मला नेहमीच चिकटून राहणारी बाई व्हायचा तिटकारा वाटतो आणि तसं न होण्याचा मी प्रयत्न केला आहे. पण आता मात्र मी तुला चिकटायलाच पाहिजे. पुन्हा कधीही आपण, तू पूर्वेला आणि मी पश्चिमेला असं जाता कामा नये. पूर्व आणि पश्चिम आपल्या दोघांनाही सामावून घेण्याइतक्या मोठ्या आहेत. फोनवर तू म्हणाला होतास, 'मी पूर्वेला आणि तू पश्चिमेला... आपण हळूहळू दूर जात आहोत.' आपल्या प्रवासाच्या सुरुवातीला आपण एकमेकांचे जिवलग, इतक्या जवळचे होतो की आपण कितीही अलग झालो तरी मला असं वाटायचं की आपला रस्ता, आपली मुळं, आपली शरीरं एकच आहेत.

कदाचित याच कारणामुळे तिच्या नवऱ्याच्या प्रेमप्रकरणाचा तिनं गहजब केला नाही. स्वतःचा अभ्यास, त्यांचं दूर असणं, त्यांच्यातलं अंतर या सबबी तिनं तिच्या सुटकेसाठी वापरल्या. जणू काही त्यांचं एकत्र असणं ही स्थिती असण्यापेक्षा जास्त एक गरज होती. ओमर हा काही दुसरं स्वतंत्र अस्तित्व नव्हता. तो तिचं मन, हृदय आणि शरीर यांचाच विस्तारित भाग होता. कदाचित त्याचं तिथं असणं हे श्वासोच्छ्वासाइतकंच नैसर्गिक आहे असं मानण्यामागे ज्याप्रमाणे तिचा आत्मविश्वास होता तसंच अगदी विरुद्ध म्हणजे त्याला गमावण्याची भीतीही होती. कदाचित इतक्या वर्षांच्या काळानं केलेली झीज तिच्या लक्षातच येत नव्हती किंवा ती थांबवण्याचं बळ तिच्यात नव्हतं.

मी हळूहळू म्हातारी होते आहे. पन्नाशी गाठायचा विचार माझ्या मनात कधी आलाच नव्हता. पण मी तिथे पोहोचले आहे. मी ती गाठली आहे. खरं तर मी ती ओलांडलीही आहे. आय लव यू. पूर्वी कधी नव्हती इतकी मला तुझी आत्ता गरज आहे. मी आत्ता आपल्या मुलाबरोबर, आपल्या जखमी मुलाबरोबर, आपल्याला जखमी करणाऱ्या आपल्या मुलाबरोबर आहे. काल

रात्री आम्ही पहाटेपर्यंत बोलत होतो. आजच्या मत्स्योत्सवाची जागा सजवण्यासाठी तो मासेमारीच्या जुन्या जाळ्यांवर रंगीत ॲल्युमिनिअम फॉइलचे मासे अडकवत होता. असं करण्यानं त्याला सुख लाभतं असं तो म्हणाला. रक्त आणि आग यांच्या या जगात आपल्याला वेढून असलेल्या हिंसाचारामध्ये शांतीनं भरलेलं, समंजस, चांगला छंद असलेलं आयुष्य का वाईट आहे, असं त्यानं मला विचारलं. मला शोधूनही उत्तर मिळालं नाही. मी थकले आहे, डार्लिंग. मला तुझ्या सुज्ञपणाची, तुझ्या आवाजाची, तुझ्या शब्दांची गरज आहे.

तिच्यावर सावट टाकणाऱ्या नैराश्याला, तिच्या छातीत वाढणाऱ्या आणि गळ्यात दाटणाऱ्या घुसमटीला आणि कुंठितावस्थेला दूर करायचं तर सगळ्या समस्यांना वेगवेगळं करून एकापाठोपाठ एक सोडवलं पाहिजे हे तिला कळतं. प्रथम समस्यांची वर्गवारी करायची, नंतर त्या एकामागून एक हाताळायच्या आणि सोडवून टाकायच्या. ज्या तुम्ही सोडवू शकता तिथून सुरुवात करायची. त्यांतले दुवे शोधायचे आणि मग पायरी पायरीने पुढे जात समस्येचं निरसन करायचं. कार्टेझिअन पद्धतीमुळे काम सोपं होतं, आणि गुंत्यात अडकायला होत नाही. तर्कसंगत रितीने आणि पद्धतशीरपणे... पण आयुष्यात असं नसतं. तुम्ही नेहमीच प्रश्न वेगळे काढून सोडवू शकत नाही. सकारात्मकताच जिथून जवळजवळ नाहीशी झाली आहे अशा सकारात्मक शास्त्रातही क्वांटम थिअरी अणि आधिभौतिक स्पष्टीकरणं वादळ उठवतात अशा या जगात तर्कवाद फारसं विश्लेषण करू शकत नाही.

माझ्या आत कसला पीळ पडतो आहे? आयुष्य सोडून पळालेल्या अणि या एकाकी बेटावर अडकलेल्या माझ्या मुलामुळे का? जे पूर्णपणे नाकारून मी स्वत:ला फसवत आहे ते माझ्यात आणि ओमरमध्ये पडलेलं आणि दिवसेन्‌दिवस रुंदावत जाणारं अंतर याचं कारण आहे का? त्याला गमावण्याची भीती? का शेवटच्या परिषदेत माझ्या प्रबंधाला खूप मान्यता आणि प्रशंसा मिळाली असली आणि महत्त्वाच्या युनिव्हर्सिटींनी व्हिजिटिंग प्रोफेसर म्हणून मला आमंत्रणं दिली असली तरी माझ्यातला अपुरेपणा आणि माझ्या मर्यादा यांची फक्त मला असलेली जाणीव हे त्याचं कारण आहे? मी दुसऱ्या कोणाला हे सांगितलं तर त्यांना ही खोटी नम्रता वाटेल; मला अजून जास्त प्रशंसा आणि मान्यता हवी आहे असं वाटेल. तरीही मी कुठपर्यंत पोहोचू शकते, माझी कुठली जागा आहे आणि मी अलौकिक प्रतिभावंत नाही हे सगळं मला

माहीत आहे. मी हे जर ओमरला सांगितलं तर तर तो म्हणेल, 'तुला जडलेला परिपूर्णतेचा असाध्य रोग हे त्यांचं कारण आहे बरं पोरी. तू माझ्या जागी असतीस तर तू लिहिलेलं काहीच तुला आवडलं नसतं अणि मग तू एकाही कादंबरीची निर्मिती केली नसतीस.' यशस्वी समजल्या जाणाऱ्या बहुतेक पुरुषांप्रमाणे ओमरही स्वत:बाबतीत समाधानी आहे. आणि तो फारशा दक्षतेनं काम करत नाही. त्यानं लिहिलेलं चांगलं खपलं, ते लोकांना आवडलं तर ते पुरेसं असतं! मी त्याच्यावर हा अन्याय करते आहे का? अलीकडे तो का लिहू शकलेला नाही? त्यालाही त्याचे प्रॉब्लेम्स आहेत हे उघड आहे. त्याला कशाची तरी काळजी वाटते, जी त्याला लिहू देत नाही. आम्ही दोघं एकमेकांबरोबर किती कमी गोष्टी वाटून घेतो. हल्ली आम्ही किती कमी बोलतो. प्रत्येकानं स्वत:ची जड वळकटी तयार केली आहे आणि प्रत्येकजण स्वत:चं गाढव स्वत:च्या मार्गावर खेचत आहे. मी पश्चिमेकडे आणि तू पूर्वेकडे...

बाहेर हवा स्वच्छ आहे. हा दिवस छान असणार आहे. किती विचित्र हवा. जुलैच्या सुरुवातीलासुद्धा तुम्हांला हवेचा भरवसा वाटू शकत नाही. जर रात्रीचं हवामानच राहिलं असतं, जर पाऊस पडला असता तर मत्स्योत्सवात काहीच गंमत राहिली नसती. ते सगळे अतोनात कष्ट वाया गेले असते. ती स्वत:ला सावरते : जणू काही या घाणेरड्या, एकाकी बेटावरच्या मत्स्योत्सवाशी मला काही देणंघेणं आहे! तिला काळजी आहे ती फक्त तिच्या मुलानं रात्रभर उत्साहानं, चिकाटीनं आणि काळजीपूर्वक खपून पण तरीही वेडीबागडी केलेली सजावट वाया जाण्याची आणि उत्सवाची उत्कंठा लागलेल्या बिजोर्नचा हिरमोड होण्याची...

कॉफी घेण्यासाठी ती खाली स्वयंपाकघरात जाते. मोठ्ठा कप भरून स्ट्राँग कॉफी घेतल्याशिवाय तिची सकाळ सुरूच होत नाही. ह्या आनंदात किंवा व्यसनात ओमर कधीच सहभागी नसतो. ब्रेकफास्टसाठी तो चहा किंवा चांगलंसं सूप घेतो.

मध्यभागी असलेल्या लांब लाकडी टेबलावर ब्रेकफास्ट तयार आहे. मीठ नसलेलं, पिवळं स्थानिक चीज, *लोर*सारखं दिसणारं एक दुसऱ्या प्रकारचं चीज, जंगली स्ट्रॉबेरीचा जॅम, छोट्या ताटल्यांतून जवळजवळ कच्चे, खारवलेले मासे, टोस्टरशेजारी काळा ब्रेड, बोर्ड आणि सुरी आणि थर्मासमध्ये कॉफी. आजूबाजूला कोणीही नाही. कित्येक वर्षांपूर्वीच्या डिसेंबरमधल्या संध्याकाळचा तो एकटेपणा तिला आठवतो; जेव्हा चमत्कारिक योगायोगानं त्यांनी या

बेटावर - जे मंतरलेलं आहे असं आता तिला वाटायला लागलं आहे - प्रथम पाऊल ठेवलं होतं.

सकाळी उठल्या उठल्या ब्रेकफास्ट करायची तिला सवय नाही. नाजूक चायना कप बाजूला ठेवून भिंतीवर टांगलेल्या मोठ्या मगमध्ये तिनं कॉफी भरून घेतली. कॉफीचा वास छान होता, त्यात खूप आठवणी होत्या. कॉफी हातात घेऊन घराच्या समुद्राकडच्या बाजूच्या मोठ्या लाकडी दरवाजातून ती बाहेर आली. शेवाळं आणि मिठाचा वास येणारी खारी हवा तिनं छातीत भरून घेतली. आपल्या सवयीतल्यापेक्षा हे वेगळं आहे खरं, पण हेही एक प्रकारचं सौंदर्य आहे. मंद, काहीस धुकाळलेलं आकाश, दुधाळ निळं, करडं, कधी गडद निळं समुद्राचं पाणी आणि सूर्योदयाच्या वेळी पिवळा तर सूर्यास्ताच्या वेळी डाळिंबासारखा लाल असण्याऐवजी जांभळटपणाकडे झुकणारा प्रकाश. शांत, एकाकी निसर्ग जो धुमसतो, पण पेटत नाही. जो हिंसेला, भावनांच्या उद्रेकाला किंवा महत्त्वाकांक्षेला चेतवत नाही; ज्याचे रंग उसळून येत नाहीत किंवा एकमेकांबरोबर स्पर्धा करत नाहीत. बराच वेळ शांत झालेल्या वादळाशिवाय, खाली येऊन माघारी परतलेल्या लाटांशिवाय आणि ग्रॅनाईटच्या खडकांशिवाय इथे या भूमीत दुसरं काहीच कठोर नाही. हे छाप टाकणारं आणि सुंदर आहे. पण तीन दिवसांपेक्षा जास्त काळ मला इथे राहावं लागलं तर मी गुदमरेन. आम्ही ॲजिअन, भूमध्य समुद्राजवळचे लोक आहोत. गडबड गोंधळ, पेटलेला सूर्य, तो झगमगता प्रकाश यांच्यावाचून आम्हांला चुकल्या चुकल्यासारखं होतं. माणसं नसणं, निर्जनता आम्ही सोसू शकत नाही.

गेस्ट हाऊसच्या समुद्राकडच्या दारातून बाहेर पडून ती जशी समुद्राकडे चालू लागते, तेव्हा तिला तो दिसतो. जेव्हा ती समुद्राकडे तोंड करते तेव्हा घराच्या डावीकडे असलेल्या कड्यावर खडकाला पाठ टेकून तो बसला आहे. डोकं हातात टेकून त्यानं त्याचा चेहरा खाली वळवला आहे. तिथे असलेल्या कोणाशीतरी तो बोलतो आहे असं वाटत आहे. कोणीतरी, जे त्याला दिसत आहे, पण एलिफला दिसत नाही.

ती थरकापते. तिच्या मानेतून एक उष्ण साप सुटतो आणि तिच्या कण्याच्या तळात जाऊन पडतो. वाळवंटाच्या विस्तीर्ण एकाकीपणात पाडलेल्या भिंतीवर किंवा संगमरवरी खडकावर बसून लिटल प्रिन्स खडकाखालच्या

सापाशी – एका चाव्यात माणसाला परलोकी पाठवू शकणाऱ्या भयंकर विषारी नागांपैकी एकाशी – बोलत आहे.

'हो, हो! दिवस बरोबर आहे, पण ही जागा अचूक नाही... घाबरू नकोस. मला काहीही वेदना होणार नाहीत. मी फक्त थोडा मेल्यासारखा दिसेन; पण प्रत्यक्षात काही मी मरणार नाही. लक्षात घ्या,मी जिथून आलो तो परग्रह खूप खूप लांब आहे. हे शरीर खूप जड आहे. मी ते उचलून इतक्या दूर नाही नेऊ शकत... तुम्हांला माहीत आहे हे खूप छान होईल; मी पण ताऱ्यांकडे बघेन. सगळे तारे गंजलेली कप्पी असलेल्या विहिरींसारखे दिसतील. सगळे तारे मला पाणी देतील... किती गंमत आहे नं! तुला ५०० दशलक्ष चमकत्या गोट्या मिळतील आणि मला ५०० दशलक्ष कारंजी... तो जास्त काही बोलला नाही,कारण तो रडत होता. तो जमिनीवर कोसळला कारण तो घाबरला होता. तुला माहीत आहे... माझं फूल... मी सांगितलेल्या फुलाबद्दल तुला माहीत आहे. माझ्यावर तिची जबाबदारी आहे. ... तो उठला आणि त्यानं एक पाऊल टाकलं. त्याच्या घोट्याजवळ एक पिवळा उजेड तळपला. बस्, इतकेच. कुठलाही आवाजसुद्धा नव्हता. वाळूमुळे...'

डेनिजचं आवडतं पुस्तक 'द लिटल प्रिन्स'मधलं शेवटचं प्रकरण जे ऐकायचा त्याला कधीही कंटाळा येत नसे आणि तो तिला ते पुन्हा पुन्हा वाचायला लावी. स्वत:च्या जगात पुन्हा परत जायला मिळावे म्हणून वाळवंटात भेटलेल्या सापाला लिट्ल प्रिन्स स्वत:चा चावा घ्यायला लावतो तो प्रसंग... प्रत्येक वेळी मुलगा त्याचे डोळे विस्फारायचा आणि जणू काही तो प्रथमच ऐकत आहे अशा तऱ्हेने श्वास रोखून धरायचा; आणि कधीकधी तो रडायचा.

ती अतिशय घाबरते. जणू काही डेनिज जिथे टक लावून पाहत आहे त्या खडकाखाली साप वेटोळं घालून बसला आहे. 'दिवस बरोबर आहे, पण ही जागा अचूक नाही... माझा तारा खूप दूर आहे. हे जड शरीर मी इतक्या दूर उचलून नाही नेऊ शकत...'

एलिफ कड्यांकडे धावते. गेस्ट हाऊसची बाग आणि कडे यांच्यामध्ये कुंपण आहे. कुंपण कसं पार करायचं आणि कड्यांपर्यंत कसं पोहोचायचं ते तिला माहीत नाही. बहुधा मागच्या बाजूने कुठून तरी चक्कर मारून जायचं असावं. ती गडबडते. सापानं त्याचं वचन पूर्ण करायच्या आत मला तिथं पोहोचलं पाहिजे. त्याचा चावा मला थोपवायला हवा! लिट्ल प्रिन्स म्हणाला

होता, 'हे शरीर खूप जड आहे. मला हे उचलून नेता येत नाही.' डेनिजचं शरीरही खूप जड आहे, ते त्याला उचलता येत नाही. फक्त शरीरच नाही, पण त्याच्या हृदयातली खिन्नताही अतिशय जड आहे. ती त्याला वाहता येत नाही. सापाला थांबवायलाच हवं. त्याला सापाच्या मदतीची गरज भासता कामा नये. त्यानं पृथ्वी ग्रहावर काही काळ राहायलाच हवं. कोल्ह्यानं आपल्या मित्राला इतक्या लवकर सोडता कामा नये: तुम्हांला माहीत आहे तो कोल्हा काय म्हणाला, 'मला माणसाळ, मला तुझी सवय लाव.' आणि नंतर जेव्हा ताटातुटीचा दिवस आला तेव्हा तो म्हणाला, 'मी रडेन; पण त्यानंही माझं हितच होईल. मला गव्हाचा रंग मिळाला आहे. जेव्हा मी त्याकडे बघेन तेव्हा मला तुझे गव्हाच्या रंगाचे केस आठवतील.' आणि नंतर ज्या कप्तानाचं विमान वाळवंटात कोसळलं होतं तो लिट्ल प्रिन्सशिवाय काय करील? नाही, त्याला असं सोडता येणार नाही.

तिला स्वत:चाच दबलेल्या ओरडण्यासारखा आवाज ऐकायला येतो; ''डेनिज! डेनिज! डेनिज!'' तिचा आवाज खडकांमध्ये निनादतो.

''काय आहे आई? काय झालं?''

आता घाबरून जायची डेनिजची पाळी आहे खडकांवर पोहाचण्याआधीच कुंपणाच्या दुसऱ्या बाजूला एलिफ मटकन बसते. तिला हेही समजत नाही की, डेनिज कड्यावरून धावत खाली आला आहे. कड्याखाली खेळत असलेल्या बिजोर्नला त्यानं हातांत उचललं आहे. मुलाला त्यानं कुंपणावरून आत ठेवलं आणि मग त्यानं स्वत: त्यावरून उडी मारली आणि मग तिच्या बाजूला तो अस्वस्थ होऊन पोहोचला. ''काय आहे आई? काय झालं?''

ती तिचं डोकं हातांत खुपसते आणि हुंदक्यांनी गदगदत रडू लागते. काय करावं ते डेनिजला कळत नाही आणि त्याच्या आईशेजारी तो गुडघ्यांवर बसतो. तो तिला अवघडलेल्या थोपटण्यानं आणि भित्र्या स्पर्शानं शांत करण्याचा प्रयत्न करतो.

चकित होऊन आणि थोड्याशा काळजीनं बिजोर्न नॉर्वेजियन भाषेत विचारतो, ''*फारमोर*ला काय झालं?''

''काही झालं नाही. एका क्षणात सगळं ठीक होईल. तू आता बोटींच्या धक्क्याकडे पळ आणि जाळी नीट लावली आहेत ना, सगळं नीट तयार आहे ना हे बघ. कोणी विचारलं तर सांग, डॅडी लवकरच येतील.'' मुलाच्या छातीवर तो चापट्या मारतो. मुलगा पळून जातो.

''काय झालं माऊ आई? काय बिघडलं आहे?'' ''मला माहीत नाही,'' ती हुंदक्यांमधून बोलते... ''मला माहीत नाही. मी जेव्हा तुला कड्याशी पाहिलं, तेव्हा मला अचानक खूप भीती वाटली. तू कोणाशी तरी काहीतरी बोलत होतास. असं वाटलं की तू एखाद्या सापाशी बोलत आहेस. मी प्रचंड घाबरले.''

''अग आई... कुठला साप? कड्याखाली बिजोर्न उभा होता आणि आम्ही जत्रेच्या ठिकाणी जावं असा हट्ट करत होता; आणि मी म्हणत होतो की आजी उठेपर्यंत थांबू आणि मग जाऊ. मी तुझी वाट पाहत होतो. बस् एवढंच.''

''आय ॲम सॉरी,'' ती म्हणते. ''आय ॲम सॉरी. माझ्या नसांच्या जणू चिंध्या झाल्या आहेत. मला कसले कसले भास व्हायला लागले आहेत. कालची रात्र माझ्यासाठी कठीण गेली. खरं सांगायचं, तर गेली कित्येक वर्षं प्रत्येक गोष्ट खूप कठीण झाली आहे. ठीक आहे, तू आता जा. मुलाला एकटा सोडू नकोस. तुझ्या मुलाला कधीही एकटं सोडू नकोस. मला रस्ता माहीत आहे. मी स्वत:ला सावरलं की तुझ्या पाठोपाठ येते.''

त्याच्या आईला तो उभं राहायला मदत करतो. तो तिला मिठी मारतो जशी तो फार पूर्वी, तो खूप खूप लहान असताना मारायचा, तशी. तितक्याच शरणभावाने आणि तितक्याच गोडव्याने.

''इथे साप नाहीत आई, घाबरू नकोस. आत जा आणि तुझा चेहरा धू. आणि तुझ्या मेकपने टवटवीत हो. बेटावरच्या लोकांना माझी आई सुंदर दिसली पाहिजे. मला उशीर झालेला नाही. शिवाय मला तिथे काही कामही नाही आणि बीअर द्यायला अजून खूप वेळ आहे. मी तुझ्यासाठी थांबतो. आपण दोघं धक्क्यावर बरोबर जाऊ.''

या वेळी ओमरनं फोन घेतला. मोबाईल फोनला सिग्नल मिळतो अशा सांस्कृतिकीकरण झालेल्या ठिकाणी तो एकदाचा पोहोचला होता! 'तुम्ही लावलेला नंबर उपलब्ध नाही. कृपया नंतर प्रयत्न करा.' हा संदेश ऐकण्याचा तिला आता वैताग आला होता आणि तिचा नंबर फोनवर दिसूनही त्यानं उलट संपर्क न साधल्यामुळे ती दुखावली गेली होती. तो पूर्वेकडे जात आहे असं तो म्हणाला होता. पूर्व कुठे आहे? वन पूर्वेला आहे तसंच टन्सली आणि

हक्कारी, इराक, सीरिआ आणि अफगणिस्तानसुद्धा... पूर्व सगळीकडेच आहे. इथून उत्तर समुद्राकडून पाहिलं तर युरोपसुद्धा पूर्वेलाच आहे. 'जीन तंत्रज्ञानातील नैतिक मुद्दे' या तिच्या पेपरवर – जो तिला तिच्या गेल्या कित्येक वर्षांचं ध्येय असलेल्या 'या वर्षीची स्त्री शास्त्रज्ञ' या किताबाची महत्त्वाची दावेदार ठरवेल असं वाटत होतं त्यावर – शेवटचा हात फिरवण्यातली उत्तेजितता आणि 'तिनं डेनिजला भेटायला जावं किंवा नाही?' हा तिचं मन आणि हृदय यांना कुरतडत असणारा प्रश्न या सगळ्यांनी तिला ओमरबद्दल अधिक विचार करू दिला नव्हता. गेल्या काही दिवसांच्या धावपळीत त्यानं पाठवलेला एक टेक्स्ट मेसेज आला होता. 'इथे नेहमीच नेटवर्क चांगलं नसतं. काळजी करू नकोस. मी ठीक आहे. मी इथे काही काळ असेन.' वा, ही तर दोघांसाठीही योग्य आणि बळकट सबब होती की पोहोचता येत नाही. मी काय करू?

आता ती उत्सवापासून काहीशा अंतरावर, जिथून घरांची रांग सुरू होते अशा तुलनेनं शांत कोपऱ्यात उभी आहे आणि जाळ्यांवर लटकणाऱ्या जाड पुठ्ठा, साहित्याचे तुकडे, रंगीबेरंगी चांदीचा कागद यांच्यापासून बनवलेल्या मासे, स्टार फिश, सी हॉर्सेस आणि मोठ्या मत्स्यकन्या यांनी सजवलेल्या धक्क्याच्या चौकाकडे बघते आहे. मेणकापडाने आच्छादलेल्या लांब टेबलांवर तऱ्हतऱ्हेचे मासे ठेवले होते आणि केक, बिस्किटं आणि रंगीबेरंगी खाऊ जिथून विकला होता, तिथे आता बीअर मिळण्याची तयारी सुरू आहे. उत्सवाच्या गडबड गोंधळाच्या या आवाजापासून सुरक्षित अंतरावर एका घराच्या कोपऱ्यात ती हातात मोबाईल घेऊन ओमरचा आवाज ऐकू येण्याची वाट पाहत आहे.

''मी तुला फोन करणारच होतो, डिअर, आधीही खूप वेळा मी तुला फोन केला, पण तुझ्यापर्यंत पोहोचता आलं नाही. तू कुठे आहेस, का इस्तंबुलला परत आलीस?''

''दोष या फोनचा आहे. माझ्याही फोनला सिग्नल नव्हता असं दिसत आहे. काय करणार? तू डोंगरांमध्ये आणि मी सैतानाच्या बेटावर.'' तिचे शब्द उपरोधिक होते, पण तिच्या आवाजात कडवटपणा किंवा उद्विग्नता नव्हती. खरं तर तिचा आवाज आनंदी आणि काहीसा अवखळ आहे असंही म्हणता आलं असतं. ''मी कुठे आहे, सांग.''

''तू बेटावर आहेस, डेनिजच्या बेटावर.''

''ते तुला कसं कळलं?''

''आत्ताच नाही का तू म्हणालीस की, मी डोंगरात आहे आणि तू सैतानाच्या बेटावर?'' तो एक क्षण थांबतो आणि त्याच्या आधीच्या चिडवणाऱ्या, पोरकट आवाजापेक्षा वेगळ्या आवाजात म्हणतो, ''तिथे गेल्याबद्दल थँक्स. माझ्या मनाची अजून तयारी झाली नाही आणि ते ओझं मी तुझ्यावर टाकलं. मी तुला काहीच मदत केली नाही.'' काहीशा लज्जित आणि क्षमायाचनेच्या सुरामुळे त्याचा आवाज नरमलेला वाटतो.

जेव्हा आम्ही एकमेकांशी आमच्या मुलाबद्दल बोलतो तेव्हा आम्ही नेहमीच भयभीत, लज्जित आणि एकमेकांची क्षमा मागत आहोत असं वाटतं. का? आपण दुसऱ्यापेक्षा जास्त अपराधी आहोत, असं आम्हां दोघांनाही वाटतं म्हणून? का आपल्यापेक्षा दुसरा जास्त कमकुवत वाटतो म्हणून? का आमच्या दुर्बलतेमुळे, आमच्या असमर्थतेमुळे?

आनंदी भासण्याचा प्रयत्न करत ती म्हणते, ''आता विसर ते सगळं, आज बेटावर मत्स्योत्सव, हेरिंग माशाचा उत्सव किवा असं काहीतरी आहे. आम्ही धक्क्याजवळच्या चौकात आहोत. तुला तो धक्का आठवतो? मासेमारीची जाळी आणि वेगवेगळ्या रंगांचे मासे वापरून त्यांनी सगळीकडे सजावट केली आहे. तुझा नातू सगळीकडे धावतोय. खूप मजेत जातो आहे त्याचा वेळ.''

''माझा नातू! मला एक नातू आहे, हो का?''

ती काय बोलली हे तेव्हा कुठे एलिफच्या लक्षात येतं. ''हो, तुला एक नातू आहे आणि तो खरंच गोड आहे. राजकन्या उलाची वाट पाहणाऱ्या छोटुकल्या बिजोर्नच्या जेव्हा आमची दोघांची भाषा एक नाही हे लक्षात आलं, तेव्हा आपलं प्रेम तो एखाद्या मांजराप्रमाणे अंग घासून मला दाखवत आहे.''

''डेनिज कसा आहे?''

''डेनिज... डेनिज चांगला आहे. एवरीवन इज फाइन.''

त्या दोघांनाही एकाच वेळी हृदयाला पीळ पाडणारा त्यांचा आवडता सिनेमा आठवतो. *एवरीवन इज फाइन*... दूर राहणाऱ्या आपल्या मुलांना भेटायला गेलेले सिसिलीतले वयस्कर वडील परत आल्यावर मुलं कशी आहेत हे विचारणाऱ्यांना आणि थडग्यातल्या त्यांच्या पत्नीला सांगतात, 'प्रत्येकजण खुशाल आहे.' एवरीवन इज फाइन. दूरच्या शहरात चिरडली गेलेली आणि नामशेष झालेली त्यांची मुलं, वेश्या झालेली मुलगी, आत्महत्या केलेला मोठा मुलगा आणि मादक द्रव्यांच्या उलाढालीत तुरुंगात गेलेला धाकटा मुलगा...

त्यांच्या मुलांच्या आयुष्याच्या हताश दु:खांचा स्वप्न आणि असत्य यांत गुंडाळलेला गोषवारा. *एवरीवन इज फाइन.*

ती सांगत राहते, ''मी आले की आपण त्याबद्दल बोलू. मी तुला डेनिज आणि बिजोर्नबद्दल सांगेन. मला तुझी उणीव खूप जाणवत असते. आत्ताही अचानक ती भावना उफाळली आणि मी स्वत:ला आवरू शकले नाही. म्हणून तुला सरळ फोनच करायला लागला.''

''अग, पण तू स्वत:ला कशासाठी आवरत होतीस?''

''तुझं संपर्क न साधणं, इथे नेटवर्क नाही या सबबीला तुझं चिकटून राहणं. आता तू त्या डोंगरातून आणि गुहांतून बाहेर पड, आणि जिथे तुझ्या फोनला सिग्नल मिळेल अशा जागी ये. काही दिवसांनी स्वित्झर्लंडमध्ये एक मीटिंग आहे. मी त्यात भाग घेणार आहे. त्यानंतर मी परत येईन. तूही घरी ये.'' ती जे काही बोलली त्यानं ती आश्चर्यचकित होते. तिला वाटत होतं की, तिनं फोन केला तो ओमरच्या नाही तर स्वत:च्या मनाला बरं वाटावं म्हणून– की आपण नवऱ्याला फोन केला आणि त्याची विचारपूस केली. जर आपल्या स्वत:च्यासुद्धा भावना आपल्याला कळत नाहीत तर दुसऱ्यांच्या भावना कळतात असं आपण कसं म्हणू शकू?

''तू परत येशील तेव्हा मी तिथे असेन, डिअर. आपण बोलू. डेनिजला मी विचारलं आहे म्हणून सांग. म्हणजे, काहीतरी योग्य असं बोल – त्याला ज्यानं बरं वाटेल असं काही...''

एलिफ फोन बंद करते. लहान मुलगा धावत तिच्याकडे येतो आणि तिचा हात ओढत तिला न कळणारं काहीतरी बोलतो. तो उत्तेजित झाला आहे, आनंदानं अणि चैतन्यानं सळसळत आहे. ती मुलाच्या मागून धक्क्याकडे चालत जाते. तो धक्क्याकडे येणाऱ्या आणि उत्सवासाठी शृंगारलेल्या मासेमारीच्या बोटी दाखवतो. आजूबाजूच्या बेटांतले आणि मुख्य भूमीतले तरुण आणि म्हातारे, स्त्रिया आणि पुरुष आपापल्या स्थानिक पोषाखात, मेंडोलिन आणि फिडल या दोन्हींच्या मधल्या एका वेगळ्याच वाद्याच्या साथीनं प्रसन्न गाणी म्हणत बोटीतून उतरतात. धक्क्याजवळचा चौक जिवंत होतो. जणू काही निश्चलता, निरवता आणि शांती यांच्या मर्यादा पार करून अंधूक होत जाण्याचा धोका असणाऱ्या या दूरस्थ बेटाला त्याला पूर्णपणे अपरिचित असा आनंद आणि चैतन्याचा झटका आला आहे.

तिचा हात धरून बिजोर्न आपल्या आजीला धक्क्याजवळच्या चौकाच्या

मध्यभागी खेचतो. चौकाच्या सभोवती मासे, खाद्यपदार्थ, सजावट, मासेमारीची साधनं आणि पेयं यांचे ठेले आणि तिनं आणि डेनिजनं रात्रभर सजवलेली मासेमारीची जाळी आहेत. तरुण लोकांना नृत्य करण्यासाठी, कोळी आणि वादकांना त्यांचं कौशल्य दाखवण्यासाठी, शर्यती आणि स्पर्धांसाठी राखून ठेवलेला चौकाच्यामधला भाग अजून रिकामाच आहे. एलिफचा हात न सोडता बिजोर्न चौकाच्या अगदी मध्यभागी उभा राहतो. प्रथम कोणाच्याच लक्षात येत नाही, पण नंतर हळूहळू लोक लक्ष द्यायला लागतात. बिजोर्न ओरडतो, 'पहा, आमच्याकडे बघा! कृपया लक्ष द्या!' एलिफला जरी सगळं समजलं नाही तरी मुलगा काय म्हणतो आहे त्याचा सारांश कळतो. मुलगा जणू त्याची फुफ्फुसं फुटतील अशा प्रकारे, जणू काही त्याचा शेवटचा पुकारा असल्याप्रमाणे उच्च रवात ओरडतो. 'ही माझ्या वडलांची आई आहे! पहा *फारमोर, फारमोर पप्पामोर!* माझं तिच्यावर प्रेम आहे!'

ती त्याचा पुकारा ऐकते आणि - केवढी अजब गोष्ट, तो तिच्याच भाषेत असल्याप्रमाणे - तिला तो समजतो. अनंतातल्या एका बिंदूवर हवेत टांगल्याप्रमाणे तिला वाटतं. मरणापूर्वी जाणिवेचा शेवटचा क्षण असा असावा. हा एखाद्या सिनेमातला, नाही, संगीतिकेतला प्रसंग वाटतो: निरागसता आणि शांतता यांचं बाह्यरूप पांघरून फसवा समुद्र ज्याच्या अंगचटीला येतो अशा बंदराजवळील चौकात उभारलेल्या जत्रेच्या ठिकाणी सजावटीच्यामध्ये उत्तम निगा राखलेल्या पण थकलेल्या चेहऱ्याच्या, जीन्स आणि पांढरा टी शर्ट घातलेल्या, सडपातळ, मध्यमवयीन स्त्रीच्या हाताला पकडून अतिसोनेरी केसांचा लहान मुलगा सगळ्या जगाला आव्हान देतो आहे. एक किंकाळी चौकाभोवती उभे असलेल्यांच्या कानांना छेदत आणि त्यांच्या हृदयांना विळखा घालत धक्का, समुद्र आणि चौक यांना ओलांडून कड्यावरच्या किल्ल्यावर पोहोचून तिथून समुद्राच्या लाटांत मिसळते. राजकन्या उलाची वाट बघून शिणलेल्या लहान मुलाची किंकाळी. 'ही आहे माझ्या वडलांची आई! आजी! माझं तिच्यावर प्रेम आहे.'

ती एखाद्या त्रयस्थाच्या नजरेनं हा देखावा निरखण्याचा प्रयत्न करते. एक क्षण ती स्वतःला गावातल्या चौकात पेटवून द्यायच्या चेटकिणीप्रमाणे दिसते किंवा मुलाबरोबर तिला स्वर्गात घेऊन जाणाऱ्या देवदूताची वाट पाहणाऱ्या मेरीप्रमाणे वाटते. दोन्हीही एकाच भावनेच्या, एकाच विलक्षण घटनेच्या दोन भिन्न प्रतिमा आहेत. ती वाकते आणि मुलाला तिच्या कवेत घेते. डेनिजला

मी अशीच बाहूंत भरून घट्ट मिठीत घ्यायचे. एखाद्या लहानशा पक्ष्याप्रमाणे मुलाचं हृदय फडफडत असलेलं तिला जाणवतं. समोरच्या बाजूला, बीअरच्या टेबलामागून डेनिज त्यांच्याकडे हसत हसत बघत आहे. मला आशा आहे की तो इथे यायला बघणार नाही. मग सगळं चित्रच खूप गोड, चिकट, असह्य होईल. डेनिज येत नाही. तो ठेल्यामागे असतो तिथेच थांबतो. ती लहान मुलाला बाहूंत घेऊन हळूहळू आपल्या मुलाकडे जाऊ लागते तसे गर्दीतून आनंदजनक आवाज उठतात. तिला शब्दांचे अर्थ कळत नाहीत, पण ते एक प्रकारचं अभिनंदन, स्वागत आहे हे तिला जाणवतं. मग विचित्र कपड्यांतल्या आणि मोटर सायकल – बेटावर मोटारी आणता येत नाहीत, पण मोटर सायकलबद्दल काहीच उल्लेख नाही – घेऊन आलेल्या तरुणांच्या कंपूच्या दिशेतून वेगळाच आवाज ऐकू येतो. – 'त्या परक्या माणसाची आई! परक्या माणसाची आई!' ते काय म्हणत आहेत आणि त्यात मैत्रीची भावना नाही हे तिला समजतं. मुलाला कुशीत घेऊन ती त्या आवाजाच्या दिशेला वळते आणि त्या कातडी कपडे घातलेल्या, गोंदण असलेल्या, ज्यात काही अगदी डोक्याबरोबर केस ठेवून जाड बूट घातलेले युवक आहेत त्या कंपूला उघड उघड तुच्छतेने चेहऱ्यावर तिटकारा आणून नीट न्याहाळते. ती इंग्रजीमध्ये काही अपशब्द बोलणार तेवढ्यात तिची नजर डेनिजवर जाते. त्याच्या चेहऱ्यावरली उलघाल आणि चिंता तिच्या लक्षात येते आणि ती लगेच चौकाच्या दुसऱ्या बाजूला त्याच्याकडे जाते.

''आजपर्यंत बेटावर असं कधी घडलं नाही. शिवाय हे दीड शहाणे इथले नाहीत. ते दुसरीकडून आले असणार,'' डेनिज क्षमा मागत असल्याप्रमाणे म्हणतो.

''सगळीकडे ते असेच असतात. मग ते तुर्की किंवा नॉर्वेजिअन, जर्मन, इंग्लीश किंवा ग्रीक असू देत... रानटी गैरसमज आणि त्यांचा आकस नेहमी सारखाच असतो. या जगात प्रत्येकजणच बाहेरचा, परका आहे. प्रत्येकजण दुसऱ्या प्रत्येकाचा शत्रू आहे.''

''आई, ते घाबरलेले आहेत. नेहमी तेच भय. माणसं लोंबकळत आहेत. या रानटी जगात त्यांच्या भविष्याबद्दल ते चिंताग्रस्त आहेत. त्यांना जितकी जास्त भीती वाटते तितके ते जास्त आक्रमक होतात. काळजी करू नकोस. लक्ष देऊ नकोस. असले डोकं भादरलेले आणि जुलमी लोक नॉर्वेत कधीच मूळ धरणार नाहीत. अशा लोकांना ही भूमी आसरा देणार नाही.''

त्यांच्याजवळ आलेल्या आपल्या मुलाचं सोनेरी डोकं तो थोपटतो. ''माझ्या वडलांची आई असं नाही म्हणत, आजी म्हणतात. *पपामोर, फारमोर* नाही.''

''पण ती तर परकी आहे. तुम्हीही परदेशी आहात. मोटर बाइकवरची मोठी मुलं म्हणाली, 'त्या परक्या माणसाची आई.' तुम्ही नाही ऐकलंत?''

''आपण या आधीही यावर बोललो आहोत. प्रत्येकजणच दुसऱ्यासाठी परका असतो.आपल्या बेटावर मोटर सायकलवरचे ते तरुणही परके आहेत, कारण ते इथले नाहीत. आपण दुसऱ्या देशात गेलो तर आपल्याला परकं मानलं जातं, कारण आपण तिथले नसतो. परकं असणं म्हणजे वाईट असणं नाही. तुझ्या मते, मी वाईट आहे का?''

मुलगा वडलांच्या गळ्याच्या दिशेने झेपावतो. ''तुम्ही खूप, खूप, खूप सगळ्यात चांगले पपा आहात. राजकन्या उला आली की ती तुमच्याशी लग्न करील. मग आपण तिघं खूप सुखी होऊ.''

एलिफला फक्त राजकन्या उला, पपा आणि परका हे शब्द समजतात. वडील आणि मुलगा यांच्यामधल्या अतीव प्रेमानं तिला एकाच वेळी समाधान आणि दुःख वाटतं. कदाचित डेनिजला याचीच गरज होती. या बिनशर्त प्रेमाची, या विश्वासानं सोपवून देण्याची, चिमुकल्यासाठी तिथं असण्याची, त्याची जबाबदारी घ्यायची. मुलांना खूप आकर्षक वाटणाऱ्या अरबट चरबट खाण्याच्या, तसंच मासे, बिस्किटं आणि इतर खाद्यपदार्थांच्या तसंच खेळण्यांच्या ठेल्यांसमोर ते रेंगाळतात. ती बिजोर्नसाठी रिमोट कंट्रोल असणारं भलंमोठं चाचेगिरीचं जहाज आणि शक्तिशाली बॅटरी सिस्टिमवर चालणारी मोठ्ठी लाल मोटारगाडी विकत घेते. या संथ, छोट्याशा बेटावर कोणी ती विकत घेईल या आशेनं गाडी तिथे ठेवली नव्हती तर तिच्यामुळे विक्रीसाठीच्या उत्पादनांची मांडणी छाप पाडणारी होते म्हणून ती ठेवण्यात आली होती. ती गाडी त्याची आहे यावर मुलाचा विश्वास बसत नव्हता.

''पण डॅडी तुम्ही तर म्हणाला होतात, की गाडी फक्त सजावट म्हणून ठेवली आहे, कोणी ती विकत घेणार नाही. पण आजीनं ती माझ्यासाठी घेतली. बघा ना! आजी जादूगार आहे का?''

''ती जादूगार नाही आहे. पण कदाचित थोडीशी वेडी आहे.''

मुलाच्या उत्फुल्ल आनंदावर विरजण घालायचा धोका पत्करूनही डेनिज विरोध करण्याचा थोडासा प्रयत्न करतो. ''याची काही गरज नव्हती आई. मला नाही कधी अशी महागडी खेळणी आणलीस. अशा भपकेदार

उपभोक्तेपणाच्या तू कायम विरोधात असायचीस. तू जरा अतिच करते आहेस, असं नाही का तुला वाटत?''

आता कुठे एलिफच्या लक्षात येतं की, या खेळातल्या गाडीसाठी तिनं एवढे पैसे मोजले ते केवळ त्या लहान मुलाला खूष करण्यासाठी नाही, तर या नॉर्डिक खेडुतांनी आश्चर्यानं 'आ' वासावा, इथल्या स्थानिक लोकांच्या नजरेत तिच्या मुलाचं स्थान उंचावावं यासाठीसुद्धा. अडाणी कोळ्यांनो, तुम्ही आम्हांला परकीय म्हणून तुच्छतेनं वागवता ना? विशेषत: आम्ही पूर्वेकडचे, तुर्की आहोत म्हणून! जी महागडी खेळणी तुम्ही कित्येक वर्षांत विकू शकला नव्हतात, ती जराही घासाघीस न करता आम्ही खरेदी करतो – अगदी सहज!

आपण रंगे हाथ पकडलो गेलो आहोत असं तिला वाटतं. मी किळसवाणी आहे. मी त्या अरबी शेखांसारखीच आहे ज्यांना, लंडन आणि पॅरीसमध्ये शॉपिंग करताना ते जितका जास्त पैसा उधळतील तितका जास्त मान मिळवतील असं वाटतं.

त्या लाल गाडीच्या चाकामागे मुलगा आधीच जाऊन बसला आहे. त्याच्या परीसारख्या आजीनं दूरवरच्या परीकथेतल्या देशातून जादूच्या सतरंजीवरून त्याच्यासाठी आणलेली जादूची मोटारगाडी तो चौकाच्या मध्यभागी जोरात चालवत आहे. डेनिजनं तिच्या हातात कांदा आणि लिंबू यांच्या जोडीनं ठेवलेले खारवलेले हेरिंग मासे एलिफ चेहरा आवळून घेत तोंडात टाकते आणि एका दमात गिळण्याचा प्रयत्न करते. बीअरच्या पिंपांवर रुंद लाकडी फळ्या टाकून केलेल्या बीअर आणि ॲकेपिट ड्रिंकच्या त्याच्या ठेल्यावर डेनिज तयारी करत आहे; काही वेळानं तो ठेल्याची जबाबदारी दुसऱ्या कोणावर तरी सोपवेल आणि 'सगळ्यात मोठा मासा' स्पर्धेसाठी तयार झालेल्या बोटींपैकी एकीवर जाऊन समुद्राकडे निघेल. या दूरच्या, विस्मृतीत गेलेल्या नॉर्डिक बेटावर उन्हाळा किंवा मत्स्यमहोत्सव ऐन भरात आला आहे. मी इथे, या उत्सवात काय करत आहे? उला का मेली? डेनिज इथे काय करत आहे? प्रत्येक बेटाला, प्रत्येक समाजाला परकीयांची गरज आहे. ती गरज त्यांचं स्थानिक अस्तित्व, त्यांच्या जमातीचा स्वत:वरचा विश्वास वाढवण्यासाठी आहे का? आपल्या लाल गाडीत बसून करत असलेल्या सफरीचा अनिवार आनंद घेणाऱ्या बिजोर्नचं काय? त्याचं खरं घर कुठे आहे? त्याच्या विशाल कल्पनासृष्टीत त्यानं निर्मिलेल्या परीकथेतल्या देशात? ती अफाट भूमी जिथे एक दिवस राजकन्या उला नक्की परतेल, जिथे तो आणि

त्याचे वडील सैतानाचा पराभव करतील अणि त्यांची वाट बघत असलेल्या राजवाड्यात जाऊन कायमचे राहतील...

ती चौकात जमणाऱ्या लोकांकडे, धक्क्याजवळच्या छोट्या पिवळ्या झोपडीच्या सगळ्या बाजूंनी लावलेल्या मासेमारीच्या जाळ्यांकडे, माशांच्या आकाराच्या रंगीबेरंगी फुग्यांकडे, खास आजच्या दिवसासाठी सजवलेल्या मच्छीमार जहाजांकडे, राखाडी निळ्या समुद्राकडे, विरणाऱ्या लहान, पांढऱ्या ढगांच्या निळसर आकाशाकडे, मागच्या कड्यावरच्या सैतानाच्या किल्ल्यांच्या अवशेषांकडे पाहते. इथे ना माझा नवरा आहे, ना माझ्या मित्रमैत्रिणी, माझे नातेवाईक, माझे विद्यार्थी किंवा माझी स्वत:ची माणसेही नाहीत. माझे उंदीर किंवा माझे प्रयोगासाठीचे प्राणीही इथे नाहीत. माझा मुलगा दुरावलेला, त्रयस्थ आहे. या लहान मुलाला माझी भाषा कळत नाही, ना मला त्याची... तिला पूर्णपणे एकाकी वाटतं, आणि जर तिला संकोच वाटला नसता तर ती एखाद्या हरवलेल्या लहान मुलासारखी रडली असती.

डेनिज तिच्याजवळ येतो. लगेच सुरू होणाऱ्या 'मोठा मासा' स्पर्धेबद्दल तो तिला खऱ्याखुऱ्या उत्साहाने माहिती देतो. ''मोठा मासा शर्यत ही खरं तर स्पर्धा नाहीच आहे मुळी. ती फक्त उत्सवाची परंपरा आणि त्याचा एक लक्षवेधक भाग आहे. समुद्रात जाळी टाकली जातात किंवा गळ टाकले जातात. कधीकधी एखादा जुना बूट, किंवा लाकडाचा तुकडाही अडकतो. परीक्षकांनी भरपूर दारू प्यायली की ते हवं त्याला विजेता म्हणून घोषित करतात. काय माहीत, कदाचित तुझा मुलगाही विजेता ठरेल - आणि मग आई, तू गर्वानं फुगशील!''

त्याच्या तोंडातून शब्द बाहेर पडताच आपल्या विनोदानं एलिफ दुखावली गेली आहे हे त्याच्या लक्षात येतं आणि तो गडबडतो. आपली चूक निस्तरण्याचा त्यानं केलेला प्रत्येक प्रयत्न, उच्चारलेला प्रत्येक शब्द परिस्थिती अधिक बिघडवेल हेही त्याला माहीत आहे. त्याच्या डोळ्यांत एक कोलमडलेला, हताश, क्षमायाचनेचा भाव आहे.

त्याच्या बालपणापासून तिला कधीच त्याच्या या भावनेला तोंड देता आलं नाही. तो फक्त सहा महिन्यांचा होता तेव्हाच आपल्या बाळाच्या नजरेत हा भाव तिला दिसला आहे. काही दुखत नसताना, कोणतीही काळजी, चिंता नसताना इतकं लहान बाळ इतकं दु:खी का दिसावं? त्याच्या इवल्याशा

हृदयाला कसली उणीव जाणवत आहे का? ती विचारात पडायची. मला जमत नसलेल्या एखाद्या गोष्टीमुळे का?

आत्ताही पुन्हा तोच भाव. आता तोच भाव अधिक गहिरा, अंदाजही येणार नाही इतका खोल गेला आहे. ती मुलावरची नजर काढून घेते. ''जा तर मग. उशीर करू नकोस. जा मित्रांबरोबर. कुठल्या बोटीतून तू जाणार आहेस?''

''मध्यभागी आहे ती, निळ्या आणि पांढऱ्या रंगाची.''

''छान बोट आहे. मोठी पण दिसते आहे.' '

''सांगता येत नाही. आम्ही कदाचित सगळ्यात मोठा मासा पकडूसुद्धा. मी माझ्या मित्रांशी बोललो आहे. आणि या वेळी आम्ही खरोखर प्रयत्न करून खरा मासा पकडणार आहोत. बिजोर्नला पण आमच्या बोटीनं जिंकायला हवं आहे. आपण आज संध्याकाळी एकत्र सेलिब्रेट करू या.''

या वेळी तिच्या मुलाच्या डोळ्यात तिला विजयाची आशा दिसते. हा भावही एलिफला माहीत आहे. त्याच्या आशावादाचा तो मऊ मखमली प्रकाश, वाईट गोष्टी घडू नयेत ही त्याची इच्छा. डेनिजकडे अजून एक रूप असते. यशात त्याला वाटणाऱ्या अभिमानाचा भाव. त्याचे डोळे किंचित आर्द्र होतात आणि तेजाळ चमकतात. तो सात-आठ वर्षांचा असताना ते एका स्की रिझॉर्टला गेले होते, तिथे फारसं चांगलं स्कीइंग येत नसतानासुद्धा तो स्कीइंगमध्ये दुसरा आला होता. आणि चॉकलेटच्या चकाकत्या चांदीचे मेडल त्याच्या गळ्यात घातलं होतं. तेव्हा हा भाव तिनं प्रथम पाहिला होता आणि दुसऱ्यांदा जेव्हा शिस्तीसाठी प्रसिद्ध असलेल्या त्या बड्या शाळेतून अनपेक्षितपणे तिसऱ्या क्रमांकावर येऊन त्याला डिप्लोमा मिळाला होता त्या दिवशी... त्याच्याकडून अपेक्षित असलेलं यश हवं असणारा, पण त्यासाठी किंमत चुकवायला तयार नसणारा मुलगा.

जेव्हा तो त्याचं शिक्षण, त्याची शाळा, सगळं काही मागे सोडून एखाद्या पराभूत सैनिकासारखा घरी परतला होता, तेव्हा तिनं विचारलं होतं, ''तुला हवं असतं तर तू करू शकला असतास. यश मिळवण्यापासून तुला कोणीच अडवू शकलं नसतं. तुला हवी ती प्रत्येक गाष्ट तुझ्याजवळ होती. मग तू ते का केलं नाहीस?''

''यश मिळवायला जे लागतं ते सर्व माझ्याजवळ नव्हतं म्हणून. कधीकधी माझ्याकडे सगळं आहे असं मला वाटतं तरी ते पुरेसं नसतं.''

‘‘काय कमी होतं, डेनिज?’’

‘‘मी याच्यावर वेळोवेळी विचार केला आहे. कदाचित माझ्याकडे पुरेशी तीव्र इच्छा नाही. म्हणजे असं की, मी अभ्यास केला तर त्यात काय? मी यश मिळवलं तरी त्यात काय? माझे वडील यशस्वी आहेत आणि तू सुद्धा. तुम्ही यशस्वी दिसता आणि तसे समजलेही जाता. ठीक आहे, पण मग त्याचं फळ काय, आई? यश तुमच्यासाठी काय करतं? जास्त महत्त्वाचं हे आहे की यश तुम्हांला केवढ्याला पडतं? किती छोटी छोटी जीवनं तू संपवली आहेस? किती प्राणी तू ठार केले आहेस? कशाचा आणि कोणाचा बळी माझ्या वडलांनी दिला आहे? सर्वोत्तम खपाचे लेखक ओमर एरेन होण्यासाठी त्यांनी स्वत:तलं काय दिलं आहे?’’

‘‘मूर्खासारखं बोलू नकोस. यश तुम्हांला समाजात आदर मिळण्याची, मान्यता मिळण्याची खात्री देतं. शिवाय त्यामुळे माणसाला समाधानही खात्रीनं मिळतं. यश माणसाचा आत्मविश्वास आणि सुख यांच्यात भर घालतं.’’

‘‘ते यामुळे, की तुमच्या समाजावर यश आणि विजय यांची पूजा करण्याचा संस्कार केला गेला आहे. विजयासाठी, यशासाठी माणसं एकमेकांना पायाखाली तुडवतात. ते एकमेकांवर पाय देऊन पुढे जाण्याचा प्रयत्न करतात. ते एकमेकांना ठारही करतात. मला त्या तऱ्हेचं यश नको आहे. आमचा मुलगा यशस्वी नव्हता असं तुम्ही म्हणू शकता. ही त्यातलीच एक गोष्ट आहे. बस् एवढंच. मला साधं आयुष्य हवं आहे. मला फक्त एक सर्वसामान्य साधा माणूस बनायचं आहे.’’

‘‘उगाच वाहावत जाऊ नकोस! तुला ज्या गोष्टी करता आल्या नाहीत त्यासाठी तू सबबी सांगतो आहेस आणि अपयशाचं तत्त्वज्ञान करत आहेस. पण तत्त्वज्ञान सांगण्यासाठी माणसाला अनुभव आणि जगाची नीट समज असायला लागते,’’ ती निर्दयीपणानं म्हणाली होती. आत्ता जेव्हा तिला हे संभाषण आठवतं तेव्हा ती अस्वस्थ होते आणि आपण इतकं असंवेदनशील, इतकं भयंकर कसे होऊ शकलो याचं आश्चर्य करते. त्याला ही चर्चा आठवत नसेल, ती तो फार पूर्वीच विसरला असेल अशी तिला आशा वाटते. पण *डॅम इट*, त्याला तो संवाद आठवतो आहे.

‘‘एकदा तू माझ्याशी यशाबद्दल बोलली होतीस. आपण जेव्हा मोठा मासा पकडण्याबद्दल, पहिले येण्याबद्दल आणि असंच इतर बोलू लागलो, तेव्हा काही कारणानं मला आपलं ते बोलणं आठवलं. तू म्हणाली होतीस की, मला

यश हवं आहे, पण मी पुरेसे प्रयत्न केले नाहीत. त्यानंतर पुलाखालून खूप पाणी वाहून गेलं आहे. कित्येक वर्षं लोटली आहेत. पण तुझंच बरोबर होतं. माहीत आहे का तुला ते? त्यावेळी उणीव कसली होती हे मला सांगता आलं नाही आणि मी खूप मूर्खपणाचं बोललो. आता मला कळतं आहे.'' तो बोलायचा थांबतो आणि त्याच्या आईच्या प्रतिसादाची वाट बघतो.

''काय कळतं आहे, डिअर?''

''मला वाटतं माझ्यात विश्वास नव्हता. बरोबर आहे का हे? का आत्मविश्वास म्हणायला हवं? किती भयंकर! मी माझी तुर्की भाषा विसरतो आहे.''

''हो, तू आत्म-विश्वास म्हणू शकतोस.''

''मला वाटतं, माझ्यात पुरेसा आत्मविश्वास नव्हता. बघ, आता मी म्हणतो आहे, 'मला वाटतं.' काहीही बोलताना मी नेहमी तुमच्या – विशेषत: तुझ्या – चेहऱ्याकडे बघायचो की मी बरोबर बोलतो आहे का नाही. तुला ते पसंत आहे का नाही, हे शोधायचो. लहानपणापासूनच मी माझ्यावर विश्वास ठेवू शकत नव्हतो. मला ते दाखवायचं नव्हतं, पण सभोवतालच्या जगाची मला भीती वाटायची. मला त्या जगाशी जमवून घेता येणार नाही हे माझ्या लक्षात आलं. नंतर मी जे जग पाहिलं ते खरोखरच अतिशय भीतिदायक आणि रानटी होतं. युद्ध, हिंसाचार, रक्त आणि मृत्यू... ते जग अजिबात माझ्यासाठी नव्हतं. तुलासुद्धा जिथे विजय मिळवता आला नाही, ज्यात तूही हरलीस ती लढाई मी कधीच पचवू शकलो नसतो.''

ज्या विविध खंतींची भरपाई करणं आता अशक्य आहे त्या दूर करण्यासाठी आणि वातावरणातला ताण कमी करण्यासाठी तो कृत्रिमपणे थोडंसं हसतो. ''जेव्हा तुझा मुलगा सगळ्यात प्रचंड मासा घेऊन येईल तेव्हा तुला यश म्हणजे काय ते कळेल!''

नाही, कित्येक वर्षांपूर्वी त्याच्या आईच्या कडवट शब्दांनी केलेल्या जखमांमुळे त्याच्यात आता चीड नाही, कुचेष्टा किंवा सुडाची भावनाही नाही. ते हसू उत्स्फूर्त आहे. त्याला फक्त मोठा मासा पकडायचा नाही. जर त्यानं मोठा मासा पकडला आणि तो पहिला आला तर त्याला खरंच खूप आनंद होईल. तो आणि बिजोर्न खूष होतील. आदल्या लांबलचक रात्री त्यानं विचारलं नव्हतं का, 'आई, सुख म्हणजे काय?'

तिच्या मनात प्रेमाची भरती येते आणि ती डोळ्यातलं पाणी मागे हटवते.

एखाद्या आनंदी खेडूत स्त्रीनं समुद्रावर मोठ्या शिकारीसाठी जाणाऱ्या आपल्या जिवलगाला कवटाळावं तसं ती त्याला कवटाळते.

"बरं मग, बेस्ट ऑफ लक. कोळी समुद्रावर जातात तेव्हा त्यांना काय म्हणतात, चांगली मासळी मिळू दे?"

"हो, असं वाटतं. पण इथे म्हणतात, '*स्किट फिस्के*'!"

"बरं, मग नीघ. आणि म्हणून *स्किट फिस्के*!"

ती त्याच्याकडे बघत राहते. त्याला एका बाजूकडून दुसऱ्या बाजूकडे डुलत, हळूहळू वेडंवाकडं चालत धक्क्याकडे जाताना. समुद्र पार करायला निघालेल्या कप्तानाप्रमाणे तिथे जमलेल्यांना अभिवादन करताना आणि एका मासेमारीच्या बोटीत चढताना ती पाहते. एका परक्या समुद्रानं घेरलेली ती, या परक्या हवेत छातीत उधाण आणि गळ्यात दबलेली किंकाळी घेऊन जो उत्सव तिला निरर्थक वाटतो आहे आणि ज्याचा तिला यत्किंचितही आनंद होत नाही, त्यात सहभागी होऊ न शकता तिथे उभी राहते.

ज्याच्या वडलांनी निर्माण केलेल्या परीकथेच्या जगात ज्याची आई राजकन्या उलानं सैतानाच्या किल्ल्यातून सुटका करून घेतली आहे, तिची वाट बघणारा मुलगा चौकातल्या कोपऱ्यात त्याच्या गाडीनं गोलगोल फिरता फिरता आनंदानं ओरडत आहे. मला फक्त बिजोर्नची भाषा माहीत असायला हवी होती. आमची भाषा फक्त एकच असायला हवी होती. जर मला या बेटावरची भाषा आली असती तर कदाचित डेनिजला इथे मिळणाऱ्या शांतीचं रहस्य मला कळू शकलं असतं. ओमरनं लिहिलं होतं, 'भाषा ही किल्लीसारखी असते. ती एखाद्या परक्या भूमीची, अनोळखी व्यक्तीची, दुसऱ्याच्या हृदयाची रहस्यं खुली करते.' कदाचित तोही ज्या ठिकाणी जातो तिथे या शब्दाच्या किल्लीचा शोध घेत आहे.

तिच्या लक्षात येतं की तिनं इथून गेलं पाहिजे. डेनिज येण्याआधी मी इथून गेलंच पाहिजे. एखाद्या विजयी सेनापतीप्रमाणे सगळ्यात मोठा मासा घेऊन तो धक्क्यावर उतरताना होणारा आचरट स्वागत समारंभ आणि या सगळ्या मूर्खपणाला त्यानं सुख मानणं याआधी, पुन्हा एकदा होणारा त्याचा पराभव – आमचा पराभव – याचा साक्षीदार होण्याआधी मला इथून गेलंच पाहिजे.

लक्ष वेधून न घेण्याचा प्रयत्न करत गुपचूप हिरव्या, गुलाबी, पिवळ्या लाकडी घरांच्या समोरून ती गेस्ट हाऊसच्या दिशेने उदास चालीनं जाऊ लागते. या भागात सहसा न मिळणाऱ्या बीअरच्या बाटल्या फोडत पेयांच्या

ठेल्यासमोर जमलेल्या मोटर सायकलवरच्या त्या बारीक केसांच्या टोळक्यातली दोघंजणं इतरांपासून दूर होत तिच्यामागे येत आहेत, हे तिच्या लक्षात येत नाही.

दरवाजाला कुलूप नाही. कित्येक वर्षांपूर्वी, हिवाळ्यात जेव्हा संध्याकाळ लवकर होते तेव्हा ते आले होते त्याही वेळी कुलूप नव्हतं. या लोकांना इतकं सुरक्षित वाटतं? वाईट गोष्टीपासून इतकं दूर... अचानक ती रागावते, त्रासते. जेव्हा अर्ध्या जगात रक्तपात होत आहे, लोकांवर बॉम्बचा वर्षाव होतो आहे, हिंसाचार, मृत्यू आणि जुलूम यांचा स्फोट होत आहे, त्या वेळी ही बेपर्वाई, *डेविल मे केअर* (काय व्हायचं ते होऊ दे) या विचाराचा स्वार्थीपणा, हा फडतूस स्थानिक उत्सव हे सगळं वेडसरपणाचंच वाटतं! ते या जगात राहत नाहीत का? ते या घाणेरड्या सैतानाच्या बेटावर उलटे वळून आले आहेत. मासे पकडतात, ते कच्चेच गिळतात, बीअर ढोसतात आणि पुढे होऊन संगीताच्या तालावर नाचतात. तुमची दारं कुलपं न लावता उघडी ठेवा. इथे काहीही वाईट घडणार नाही अशी फुशारकी मारा, ज्या जगात खलत्व आहे अशा खऱ्याखुऱ्या जगासमोर मोठेपणा मिरवा!

घरात कोणीच नाही. व्हॅन गॉगच्या खलाशाच्या पोर्ट्रेटमधून उठून आल्यासारखे दिसणारे, पाईप बाळगणारे दाढीवाले आजोबा जत्रेच्या ठिकाणी आहेत. आजीसुद्धा बाहेर गेली असणार. ते चांगलंच आहे. माझ्या अचानक निघून जाण्याचं मला कोणतंच स्पष्टीकरण द्यायला नको. आणि स्पष्टीकरण द्यायचा प्रयत्न तरी कुठल्या भाषेत करणार मी? मी डेनिजसाठी चिठ्ठी ठेवीन आणि लिहीन की, मी पुन्हा येईन वगैरे. त्यालासुद्धा वातावरणातला तणाव गेल्यामुळे आणि आयुष्य पुन्हा नैसर्गिकपणे पुढे चालू झाल्यामुळे बरंच वाटेल.

ती रात्री राहिली होती त्या वरच्या मजल्यावरल्या खोलीत ती जाते आणि तिची बॅग आणि जॅकेट घेते. काही विसरलं तर नाही हे बघण्यासाठी खोलीत शेवटची नजर फिरवताना तिला पुन्हा चीड येते. हे बकवास बेट, तिकडे गेली आणि मेली ती मूर्ख मुलगी, जगाबद्दल अनभिज्ञ असणारे हे खेडूत, त्याच्यासाठी आणलेल्या संधींना स्वत:च्या हाताने दूर ढकलून या थडग्यात स्वत:ला जिवंत पुरून घेणारा माझा मूर्ख मुलगा... त्याला दुखवू नये म्हणून मी त्याला समजून घेत असल्याचं कितीही दाखवलं तरी प्रत्यक्षात खरंच मला तो अजिबात समजत नाही आहे. 'जोपर्यंत तुम्ही सुखी आहात,' 'तुम्ही सुखी आहात ना, मग छान' असं बरंच काही वीट येईपर्यंतचं जगण्याविषयीचं पढीक

तत्त्वज्ञान आणि तत्सम मूर्खपणा यांवर काडीचाही विश्वास नसताना मी पुन्हा म्हणत आहे. पण ते पुरेसं नाही. ते खरंच पुरेसं नाही! डुकरांचं सुखसमाधान माणसांसाठी पुरेसं वाटता कामा नये.

थोड्या वेळापूर्वी छोट्या बिजोर्नचा आनंद बघून तिचं हृदय सुखावत आणि डोळे पाणावत होते तेव्हा, धक्क्याशेजारच्या चौकात डेनिजशी बोलताना ती शांत आणि समजूतदार होती. आता ती अधिकाधिक संतापत आहे. तिचा संताप एखाद्या सेफ्टी वॉल्वप्रमाणे तिला भावनाप्रधान होण्यापासून, अटळ गोष्टींसमोर नमण्यापासून थांबवत आहे. ते त्यांच्या दरवाजांना कुलूप लावत नाहीत, त्यांना सुरक्षित वाटतं, ते घाबरलेले नसतात, आणि खरोखर छोट्या गोष्टींनी ते सुखी होतात या कारणांसाठी मी त्यांच्यावर का रागवत आहे? जिथे कुलपांची गरज नाही आणि दरवाजे उघडे टाकू शकतो अशा जगाची आपणा सगळ्यांनाच असोशी नाही का? डॅम इट्! असीम शांतता ही इतकी वाईट गोष्ट का असेल? लोकांनी काय नेहमी हुकांना टांगलं जाऊन, सतत न संपलेल्या कामाच्या तणावाखाली, पार न पडलेल्या कर्तव्यांच्या ओझ्याखालीच जगलं पाहिजे का? आता तिचं मन पूर्णपणे गोंधळलं आहे. स्वत:च्या नकारार्थी विचारांवर आणि वेदनेसाठी सेफ्टी वॉल्वचं काम करणाऱ्या तिच्या अकारण संतापावर आणि स्वत:वरही नाराज होऊन ती बिछान्यात कोसळते.

आम्ही इथे, या बिछान्यावर होतो. ओमर, छोटा डेनिज आणि मी डिसेंबरच्या ओल्या गारठ्यात एकमेकांना बिलगून ऊब मिळवण्याचा प्रयत्न करीत होतो. ऐन हिवाळ्याच्या मध्यावर हवा अजून थंड असायला हवी होती. तरी उत्तर समुद्राचे किनारे आतल्या भूभागापेक्षा अधिक सौम्य, किमान ७ ते ८ डिग्रींनी अधिक उबदार असतात हे आम्हांला माहीत होतं. मी डेनिजला कवेत घेतलं होतं आणि त्याच्या छोट्या पावलांना ऊब द्यायचा प्रयत्न करत होते. डेनिजला आमच्या बिछान्यात झोपायला आवडायचं. पण, सर्वसाधारणपणे कुटुंबाचे नियम मोडायचे नाहीत म्हणून - विशेषत: तो लाडावलेला कार्टा होऊ नये म्हणून - त्याला ती परवानगी मिळायची नाही. त्या रात्री आम्ही एकत्र झोपणार हे ऐकल्यावर तो खूष झाला होता. बिछान्यात त्यानं खाली-वर उड्या मारल्या होत्या; हा बिछाना...

हा बिछाना, हे घर... ठिकाणं, घरं, खोल्या आणि बिछाने राहतात. एखाद्या ठिकाणी, एखाद्या भागाला तुम्ही पुन्हा भेट देऊ शकता, पुन्हा परतू

शकता. वस्तू राहतात. वस्तू तुम्ही सोडल्या असतात, तिथेच तुम्हांला मिळतात. जागा अजून तिच्या मूळच्या ठिकाणीच राहते. वस्तू काळाला तोंड देतात. काळाचं काय? ... वीस वर्षांपूर्वीच्या माझं काय? आमचं ...?

जशी मी या खोलीत परतून आले आहे, तसंच त्या काळात पुन्हा जायला मला आवडेल. खूप वर्षांपूर्वीच्या त्या डिसेंबरच्या रात्रीत. त्या रात्री जेव्हा डेनिज आमच्या दोघांमध्ये झोपला असल्यामुळे आम्ही एकमेकांपर्यंत पोहोचू शकलो नव्हतो, जेव्हा आमचे पाय आणि पायांची बोटं यांनी आम्ही प्रेम केलं, आमच्या वासनेच्या उष्णतेत लपेटून आमची शरीरं गरम झाली; आणि आमच्या दोघांमध्ये झोपलेल्या आमच्या छोट्या, सुंदर मुलाबद्दल वाटणाऱ्या प्रेमानं आमच्या अंतर्यामी ऊब दिली. पुन्हा नव्यानं सुरू करण्यासाठी नाही, पण सुखाचा काळ अधिक निवांतपणे अनुभवण्यासाठी आणि त्याचं मोल जाणण्यासाठी, सौंदर्याचं मोल जाणण्याची अधिक पात्रता मिळवण्यासाठी हे अनुभव साधेसुधे, सर्वसामान्य नाहीत तर एक वरदान आहेत हे कळण्याची समज येण्यासाठी. दिवसा मागून दिवस आणि वर्षामागून वर्षं बेजबाबदार आणि बहकलेल्या पद्धतीनं भविष्य वाया घालवताना मी काय करते आहे, हे एक मिनिट थांबून विचारता येण्यासाठी, कंटाळवाणेपणाच्या राक्षसानं आमचं प्रेम, आमचा मुलगा, आमच्यातल्या सामायिक गोष्टी, आमची समान मूल्यं यांच्यावर कब्जा मिळवून, त्यांच्या चिंधड्या उडवण्याला प्रतिबंध करता येण्यासाठी.

डोकं हातात धरून, वीस वर्षांपूर्वीच्या बिछान्यावर बसून एलिफ वीस वर्षांचा काळ काही सेकंदांत बसवण्याचा प्रयत्न करीत आहे. डेनिजनं बहुधा नकळत रिंगणात टाकलेला अग्निगोल पकडण्याचा ती प्रयत्न करत आहे. 'यशाचा अर्थ काय? त्याची किंमत काय? कशाचा बळी देऊन? तुझ्या यशाची किंमत किती लहान लहान आयुष्यांनी चुकती केली?'

त्यावेळी ती डेनिजवर चिडली होती. तो त्याच्या पराभवाचं, त्याच्या दुबळेपणाचं, त्याच्या अपयशाचं दु:ख माझ्यावर, तिच्यावर आणि ओमरवर काढत आहे असं तिला वाटलं होतं. आता तो प्रश्न ती मनात घोळवत आहे. मी केलेल्या सगळ्या गोष्टींना कोणता अर्थ आहे? असा विचार तिनं यापूर्वी कधी केलेला नाही, हे तिच्या लक्षात येतं. असा प्रश्न विचारायची गरजच काय होती, माझं कामच अर्थपूर्ण होतं.

खरंच तसं होतं का?

मरायच्या आधी उंदीर एक अशक्त 'इक' उच्चारायचे. सवय नसलेल्यांना तो ऐकायलाही यायचा नाही. मग तुम्ही त्यांना कापून उघडता, मायक्रोस्कोपच्या पडद्याकडे बघता, टिपणं काढता, समीकरण बनवता आणि सूत्रं लिहिता. त्यांचं निर्जंतुकरण करून त्यांना एका वेगळ्या कचऱ्याच्या डब्यात टाकेपर्यंत त्यांची शरीरं तिथं राहतात. रोजच्या रोज टेलिव्हिजनच्या पडद्यावर दिसणाऱ्या युद्ध आणि हिंसाचाराच्या दृश्यांतला 'इक'चा समानार्थी मानवी आवाज अधिक स्पष्ट असतो. माणसं 'इक' अधिक मोठ्यानं करतात. या चिमुकल्या प्राण्यांना कापून मला कोणता महत्त्वाचा अर्थ कळला, कोणतं मूल्य मी निर्माण केलं? जग अधिक चांगलं, अधिक राहण्यायोग्य, सहनीय जागा होण्यासाठी या छोट्या सस्तन प्राण्यांच्या आयुष्यानं कशा प्रकारे योगदान दिलं आहे?

तिला पहिल्या दर्जाची सगळी उत्तरं माहीत आहेत. बेटावर यायच्या आदल्या दिवशीच्या परिषदेत तिच्या ज्या प्रबंधाला खूप दाद मिळाली आणि त्याची स्तुती झाली त्यात तिनं स्वत: हे प्रश्न विचारले होते आणि त्यांची उत्तरंही स्वत:च दिली होती. ते सगळे प्रश्न आणि त्यांची उत्तरंही पोपटपंचीच होती, असं आता तिला वाटतं आणि तिनं एकाही प्रश्नाचं उत्तर दिलं नाही, एवढंच काय, ते प्रश्नही तिनं खरेखुरे विचारलेच नव्हते, असंही तिला वाटतं. आलंकारिक भाषेतला मजकूर सादर करून वैज्ञानिक वर्तुळात माझी जागा मिळवणं अणि टप्प्याटप्प्यानं उतरंडीतली वरची श्रेणी मिळवणं हेच माझं ध्येय होतं. इतरांना ते माहीत नसलं तरी मला ते माहीत आहे.

ओमर विचारेल, ''तू स्वत:शी इतकं कडक का वागतेस? जेव्हा तू स्वत:शीच इतकी कठोर होतेस, तेव्हा आजूबाजूच्या इतरांना तू सहन करू शकत नाहीस. ठीक आहे, तू शिस्तशीर, कष्टाळू आणि हुशार आहेस. याचं आम्हांला कौतुक आहेच. पण इतरांची लायकी आणि दृष्टिकोन तुझ्यापेक्षा वेगळे असू शकतात. किती मजेदार पुंड, किती आनंदी भटके आपल्याभोवती असतात. ते जगाला धाब्यावर बसवतात अणि एखाद्या प्रसन्न सावलीसारखे त्यातून निघून जातात. त्यांच्या मृत्यूनंतर मागे उरते ती एखाद्या मऊ मखमली मांजराला कुरवाळल्याची भावना.''

''ओमर एरेन, तुझ्या वाचकांवर छाप पाडायला वापरतोस त्या नटव्या साहित्यिक भाषेत माझ्याशी बोलू नकोस. मांजराला कुरवाळणं किंवा दुसरं काही नाही पण त्यांनी जिवंतपणी भोगलेल्या हालअपेष्टांच्या खुणा मात्र

निश्चितच मागे राहतील,'' तिचा निष्ठुर तर्क वापरत ती म्हणाली होती आणि तरीही तिच्या हृदयाच्या कोपऱ्यात एक संतुष्ट मांजर सुखानं गुरगुरत, तिच्या मनात कोमलता पसरत फिरली होती. तिच्या नवऱ्याला ते कळू न देता तिनं मनात विचार केला होता : हलकटा, शब्दांची शक्ती म्हणतात ती हीच असावी. मऊ मखमली मांजराला कुरवाळणं... किती योग्य रूपक आहे!

या बेटावर, या खोलीत, या बिछान्यावर मला तुझी उणीव जाणवली. अशी जाणवली जशी कित्येक वर्षांत जाणवली नाही. माझ्या भावनांमध्ये, माझ्या मनात प्रचंड उलथापालथ होत आहे. आपल्या मुलानं माझा खूप गोंधळ उडवून दिला आहे. मी लवकरच घरी परत आलं पाहिजे. त्यांनी मला एका टर्मसाठी दिलेले वर्ग मी पुढे ढकलू शकते. मी ते मुळी घेतलेच नाहीत, तर काय होईल? माझं काय बिघडणार आहे? मी परतलंच पाहिजे आणि म्हटलं पाहिजे की, मला मऊ मखमली मांजराच्या कुरवाळण्यासारखं व्हायचं आहे. खरं तर मी त्याला फोनवरच सांगितलं पाहिजे. एखादी कटकटी किंवा लोढणं होणारी बायको ठरण्याची भीती न बाळगता मी असंच म्हणायला हवं, 'मी येईन तेव्हा तू घरी अस.'

ती उठते आणि स्वतःचा मेकप नीट करते. चालू फॅशनप्रमाणे विस्कटलेल्या पद्धतीचे, कौशल्याने कापलेले केस आकाराने मोठे दिसण्यासाठी ती त्यांतून बोटं फिरवत पुन्हा नव्याने नीट करते. तिच्या निमुळत्या पँटच्या कमरेवर किंचित ओसंडून येणारी चरबी तिला सतावते. मी डाएट करायला सुरुवात करायलाच हवी. माझ्या या वयाला कमरेभोवती जमायला लागणारी चरबी हे काही चांगले लक्षण नाही. आजूबाजूला पसरलेल्या तिच्या मेकपच्या गोष्टी आणि केसांचा ब्रश ती तिच्या प्रशस्त हँडबॅगमध्ये ठेवते.

लाकडी कठड्याचा तो जिना उतरताना तिला प्रत्येक पायरीवर अधिकाधिक हलकं वाटतं. तळमजल्यावरच्या डेनिजच्या खोलीच्या दरवाजाशी ती एक क्षण थांबते, मग हँडल फिरवून आत जाते. खोली अंधारी आणि गार आहे. त्या वयस्कर कवीची, ज्यानं वीस वर्षांपूर्वी स्वतःची ओळख 'अज्ञात पळपुटा' म्हणून करून दिली होती, त्याची खोली.

खोली जराही बदललेली नाही. त्या म्हाताऱ्या माणसाची जागा आता डेनिजनं घेतली आहे. डेनिज, उला आणि त्यांच्या कडेवरचा तान्हा बिजोर्न यांचा फ्रेम केलेला फोटो कोपऱ्यातल्या डेस्कवर आहे. तिला आठवत आहे त्यापेक्षा उलाचा चेहरा जास्त सुंदर वाटतो – निदान या फोटोत ती चांगली

दिसत आहे. डेनिज आणि उला दोघंही हसत आहेत. पण दोघांच्याही चेहऱ्यावर एक खिन्न भाव आहे, जो जणू जन्मापासून त्यांच्या चेहऱ्याचा एक भागच बनला आहे. डेस्कवर दोन वह्या आहेत. जुन्या आणि खिळखिळीत वहीला कातडी कव्हर आहे. दुसऱ्या नव्या वहीची पानं उघडी आहेत. ती प्रथम जुनाट वही उघडते. युद्धपूर्व काळात शिक्षण झालेल्यांची फ्रॅक्तुअर जर्मन लिपी ती ओळखते. त्या कविता असणार त्या अजब म्हाताऱ्या माणसाच्या, ज्यानं स्वतःला 'अज्ञात पळपुटा' हे रूप दिलं होतं. ती दुसरी वही उचलते. उघड्या पानावर काही ओळी आहेत:

मी आहे एक समुद्र महासागरातून पळालेला
समुद्रामधून वाचवलेला
पळत आहे पवित्र असत्यांपासून सगळ्याच
शांत बंदरात माझ्या स्वतःच्या असत्यांच्या
समाधानी आहे मी किनारे चाटताना
मी आहे समुद्र...

शेवटची ओळ खोडून काढली होती. त्याखाली नॉर्वेजिअन भाषेत दोन ओळी होत्या. तुर्की कवितेचं भाषांतर करण्याचा किंवा नॉर्वेजिअन भाषेत दुसरंच काही लिहिण्याचा डेनिजनं प्रयत्न केला असावा. ती वहीचं पहिलं पान बघते. **डेनिजचं जर्नल.** तिथे एक तारीख आहे; उलाच्या भयानक मृत्यूनंतरच्या दिवसांतली, जेव्हा त्यानं नॉर्वेला न परतता तुर्कस्तानातच राहावं या आमच्या कळकळीच्या उपदेशावर कानात बोळे घालून तो जो गेला त्यानंतर आमच्या जगात तो कधीच परतला नाही... ती वहीची पानं चाळते... जर्मन, नॉर्वेजिअन, तुर्की, टिपणं, एखाद दोन वाक्यं आणि कविता. बरंचसं लिखाण तुर्की भाषेत आहे. तरी लांबलचक लिखाणांपैकी एक नॉर्वेजिअन भाषेतही आहे.

भाषा ही माणसाची मातृभूमी आहे असं म्हणतात. मग माझा देश कोणता? दिवसागणिक मी माझी मातृभाषा हरवतो आहे. याचा अर्थ माझी भाषा माझा देश असू शकत नाही. मी कुठचा आहे? कोणी जगाचा नागरिक असू शकतो का? जगाचा नागरिक असण्यासाठी जगाची भाषा समजली पाहिजे. मला जगाची भाषा समजत नाही. मला ती बोलता येत नाही. मला तिची भीती वाटते. कोणी नसलेल्या भूमीचा नागरिक असू शकतो का?

ती वही बंद करते. त्या म्हाताऱ्या पळपुट्या कवीच्या वहीवर ती वही ठेवते. आपण करत आहोत ते चुकीचं आहे याची पूर्ण जाणीव असूनही

स्वतःच्या कुतूहलाला ताब्यात न ठेवता आल्याने ती डेस्कच्या मध्यभागी असणाऱ्या एकमेव ड्रॉवरचं हँडल ओढते. ड्रॉवरला कुलूप नाही आणि त्यामध्ये डेनिजच्या लहानपणच्या डेस्क ड्रॉवरसारखाच अस्ताव्यस्त पसारा आहे. कोरे कागद, रंगीबेरंगी पेन्सिली ज्या पूर्वी उलाच्या असाव्यात आणि खूप छोट्या छोट्या निरुपयोगी गोष्टी... एका घडी केलेल्या पांढऱ्या पाकिटाकडे तिचं लक्ष वेधतं. त्यावर तुर्की आणि नॉर्वेजिअन भाषेत लिहिलं आहे, 'बिजोर्नसाठी, तो मोठा होईल तेव्हा.' पाकीट चिकटवलेलं नाही आणि त्याच्या आत एक कॉम्पॅक्ट डिस्क आहे. तिनं आजपर्यंत कधीही डेनिजच्या खाजगी किंवा वैयक्तिक सामानात उसकाउसकी केली नाही. तिला वाटायचं की मुलाच्या बाबतीतसुद्धा माणसाच्या खाजगीपणाचा मान ठेवावा आणि कोणालाच त्यात ढवळाढवळ करायचा अधिकार नाही. पण आता मात्र सीडीवर काय असेल याची तिला जिज्ञासा वाटते. बिजोर्न मोठा होईल तेव्हा त्याला काय माहीत व्हावं, त्यानं काय पाहावं असं डेनिजला वाटतं? जर तिला ते कळलं तर तिला मुलाला समजून घेता येईल आणि त्याच्याजवळ पोहोचता येईल, अशीही तिची कल्पना आहे.

डेनिजचा छोटा कॉम्प्युटर – त्याचा कॅमेरा आणि हा कॉम्प्युटर हे पूर्वी त्याच्या हाताचाच वाढलेला भाग होता – खोलीच्या दुसऱ्या कोपऱ्यातल्या टेबलावर आहे. तिचा जीव कंठात आला असताना, स्वतःच्याच हृदयाच्या धडधडीला घाबरत, ती कॉम्प्युटर सुरू करून आत सीडी घालते. जुन्यापुराण्या मॉडेलचं ते यंत्र मंदगती आहे आणि ती उतावीळ होते. शेवटी पडद्यावर एक विंडो उघडते. डिस्कमध्ये फोटो आहेत. फक्त चार फोटो. पहिल्या फोटोत डोक्यावर पिशवी चढवलेले जखमी वडील आपल्या मुलाला मिठीत घेऊन आहेत. हा त्या फोटोंपैकी एक आहे, ज्यांच्याबद्दल डेनिज म्हणाला होता, 'यातनांचे फोटो घेऊन आणि त्यापासून मिळालेले पैसे वापरून मला खुनामध्ये सामील व्हायचं नाही. मी ते सगळे डिलीट केले आहेत.' एलिफ त्या फोटोकडे पुन्हा पुन्हा बघते. ते चित्र मोठं करत ती त्याकडे अशी निरखून बघते की जणू काही त्या अभागी माणसाचे आणि त्याच्या बाहूंतल्या मुलाचे सगळे तपशील तिला आपल्या मनात आणि हृदयात कोरून ठेवायचे आहेत. त्या माणसाच्या डोक्यावर चढवलेली काळी गोणी, त्याचे प्लॅस्टिकचे फाटके सँडल्स, मुलाचे अनवाणी पाय, त्याचा उन्हामुळे, तापामुळे किंवा मानसिक धक्क्यामुळे ग्लानी आलेला चेहरा, त्याचे विलग झालेले आणि तहानेने शुष्क

पडलेले ओठ ती बारकाईने पाहते. काटेरी तारेमागच्या रक्तस्राव होणाऱ्या त्या हतबल वडलांना व्यापून असलेली, आपल्या मुलाचं संरक्षण न करू शकण्याची भीती आणि आपल्या नशिबाला शरण जाणं ती पाहते. ज्या यातना डेनिज शब्दांतून तिच्याजवळ व्यक्त करण्याचा प्रयत्न करत असतो आणि ज्यांच्यापासून तो दूर पळत असतो त्या तिला अगदी स्पष्टपणे दिसतात. त्या वर्षी असाच आणि याच विषयावरचा, पण वेगळ्या कोनातून काढलेला फोटो त्या वर्षीचा फोटो म्हणून निवडला गेला असतो हे तिला आठवतं.

जेव्हा डेनिजनं तिला तिच्या यशाबद्दल विचारलं तेव्हा प्रयोगशाळेतले प्राणी नित्यनेमाने मारून त्यासाठी तिनं बक्षिसं मिळवण्याबद्दल त्याला वाटणाऱ्या घृणेची चर्चा डेनिजला करायची होती का? तिच्या मुलाचं बरोबर होतं का? त्या क्षणी सीडी काढून कॉम्प्युटर बंद करणं कदाचित तिच्यासाठी चांगलं ठरलं असतं; पण त्याऐवजी ती पुढचं चित्र क्लिक करते. वडील आणि मुलगा वाळवंटातल्या धुळकट पिवळ्या वाळूत मरून पडले आहेत. माणसाच्या डोक्यावरची गोणी किंचित बाजूला ओढलेली आहे आणि त्याच्या गळ्यातून रक्त वाहत आहे. झोपी गेल्याप्रमाणे मुलगा वडलांच्या शरीरावर पडला आहे. त्याचे शुष्क ओठ अजूनही विलग आहेत, त्याचे छोटे अनवाणी पाय... हा फोटो कुठेही प्रसिद्ध झाला नव्हता. तो का पळून आला हे आम्हांला समजावून सांगण्याचा प्रयत्न करताना तो पहिल्या फोटोबद्दल थोडंसं बोलला होता, पण या फोटोचा त्यानं उल्लेखही केला नव्हता. त्याबद्दल तो बोलू शकला नव्हता. आता कॉम्प्युटर बंद करायला खूप उशीर झाला आहे. ती फाईलमधल्या तिसऱ्या फोटोवर क्लिक करते. गव्हाच्या रंगाचे केस गळा आणि चेहऱ्याभोवती उडत असलेली, खेळण्यातला उंट छातीशी पकडलेली, एलिफला आठवणारा चमकत्या खड्यांचा पट्टा आणि फिकट निळा अजागळ पोशाख घातलेली उला उत्फुल्लपणे हसत फोटोच्या अग्रस्थानी आहे. पार्श्वभूमीला वैभवशाली सुलतानहमत मशीद दिसत आहे आणि उलाच्या लगेच मागच्या बाजूला लाल ट्युलिप्स आहेत आणि शेवटची प्रतिमा. ती जणू काही चुकीच्या पद्धतीने वरचा भाग खाली अशी काढली आहे. आत्ताही पार्श्वभूमीला सुलतान. हमतचा घुमट आणि मिनार आहेत तर लाल ट्युलिप्स आता विखुरलेले, करड्या आणि पांढऱ्या धुरामधल्या न कळणाऱ्या रेषा वाटत आहेत. कागदाचे तुकडे, खेळण्यातला एक उंट आणि... आणि मानवी अवयव! उलाचे तुकडे सभोवती हवेत उडत आहेत.

पडद्यासमोर ती गोठून गेलेली आहे. डिजिटल कॅमेऱ्यानं शेवटचा फोटो अपघातानं शटरचं बटण दाबलं गेल्यामुळे घेतला आहे हे उघड आहे. स्फोटाच्या क्षणी धावत सुटायच्या आणि शुद्ध हरपण्याच्या आधी डेनिजनं त्या उपकरणाला कसं तरी पकडलं असावं. कॅमेऱ्यानं घेतलेला हा फोटो त्याला नंतर कधीतरी दिसला असावा. हिंसाचार, दहशत आणि यातना यांची प्रतिमा; एक असह्य ओझं... हे ओझं त्यानं कित्येक वर्षं वाहिलं आहे! यात त्यानं कोणालाही सहभागी करून घेतलं नाही – कोणालाही त्याला मदत करू दिली नाही. ही प्रतिमा त्यानं स्वतःत शोषून घेतली आणि आपल्या आत पुरून टाकली. त्यानं आपल्या बिनतळाच्या काळ्या विवरात हे सगळं फेकून दिलं.

ती कॉम्प्युटर बंद करते. डिस्क परत पाकिटात ठेवून ते ड्रॉवरमध्ये ठेवते. त्याचा मुलगा मोठा होईल आणि राजकन्या उला पुन्हा कधीच का परत येणार नाही हे समजू शकेल, तेव्हा डेनिज त्याला हे सांगेल. आणि फक्त तेव्हाच तो जगाच्या यातना का सहन करू शकत नाही – ते ओझं, विलक्षण जड ओझं जे आमच्याबरोबर वाटून घेणं त्याला जमलं नाही ते तो त्याच्या मुलाबरोबर वाटून घेईल.

तिनं काय पाहिलं हे ती तिच्या नवऱ्यालाही सांगू शकणार नाही, हे तिला कळतं. मी जे काही सांगेन ते पुरेसं असणार नाही. यातून आम्ही एकत्र पार पडू शकू असं मला वाटत नाही. यातना जेव्हा इतक्या दुःखद असतात तेव्हा त्यांच्याबद्दल जास्त बोलून त्या कमी होत नाहीत. जर सांगितल्या तर त्या उलट वाढतीलच. याचा सामना करायची शक्ती माझ्यात नाही. डेनिज त्याच्या लहान मुलाबरोबर सुखी आहे आणि बिजोर्न खूप गोड आहे. त्यांना योग्य ठरणारी जीवनपद्धती त्यांनी आखली आहे. सुखी होण्यासाठी फक्त एकाच ठरावीक प्रकारची कृती करायला लागत नाही यावर त्यांना पाहिलं की तुम्ही विश्वास ठेवू शकता.

या पुढचा तिचा प्रत्येक अनुभव हा या फोटोतल्या प्रतिमांशी निगडित होऊन येणार हे तिला समजून चुकतं. तिच्या आयुष्याच्या चित्रफितीच्या पार्श्वभूमीला हे चार चौकोन नेहमीच असणार. डेनिजच्या आयुष्याच्या पार्श्वभूमीला ते आहेत, अगदी तस्सेच...

डेस्कवर वेगवेगळी पेनं आहेत. ती त्यांना हातही न लावता तिच्या बॅगमधून तिचं स्वतःचं जांभळं फाऊंटन पेन बाहेर काढते. तिच्या समोर असलेल्या कोऱ्या कागदाच्या तुकड्यावर ती काही ओळी लिहिते.

'माझ्या लाडक्या, तू सगळ्यात मोठा मासा घेऊन येईपर्यंत मी न थांबल्याबद्दल रागावू नकोस. तू तो पकडला असशील आणि बिजोर्न खूप खूष झाला असेल याची मला खात्री आहे. या क्षणी माझं हृदय, माझं मन, आणि माझ्याजवळ जे काही असेल ते सर्व खूप गोंधळलेलं आहे. तुझ्या लहानपणी ज्या बेटाचं टोपणनाव तू 'सैतानाचं बेट' असं ठेवलंस त्या जागी आणखी जास्त राहण्याची शक्ती माझ्यात नाही. महासागर आणि रक्तरंजित समुद्र यांच्यापासून दूर असलेल्या या अभयस्थानी तू थोडा काळ विश्रांती घेशील अशी मला आशा आहे आणि तुझ्या जखमा चाटून बऱ्या करशील – कारण तू माझा मन्या बेटा आहेस आणि मांजरं त्यांच्या जखमा चाटून बऱ्या करतात हे तुला माहीत आहे – आणि तुझ्या लहानग्याबरोबर आनंदात राहशील. मला वाटतं या वेळी मी तुला समजून घेऊ शकले. मग ते थोडंसं का असेना. कदाचित खूप उशीर झाला आहे. पण अजिबात नसण्यापेक्षा तर बरं. बहुधा तू बरोबर आहेस. सुखाकडे जाण्याचा मार्ग एकच नाही. कृतकृत्य आयुष्याची व्याख्या एकच नाही. तू काहीही असलास, कुठेही असलास तरी माझं तुझ्यावर प्रेम आहे. बिजोर्नचा माझ्याकडून पापा. त्याला म्हणावं परी *फारमोर* तिच्या जादूच्या चटईवर चढली आणि तिच्या उंदरांच्या भूमीकडे परत गेली. खूप खूप म्याऊ म्याऊ आणि मियॉव ही...'

ती खोलीचं दार लावते, मग घराचं पुढचं दार लावून बाहेर पडते. दरवाजांना कुलपं न लावणं ही एक चांगली गोष्ट आहे. तसं करायची गरज नसण्यामुळे एक वेगळ्याच प्रकारची सुरक्षिततेची भावना येते. ज्यांना कधीच गुन्ह्याचा अनुभव आला नाही, ज्यांना कधीच काळजीचं किंवा भीतीचं कारण पडलं नाही, ज्यांना कसली धास्ती नाही, ज्यांना वाईटपणा म्हणजे काय हेच माहीत नाही अशांचा सुरक्षितपणा. तरीही किल्ली कुठे आहे हे माहीत असतं तर मी नक्कीच कुलूप लावलं असतं. माझा मुलगा आणि छोटा नातू इथे राहतात. माझ्यावर जबाबदारी आहे त्यांची. ज्या बिचाऱ्या गुलाबाला संरक्षणासाठी फक्त चार काटे आहेत त्याची जबाबदारी जशी लिट्ल प्रिन्सवर होती तशी. डेनिज आणि बिजोर्नला कुठलेच काटे नाहीत.

समुद्राकडच्या दिशेला आलेल्या गेस्ट हाऊसच्या दरवाजातून ती बाहेर पडली आहे. कुत्रा केकाटतो. ती कड्यांकडे एकदा शेवटचं बघून घेते. माथ्यावर बसून डेनिज न दिसणाऱ्या खालच्या माणसाशी बोलताना – लिट्ल प्रिन्स सापाशी बोलताना, ही प्रतिमा तिच्या डोळ्यांसमोर तरळते. 'तू कसला

विचार करतो आहेस? माझ्या लहान माणसा, तू मला घाबरवतोस' असं पायलट लिट्ल प्रिन्सला, ज्यानं खडकाखालच्या सापाकडे हे जग सोडून त्याच्या स्वत:च्या ग्रहाकडे परत जाण्यासाठी मदत मागितली होती, त्याला म्हणतो.

या 'मोठ्या मासा' स्पर्धेमध्ये, उत्सवातल्या बीअरच्या ठेल्यावर, जगाच्या नकाशात ज्यांना स्थानही नाही अशा हजारो छोट्या बेटांपैकी एकावर, सुखाच्या मुखवट्याखाली तू इतका एकटा, इतका उदास आहेस की माझ्या लहान माणसा, तू मला घाबरवतोस.

आजूबाजूला कोणीच नही. कुत्र्यांच्या शेडसमोर बांधलेला जर्मन शेफर्ड इतका सातत्याने का भुंकत आहे हे तिला उमगत नाही.तो परक्यांकडे बघून भुंकत असावा. ती परकी व्यक्ती मी आहे का?

ती भरभर पावले उचलत धक्क्याजवळच्या चौकात येते, जिथे स्पष्ट दिसून येणारी उत्सवाची मजा विस्की, अकेविट आणि पारंपरिक पद्धतीने तयार केलेली बीअर यांच्यामुळे अधिकच चेकाळली आहे. डेनिज मासेमारीहून परत येण्याआधी मला समोरच्या किनाऱ्यावर पोहोचलेच पाहिजे. तिथे बोट तयार असावी आणि मला जास्त काळ थांबायला लागू नये, एवढीच आशा.

**

६

माणूस इतर लोकांपर्यंत पोहोचू शकतो का?

रस्त्याच्या दोन्ही बाजूंना झोपड्या, कापसासारख्या बियांची पॉप्लरची झाडं, फुलं गळून फळं धरायला सुरुवात झालेली प्लमची झाडं आणि पालवी फुटणारी पेअरची रोपटी आहेत. मातीच्या उंचसखल रस्त्याच्या माथ्यावर वेगानं चढत असताना महमूद परिस्थितीचा आढावा घेत आहे. त्याच्या हातात लेखकानं लिहून दिलेला पत्ता, आणि कागदाच्या तुकड्यावर काढून दिलेला नकाशा आहे, त्याच्या खिशात त्यांनी राहायचं असलेल्या घराची किल्ली आहे... नाही, गोष्टी इतक्या योजनेबरहुकूम होत नाहीत. त्या इतक्या सहजपणानं घडत नाहीत. जसे काही रस्त्याच्या कडेला वाट पाहणारे देवदूत विचारत आहेत, 'तुमच्यासाठी आम्ही आणखी काय करू शकतो?' हे सगळं होत आहे ते झिललच्या शुद्ध अंत:करणामुळे का? इतक्या दूरदर्शी रितीने हा लेखक त्या बस स्टेशनमध्ये कसा होता? तो तिथे कसा पोहोचला? त्याला कोणी पाठवलं? त्याच्यासारखी माणसं रातराणीने प्रवास करत नाहीत. ते विमानानं जातात. आमच्या मुलाला मारणारी ती चुकार गोळी जेव्हा झिललला लागली त्याचवेळी नेमका तो आमच्या शेजारी कसा काय होता? आपण असं समजू की, तो खूप दयाळू माणूस आहे आणि आमची त्याला कणव आली. मग त्यानं आम्हांला काही *कुरुश* दिले असते आणि तो निघून गेला असता. किंवा त्यानं तिला हॉस्पिटलमध्ये नेलं असतं आणि तो गेला असता. एक प्रसिद्ध माणूस; एक मोठा लेखक. आमच्यासाठी त्यानं इतकं का करावं?

ओमर एरेन काय तऱ्हेचा माणूस आहे याची जिज्ञासा वाटत असल्यामुळे तो एका पुस्तकांच्या दुकानात गेला आणि त्यानं त्याच्या कादंबऱ्या पाहिल्या.

सगळ्यात लहान कादंबरी पंधरा नवीन लिरांची होती. काही विकत न घेता तो बाहेर पडला होता. लेखकानं त्यांना पैसे दिले होते आणि त्याच्या नावानं बँकेत अकाऊंटही उघडला होता; पण तरीही काळजी घ्यायलाच हवी. उद्या काय घडेल ते कोणी सांगावं?

टेकडीवर जाणाऱ्या रस्त्याच्या दोन्ही बाजूंना असलेल्या झोपड्यांच्या भोवती झाडं, कुंपणं आणि छोट्या बागा आहेत. मातीच्या खडकाळ रस्त्याच्या दोन्ही बाजूंना घाणेरडं पाणी वाहत असलं तरी एकूण जागा चांगली आहे. घाणेरड्या पाण्यात मुलं खेळत आहेत आणि कचऱ्याचे ढीग उकरणारी ओंगळ कुत्री भुंकायचाही आळस करत पायांत शेपूट घालून लोचटपणा करत आहेत. तरीही महमूदला माहीत असलेल्या किंवा तो राहिलेल्या कुठल्याही जागेपेक्षा ही जागा जास्त प्रसन्न आणि तो अभ्यासासाठी गेला असलेल्या मोठ्या शहरापेक्षा खूप जास्त चांगली आहे.

त्याच्या हृदयाला आलेला जडपणा आणि छातीत आलेला गोळा जरा कमी होतो. मूल गेलं, पण झिलल तर जिवंत आहे. थँक गॉड. आम्ही अजून तरुण आहोत, आम्हांला अजून मुलं होऊ शकतात. त्या लेखकानं एक प्रकारच्या सांत्वनाच्या उद्देशाने काहीतरी म्हटलं होतं. तो म्हणाला होता, 'नवीन आशा जन्म घेतील.' खरं आहे : *हेवीयन नु दर्दिकेविन पेश, जी केन ते जी क्स्विना त लाविकक त हिते* आणि पुढच्या वेळी तो माझ्या रक्तामांसाचा मुलगा असेल. कदाचित आता नशिबाची चाकं खरी फिरायला लागली आहेत. कदाचित देव म्हणाला आहे, 'माझ्या या सेवकांनी खूप दुःख झेललं. त्यांची फार कठीण परीक्षा घेतली गेली. आणि आता यापुढे त्यांना चांगुलपणा आणि सुंदरता मिळायलाच हवी.'

जे दुःख कधीच कमी होणार नाही असं त्याला वाटलं होतं ते हळूहळू कमी होत असलेलं त्याला जाणवतं. एक गरोदर बाई बाजूने जाते. गुलाबाची फुलं असलेली ढगळ तुमान आणि कडेनं भरतकाम असलेला डोक्याचा रुमाल घालून, आत्ताच त्यानं ओलांडलेल्या नळाकडे दोन्ही हातांत एकेक बादली घेऊन ती पाणी आणण्यासाठी जात आहे. म्हणजे इथंही असंच आहे तर आणि ही जागा तर राजधानीच्या बाहेरची नाही. खरं तर शहरातच तर आहोत आपण. आमच्या भागातल्यासारख्याच स्त्रिया इथं अगदी दिवस भरले असले तरी पाणी भरतात. त्याचे विचार पुन्हा त्या जन्माला न आलेल्या मुलाकडे जातात. ते असं सगळं सामावून घेणारं प्रेम होतं की झिलल आणि मूल एकच

झालं होतं. मी त्या दोघांवरही एकच व्यक्ती म्हणून प्रेम केलं. झिललवर मी जितकं जास्त प्रेम केलं तितकं ते मूल माझंच झालं. आता... आता ते मूल अस्तित्वात नाही. आता जणू काही झिलल अपुरी आहे. अर्धी आहे. आता जणू त्यांच्यातलं काहीतरी निघून गेलं आहे; ती जागा रिकामी आहे. त्याला समजू शकत नाही आणि समजावूनही सांगता येत नाही. क्षणापूर्वी त्याची काळजी थोडी कमी झाली होती. पण आता पुन्हा एकदा त्याला खचल्यासारखं वाटू लागलं.

आम्ही समुद्राकडे, त्या अनंत पसरलेल्या पाण्याकडे जाणार होतो. जो समुद्र तिनं पाहिला नाही, जो तिला माहीत नाही, समुद्र जो तिचं स्वप्न आहे त्या समुद्राची झिललला आस लागली होती. माणसाचं स्वप्नासाठी झुरणं हे इतर कशाहीपेक्षा जास्त तीव्र असतं. अज्ञात खूप जादूई वाटतं. म्हणून तर आस तीव्र असते. महमूदला *वान* सरोवर माहीत आहे. युनिव्हर्सिटीत शिकत असताना तो आणि त्याचे मित्र काही वेळा तिथे गेले होते. तो तलाव म्हणजे किती सुंदर पसरलेलं पाणी होतं; किती विस्तीर्ण, किती निळं. 'पण वान सरोवर म्हणजे काहीच नाही! समुद्र म्हणतात तो म्हणजे शंभर वान सरोवरं, शंभर हजार वान सरोवरं,' समुद्र पाहिला असल्याप्रमाणे झिलल म्हणाली होती. आम्ही तिथे जाऊन पोहोचणार होतो. ते मूल समुद्राचं मूल असणार होतं. पर्वतांचं नाही. समुद्र माणसांना मृदू बनवतो. पर्वत त्यांना कठोर करतात. युनिव्हर्सिटीतले एक लेक्चरर म्हणाले होते, 'माझ्या वडलांनीही अशीच भावना व्यक्त केली होती. ते नेहमी म्हणायचे की, पर्वत माणसांना कठोर बनवतात.' कदाचित ते खरं असावं, माणसं झाडासारखी असतात, त्यांना जेवढं ताणाखाली ठेवाल तेवढे ते जास्त कठीण बनतात. पर्वतांच्या पायथ्याची, नदीकाठची, दऱ्यांमधली फुलं अधिक सुगंधी तर गवत अधिक मऊ, त्याची पानं जास्त सडपातळ असतात. जितकं उंच जावं तितकी झाडं अधिक टणक, काटेरी आणि खुरटी होतात, पण तेवढीच ती कठीणही होतात.

जिथं झोपड्या संपतात आणि बगिचा असलेली छोटी घरं सुरू होतात तिथे त्यानं हातात धरलेला पत्ता आहे. ती फक्त दहा-बारा घरं असतील. त्यांतली काही अजून पूर्ण झालेली नाहीत. बांधकामाला सुरुवात झालेली होती, पण ते अर्धवट सोडलेलं होतं. ही सहकारी पद्धतीची किंवा अशी काहीतरी असावीत. विजेचे खांब, पाईप आणि तारा यांच्यावरून तिथे वीज आणि इतर सोयी असाव्यात असं दिसत होतं. उताराच्या दुसऱ्या बाजूला

डांबरी रस्ता खाली जात होता. मोटरगाड्या असलेल्या लोकांना झोपड्यांमधून वर चढण्याची गरज नव्हती. तो लांबचा रस्ता असणार हे उघडच होतं. स्वत:च्या गाड्या असलेल्या या बंगल्यांच्या मालकाशिवाय दुसरं कोणीच तो वापरत नसणार. म्हणजे फक्त या लोकांसाठी तो रस्ता बांधला गेला!

लेखकानं वर्णन केलेलं, बागेत गुलाब आणि फुलं असलेलं ७ नंबरचं दुमजली पांढरं घर त्याला लगेच दिसतं.ओमर *अबी* म्हणाले होते की, ते घर त्यांच्या परदेशी राहणाऱ्या मित्राचं आहे जो तिथे कधीकधी राहतो. पण आत्ता या क्षणी ते कोणीच वापरत नाही आहे.

ते म्हणाले होते, 'खालचा मजला वापरा आणि त्या घराची आणि बागेची काळजी घ्या. कृपा करून मला खाली पाहायला लावू नका. त्या जागेची नीट देखभाल करा. कशाचीही मोडतोड किंवा नुकसान होऊ देऊ नका. तसंही तिथं काही फारसं फर्निचर - किमती सामान वगैरे काही नाही. पण तरीही काळजी घ्या. जर आजूबाजूच्या कोणी तुम्ही कोण आहात आणि तिथे काय करत आहात असं विचारलंच तर तुम्ही केअर टेकर म्हणून काम करत आहात असं सांगा आणि मालकाचा किंवा माझा टेलिफोन नंबर द्या. तुम्ही कोणाशीही जास्त न बोलण्याची काळजी घ्या.'

महमूदचं हृदय कशानं खरंखुरं सुखावलं असेल तर ते लेखकानं त्याच्यावर विश्वास ठेवल्यामुळे. त्यानं स्वत:ला विचारलं नाही : हे जोडपं कोण आहे? ते प्रामाणिक आहेत का? ते हे घर कशासाठी वापरणार आहेत? किंवा ते त्याला अडचणीत तर आणणार नाहीत ना असाही विचार त्यानं केला नाही. निश्चितच तो चांगला माणूस आहे. जग जाणणारा माणूस.

पसरणाऱ्या गुलाबांत गुंतलेलं प्रवेशद्वार महमूद प्रयत्नपूर्वक उघडतो आणि बागेत शिरतो. बाग सुंदर आहे, पण जमीन कोरडी आहे. संधी मिळताच त्यानं प्रथम बागेला पाणी घातलं पाहिजे आणि घराकडे जाणारा रस्ता आणि पायऱ्या नीट स्वच्छ केल्या पाहिजेत आणि जेव्हा झिलल सुधारेल आणि इथे येईल तेव्हा ती बागेचा स्वर्गच बनवेल. पुढच्या दरवाजाला दोन कुलपं आहेत. कुठली किल्ली कुठच्या कुलपाची आहे? त्याला दरवाजाशी थोडी झटापट करावी लागते. अहा! तो उघडला.

घर आतून स्वच्छ अणि प्रकाशित आहे. लेखक म्हणाले होते त्याप्रमाणेच तिथे फारसं फर्निचर नाही. खोल्या जवळजवळ रिकाम्या आहेत, त्यांत फक्त आवश्यक गोष्टी आहेत; एक सोफा, दोन हात असलेल्या खुर्च्या, एक जुनं

गोल टेबल आणि चार खुर्च्या. आतल्या खोलीत एक मोठा डबल बेड आणि कपड्यांचं कपाट. आणि स्वयंपाकघरात एक फ्रीज, शेगडी, भांडीकुंडी, ताटं, चमचे. मालक बहुधा श्रीमंत लोक असावेत, पण तिथे कार्पेट, जाजम किंवा भरतकाम केलेले गालिचे नाहीत. या लोकांची अभिरुची वेगळीच आहे. इथे फार काळ कोणी राहिलं नाही, हे दिसतंच आहे.

सगळं सुरळीत पार पडत आहे याचं त्याला पुन्हा एकदा आश्चर्य वाटतं. फक्त आठ-दहा दिवसांपूर्वी तर ते अतिशय कठीण परिस्थितीत होते. सरकार, संघटना इतकंच नव्हे तर इभ्रतीचे रिवाजसुद्धा त्यांचा पाठलाग करत होते. ते फरार, बेघर, दरिद्री आणि कोणतीच ओळख नसलेले होते. आणि आता पहा. तो सोफ्यावर पसरतो. तो चांगला मऊ आणि आरामदायक आहे. जर या घरात मालक क्वचित राहत असेल, ते कधीकधीच वापरत असेल - कदाचित या घराचा उपयोग बायका आणण्यासाठी किंवा इतर संशयास्पद कामांसाठी केला जात असेल - तर त्यांचं खरं घर कसं असेल देव जाणे! पर्वतांमध्ये विचारधारेचं प्रशिक्षण देणाऱ्या स्त्री कॉम्रेडनं सांगितलेल्या गोष्टी त्याला आठवतात. मार्क्सवादाची, लेनिनवादाची तत्त्वं या विषयावरच्या वर्गात पिळवणुकीचा सिद्धांत स्पष्ट करत असताना ती म्हणाली होती, 'श्रीमंत लोक त्यांची घरं, अन्न, पेयं, कपडे, त्यांचे ऐषाराम यांवर किती पैसे खर्च करतात याची आपण कल्पनासुद्धा करू शकत नाही. हे शक्य होतं ते हे प्रतिष्ठित लोक कष्टकरी वर्ग आणि गरिबांचं शोषण करतात त्यामुळे. आणि त्यानंतर शोषण करणारे आणि शोषण झालेले एकत्र येऊन आपलं सगळ्यांचं शोषण करतात. कामगार आणि ज्यांचं शोषण झालं आहे ते एकत्र येऊन प्रतिष्ठित, मध्यमवर्ग - शोषणकर्ते - यांच्याविरुद्ध वर्गयुद्ध पुकारतात आणि बंड करून सत्ता हातात घेतात आणि आपल्या संदर्भात बोलायचं तर, आपल्या सगळ्यांचं शोषण झालं आहे आणि आपण चिरडले गेले आहोत. आपल्यातले श्रीमंत, आपल्यातले गरीब, आपले आगा, आपले शेतकरी, आपण सगळ्यांनी एकत्रितपणे आपल्याला चिरडणाऱ्या सत्ताधारी राष्ट्राविरुद्ध मुक्तीचं राष्ट्रीय युद्ध पुकारलं आहे.'

हो, ते खरं आहे! आमच्या भागातले धनी, शेख लोक. त्यांची घरं, एवढंच काय त्यांची टेबलंसुद्धा इथल्यांशी स्पर्धा करू शकत नाहीत. त्याला अचानक भूक आणि तहानेची जाणीव होते. मला इथे थोडं *डोनेर* आणि ब्रेड आणायचं सुचलं हे किती चांगलं झालं. तो स्वयंपाकघरात जातो आणि फ्रीज

उघडतो. तिथे फक्त पाणी, त्याला ओळखता न येणाऱ्या दारूच्या काही बाटल्या, थोडी अंडी आणि मार्जरिनचा डबा आहे. फ्रीज सुरू ठेवलेला आहे; विजेच्या बिलाची किंवा ती वाया जाण्याची कोणी काळजी करत नाही.

थंड पाण्यानं त्याला बरं वाटतं. मला बरं वाटत नाही आहे का? अर्थातच तसं नाही. अंकाराच्या गरमीत, उन्हाळ्याच्या सुरुवातीला तो चढ चढल्यावर गुरिलासुद्धा थकेल. गुरिला? एक फरार गुरिला, विश्वासघातकी गुरिला, मृत्युदंडायोग्य गुरिला, एक *काश* ! देवा, मला आशा आहे की मी हुतात्मा म्हणून मेलो असंच त्यांना वाटत असू दे. जर त्यांनी मला टेकडीवरून गडगडत जाताना पाहिलं असेल तर त्यांनी माझ्या जिवंत असण्याची आशा सोडली असेल. कदाचित त्यांनी मला पाहिलंही नसेल. प्रत्येकजण स्वतःच्या त्रासानं व्यापलेला होता. नाही, *हेवल* असं करणार नाहीत. मी जखमी झालेलो त्यांच्या लक्षात आलं असतं तर त्यांनी मला मदत करण्यासाठी शक्य ते सगळं केलं असतं. आपल्या एखाद्या साथीला ते तिथं असंच सोडणार नाहीत; ते त्याला मरायला सोडणार नाहीत. आम्ही एकत्रितपणे खूप गोष्टींतून गेलो आहोत. आमचा विश्वास, आमची आशा, आमचा उत्साह, मृत्यू, भीती, संताप, दुःख आणि निराशा... ताऱ्यांनी भरलेल्या आकाशाखाली पाठीवर पालथं पडून एकाच सिगरेटचे झुरके वाटून घेत, आमची पारंपरिक गाणी, आमची छोटी गुपितं... पर्वतांमधल्या लोकांचा तो विचार करतो, तेव्हा त्याचं हृदय भरून येतं. वाईट गोष्टीसुद्धा घडायच्या. अर्थातच तिथेसुद्धा वाईट लोक होते. पण इतरांचं, माझ्या जवळच्या मित्रांचं काय? मी त्यांना तिथेच सोडलं आणि पळून आलो.

'मी पळून आलो,' तो मोठ्यांदा म्हणाला, इथे कोण ऐकणार आहे? 'मी पळून आलो, पाहिलंत? मी पळून आलो...' त्याला हे पचवायला हवं; त्याचं मन, त्याचं हृदय आणि सगळ्यात महत्त्वाचं म्हणजे त्याची सदसद्विवेकबुद्धी यांना या सत्याची सवय करून घ्यायला हवी.

मी पळून गेलो, कारण मी घाबरलो होतो. मी पळून गेलो नसतो तर माझ्यावर शिस्तभंगाची कारवाई झाली असती. या वेळी ती गमतीची गोष्ट नसती. पहिल्या वेळेसारखं यावेळी नसतं.

कॅम्पमध्ये प्रशिक्षणाचा दुसरा महिना असताना त्याला शिस्तीसाठी दोन आठवडे पाठवण्यात आलं होतं. शिस्तीच्या गुहेत जवळजवळ वीस माणसं होती. त्याला घामाचा, दुर्गंधी श्वासाचा आणि घाणीचा वास आठवतो. देहधर्म

उरकण्यासाठी तीन वेळा परवानगी मिळावी म्हणून विनंती करणं आणि जेवण म्हणून दोन वेळा पाव आणि पाणी मिळणं आठवतं. मी काय केलं होतं? माझा गुन्हा कोणता होता? त्यावेळीही तो नवल करत होता आणि आत्ताही तो विचार करत आहे. स्वत:वर सगळ्या कॅम्पसमोर जाहीर टीका करण्याची शिक्षा त्यानं भोगावी असं त्यांना वाटत होतं. शिक्षेची पद्धत त्याला आव्हानात्मक वाटली नव्हती. ज्या दहशतवाद्यानं गुन्हा केला असेल त्यानं त्याच्या साथीदारांसमोर, त्यानं जे काही केलं त्याची स्पष्ट कबुली द्यायला तयार असलं पाहिजे. स्वत:ची गैरवर्तणूक त्यानं उघड करावी आणि स्वत:ला शुद्ध करावं. ते कबूल आहे. पण मी अपराधी नव्हतो. मला अपराधी वाटत नव्हतं. स्वत:वर टीका करावी लागण्यासारखं मी काही केलं नव्हतं. मी फक्त गुपचुपपणे काही सिगरेट, आरशाचा एक तुकडा आणि शुभेच्छा घेऊन कारवाईखाली असलेल्या गटातल्या आमच्या भागातल्या अतिशय तरुण मुलाकडे गेलो होतो. शिस्त लावली जात असणाऱ्या माणसांशी ड्युटीवर असलेल्या माणसांखेरीज इतरांनी संपर्क ठेवण्यास मनाई होती. पण तो मुलगा घाबरला होता आणि त्याला शिक्षेची नाही, तर आधाराची गरज होती हे मला माहीत होतं. कदाचित पूर्वापार पद्धतीची शिस्त चालू राहिली असती. परंतु महमूद नशीबवान ठरला. त्याचवेळी कोणत्यातरी अगम्य करारानं त्या भागातल्या पर्वतीय अधिकाऱ्यांच्यात ताण उद्भवला. आणि अशी अफवा होती की, त्यामुळे त्यांच्यात आपापसांत झगडे सुरू झाले. वरून प्रशिक्षणासाठी नव्यानं आलेल्या फतव्यात, शिस्त आणि लोकशाही यांच्यात फारकत होऊ शकत नाही आणि विस्तृत लोकशाही चर्चेचा ताठर शिक्षेशी संघर्ष होऊ नये, यावर भर दिला होता. त्यामुळे कॅम्पमधलं वातावरण बदललं आणि शिस्तीची कारवाई संपुष्टात आणली गेली.

त्याला पुन्हा शिक्षेला तोंड द्यावं लागेल, तेव्हा तो पुन्हा सुदैवी ठरेल असं नाही. या वेळी त्याच्यावर ठोस आरोप नव्हता. पण तरीही आपल्यावर सतत लक्ष ठेवलं जात आहे, असं त्याला वाटत होतं.

त्यावेळी हालचाली आणि चकमकी तीव्र झाल्या होत्या. त्यांनी एका जखमी आणि रक्तबंबाळ तरुण मुलीला कॅम्पवर आणलं होतं. तिला जमिनीवर टाकण्यात आलं होतं. ती कण्हत होती आणि तिच्या जखमांमधून अजून रक्तस्राव होत होता. तिच्याकडे तातडीने लक्ष द्यायला हवं होतं. तिच्याकडे कोणीच लक्ष दिलं नाही किंवा डॉक्टरांची चौकशीही केली नाही याचं त्याला

आश्चर्य वाटलं होतं. ते कमांडरच्या गुहेत आहेत, हे कळल्यावर त्यानं तिकडे धाव घेतली होती. परिस्थिती शक्य तितक्या त्वरेनं सांगण्याचा त्यानं प्रयत्न केला होता. त्यांनी तातडीनं येऊन मुलीला तपासावं, निदान तिची काळजी घेण्याची त्याला परवानगी द्यावी अशी त्यानं विनंती केली होती. त्यानंही वैद्यकीय अभ्यास केलाच होता की. ते सर्व डॉक्टर पोट दुखत असलेल्या कमांडरच्या सेवेत मग्न होते इकडेही त्याचं लक्ष गेलं नाही. मृत्यूच्या भीतीनं विनवण्या करणाऱ्या आणि यातनांनी विव्हळणाऱ्या त्या मुलीला धीर देत, तिचा हात हातात धरून तो वैद्यकीय टीमच्या मदतीची वाट बघत होता. पण ते आले तोपर्यंत ती मरण पावली होती. त्यानं फक्त त्यांच्या चेहऱ्याकडे बघितलं होतं आणि तो शब्दही न बोलता निघून गेला होता.

कमांडरच्या गुहेत बोलावलं गेलं तेव्हा त्याला जराही चिंता वाटली नाही. त्या माणसानं फक्त दोन प्रश्न विचारले होते. त्या मुलीला महमूद आधी भेटला होता का आणि ती मेल्यावर तो वैद्यकीय पथकाशी का बोलला नाही? तो माणूस म्हणाला होता, 'ज्यांना रक्त पाहवत नाही, ध्येयासाठी आपले स्त्री साथी बळी गेलेले ज्यांना सोसवत नाही, ते या खडतर मार्गावरून जाऊ शकत नाहीत. जर तिला जमिनीवर तसंच टाकलं गेलं तर त्याला काही कारण आहे. ती एजंट असल्याची माहिती आम्हांला मिळाली होती. प्रत्येकानं आपापलं कर्तव्य केलं पाहिजे, कॉम्रेड. तुझ्या विषयीचे ताजे अहवाल फारसे आशादायक नाहीत. त्यांनुसार सांघिक कामासाठी तू लायक नाहीस. आपण कठीण परिस्थितीतून जात आहोत. स्वत:ला सांभाळ!' त्या माणसाच्या शब्दांचा अर्थ स्पष्ट होता : जर लढाई सुरू नसेल, शस्त्र उचलण्यासाठी आम्हांला माणसांची गरज नसेल, तर तुम्हांला बंदीवासात टाकलं जाईल.

खरंच तसं होतं, का माझं मानसिक संतुलन ढळलं होतं? कितीतरी साथींना शिस्तीची कारवाई करण्यासाठी उचललेलं किंवा अगदी ठार मारलेलंही आम्ही बघत नव्हतो का? पळून गेले ते सगळे विश्वासघातकी होते का? माझ्या बाबतीत जे घडलं त्याला मी पळून जाणंही म्हणता येणार नाही. मला गोळी मारली गेली - कोणाकडून? मला माहीत असतं तर! मला गोळी मारली गेली आणि मी उतारावरून घरंगळलो. मी पळून गेलो नाही. स्वत:शी खोटं बोलू नकोस. तू घरंगळला नाहीस. स्वत:ला तू उतारावरून गडगडवलंस. आणि शिवाय, तुझी जखम काही गंभीर नव्हती. '*झायिन* विश्वासघातकी!'

आता परिस्थितीत सुधारणा होत असताना या गोष्टींवर कुढण्यात काय

अर्थ आहे? तो आनंदी होण्याचा प्रयत्न करतो. पळून जाणारा मी काही पहिला नाही. शेकडोजण पर्वतातून खाली उतरले आणि त्यांनी शरणागती पत्करली. माझ्या बाबतीत ते वेगळ्या प्रकारे घडलं, एवढंच!

ठरावीक पद्धतीनं शरण जाण्याची त्याची इच्छा नव्हती. त्यात, तुम्ही आधी उत्तरेकडे जाता आणि बारझानीच्या दलाचा आसरा मिळवता. मग त्यांच्याबरोबर जाऊन सीमेवर तुम्ही स्वत:ला तुर्की प्रजासत्ताकाच्या किंवा टीसीच्या अधिकाऱ्यांच्या हवाली करता किंवा ज्या सैनिकी ठाण्याला तुम्ही प्रथम पोहोचता, तिथे लोळण घेता. 'अलेकुमसलाम!' मग तुरुंग आणि कबुलीजबाब होतो. नाही, ते नाही जमणार. मी काही *काश* नाही. *काश* म्हणजे जिवंतपणी मृतावस्था. *काश* होण्यापेक्षा मरण परवडलं!

जेव्हा तो *काश* शब्दावर थांबतो, तेव्हा आपण तुर्की भाषेत विचार करत आहोत हे त्याला जाणवतं आणि तो चकित होतो. गावात शाळेत असताना, पर्वतांमध्ये आणि झिललबरोबर असताना तो कुर्दी भाषेत विचार करायचा. झिललला गोळी लागली आणि तिचं मूल गेलं त्या रात्रीपासून तो खूप वेळा तुर्की भाषेत विचार करतो. हासुद्धा दगाबाजीचा एक प्रकार नाही का? हे तुमची भाषा, तुमचं अस्तित्व गमावण्यासारखं नाही का? स्वातंत्र्य आणि सशस्त्र संघर्ष यांपेक्षा जास्त महत्त्वाचं आहे ते आपली राष्ट्रीय अस्मिता साकारणं आणि बळकट करणं, व्यक्ती म्हणून आत्मविश्वास मिळवणं आणि आपल्या आत्मविश्वासातून आपलं अस्तित्व उभारणं - ज्याला 'डॉक्टर' असं म्हटलं जायचं तो पश्चिमेकडून येऊन चळवळीत दाखल झालेला हेवल म्हणायचा. तो एक चांगला माणूस होता. धैर्यवान आणि सखोल जाणतेपण असलेला. तो आणखी काही म्हणायचा जे महमूदच्या मनात घर करून राहिलं. 'अस्तित्वांनी एकमेकांचा ताबा घेता कामा नये. जर तुम्ही तुर्की असाल तर कुर्दींकडे शत्रू म्हणून बघता कामा नये; आणि कुर्दी असाल तर तुर्कींना वैरी मानता कामा नये. राष्ट्रवाद हा एक वाईट जंतू आहे. त्याला तुमच्या आत्म्याचा ताबा घेऊ देऊ नका. तुम्ही तुमच्या राष्ट्रीय अस्तित्वासाठी आणि गरज पडल्यास, स्वातंत्र्यासाठीही संघर्ष करू शकता, पण ते करताना इतरांनाही असलेल्या त्यांच्या अस्तित्वाच्या हक्कावर तुम्ही अतिक्रमण करता कामा नये. आपण हे विसरायला नको की सगळ्यात वाईट जुलूम हे पददलितांकडून घडतात.' हे डॉक्टरचं वैशिष्ट्य होतं. काहीजण त्याचं लक्षपूर्वक ऐकायचे, तर काहीजणांवर फारसा परिणाम न होता किंवा विरोधातही जाऊन ते त्याच्या जवळच्या

वर्तुळातून बाहेर पडायचे. एक दिवस तो नकळत, कोणाच्याही लक्षात न येता दिसेनासा झाला. आणि त्याचं कोणतंही स्पष्टीकरण दिलं गेलं नाही. असं म्हटलं जायचं की, त्याला युरोपला पाठवलं आहे, त्याला बढती देण्यात आली आहे आणि काहीजण असंही म्हणणारे होते की, तो फार जास्त बोलायचा. त्याच्या मनातली दुविधा तो जाहीररीत्या पसरवायचा.

डॉक्टरनं महमूदवर आत्मविश्वासाचं आणि स्वत:च्या ओळखीशी जमवून घेण्याचं महत्त्व बिंबवलं होतं. शाळेत असताना त्यांना २३ एप्रिल आणि २९ ऑक्टोबरला कविता वाचायला लागायच्या : मी तुर्की आहे. माझा धर्म आणि माझा वंश थोर आहे; किंवा रोज सकाळी अभ्यासाला सुरुवात करण्यापूर्वी, मी तुर्की आहे, मी न्यायी आणि कष्टाळू आहे... माझं अस्तित्व हे तुर्कस्तानच्या अस्तित्वाला दिलेला नजराणा ठरो.

त्याला वाटायचं, ही कविता मी अशी का म्हणू नये : मी कुर्दी आहे. माझा धर्म आणि माझा वंश थोर आहे? आम्ही असं का म्हणत नाही, 'मी कुर्दी आहे. मी न्यायी आणि कष्टाळू आहे.' कुर्दी माणसाचा धर्म आणि वंश थोर असू शकत नाही का? कुर्दी माणूस न्यायी आणि कष्टाळू असू शकत नाही का? इतिहासाच्या, नागरिकशास्त्राच्या, तुर्की भाषेच्या धड्यातून ते महत्त्वाच्या तुर्की माणसांबद्दल, तुर्की पद्धतींबद्दल आणि तुर्की विजयांबद्दल शिकत. पण महत्त्वाचे कुर्दी नाहीतच का? कुर्दी लोकांनी कधीच विजय संपादन केला नाही का? अतातुर्क देश तुर्की तरुणांच्या हातीच का सोपवतात? ते आपापसांत अशा बाबींवर चर्चा करत. त्यांच्या बालीश मनांना आणि बालीश हृदयांना काय पणाला लागलं होतं ते समजत नव्हतं.

शाळेमध्ये शिक्षक म्हणायचे, 'आपण सगळे तुर्की आहोत. कुर्दी असं काही नसतंच. फुटीरतावादी देशद्रोह्यांचं कुभांड आहे ते.' मग एक दिवस सुट्टी संपवून गावाकडे परत येत असताना त्यांनी शिक्षकांना गोळी मारली. खरं तर ते शिक्षक चांगले होते. शिक्षा म्हणूनसुद्धा त्यांनी कोणावर कधी हात उगारला नाही. त्यांनी मुलांना तुर्की भाषा, लिहिणं वाचणं, अतातुर्कबद्दल माहिती हे सगळं जीव तोडून शिकवण्याचा प्रयत्न केला. त्यांना ठार मारलं गेलं तेव्हा विद्यार्थ्यांना वाईट वाटलं. पण जर आपण सगळे तुर्की असलो तर आपण एकमेकांच्यात बोलतो ती कुठली भाषा? जेव्हा ते आपल्या गावांवर धाडी घालायला येतात तेव्हा ते 'लाजिरवाणे, फुटीरतावादी कुर्दी! आर्मेनिअन बेणं!' असं का ओरडायचे? जर प्रत्येकजण तुर्की आहे, तर तुम्हांला काय हवं आहे?

हे प्रश्न त्यांच्या मनात उठायचे, पण शब्दांत मांडले जायचे नाहीत. शाळेत महमूदनं एकदा चुकून विचारलं होतं, 'आमच्या गावाकडे माणसं कुर्दी भाषा बोलतात. शहरात येईपर्यंत कुणीच तुर्की भाषा बोलत नव्हतं. कुर्दी भाषा बोलणाऱ्याला तुम्ही कुर्दी माणूस म्हणणार नाही का, सर?' त्याच्या प्रश्नाचं उत्तर त्याला त्याच्या डोक्यावर बसलेल्या पट्टीच्या धारदार कडेनं दिलं होतं. त्याच्या कुटुंबात कोणी कुर्दीस्तान वर्कर्स पार्टीचे किंवा पीकेके सभासद आहे का याचा त्यांनी कसून तपास केला होता. त्या दिवसांत त्याचा भाऊ अजून पर्वतांकडे गेला नव्हता. कुर्दीश असणं ही काहीतरी शरमेची, खोटारडी गोष्ट आहे. काही देशद्रोह्यांनी पर्वतात राहणाऱ्या तुर्की लोकांच्या मनात ते कुर्दी असल्याचं भरवलं होतं. या देशात राहणारा प्रत्येक जण तुर्कीच आहे आणि दुसरं काही असल्याचं मानणं ही मातृभूमीशी आणि राष्ट्रध्वजाशी केलेली गद्दारी आहे असं तो शिकला होता. महत्त्वाची गोष्ट तो शिकला ती ही की, या विषयावर त्यानं कोणतेही प्रश्न विचारता कामा नयेत. देवानं त्याच्या चुकार सेवकांना दिलेली शिक्षा. कुर्दी असण्याचं दुर्दैव महमूदनं विसरावं हे बरं.

लहानपणी आणि किशोरवयात, विशेषत: त्यांचं गाव जाळलं जाऊन ते शहरात आल्यावर महमूद त्याच्या आईच्या, 'मी शाळेत येऊन तुझ्या शिक्षकांशी बोलणार आहे!' या धमकीला सगळ्यात जास्त घाबरायचा, कारण त्याच्या आईला तुर्की भाषा येत नव्हती. ती खास कुर्दी स्त्रियांच्या पोशाखात सर्वत्र वावरत असे. शाळेत ती अशा पोशाखात आली तर त्याची हुर्यो उडवली जाईल याची त्याला जाणीव होती. त्याला आईची लाज वाटेल आणि तिची लाज वाटल्याबद्दल स्वतःची लाज वाटेल. तुमची स्वतःची ओळख मान्य करणं आणि आत्मविश्वास वगैरे सगळं काय होतं कॉम्रेड डॉक्टर? जी ओळख आम्ही शाप आणि लज्जास्पद गोष्ट म्हणून वागवतो तिच्याशी आम्ही कसं जमवून घ्यायचं? जेव्हा आमचं अस्तित्व इतकं छिन्नविच्छिन्न आणि लाजिरवाणं झालं आहे, तेव्हा आम्हांला आत्मविश्वास असणं कसं शक्य आहे? जर समजा, या घराचा मालक आला आणि त्यानं मी कुठला आहे असं आणि विशेषत: थेट मी कुर्दी आहे का, असं विचारलं तर मी काय उत्तर द्यायचं? असं विचारायचं पूर्वी लोकांच्या डोक्यात येत नसे. पण आता ते अगदी उघडपणे विचारतात : तुम्ही कुर्दी आहात का? तुम्ही अलेवी आहात का? जर कुणी आलं आणि मला सरळसरळ विचारलं तर

मी काय करेन? त्यानं एक निर्णय घेतला: जर कुणी विचारलंच, तर तो उभा राहून सांगेल, 'मी कुर्दी आहे.'

मी पळून आलो, पण त्या सगळ्या माणसांची लढाई काही निरर्थक नाही, ती माणसं काही उगीचच मेली नाहीत. त्यांना दगा देणं हा पुरुषार्थ होणार नाही. त्याला पुन्हा एकदा दु:खाचा उमाळा येतो. मी आघाडीवरून पळून गेलो. मी घाबरलो होतो म्हणून का? नाही, तसं नव्हतं. भीती ही अजिंक्य नसते. तुम्ही स्वत:ला कठोर बनवता आणि भीतीवर मात करता. कधी कधी तुम्हांला आयुष्याचा इतका शीण येतो, की त्यापेक्षा मृत्यू सुसह्य वाटतो.

नाही, ते पलायन भीतीमुळे नव्हतं. मृत्यू, वेदना किंवा प्रतिरोधाच्या असह्य परिस्थितीमुळेही नव्हतं... जर नेतृत्वावर तुमची श्रद्धा असेल, साथीदारांची तुम्हांला खात्री वाटत असेल, आणि तत्त्वावर तुमचा विश्वास असेल तर या इतर गोष्टींना जराही महत्त्व नसतं! ज्या तरुण किंवा वयस्क लोकांना 'द्रोही', '*काश*', 'फितूर' असं म्हटलं गेलं ते काही कॅम्पवरचं खडतर आयुष्य, लढाई किंवा भीती यांमुळे तसे झाले नाहीत, तर तो होता सुरवातीच्या दिवसांच्या आणि महिन्यांच्या उत्साहाला कुरतडणारा प्रश्न. मी इथे का आहे? मी इथं असल्यामुळे काय बदललं? तो प्रश्न तुमच्या मनाला आणि हृदयाला ग्रहण लावण्याचं दु:ख न कोसळो. मग तो प्रश्न आतल्या आत मोठा होतो आणि मग त्या प्रश्नाची कॅन्सरसारखी घातक वाढ होते; आणि मग तो माणूस पर्वतात असो का तुरुंगात, तो प्रश्न त्याला गिळंकृत करतो.

एक मुख्य रस्ता (प्रजासत्ताक पथ किंवा मातृभूमी पथ नावाचा), एक चौक (अतातुर्क चौक किंवा प्रजासत्ताक चौक), ओंगळ दुकानांच्या दोन रांगा आणि एक छाप पाडणारी कार्यालयांची इमारत असलेल्या छोट्या गावात, ज्याला आम्ही आमचं खेडं, आमची वस्ती किंवा *'बाजार'* म्हणतो त्यात क्रोससइतके श्रीमंत लोक, शानदार सरकारी इमारती आणि आणखी थोड्या अंतरावर लष्करी ठाणं असतं. तिथे कोणतीही आशा नसलेले, भविष्यहीन, पददलित, दरिद्री आणि पूर्णपणे टाकून दिल्यासारखे असलेले आम्ही वर पर्वतात जाऊन आमची माणसात गणना व्हावी - आमची नोंद घ्यावी -, आमच्यात आशा निर्माण व्हावी, आमच्या अस्तित्वाचा सन्मान व्हावा यासाठी लढतो. पर्वतात जळणाऱ्या आगी (धनगरांच्या शेकोट्या नाही तर बंडाचे अग्नी), दऱ्यांमध्ये घुमणारी गाणी (प्रेमगीतं नाही तर युद्धासाठी आवाहन करणारी), खेड्यातून उठणारे आवाज (शोकग्रस्त झालेले नाही तर रोजच्या

व्यवहारातले) ही सगळी पृथ्वीवरच्या स्वर्गाची आशादायक पवित्र चिन्हं आहेत. नगण्य आणि 'कणाहीन कमअस्सल बेणं' ठरण्यापासून वाचण्यासाठी, लढाईत भूमिका बजावण्यासाठी आम्ही प्रकाशाकडे झेप घेणाऱ्या पतंगासारखे धाव घेतो. आम्ही पर्वतांचा आवाज ऐकतो, त्याच्या आमंत्रणाला मान देतो. रस्त्यावरून चालताना जो मागेल त्याच्यासाठी काडी शिलगवण्यासारखं हे आहे - आम्ही तसंच सहजपणानं, कोणतेही समारंभ न करता स्वत:चं दान करतो. आम्ही हे करतो ते स्वत:च्या अस्तित्वाशी जमवून घेण्यासाठी, आत्मविश्वास मिळवण्यासाठी, पुरुष म्हणवून घेण्यासाठी, आणि मुख्यत: स्वत:च्याच नजरेत 'हिरो' ठरण्यासाठी. एक दिवस आमच्या लक्षात येतं की, आमच्या अस्तित्वाला बळकटी आणण्यासाठी, आत्मविश्वास मिळवण्यासाठी आम्ही उचललेलं प्रत्येक पाऊल आम्ही आजपर्यंत आदर्श मानलेल्या प्रत्येक मूल्याला - प्रश्न करणं, तपासून घेणं, स्वतंत्र विचार करणं - गुन्हा ठरवत आहे. मग ज्या प्रश्नामुळे संताच्या तोंडूनसुद्धा अपशब्द येतील असा प्रश्न सैतान कुजबुजतो, 'मी इथे का आहे? मी कशासाठी लढत आहे?' काही लोक प्रश्न विचारत नाहीत. ते फक्त चालतच राहतात अंतापर्यंत... अंत? अंती काय आहे?

तो मृत्यूपासून पळत नव्हता. जरी तो स्वत: असा विचार करू शकत नव्हता किंवा म्हणू शकत नव्हता, तरी त्याच्या आतला आवाज हलकेच म्हणत होता, 'तू दगा दिला नाहीस, तू द्रोही नाहीस, तू एक माणूस आहेस.' खरं पलायन - कदाचित फितुरी - सुरू झालं ते त्यानं स्वत:ला उतारावरून गडगडवलं तेव्हा नाही; तर ते सुरू झालं झिललच्या बाहुपाशात. त्यांनी जोडीनं दूरवरच्या समुद्राची स्वप्नं पाहिली. एकमेकांच्या आलिंगनात त्यांनी कल्पना केली ती अपरिचित निळाईची, खाऱ्या हवेची, दोन खोल्यांच्या छोट्या घराची आणि वाळूत खेळणाऱ्या, लाटांवर पोहोणाऱ्या, तिथल्या मुलांसारखं वाढणाऱ्या, त्यांच्यातलाच एक असणाऱ्या हेवीची. ॲडम आणि इव्हप्रमाणे जग फक्त महमूद आणि झिललचं बनलं होतं. आश्रयस्थानाच्या ज्या स्वर्गात त्यांनी स्वत:ला बंद करून त्यांच्या हृदयात आणि शरीरात आशा जागवली होती त्या स्वर्गातून बाहेर पडण्यासाठी त्यांना सापाची किंवा प्रतिबंधित फळाची भुरळ पडण्याची गरज नव्हती. त्यामुळं गुहेच्या पोकळीत आणि प्रकाशही न झिरपणाऱ्या वनराईच्या निवाऱ्यात अखबं विश्व सामावलं गेलं आणि ते तसंच अमरही होतं. त्यांनी अनुभवलं ते प्रतिबंधित फळ होतं. मूळ पाप होतं. पर्वतांना दगा देण्याची ती सुरुवात होती.

आता, पर्वतातून बाहेर टाकलेला, ध्येय सोडलेला, प्रेम, उत्कटता यांची बंदी असलेला, पूर्णपणे एकाकी पडलेला आणि आयुष्यानं देऊ केलेलं, त्या न जन्मलेल्या मुलाबरोबर येऊ घातलेलं सुख आणि मुलाबरोबर स्वतःलाही नव्यानं घडवण्याची आशा लोपलेला महमूद कधीही न राहिलेल्या शहरातल्या, दूरच्या अनोळखी भागातल्या, परक्या घरात निराधार होऊन बसला आहे. एका हातात डोनेर भरलेला अर्धा ब्रेड आणि दुसऱ्या हातात पाण्याची बाटली घेऊन, हृदयात शिसं भरून आणि मनात साकळलेलं धुकं घेऊन. आम्हांला आरामाची सवय नाही. हे नकारार्थी विचार, हा निराशावाद आहे तो आराम चरे पाडत असल्यामुळे.झिलल बरी झाली आणि आम्ही पुन्हा एकदा एकत्र आलो की सगळं काही ठीक होईल. धुकं वितळून जाईल. आम्ही मूल गमावलं आहे – पण काळजीचं कारण नाही! आम्ही अजून तरुण आहोत. आमच्यासमोर उभं आयुष्य आहे. आमचा हेवी, आमची संयुक्त आशा,झिललचा आणि माझा मुलगा जन्माला येईल.

लेखक म्हणाला होता, 'आजूबाजूला खूप फिरू नकोस. काळजी घे. माझ्यापेक्षा तुला ते जास्त कळतं.तू संकटात आहेस हे उघड आहे. पुढे तुम्ही काय करायचं हे ठरवायला मी येईपर्यंत थांब. आधी झिलल हॉस्पिटलमधून बाहेर पडली पाहिजे आणि बरी झाली पाहिजे. मी तुम्हांला भेटेन आणि मग आपण कायमचा उपाय शोधू आणि लक्षात ठेव, विसरू नकोस, तुझ्यावर फक्त तुझी नाही तर झिललचीही जबाबदारी आहे. केवळ तुझ्या एकट्याच्या नाही तर तुम्ही जोडीनं घेतलेल्या निर्णयामुळे तुमचं नशीब ठरेल. आत्ता त्या घरात तुम्ही सुरक्षित आहात. तुम्ही नीट काळजी घेतलीत तर कोणीही तुम्हांला शोधू शकणार नाही. काही झालंच, तर सरळ माझ्या नंबरवर मला फोन करा.'

तो त्या घरात खरंच सुरक्षित होता – पूर्वी कधीही नव्हता इतका सुरक्षित. इथं कोणीही येणार नाही आणि आग लावणार नाही. इथून कोणी त्याला बाहेर काढणार नाही. रात्रीच्या छाप्यात जड मशीनगनने घराची उलथापालथ होणार नाही. बंदुकीच्या गोळ्यांनी भिंती भरून जाणार नाहीत. प्रथमच त्याच्या खिशात, त्याच्या नावानं नसला तरी, त्याला उपलब्ध असा पैसा आहे. लेखक चाणाक्ष होता; त्याला या गोष्टी समजत होत्या. जर कोणी आमच्या पाठलागावर असेल, तर बँक अकाऊंटवरून आमचा सुगावा लागण्याची शक्यता होती. पण महमूदजवळ इथे सुरक्षित बँक कार्ड आहे, जे

गरज लागली तर तो वापरू शकतो. त्या लेखकाने दिलेला मोबाईल फोनसुद्धा त्याच्याकडे होता.

ज्यानं हे सगळं दिलं तो खरंच माणूसच होता का रक्षणकर्ता देवदूत? तो जळालेल्या पर्वतांच्या, बंदुकीच्या गोळ्यांनी चाळण झालेल्या घरांच्या, ओसाड गावांच्या, जळीत भूमीच्या आणि शोकाकुल घरांच्या प्रवासाला गेला आहे. महमूदला हे समजू शकत नाही. सुखसोयी लेखकालासुद्धा अस्वस्थ करतात का? तो थोडासा वेडपट चक्रम होता का? या प्रश्नांची उत्तरं त्याला देता येत नाहीत.

जेव्हा हे प्रश्न विचारून उत्तरं शोधायचा त्यानं प्रयत्न केला होता, तेव्हा ओमर म्हणाला होता, ''हे समजावून सांगणं कठीण आहे, पण कदाचित तुला माझी परिस्थिती कळेल. तू आणि झिलल मला म्हणाला नव्हतात का, 'जर तुम्ही शब्दाला शोधत आहात, तर जा आणि तो त्याच्या जागी शोधा?' तू ज्या कारणासाठी पर्वतात गेलास, खरंतर त्याच कारणासाठी मी तुमच्या मातृभूमीकडे जात आहे. खूप काळ मी गोंधळून गेलेलो आहे. मला स्वत:ला सावरलं पाहिजे. मला प्रत्येक गोष्टीबरोबर, प्रत्येक माणसाबरोबर, स्वत:बरोबर जमवून घ्यायला हवं आहे.''

''आमच्या भागात का *अबी*? गैरसमज होऊ देऊ नका – तुम्ही जाऊ नका असं मी म्हणत नाही. पण ती आमची मातृभूमी आहे,आमची भूमी आहे. तिच्यासाठी आम्ही आमचं आयुष्य देऊ. पण तुमच्यासारख्याला तिथे काय मिळेल? दारिद्र्य, नैराश्य, जळलेली, उद्ध्वस्त खेडी, सुरुंग पेरलेले भयप्रद रस्ते, जिथे आता परंपरागत गाणी ऐकायला येत नाहीत अशा वस्त्या, गुराखी आणि कळप नाहीसे झालेले आसपासचे प्रदेश... शिवाय तो भाग धोकादायकही आहे. चकमकी पुन्हा सुरू झाल्या आहेत – सुरुंग आणि बरंच काही. युद्धानंतर आमच्या भूमीत तुमच्यासारख्या माणसांसाठी काय उरलं आहे?''

''कदाचित तिथे काहीतरी अजून असेल. अजून थोडा जरी आशेचा, प्रकाशाचा किरण असेल, तर तो कदाचित तिथे राहिला असेल. आमच्या तारुण्यात आमची खात्री होती की, आम्ही हे जग वाचवू. आम्ही यशस्वी झालो नाही हे उघड आहे. आम्ही पराभूत झालो. आमच्यातल्या बहुतेकांनी संघर्ष सोडला, शरणागती पत्करली आणि निमूटांच्या गटात गेले. पण आमच्यात कायमच काहीतरी कमी होतं. ती उणीवच मी शोधतो आहे.''

''दुसऱ्या शब्दांत सांगायचं तर तुमच्यातली उणीव तुम्ही आमच्या भूमीत सापडते का ते बघणार आहात. इन्शाअल्ला, तुम्हांला ती मिळेल *अबी.*''

''एक म्हण आहे - तू ऐकली आहेस का नाही, मला माहीत नाही - 'प्रकाश पूर्वेकडून उगवतो.' काहीतरी सळसळतं, जिवंत, मृत्यूतून बाहेर येणाऱ्या जीवनाची खूण, बदल घडण्याची आशा पूर्वेकडे आहे. पण कदाचित फक्त मलाच असं वाटत असेल, कदाचित ती फक्त बौद्धिक कल्पनारमणीयता (romanticism), किंवा एका लेखकाचा भ्रम असेल. पण तरीही माझा आतला आवाज मला सांगतो आहे की, मी तिथे काहीतरी मिळवेन. समजा मी हरवलेली गोष्ट मिळाली नाही तरी मी ती का हरवली हे मला चांगल्या प्रकारे समजेल. माझ्या मुलाशी त्याचा कसला तरी संबंध आहे. कदाचित तुझ्या पाऊलखुणांचा मागोवा घेत पूर्वेकडे जाण्यामुळे मला माझा मुलगा समजायला, शोधायला आणि परत मिळवायला मदत होईल.''

लेखक कशाबद्दल बोलत होता हे महमूदला नीटसं कळलं नाही तरी त्याच्या हृदयाला लेखकाचा प्रामाणिकपणा जाणवला. लेखकाचं 'कदाचित' असं म्हणणं त्याला आठवत राहिलं आणि काही गोष्टींचा उलगडा लेखकालाही होत नाही हे त्याला समजलं. बहुतांश काळ त्याला लेखकाच्या मुलाबद्दल कुतूहल वाटत राहिलं. एखाद्या माणसाच्या डोळ्यादेखत त्याच्या प्रियेचे तुकडे तुकडे होऊन उडताना त्यानं पाहिलं तर त्याचं काय होईल, तो कसा जगेल, स्वत:ही मारेकरी न होणं त्याला कसं जमत असेल? झिलललला गोळी घालणारा माणूस मला मिळाला असता तर मी त्याला ठार केलं असतं. तुम्ही पर्वतांमध्ये, युद्धात मरता आणि मारता, तरीही सूड घ्यायचा म्हणून तुम्ही एकमेकांना ठार करत नाही. ज्यासाठी माणसं मरतील आणि मारतील असं एखादं ध्येय; कल्पनेतून जन्मलेली एखादी अमूर्त गोष्ट हवी. सैनिक किंवा गुरिला एकमेकांना माहीत नसतात. जर युद्ध नसेल आणि ते गावच्या कॉफी हाऊसमध्ये एकमेकांना भेटले तर ते एकमेकांचे मित्रही होऊ शकतात. कितीतरी गुरिलांचे मित्र, चुलत भाऊ आणि शेजारी सैनिक असतात. काहीजणांचे तर सख्खे भाऊही सैनिक असतात. तोफांच्या भडिमारात तुम्ही फक्त एखाद्या चुकार गोळीसारखे, लहान तोफेसारखे किंवा एखाद्या सुरुंगासारखे विनाशाचं अज्ञात, भावनारहित, हृदयशून्य शस्त्र असता. तुम्ही याविषयी विचार करू लागतात तर पूर्वीसारखे तुम्ही लढू शकत नाही. देव करो, आणि तुमच्या

मनात शंका न येवोत! शंका आल्या की लढवय्ये म्हणून तुम्ही संपलेले असता. आधी तुम्ही असा प्रश्न विचारता, की तुम्ही का लढत आहात; हळूहळू ते निरर्थक वाटू लागतं. काही काळाने तुम्ही का लढत आहात ते विसरता. लक्ष्य, फोकस गमावता आणि गोंधळता. हा मार्ग तुम्ही हिरो बनण्यासाठी निवडलेला असतो. पण शेवटी तुम्ही खुनी किंवा द्रोही - या बाजूचे किंवा त्या बाजूचे फितूर - ठरता.

कदाचित लेखकाच्या मुलालाही सुरुवातीला हिरोच व्हायचं असावं, पण असं दिसतं आहे की, तो अपयशी ठरला आणि पळून गेला. कोणाला माहीत, का? तुमच्या डोळ्यांदेखत जर तुमच्या पत्नीला कोणी मारलं तर तुम्ही एकतर ठार मारता किंवा पळून जाता. पण त्याच्या मुलाच्या आईला कोणी मारलं हे लेखकाच्या मुलाला समजलंच नाही. घाणेरडं कृत्य, दगाबाजी. बॉम्ब तरी ठेवतात किंवा सुरुंग तरी पेरतात; आता ते सगळं रिमोट-कंट्रोलवर चालतं. मग तो वार कोणावर बसेल ही नशिबाची लॉटरी. त्यानं पेरलेल्या सुरुंगांचा तो विचार करतो आणि शहारतो. जेव्हा तुम्ही शहरांवरच्या हल्ल्यात कचऱ्याच्या डब्यात आणि बसमधून बॉम्ब किंवा सुरुंग ठेवता, तेव्हा तो कोणावर हल्ला करील हे तुम्हांला माहीत नसतं. दगाबाज हात, दगाबाज बॉम्ब, दगाबाज हृदय. पण तरीही तुम्ही ते करता. लोकांच्या उदात्त ध्येयासाठी, नेत्यांच्या आज्ञा पाळण्यासाठी, विजयासाठी, कोणीतरी ते घाणेरडं काम करायलाच हवं. ते 'कोणीतरी' तुम्ही असणार आहात हे सुरुवातीपासूनच तुम्हांला स्वीकारायला लागतं. हे सुद्धा एक प्रकारचं नायकत्व, स्वार्थत्याग आहे. हे घाणेरडं काम अंतिम विजयासाठी सहाय्यभूत असतं याविषयी संशय नसणं, निष्पाप लोकांना ठार मारून किंवा पंगू करून, निष्पाप आयुष्य उधळून देऊन कोणता विजय मिळतो हे न विचारणं महत्त्वाचं. नेतृत्व किंवा संघटना यांच्याबद्दल क्षणभरही प्रश्न न विचारणं हेही तसंच. तुम्ही प्रश्न विचारलेत, संशय घेतलात तर तुम्ही काम करू शकत नाही. तुम्ही विचार करू नये, घुटमळू नये अशीच प्रत्येक गोष्टीची रचना केली आहे. सैन्यातही असंच असतं, नाही का? समजा, तुम्ही एक सैनिक आहात, एक तुर्की सैनिक. ज्या हल्ल्यात तुम्ही सहभागी आहात त्या हल्ल्याच्या वैधतेला तुम्ही आव्हान देऊ शकता का? तुम्ही तुमच्या अधिकाऱ्यांना प्रश्न विचारलेत तर काय होईल ते देवच जाणे! प्रश्न विचारत तुम्ही लढू शकत नाही. अगदी घरीसुद्धा लहान असताना तुम्ही खूप प्रश्न विचारलेत तर मोठी माणसं म्हणतात, 'तू फार खोलात जाऊ

नकोस, किंवा तिथेच अटकून राहू नकोस. खूप खोल विचार करू नकोस, नाहीतर तू भ्रमिष्ट होशील.' युद्धातही असंच असतं.

पॉप्लरची उंच झाडं, पत्र्याच्या डब्यात फुलणारी रंगीबेरंगी जिरेनियम आणि फुशिया यांनी सजलेल्या झोपड्यांमधल्या उतारावरून खाली जात असताना तो हा सगळा विचार करत होता. कशाबशा बांधलेल्या घरांच्या भिंतीवरून पसरत वर जाण्याचा प्रयत्न करणाऱ्या पिवळ्या गुलाबाच्या काही कळ्या तो झिललकडे नेण्यासाठी गुपचुप चोरतो. घराकडे गुलाब नसतात पण ती प्रेमाची फुलं आहेत, परीकथेतली फुलं आहेत. तिला रानटी फुलं आवडतात. वसंत ऋतूची वर्दी देणारी स्नो-ड्रॉप्स, ब्लू बेल, पिवळ्या डेझी आणि जांभळी रानटी ट्युलिप्स. आता शहरी लोकांप्रमाणे मी तिच्यासाठी गुलाब घेऊन जात आहे. तिला आणखी काय पाहिजे!

मुख्य रस्त्याजवळ आल्यावर तो काळजीपूर्वक आजूबाजूला पाहतो. समोरच्या बाजूला असलेल्या बसस्टॅण्डवर लांब कोट घातलेल्या, डोक्याला रुमाल गुंडाळलेल्या, बसची वाट पाहणाऱ्या स्त्रिया, जीन्समधल्या मुली, घामट काखांची, लोंबकळणाऱ्या खिशांच्या जाकिटांतली, खराब कपड्यांतली माणसं यांच्यातच गडद सूटमधली, काळ्या रंगाची अतिशय ताठ उभी असलेली, जरा जास्त उंच असलेली दोन माणसं त्याला दिसतात. विजेच्या खांबाच्यामागे लपून तो त्यांचं निरीक्षण करतो. ते थोडे दूर आहेत. तो त्यांचे चेहरे बघू शकत नाही. पण ते इथले आजूबाजूचे नाहीत हे उघड आहे. टेकड्यांवरच्या झोपड्यांत, जिथून काही अंतरावरचं शहर दिसतं तिथे खास करून काळ्या समुद्राकडचे आणि सिवासकडचे लोक राहतात. टेकडीच्या एका बाजूकडच्या भागात सिवास आणि चोरमकडचे लोक राहतात, तर दुसऱ्या बाजूकडच्या भागातले लोक कास्टामोनु, सिड आणि इनेबोलूकडचे आहेत.

ही दोन माणसं आमच्या भागातली आहेत. माणसाला त्याच्या गावाकडची माणसं त्यांची चर्या, चाल आणि एकंदरीत दिसणं यांवरून लगेच ओळखता येतात. त्यांच्या हात हलवण्याच्या पद्धतीवरून आणि त्यांच्या चालीवरून, आजूबाजूचा परिसर अस्वस्थपणे न्याहाळण्यावरून आणि शिकारीला निघालेल्या प्राण्यांसारख्या त्यांच्या ताणलेल्या अवयवांवरून तो त्यांना ओळखतो. इतरांबद्दल नाही पण माझ्या स्वत:च्या माणसांबद्दल मला

संशय येतो. मी त्यांच्याबद्दल सावध होतो कारण ते पूर्वेकडचे असल्यासारखे दिसतात. हे किती भयंकर आहे! आणि मग माझं काय? मी पण त्यांच्यासारखाच अस्वस्थ, कोंडलेल्या जनावरानं पळ काढायला तयार असावं तसा नाही का? जर त्यांनी मला पाहिलं तर तेही मला ओळखतील - मी कुर्दी आहे हे त्यांना ताबडतोब समजेल.

ती दोन उंच, काळपट माणसं सभोवताल आपल्या डोळ्यांनी विंचरून काढत तिथे उभी आहेत. एक बस आणि दोन छोट्या बस तिथे किंचित काळ थांबतात आणि स्टँड थोडा रिकामा होतो, पण अजूनही ते वाट बघत आहेत. कदाचित त्यांची बस किंवा छोटी बस अजून आलेली नाही. कदाचित ते सिवासचे असतील, तिथले अलेवी आमच्यासारखेच दिसतात. मी अति सावधगिरी घेत आहे. पर्वतात प्रशिक्षण घेत असताना ऐकलेले शब्द त्याला आठवतात. युनिव्हर्सिटीत शिकलेला आणि त्यांना प्रशिक्षण देण्यासाठी राजधानीतून आलेला साथी म्हणाला होता, 'वेड्यासारखी सावधगिरी घेतली की तुमचा पाठलाग होत नाही असं नाही.' कदाचित मी सावध राहणं योग्यच आहे. तो सगळ्या शक्यतांचा विचार करतो. ती माणसं सरकारची असू शकतात किवा संघटनेची किंवा झिललच्या कुटुंबातली असू शकतात. जेव्हा तो या शेवटच्या शक्यतेचा विचार करतो तेव्हा अंकारातल्या जूनच्या शेवटच्या गरमीतही त्याच्या मणक्यातून थंडगार शिरशिरी जाते. त्याला घाम फुटतो. कोणाचे लक्ष जाऊ नये म्हणून तो हलकेच पुन्हा मागे टेकडीच्या चढावर जातो आणि आलेल्या पहिल्या रस्त्यावर वळतो. जेव्हा तो पर्वतांमध्ये लढण्यासाठी गेला तेव्हा छातीत जाणवलेली वाईट भावना त्याला पुन्हा जाणवते. लाखो अधाशी किडे हृदयाला कुरतडत असल्याची किंवा त्याच्या छातीतून निघालेला हवेचा बुडबुडा त्याच्या शरीरात मोठा होत होत फुटल्याची भावना. एकदा लढाई सुरू झाली की तुम्हांला भीती वाटत नाही आणि तुम्ही अधिक विचारही करत नाही. स्वत: मारलं जाऊ नये यासाठी दुसऱ्यांना मारण्यासाठी तुम्ही स्वत:ला प्रोग्रॅम करता. लढताना तुम्ही शक्य तितके शूर असता. अगदी आत्तासुद्धा जर त्या माणसांनी बंदुका काढून माझ्यावर चाल केली, तर भीती नाहीशी होईल. वाट पाहणं सगळ्यात वाईट. वाट पाहताना तुम्ही विचार करता आणि जितका जास्त विचार करता तितके जास्त घाबरता. त्याच्याकडे शस्त्र नाही हे त्याला आठवतं. तो आणि झिलल पर्वतातून उतरले तेव्हापासून त्याच्याजवळ शस्त्र नव्हतं. आता त्याला शस्त्र बाळगायची इच्छा नाही.

पर्वतातली शस्त्रं आठवून तो स्वत:शीच हसतो. शहरात तशी हत्यारं घेऊन हिंडणं किती मूर्खपणाचं ठरेल! अजूनही त्यानं हातात पकडलेल्या गुलाबाच्या कळ्यांकडे तो पाहतो. काटे त्याच्या तळहातांना टोचले आहेत आणि थोडंसं रक्त आलं आहे. झोपड्यांच्या रांगेमधून हळूहळू चालत असताना त्याला वाटतं, शस्त्रांपेक्षा गुलाब बाळगणं अधिक सुरक्षित आहे. ते लोकांना जास्त संरक्षण देतात. गुलाबांचा गुच्छ घेऊन हिंडणाऱ्या माणसाचा कुणालाच संशय येणार नाही. अशा माणसाला गोळी मारली जाण्याचा संभवही कमीच आहे. चालता चालता त्याची भीती आणि गोंधळ नाहीसा झाला आहे; तरीही तो टेकडीच्या दक्षिणेकडून मुख्य रस्त्याला लागायचं ठरवतो आणि तो आता जिथं गेला होता त्या बस स्टॅण्डच्या आधीच्या स्टॅण्डवरून मिनीबस पकडायचं ठरवतो. मी शॉर्टकट घ्यायचा प्रयत्न करतो आहे यामुळे मी संकटात सापडता कामा नये.

मिनीबस इतकी भरली आहे की ती तो जेमतेम पकडू शकतो. गुलाबांना सांभाळण्याचा प्रयत्न करत तो एक हात हवेत धरतो. ते चुरगळता कामा नयेत, तो हॉस्पिटलमध्ये पोहोचण्याआधी ते कोमेजता कामा नयेत. गर्दीत कोणीतरी चुकून त्याच्या दुखऱ्या हाताला धक्का देतो. त्यामुळे तो हात विलक्षण ठणकत आहे. कोणाला संशय येऊ नये आणि चौकशी होऊ नये म्हणून त्यानं जखमेवर तज्ज्ञ वैद्यकीय उपचार घेतलेले नाहीत. त्यानं लेखकाजवळसुद्धा याचा उल्लेख केला नाही. जर त्यानं तो केला असता तर ओमरनं नक्कीच एखादा विश्वासातला डॉक्टर मित्र उपचारासाठी शोधला असता. पण महमूदला लेखकाला आणखी त्रास द्यायचा नाही. त्याची जखम हळूहळू भरत आहे. एक दिवस जखमेवर मलमपट्टी करताना झिलल हसली आणि म्हणाली, 'तू पळत असताना गोळी मागून झाडली गेली आहे. गोळी तुला फक्त चाटून गेली आहे. तेव्हा उगाच तमाशा करू नकोस.' ती किती चतुर आहे. काही पुरुषांना हुशार स्त्रियांबरोबर वागणं कठीण जातं. त्यांच्याशी वागणं कठीण असणार हे त्याला माहीत आहे. पण त्याला त्याची पर्वा नाही. त्याचं झिललच्या प्रत्येक गोष्टीवर प्रेम आहे. मग त्यात तिची बौद्धिक चपळाईही आलीच.

त्याचा हात दुखतोच आहे. जखम पुन्हा चिघळू नये ही देवाला प्रार्थना. तो दात आवळतो. गप्प राहतो आणि गुलाब सांभाळण्यावर लक्ष केंद्रित करतो. मिनीबस एवढी खच्चून भरली आहे की प्रवासी दरवाजाशी लोंबकळत

आहेत. ज्या बसस्टॉपवर ती दोन उंच माणसं वाट पाहत आहेत तिथे बस थांबलीसुद्धा नाही. मी त्या स्टॉपवर थांबलो नाही हे किती चांगलं झालं! या मार्गावर मिनीबस फारशा नाहीतच. मी तिथे थांबलो असतो तरी मला ती पकडताच आली नसती. प्रत्येक ढगाला रुपेरी किनार असते. त्याच्या हाताच्या वेदनेकडे आणि गुलाबांना होऊ शकणाऱ्या इजेकडे दुर्लक्ष करून तो मिनीबसच्या खिडकीकडे डोके नेत स्टॅण्ड बघायचा प्रयत्न करतो. बस स्टॅण्डच्या खांबाला टेकून अजूनही वाट बघणारा मगाचाच एक माणूस त्याला दिसतो. कदाचित माझी चूक होते आहे. मी अस्वस्थ आणि खूप उत्तेजित झालो आहे. त्याचं कारण मी घाबरलो आहे. भीतीमुळे माणूस काहीही कल्पना करतो.

तारुण्याच्या सुरुवातीपासूनच त्याला भीती म्हणजे काय ते माहीत आहे. त्याला हेही माहीत आहे की, ज्या गोष्टीचं भय वाटतं त्या गोष्टीला भीती एखाद्या मोठ्या करणाऱ्या आरशाप्रमाणे प्रचंड करते, तिला वेडंवाकडं, अधिकच विद्रूप करते. त्याच्या खोल स्मृतीतून एक म्हण किंवा वाक्प्रचार मनात वर येतो; 'ससा घाबरल्यामुळे पळत नाही. तो पळत असल्यामुळे घाबरतो.'

आम्हांला भीतीपासून दूर पळायचं होतं, भीतीला जिंकायचं होतं, एखादी सीमा ओलांडत असल्याप्रमाणे भीतीच्या दुसऱ्या बाजूला आम्ही पटकन पोहोचू असं आम्हांला वाटलं होतं. आता आम्ही जितके जास्त पळू तितकी आमची भीती मोठी होते... त्याच्या मनात निराशा दाटून येते. गोष्टी आता सुधारल्या आहेत, तुमचं नशीब बदललं आहे, ते तुमच्यावर आता प्रसन्न झालं आहे असं तुम्हांला वाटू लागतं आणि अचानक तुम्हांला भयप्रद काळोखी रात्र पुन्हा सामोरी येते. तुमचं प्रेम पर्वताइतकं बलशाली आणि आकाइतकं विशाल असूनसुद्धा दिवसाच्या प्रकाशापर्यंत पोहोचायला पुरेसं नाही. ज्यांच्यावर तुमचं प्रेम आहे, त्यांना तुम्ही कितीही घट्ट मिठी मारलीत तरी तुम्ही त्यांना धरून ठेवू शकत नाही. त्यांचं रक्षण करू शकत नाही – ना झिललचं, ना हेवीचं. प्रकाशालाही प्रवेश न देणाऱ्या त्या वनराईच्या गुप्त कोपऱ्यातल्या झऱ्याकाठी आम्ही जे अनुभवलं ते एक स्वप्न, एक रम्य कल्पना, एक कथा किंवा देवदयेनं दुसऱ्या जन्माला दिलेली भेट होती. खरं आयुष्य संकटांनी भरलेलं आहे.

त्याला अतिशय थकल्यासारखं वाटतं आहे. त्याचं डोकं गरगरत आहे. आणि जर तो सार्वजनिक ठिकाणी नसता तर त्यानं जमिनीवर लोळण घेतली

असती. त्याला वाटतं, या गर्दीनं खचाखच भरलेल्या मिनीबसमध्ये तशीही लोळण घेता आलीच नसती. त्याला इथे जणू टांगल्यासारखंच उभं राहायचं आहे. हा पुन:प्रत्यय (*deja vu*) नाही. खूप पूर्वी, त्याच्या लहानपणी जेव्हा डब्यात भरलेल्या सार्डिन माशांप्रमाणे ट्रॅक्टरच्या ट्रेलरमध्ये खचाखच भरून तो इतरांबरोबर मैदानी भागाकडे निघाला होता, तेव्हा ही चिंताग्रस्ततेची भावना त्यानं अनुभवली होती. ती घबराट घुसमटीनं होण्यापेक्षा पुढं काय वाढून ठेवलं आहे या धास्तीमुळे आली होती. आयुष्य असं असतं? याहून चांगलं आयुष्य, चांगलं जग शक्य नाही का?

जेव्हा त्यांना अनोळखी भागात, अनोळखी प्रदेशात, अनोळखी ठिकाणी स्थलांतरित व्हावं लागलं, तेव्हा त्यांचं खेडं सोडून जाताना त्यानं पकडून ठेवलेल्या काळ्या नाकाच्या कुत्र्याच्या पिल्लाच्या छातीवर स्वत:चा गाल टेकवून बसलेल्या त्याला, एका लहान मुलाला, हा प्रश्न प्रथम पडला. त्यांच्या मागे त्यांच्या खेड्याला आग लावून देण्यात आली होती. त्यांच्या बागेतले तोडणीला तयार झालेले कांदे, मॅन्ड्रेक ही औषधी वनस्पती, पेअरची नाजूक रोपं, कुत्री, मांजरं, आणि कोंबड्या सगळं धडाधड जळत होतं. शक्य होतं त्यांनी मोठ्या प्राण्यांपैकी गायी आणि बकरे पाळण्यासाठी नाही तर गरजेप्रमाणे मारण्यासाठी आणि विकण्यासाठी बरोबर घेतले होते. त्याच्या कानात असा काही शोकाकुल आवाज घुमला की, जणू काही खेड्यातून आणि पर्वतांमधून एक हुंदका फुटून तो शिखरांमधून प्रतिध्वनित होऊन स्थलांतर करणाऱ्या जथ्यापर्यंत पोहोचला होता. आयुष्य असं असतं का? ते असंच असेल, तर त्यात काय अर्थ आहे? हा प्रश्न त्याच्या लहानग्या मेंदूत वर्तुळाकार फिरत राहिला आणि त्या प्रश्नाला उत्तरही पोरवयीन भाषेतच मिळालं. ते तसं असेल, तर आयुष्य नसलेलं बरं; ते तसं असेल तर न जगणं अधिक चांगलं. खूप वर्षांनी, तो तरुण झाला आणि 'पण कसं?' या प्रश्नाचं उत्तर शोधू लागला तेव्हा त्याला ते इतकं सोपं नाही हे लक्षात आलं.

'अभ्यास कर आणि करिअर मिळव. तुझ्या भविष्याच्या खात्रीसाठी मी सगळी बेगमी केली आहे. मी तुला युनिव्हर्सिटीत पाठवणार आहे. तू अभ्यास करायचा आहेस. तू डॉक्टर होशील. ते नाही, तर शिक्षक तरी होऊ शकशील. तुझ्या मोठ्या भावांसाठी मी हे करू शकलो नाही. पर्वतांपासून मी त्यांना वाचवू शकलो नाही; पण तुला वाचवणार आहे.' त्याचे वडील म्हणायचे.

'फक्त तुला असं वाचवता येणार नाही. तुझ्या लोकांना विकून तू वाचणं

शक्य नाही. तुला तुझ्या लोकांसमवेत वाचवलं जाईल,' त्याचा मोठा भाऊ म्हणायचा. उन्हाळ्यात जेव्हा ते कापूस किंवा दाणे गोळा करायला जायचे तेव्हा नगरातली मोठी मुलं आवाज खाली आणून म्हणायची, 'कामगार, श्रमजीवी हे चळवळ आणि समाजवाद यांच्यामुळेच तरतील.' पर्वतातल्या कॅम्पमध्ये त्यांना प्रशिक्षण द्यायला येणारे साथी कुर्दी लोकांच्या मुक्तीविषयी बोलायचे आणि त्याच्या भावाप्रमाणेच ही वैयक्तिक मुक्ती नसेल असं म्हणायचे. तरीही, कुर्दी लोकांना कसं वाचवता येईल याचं उत्तर तितकं स्पष्ट नसायचं. ते वेळोवेळी बदलत राहायचं.

फक्त डॉक्टर काहीतरी स्वत:चं नवं असं सांगायचा. 'मुक्तीची किल्ली ही लोकांच्या स्वत:च्यामध्येच आहे. जर तुम्हांला तुम्ही इथे का आहात, कशासाठी लढता आहात हे माहीत असेल आणि जर तुमचा स्वत:वर आणि तुम्ही करत असलेल्या कामावर विश्वास असेल तर तुम्ही मुक्तीच्या नजीक असाल. व्यक्तीची आणि लोकांची मुक्ती ही त्यांनी स्वत:ची ओळख मिळवणं, आपण कुठले आहोत याची खात्री आणि अभिमान असणं यांतून येते.' त्याचं भाष्य हे नक्कीच महत्त्वपूर्ण होतं, पण ते मार्क्सच्या शिकवणीपेक्षा कमी सरळसोट होतं. त्यामुळे काहीजणांना त्याचा संशय यायचा. जर कोणी समजायला कठीण असं काही म्हटलं - जे पर्वतातल्या बहुतेक नेत्यांनी तोंडपाठ केलेल्या क्रांतीच्या ठरावीक नीतिवचनांपेक्षा वेगळं असेल - तर अशा माणसाशी सावधपणेच वागायला हवं.

आपल्या सगळ्या सामानासहित - बायकांनी हातांनी विणलेल्या जाजमात गुंडाळलेली भांडीकुंडी, बिछाने आणि पांघरुणं - जे त्यांनी पूर्ण रस्ताभर आपल्या पाठीवर वाहिलं होतं, आपलं दारिद्र्य आणि बेघरपणा यांसहित आणि आपलं भय, हतबलता आणि बंड यांसह जेव्हा ते दुसऱ्या शहरातल्या ओढ्यांच्या, ज्यांतून राजधानीची गटारं वाहत होती त्यांच्या, काठावर आले तेव्हा त्यांच्या प्रश्नाचं उत्तर आधीच दिलं गेलं होतं. तुरुंगाची शिक्षा वाट पाहत होती, नशिबाच्या मुद्रेसारखी, अपरिहार्य, अपरिवर्तनीय, लोहाच्छादित शिक्षा.

ते उत्तर दिलं होतं दारिद्र्य, अभाव, अन्याय आणि अवमान यांनी बनलेल्या बहुविध आवाजांच्या विसंगत समूहगानानं. आपल्याकडे पायपुसणं म्हणून नव्हे तर माणूस म्हणून; फक्त महमूद, महमूद ही व्यक्ती, महमूद हा पुरुष म्हणून बघितलं जावं, एक तिरस्करणीय फुटीरतावादी म्हणून नव्हे, एवढीच तर महमूदची इच्छा होती. इतकं सगळं साधं, सरळ अणि निष्पाप होतं... नंतर

सक्ती झाली. पर्वतांमुळे. पर्वत तुम्हांला महमूद राहू देत नाहीत, तर ते तुम्हांला मुक्ति संघटनेचा रिक्रूट हिरो, गुरिला, *हेवल महमूद* ठरवतात. जमिनीवर किड्यांप्रमाणे वळवळणाऱ्या, अन्न, काम किंवा आशा नसलेल्या, शहरातल्या कचऱ्यांच्या ढिगांवर आणि झोपडपट्ट्यांमध्ये पडीक असणाऱ्यांना पर्वत शिखरांवर नेण्याचं, जिथे ते भीती किंवा शरम न बाळगता जगू शकतील अशा ठिकाणी नेण्याचं वचन देतात. पर्वत – ज्यांनी इतके जणांचं रक्त शोषून गाळ बाहेर थुंकला, तुमच्यासाठी दुसरं कुठलंही आयुष्य नाही आणि कधीही नसेल असं तुमच्या डोक्यात घुसवून तुमचं आयुष्य धोक्यात घातलं, ज्या पर्वतांपासून तो दूर पळाला...

कोमेजलेले आणि आता चुरगळलेले पिवळे गुलाब हातात घेऊन, कापण्यासाठी बाजारात नेल्या जात असणाऱ्या मेंढ्यांप्रमाणे खच्चून भरलेल्या या मिनीबसमध्ये लोकांमध्ये दबला जात असताना तो निराशेने विचार करत आहे की, प्रश्नाचं योग्य उत्तर त्याला शोधता आलेलं नाही, पुन्हा एकदा आयुष्याच्या परीक्षेत नापास होण्याची भीती त्याला वाटत आहे.

तो गोंधळला आहे, वैतागला आहे आणि थकला आहे. एखादं लोकगीत तो गाऊ शकला, तर त्याला उत्साह वाटेल. पण बसमध्ये ते अशक्यच आहे. त्याला गुदमरल्यासारखं, घुसमटल्यासारखं वाटतं. तो कुठे आहे आणि कोणी त्याचा पाठलाग करत आहे का याची जराही चिंता न करता, उरलीसुरली सगळी शक्ती एकवटून तो त्याला उतरायचं आहे असं ओरडतो. त्याचा आवाज मदतीसाठी ओरडावं तसा येतो. ड्रायव्हर अचानक ब्रेक दाबतो आणि माणसं पुढे झुकली जाऊन एकमेकांवर पडतात. महमूद दाराबाहेर स्वतःला झोकून देतो तेव्हा त्याच्या मागोमाग उतरलेल्या माणसाकडे त्याचं लक्षही जात नाही.

भेटीच्या वेळेची आणि महमूद दरवाजात दिसण्याची वाट बघताना झिलल डोळे मिटून घेते आणि शेजारच्या वयस्क पेशंटशी बोलायला लागू नये म्हणून झोपण्याचं सोंग करते. त्या स्त्रीचं ऑपरेशन होऊन खोलीतल्या रिकाम्या गादीवर तिला ठेवलं गेल्याला काही दिवस लोटले आहेत. पहिल्या दिवशी ती जेमतेम शुद्धीवर होती, दुसऱ्या दिवशी ती भानावर येऊ लागली आणि तेव्हापासून झोपेच्या वेळेव्यतिरिक्त इतर सर्व काळ ती विव्हळत आणि कण्हत

राहिली. 'स्वतंत्र खोली रिकामी होईपर्यंत मी कशी थांबू? इथे पेशंट्स - तेही कुर्दी, त्यांच्यामध्ये मी कशी पडून राहू?' ती तक्रार करायची. ती हॉस्पिटलच्या व्यवस्थापनाला आणि विमा कंपनीला शिव्या द्यायची, तिला स्वतंत्र डिलक्स खोलीत कधी जायला मिळेल असं विचारायची. जेव्हा कोणीही तिच्याकडे लक्ष द्यायचं नाही तेव्हा, 'मी कोण आहे हे तुम्हांला माहीत आहे का?' असं विचारून रडायची.

ती स्त्री जितकी 'खेडूत' आणि 'कुर्द' यांच्याविषयी बडबडायची तितकी झिललची सहनशक्ती पणाला लागायची. मग पूर्वेकडच्या ठळक उच्चारांत तिनं संतापानं म्हटलं होतं, ''खेडूत आणि कुर्दींबरोबर खोलीत राहण्याबद्दल का सतत बडबडता आहात? मी एकटीच तर आहे इथे! तुला दोन-दोन दिसत आहे का काय, थेरड्या चेटकिणी?'

ती वयस्क स्त्री अशी घाबरणाऱ्यांतली नव्हती. ''तुझ्यासारखी माणसं इथं काय करत आहेत? हे हॉस्पिटल खाजगी आहे - तुझ्यासारख्यांसाठी नाही! बघता बघता तुम्ही आम्हांला आमच्या भूमीतून, आमच्या हॉस्पिटलमधून हुसकावून द्याल. कुर्दी फुटीरतावादी! मला वाटतं दोष तुझा नाही. ज्यांनी तुला इथे ठेवलं त्यांची चूक आहे.''

झिललही मागे हटली नव्हती. ''आता बघ. तुझी बडबड थांबव, नाहीतर खरेखुरे पीकेके येतील - आणि मग कळेल तुला!''

माना टाकलेले पिवळे गुलाब घेऊन महमूद जेव्हा भेटायला आला - पेशंटसाठी फुलं आणण्याबद्दल त्याला ओमरकडून कळलं होतं आणि फुलं बघून झिललला बरं वाटेल असं त्याला वाटलं होतं - तेव्हा शेजारच्या गादीवरल्या स्त्रीचा चेहरा बघण्यासारखा झाला. भीती, तिरस्कार आणि निराशामिश्रित भाव तिच्या चेहऱ्यावर होता... झिलल खूष झाली. तिच्या मनात आलं. तुला असंच पाहिजे! तू घाबरच, घाणेरडी थेरडी चेटकी! आधी रिकाम्या असलेल्या गादीवर अनोळखी व्यक्तीला पाहून अस्वस्थ झालेल्या महमूदला झिललनं डोळा मारला. स्वत:च्या सर्वोत्तम तुर्की भाषेत ती म्हणाली होती, ''या उच्चभ्रू स्त्रीला कुर्दी फारसे आवडत नाहीत बरं.''

त्याच्याजवळच्या गुलाब कळ्यांपैकी एक कळी महमूदनं त्या वयस्कर स्त्रीसमोर धरली आणि तो म्हणाला, ''का बरं असं? कुर्दी, तुर्की, अरब - आपण सगळी माणसंच आहोत ना?'' त्यानं नम्रतेनं पुढं म्हटलं, ''लवकर बऱ्या व्हा!''

त्या स्त्रीनं गुलाब जरी नाकारला नाही तरी आभाराचा शब्दही न उच्चारता तिनं तो बाजूच्या उशीवर ठेवला आणि त्या जोडीकडं तिनं पाठ फिरवली. ती त्यांचं बोलणं एकही शब्द न हुकवता ऐकत आहे हे झिललला माहीत होतं.

ओमर एरेननं त्यांना उपलब्ध करून दिलेल्या घराचं महमूदनं बारकाईनं वर्णन केलं. त्या स्त्रीला संशय येऊ नये म्हणून आवश्यक तिथे तो तुर्की भाषा वापरत होता. झिलल खूष व्हावी म्हणून त्यानं मुख्यत: घराच्या बागेचं, विशेषत: गुलाब, पॅन्सी आणि विस्तृत गवताचं वर्णन केलं. त्यानं सावधगिरी घेतली होती. लेखकाचं नाव न घेता त्यानं त्याचा *अबी* असा उल्लेख केला आणि घराचा ठावठिकाणा त्यानं सांगितला नाही. त्या स्त्रीनं कितीही ऐकलं तरी हरकत नाही. तो छोटासा राजवाडा पूर्वेला आहे का पश्चिमेला तेही तिला कळणार नाही.

झिललनं काहीशा दु:खानं, काहीशा अलिप्तपणं कुर्दिश भाषेत विचारलं, ''*या पाशे*? नंतर काय?''

''त्यानंतर? त्यानंतर सगळं छान होईल.'' जमलं तर त्या घरात ते केअरटेकर म्हणून निदान त्यांची प्रकृती थोडी सुधारेपर्यंत, लेखक परत येऊन समुद्राच्याजवळ त्यांची सोय होईपर्यंत तिथे राहतील.

डोळे बंद करून, चेहऱ्यावर हलकंसं स्मित आणून झिलल त्याचं बोलणं ऐकत असताना त्या दोघांचंही स्वप्न एकच आहे असं वाटून त्याला आनंद झाला. पर्वतातल्या गुहेत त्याची जखम कारंज्याच्या औषधी पाण्यानं धुतली गेली, झिललच्या चुंबनांनी लेपली गेली त्याला किती दिवस, किती आठवडे लोटले, कदाचित महिनाही झाला असेल त्याला माहीत नाही. पण तेव्हापासून त्यांना बल आणि आशा पुरवून जिवंत ठेवलं ते त्यांनी एकत्रितपणे पाहिलेल्या मुक्ती आणि सुखाच्या स्वप्नानं. त्या चुकार गोळीनं येऊन झिललच्या उदरातली आशा ठार करेपर्यंत कुठल्याही क्षणी वास्तवात येतील इतकी त्यांची स्वप्नं चैतन्यमय होती. आता कदाचित पुन्हा एकदा... पुन्हा एकदा.. किंचित बारीक झालेल्या आणि ओढलेल्या दिसणाऱ्या झिललच्या चेहऱ्यावर आणि उशीवर पसरलेल्या तिच्या, कणसाच्या रंगाच्या केसांवर खिडकीतून येणारा प्रकाश पसरला होता. तिच्या चेहऱ्यावरचे किरण नवी आशा दाखवत होते.

महमूदचं भान हरपतं आणि जेव्हा तो भावनाशील होतो तेव्हा तो पुन्हा कुर्दी भाषेकडे वळतो. ''*एदी चोरेनुसा मे जी मे रे डिकेनी, तू सकसबे बेसए.* आपल्यावर आता नशीब प्रसन्न आहे. झिलल तू बघशील. फक्त बरी हो!''

डोळे बंद ठेवून, झिलल गप्प राहते.

"तू फक्त बरी हो. आपण तरुण आहोत. आपण काम करू आणि आपण समुद्रापर्यंत पोहोचू. लेखकानं मला वचन दिलं आहे. तो म्हणाला की, परत आल्यावर तो आपल्याला समुद्राकडे नेईल. त्यालाही दुःख आहे. त्याचा मुलगा त्याला सोडून निघून गेला. तो जबाबदार माणूस झाला नव्हता. आपण कुठल्यातरी प्रकारे त्याच्या मुलाची जागा भरून काढत आहोत, असं त्यानं मला सांगितलं. आत्ता तो आपल्या मातृभूमीत आहे. तू त्याला म्हणाली होतीस ना, 'जा आणि शब्दाला त्याच्या जागेवर शोधा.' आणि तो गेला!"

"लेखक चांगला माणूस आहे, पण त्याला आपल्याबद्दल काही माहिती नाही. तो आपल्या भूमीच्या इंच न् इंचावर गेला, तरी त्याला आपण कळणार नाही. तो अस्वस्थ होईल आणि आपल्या परिस्थितीची काळजी करील. आता आपली भेट झाल्यामुळे तो बदलेल, पूर्वीचा तो राहणार नाही. पण तरीही तो आपल्याला जाणू शकणार नाही. केवळ त्याच्या शब्दामुळे आपल्याला समुद्राकडे जायला मिळणार नाही, असं मी म्हटलं तर रागवू नकोस. आणि आपण जरी अगदी समुद्राजवळ पोहोचलोच तरी ज्या दिवशी पोहोचू त्या दिवशी आपल्याला पर्वतांची उणीव जाणवू लागेल. आत्ता आपण गोंधळलेले आहोत म्हणून स्वप्नांवर भिस्त ठेवतो आहोत. जेव्हा मी बरी होऊन इथून बाहेर पडेन आणि त्या अनोळखी माणसाच्या घराचे केअरटेकर म्हणून काम करायला आपण सुरुवात करू त्या दिवशी आपली हृदयं इथे आणि तिथे यांत दुभागली जातील. जरी तिथला शेवट मृत्यूमध्ये होणार असला तरीही आपल्या मनाला पर्वतांची ओढ वाटेल."

ही मुलगी इतकी निराशावादी, इतकी कडवट का आहे? समजा, त्या दिवशी लेखक त्यांच्या मदतीला धावून आला नसता आणि ती तिथेच मेली असती तर... तिला आनंद का होत नाही? तिला कृतज्ञता का वाटत नाही? माझ्या प्रियेचा माणूस किंवा नशीब कोणावरच भरवसा नाही. जणू काही तिचा माझ्यावरही भरवसा नाही. तिला इतकं वाईट वागवण्यात आलं आहे का, इतकं घाबरवलेलं आहे का?

तो काहीतरी बोलणार तेवढ्यात शेजारी झोपलेल्या स्त्रीचा आवाज येतो. "तुम्ही कुठल्या भाषेत बोलता आहात?" तिचा आवाज दयाळू किंवा चौकस नसून दरडावणारा आहे.

"तुम्हांला ते चांगलंच माहीत आहे. तर मग का विचारता आहात? ही

कुर्दी भाषा आहे. आम्ही असंच बोलतो. ही आमची भाषा आहे! तुम्हांला ती आवडत नसेल, तर तुम्हांला दुसऱ्या खोलीत हलवायला सांगा!'' झिलल फटकारते.

महमूद अस्वस्थ होतो. तिच्या बेलगाम वृत्तीचं आणि हटवादीपणाचं त्याला कौतुक वाटतं, पण ते अडचणीत येतील अशी भीतीही वाटते.

''देवा तूच बघ बाबा; पण आम्हांला आमची भाषाही सांभाळता येत नाही, अशी वेळ आली आहे. तुम्ही आमच्या शहरांत लोंढ्यांनी येता, ती आमच्याकडून घेता आणि मग आमच्या रस्त्यांवर आम्ही सुखरूपपणे चालू शकत नाही. जरा म्हणून शांती नाही – अगदी हॉस्पिटलमध्ये सुद्धा,'' ती स्त्री रागानं पण तरीही थोडीशी नरमून म्हणते.

झिललला उत्तर द्यायची संधी न देता महमूद पटकन मध्ये पडतो. ''आम्ही तुमच्याविरुद्ध काहीच करत नाही आहोत *तेय्झे*. ही आमची भाषा आहे. आम्ही राहतो तिथे कुर्दी भाषा बोलतात आणि काही ठिकाणी *झाझा* भाषा बोलतात. एकमेकांशी आमच्या स्वत:च्या भाषेत बोलणं आम्हांला सोपं जातं. ही आमच्या आयांची भाषा आहे. आमच्या आयांना दुसरी कुठलीही भाषा येत नाही. पण हा काही त्यांचा दोष नाही. प्रत्येकजण स्वत:च्या मातृभाषेत अधिक चांगलं, अधिक गोड बोलू शकतो. आम्ही बोलत असलेले शब्द प्रेम आणि चांगुलपणाचे असले तर ते कुठल्या भाषेत बोलले आहेत, यानं काय फरक पडतो?''

ती स्त्री पुन्हा पाठ फिरवते आणि गप्प होते. महमूद खूप अस्वस्थ होतो.

''तेच म्हणते आहे मी,'' झिलल कुर्दीत म्हणते. ''जी भाषा मी बोलते, जी भाषा मी जन्मापासून ऐकली त्या भाषेचा अपमान करणाऱ्या लोकांत मी का अडकून पडले आहे? ज्या भाषेत माझ्यावर प्रेम केलं गेलं, ज्या भाषेतल्या अंगाईगीतांनी मला जोजवलं आणि ज्या भाषेत शपथा घेऊन मला मारलं गेलं ती भाषा.''

ही स्वत:ला किती काव्यात्मक रितीने व्यक्त करते, महमूदला वाटतं. ही स्त्री वेगळीच आहे... आणि महत्त्वाचं म्हणजे ती बोलते ते खरं आहे. त्याचं हृदय उबदार होतं, त्याचं शरीर तापतं आणि त्याची स्त्री त्याला हवीशी वाटते. आपलं झिललवर किती प्रेम आहे, त्याला वाटतं आणि तिला गमावण्याच्या धास्तीनं त्याचा थरकाप होतो. मी तिला या द्वेषानं खदखदणाऱ्या म्हातारीबरोबर ठेवता कामा नये. झिलल म्हणजे एक जंगली गुलाब आहे. जंगली पण

अतिशय सुंदर गुलाब. तिच्या काट्यांनी तिचं रक्षण होऊ शकणार नाही. जर तिला तोडलं तर ती चुरगळेल आणि अस्तंगत होईल. तो आशेच्या घोड्यावर बसून त्याला जोरात दौडवणारा, दंतकथेतला रुस्तम झाल आहे असं त्याला वाटत असतानाच त्याचं हृदय निराशेनं भरून जातं. ज्याच्यावर ती विश्वास टाकू शकेल असा तिचा मी एकमेव आधार आहे. मी माझ्या गुलाबाचं कितपत रक्षण करू शकेन? आणि माझं रक्षण कोण करील? झिललला हॉस्पिटलमधून सोडेपर्यंत लेखक आम्हांला सोडून गेला नसता तर बरं झालं असतं. मी त्याला न जाण्याबद्दल सांगायला हवं होतं. लेखकानं ते ऐकलं असतं का नाही ते मला माहीत नाही. तो उघडउघड जायच्या घाईत होता. त्याचं हृदय त्रासलं आहे, अडकलं आहे हे उघड होतं. त्याचं कारण तो स्वत:, हे जग किंवा आणखी काही हे कोणीच सांगू शकणार नाही; पण तो निश्चितपणे त्रस्त झाला होता.

दुसऱ्या पेशंटला भेटायला आलेले प्लॅस्टिक बॅगा घेऊन येतात. ते एक प्रसन्न चेहऱ्याचं, मृदू स्वभावाचं जोडपं आहे. जवळून जाताना ते झिललला लवकर बरं होण्यासाठी शुभेच्छा देतात. ती म्हातारी स्त्री त्यांना हळू आवाजात काहीतरी सांगते. ती बाजूच्या बिछान्यावरल्या शेजारणीबद्दल तक्रार करत असणार हे उघड होतं. भेटायला आलेल्यांना ऐकू जावं म्हणून महमूद मोठ्या आवाजात तुर्की भाषेत सांगतो, ''मी तुझ्या डॉक्टरांशी बोललो. ते तुला लवकरच जाण्याची परवानगी देतील'' - त्या दोघांनाही माहीत आहे की, झिललनं तिथे कमीतकमी एक आठवडा किंवा दहा दिवस तरी राहायला हवं.

तेज बुद्धीच्या झिललला परिस्थितीचं लगेच आकलन होतं आणि तीही त्या खेळात सहभागी होते. तिच्या चेहऱ्यावरील नाराजीच्या जागी लहान मुलाचा हट्टी, उद्धट भाव येतो. ''*तेय्झेंना* आपण त्रास देत आहोत असं दिसत आहे. मला शक्य तितक्या लवकर डिस्चार्ज मिळेल अशी आशा करू या; म्हणजे त्यांना बरं वाटेल शिवाय आपण आपल्या कठोर स्वरांच्या भाषेत बोलतो.'' ती तुर्की भाषेत मोठ्या आवाजात म्हणते.

आईच्या वागण्याची माफी मागितल्याप्रमाणे भेटायला आलेला तो तरुण म्हणतो, ''नाही, नाही, असं म्हणू नका. तुमचा तिला त्रास होत असेल असं तुम्हांला का वाटतं आहे? आणि तुम्ही कठोर आवाजात बोलत आहात असं तरी तुम्हांला का वाटावं? प्रत्येकाची भाषा सुंदरच असते. आमच्या आईचं वय झालं आहे आणि आजारानं ती चिडचिडीही झाली आहे.''

''बघ मुलालासुद्धा ती कशी आहे माहीत आहे!'' झिलल कुर्दी भाषेत पुटपुटते.

''काही बिघडलं नाही,'' महमूद तुर्की भाषेत म्हणतो. ''*तेय्झेंचं* बरोबरच आहे. अनोळखी माणसाबरोबर खोलीत राहणं कठीणच आहे. इन्शाअल्ला, आपणा सगळ्यांनाच लवकरच बरं वाटेल.'' मग त्याला एक कल्पना सुचते. ''आमच्या बाबतीत काहीतरी विचित्रच घडलं. घरी जाण्यासाठी बस स्टेशनवर आम्ही आमच्या बसची वाट बघत होतो, कुठल्या तरी गुंडाची चुकार गोळी झिललला लागली आणि तिच्या पोटातलं बाळ – आमचं बाळ आम्ही गमावलं...'' त्याचा तो राहिला नाही. त्या तरुण जोडप्याचं आणि त्या चिडक्या म्हातारीचं मन द्रवावं म्हणून सांगत असलेल्या करुण गोष्टीत तो वाहावत जातो. ती आपली स्वत:ची गोष्ट आहे हेच तो क्षणभर विसरतो.

''केवढं संकट,'' भेटायला आलेली स्त्री म्हणते. ''या देशाला झालं आहे तरी काय? रस्त्यानं चालताना केव्हा काय होईल सांगता येत नाही. लवकरच बरं वाटेल तुला. निदान तुझा जीव वाचला, देवाची कृपा. तुम्ही अजून तरुण आहात. इन्शाअल्ला, तुम्हांला चांगली निरोगी मुलं होतील.''

''थँक यू, *कार्देशिम,*'' झिलल म्हणते. आता ती ढोंग करत नाही. ती त्या मुलीचे मनापासून आभार मानते आहे हे तिच्या स्वरांवरून स्पष्टपणे कळत आहे.

महमूदचे डोळे पाण्यानं भरतात. कुर्दी, तुर्की, पूर्वेचे किंवा पश्चिमेचे, माणसं जेव्हा एकमेकांशी संवाद साधतात, आपली दु:खं आणि आपलं हास्य एकमेकांबरोबर वाटून घेतात, तेव्हा कसं छान असतं! कधीकधी एखादा शब्द, अगदी एक शब्दसुद्धा पुरेसा असतो. 'बंधू' हा शब्द, मनापासून केलेलं अभिवादन, कधीकधी एखादा दृष्टिक्षेप, एखादा स्पर्श, हातात हात घालणं आणि झऱ्यावरून पलीकडे उडी मारणं, रक्त येणारं बोट कोळ्याच्या जाळ्यावर घासणं, डोक्यावर हात ठेवणं हेही पुरेसं असतं; जो माणूस आधी तुम्हांला शत्रू वाटलेला असतो तो मित्र होतो. मग हे काय आहे? या नश्वर जगात आपण वाटून घेऊ शकणार नाही असं काय आहे?

''थँक्स,'' दुसरी पेशंट आणि तिला भेटायला आलेल्या लोकांना तो म्हणतो, ''तुम्हीसुद्धा लवकरच बऱ्या व्हाल असं मला वाटतं. जर लोकांनी एकमेकांवर प्रेम केलं, त्यांनी एकमेकांचा दु:स्वास केला नाही, जर त्यांनी एकमेकांना आपली भावंडं मानलं, तर प्रत्येक गोष्ट सुधारेल. एक दिवस हा

देशही सुधारेल. बंदुका मुक्या होतील. चुकार गोळ्या आईच्या गर्भातल्या बाळांना लागणार नाहीत.''

आत्ता तो जे बोलला त्यावर महमूद विचार करत राहतो. त्याला स्वतःलाही त्या शब्दांवर विश्वास ठेवायचा आहे. असा दिवस असेल का? तो दिवस येईल? गर्भातली बाळं, पोटुशा आया, लहान मुली, तरुण, तुर्की, कुर्दी ठार होणार नाहीत, एकमेकांना मारणार नाहीत, कोणी मृत म्हणून पकडलं जाणार नाही, हुतात्मा होणार नाही, जेव्हा सगळे भीती न वाटता जगू शकतील असा दिवस उजाडेल का? असा दिवस येईल, असं कॅम्पवरचे प्रशिक्षक म्हणायचे. स्त्री प्रशिक्षक नाही पण डॉक्टर म्हणून ओळखला जाणारा मोठ्या वयाचा प्रशिक्षक असं म्हणायचा.

स्त्री प्रशिक्षक समजावून सांगताना पोपटासारखं बोलायची, जसं एखादं पुस्तकच वाचून दाखवते आहे. विद्यार्थ्यांनीही असंच पाठ केलेलं म्हणावं असं तिला वाटायचं. प्रश्न विचारायलाही ती परवानगी द्यायची नाही. एखादी यादी संपवावी तसं ती वर्गीकरण करायची, मानवी समाज वर्तमानापर्यंत कसा पोहोचला: रानटी अवस्थेतून सरंजामशाहीपर्यंत समाज कसा आला, नंतर भांडवलशाहीपर्यंत कसा पोहोचला आणि आता कसा साम्यवादाकडे वाटचाल करत आहे. श्रमिक क्रांतीतून साम्यवादाकडे होत असणारं परिवर्तन अगम्य पद्धतीनं विद्यार्थ्यांना सांगताना काहीशा विचित्रपणे अचानक अभ्यासक्रम बदलल्याप्रमाणे पूर्वेकडच्या संघाचा साम्यवाद झटकला गेला. विचारणा करणाऱ्यांना ठामपणे सांगितलं गेलं की, आत्ता तो विषय गाळण्यात येणार आहे. कुर्दी लोकांचे स्वातंत्र्य हा या क्षणीचा तातडीचा प्रश्न आहे. आणि ते लोकांच्या क्रांतीबद्दल शिकणार आहेत.

डॉक्टर वेगळा होता. तो घोकंपट्टी पद्धतीनं शिकवायचा नाही. संवाद साधत असल्याप्रमाणे त्याचं शिकवणं असायचं. एक दिवस एका नवीन जगाची स्थापना होईल. आपण हे जग पाहिलं नाही तरी आपली मुलं पाहतील. त्यांनी नाही पाहिलं तरी आपली नातवंडं पाहतील. ते एक न्यायी, वरच्या प्रतीचं जग असेल जिथं माणसं एकमेकांना दहशत दाखवणार नाहीत किंवा जुलूम करणार नाहीत आणि जिथे प्रत्येकासाठी अन्न आणि काम असेल, जिथे इतरांना त्रास न देता प्रत्येकजण स्वतःचं आयुष्य स्वतःच्या निवडीनुसार, स्वतःच्या इच्छेप्रमाणे जगेल. निसर्ग, प्राणी आणि माणसं तिथे सलोख्यानं जगतील. मानवजात अशा जगाची स्वप्नं हजारो वर्षं बघत आहे. जर अशा

जगाची आशा नसती तर माणसांनी त्यासाठी हजारो वर्षं धडपड केली नसती. अधिक चांगल्या जगाची, अधिक चांगल्या आयुष्याची आशा असली तर माणसं त्यासाठी लढतात. जर आपल्याला ही आशा नसेल तर आपण लढू शकणार नाही. जर आपण आशा गमावली तर आपण शरणागती स्वीकारली असं होईल... तो असं अनोखं बोलायचा. तो जीवन आणि आशा यांच्याबद्दल बोलायचा; युद्ध, मृत्यू आणि संघटना यांच्याबद्दल नाही. त्याचं बोलणं ऐकायला, त्याला प्रश्न विचारायला आणि त्यांची विचारपूर्वक दिलेली उत्तरं मिळवायला त्याच्या विद्यार्थ्यांना आवडायचं. मग तो अचानक नाहीसा झाला. पर्वतात मावण्यासाठी तो फार विशाल होता.

जुन्या आठवणी आणि स्वप्नं यांना झटकून टाकून महमूद पुन्हा वॉर्डकडे येतो. ''आपल्या हृदयात शत्रुत्वाची भावना नाही. आपण दुसऱ्या माणसांचा राग करत नाही तोवर असं घडेल.'' तो सार सांगतो.

मुलाकडून आणि सुनेकडून कोणताच पाठिंबा न मिळाल्यामुळे निराश झालेली ती कुर्रेबाज स्त्री फुरंगटते. जणू परिस्थिती सुधारेल असं सुचवण्यासाठी आलेले पाहुणे माना डोलावतात. दरवाजातून एक नर्स आत डोकावते आणि भेटण्याची वेळ संपली असल्याचे सांगते. मुलगा आणि सून पेशंट स्त्रीचा निरोप घेऊन निघू लागतात. झिललजवळून जाताना, ती लवकर बरी होवो अशी शुभेच्छा ते अगदी मनापासून देतात. तिला कसली गरज आहे का, याची ते चौकशी करतात. आभारी आहोत, पण नाही, देवदयेनं तिला कसलीही गरज नाही.

आज झिललला तिथे एकटीला सोडून जावं, असं महमूदला वाटत नाही. त्याच्या डोक्यात चित्रविचित्र कल्पना येतात. जर मी तिला टॅक्सीत घालून दूर घेऊन गेलो, तर दरवाजापर्यंत माझ्या हाताच्या आधारावर ती येऊ शकेल. ती काटक आहे. ती तोंडातून आवाजही काढणार नाही. तिनं रोज थोडं चालायला हवं, काही पावलं टाकायला हवीत असं डॉक्टरही म्हणाले नाहीत का? त्यांनी तिला जाण्याची परवानगी देण्याआधी जर आम्ही आत्ताच गेलो तर ते तिला शोधतील का? ते आमचा पाठलाग करतील का? आधीच आमच्या मागावर थोडे लोक आहेत का! त्यात डॉक्टरांची भर कशाला! त्याला बस स्टॅण्डवरच्या वाट पाहणाऱ्या लोकांची आठवण येते. तो शहारतो. ठीक आहे, मला उगीचच संशय आला, पण आत्तासुद्धा माझी नस आणि नस जणू तुटली आहे. मी माझ्या स्वत:च्या सावलीकडेही संशयाने बघतो, हे अगदी

खरं आहे. पण जर का...? त्यावर अधिक ऊहापोह न करता, जराही विचार न करता, तो एका आंतरिक ऊर्मीनं दुसऱ्या बिछान्यावरच्या स्त्रीकडं जातो.

"झिललला मी तुमच्यावर सोपवत आहे, *तेय्झे*," तो म्हणतो. "जर ती कधी उद्धटपणानं, उर्मटपणानं वागली तर कृपया ते स्वत:वर घेऊ नका. तिच्यावर खूप संकटं कोसळली आहेत. ती संकोची आहे. घाबरलेली आहे म्हणून कधीकधी ती नखं बाहेर काढले. तिला इथे चुकल्यासारखं वाटतं आणि मी गेल्यावर ती अगदी एकटी पडते. कृपा करून तिची काळजी घ्या. ती एक लहान मुलगी आहे. तिला ही जागा माहीत नाही – हे शहर माहीत नाही. कृपा करून तिला आधार द्या. तुम्हांला स्वत:ची मुलं आहेत. तुमच्या हृदयात प्रेम आहे. कृपा करा आणि माझ्यासाठी तिची काळजी घ्या."

ती स्त्री उशांवर मागे रेलून बसली होती. ती गप्प होती, जणू काही त्याचे बोलणे न ऐकल्यासारखी निर्विकार होती. तिनं कळे न कळेशी मान हलवून 'ठीक आहे' असं म्हटल्यासारखं त्याला वाटतं. त्याची तशी खात्री नाही, पण त्याची काळजी कमी व्हावी म्हणून, ते तसंच झालं असावं असं त्याला वाटतं.

दरवाजातून बाहेर पडताना तो मागे वळतो. "मी कुठेतरी, कोणीतरी लिहिलेलं वाचलं आहे. 'माणसं दुसऱ्या माणसांपर्यंत पोहोचू शकतात.' जर आपण एकमेकांच्या मदतीसाठी त्यांच्यापर्यंत पोहोचू शकत नसू तर आपल्या हातापायांचा काय उपयोग?" त्याचा आवाज मृदू असला तरी लाचार नाही आणि त्याच्यासारख्या माणसाकडून अपेक्षा नाही इतका जास्त समंजस आहे. तो झिललच्या डोक्याजवळ उभा राहतो आणि उशीवर पसरलेल्या गव्हाच्या ताटांसारख्या दिसणाऱ्या तिच्या केसांवर अडखळत, लाजवट हात फिरवतो. "मी उद्या याचवेळी येईन; आणि मग कदाचित, जर डॉक्टरांनी परवानगी दिली तर, तुला इथून लवकर घेऊन जाईन."

हॉस्पिटलच्या कॉरिडॉरमध्ये गर्दी आहे. सगळ्याच भेटायला आलेल्यांसाठी आता परत जायची वेळ आहे. तो दोन्ही दिशांना पटकन नजर टाकतो. सगळं नेहमीसारखंच दिसत आहे. मुख्य दरवाजातून बाहेर जायच्या आधी तो कॉरिडॉरच्या टोकाला घुटमळत राहतो. काहीच नेहमीपेक्षा वेगळं किंवा संशयास्पद दिसत नाही. पण तरीही आम्हांला शक्य तितक्या लवकर इथून जायलाच हवं; झिललला मी इथून तातडीनं हलवलंच पाहिजे. सावधगिरी बाळगायला आम्ही सध्या काहीसं विसरलोच आहोत. आम्ही किती

धोकादायक परिस्थितीत आहोत तेही आम्ही विसरलो आहोत. पर्वतातले लोक म्हणायचे की, शहरातल्या हवेत माणूस सैलावतो. ते खरं आहे. आम्ही आमचं कवच खाली टाकलं आहे. मी शिथिल झालो आहे. आम्ही साधेसुधे नागरिक असल्यासारखंच जसं काही आम्हांला वाटत आहे.

तो हॉस्पिटलबाहेर पडतो आणि ठाम जलद पावलांनी शहरातल्या गर्दीत मिसळून जातो.

महमूद निघून गेल्यावर झिललला थकल्यासारखं वाटलं. तिला तोंडाने आणि शिरेतूनही खूप औषधं दिली जात होती. तिच्या शस्त्रक्रियेची जखम काही काळ दुखत राहील म्हणून त्या वेदनेवर इलाज म्हणून तिनं औषधं घ्यायला हवीत असं त्या तरुण नर्सनं सांगितलं होतं. ही मुलगी झिललला आवडायची. आपल्या आजूबाजूच्या परिस्थितीचं निरीक्षण करणाऱ्या झिललच्या सजग सतर्कतेनं या तरुण नर्सकडनं येणारी थरथरणारी सूक्ष्म वलयं पकडली होती, ती तिच्या हृदयाच्या गाभ्यापर्यंत पोहोचली होती आणि हृदयात पसरणाऱ्या तेजाळ अनुभूतीमुळे झिललची खात्री झाली होती की, त्या नर्सकडनं फक्त मंगलताच येईल. खोलीत येणाऱ्या इतक्या सगळ्या डॉक्टर्स आणि नर्सपैकी फक्त हिच्याबद्दलच झिललला जवळीक वाटायची. नर्स एयलम, सुंदर चेहऱ्याची आणि विचित्र नावाची नर्स. जेव्हा कधी रात्रपाळीला असेल तेव्हा न चुकता नर्स एयलम खोलीत यायची, तिला स्वत: औषध द्यायची. ती गोड बोलायची पण कधीच प्रश्न विचारायची नाही आणि तरीही झिललच्या चेहऱ्यावरले भाव ती वाचू शकायची.

मांजरीचा जसा आपल्या मिशांवर भरवसा असतो, त्याप्रमाणे शत्रू आणि मित्र यांची पारख करणाऱ्या आपल्या अंत:स्फूर्तीवर झिललचा भरवसा होता. तिचा निर्णय कधीच चुकायचा नाही. तिचे शिक्षक चांगला माणूस होते तर मुख्याध्यापक वाईट. वडील चांगले होते तर काका वाईट. तिच्या वडलांची दुसरी बायको चांगली होती तर गावातली दाई वाईट. महमूद चांगला होता, खूप चांगला. पर्वतांवर जाण्याआधी तिचा मसूद *अबी*सुद्धा चांगलाच होता. तिनं त्याच्यावर खूप प्रेम केलं. पण जेव्हा पर्वतातून पुन्हा गावात आला, तेव्हा तो बदललेला होता. तो वाईट झाला होता, तो दुसराच कोणीतरी झाला होता. आणि त्याच्याबरोबरचे ते वाईट चेहऱ्याचे, काळे, दुष्ट दिसणारे लोक... तिला

त्यांची भीती वाटली होती आणि ती पळून गेली होती. जेव्हा तिचे वडील छाती पिटत, जमिनीवर आडवं पडून एखाद्या बाईप्रमाणे रडत, 'माझा मुलगा सहभागी आहे' असं म्हणाले होते, तेव्हा त्यात एवढं काय वाईट आहे ते तिला समजलं नव्हतं. पण जेव्हा तिचा मसूद *अबी* त्या तरुणांबरोबर घाणेरडं हसत, आणि स्वत:ची बंदूक बढाईने मिरवत गावात परत आला होता आणि तो आल्याचं पळत जाऊन तिनं आईला सांगावं, असं त्यानं तिला सांगितलं होतं, तेव्हा तिच्या पंचेंद्रियांनी त्याच्या वाईटपणाची ग्वाही दिली होती. ती त्यांच्यापासून दूर पळून गेली होती आणि तिच्या ज्या मसूद *अबी*वर तिनं इतकं प्रेम केलं होतं, त्याचा वास, स्पर्श, इतकंच काय पण तो दिसणंसुद्धा तिला सहन होत नव्हतं. मग तिला वाटलं होतं की तिच्या वडलांनी छाती पिटून आक्रोश करण्यात तथ्य होतं. माणसं बदलतात, चांगली माणसं वाईट होतात – आणि कदाचित वाईट चांगली होतात...

झिललचा आपल्या अंत:प्रेरणेवर संपूर्ण विश्वास होता. नर्स एयलम चांगली होती, मैत्रीण होती. ती कोणाशीही बोलताना डोळ्याला डोळा भिडवून बोलत असे. ती सांगे त्याप्रमाणं माणसं करत. वेळेवर औषधं घेत. त्या रात्री ती ड्यूटीवर असेल असं तिनं सांगितलं होतं. ती ड्यूटीवर असणार म्हणजे ती भेटून जाणार. ती तिथे असताना काळजी करण्याचं किंवा घाबरण्याचं कारण नव्हतं.

तिला आरामात बसता यावं म्हणून महमूदनं बिछान्यावर रचलेल्या उशा तिनं खाली टाकल्या आणि ती पहुडली. तिच्या कपाळावरून वाहणाऱ्या उबदार पाण्यातून येणारी गुंगी तिला सुखवत होती आणि तिच्या डोळ्यापर्यंत पोहोचत होती. गुंगीचं हळूहळू झोपेत आणि झोपेचं स्वप्नात रूपांतर झालं.

ते एका हिरव्यागार, खड्या उतारावरून धावत येत होते. ते धावत होते, पण झिललला पाय नव्हते. ती कमरेच्या खाली एक ढग, पाण्याची वाफ होती. तिच्या शेजारी कोण होतं? तो महमूद होता का? होता आणि नव्हता. ती हातातून बाळ नेत होती. बाळाचा चेहरा महमूदचा चेहरा होता. महमूदला चेहरा नव्हता. त्याच्या चेहऱ्याचे तुकडे झाले होते आणि ते गवतात मिसळले होते. त्यांना घाम फुटला होता. ते का आणि कोणापासून पळत आहेत ते तिला माहीत नव्हतं. त्यांच्या मागे काळोख होता. तिथे एक वादळ, पूर होता. झाडाच्या काळ्याकुट्ट खुंटांचं, फांद्यांचं आणि राखेचं जळकं, धुमसतं जंगल त्यांच्यासमोर होतं. महमूदच्या चेहराविहीन शरीरानं तिच्या हातातलं बाळ

फेकून दिलं, झिललला मिठी मारली आणि तिलाही खाली फेकलं. तिच्या शरीराला राखेचा उबदार सौम्य स्पर्श जाणवला. अचानक तिला दिसलं की ती पूर्णपणे विवस्त्र असून तिच्या शरीरातून रक्तस्राव होत आहे. तिच्या भोवती पुरुषांनी कोंडाळं केलं होतं आणि त्यांतल्या कुणालाच चेहरा नव्हता. मग चिंध्यांत गुंडाळलेलं बाळ उभं राहिलं. त्याचं डोकं खूप मोठं होतं आणि झिललला मसूद *अबी*चा चेहरा दिसला. तो तिच्या भावाचा, पर्वतांमध्ये जाण्यापूर्वीचा दयाळू, स्निग्ध चेहरा नव्हता; तर तो दोन तरुणांबरोबर खेड्यात परत आल्यानंतरचा दुष्ट, घाबरवणारा चेहरा होता. महमूद तिच्यावरून उतरला आणि हवेत दिसेनासा झाला. तिला उठून उभं राहायचं होतं अणि त्याच्यामागे जायचं होतं; पण तिला ते जमलं नाही. ती घाबरून मोठमोठ्यांदा किंचाळू लागली; पण आवाज फुटला नाही. ती जितकी जास्त किंचाळली तितका तिचा आवाज घुसमटवला गेला. ती घुसमटलेली किंकाळी होती. ती जितकी जास्त किंचाळली तितकी जास्त पाषाणवत झाली; नंतर तो दगड आला आणि त्यानं तिचा घसा बंद केला. तिनं आवाज, किंचाळ्या ऐकल्या. नंतर...

ती तिच्याच आवाजानं जागी झाली. आधी तिला वाटलं की, तो तिच्या गर्भात होणाऱ्या वेदनेमुळे होणारा आवाज आहे. मग तिच्या शेजारच्या बिछान्यावर झोपलेल्या स्त्रीचा बोबडी वळलेला चेहरा आणि खिळलेली नजर तिनं पाहिली. अंत:प्रेरणेने, कुठूनतरी शक्ती एवटून तिनं चेहरा दरवाजाकडे वळवला. हॉस्पिटलच्या कॉरिडॉरमध्ये उघडणाऱ्या त्या अर्धवट खुल्या दारात तिला फक्त एक चेहरा, एक विनाशरीराचा चेहरा दिसला; जणू ती पाहत असलेल्या भयानक स्वप्नाचाच पुढचा भाग... मसूद *अबी*चा चेहरा.. सापाच्या डोळ्यांनी मंतरल्या गेलेल्या सशाप्रमाणे ती स्तब्ध होऊन न हलता थिजून दरवाजाकडे बघत राहिली.

नंतर तो चेहरा गायब झाला. दरवाजा पटकन लावला गेला. दरवाजा नर्स एयलमनं लावला होता का? तीच असावी. झिललनं श्वास रोखला, मग हवेचा एक मोठा आवंढा गिळून शांत होण्याचा प्रयत्न केला. ती घामानं चिंब झाली होती. उन्हाळ्याच्या सुरुवातीच्या गरमीत तिचं अंग गार पडलं होतं. या म्हाताऱ्या चेटकिणीनं आपल्याला घाबरलेलं पाहिलं असणार, झोपेतलं आपलं रडणं आणि कदाचित बोलणंही ऐकलं असणार या जाणिवेनं तिला शरमल्यासारखं झालं. आणि जर मी कुर्दी भाषेऐवजी तुर्की भाषेत बोलले असले तर! त्या स्त्रीचा चेहरा दिसू नये म्हणून तिनं डोळे मिटून घेतले. पण

डोळे मिटताच तिचं डोकं असं गरगरलं की आकाश आणि जमीन जणू एकत्र मिसळली गेली. इतकं भिरभिरलं की तिला एखाद्या खोल काळोख्या विहिरीत पडल्यासारखं वाटलं आणि ती पुन्हा ओरडली. जरा स्थिरावल्यावर तिला त्या पेशंट स्त्रीचा सचिंत चेहरा पुन्हा दिसला. या क्षणी या स्त्रीनं इथं असणं आपल्यासाठी किती गरजेचं आहे हे तिला अचानक जाणवलं. ती चकित झाली. खोलीबाहेर पडताना महमूद काहीतरी म्हणाला होता: तो म्हणाला होता की, एक माणूस दुसऱ्या माणसापर्यंत पोहोचू शकतो. हीच भावना त्याला पोहोचवायची होती का? जर तसं असेल तर माणसांनी माणसांना का घाबरावं?

''तुला वाईट स्वप्न पडलं. घाबरू नकोस.'' त्या स्त्रीचा आवाज प्रथमच मृदू आणि प्रेमळ होता. त्या स्त्रीचा स्वर तिच्या आईच्या आवाजासारखा होता. जेव्हा रात्री कोल्हेकुईच्या '*डायेडाकिल*' या आवाजाला मी घाबरायचे तेव्हा मला कुशीत घेऊन थोपटताना आईचा आवाज असायचा तसा आवाज. माझी आई, जिनं आपली मुलं पर्वतांना दिली, जी माझ्यासाठी जीव टाकायची. जेव्हा त्यांनी माझ्या मृत्यूचं फर्मान काढलं आणि गोठ्यातल्या माळ्यावर दोर टांगला तेव्हा आपल्या लेकीला वाचवू न शकलेली, माझा मृत्यू पाहावा लागू नये म्हणून घरं ओलांडून कोण जाणे कुठे लपून बसलेली माझी आई. माझी आई, जिचा गंध आणि ऊब यांसाठी मी तळमळले.

''माझा तुम्हांला त्रास झाला, क्षमा करा,'' झिलल खोलीतल्या सोबतिणीकडे वळून म्हणाली... ''हे खरं की मला वाईट स्वप्न पडलं. मी डोकं फिरल्यासारखी किंचाळले पण आवाज फुटला नाही.''

''तू किंचाळलीस.तू किंचाळलीस आणि आवाज आला. तू दबलेल्या आवाजात ओरडलीस. तू तुझ्या स्वतःच्या आवाजानंच जागी झालीस.''

आपण काय बडबडून बसलो या काळजीनं घाम फुटून तिनं विचारलं, ''मी कशामुळे एवढी किंचाळले *अना*? मी काय म्हणाले?''

''मला तुमची भाषा कळत नाही, हो ना? मला नाही समजलं. तू कोणाचं तरी नाव ओरडत होतीस. आगा किंवा *अबी* असं काहीतरी? तू नक्कीच घाबरली होतीस. चांगलीच घाबरली होतीस. काय झालं? तुझ्या *अबी*नं तुला काय केलं?''

''मला माहीत नाही... स्वप्नात मी माझ्या *अबी*सारखं दिसणारं कोणीतरी पाहिलं. मी महमूदच्या चेहऱ्याचं बाळ पाहिलं. मी जळलेली जंगलं पाहिली.''

''ते संपलं आहे आता. ते फक्त स्वप्न होतं. तुझ्या शेजारच्या ग्लासमध्ये थोडं पाणी अजून आहे. ते पी आणि जरा शांत हो.''

त्या स्त्रीच्या आता खूप सौम्य आणि प्रेमळ झालेल्या आवाजानं झिललला खूप धीर आला अन् तिनं कुजबुजत विचारलं, ''तुम्ही त्याला पाहिलंत का *तेव्हा*? कळलं नं, तो क्षणापूर्वी दरवाजातून डोकावून बघणारा माणूस, त्याला?''

''तुला माहीत आहे की, खोलीत खूप उकडतं म्हणून आपण दरवाजा थोडासा उघडा ठेवतो. त्यामुळे कॉरिडॉरमधून येणारे जाणारे आत डोकावतात. कोणी तरी आत पाहिलं. पण कदाचित ते कोणाला तरी शोधत असतील. मग त्यात काय झालं?''

''नाही, हे तसं नाही. तो एक काळ्या तोंडाचा तरुण माणूस होता. मला जाग आली तेव्हा तो तिथे होता.''

''तुझं मन खूप दुबळं झालेलं दिसत आहे बाई! तू कशाला तरी खूप घाबरली आहेस. मला कोणीही दिसलं नाही. हे हॉस्पिटल आहे खरं, पण तसा हा जायचा यायचा रस्ताच आहे. कोणीही आत घुसतं. दुय्यम दर्जाची खाजगी हॉस्पिटल अशीच असतात बघ. हे जर पब्लिक हॉस्पिटल, विशेष करून, लष्करी हॉस्पिटल असतं. तर त्यांनी कोणालाही आत सोडलं नसतं. पण तरीही नर्स आल्या की आपण त्यांना सांगू. त्यांना तुझा बिछाना खिडकीजवळ ठेवता येईल आणि मी दरवाजाजवळ राहीन. आता घाबरू नकोस.''

झिलल अचानक रडू लागली. मूकपणाने, आवाज न करता, हुंदके थांबवण्यासाठी तिनं उशीत आपलं डोकं खुपसलं. तिला फुटलेलं रडू भीतीनं किंवा दुबळेपणामुळे नव्हतं, तर या स्त्रीच्या अनपेक्षित दयाळूपणामुळे आणि काळजी घेण्यामुळे झिललला वाटलेल्या कृतज्ञतेपोटी ते होतं.

''आपण नर्सला बोलवू या म्हणजे शांत होण्यासाठी ती गोळ्या देईल. हे उघड आहे की, तुझं दुःख खूप खोलवर साचलं आहे, तुझ्या बाबतीत खूप वाईट घडलं आहे. आजारानं तू चिडचिडीही झाली आहेस. हे बघ, मी तुझ्याशी चुकीचंच वागले. माझा दुष्टपणाच होता तो. पण तू सुद्धा मला फटकारलंस. जाऊ दे, आता बिनसू देऊ नकोस. लवकरच आपण दोघी बऱ्या होऊ आणि बाहेर पडू. तू तरुण आहेस. तू माझ्यापेक्षा वेगानं बरी होशील. तुला भयाण स्वप्न पडलं. स्वप्नात तुझं बाळ, जळलेली जंगलं, माणसाची आकृती... तुझं बाळ गेल्यामुळे तू खूप खचली आहेस असं दिसतं आहे.

तू अजून तरुण आहेस आणि तुझा नवराही तरुण आहे. तुम्हांला छान निरोगी मुलं होतील – मुलगे आणि मुली, जे चांगले नागरिक बनतील. खचून जाऊ नकोस.''

झिललला जर पलंगावरून उठून मदतीशिवाय चालता आलं असतं तर तिनं त्या स्त्रीच्या जवळ जाऊन तिच्या गळ्याभोवती आपले हात गुंफले असते. इतकंच नाही, तर तिच्या कुशीत आपलं डोकं खुपसून ती मनसोक्त रडली असती. मला आईची आठवण येत आहे. माझी आई, जिचं माझ्या वडिलांच्या दुसऱ्या बायकोशीही चांगलं जमतं, जिनं आपल्या पतीला दुसरीबरोबर वाटून घेणं मान्य केलं. माझी आई, जिनं आपली मुलं पर्वतांना आणि मुलगी तिऱ्हाइतांना दिली. माझी आई, जी या स्त्रीपेक्षा कदाचित खूप लहान असेल, पण प्रत्यक्षात या स्त्रीची आई असल्यासारखी दिसते.

घरी परतण्याची, आईला भेटण्याची तिची ओढ इतकी तीव्र होती की ती शब्दांत सांगता येणं अशक्य. पण त्या आतुरतेमुळं तिच्या घट्ट स्तनांच्यामध्ये जणू जाळ पेटून तिच्या हृदयाला जाळत होता. लेखकाला किंवा *दें'गबेज*ला सुद्धा तिच्या भावनेचं वर्णन करता आलं नसतं. जी वेदना माणसानं कधी अनुभवलीच नाही, ती त्याला शब्दांत कशी मांडता येईल? आणि इतकी तीव्र वेदना शब्दांत उतरवता येतच नाही. म्हणजे वेदनेचं वर्णन करताच येत नाही.

''देव जर खराखुरा देव असेल तर त्यानं त्याच्या सेवकांना इतकं दुःख देता कामा नये.''

''असं नाही बोलायचं. त्याच्या सुज्ञपणाला आपण प्रश्न विचारू शकत नाही. माणसानं कधीही श्रद्धा गमवू नये.''

दार उघडलं. बेल वाजवून बोलावल्याचं एकदाचं ऐकलेल्या सेवकानं येऊन त्यांना काय हवं आहे ते विचारलं.

''तिला वाईट स्वप्न पडलं आणि तिच्यावर खूप ताण आला आहे. तुम्ही तिला एखादं ट्रँक्विलायजर दिलंत तर बरं होईल,'' ती वयस्कर पेशंट म्हणाली. नंतर ती पुन्हा बोलली, ''मला खिडकीशेजारची जागा नको आहे. तुम्ही आमचे बिछानेही कृपया बदला.''

तुमचं काय म्हणणं आहे, असं विचारल्यासारखं सेवकाने झिललकडे पाहिलं.

झिलल म्हणाली, ''*तेय्झें*ना हवं तसं करा.'' पलंग बदलायला मदत करणारी माणसं आणण्यासाठी सेवक गेल्यावर ती कुजबुजली, ''तुम्हांला जागा का बदलायची आहे, *तेय्झें*?''

''तू घाबरली आहेस, कोणापासून तरी पळते आहेस हे माझ्या लक्षात आलं. तू तुझ्या भावाला घाबरते आहेस, का आणखी कोणाला ते मला माहीत नाही. पण दरवाजाजवळच्या बिछान्यात तुझी भीती आणखीनच वाढेल. आपल्या दोघींनाही तू झोपू देणार नाहीस. म्हणून मी जागा बदलायला सांगितलं.''

''कदाचित मी पाहिलं ते भूत असेल, किंवा खरंच तो असेल. त्यानं डोकं दरवाजाशी आणलं आणि तो आत पाहत होता. तुम्ही खरंच त्याला पाहिलं नाहीत का? का तुम्ही पाहिलंत, पण मला सांगणार नाही आहात?''

''इतकीजण आत डोकावतात, पण खरंच, लक्षात राहील असं कोणी मी पाहिलं नाही. आणि मी पाहिलं असलं तरी मला कळलं नाही. कदाचित तो काळा पुरुष सेवक असेल. जाऊ दे. उगाच आता जास्त विचार करू नकोस आणि अगदी कोणी आलं तरी ते आधी मला पाहतील आणि निघून जातील.''

झिलल गप्प झाली आणि तिनं स्वत:ला आत ओढून घेतलं. दुसऱ्याचं दु:ख हृदयाला जाणवलं की माणूस सौम्य होतो, का त्याच्या हृदयाला प्रेम जाणवल्यावरच ते प्रेम करतात? जर स्वप्नात भीती वाटून मी किंचाळले नसते, जर मी रडले नसते तर ती माझ्यापर्यंत आलीच नसती. मी खेडूत असल्यामुळे, कुर्दी असल्यामुळे तिनं माझ्याकडे वैरी म्हणूनच पाहिलं असतं.पण मी किती घाबरलेली आणि अस्वस्थ झालेली आहे हे लक्षात येताच ती मृदू झाली. तीसुद्धा अस्वस्थच आहे. कदाचित काही लोकांना दुसऱ्याचं दु:ख कळत नाही आणि म्हणून ते शत्रुत्व करतात, आणि त्यांना भावना होत नाहीत म्हणून ते ठार मारतात? देवानं त्यांना प्रेमाची देणगी दिली नाही का? जेव्हा माझ्यावर त्यांनी जंगली जनावराप्रमाणे अत्याचार केल्यामुळे मी वेदना आणि भीतीमुळे किंचाळले तेव्हा त्यांनी कानात दडे घातले होते, का त्यामुळे त्यांना अधिक उत्तेजित वाटत होतं? जास्त मजा येत होती? माझ्यावर शेवटी पडला, तो वेगळा होता. त्याच्यात प्रेम आणि करुणा होती. चांगले लोकही असतात आणि वाईटही असतात. कधीकधी चांगली माणसं दुष्टपणाला बळी पडतात आणि दुष्टपणाला घाबरल्यामुळे त्यांची स्थिती जास्तच वाईट होते. सैतानाची

स्वर्गातून हकालपट्टी करण्यात आली खरी, पण तो खूप शक्तिशाली आहे. या जगात सैतान शक्तिशाली आहे, देवदूत नाही.

तिनं दिवस मोजले, महिने मोजले. बीज तिच्या गर्भात पडलं त्याला किती दिवस झाले? हत्या झालेल्या माझ्या बाळाला किती महिने झाले होते? संख्या कळणाऱ्या त्या मुलीनं बरोब्बर हिशोब केला. तिच्या न जन्मलेल्या बाळाच्या स्नेहपूर्ण विचारात ती गुंग झाली. 'ते माझं बाळ, माझा मुलगा आहे, युद्धानं निर्मिलेला माझा मुलगा, पण तो शांती आणेल. शांतीची आशा होईल आणि त्याचं नाव 'हेवी' असेल,' तिच्या पोटावर हात फिरवत महमूद म्हणाला होता.

ते सगळं ठीक आहे, पण युद्धातून शांतीचा जन्म कसा होईल? जाळून टाकलेली जंगलं पुन्हा हिरवी कशी होतील? उद्ध्वस्त केलेली खेडी आणि वस्त्या पुन्हा कशा वसतील? जखमांना मलमपट्टी कशी होईल? रक्त पुन्हा शुद्ध कसं करता येईल? ही स्त्री माझ्याशी चांगली वागली म्हणून आत्ता मी हळव्या, स्नेहाळ भावनांनी भारावले आहे, पण माझ्यातला संशय आणि तिरस्कार संपलेला नाही. माझं भय आणि एकटेपणा कमी झाला असला तरी अजूनही मला उपरं आणि चुकीच्या ठिकाणी असल्यासारखं वाटतंच आहे.

जेवणाची गाडी आली. त्यांच्या शेजारच्या छोट्या टेबलावर ट्रे ठेवले गेले. तिला सूप, पिलाफ किंवा योगर्ट काहीच खावंसं वाटत नव्हतं.

''थोडंसं तरी खायचा प्रयत्न कर. बरं होण्यासाठी तुला शक्ती यायला हवी,'' झिललची वडीलधारी सोबतीण म्हणाली.

''मला खावंसंच वाटत नाही. माझ्या घशात जसा काही गोळा अडकला आहे,'' ती म्हणाली. त्या स्त्रीला वाईट वाटू नये म्हणून तिनं काही चमचे भरून योगर्ट गिळलं.

''तू कुठल्या गावची आहेस?'' त्या स्त्रीनं विचारलं.

''आम्ही खूप दूरचे, पूर्वेकडचे आहोत. वानजवळच्या एका खेड्यातले,'' टिकाव धरण्याच्या उपजत प्रवृत्तीतून तिनं खोटं सांगितलं.

''माझा नवरा सैन्यात होता. त्या भागात आम्ही खूप प्रवास केला आहे. त्याला पूर्वेकडची सेवा असं म्हणायचे. एरझुरुम, अर्दहन, डॉगबेयझुत, हे सगळं मला माहीत आहे. वान मला माहीत नाही. माझा नवरा सैन्यातला पोलीस होता. त्या काळी मॉस्कोकडून भीती होती. ते रशियाच्या बाजूच्या सीमेचं रक्षण करायचे. ते डाकूंच्या मागेही जायचे. आमचे पोलीस पाठलागावर असताना

डाकू वर पर्वतात जायचे. त्या काळातले डाकू आजच्यासारखे नव्हते. आत्ताच्यांच्या तुलनेत ती निरागस बाळंच होती. आत्ता या क्षणी पुढे दक्षिणेकडे अशांतता आहे. आता फुटीरतावादी दहशत आग्नेय भागात आहे. ती तुमच्या भागात, वानमध्ये सुद्धा आहे, हो नं?''

झिललनं आवंढे गिळले. ''हो... आमच्या भागात आहे पण आम्हांला काही माहीत नाही. आम्ही आमचं स्वत:चं खेडं सोडलं आणि एका वस्तीत स्थलांतर केलं. आम्ही खेड्यात होतो, तेव्हा मी खूप लहान होते. गुरिला आमच्या खेड्यावर धाडी घालायचे आणि अन्न, निवारा आणि असली तर शस्त्रं, यांची मागणी करायचे; नाहीतर मग त्यांना तरुण पुरुष हवे असायचे. नंतर मग सैनिक यायचे आणि पुरुषांना एकत्र करून घेऊन जाताना म्हणायचे, 'तुम्ही गुरिलांना का ठेवून घेता?' ते घरात शिरायचे आणि आम्हांला ओढून बाहेर काढायचे. प्रथम एकजण फटके द्यायचा, मग दुसरा. आमची स्थिती फार वाईट होती. मग आम्ही खेडं सोडलं. पुढे आम्ही ऐकलं की खेड्यानं सैन्याला पाठिंबा दिला. आम्ही खूप दूरच्या, खालच्या बाजूच्या काकांच्या वस्तीवर आलो.''

''लोकांनी संरक्षण नाही दिलं तर फुटीरतावादी दहशतीची संघटना रुजू शकणार नाही. माझा नवरा, जो आता नाही, तो असं म्हणायचा. तेव्हा पीकेके चळवळ अस्तित्वात नव्हती, पण मी म्हटलं तसं, तिथे डाकू होते. माझा नवरा म्हणायचा, 'लोकं डाकूंना संरक्षण देतात, ते त्यांना लपवतात.' मला आठवतं तोपर्यंत तिथले लोक सरकारवर रागावलेले असायचे. आता तर ते अगदी शत्रूच झाले आहेत. त्यांना भडकवणारे खूपजण आहेत नं - म्हणून. पण मी जेव्हा पूर्वेला, विशेषत: एरझुरुममध्ये होते, तेव्हाचे माझे शेजारी इतके चांगले होते... त्यावेळी मी तरुण होते, तुझ्यासारखीच, अनुभव नसलेली आणि घाबरट. माझा नवरा सांगितलं तसं सैन्याच्या पोलीस दलात होता. डाकूंच्या पाठलागावर तो दूरच्या प्रदेशात निघून जायचा. त्या काळात तिथे क्वार्टर्स वगैरे नसायचे. आम्ही गावातल्याच एका घरात राहायचो. मी एकटी नाही राहायचे, मला भीती वाटायची. शेजारच्या बायका यायच्या आणि रात्रभर राहायच्या. त्या मला प्रत्येक गोष्टीत मदत करायच्या. त्या दिवसांत कुर्दी लोक असे नव्हते - ते असे विरुद्ध बाजूचे नव्हते. लष्करी अधिकाऱ्यांचे सगळ्यात प्रामाणिक सेवक कुर्दी असायचे. ते तुमच्यासाठी जीव देतील. इतके विश्वासू, इतके एकनिष्ठ होते ते. पण आता...''

झिललला मोह झाला की म्हणावं, 'आता त्यांचे डोळे उघडले आहेत. आम्ही इतके चांगले, एकनिष्ठ सेवक होतो तर प्रत्येकानं आम्हांला पायदळी तुडवलं. कुत्र्याला खूप मारहाण झाली तर तो चवताळेलच.' पण तिनं संयम ठेवला. ती फक्त म्हणाली, "आता तिकडे खूप जुलूम चालले आहेत. हा येऊन जुलूम करतो आणि तोही जुलूम करतो आणि म्हणून मग प्रत्येकजण पर्वतात जातो."

"शिक्षकानं किंवा सरकारनं दिलेल्या मारानं इजा होत नाही. तुम्ही एका मर्यादेपर्यंत आज्ञा पाळायला हव्यात. तुम्ही उठाव केलात तर तुम्हांला मार देऊन खाली पाडण्यात येईल. ते जर आंदोलकांच्या बाजूला गेले नाहीत तर असं होणार नाही. तुम्ही जर सैनिकावर बंदूक रोखली तर अर्थातच तुम्हांला तसाच परिणाम भोगायला लागेल. तुर्की सैन्य काही एक-दोन लुटारूंसाठी ही भूमी सोडून देणार नाही."

आता मात्र झिलल स्वत:ला थांबवू शकली नाही. "असं बघा *तेय्झे*, तुम्ही चांगलं बोलता, पण जर तुमच्या खेड्यावर दिवसातून तीन वेळा छापे पडले, तुमचा भाऊ आणि वडील यांना बंदुकीच्या दस्त्यानं मारून फरफटवत नेलं, जर कुर्दी भाषा बोलल्याबद्दल तुम्हांला मार मिळाला, जर सैन्याच्या पोलीस दलानं छापा मारून तुमचे कळप आणि प्राणी नेले, जर तुम्हांला सतत थांबवलं गेलं, जर तुम्ही रस्त्यात आजारी झालात, तर शहरात पोहोचायच्या आत मरून जाता तर मग एक दिवस असा येतो की, तुम्हांला जुलूम दिसतो आणि मारामुळे इजा होते आणि तुम्ही बंड करता. आपण भेटलो तेव्हा सुरुवातीला तुम्ही माझ्याकडे हेटाळणीनं पाहिलंत. तुम्ही माझ्यात शत्रू पाहिलात. पण तुम्ही दयाळू स्त्री दिसता, आई आहात. इतरांना द्यायला तुमच्याजवळ प्रेम आहे. आणि खरंच मी आभारी आहे, आता तुम्ही माझं रक्षण करता आहात. म्हणून मला वाटलं की, मला कसं वाटतं ते मी तुम्हांला सांगायला हवं. कृपा करून रागवू नका किंवा नाराज होऊ नका. पण तुम्हांला हे समजायला हवं की, कोणालाच आपली प्रेमाची माणसं, आपली मुलं, आपला नवरा, आपले वडील किंवा आपला भाऊ मरायला नको असतो. तुम्ही मातृभूमीबद्दल बोलता. पण मरणारे आणि मारणारे या दोघांचीही हीच मातृभूमी आहे. पण तसं नसतं. आमचं खेडं ही आमची मातृभूमी होती. आम्ही घाबरलो होतो, आम्ही हाकलले गेलो आणि आम्ही दूर पळून गेलो. तुम्हांला माहीत आहे, माझ्या गर्भातल्या बाळाला त्यांनी गोळी मारली. मला

– आम्हांला कुठे जायला जागाच नाही आहे. आम्ही परक्यांच्या घरात, परक्यांच्या दारात कुत्र्याचं जिणं जिणार. कुर्दी एकनिष्ठ असतात, हो ना? तुम्ही तसं म्हणालात. आम्ही प्रामाणिक नोकर होऊ शकतो.''

धाप लागून ती गप्प झाली. मी तोंडाचा पट्टा चांगलाच चालवला. आता माझ्यामुळे ही पुन्हा रागवेल. आपण काय बोललो त्याचा झिललला पश्चात्ताप झाला. मी जर म्हटलं असतं, तुमचं बरोबर आहे, तुम्ही बोलता ते योग्यच आहे,तर त्यामुळे माझं नाक काही सोलवटलं नसतं! पण मी अशीच आहे, अगदी माझ्या लहानपणापासून अशीच आहे मी. *सेरी हिश्क* : अत्यंत हट्टी असं म्हणायचे घरातले मला. फक्त माझे शिक्षक म्हणायचे, ती हट्टी नाही, ती हुशार, मानी आहे. ते शिक्षक चांगले होते, खास होते.

आत्ता कुठे ती त्या स्त्रीच्या जवळ गेली होती. ती स्त्री तिला आवडायला लागली होती आणि या आजारी स्त्रीला तिनं आता राग आणला अशी भीती तिला वाटली. ''*तेय्झे*, रागवू नका,'' ती म्हणाली. ''तुम्ही माझ्यापेक्षा मोठ्या आहात, अधिक अनुभवी आहात, तुम्हांला अशा गोष्टी माहीत आहेत. तुम्ही म्हणता तसं असू दे.''

बोलण्याच्या उत्तेजिततेने औषधांची गुंगी वाढली आणि दूरच्या टेकड्यांवरचे दिवे संध्याकाळी एकामागोमाग एक लागत असताना, रात्र होण्यापूर्वीच ती झोपेच्या आसऱ्याला गेली. झोपेनं तिच्या जखमी शरीरावर आणि जखमी मनावर पांघरूण घातलं. हिरव्या कुरणात ती बकऱ्यांमागून धावू लागली. खडकांमधली जांभळी, गर्द जांभळी रानटी ट्युलिप्सची फुलं आणि पिवळ्या डेझी तिनं जमा केल्या. जनावरांच्या आधी ती झऱ्यावर पोहोचली. आणि हातांच्या ओंजळीत पाणी भरून घेतलं. पाणी गार होतं आणि तिनं ते अधीरपणे प्यायलं. स्वप्नांच्या देशात आकाश गर्द निळं होतं, जमीन म्हणजे तेजस्वी, चमकदार फुलं विखुरलेलं हिरवं जाजम होतं. तिच्या स्वप्नातलं सुखसमाधान एखाद्या उबदार गोधडीप्रमाणे होतं; आणि त्यानं महमूदच्या शरीराप्रमाणे, त्याच्या हातांप्रमाणे झिललला कवेत घेतली. ती निद्राधीन झाली.

**

७

जियन म्हणजे आयुष्य, कमांडर!

कल्पनेत म्हणा किंवा प्रत्यक्षात, त्यांनी कामसुख घेणं अटळ होतं. त्यांचं एकत्र येणं आणि केवळ वचनं देऊन किंवा फक्त नजरेनं, शब्दांनी आणि मूक शांततेनं नाही तर तेजाळलेल्या हृदयांनी आणि देहांनी त्यांनी प्रेम करणं हा काही क्षणिक वेडाचार किंवा चंचल लहर नव्हती, तर त्यांचं अटळ विधिलिखित होतं.

त्या संध्याकाळी जेव्हा ते केमिस्टच्या दुकानात भेटले – आणि त्या रात्री हयात केमिस्ट हे दुकान उघडं असावं हासुद्धा एक संकेतच नव्हता का? – आणि हे आणि ते, प्रदेश, महमूद या साऱ्यांबद्दल ते बोलले, त्यानंतर निघून जाताना निरोपाच्या क्षणी त्यांची नजरानजर झाली तेव्हाच त्यांना हे कळून चुकलं होतं. त्यांना ते कळलं तेव्हा न कळल्याचा आवही त्यांनी आणला नव्हता किंवा त्याला विरोधही केला नव्हता. त्यांनी त्याचा स्वीकार केला होता. जणू काही घडलंच नाही, ठिणगी जणू पडलीच नाही असं भासवत त्यांनी काढलेले पुढचे दिवस म्हणजे केवळ विलंब करणं, त्यांच्या स्वतंत्र व्यक्तिमत्त्वाला न शोभणारी भयभीत वाट पाहणं होतं. आत्ता या क्षणी, एकमेकांशेजारी झोपले असताना त्यांना त्यांच्या एकत्र येण्याची, रतिक्रीडेची नाही तर आत्तापर्यंत थांबल्याची, टाळत राहण्याची आणि नैतिक दडपणांची लाज वाटत होती. त्यांनी इतर कोणाला नाही तर स्वत:च्या उत्कट ऊर्मींना, स्वत:च्याच शरीरांना आणि त्यांच्या दैवगतीला फसवलं होतं.

केसांच्या क्लिपा, इलॅस्टिकचे बंद आणि सद्‌वर्तनी विधवेच्या इतर बेड्यांपासून मुक्त झालेले, एखाद्या उधाणलेल्या नदीसारखे लाटा आणि वलयांत पसरलेले जियनचे काळेभोर केस एवढाच त्यांच्या घामेजल्या

शरीरांमधला अडसर होता आणि ते तेवढंच त्यांच्या नग्नतेवरचं एकमेव आवरण होतं. ओमरला वाटलं, बस स्टेशनवरच्या त्या विलक्षण रात्रीनंतरची प्रत्येक गोष्ट, प्रत्येक प्रसंग, प्रत्येक नवा बदल हा त्यांनी एकमेकांना भेटावं यासाठीच एका गूढ अचूक हेतुयोजनेनुसार घडला आहे. अंकारा बस स्टेशनवरची ती विचित्र स्त्री: ती, जिनं मध्य युरोपमधल्या नदीतून पळून येताना आपलं मूल गमावलं आहे... बस स्टेशनवर गोळी लागलेली स्त्री : झिलल, जिनं आपलं बाळ एका चुकार गोळीपायी गमावलं आहे... महमूद जो पर्वतातून पळाला आहे, तो भित्रा, पश्चात्तापदग्ध किंवा कबुलीजबाब देणाराही नाही, आपला गुरिला गणवेश, लढण्याचा पोशाख फेकून दिलेला साधा स्वच्छ माणूस, जो कधीच न पाहिलेल्या विशाल समुद्रासाठी झुरतो आहे... एलिफ, त्याची पत्नी जिला तो दुसऱ्या स्त्रीबरोबर असतानाही आपल्या हृदयात खोलवर बाळगतो, ती तिच्या हरवलेल्या मुलामागे पश्चिमेकडे जात होती... प्रत्येक गोष्ट, हे सगळं, त्याला जणू जियनच्या भेटीकडे नेत होतं.

भूतकाळ किंवा भविष्यकाळ नसलेल्या क्षणी, कधी धसमुसळेपणानं, तर कधी मृदुतेनं प्रेम करून झाल्यावर खोलीच्या फरशीवर पसरलेल्या, दूरच्या प्रदेशातल्या इंद्रधनूसारख्या रंगीबेरंगी किलीमवरच्या गादीवर ओलसर, घामेजून, नग्न, तृप्त आणि थकून जाऊन एकमेकांशेजारी पहुडले असताना उन्हामध्ये पसरून पडलेल्या मांजराप्रमाणे ते एक प्रसन्न सुख अनुभवतात.

केमिस्टच्या दुकानाच्या मागे असलेल्या डेपोजवळच्या लाकडी जिन्यानं, कपाटाच्या मागे दडवलेल्या दारातूनही जियनच्या घरी जाता येतं. त्या इमारतीचा मुख्य दरवाजा मागच्या रस्त्यावर आहे. बाहेरून बघताना त्या इमारतीचा अंतर्भाग इतका प्रशस्त आणि सुखसोयींनी युक्त असेल असे वाटत नाही. शहरातील प्रतिष्ठित लोकांच्या घरासारखा जियनचा फ्लॅट ठरावीक ढाच्याचा नाही. अलंकृत, रुचिहीन, भारी ब्रोकेडच्या मोठाल्या खुर्च्या, गिलीटाचे फर्निचर सेट, क्रिस्टल आणि चांदीच्या वस्तूंनी खचाखच भरलेले कोरीव साइडबोर्ड आणि नक्षीदार लेसची कापडं यांना तोंड द्यायची तयारी केलेल्या ओमरचं स्वागत साधेपणा आणि मोकळी जागा यांच्या सुखद सुंदरतेनं झाल्यानं त्याला आश्चर्य वाटलं. भल्या मोठ्या बैठकीच्या खोलीत फारच थोडं फर्निचर : एका कोपऱ्यात साधा, सफेद सोफा आणि खुर्च्या, मध्यभागी पांढरे मोती आणि साधं पांढरं भरतकाम असलेल्या क्रीम कलरच्या कापडानं आच्छादलेलं लांब, मोठं जेवणाचं टेबल, भिंतीलगत कोपऱ्यात हातानं

खोदलेली ट्युलिप्स असलेला दणकट, लाकडी साइडबोर्ड, समोरच्या कोपऱ्यात हातानं भरतकाम केलेली, रंगीबेरंगी फुलं अंगभर असलेली भलीमोठी पांढरी कुशन्स आणि त्यांच्याभोवती पसरलेली वर्तमानपत्रं आणि मासिकं... हा कोपरा जियनचा असणार.

नग्न आणि तृप्त होऊन ते जिथं शेजारी शेजारी पहुडले आहेत, त्या भिंतीजवळ राजवाड्यातल्या मोठ्ठ्या कपाटांसारखं, खूप दरवाजांचं, भिंतीला व्यापणारं लाकडी कपाट आहे. कपाटाच्या मध्यभागी असलेला, आत गेलेला भाग ड्रेसिंग टेबल आहे. दोन्ही बाजूला उघडणाऱ्या आणि सुंदर फुलांनी सजवलेल्या दोन लाकडी दरवाजांच्या मागे आरसा आहे. त्याच्या लगेच खाली असलेल्या, जियन ड्रेसिंग टेबल म्हणून वापरत असलेल्या रुंद फळीवर अंगठ्या, क्रीमच्या डब्या, मेकप, कंगवे आणि ब्रश आहेत आणि समोर एक छोटंसं स्टूल आहे. नंतर जमिनीवर पसरलेली, बर्फासारखी पांढरीशुभ्र चादर घातलेली, मोठी, आरामदायक गादी आहे.

जेव्हा तो प्रथम आला आणि जियन त्याला तिचं घर दाखवत होती, तेव्हा ती म्हणाली होती, ''जमिनीवर गाद्या आणि मोठ्ठाले तक्के या मला आवश्यक गोष्टी वाटतात. गावच्या मॅन्शनमधून, म्हणजे, घरून मी किलीम, भरतकाम केलेले तक्के आणि बेडरुममधल्या कपाटाचे दरवाजे आणले. तुम्ही आरशाची पॅनेल्स पाहिलीत का? माझ्या वडलांच्या गावी एक तरुण माणूस होता. तो कागद, पुठ्ठा, लाकूड, हाताला जे काही लागेल त्यावर चित्र काढायचा आणि रंगवायचा. त्याला काहीच मिळालं नाही तर तो कोरड्या मातीवर छोट्या दगडांनी आकृती काढायचा. मी त्याला खूप रंगांचे ऑईल पेंट, वॉटर कलर्स आणि रंगीत पेन्सिली आणून दिल्या. आरशाच्या पॅनेल्सवरची फुलं त्यानं रंगवली आहेत. ती किती सुंदर आहेत ना?''

ती बोलायची थांबली आणि तिनं उदासपणे हसायचा प्रयत्न केला. ''मला गावाची, त्या चाळीस खोल्यांच्या वाड्याची खूप आठवण येते... अर्थात तिथे काही चाळीस खोल्या नाहीत; पण तसंच म्हटलं जायचं. माझ्या पणजोबांच्या काळात त्याचं राजवाडा म्हणूनच वर्णन केलं जायचं. म्हणूनच अजूनही त्या भागात त्याला 'मॅन्शन' म्हटलं जातंच. मग घरातली माणसं पण तसंच म्हणतात. मला त्या लोकांची, माझ्या प्राण्यांची आणि गावाकडच्या भागाची खूप आठवण येते. मी आमच्या गावी फारच थोडा काळ राहू शकले. कधी कधी ते एखादं सुंदर स्वप्नच वाटतं. काही स्वप्नं हवीहवीशीच वाटतात.

त्यामुळं जाग आली तरी ती स्वप्नं चालू राहावीत म्हणून आपण डोळे पुन्हा मिटतो. तो काळ म्हणजे त्याच प्रकारचं स्वप्न होतं का?''

जेव्हा त्यानं विचारलं की, तू वारंवार गावाला का जात नाहीस आणि त्या मॅन्शनचं काय झालं, तेव्हा ती त्याच उदास, हळव्या आवाजात म्हणाली, ''गाव रिकामं करण्यात आलं. कारण गावकीमध्ये काही मतभेद झाले आणि तसंही माझ्या वडलांनी गाव आधीच सोडलं होतं. कुटुंब इथे या नगरात आलं. पण आम्ही उन्हाळ्यात तिकडे जायचो. तिथे डोंगरात कुरणं होती, थंडगार होतं – हवाही आणि पाणीही – सगळं छान होतं. मग जेव्हा युद्धाला तोंड फुटलं, तेव्हा माझ्या कुटुंबानं सशस्त्र सेनेत जाणं नाकारलं. पण असं नका समजू की म्हणजे ते पर्वतातल्या बंडखोरांच्या बाजूचे होते. सशस्त्र सेवेत सामील होणं म्हणजे त्यांचा साथीदार होणं असं मानलं जातं आणि ते जमातीच्या नियमांत बसत नाही. शिवाय कोणाला खरं वाटणार नाही, पण असं करणं धोकादायकही असतं. जेव्हा त्यांनी सेनेत जाणं नाकारलं, तेव्हा सरकारकडून जास्त दडपण येऊ लागलं. पर्वतातल्या बंडखोरांना बरा चांगला बकरा मिळतो आहे, असं वाटून त्यांनीही छळायला सुरुवात केली. थोडक्यात, तिथली शांती गेली आणि प्रत्येकानं स्थलांतर केलं. त्यानंतर सैन्यानं गावच उजाड केलं. माझ्या वडलांची नगरातसुद्धा घरं होती, पण त्या सगळ्यांना गाव आणि डोंगरातली कुरणं आवडायची. तिथे त्यांचं – कसं सांगू – राज्य होतं. आमच्या या भागात तुम्ही भले जमातीचा प्रमुख असा, खान असा की आगा, शहरात तुम्ही हरवून जाता, तुमची सल्तनत तिकडे गावच्या बाजूला असते.''

''त्या चित्र काढणाऱ्या, आरशाची पॅनेल रंगवणाऱ्या मुलाचं काय झालं? काहीतरी आनंददायक गोष्ट सांग. त्यानं कलेचा अभ्यास केला, तो कलाकार झाला आणि प्रदर्शन भरवतो असं काहीतरी!''

''कलाकार झाला? … आम्हांला इथे जे दुःख सोसावं लागतं त्याची थट्टा नाही होऊ शकत. परीकथा खऱ्या नसतात. माणसांची इच्छापूर्ती होऊन ते पुढे सदैव सुखाने राहू लागत नाहीत. पूर्वी, युद्धाच्या आधी बरं होतं. तेव्हा या भागातली खेड्यातली माणसं कुठेतरी पोहोचू शकली पण आता...''

त्या तरुण स्त्रीचे डोळे पाणावले आणि तिचे ओठ किंचित थरथरले हे बघून त्याला त्याच्या अविवेकी शब्दांचा पश्चात्ताप झाला.

''चित्र रंगवणारा मुलगा मेला आहे. इथे कोणीही कलाकार होऊ शकत

नाही. माणसाची पार्श्वभूमी आणि स्वभाव यांनुसार तो गुरिला, दहशतवादी, फितूर, फुटीरतावादी, साथीदार, हुतात्मा किंवा खबऱ्या होतो किंवा तुम्हांला मृतावस्थेत पकडलं जातं. तुम्ही पुन्हा माझ्यावर रागावणार आहात; आणि म्हणणार आहात की, दडपशाही किंवा अन्यायाच्या घटनांना राजकीय रंग देऊ नकोस आणि तुमच्या न्याय मिळवण्याच्या हक्कांसाठी भांडू नकोस. आमच्या हक्कांसाठी आम्ही कसे झगडणार? आमच्याकडे आहेत फक्त आमचे मृत लोक, आमच्या यातना आणि आमची हलाखी.''

ओमरवर छाप पडली ती तिच्या विलक्षण संवेदनशीलतेची, झगडणाऱ्या कोमलतेची, जियनच्या शांत संयमीपणाच्या कठीण कवचाखालच्या उद्रेक होऊ शकणाऱ्या ज्वालामुखीची. जेव्हा ती उत्तेजित आणि भावनाप्रधान होत असे – आणि तसं व्हायला एखादा साधा प्रसंग,सहज उच्चारला गेलेला शब्द किवा आठवणही पुरेशी असे – तेव्हा तिच्या डोळ्यांतून एक सावली सरकत जात असे, तिच्या तोंडाचा डावा कोपरा किंचित हलून उंचावत असे आणि विविध रंगांचे खडे जडवलेल्या चांदीच्या अंगठ्या घातलेली तिची लांब सडपातळ बोटं कळे न कळेशी कंप पावत. ती कशाकशातून गेली होती, तिनं काय बघितलं होतं, तिनं काय मागे सोडलं होतं? त्याला ते माहीत नव्हतं. ती खरोखरच इतकी गूढ होती, का ती फक्त एक आकर्षक, सुंदर स्त्री होती आणि ओमर लेखकाच्या कल्पनेतून आणि स्वतःच्या अस्वस्थ मनःस्थितीतून प्रसंग रंगवत होता? शब्दांवरचा तिचा पौर्वात्य पद्धतीचा कठोर, तुटक जोर एखाद्याला अनाकर्षक वाटला असता, नाटकी सरबत्तीसारखी वाटणारी तिची भाषणं कृत्रिमतेजवळ जाणारी होती,हे सारं आणि तिचं गूढ मौन हे सुद्धा तिचंच अविभाज्य अंग होतं. जेव्हा स्थानिक स्त्रिया औषधं विकत घेण्यासाठी, ब्लड प्रेशर बघण्यासाठी किंवा सल्ला विचारण्यासाठी येत, स्थानिक पोशाखातले कुर्दी, गुरिला चळवळीतले भासणारे पुरुष, डोक्यावर रुमाल घातलेल्या किंवा न घातलेल्या तरुण मुली केमिस्टशी किंवा त्यांच्या जियन *अबला*शी त्यांच्या भाषेत बोलण्यासाठी येत तेव्हा ती त्या समाजाचा किती महत्त्वाचा भाग आहे हे त्याला समजलं आणि तो चकित झाला. जेव्हा जियन रस्त्यात त्यांच्या जवळून जात असे तेव्हा पुरुष त्या भागातल्या पद्धतीप्रमाणे त्यांचा उजवा हात छातीशी उचलून अतीव आदराने अभिवादन करत. कधीकधी त्यांच्या तक्रारींवरील इलाज किंवा जखमांसाठी मलम मागायला येणाऱ्या स्त्रिया जियनला मिठी मारून तिचं चुंबन घेत, कधी तिचा हात हातात घेऊन अत्यंत

प्रेमाने घट्ट पकडत. नाही, जियन काही फक्त त्याच्या काव्यात्मक कल्पनारम्यतेची निर्मिती किंवा ज्या विचित्र मानसिक अवस्थेत तो होता तिच्या प्रभावाखाली त्यानं तयार केलेली कादंबरीची नायिका नव्हती. ज्या भूमीचा आत्मा आणि गूढ आक्रमण करणाऱ्यांना कधीच उमजणार नाही अशा अजिंक्य आणि अभेद्य भूमीचा ती अर्क आणि फळ होती. एक आगळं आणि हवंहवंसं फळ, एक मनोरम आणि उज्ज्वल अर्क.

जेव्हा तिनं त्याला घर पाहण्यासाठी येण्याचं आमंत्रण दिलं, तेव्हा तिची सहजता, बेफिकीरपणा आणि आत्मविश्वास पाहून ओमर थक्क झाला. पूर्वेच्याही पूर्वेकडच्या जुनाट वातावरणाच्या नगरातली तरुण, सुंदर आणि आदरणीय विधवा स्त्री, जी एका अनोळखी पुरुषाला घरी बोलवायला कचरत नाही! स्वत:वर इतका विश्वास असणारी आणि इतकी सहज वागणारी. स्वत:च्या समर्थपणाच्या खात्रीतून आलेला आत्मविश्वास आणि सहजता.

जियनचं घर... जणू काही पांढऱ्या ढगातच चालत आहोत असं वाटायला लावणारी, सायीच्या पांढऱ्या छटेचे पडदे, पांढऱ्या खुर्च्या आणि या भिंतीपासून त्या भिंतीपर्यंत पांढरा गालिचा असलेली – त्यामुळे तिथे प्रवेश करताना पादत्राणं बाहेर काढून ठेवायला लागत – भली मोठी बैठकीची खोली, काचेच्या दरवाजांची पुस्तकांची कपाटं आणि शानदार डेस्क असलेली तिची अभ्यासिका आणि आत्ता ते जिथे एकमेकांशेजारी नग्न पहुडले आहेत ती तिची झोपण्याची खोली.

त्या झोपण्याच्या खोलीतल्या परीकथेतले पक्षी आणि पर्वतातल्या कुरणातली रंगीबेरंगी फुलं यांची एकमेकांत गुंफलेली चित्रं पॅनेलवर असलेल्या आरशासमोर ते उभे होते. जियन ओमरच्या उजव्या खांद्यामागे उभी होती. सिंहाच्या आयाळीप्रमाणे सभोवती आणि खांद्यावर पसरलेल्या काळ्या केसांनी सजलेला तिचा चेहरा आरशात दिसत होता. ओमरनं त्याचा चेहरा उजवीकडे किंचित मागे वळवताच त्याच्या ओठांना तिचे ओठ सापडले. जणू ही त्यांची पहिली वेळ नव्हती तर हजारावी होती, जणू ती कित्येक वर्षं त्याची पत्नी होती जिच्या शरीराचं प्रत्येक अंग अन् प्रत्येक वळण त्याला तोंडपाठ होतं. एक सुखद पण प्रदीप्त अग्नी त्याच्या जिभेवरून त्याच्या गळ्यात, तिथून छातीत आणि मग खाली पोटाकडे पसरत असताना त्याच्या मनात दोन विचार आले. जियनची उंची तेवढीच होती आणि तिनं त्याचे ओठ टाळले नाहीत. तिचं

ते वागणं उदासीनतेपोटी होतं, का वासनेमुळे हे त्याक्षणी त्याला ठरवता आलं नाही.

त्याच्या शेजारी भरतकाम केलेल्या पांढऱ्या लिननच्या चादरी पांघरून पहुडलेल्या त्या स्त्रीचे उशीवर पसरलेले लांब काळे केस या क्षणी ओमरला तिच्या नग्न शरीरापेक्षा जास्त कोमल, जास्त उन्मादक आणि जास्त आमंत्रित करणारे वाटतात. घट्ट ओढलेल्या पडद्यांच्या फटीतून प्रकाशाची एक आगंतुक तिरीप येऊन तिच्या केसांवर पडते आणि तिच्या बटांमध्ये फिरते. तिच्या केसांशिवाय तिचा चेहरा इतका आकर्षक दिसणार नाही असं ओमरच्या मनात येतं. जेव्हा ती तिचे केस खाली सोडते तेव्हा तिच्यातला बदल, एखाद्या दंतकथेतल्या देवतेमध्ये होणारं तिचं रूपांतर हे या केसांमुळे घडतं. या स्त्रीची जादू तिच्या केसांत आहे. ते तिनं कापले तर तिच्यातली जादू निघून जाईल. तो त्याचे हात तिच्या काळ्या पिसाऱ्यात खुपसतो. तिच्या बटा तो स्वतःच्या बोटांभोवती गुंडाळतो. 'माझी स्त्री', त्याला म्हणावंसं वाटतं. प्रत्येक स्त्रीसाठी प्रेमाचं खास संबोधन असतं आणि 'माझी स्त्री' हे शब्द तो तिच्याशी जोडतो. जर त्याचा आवाज चांगला असता, जर त्याला गाता आलं असतं तर त्याचं आवडतं लोकगीत फक्त तिला ऐकू जावं म्हणून तो तिच्या कानात गुणगुणला असता :

तुझ्या घरासमोर सुगंधी मर्टल फुलं.

ओ, पाणी वरच्या दिशेने वाहत नाही,

माझे स्त्री...

खंजीर घेऊन, माझे स्त्री, खुपस आणि मला मरू दे

ओ, तुझ्या द्वाराशी मला गुलाम होऊ दे, माझे स्त्री...

पण जियन त्याची स्त्री नाही, हे त्याला उमजतं. ती फक्त एकाच व्यक्तीची स्त्री होती आणि ती तशीच राहिली आहे. ती आता दुसऱ्या कोणाचीच स्त्री नाही. तिच्या स्वतःच्या शरीराची तीच मालकीण आहे. ती एक काळी कुळकुळीत जंगली मांजर आहे जी स्वतःचं शरीर तिला हवं तसं वापरते. ती सुख घेते, पण स्वतःला देत नाही. पुरुषाला स्वामित्वाची भावना येऊ देत नाही, पण स्वतःही त्याच्यावर मालकी हक्क स्थापन करू बघत नाही. तुम्ही तिला अंकित केलं आहे असं ज्या क्षणी तुम्हांला वाटतं त्या क्षणी ती पुन्हा जंगली होऊन जाते. त्या तरुण स्त्रीनं जेव्हा 'माझा नवरा' असं म्हटलं तेव्हाचा तिचा स्वर त्याला आठवतो. तिच्या नवऱ्याच्या खुनाशी तिचा संबंध होता

असं ती माणसं म्हणू बघत होती का? 'माझा नवरा' असं ती म्हणताना त्यातली उत्कटता, त्यातली असोशी त्यांनी कधीच ऐकली नाही हे उघड आहे. हेही उघड आहे की, ते तिला ओळखत नाहीत. आणि शेवटी हेही आहेच की, जरी ते तिला ओळखत असते तरी ते तिला समजू शकले नसते. वकील म्हणाला होता की, ते 'उच्च कोटीचं प्रेम' होतं. कशामुळे त्यांच्या प्रेमाचं पोषण झालं, ते वाढलं आणि मृत्यूनंतरही जिवंत राहिलं? गमावलेल्या नवऱ्यावर असलेली जियनची निष्ठा, ही भूमी, इथलं दु:ख, या भूमीच्या आशा आणि इथलं युद्ध या साऱ्यांमध्येही गुंफलेली होती. या कारणामुळेच प्रेमविषय समोर नसला तरी त्याची ताकद टिकून होती. माझं असं आहे की, मी परका आहे. एक चांगला परका पण तरीही बाहेरचाच. माझ्याशी असलेलं तिचं नातं तिच्या शरीराच्या सीमारेषा आणि तिची वासना यांपुरतं मर्यादित आहे आणि माझ्याबरोबर ते या पृथ्वीतलावरून नाहीसं होईल.

जियन त्याच्या शेजारी त्याला स्पर्श न करता पहुडली आहे. ती पांघरुणात घट्टपणे बंदिस्त आहे आणि तिच्या नग्न शरीराचा त्याला स्पर्श होत नाही आहे. रतिक्रीडेनंतर, विशेषत: प्रथमच केलेल्या समागमानंतर, स्त्रिया पुरुषाला बिलगतात. पण पुरुषांना मात्र तृप्त शरीराचं स्वातंत्र्य आवडतं आणि स्वत:ला दूर करत एकटं असणं ते पसंत करतात. जियन आत्ता तशी आहे. तिला स्पर्श करण्याची, आलिंगन देण्याची, तिच्याकडून हलकेच कुरवाळून घेण्याची गरज वाटते आहे ती मला. भूमिकांची वेगळीच अदलाबदल!

जियन बिछान्यावरून उठते आणि स्वत:भोवती गुंडाळलेली चादर तशीच ओढत शेजारच्या बाथरुममध्ये जाते. ती बाथरुममध्ये असताना ओमर घाईघाईने कपडे घालतो. त्यांनी जे काही अनुभवलं ते त्याला जसंच्या तसं त्याच्या शरीरात, त्याच्या स्मृतीत आणि त्याच्या भावनांच्या गाभ्यात गोठवून ठेवायचं आहे; ते क्षण तिथेच राहिले पाहिजेत. ते वर्तमानात वाहून जाता कामा नयेत, नाहीतर ते मायाजाल तुटेल. आरशाची सुशोभित पॅनेल्स तो पूर्णपणे उघडतो आणि स्वत:चा चेहेरा निरखतो. असं म्हणतात की, तृप्त करणाऱ्या समागमानंतर स्त्री अधिक सुंदर दिसते. पण माझ्यावरही चांगला परिणाम झाला आहे. मी अजिबात वयस्कर दिसत नाही. त्याला स्वत:बद्दल समाधान वाटतं. त्याच्यातल्या नकारात्मक भावना नाहीशा झाल्या आहेत. त्याला संकोच वाटला नसता तर आत्ता त्यानं सहजपणानं शीळ घातली असती आणि तो गाणीही म्हणू शकला असता.

संध्याकाळ होते. ते स्पष्टपणे कळतं ते, खोलीत येणारा उजेड लाल-पिवळा होत क्षणाक्षणाला फिकट होत जातो त्यावरून. बाजारातले आवाज हळूहळू थांबले आहेत. प्रार्थनेसाठीचा पुकारा दुरून ऐकू येतो. ते आवाज लष्कराच्या ध्वज उतरवण्याच्या आणि परेडच्या जास्त घुमणाऱ्या आदेशांमध्ये मिसळतात. समोरचा कॅसेट विकणारा तो रोज संध्याकाळी या वेळी लावतो ते कुर्दी भाषेतलं गाणं, *पर्वतात या, पर्वतात* कॅसेट प्लेअरवर सगळ्यात मोठ्या वॉल्यूमवर लावतो. ओमरला वाटायचं की या नगराला आवाजच नाही. आता त्याला कळत आहे की, नगरानं स्वत:चा आवाज गमावला आहे. इथे आवाज एकमेकांचे शत्रू आहेत. ते एकमेकांना बुडवण्याचा आणि गप्प करण्याचा प्रयत्न करतात. जेव्हा नगराचा स्वत:चा आवाज बंद असतो फक्त तेव्हाच एकमेकांवर आपटणाऱ्या विदेशी आवाजांचा गोंधळ असतो किंवा काहीच नसतं.

जेव्हा ती बाथरुममधून बाहेर येऊन माझ्या बाजूला उभी राहिली तेव्हा तिचे काळेभोर केस ओले होते. ते लाटालाटांनी आणि कुरळ्या बटांनी तिचं कपाळ, चेहेरा आणि खांद्यावर पसरले होते. प्रियतमेबरोबर प्रथमच मीलन झालेल्या नवयुवकाप्रमाणे मला वाटत होतं. लहरीखातर किंवा दारूच्या अमलाखाली किंवा केवळ आळसामुळे वा दुसऱ्याचा अपमान होऊ नये म्हणून नाही न म्हणता दुसऱ्याबरोबर झोपल्यावर येणारा वैताग, सुस्तपणा किंवा पश्चात्ताप यांचा त्याच्यात मागमूसही नव्हता.

आरशासमोर उभी राहून स्वत:चे केस आवरायचा आणि चेहेरा आणि अंगावरली रतिक्रीडेची प्रत्येक खूण पुसून टाकण्याचा प्रयत्न करणाऱ्या जियनला मी पाहत होतो. तिच्या सहज, नैसर्गिक वागण्यानं चकित व्हावं, त्याची स्तुती करावी, का जे आम्ही अनुभवलं ते तिच्यासाठी दैनंदिन बाबच आहे यामुळे निराश व्हावं ते मला कळत नव्हतं. आमच्या समागमाच्या सर्व खुणा, सर्व भावना पाण्यानं तिच्यातून धुऊन काढल्या होत्या.

एखाद्या सळसळत्या रक्ताच्या तरुण स्त्रीचा अल्पकाळासाठी तिच्या आयुष्यात आलेल्या परक्या इसमाबरोबरचा संग यापेक्षा तो अनुभव जास्त काही नव्हता का? बिनमहत्त्वाचा, कारण तो अनुभव क्षणिक आणि निरुपद्रवी होता, कारण तो एक परका इसम होता?

नंतरच्या दिवसांत जेव्हा आपण बोललो, तेव्हा तू म्हणाली होतीस, 'ओमर एरेनची कीर्ती किती आकर्षक आहे हे आपण विसरता कामा नये.

शेवटी सगळ्याच स्त्रियांना बळकट, प्रसिद्ध आणि सत्ता असलेले पुरुष आवडतात. तुम्हांला हे मान्य करायला हवं की, माझ्याकडे येण्याचं धैर्य तुम्हांला झालं ते पौर्वात्त्यांबद्दलच्या तुमच्या पूर्वापार कल्पनेमुळे. पूर्वेकडच्या स्त्रिया या पुरुषांची वाट पाहणाऱ्या गणिकांसारख्याच माद्या नसतात का? ती पूर्व खूप दूर नाही जरी ती फक्त आमची पूर्व आहे...' मग मी नाराज झालो आहे हे तुझ्या लक्षात आलं आणि मग स्वत:ला दुरुस्त करायचा प्रयत्न करत तू म्हणालीस, 'पण तरीही आपला अनुभव म्हणजे मी वाळवंटात पाण्याशिवाय असताना मला मिळालेला झरा होता. माझी इच्छा आणि माझी निवड केल्याबद्दल धन्यवाद!'

तू हट्टीपणानं, औपचारिकपणे 'तुम्ही' म्हणायचीस. मी कारण विचारल्यावर तुझं स्पष्टीकरण असायचं. 'कदाचित फक्त सवयीनं, स्वसंरक्षणाची एक पद्धत.' कुर्दी भाषेत 'तू' म्हणायला मी शिकलो. कोणाला उद्देशून तू 'तू' वापरतेस ते ऐकण्याचा, समजून घेण्याचा मी प्रयत्न केला. म्हातारे, तरुण, कामगार, व्यापारी, मेयर, पक्षाचा नेता, तुझे स्वत:चे सगळे लोक 'तू' संबोधनातले होते. आम्ही इतर सगळे औपचारिक 'तुम्ही' होतो. अस्वीकृत परकेपणा, अंतर आणि भाषेची उणीव या गोष्टी औपचारिक तू आणि मी यांच्यामध्ये असतात आणि जवळच्या तुझ्या आणि माझ्यामध्ये नसतात, पण तरीही आपण प्रेम करत असताना त्या आपल्यामध्ये येतात. जेव्हा मी तुला सांगितलं, हे मी नाही तर तू, आपण नाही तर तुझे लोक यांनी ते निर्माण केलं आहे, तेव्हापासून मला वाटतं की 'तुम्ही' म्हणताना तुझा स्वर अधिक कठोर झाला आहे. मला माहीत असलेल्या कुर्दी-तुर्की, लाझ-सिरकेशिअन, तुर्की-आर्मेनिअन जोडप्यांबद्दल मी बोललो. तुला पाठ असलेली छोटी ठरावीक वक्तव्यं मी पुन्हा केली : भाषा, धर्म आणि वंश यांतल्या भेदांनी माणसांना दूर करता कामा नये, त्यांना एकमेकांचे वैरी बनवू नये. जणू काही तुला हे माहीतच नव्हतं. तू काहीशा वेडावणाऱ्या आणि काहीशा विनोदाच्या स्वरात म्हणालीस, 'आता तुम्ही घटनेच्या मुख्य तत्त्वासारखे वाटता.' नंतर पुढे म्हणालीस, 'पण गोष्टी पुस्तकानुसार होत नाहीत हे माझ्यापेक्षा तुम्हांला जास्त चांगलं माहीत आहे.' तुझं बरोबरच होतं. मग मी गप्प राहिलो. मी तुझ्याशी दुसऱ्या भाषेबद्दल बोललो. एक नवी भाषा जी गट पाडत नाही, फरक शोधत नाही. जी राजकारण, सत्ता आणि संघर्ष यांतून मुक्त आहे. तू विचारलंस, 'माझी स्वत:ची भाषा मिळाल्याशिवाय, माझं स्वत्व मिळाल्याशिवाय मी नवी

भाषा कशी निर्माण करू?' माझ्याकडे उत्तर नव्हतं. मी गप्प झालो. तू प्रत्येक गोष्ट इतकी गुंतागुंतीची करून टाकत होतीस की, मी रागावलो आणि माझं वैफल्य मी रतिक्रीडेत व्यक्त केलं. मी तुला मिळवू शकणार नाही हे कळल्यामुळे, मी तुझ्या शरीराला गुलाम बनवण्याचा प्रयत्न केला आणि काही मर्यादेपर्यंत मी हे करूही शकलो. मी तुझी वासना चेतवली. तुझी वैषयिकता वापरली, तुला माझ्या शरीराचं व्यसन लावलं. त्या गोष्टीचा मी जितका विचार केला तितकं हा एकप्रकारचा बलात्कारच आहे हे मला कळून चुकलं; आणि मला स्वत:ची शरम वाटली. पण माझं तुझ्यावर प्रेम होतं. मी माझ्या पत्नीवर केलं तेवढंच माझं प्रेम तुझ्यावर होतं. मी तुझ्यावर अंत:करणापासून प्रेम केलं. जशी ती माझा भाग होती, तसंच तू सुद्धा माझा भाग व्हावीस असं मला वाटत होतं. मला वाटलं, आपण प्रेमाच्या भाषेत एकत्र येऊ. मी – आपण – त्यात यशस्वी झालो नाही. प्रेमात, वासनेत एकजीव होण्यासाठी आपल्या भाषा खूपच भिन्न होत्या का?

जियन म्हणते, 'खूप उशीर झाला आहे. प्लीज,आता जा.' ती ओमरचा गाल थोपटत आहे. ते आरशासमोर एकमेकांशेजारी उभे आहेत. ते एखाद्या चित्रासारखे दिसत आहेत ज्यात मध्यम वय ओलांडलेला पुरुष तरुण स्त्रीच्या आकर्षकपणामुळे झाकोळला गेला आहे. शहरात आलेलं, वाङ्निश्चय झालेलं जोडपं आठवण म्हणून नयनरम्य पार्श्वभूमीवर किंवा नव्यानं भरती झालेले, सुट्टीवर घरी आलेले तरुण जसे फोटोसाठी उभे राहतात, तसे ते दिसत आहेत. त्यांच्यामागे इस्तंबुलचं दृश्य किंवा परीकथेतले पक्षी आणि स्वर्गातली फुलं नाहीत तर पांढऱ्या भिंतीचा रितेपणा आहे. तिच्या सुंदर, घुमारेदार आवाजात जियन लोकगीत गुणगुणत आहे, 'त्यांना आपले फोटो शेजारी-शेजारी छापू दे...' त्याला ते गाणं आठवतं. ती कुठल्यातरी गुन्ह्यात सामील असलेल्या आणि लष्करी पोलिसांनी पकडलेल्या दोन प्रेमिकांची गोष्ट होती ना?

तो आरशाची पॅनेल पटकन बंद करतो आणि तिला मिठी मारतो. ''मी गेलो नाही तर काय होईल?''

''अर्थातच काही नाही; पण आज संध्याकाळी सोसायटीची एक मीटिंग आहे आणि मी तिथे वक्ता आहे.''

''आणि या वेळी ही कोणती फुटीरतावादी संघटना आहे, डार्लिंग?''

''या वेळी अगदी निरुपद्रवी संघटना आहे. स्त्रियांची सरकारशी घट्टपणे जोडलेली संघटना. त्या संघटनेच्या कामाला गव्हर्नरच्या पत्नीचासुद्धा पाठिंबा

आहे. म्हणूनच आमच्या स्त्रिया जरा लांबच राहतात; पण मी बोलणार असल्यामुळे आज संध्याकाळी त्या येतील.''

''विषय कोणता आहे?''

''आई आणि मूल यांचं आरोग्य. त्या पॉलीक्लिनिकमधली सुईण मुख्य वक्ता आहे. मी आपली पाठिंबा म्हणून, एक जास्तीची वक्ता, आमच्या स्त्रियांनीही यावं यासाठी. खरं म्हणजे संततिनियमन हा आमच्या स्त्रियांपुढचा प्रश्न आहे. तरुणांना जास्त मुलं नको असतात, विशेषत: एकदा मुलगा झाला की. पण कॉइलसारख्या संततिनियमनाच्या साधनांची त्यांनी भीती वाटते. त्यावर त्यांचा विश्वास नाही. कुर्दी लोकसंख्येची वाढ थांबवणं आणि संततिनियमन यांवर जेव्हा बोललं जातं, तेव्हा त्यांना स्टरिलाइज केलं जाण्याची भीती वाटते.''

''तू बंडल मारते आहेस!''

''नाही, मी खरं सांगते आहे. लोकांच्या विश्वासाला जर जोरदार ठेच लागली, त्यांना तुडवलं गेल्यासारखं आणि अगतिक वाटायला लागलं की ते इतरांच्या हेतूकडे सावधतेनं बघतात. भय माणसाला संशयी बनवतं. मला आमच्या बायका समजतात. खरं तर, त्यांच्यापैकी कोणालाच खूप मुलं नको असतात. शिवाय कुर्दी लोकसंख्येत भर घालावी अशीही त्यांची महत्त्वाकाक्षा नाही. हे सगळे मुद्दे राजकारण्यांचे, सत्तेसाठी वखवखलेल्या पुरुषांचे आहेत. पण तरीही जर त्या वांझ झाल्या तर, विशेषत: त्यांना मुलगा नसला तर लगेच दुसरी पत्नी घरात येते आणि दुसरी बायको कुठल्याच बाईला नको असते.''

''म्हणजे परिस्थिती कठीणच आहे. माझ्यासाठी नाही. पण मग सरकार तुझ्यावर कसा विश्वास ठेवतं?''

''माझ्यावर सरकारचा विश्वास नाही आहे. पण त्यांना माझी गरज आहे. स्थानिक लोकांशी संपर्क साधायला ते माझा उपयोग करतात. आम्ही आपापल्या मार्गानेच हळूहळू जातो, ते एकमेकांना मदत करत. गव्हर्नरची पत्नी, कमांडरची पत्नी, शिक्षिका, नर्सेस आणि सुइणी यांना गोष्टी एकमेकींनाच सांगत राहायच्या नसल्या तर त्यांना माझी गरज आहे आणि माझं म्हणाल, तर मला लोकांपर्यंत संदेश पोहोचवायचा आहे. तुमच्या लक्षात आलं असेल, की आम्ही एकमेकांसोबत जाणं जमवतो आहोत.''

तिच्या आवाजातला थकवा, सापळ्यात अडकल्याची भावना त्याला जाणवते.

"इतर स्त्रियांना संततिनियमनाविषयी सांगण्याचं विसर, माझ्या स्त्रिये आणि मला - आपल्याला मूल दे. माझ्या गमावलेल्या मुलाची जागा भरू काढणारं कुर्दी-तुर्की मूल, प्रेमाच्या, आशेच्या आणि भविष्याच्या एकाच सारख्या भाषेचं मूल."

"तुमचा गमावलेला मुलगा असं का म्हणालात?" आता तिचा आवाज फक्त थकलेलाच नाही तर उदासही वाटतो.'

आपण काय म्हणालो ते ओमरच्या लक्षात येतं, तो गोंधळतो. त्याला विश्वासघात केल्यासारखं वाटतं. हे शब्द उच्चारून त्यानं जणू काही आत्ताच त्याचा मुलगा खरोखरच गमावला आहे आणि काही अंशी तो इथे येण्याचा हेतू त्याच्या मुलाला शोधणं हा होता. मी महमूदच्या वडलांशी बोलत होतो तेव्हा त्या शहाण्या माणसानं माझ्या हृदयात माझ्यासाठी आखलेल्या मार्गानं मी गेलो तर माझ्या मुलाला मी पुन्हा मिळवून शकेन, असं वाटलं होतं. जियनशी संग करून नाही, तर हे शब्द उच्चारून मी एलिफचा अवमान केला आहे. जणू काही माझ्यातून मी माझ्या मुलाला पुसून टाकलं आहे. जियनच्या भाषेत दगाबाजसाठी काय शब्द आहे? *झायिन! दु सा काश!* जेव्हा मी 'माझा गमावलेला मुलगा' म्हटलं आणि त्याच्या जागी दुसऱ्या मुलाची इच्छा धरली, तेव्हा मी खरोखरच डेनिजला गमावलं. मी त्याला ठार मारलं. मी एलिफलाही ठार मारलं.

या परक्या भूमीत, जिथे तो त्याचा मूळ स्वभाव, त्याचं अंतर्याम, त्याची तत्त्वं आणि त्यानं गमावलेलं जग शोधण्यासाठी, स्वत: स्वच्छ आणि शुद्ध होण्यासाठी आला होता, तिथं तो स्वत:चा रस्ता पूर्णपणे हरवून टाकणार होता का? पुराणकथांचं स्वत:चं ज्ञान पाजळू बघणाऱ्या गव्हर्नरनं मोहिनीच्या आवाजानं भुलणाऱ्या खलाश्यांचा उल्लेख केला होता.

खडकावर आदळून माझे तुकडेतुकडे होण्यापासून मी स्वत:ला बचावलं पाहिजे. माझा पूर्णपणे विचका झाला आहे. मी दिशाहीन आणि एकाकी आहे.

तो जियनला उत्तर देत नाही. तो तिच्या कपाळाला हलकेच त्याच्या ओठांनी स्पर्श करतो.

मी असं प्रेम कधीच केलं नाही. असं पृथ्वीवर, आकाशावर, समुद्रावर प्रेम केल्यासारखं, पर्वतांवर प्रेम केल्यासारखं आणि स्वत:वर प्रेम केल्यासारखं प्रेम. इतकं नैसर्गिकपणे, अटळपणे, अविवाद्यपणे... नाही, तो लिहू न शकलेल्या पुस्तकातलं हे वाक्य नाही. ही कल्पनेतली कथा नाही. हुबेहूब

अगदी असंच त्यानं अनुभवलं होतं. वादळी आणि बेभान प्रेम करणाऱ्या अठरा वर्षांच्या तरुणाचा दुथडी भरून वाहणारा उत्साह त्याच्या छातीत, घशात, त्याच्या डोक्यात, आणि त्याच्या बोटांच्या टोकावर एक सतत फडफडणारा पक्षी. आदी आणि अंत नसलेलं, काळ आणि आकारमान नसलेलं प्रेम. समागमाच्या वेळी त्यांची शरीर जणू वितळली, जणू ती विरून गेली अशी, डोक्यापासून पायाच्या बोटांपर्यंत झालेली भावना. जेव्हा ते मूकपणे एकमेकांशेजारी उभे असतात तेव्हा ते दोन आवाजांतलं लोकगीत असतात, ते बोलतात तेव्हा ते खडकांमधून निनादणारा शब्द असतात. आणि मग जेव्हा तो जियनपासून दूर असतो, तिच्याशिवाय असतो तेव्हा येणाऱ्या अर्थशून्यतेत, रिक्तपणात तो कोसळतो. जियन बरोबर असताना जो प्रश्न कधीच विचारला जात नाही, ज्याला कुठल्याच भाषेत समानार्थी शब्द नाहीत आणि जो, तो एकटा असताना प्रत्येक भाषेत आणि ध्वनीत, त्याच्या मेंदूत आणि हृदयात घुमतो, तो प्रश्न. मी इथे का आहे? मी कशाच्या मागे आहे? मी कुठे जात आहे?

ओमरला स्वत:चंच आश्चर्य वाटतं. त्याला माहीत असलेल्या आणि त्यानं प्रेम केलेल्या सर्व स्त्रियांची, विशेषत: एलिफची – त्याच्या पत्नीची, जिच्याशी तो अतूटपणे जोडला गेला आहे असं त्याला वाटत होतं, तिची – त्याला क्षमा मागायची आहे. नाही, तो दुसऱ्या कोणावर तरी – जियन दुसरी कोणी तरी नाही – प्रेम करतो आहे म्हणून नाही, पण आता त्याला उमजलं आहे की, त्यानं त्या स्त्रियांना वासना, प्रेम आणि इच्छा म्हणून जे काही दिलं होतं ते एक असत्य होतं, ज्यायोगे त्यानं त्या स्त्रियांना नव्हे तर स्वत:ला फसवलं होतं आणि काही झालं तरी त्याच्या आयुष्यात येऊन गेलेल्या त्या स्त्रिया म्हणजे कीर्ती आणि यश यांनी फुगलेल्या त्याच्या पुरुषी अहंकाराचं समाधान या पलीकडे काय होत्या? पण एलिफ वेगळी होती. तारुण्याच्या दिवसांत जेव्हा आम्हांला खात्री असलेल्या क्रांतीच्या शोधात आम्ही जीव तोडून धावत होतो तेव्हा ती सशक्त, सुरक्षित आधार होती, आमची मतं समान होती. ज्याच्या गुळगुळीत बुंध्याला पाठ टेकवून मी विश्रांती घेतली असा वृक्ष होती, माझ्या मुलाची आई होती. खूप काळ तिथे आता उत्कटता नव्हती, पण गरज, आवश्यकता होती. या विचारांनी त्याला नैराश्य आलं, पण आता त्याला अपराधी वाटत नव्हतं. एलिफला हे समजेल. तिला समजेल की या भावनेचा तिच्याशी संबंध नाही, ही भावना तिच्याकडून काहीच हिरावून घेत

नाही, तिला कुठेच कमी लेखत नाही. तिला हेही समजेल की, जियनबद्दल मला वाटणाऱ्या त्या अनाम, न सांगता येणाऱ्या, विरोध न करता येणाऱ्या आकर्षणानं स्वत:ची जागा आणि अर्थ निश्चित केला आहे आणि एलिफला माझ्याशी अधिक दृढपणे जोडलं आहे.

तिला खरंच हे समजेल का? नाही, कुठल्याच स्त्रीला किंवा पुरुषाला हे समजणार नाही आणि अगदी समजलं, तरी कोणीही ते मान्य करणार नाही. मला स्वत:ला बरं वाटावं, माझा आज जगता यावा यासाठी मी हा बनाव करत आहे. हे सगळं मला असं हवं आहे. मी सत्य नाकारत आहे. जियननं माझ्या पत्नीविषयी कधीही विचारलं नाही. तिच्यासाठी त्या गोष्टीला महत्त्व नाही. खरं तर मीही तिच्यासाठी महत्त्वाचा नाही. तिला मत्सर वाटत नाही, कारण दुसऱ्या स्त्रीबरोबर ती प्रेम आणि उत्कटता विभागून घेत आहे असं तिला वाटत नाही. ती त्या त्या क्षणात जगते, तो क्षण जिवंत करते. नंतर ती कधीच दाखवत नाही त्या, स्वत:च्या जगात परत जाते. त्या जगाचं तिच्या काळ्या दाट भुवयांच्या मागे लपवलेलं अरुंद दार आणि छोटी खिडकी ती कधीच उघडी टाकत नाही. अगदी या शहराप्रमाणेच. परक्या लोकांना जियनचा खोल अर्थ उमगणार नाही, तसंच त्या जगाचं वास्तव, त्याची रहस्यं आणि त्याचं भय कळू शकणार नाही.

वाहत जाऊन, परतीची वाट बंद करणारी सीमारेषा ओलांडायच्या आधी त्यानं तिच्या आकर्षण क्षेत्राच्या आणि या भयकारी जादूई विचित्र शहराच्या बाहेर तातडीनं निसटून गेलं पाहिजे, हे त्याला कळतं. जर त्यानं त्याची छोटी बॅग उचलून पहिली बस घेतली, सगळ्यात जवळच्या विमानतळावरून त्याच्या भूमीकडे, त्याच्या जगाकडे जाणारं पहिलं विमान पकडलं, जर तो स्वत:कडे परतला... जर तो त्याच्या पत्नीकडे, अजूनही आयुष्याकडे परत येण्याची आशा देणाऱ्या त्याच्या मुलाकडे, पुस्तक-स्वाक्षरी दिवसांना रांगा लावणाऱ्या त्याच्या वाचकांकडे, स्वत:वर खूष असलेल्या आणि स्वत:च्या सार्वजनिक प्रतिमेनं भारावून गेलेल्या त्याच्या उद्धट, मर्मज्ञ वर्तुळाकडे, अल्कोहोलनं मिळणाऱ्या सौख्याकडे, रिकामेपणाच्या निष्क्रियतेकडे, आयुष्याच्या निरर्थकतेकडे परतला तर... त्याचे बाहेरचे आणि अंतर्यामीचे सगळे पूल पूर्णपणे खाक होण्याआधी खूप उशीर होण्याआधी परतला तर?

तो परतणार नाही, हे त्याला चांगलंच माहीत आहे. हे सगळे प्रश्न म्हणजे सदसद्विवेकबुद्धीची टोचणी कमी करण्याचे प्रयत्न आहेत. हे त्याला माहीत

आहे, पण तो स्वत:ला फसवण्याचा प्रयत्न करतो आहे. त्याला जियनचा दोष दिसत नाही, पण त्याला रस्त्यावरून दुसरीकडेच भरकटवण्याबद्दल, मोहिनी घालण्याबद्दल महमूद आणि झिललला, त्या पर्वतांना, त्या भागाला आणि त्या नगराला तो दोष देतो. कधी तरी त्याला वाटतं: जियनला इस्तंबुलमध्ये ठेवलं तर ती जास्तीत जास्त गावाकडची एक आकर्षक स्त्री ठरेल आणि ती बोलायला लागली तर दुसऱ्या देशातली रहिवासी. पण ह्या भूमीत, ह्या आकाशाखाली, ह्या बर्फाळ शिखरांच्या सावलीत, रहस्यांनी तिला धुक्यासारखं वेढलं असताना एक अदृश्य आभा एखाद्या मुकुटाप्रमाणे मस्तकी धारण करून, शतकानुशतकांतून झिरपलेल्या परंपरा आणि पर्वतातल्या शक्तींनी ती जियन बनते. ती जीवन होते. ज्याचं दार त्यानं ढकलून उघडलं आहे असं हे नवं आयुष्य ओमरला आवडतं. विझून जाण्याऐवजी जियनमुळे तो पुन्हा जिवंत झाला आहे. असं वाटत आहे की, तो खूप वर्षं मागे, त्याच्या तारुण्याकडे, आशेकडे आणि कदाचित त्यानं गमावलेल्या शब्दाकडे जात आहे. तो या नगराला खोलवर भेदण्याचा, नगराच्या आत्म्यापर्यंत जाण्याचा, त्याची किंकाळी ऐकण्याचा प्रयत्न करत असताना, हे नगर आणि जियन एकमेकांत मिसळतात. एकमेकांना छेद देतात. त्यांना एकत्र गुंफणारं, त्यांना अप्राप्य करणारं रहस्य कोणाही परक्यासमोर, मग तो प्रेमिक किंवा मित्र असला तरी त्याच्याही समोर, अवतरत नाही. आपण पडदा उचलला आहे असं ज्या क्षणी त्याला वाटतं, नगर आणि स्त्री स्वत:मध्ये मिटून जातात. ते एखाद्या सर्वसामान्य नगराचं, एखाद्या सर्वसामान्य स्त्रीचं रूप पांघरतात. परका माणूस त्या कवचाबाहेरच राहतो, जे भेदणं त्याला अशक्य वाटतं.

आणि तरीही जियन आणि हे नगर दिसायला इतके स्वागतशील, इतके आतिथ्यशील, इतके मैत्रीपूर्ण आहेत की, कधीकधी ओमरला स्वत:बद्दलच शंका वाटते किंवा मीच हे सगळं रचतो आहे का? हे सगळं माझ्याबद्दलच, मध्यवयीन पेचप्रसंगातून जाणाऱ्या पन्नाशीच्या माणसाबद्दल, जियन या छोट्या नगरातल्या विधवेबद्दल आणि पूर्वेकडच्या दरिद्री, अप्रगत नगराबद्दल आहे? माझ्या थकून जाण्यावर, कंटाळवाण्या आयुष्याच्या रुटीनवर मात करण्यासाठी, लिहायला पुन्हा समर्थ होण्यासाठी मी एक प्रेमकथा, पूर्वेकडची एक दंतकथा रचत आहे?

तो रस्त्यांमध्ये भटकतो, भटक्या कुत्र्यांना थोपटतो, व्यापाऱ्यांना अभिवादन करतो आणि कॉफी हाऊसमध्ये वेळ घालवतो. तो साखर न घालता कॉफी

पितो आणि बरोबर त्याला एक ग्लास पाणी लागते हे तिथल्या मालकाला आता माहीत झालं आहे. 'आपला लेखक' आला आहे याचा त्याला आनंद होतो. ज्यांनी आजपर्यंत त्याचं नावही ऐकलं नाही, त्याचं एकही पुस्तक पाहिलं नाही, ती माणसंसुद्धा आता त्याला 'आपला लेखक' म्हणतात. लोक त्याच्याविषयी बोलतात. विद्यार्थी येऊन त्याची स्वाक्षरी मागतात. त्याची पुस्तकं त्यांना मिळत नाहीत म्हणून हे त्यांच्या शाळेच्या वहीत किंवा मुली आपल्या डायरीत त्याची स्वाक्षरी घेतात. नंतर ते आनंदाने खिदळत निघून जातात. खरं तर त्याची ती पद्धत नाही तरीही केवळ गप्पा मारण्यासाठी तो न्हाव्याच्या दुकानात दाढी करून घेतो. तो टाऊन हॉलमध्ये जातो आणि मेयरशी बोलतो. तो 'संस्कृती आणि ऐक्य' संस्थेकडे जातो आणि नंतर समानतेनं वागायचं म्हणून जिल्हा गव्हर्नरच्या ऑफीसमध्ये जाऊन गव्हर्नरबरोबर चहा पितो आणि त्याची गाऱ्हाणी ऐकतो. कमांडरनं बोलावलं तर ड्रिंक आणि गप्पांचं ते आमंत्रण तो अव्हेरत नाही. जेव्हा संध्याकाळ होते आणि काळोख पसरतो आणि वेषांतर करून स्नो मास्क लावलेलं भयानक खास सशस्त्र दल बाजाराच्या चौकात येणाऱ्या रस्त्यांवर त्यांचं दहशतीचं दैनंदिन प्रदर्शन मांडतं त्यावेळी तो पहिल्या दिवसासारखा घाबरून जात नाही आणि त्या सगळ्याची त्याला सवय झाली आहे, हे त्याच्या लक्षात येतं. ते सारं या नगराचा आणि त्याच्या रहस्याचा भाग आहे, कोड्याची चावी आहे ती. त्याला अजून उमगल्या नाही आहेत त्या फक्त या नगरातल्या मांजरी. रस्त्यांत, दुकानांत, भिंतींवर, दरवाजांसमोर, मांजरी सगळीकडे आहेत. तुम्ही त्यांच्याकडे गेलात की त्या नाहीशा होतात, हवेत विरून जातात त्या, अदृश्य होतात. कधीकधी तो स्वतःलाच हसत विचार करतो: मांजरं तर इथलं रहस्य बाळगत नाहीत ना? एलिफला ही कल्पना आवडेल. ती मांजरंवाली आहे. ती नेहमी म्हणायची की, प्रत्येक मांजर आणि त्याचा स्वभाव कळल्याशिवाय तुम्हांला ते ठिकाण खरंखरं कळत नाही; ते तुमचं घर होत नाही. मला अजून ही मांजरं कळू शकली नाहीत. अजून मी या ठिकाणाचा भाग झालेलो नाही. ही मांजरं नगराची आणि जियनची रहस्यं उघड करत नाहीत. त्यांच्या थरथरणाऱ्या मिशांत ते ती रहस्यं दडवून ठेवतात. तो इथे पुस्तक लिहिण्यासाठी आला आहे यावर प्रत्येकाचा, अगदी कमांडर, हॉटेलचा व्यवस्थापक, गव्हर्नर, कॅसेट विक्रेता, संघटना आणि लष्कर या सगळ्यांचा विश्वास आहे असं भासत

असलं तरी प्रत्यक्षात त्यावर एकाचाही विश्वास नाही आणि त्याच्याबद्दल प्रत्येकाचं वेगळंच म्हणणं आहे हे तो जाणतो. *त्यांच्यासाठी मीसुद्धा एक गूढच आहे आणि जियनचं काय? मी इथे का आहे आणि थोड्याच दिवसांत मी इथून का निघून गेलो नाही हे तिला माहीत आहे का,तिला ते समजतं का?*

मी इथे का होतो ते तिनं कधीच विचारलं नाही. तसंही, जियननं कुठलेच प्रश्न कधीच विचारले नाहीत. एकदा, जेव्हा तो अनेक गोष्टींशी जमवून घेऊ शकत नव्हता, तेव्हा तो स्वतःच मोठ्याने म्हणाला, ''मी इथे का आलो आहे?'' तेव्हा ती म्हणाली होती, ''शोधायला आणि तुमचं हृदय स्वच्छ करायला.''

''मी काय शोधत आहे?''

''ज्याची उणीव भासते आहे ते... जे एकदा तुमच्याकडे होतं आणि नंतर गहाळ झालं.''

माझ्याकडे होतं आणि मी गहाळ केलं. माझं तारुण्य, माझा उत्साह, माझी स्वतःच्या त्यागाची स्वप्नं आणि क्रांती, अधिक चांगल्या भविष्याची माझी कल्पना – आम्ही सगळं जग, सगळी मानवजात वाचवणार होतो, नाही का? – दुरावलेला आणि माझ्या हृदयातून निसटलेला माझा मुलगा, आणि... आणि शब्द.

''मला माझं हृदय का स्वच्छ करायचं आहे? माझ्या हृदयात कोणती घाण आहे?''

''घाण नाही. त्याला आपण गंज म्हणू या. तुमच्या वाचकांच्या, तुमच्या पुस्तकांच्या आणि तुमच्या कीर्तीच्या प्रभावाखाली तुम्ही वाहत गेला आहात. तुमची स्वाक्षरी हा तुमचा कोष झाला आहे. त्यात तुम्ही मऊ उबदारपणे गुरफटला गेला आहात. त्यानं तुम्हांला मानवी यातनांपासून दूर ठेवलं आहे. मला कुतूहल वाटत होतं. मी तुमची पुस्तकं पुन्हा चाळली; प्रसिद्ध होण्याआधी तुम्ही दारिद्र्य, भूक, पददलित, बळी पडलेले लोक, कामगार, तुडवले गेलेले पण प्रतिकार करणारे लोक यांवर लिहीत होतात. आणि पुढे या गोष्टींबद्दल लिहिण्याचं तुम्ही थांबवलेलं मला दिसलं. तुम्ही जसजसे 'प्रेम, लोक यांच्या मानसशास्त्रीय खोलीबद्दल लिहिणारे, एकाकीपणाचे आधुनिकोत्तर कादंबरीकार, पूर्व-पश्चिम संघर्षाचे लेखक' म्हणून अधिकाधिक प्रसिद्ध झालात, तसतशी तुमची पुस्तकं जास्त खपू लागली. पण तुम्ही तुमच्या मुळांपासून तुटला गेलात. तुम्ही परके झालात. आणि मग...''

तो मनातल्या मनात वैतागतो, रागावतो, पण त्याचबरोबर या निर्भय स्त्रीबद्दल त्याला वाटणारं कौतुकही वाढतं.

''पण मी काही फक्त कादंबऱ्या लिहीत नाही. तू उल्लेखलेल्या विषयांवर मी नेहेमीच वृत्तपत्रांत आणि इतरत्र लेख लिहितो. साहित्य हा एक वेगळाच प्रकार आहे. विचारधारेचं कादंबरीत रूपांतर करण्याच्या परिस्थितीत मी नाही. माझ्या वाचकांना ते आवडणार नाही, आणि जर माझी पुस्तकं कोणीच वाचली नाहीत तर मला ज्यात रस आहे असे मानवता आणि सदसद्विवेकबुद्धी-बद्दलचे अधिक वैश्विक असलेले संदेश मी पोहोचवू शकणार नाही.''

आपण बचावाचा पवित्रा घेतला आहे हे त्याच्या लक्षात येतं आणि त्याला लाज वाटते.

''गरज असताना सत्यासाठी लढण्याची जबाबदारी मी कधीच झटकली नाही.''

''हो, पण गरज असताना एखाद्या विषयात लक्ष घालण्यासाठी वेळ योग्य आहे का नाही हे जेव्हा तोलून ठरवलं जातं तेव्हा तुम्ही विषयापासून दूर गेलेले असता. तुम्ही तेव्हा स्वत:ला हातभर अंतरावर ठेवलेलं असतं आणि त्या विषयापासून स्वत:ला विभक्त केलेलं असतं. आता तुम्ही न्यायाधीश झालेले असता. भूक आणि तृप्ती, मृत्यू आणि जीवन, प्रेम आणि तिरस्कार यांच्यामध्ये निवाडा करता येतो का? आणि तुम्ही 'सत्यासाठी लढण्याची' असं म्हणालात. सत्यासाठी लढणं हे बाहेरून बघणं आहे. माणसानं सत्य जगायचं असतं. त्याचा बचाव करायचा नसतो.''

''तू उल्लेख केलास तो गंज हा का?''

''माफ करा. पण शब्द हेतूपेक्षा पुढे गेला आहे, अशी भीती वाटते. मी नेहमीच सरधोपट बोलते. जसं मनात येईल तसं. मी जितकं जास्त प्रेम करते तितकं अधिक स्पष्ट, कधीकधी कठोरसुद्धा बोलायची माझी पद्धत आहे. आय लव यू. म्हणूनच मी म्हणते, तुमच्या हृदयाचा तुम्हांला पाठिंबा नाही. त्याला तो गंज पुसला जाऊन चमकायचं आहे. म्हणून तुम्ही इथे आहात, आणि तुम्ही योग्य जागी आहात, ओमर एरेन. पश्चिमेचे स्रोत आटून गेले आहेत. आता तिथं असं शुद्धीकरण शक्य नाही. इथे आमच्याकडे अजूनही मुक्तपणे वाहणारं पाणी आहे. जरी त्यामध्ये अधूनमधून भाईबंदांचं रक्त मिसळत असलं तरीही हे जल शीतल आणि व्याधिमुक्त करणारं आहे. आम्ही जर हे रक्त पाण्यातून

काढू शकलो.. कळून सवरून किंवा अजाणता तुम्ही या झऱ्यावर स्वच्छ होण्यासाठी आला आहात.''

''हे खरं आहे की, मी बरं करणाऱ्या झऱ्याच्या, माझ्यातलं तहानलेपण, कोमेजलंपण, कोरडेपण, माझ्यातली आस आणि निष्ठा यांना शांतवणाऱ्या, माझं हृदय धुऊन शुद्ध करणाऱ्या शीतल जलाच्या शोधात होतो. तुझं कदाचित बरोबर असेल. मी पाण्याच्या शोधात इथे आलो, पण झरा इथे आहे याची मला आता खात्री नाही. हे हवामान खूपच तीक्ष्ण आहे आणि शिवाय तू म्हणालीस तसं ह्या पाण्यात रक्त मिसळलं आहे.''

''असं म्हणतात वाहतं पाणी घाण धरून ठेवत नाही.'' त्यांचं संभाषण खूपच गंभीर होत चाललं आहे हे तिला जाणवलं, आणि ती म्हणाली, ''झऱ्यांविषयी बोलतोच आहोत तर मला तुम्हांला आमच्या झऱ्यावर ट्राउट मासा खाण्यासाठी बोलवायला आवडेल. त्यांनी पर्वतातली कुरणं बंद केली आहेत पण तरीही *सोगुकपनर*ला दिवसा जाता येतं. काही धडपड्या लोकांनी दोनचार टेबलं टाकून पाण्याजवळ एक ट्राउट माशांचं तळं केलं आहे. आमच्या लोकांना असलं आवडतं. त्यांनी तसं दाखवलं नाही तरी त्यांना टूरिस्ट लोकांसाठीच्या सुखसुविधांमध्ये रस असतो. यावेळी तिथं कोणी नसतं. तसंही नगरांपासून दूर खेड्यांकडच्या भागात जायचं लोक टाळायला बघतात. तुमची हरकत नसेल तर माझी सावत्र बहीण आणि मेव्हणे यांनाही आपण घेऊ या. विधवा स्त्री पुरुषाबरोबर एकटीच दिसणं बरं नाही, नाही का? मग तो पुरुष 'आमचा लेखक' असला तरीही!''

दोन गोष्टी त्याच्या मनाला डाचत राहतात – तिनं 'बहीण' असं न म्हणता 'सावत्र बहीण' असं मुद्दाम म्हणणं आणि 'आमचा लेखक' म्हणतानाचा तिचा किंचित टिंगलीचा सूर.

जाताना सावत्र बहीण आणि तिचा नवरा सतत *सोगुकपनर*च्या सौंदर्याविषयी बोलत होते. 'नंदनवनाचा एक छोटासा भाग, एक नैसर्गिक नवल. खरंच जर हे युद्ध थांबलं आणि शांती परतली तर! ओमर *बे*, आमची मातृभूमी म्हणजे नंदनवन आहे. जर आम्ही तुम्हांला इथला प्रत्येक भाग दाखवू शकलो, तर खरंच सांगतो, या भागावर तुम्ही एखादी कादंबरी लिहाल. जर फक्त टूरिझम वाढायला परवानगी दिली, तरी लोक थोडा मोकळा श्वास घेऊ शकतील. आमच्याकडे कारखाने किंवा खरीखुरी कुरणं नाहीत. युद्धानं पशुपालनही थांबलं आहे. स्मगलिंग, माफिया आणि दहशतवाद जोरात आहे. भुकेल्या लोकांकडून

प्रामाणिकपणाची अपेक्षा करणं व्यर्थ आहे. उपाशी माणसाकडे आशाही नसते ना सचोटी. उपासमार होणारा माणूस काय करील? तो पर्वतांकडे जाईल किंवा गावचा रखवालदार होईल किंवा स्मगलिंग करायला लागेल.'

जियन गप्प होती, विचारात गर्क होती. उदास होती. जणू काही ही ट्रीप सुचवल्याचा तिला पश्चात्ताप होत होता. खूप दिवस न झोपल्याप्रमाणे ती मरगळलेली होती. नंतर ती डोळ्यांत पाणी आणून नाराजीनं म्हणणार होती, 'माझ्या लक्षात आलं की जरी तुम्ही दाखवलं नाही, अगदी स्वत:शीही कबूल केलं नाहीत तरी तुम्ही आमच्याकडे हेटाळणीनं पाहाल, आम्ही आमचा स्वर्ग इतरांबरोबर वाटून घेऊ शकत नाही म्हणून आमची कणव कराल आणि त्यामुळे आपण अधिकच परके होऊ.'

खरं तर तो एक सुंदर दिवस होता. आकाश खूपच निळंभोर होतं. छोटे छोटे पांढरे ढग सूर्याला झाकत नव्हते. मेव्हण्यांची काळी जीप - त्यांचा काय व्यवसाय होता हे ओमरला कळत नाही - मुख्य रस्ता सोडून दगड आणि धुळीच्या ग्रामीण रस्त्यावरून धावू लागते. नगराचं दारिद्र्य, हेळसांड, आणि पडझड यांच्यातच या काही कठीण आवरणाच्या तर काही काळ्या छटेच्या खिडक्यांच्या, बहुधा बुलेट प्रूफ अशा महागड्या ऐषारामी जीप मोठ्या संख्येनं असलेल्या बघून पहिल्या दिवसापासूनच ओमर चक्रावून गेला होता. ओमर चकित झालेला पाहून, त्या गाड्यांचा अर्थ सुरक्षितता आणि प्रतिष्ठा असा कसा होतो आणि त्या कशा सत्तेच्या प्रतीक आहेत, ते जियननं समजावून दिलं होतं.

'जितक्या प्रचंड हॉर्सपॉवरच्या जीप आणि लक्झरी मोटरगाड्या इथल्या रस्त्यात दिसतात तितक्या मोठमोठ्या शहरांतही आढळणं कठीण आहे. तुम्ही तुर्कस्तानच्या सगळ्यात गरीब आणि सगळ्यात अविकसित भागांपैकी एका भागात आहात यावर विश्वास बसणार नाही,' या विषयावर बोलणं सुरू असताना कमांडर म्हणाले होते.

आत्ता अशाच एका जीपमधून झुडपं आणि खुरटी झाडं असलेल्या रस्त्यावरून जाताना मेव्हणे म्हणतात, ''दहा वर्षांपूर्वी इथे सगळं रान आणि जंगल होतं.''

अचानक एका अकल्पित क्षणी ओमर बोलून जातो, ''मग त्यानंतर काय झालं?''

शांतता पसरते. छॅ:! माझं तोंड मी बंद का ठेवलं नाही? ''ओ, कळलं. मी विसरून जातो. आय ॲम सॉरी.''

''तुम्ही विसरत नाही'' पूर्ण प्रवासभर मागच्या बाजूला गप्प बसलेली जियन म्हणते. ''तुम्ही क्षमा मागायचंही कारण नाही. नाही, तुम्ही विसरत नाही. विसरण्यासाठीसुद्धा तुम्हांला माहीत असावं लागतं. विसरलं जावं इतकीसुद्धा नोंद तुमच्या मनातं घेतली नाही आहे. स्वत: त्या गोष्टींचा अनुभव घेतला नसेल, तर काही गोष्टींबद्दल माणसाला मनापासून वाटू शकत नाही. शेवटी टेलिव्हिजनच्या पडद्यावरल्या प्रतिमा म्हणजे फक्त चित्रं असतात, आभासमय. आमच्यासाठी ते अख्खं आयुष्य असलं, तरी तुमच्यासाठी त्या दूरवर घडत असलेल्या वाईट गोष्टी असतात.''

नंतर, जेव्हा ते एकटे होते तेव्हा ती म्हणाली होती, 'प्लीज मला माफ करा. आपल्या दोघांमध्ये येणारी, आपल्याला विभक्त करणारी ही रेषा मी सहन करू शकत नाही. मला नाही ती स्वीकारता येत. मला राग येतो.'

जियनच्या शब्दांनी गाडीतला उत्साह ओसरतो. तिथे पसरलेली शांतता आहे त्यापेक्षा दीर्घकालीन वाटते.

''मुलगी जन्माला आली आहे,'' सावत्र बहीण म्हणते.

''आमच्यात म्हणतात सैतान गेला,'' ओमर म्हणतो. जीप मातीच्या रस्त्यावरून उतरते आणि नदीच्या वाळलेल्या पात्रातून हळूहळू मार्गक्रमण करते.जेव्हा सशस्त्र माणसं - सैनिक का नागरिक ते ओमरला कळत नाही - त्यांचा रस्ता अडवतात, तेव्हा ओमरशिवाय दुसरं कोणीच उत्तेजित होत नाही. इथे प्रत्येकाला प्रत्येक गोष्टीची सवय आहे. असामान्य गोष्ट सामान्य झाली आहे.आणीबाणीच्या स्थितीची इथे गरजच काय आहे? प्रत्येक स्थिती आणीबाणीचीच आहे.

''काळजी करू नका. ही रुटीन तपासणी आहे,'' मेव्हणे म्हणतात. ''त्यांचं कामही कठीणच आहे. प्रत्येकाचा अग्रक्रम हे त्यांचं आयुष्य आहे. ते आम्हांला ओळखतात. पण मी सांगतो, अनोळखी गाडी पाहिली की त्यांची हृदयंसुद्धा धडधडत असणार. माणसंच आहेत सगळी... प्रत्येकाला फक्त एकच आयुष्य असतं. प्रत्येकाला भीती असते. आम्हां सगळ्यांना भीती वाटते.''

''ते आमच्याशी चांगलं वागतात,'' जियन म्हणते. ''आम्ही एकमेकांना अभिवादन करून मार्गी लागू. आम्हांला या भागातले प्रतिष्ठित लोक मानलं जातं. सरकार आणि लष्कराबरोबर आमचे सामाईक व्यवहारही होत असतात.

याउलट, एखादा गरीब माणूस गाढवावरून इथून जाऊ लागला तर त्याच्यासाठी यांच्याकडे आदर, सन्मान असं काही असणार नाही.''

जीप थांबते, आणि शस्त्रसज्ज लोकं पुढे येतात.

''आम्ही आमच्या पाहुण्यांना *सोगुकपनर*ला नेत आहोत,'' मेव्हणे म्हणतात. ''ते आमच्या लेखकांपैकी आहेत आणि आपल्या प्रदेशाची माहिती घेण्यासाठी आले आहेत. ते कमांडरचे मित्र आहेत.'' नंतर मेव्हणे कुर्दी भाषेत काहीतरी सांगतात.

ती माणसं त्यांच्या ओळखपत्रांवरून एक नजर फिरवतात. ''ठीक आहे. जा. पण तुमच्याबरोबर कोणी परदेशी पासपोर्ट असलेला नाही ना?''

''आमच्यापैकी कोण परदेशी असू शकतो? हे सद्‌गृहस्थ आपल्या सुप्रसिद्ध लेखकांपैकी एक आहेत. कदाचित तुम्ही त्यांचं नाव ऐकलं असेल. ओमर एरेन. ते लिहिण्यासाठी या भागाची ओळख करून घ्यायला आले आहेत. आम्ही त्यांची व्यवस्था पाहतो आहोत.''

त्या माणसावर छाप पडलेली दिसत नाही. ''ही लेखकमंडळी काय लिहितात ते आम्हांला माहीत नाही. कमांडरचं ठीक आहे. जर काही बिनसलं किंवा त्याला काही झालं तर आमच्यावर शेकायचं, कमांडरवर नाही. आजकाल या भागात पुन्हा हालचाली सुरू झाल्या आहेत. म्हणून अंधार पडण्यापूर्वीच तुम्हांला परत यायला पाहिजे.''

टेहळणी पथकाचा प्रमुख वाटणाऱ्या त्या माणसाच्या तुटक आणि उर्मट वागण्यानं, अरेरावी पद्धतीनं ओमरला अपमान झाल्यासारखं वाटतं. त्या माणसाला खूष करण्यासाठी मेव्हण्यांचा चाललेला जवळजवळ लाळघोटेपणा आणि जियनचं गप्प राहणं यांमुळे तो आणखीनच अस्वस्थ होतो. उष्ण हवेच्या दिवशी एखाद्या झऱ्यावर जायलासुद्धा इथे किंमत चुकवावी लागते...

सोगुकपनर : काही पॉप्लरची, काही विलोची झाडं आणि थोडं पुढे खडकांवरून घोंगावत येणारं स्वच्छ पाणी आणि खिडक्या आणि दारं मानल्या जाणाऱ्या भगदाडांवर जाड प्लॅस्टिकचं आच्छादन असलेली एक झोपडी. त्यासमोर पाण्याजवळ मेणकापडं घातलेली तीन टेबलं आणि त्यांच्याभोवती ठेवलेल्या मोडक्यातोडक्या लाकडी खुर्च्या.

मोटारीच्या इंजिनाचा आवाज ऐकून अनपेक्षितपणे कोणी चांगली गिऱ्हाइकं आली असावीत या आशेनं हातात घाणेरडं फडकं घेऊन एक काळा,

सुरकुतलेला माणूस धावत बाहेर येतो. कुर्दी भाषेत त्यांचं स्वागत करत तो त्या खुर्च्या आणि टेबलं पुसल्याचं नाटक करतो.

''हे आहे *सोगुकपनर*,'' जियन म्हणते. ''आजूबाजूचा भाग खूप सुंदर होता - निदान आम्हांला तरी तसं वाटायचं. वसंत ऋतूत जेव्हा बर्फ वितळतो आणि स्नोड्रॉपची पांढरी फुलं दिसतात, त्यावेळी हे खरंच खूप सुंदर दिसतं.''

जियनमध्ये, आत्ता आपण काढलेलं सुंदर चित्र इतरांना आवडणार नाही अशी काळजी लागलेल्या भित्र्या लहान मुलीचा खिन्नपणा किंवा आपण इतरांच्यावर छाप पाडण्यासाठी घातलेला झालरी-झालरींचा फ्रॉक खरं तर जुना, स्वस्त आणि दयनीय आहे याची अचानकपणे झालेली जाणीव आहे. त्याला माहीत असलेल्या, नैसर्गिक वातावरणातल्या रेस्टॉरंटशी या जागेची तुलना करून ओमर टिंगल करील आणि विचार करील - हीच का ती जागा जिची तू इतकी प्रचंड स्तुती केलीस? जरी तो तोंडानं असं म्हणणार नाही तरी त्याला असं नक्कीच वाटेल; आणि तो खोटं बोलेल, 'खूप सुंदर आहे.' ती नाराज आणि उदास होते. *सोगुकपनर* हे तीन पॉप्लरची आणि एक विलोचं झाड असलेलं सामान्य ठिकाण आहे. सर्वोत्तम आणि सुंदर या कल्पनांचं या भूमीतलं मोजमाप बदललं आहे आणि देशातल्या उच्च लोकांच्या नजरेत ही भूमी बुटबैंगणांची भूमी झाली आहे हे तिला कळतं. नंतर स्वतःच्या वागण्याचं स्पष्टीकरण देत, ती ओमरला हे सांगेल.

ते जिथं बसले आहेत त्या टेबलासमोरून वाहणाऱ्या स्वच्छ पाण्याजवळ ती वाकते. पाण्याच्या काठावरून नदीकिनाऱ्याची शोभा नेहमीच वाढवणाऱ्या, चमकदार पिवळ्या डॅफोडिलचं फूल ती तोडते. ते फूल स्वतःच्या केसांत खोवायचा ती प्रयत्न करत असताना तिच्या केसांची क्लिप उघडते. एखाद्या दाट, काळ्या आयाळीप्रमाणे तिचे केस पाण्याच्या दिशेने झेपावतात. त्या क्षणी ओमरच्या मनात एवढी मोठी अभिलाषा उसळते की तिला हृदयाशी घट्ट धरून आलिंगन देण्यापासून, तिच्या ओठांचा शोध घेण्यापासून तो स्वतःला कसंबसं आवरतो. जियन सरळ होते आणि एखाद्या काळ्या मांजरीच्या किंवा चित्त्याच्या डौलदारपणे टेबलाकडे येते तेव्हा तिच्या नजरेतल्या आर्द्रतेवरून आणि गालांच्या उंच हाडांभोवतीच्या रक्तिम्यावरून तिचीही वासना त्याच्यासारखीच चाळवली असल्याचं त्याच्या लक्षात येतं. तिचे केस हा वासनेचा वाहक आहे असं त्याला वाटतं. जेव्हा तिचे केस बंधनातून मोकळे

होतात तेव्हा त्या जाळ्यात आम्ही सापडतो. त्यांचे डोळे भिडतात. त्यांचे डोळे कामक्रीडा करतात, व्यभिचार करतात.

आत्ता तिथल्या तिथे जिला तो आलिंगन देऊन चुंबू शकत नाही, जिच्या केसांच्या जाळ्यात तो आत्ता गुरफटू शकत नाही, तिला त्याच्या कामनेची, प्रेमाची आणि आदराची खूण म्हणून तो एकाच वाक्याची भेट देतो. जे साखरेत घोळवलेलं नाही, कृतक आदराच्या सॉसमध्ये बुडवलेलं नाही, जे सांत्वनपर नाही आणि त्यानं त्याच्या अंत:करणाच्या तळापासून स्वत:शीच कुजबुजलेलं वाक्य: 'जेव्हा मी तुझ्या डोळ्यांनी ही जागा, ही भूमी पाहू शकेन, आणि तुझ्या हृदयानं या भूमीला जवळ करू शकेन, ज्यावेळी *सोगुकपनर* म्हणजे फक्त काही पॉप्लरची आणि काही विलोची झाडं नाहीत हे माझ्या हृदयाला जाणवेल त्यावेळी, मी जे शोधतो आहे, ते मला मिळेल.'

जे विचार तो व्यक्त करू शकत नाही, त्यांच्याऐवजी तो मोठ्याने म्हणतो, ''या विभागांवर प्रेम करायला मी शिकेन.''

जियन त्याच्याजवळ येते आणि मोडक्या लाकडी खुर्चीवर बसते. तिच्या हातातली पिवळी फुलं ती मेणकापडावरच्या फुलांशी जुळवण्याचा प्रयत्न करते. ''तुम्ही प्रयत्न करत आहात ही बाबसुद्धा महत्त्वाची आहे, ओमर एरेन. खूप जणांनी कितीतरी राजकारण्यांनी, बुद्धिवाद्यांनी, तुमच्यासारख्या लेखकांनी आम्हांला मनात समजून घेतलं आणि भाषणातून आमच्यावर स्तुतिसुमनं उधळली. त्यांच्यावर आम्ही अन्याय करणं बरोबर नाही. पण तरीही त्यांनी त्यांच्या हृदयापासून समजून न घेतल्यामुळे त्यांचं हृदय आणि भाषा आमच्या हृदयापर्यंत न पोहोचल्यामुळे ते नेहमीच परके राहिले. कदाचित आम्हीही त्यांच्यावर एक अन्याय केला असेल. आम्हीसुद्धा आमचं हृदय त्यांच्यापाशी मोकळं करू शकलो नाही. हे अगदी प्रेमासारखंच आहे, नाही का? जो शक्तिमान आहे, जो वर्चस्व गाजवतो, त्याला प्रेम करणं आणि विश्वास टाकणं सोपं असतं. जे सौम्य आणि शरण जाणारे आहेत त्यांना प्रेम करणं आणि विश्वास टाकणं कठीण जातं.''

लोण्यात परतलेले ट्राउट मासे, भरपूर कांदा असलेलं सॅलॅड, *मन्नी*सारखं दिसणार दही आणि लसूण असलेलं क्षुधावर्धक पेय, बल्गुर धान्याबरोबर टेबलावर येतं. हातात नॅपकिन घेऊन धावपळ करणारा माणूस गिऱ्हाइकांना खूष करण्यासाठी कुर्दी भाषेत काहीतरी बोलतो.

''ब्रेड ताजा नाही आहे. आज कोणी येईल असं त्यांना वाटलं नव्हतं

म्हणून त्यांनी ब्रेडचं पीठ भिजवलं नव्हतं. त्याची बायको आतमध्ये ताजे *केट* बनवत आहे.'' जियन भाषांतर करते.

''या पाण्यातला ट्राउट काही वेगळाच असतो.'' सावत्र बहीण बढाई मारते.

''आम्हांला विचाराल, तर आमच्याकडचं काहीच खास नाही आहे,'' जियन चिडवत म्हणते.

ओमर जिथे जिथे गेला आहे आणि त्याला ट्राउट दिला गेला आहे त्या प्रत्येक ठिकाणी त्याला त्या ट्राउटच्या आगळेपणाबद्दल सांगण्यात आलं होतं हे ओमरला आठवतं. जिथे जिथे ट्राउट हा एकमेव मासा मिळतो तिथे तो किती नवलाईचा आहे याबद्दल स्थानिक लोक बढाई मारतात. सांगण्यासारखं खूपच कमी असलं तर जे आहे ते अधिक मौल्यवान होतं, असं आहे का? त्याला हृदयात एक हलकीशी बोच जाणवते. माझ्याजवळचा ट्राउटही खूप मोलाचा आहे असं मानायला मला आवडेल. माझ्याजवळ आहे ते मौल्यवानच आहे असं मानायला मला आवडलं पाहिजे; दु:खाची तीव्र वेदना अनुभवत तो विचार करतो.

''चला, आता राकी प्यायची वेळ झाली,'' मेव्हणे खुशीत येऊन म्हणतात. ते त्या माणसाला मोठ्याने म्हणतात, ''आमच्यासाठी *राकी* आणा. ती सरकारी *राकी* वगैरे नको हं. आपली काही असेल तर आणा.''

पाण्याच्या बाटलीतून आणलेल्या *राकी*चा रंग काहीसा पिवळट असतो.

''ही बेकायदेशीरपणे केलेली *राकी* आहे. माझा सल्ला आहे की, तुम्ही त्यात पाणी घालू नये, ओमर *बे* आधी तशीच घेऊन बघा.''

ओमर काटाचमच्याने ट्राउटचा तुकडा उचलतो. मासा खरोखरच स्वादिष्ट आहे आणि त्यानं आधी खाल्लेल्या ट्राउटपेक्षा याचं मास किती तरी जास्त पांढरं आहे. तो *राकी*चा एक घुटका घेतो. किंचित जळती संवेदना देत ती त्याच्या घशातून खाली सरकते. दारू अधिक कडक, अधिक मद्यार्क असलेली आणि न आवडणाऱ्या चवीची असेल असं आपल्याला वाटलं होतं, हे तो स्वत:शीच कबूल करतो. दुसऱ्या माणसाचा मासा आणि दारू आपल्या गोष्टींच्या तोडीची असणार नाही, असं मानण्याकडे आपला कल असतो. ते आवडल्याचा आव आणला तरी ती स्तुती सभ्यतेतून, शिष्टाचाराच्या पालनातून आली असते.

अत्यंत जवळिकीच्या क्षणीसुद्धा जियन विसरू शकत नसलेला सुप्त राग,

ती ठेवत असलेलं अंतर आणि तिचं उघड उघड बंड यांच्यामागची कारणं त्याला उमगल्यासारखी वाटतात.

मासा, *राकी* आणि झऱ्यातून आणलेलं पाणी सगळंच केवळ स्वर्गीय चवीचं आहे. गरम *केटे*वर शुद्ध लोणी लावलं आहे. पॉप्लर झाडाच्या पानांची कधीच न थांबणारी कुजबुज गीतात बदलते आणि छोटे बी-इटर पक्षी कावळ्यांचा प्रतिकार करतात. जियनचे बेबंद केस खूप उडतात, तिनं डोकं हलवलं की त्यांच्यात लाटा येतात. *सोगुकपनरचं* सौंदर्य समजल्याशिवाय तिथल्या पाण्यात लपलेल्या व्याधिमुक्तीच्या गुणाची चव घेतल्याशिवाय, जियनच्या प्रेमात पडल्याशिवाय हा प्रदेश त्याला समजला किंवा आवडला असं म्हणता येणार नाही. आणि जरी म्हटलं तरी ते शब्द फक्त ओठांच्या मर्यादेतच राहतील. मी इथे या पाण्याच्या तीरावर पॉप्लरचं सळसळतं संगीत ऐकत आणि जियनचे केस थोपटत माझं उरलेलं आयुष्य व्यतीत करू शकतो. जेव्हा बर्फ वितळतो आणि हिरव्या गवतातून स्नोड्रॉपची पांढरी फुलं वर येतात, उन्हाळ्यातल्या उष्णतेत शीतलतेचा शोध घेत शरद ऋतूत जेव्हा पॉप्लरची पानं उदास रंग लेवून इतस्ततः उडतात आणि जेव्हा बर्फ साचतो आणि लांडगे खाली येतात, तेव्हा या झोपडीत मी पेटवलेल्या शेकोटीच्या सान्निध्यात मी राहू शकतो. पन्नाशीच्या मध्यावर पोहोचलेल्या माणसासाठी पुढचं सगळं आयुष्य म्हणजे फार काळ नाही. मी इथे राहीन दुसरा कोणी म्हणून किंवा ज्यानं स्वतःला अलिप्त ठेवलं आहे असा म्हणूनही नाही, एखादा अनोळखी इसम म्हणूनही नाही, तर फक्त मी म्हणून, फक्त ओमर एरेन...

त्या दिवशी, संध्याकाळच्या सुमाराला बऱ्यापैकी झिंगून, बऱ्यापैकी थकून, पण कित्येक दिवसांनी अतिशय हलक्या फुलक्या हृदयाने तो हॉटेलवर परतला, तेव्हा स्वागतकक्षातल्या डेस्कशेजारच्या जुन्या मोरक्कन लेदरच्या आरामखुर्चीत पेंगणाऱ्या तपकिरी मांजरीला त्यानं थोपटलं. ''याचं नाव काय आहे?'' आजूबाजूला भटकणाऱ्या, रूम सर्व्हिस देणाऱ्या मुलाला त्यानं विचारलं. खांदे उडवत आणि हसत तो मुलगा म्हणाला, ''विरिक.''

''विरिकचा अर्थ काय?''

''मला कसं माहीत असेल ते *अबी*? ते फक्त मांजराचं नाव आहे.''

आपल्या लांब दांड्याच्या पोतेऱ्यानं मांजराला हाकलताना मुलाला काहीतरी आठवलं आणि तो म्हणाला, ''लष्करातून माणसं आली होती. कमांडरनं चिठ्ठी पाठवली आहे. तुमचा फोन त्यांना लागत नव्हता. काऊंटरवर

गिऱ्हाइकांच्या नोंदवहीखाली ती ठेवली आहे.'' तो ओमरजवळ आला, त्यानं डोकं किंचित वाकवलं आणि ओमरच्या कानात तो कुजबुजला, ''*अबी*, हल्ली तुमची खूप माणसं – नागरिकही आणि लष्करातलीही – चौकशी करत असतात.''

''ते विचारतात तेव्हा तू काय सांगतोस?''

''मी सांगतो ते त्यांच्या खोलीत बसून पुस्तक लिहीत आहेत.''

''जरी मी खोलीत नसलो तरी?''

''अं... त्यांना कसं कळेल? वर जाऊन त्यांनी पाहिलं, तर मी म्हणेन, माझं लक्ष नसताना ते बाहेर गेले असावेत.''

''पण मग तू असं का सांगतोस?''

मुलानं खांदे उडवले, ''तुम्ही जियन *अब्ला*चे मित्र आहात म्हणून. इथे परदेशी माणसांवर संशय घेतात. तुम्हांला काही व्हावं असं मला वाटत नाही.''

ओमरनं पाकीट उघडलं. लष्कराकडून आलेलं यावेळचं पत्र गप्पा मारण्यासाठीचं निमंत्रण नव्हतं तर दुसऱ्या दिवशी बाराच्या सुमारास कमांडरच्या ऑफिसमध्ये येण्याचं ते अधिकृत समन्स होतं. ओमर एरेनच्या नावलौकिकामुळे आणि त्यांच्यात निर्माण झालेल्या चांगल्या नात्यामुळे कमांडरनं इतर विभागांना ओमरची मुलाखत घेण्याची किंवा त्याला प्रश्न विचारण्याची परवानगी दिली नव्हती. स्वतःच तो प्रश्न सोडवण्याचं कमांडरनं ठरवलं असावं असं दिसत होतं. तो आल्यापासून तीन आठवडेही झाले नव्हते तरी ओमरला वाटलं की, लक्ष वेधलं जावं इतका जास्त काळ तो राहिला आहे. ते पाकीट त्यानं खिशात खुपसलं, आणि तो वर आपल्या खोलीत गेला.

बेडरूम खूप गरम आणि कोंदट होती. त्यानं खिडकी पूर्ण उघडली आणि जाळीदार पडदे मागे केले. त्यानं आपले धुळीने भरलेले बूट जमिनीवर फेकले आणि होता तसाच तो बिछान्यावर आडवा पडला.

तो जागा झाला तेव्हा मध्यरात्र उलटून गेली होती. त्याचं डोकं ठणकत होतं. जिभेवर किटण आलं होतं, घशाला कोरड पडली होती. तो अगदी गळाठला होता. त्याला वाटलं त्या घरगुती *राकी*नं त्याला चांगलाच इंगा दाखवला आहे. पण पाण्याच्या काठावर प्रत्येक गोष्ट कशी छान होती. *राकी*चे घुटके कसे सहजपणे त्याच्या घशातून खाली उतरले होते. खिडकी समोरच्या छोट्या टेबलावरच्या प्लॅस्टिकच्या बाटलीत उरलेलं थोडंसं पाणी त्यानं एका ग्लासात ओतलं आणि नगरात आल्यावर पहिल्या दिवशी जियनच्या दुकानातून

त्यानं खरेदी केलेली पेनकिलर्स तो शोधू लागला. त्यानं त्याच्या पँटचे खिसे, सामानाचे बाजूचे कप्पे, ज्यांत त्यानं काहीच ठेवलं नसल्याची त्याची खात्री होती ते रिकामे ड्रॉवर्स, सगळं धुंडाळलं. त्या पहिल्या रात्रीनंतर त्याला वेदनाशामक औषधं लागली नव्हती. कदाचित जियननं दिलेल्या पाण्याबरोबर गोळ्या घेऊन झाल्यावर त्यानं ती पेटी दुकानातल्या काऊंटरवरच सोडली असावी. त्यानं बेसिनवर चेहरा धुतला. त्याला थंडगार पाणी हवं होतं, पण नळाचं पाणी कोमट होतं. त्यानं खाली जाऊन रात्रपाळीच्या मुलाकडे गार पाणी मागायचं आणि बाजारातल्या किंवा नगरातल्या दोन औषधाच्या दुकानांपैकी जे उघडे असेल तिथून त्याच्या डोकेदुखीसाठी कुठलं तरी ॲनाल्जेसिक आणायला पाठवायचं ठरवलं.

रात्रपाळीचा मुलगा काऊंटरवर डोकं टेकवून मंद सुरात घोरत होता. ओमरला त्याला उठवावंसं वाटलं नाही. स्वयंपाकघरातून काही आवाज आल्याचं ऐकल्यासारखं त्याला वाटलं. पाणी मागण्यासाठी तिथे कोणीतरी मिळेल आणि त्याला केमिस्टकडे पाठवता येईल या आशेनं ओमर स्वयंपाकघराकडे गेला. स्वयंपाकघरातून विरिक मांजर तीरासारखं बाहेर पडलं आणि लॉबीतल्या एका आरामखुर्चीच्या खाली जाऊन लपलं. दरवाजाशेजारचं दिव्याचं बटण ओमरनं दाबलं. अंधूक पिवळ्या प्रकाशात ती खोली स्वयंपाक बनवण्याच्या खोलीपेक्षा कॉफी करण्याची जागा वाटत होती. ज्या कोपऱ्यात फ्रीज होता तिकडे तो वळला तेव्हा कडेच्या रस्त्यावर उघडणारी खिडकी उघडी असल्याचं त्याला दिसलं. हवा येण्यासाठी त्यांनी ती खिडकी उघडी ठेवली असणार. पण तरीही हे वागणं बेजबाबदारपणाचंच आहे! खिडकीसमोरून एक सावली सरकली. तो शहारला आणि मग तसं केल्याबद्दल त्याला स्वत:चाच राग आला; त्याला या भयकारी नगराचा आणि त्यावर पसरलेल्या मळभाचा राग आला.

'बुरखाधारी पुरुष मध्यरात्री माझ्या घरावर छापा मारण्याच्या आणि घरात फिरण्याच्या, मला कुठल्यातरी अनोळखी ठिकाणी नेण्याच्या, रस्त्याच्या नाक्यावर गळ्यात गोळी घुसण्याच्या, माझ्या प्रेमाच्या माणसांना गमावण्याच्या किंवा त्यांच्या विरोधात जाण्याच्या भीतीचा अनुभव न घेता मला जगायचं आहे. फक्त एवढ्याचीच मला, आम्हां सगळ्यांना आस लागली आहे,' जियन म्हणाली होती. 'उन्हाळ्याच्या रात्री, रस्त्यावरील दिव्यांच्या प्रकाशात, माणसं जिथं त्यांच्या दरवाजांसमोर, त्यांच्या दुकानांबाहेर बसून गप्पा मारत आहेत

अशा रस्त्यांवर एखाद्या मुक्त पक्ष्याप्रमाणे, कोणत्याही भीतीच्या दडपणाशिवाय मला फिरायचं आहे,' ती म्हणाली होती. त्याला उमजलं होतं ते.

त्यानं फ्रीजमधून गार पाण्याची बाटली काढली. जरी ते त्याचं काम नव्हतं तरी त्यानं खिडकी बंद केली. ती बंद करताना डोकं बाहेर न काढता उलट तो भिंतीच्यामागे राहिला. यावेळी स्वतःवर रागवण्याऐवजी उलट तो हसला. ह्यालाच मी परिस्थितीशी जुळवून घेणं म्हणतो. या भागातल्या नसलेल्या कोणी माझी ही सावधगिरी पाहिली तर ते माझी चेष्टा करतील. दिवा तसाच चालू ठेवून तो स्वयंपाकघराबाहेर पडला. रिसेप्शनमधला मुलगा अजूनही गाढ झोपलेला होता. हॉटेलच्या काचेच्या दरवाजासमोर तो उघडण्याची वाट बघत मांजर थांबलं होतं. ओमरला पाहिल्यावर मांजरानं त्याच्या पायांना अंग घासून म्याव केलं. 'विरिक, तुला बाहेर जायचं आहे का? ये.' मांजराला त्याच्या नावानं हाक मारताना त्याला बरं वाटलं. विरिक आता फक्त कुठलंही एक मांजर नव्हतं तर त्याच्या ओळखीचं मांजर होतं जे त्याला ओळखत होतं; या विचारानं त्याचा परकेपणा जणू पुसला गेला.

विरिकला बाहेर जाऊ देण्यासाठी तो दरवाजा उघडायच्या प्रयत्नात होता. तितक्यात झोपलेल्या मुलाला जाग आली, आणि अर्धवट झोपेत तो ताडकन उठला. ओमरनं त्याच्याकडे नजर टाकली, तेव्हा अचानक काऊंटरवर आलेली बंदूक त्याला दिसली. त्याच्या पायाशी म्याव म्याव करणाऱ्या विरिकला त्यानं दूर ढकललं.

''असू दे, असू दे. तू झोपला होतास आणि मला तुला उठवायचं नव्हतं. मी गार पाणी घेण्यासाठी खाली आलो होतो आणि या मांजराला बाहेर जायचं आहे.''

''त्याला जाऊ दे, *अबी.* पण थांबा. मी आता आहे ना, मी दरवाजा उघडतो.''

दरवाजा उघडून मांजराला बाहेर काढत असताना एक क्षणभर तो जागच्या जागी खिळला आणि मग त्यानं घाईनं दरवाजा बंद केला. तो कुर्दी भाषेत काहीतरी पुटपुटला. तो काय म्हणत होता ते ओमरला समजलं नाही, तरी त्याच्या स्वरावरून त्यानं शिवी हासडली असावी हे ओमरच्या लक्षात आलं.

''काही झालं आहे का?''

''नाही *अबी.* तुम्ही तुमच्या खोलीत जा. त्यांनी पुन्हा मार्केटला वेढा घातला आहे. ते केमिस्टपर्यंत पोहोचले आहेत.''

ओमर दरवाजाकडे धावला.

"उघडू नका *अबी*. तुम्ही वर जा. ही आमची बाब आहे."

"तुझ्या म्हणण्याचा अर्थ काय रे पोरा? आमची बाब? इथे मी काय माणूस नाही का? हा माझा देश नाही का? इथे जर काही वाईट प्रसंग ओढवत असेल तर ती तुमच्याइतकीच माझी बाब आहे."

जराही न हलता तो तरुण दरवाजासमोर खडा राहिला. शब्दांवर पूर्वेकडच्या पद्धतीचा कठोर आघात करत, प्रत्येक शब्दावर जोर देत त्यानं हट्टीपणानं पुन्हा म्हटलं, "तुमच्या सुरक्षेची जबाबदारी माझ्यावर आहे."

ओमरच्या मनात आलं, बाबा रे, क्षणापूर्वी तू झोपला होतास. मी बाहेर गेलो असतो तर तुला कळलंही नसतं.

"तुमचं बरोबर आहे, *अबी*. हा तुमचाही देश आहे. पण हा भाग कसा आहे ते तुम्हांला माहीत नाही. आम्ही लढतो आणि तुम्ही न्यायाधीश असता. जर न्यायाधीशालाच ठोकलं गेलं तर इथे जास्त रक्तपात आणि जुलूम होतील. फक्त बाजूला उभे रहा आणि या गोष्टी माझ्यावर सोडा."

"मी बाजूला उभा राहू शकत नाही. तुमच्या जियन *अब्ला*चं केमिस्टचं दुकान तिथे आहे. माझी मैत्रीण तिथे आहे..."

"त्यांच्याशी कसं वागायचं ते आमच्या जियन *अब्ला*ला माहीत आहे. आजपर्यंत तिनं टिकाव धरला आहे. तिला मृत्यू, रक्त आणि जुलूम माहीत आहेत. तिला काही होणार नाही. तिला हात लावायची कोणाची हिंमत नाही आणि शिवाय ते लोक काही फक्त तिच्यासाठी येत नाहीत. हा मार्केटवरचा एक सर्वसाधारण छापा आहे. आणि वाटेत ते केमिस्टच्या दुकानाशी थांबले आहेत."

"पण तरीही मला जाऊन बघू दे. मला पाहिल्यावर ते बाजूला होतील."

"इथे कोणीही तुमच्या मार्गातून बाजूला होणार नाही. जर त्यांनी तुम्हांला पकडलं, तर ते असे प्रश्न विचारतील की जणू काही कायदा किंवा घटना – अगदी देवसुद्धा अस्तित्वातच नाही. इथे कोणाकडेच देव नाही. ना पर्वतात ना पठारात. काल ज्यांच्याबरोबर तुम्ही दारू प्यायलीत, गप्पा मारल्यात ते अचानक नाहीसे होतील. तुमच्यामागे तुम्हांला आधार द्यायला कोणी नसेल."

"तू आपले हात बांधून इथे फक्त उभा राहणार आहेस का? मी जर कमांडरना फोन केला..."

"त्याचा काही उपयोग होणार नाही. शिवाय कमांडरना माहीतच आहे.

कधीकधी हे कमांडरच्या हाताबाहेर असतं. इथे खरी सत्ता कोणाची आहे ते कोणालाही कळेल!''

ओमर दरवाजाजवळच्या आरामखुर्चीत कोसळला. त्याची डोकेदुखी आणि कानशिलातला ठणका दूर झाल्याचं त्याला जाणवलं. कुत्र्याच्या केसानं चावा घेतला असं म्हणतात ते हेच असावं. खूप वर्षांपूर्वी जेव्हा त्याला अटक करून पोलीस स्टेशनवर नेलं होतं – ते फ्लायपोस्टिंग करत होते तेव्हा, का कामगारांच्या बहिष्काराला पाठिंबा देण्यासाठी केलेल्या निषेधाच्यावेळी? – तेव्हा त्यांनी म्हटलेलं त्याला आठवतं, 'ईश्वराचा पुत्र जरी आला तरी तो तुम्हांला इथे वाचवू शकणार नाही; म्हणून काय आहे ते सांगून टाका. आम्हांला संघटनेबद्दल सांगा.' या गोष्टी विस्मरणात जातात... वर्षं जातात, आपली आयुष्यं बदलतात. कोणालाच काही वाटेनासं होतं; आपण दुसऱ्या बाजूला जातो आणि आपण विसरतो. आपण जुळवून घेणारे, व्यवस्थेचे प्रतिष्ठित सभासद, कापणाऱ्या मशीनचाच छोटासा भाग झालेले असतो, त्यामुळे आपल्या भवतालातून जुलूम आणि दहशत दूर होते. तो मुलगा म्हणाला तसं, जास्तीत जास्त आपण न्यायाधीश होतो. हक्क, न्याय, एवढंच काय देवसुद्धा इथल्या उलगडा न झालेल्या गुन्ह्यांना फार पूर्वीपासूनच बळी गेले आहेत.

''ठीक आहे. केमिस्टच्या दुकानात फोन कर.''

''ते नाही जमणार *अबी.* तसंही तो फोन त्यांनी स्वत:च्या लाईनला जोडला असेल. इथून फोन नाही होणार.''

माझा मोबाईल फोन! माझ्या हे आधीच का नाही लक्षात आलं? सुदैवानं तो माझ्या मागच्या खिशात आहे. त्यानं जियनच्या नंबर लावला आणि धडधडत्या हृदयानं तो वाट पाहू लागला. 'तुम्ही डायल केलेला क्रमांक याक्षणी उपलब्ध नाही. कृपया नंतर प्रयत्न करा.' त्यानं त्याच्या संदेशांच्या इनबॉक्सकडे पाहिलं. दोन नवीन संदेश. पहिला संदेश एलिफचा होता. तो न वाचताच तो दुसऱ्या संदेशाकडे वळला. तो जियनचा होता. 'काळजी करू नका. ही नित्याची तपासणी आहे. मी नंतर फोन करेन.'

तो आरामखुर्चीत थोडा अधिक खाली गेला. किंवा खरं तर तो आक्रसला. डोळ्यांच्या कोपऱ्यातून त्यानं रात्रपाळीवर असलेल्या तरुणाला डेस्कवरची बंदूक उचलून काऊंटरखाली ठेवताना पाहिलं.

''तू झोपला होतास तेव्हा मी स्वयंपाकघरात गेलो होतो. तिथली खिडकी सताड उघडी होती,'' त्या मुलावर आरोप करण्यासाठी तो म्हणाला.

"शक्यच नाही. मी स्वतःच सगळं बंद केलं होतं," मुलानं उत्तर दिलं. त्यानं काऊंटरखाली ठेवलेली बंदूक बाहेर काढली. स्वयंपाकघराकडे जाता जाता तो ओमरकडे वळला आणि एखाद्या खोडकर मुलासारखं हसून म्हणाला, "तुम्ही माझ्यावर रागावला आहात, म्हणून मला सतावत आहात, हो ना *अबी*? खिडकी खरंच उघडी होती का?"

"हो, मी रागावलो आहे; पण खिडकी खरंच सताड उघडी होती. मी ती बंद केली."

मुलाच्या चेहऱ्यावरून भीतीची छाया सरकताना त्यानं पाहिली आणि त्याला वाईट वाटलं.

"कडी नीट लागली नसेल तर कदाचित मांजरानंही खिडकी उघडली असेल. ते स्वयंपाकघरात तर होतं; आणि मी दार उघडल्यावर ते बाहेर पळालं."

"पण, तरीही मला बघायला तर हवंच. ते कदाचित काहीतरी आत टाकतील किंवा काहीतरी..."

"कसल्या प्रकारचं?"

"चार-पाच वर्षांपूर्वी त्यांनी २-४ मोलोटोव कॉकटेल-बॉम्ब वगैरे टाकले होते. मी तेव्हा इथे नव्हतो; आणि नंतर तसं काही झालं नाही ही देवाची कृपा. पण आता पुन्हा सगळं ढवळून निघत आहे. त्यामुळे सांगता येत नाही. ते दुसरंही काही टाकू शकतात. चोरट्या आयातीचं काही म्हणजे, पांढरी पावडर. नंतर ते छापा टाकतात आणि पैसे उकळतात."

"ते कोण?"

"सगळेच. लोकांचं इथे कसं भागतं असं वाटतं तुम्हांला? इथे काही नियमित काम आहे का? कारखाने तरी कुठे आहेत? लष्कर किंवा सरकार इथल्या स्थानिक व्यापाऱ्यांकडनं काहीही विकत घेत नाही. त्यांच्या मद्याच्या बाटल्यासुद्धा दुरून कुठूनतरी चोरून आयात केल्या जातात. लोक निराधार आहेत, ते त्यांच्या त्यांच्या प्रकारे भागवण्याचा प्रयत्न करतात." आवाज खाली आणून तो कुजबुजतो, "स्मगलिंग, विशेषतः नशिल्या पदार्थांचं स्मगलिंग, इथल्या प्रत्येकाला उपयोगी पडतं. जियन *अब्ला* मात्र या सगळ्या प्रकारापासून दूरच राहते. शोध घेण्यासाठी म्हणून ते मार्केटवर आणि केमिस्टच्या दुकानावर छापे घालतात. त्यांना काही मिळत नाही, मग ते जातात."

ओमर गप्प राहिला; आणि स्वयंपाकघरात काळजीपूर्वक शोध घेणाऱ्या मुलाकडे उघड्या दरवाजातून पाहण्यात त्यानं समाधान मानलं.

''इथे काही दिसत नाही आहे,'' मुलगा म्हणाला. पुढच्या दरवाजाशी उभं राहून त्यानं बाहेर पाहिलं. ''ते या बाजूला येत नाही आहेत. ते मार्केटमध्ये जात आहेत. पण तुम्ही जियन *अब्ला*ला थेट फोन करू नका. जरा सगळं ताळ्यावर येऊ दे. शिवाय तुमच्या फोनमुळे तिला काहीच मदत होणार नाही. इथे सगळं आपोआप सुटतं आणि नाही सुटलं तर त्यासाठी काही करता येत नाही.''

दोन पावलांवर जियन अडचणीत, कदाचित संकटातही आहे. आणि मी काही करू शकत नाही. मदत करू शकत नाही. माझे हात बांधले आहेत. हॉटेलमधला हा हरामखोर पोऱ्या मला सल्ला देतो आहे. मी काय केलं पाहिजे आणि काय नाही ते सांगतो आहे. मी कुचकामाचा आहे. ज्या दोन स्त्रियांवर मी प्रेम करतो त्यांपैकी एकीलाही मी मदत करू शकत नाही.

त्या फाटक्या लेदरच्या आरामखुर्चीत तो बसकण मारतो. हातातल्या फोनशी तो चाळा करू लागतो. इन-बॉक्समध्ये नवीन मेसेजेस होते. मी हा बंद का करू शकत नाही? यातलं सिम कार्ड बाहेर काढून मी यापासून मुक्त का होत नाही? स्वत:च्या मनाच्या दुविधेमुळे वैतागून स्वत:वरच नाराज होऊन आणि थोड्याशा काळजीनंही तो एलिफचा मेसेज वाचतो: 'मला तुझ्यापर्यंत पोहोचता येत नाही आहे. मी मुलाबरोबर आहे. मला फोन कर.' त्यानं मेसेजच्या तारखेकडे पाहिलं. ते *सोगुकपनरला* होते, त्यावेळी हा आला असणार. अचानक त्याला उद्ध्वस्त वाटायला लागलं, सगळं संपल्यासारखं. अशक्त, दुबळा, डगमगणारा आणि बेघर. लोंबकळती अवस्थाही नाही तर पूर्णपणे तुटलेला.

या घळीत स्वत:चा विनाश करून घेत, स्वत:लाच सोडून जात, हळूहळू घरंगळलो. ग्राहकांच्या खुशीवर नजर ठेवून लिहीत, आवृत्त्यांच्या संख्येची मोजदाद करत, प्रशंसा करणाऱ्या वाचकांच्या - बहुतांशी स्त्री वाचक - स्वाक्षरी दिवसांमध्ये लागणाऱ्या रांगेची लांबी मोजत... आणि मग तो अवघड प्रश्न : मी खरंच काय होतो? नष्ट करायला माझ्याकडे काय होतं? एलिफनं तिच्या मेसेजमध्ये लिहिलं आहे की, ती मुलाबरोबर आहे. मुलगा.. माझा मुलगा जो हिंसा, आयुष्याचा क्रूरपणा, मोठ्याचं हे निष्ठुर जग यांच्यापासून पळून गेला; ज्याला क्षुद्र सुखी आयुष्य हवं होतं म्हणून मी टाकून दिलं आणि

ज्याच्यामध्ये धैर्य आणि इच्छाशक्ती यांची कमतरता आहे असं मी मानलं. माझा जखमी मुलगा, ज्यानं पळून जाऊन एका दूरच्या बेटावर आसरा घेतला. त्याला निरर्थक म्हणून धिक्कारत असताना मी असं काय मोठं उदात्त कार्य अंगीकारलं होतं? त्याची अपयशं, त्याची अपात्रता त्याच्या तोंडावर फेकताना मी काही मोठा धैर्यवान होतो का?

ज्याला ना धड सुरुवात, ना शेवट असा, बेअक्कल पटकथेवरचा वाईट पण बघितल्यावाचून राहवत नाही असा, सिनेमा बघत असल्यासारखं त्याला वाटतं. सजावट, काळ, ठिकाण आणि अभिनेते सगळंच विचित्र आणि खोटं. तो उठला आणि निघून गेला तर काय होईल? त्यानं बघायलाच हवं अशी काही बळजबरी नाही, नाही का? पण सिनेमागृहाचे दरवाजे बंद आहेत. ज्यानं लोकांना त्यांच्या खुर्च्या दाखवल्या तो तरुण उशिरा येणाऱ्या असंमज लोकांना काहीही मदत करत नव्हता. त्यानं पुन्हा मोबाईल फोनच्या इन-बॉक्सकडे पाहिलं. त्यानं एलिफचा मेसेज पुन्हा वाचला. त्याला वाटलं या वेळी तो तिला फोन करू शकत नाही. ती आता झोपली असेल. त्याला तिला उठवायला लागेल. त्यानं त्याच्या बायकोचा आवाज ऐकला तर त्याला जरा आराम पडेल, तो शुद्ध होईल असं त्याला वाटतं. तो एक छोटा मेसेज लिहितो : तुझा मेसेज मला खूप उशिरा मिळाला. मी उद्या लवकर फोन करीन, डिअर.

धाय मोकलून रडावं असं त्याला वाटतं. रात्रपाळीवरचा तरुण मुलगा अजूनही दरवाजासमोर उभा होता. पूर्वेकडच्या डोंगरांआडून सूर्य वर आला असणार. त्या दिशेला झळाळी दिसत होती.

''दिवस उजाडतो आहे.''

''अजून नाही,'' ते पोरगं कर्कशपणे म्हणालं. ''हल्ला झाला आहे. तुम्हांला दिसतो आहे तो उजेड डोंगर जळतानाचा आहे.''

जर तो वर आपल्या खोलीत जाऊन झोपू शकला तर बरं होईल. आपले विचार एकत्र करून सुज्ञपणे विचार करण्याच्या मन:स्थितीत तो नव्हता. कमांडरनं मला केव्हा बोलावलं आहे? शक्य असेल तर बारा वाजता, असं तो म्हणाला. दुपारपर्यंत खूप वेळ आहे. शिवाय त्या विनंतीचा स्वर मर्यादशील होता. पहाट होताच घाईघाईने तिकडे जाण्यात काही अर्थ नाही.

''मी वर जाऊन झोपायचा प्रयत्न करतो. मी उठलो नाही तर मला दहा वाजता उठव.''

''दिवसपाळीच्या माणसासाठी मी हा निरोप ठेवेन, *अबी.* तुम्हांला हवं तेच करा. मी इथे आहे. काही झालं तर मी तुम्हांला सांगेन.''

काय होऊ शकतं? या कुर्दी माणसाला मला घाबरवायला आणि काळजीत पाडायला आवडतं. जिन्यावरच्या, प्रादेशिक हॉटेलमधली ऐषारामाची बाब मानली जाणाऱ्या काळपट लाल कार्पेटवरचे डाग मोजण्यात स्वत:ला रिझवत तो जिन्याच्या पायऱ्या हळूहळू चढला. मोजून बत्तीस मोठे डाग. गळून गेलेले आणि तणावाखाली असताना माणसं कशावर लक्ष केंद्रित करतात! कॉरिडॉर काळोखा आणि कोंदट होता. त्याची डोकेदुखी पुन्हा बळावत होती. दरवाजाचं हँडल फिरवताना त्याला आठवलं की, बाहेर जाताना त्यानं दरवाजाला कुलूप घातलं नव्हतं. उघडत असताना तो क्षणभर थांबला, मग स्वत:च्या घाबरण्याची शरम वाटून त्याला स्वत:चा रागही आला. तुझा स्वत:वर ताबा उरला नाही आहे, ओमर एरेन! तू असा वागतो आहेस की जणू तू कायम अगदी सुरक्षितच होतास, जणू तू कधी जीव धोक्यात घातलाच नव्हतास. एका पहाटे घराचा दरवाजा लाथा मारून तोडून आत घुसलेले स्टेनगनधारी सैनिक, तुझे डोळे बांधून नेल्यावर कोठडीतल्या छळाला तोंड देण्याची तुझी पाळी येण्याची वाट बघताना कानावर पडलेल्या किंकाळ्या, शरण जाणं टाळण्यासाठी ऐन तारुण्यात तू लपून छपून काढलेले दिवस तू पूर्णपणे विसरला आहेस असं दिसत आहे. नाही, मी विसरलो नाही. माझ्या भूतकाळापासून मी इतका तुटलो नाही आहे. पण इथलं वेगळंच आहे. इथे परदेशीपणा जाणवतो. त्या दिवसांत धमक्या आणि धोका कुठून येऊ शकतो, मी कशाच्या विरोधात आहे, मी कोणाशी लढतो आहे हे मला माहीत होतं. इथे मला ते माहीत नाही, मला ते समजू शकत नाही. माणसाला अज्ञाताची भीती वाटते.

त्यानं दिवा चालूच ठेवला होता आणि खोलीत उजेड होता. खोलीत भरलेल्या पहाटेच्या गारव्यामुळे खिडकी उघडी असल्याचं त्याच्या लक्षात आलं आणि तो शहारला. खिडकी बंद करायला जात असताना त्याची नजर त्यानं छोट्या टेबलावर ठेवलेल्या, कमांड हेडक्वार्टरकडून आलेल्या लिफाफ्यावर पडली. चौकटीच्या वहीतून फाडलेला, दुसरा एक कागद त्या लिफाफ्यावर होता. तो कागदाचा चिठोरा त्याचा नव्हता आणि आधी तो तिथे नव्हता याबद्दल त्याची खात्री होती. चौकटीच्या वह्यांचा तर त्याला नेहमीच तिरस्कार वाटायचा. तसले कागद त्यानं कधीच वापरले नाहीत. त्याचं कारण कदाचित

त्या कागदांमुळे त्याला गणिताच्या तासांची, लहानपणची भयप्रद स्वप्नं आठवत असतील. त्यानं तो कागद उजेडात धरला आणि त्यावरच्या दोन ओळी वाचल्या: आमच्या मामल्यात लुडबुड करू नका. केमिस्टपासून दूर रहा. घरी परत जा.

माझा देश, माझं घर कुठे आहे? हा कोणाचा मामला आहे? तुम्ही कोण आहात? मी कोण आहे? केमिस्ट कोण आहे? हा कागद इथे कधी ठेवला? हा इथे कोणी ठेवला?

काही तासांनंतर कमांडरकडूनही अशाच प्रकारचा उपदेश मिळेल असं त्याला वाटलं. जियन म्हणाली होती, 'जी माणसं बाजू घेत नाहीत त्यांना बाजूला केलं जातं. शस्त्र हातात घेतलेल्या लोकांच्या बाजूला न जाण्याचा मी प्रयत्न करत आहे आणि त्याचबरोबर बाजूलाही न ठेवलं जाण्याचा. मी फक्त मानवतेची आणि जीवनाची बाजू घेण्याचा प्रयत्न करत आहे. जर माझ्या जमातीची ताकद नसती आणि मीही स्त्री नसते, तर मला यश मिळालं नसतं.'

मी केमिस्टपासून दूर राहावं अशी कोणाची इच्छा आहे? माझ्यामुळे ते का अस्वस्थ होत आहेत? शेवटी काही झालं तरी मी या भागात माझ्या पुस्तकासाठी फक्त विषय शोधतो आहे. संघटना किंवा सरकार दोघांनाही माझ्याशी देणंघेणं नसणार. म्हणजे उरली ती जमात - आणि कदाचित एखाद्या पोराच्या खोडीची शक्यता. कदाचित त्या खालच्या बदमाश पोरानंसुद्धा मला घाबरवण्यासाठी आणि चिडवण्यासाठी हे केलं असेल.

या भूमीच्या एकाही प्रश्नाला एकच स्पष्ट, निर्विवाद उत्तर नाही हे एव्हाना त्याला कळू लागलं होतं. पर्वतांची सावली, आगीच्या ज्वाला, रक्ताचा रंग आणि हिंसेची ताकद यांनी सगळी सत्यं पुसून टाकली होती, सगळी उत्तरं शंकास्पद आणि अवघड करून टाकली होती. इथली प्रत्येक गोष्ट होती त्यापेक्षा वेगळी दिसत होती, आणि दिसत होती त्यापेक्षाही वेगळी होती. अगदी जियनचा चेहरा, तिचं अस्तित्वसुद्धा. पण उलट कदाचित प्रत्येक गोष्ट खुली होती, दिवसाइतकी स्वच्छ, साधी होती आणि तिथे कोणतंही रहस्य नव्हतं, गुप्त बाजू नव्हती आणि आम्ही - मी - माझ्या अति कार्यरत कल्पनाशक्तीने मढवून हे कथानक एखाद्या तिऱ्हाईत निरीक्षकाप्रमाणे लिहीत होतो.

तो अंथरुणावर आडवा झाला. त्याच्या अंतरंगातल्या एकांतानं, शांतीनं तो चकित झाला. त्याची भीती निघून गेली होती. मी चिंताक्रांत नाही. किती

वेगळं - आणि किती छान! त्याच्यावर लादल्या गेलेल्या गोष्टींवर मात केल्याची भावना होती ती. ती भावना अगतिकतेतून आली होती का? कदाचित मी हळूहळू या भागाशी जमवून घेत आहे. त्याच्या पापण्या, डोकं आणि हृदय जड झालं. त्याला झोप लागली. जर स्वागतकक्षातून फोन येऊन त्याला दहा वाजता उठवलं गेलं नसतं तर कदाचित तो संध्याकाळपर्यंत झोपला असता.

तो आरामात दाढी करून तयार होत होता तेव्हा त्याच्या मनात कमांडर काय म्हणणार आहे याचा विचार नव्हता तर जियनचा होता : तिचे रस्त्यात शालीन आणि बिछान्यात बेबंद असणारे केस, तिचा बदलणारा चेहरा-ज्यातला खरा तो अजून पकडू शकला नाही - तिचा राग, बंड, अभिमान आणि लीन होणं, तिचं गूढ, तिचं रहस्य. मीलनाच्या क्षणीसुद्धा जिच्यावर हक्क सांगता येत नाही, सुखानं कण्हत असतानासुद्धा जी शरण येत नाही, जी नेहमी दुसऱ्याच जगातली, दुसऱ्याच प्रेमिकाची असते.

बाजारात आल्यावर तो हेतुपूर्वक हयात केमिस्टसमोरच्या फुटपाथवरून चालला. दुकानाच्या बरोबर समोर आल्यावर आत जाण्याची इच्छा त्यानं दाबून टाकली आणि रस्त्यापलीकडून सहज नजर टाकली. जियन तिथे नव्हती. तिची तरुण स्त्री सहाय्यक शेल्फ लावत होती. जणू काही अज्ञात शत्रूला आव्हान देत असल्याप्रमाणे तो बाजाराच्या मधल्या रस्त्यावरून हळूहळू चालत होता. खाटकाच्या दुकानासमोर बसलेल्या दोन भटक्या कुत्र्यांनी न उठता शेपट्या किंचित हलवल्या. दुकानासमोर ठेवलेल्या बांबूच्या स्टूलवर बसून आपला कडक चहा पिणाऱ्या न्हाव्यानं त्याला मित्रत्वानं अभिवादन केलं. इंटरनेट कॅफेसमोरून जाताना त्याची चाल मंद झाली. दरवाजासमोर गप्पा मारत बसलेल्या तरुणांपैकी एकानं त्याला पाहिल्यावर इतरांना सोडून तो ओमरकडे आला. पूर्वेकडच्या पद्धतीच्या कठोर आघातांच्या स्वरात त्यानं ओमरकडे आदरपूर्वक एका पुस्तकाची मागणी केली. नगरात पुस्तकांचं दुकान नव्हतं आणि लेखकानं काही पुस्तक पाठवली तर त्यांना आनंद झाला असता. मग तो म्हणाला, 'आमच्याबद्दल लिहा *अबी.* आमचा आवाज तुमच्या भागात पोहोचत नाही. आमची भाषा पुरेशी नाही. तुम्ही लेखक असल्यामुळे आमचा आवाज व्हा.' ओमरनं काही पुस्तकं पाठवायचं कबूल केलं. पण त्यांचा आवाज होण्याचं वचन तो देऊ शकला नाही.

फोटोग्राफरच्या दुकानासमोरून तो जात असताना बाहेर पडलेल्या स्थानिक

पोशाखातल्या दोन मुली खिदळत पळून गेल्या. सिरिअलपासून कांदेबटाटच्यांपर्यंत म्हणाल तो खाद्यपदार्थ विकणाऱ्या मधविक्रेत्याच्या दुकानातल्या फळीवरच्या मधाच्या बाटल्या त्याच्या नजरेनं टिपल्या. त्याला मध खाण्याची तीव्र इच्छा झाली, त्याला मध अगदी हवाहवासा वाटला. जाताना थोडा तरी मध विकत घ्यायलाच हवा. जेव्हा केव्हा तो बाजारात जायचा तेव्हा बाजाराच्या रस्त्याच्या अगदी शेवटपर्यंत त्याच्या मागे येणाऱ्या फिकट तपकिरी आणि पांढरा अशा दुरंगी कुत्र्याबरोबर तो चालत राहिला. त्या मातीच्या रस्त्यावरून धूळ उडवत एक लष्करी जीप गेली. कुत्र्यानं त्याच्यामागे जाणं थांबवलं आणि जणू काही त्याला टोचलं गेल्याप्रमाणे शेपूट पायांत घालून तो मागे फिरला. तो धुळकट, रिकामा रस्ता लष्करी विभागाच्या बाजूला थोडासा वर चढत गेला होता. रस्त्याच्या बाजूला धूळ असूनसुद्धा काही पिवळ्या डेझी फुलल्या होत्या. त्यानं एक फूल तोडलं. पहिल्या तपासणी नाक्यावरून जाताना त्याला फक्त नाव सांगायला लागलं. आत्तापर्यंत ते त्याला ओळखायला लागले होते म्हणून त्यांनी त्याच्याकडे ओळखपत्र मागितलं नाही, तरीही त्यानं ओळखपत्र आणि कमांडरचं निमंत्रण मुख्य दरवाजावरच्या रक्षकांच्या पुढे धरलं. नंतर 'हो सर', 'नाही, सर' असलेलं छोटंसं संभाषण फोनवर झालं. आणि 'कमांडर तुमच्या प्रतीक्षेत आहेत.' असं सांगितलं गेलं. तो प्रथम या दरवाजातून गेला तो दिवस त्याला आठवला. पूर्वी अधिक मृदू, अधिक मैत्रीचं वातावरण होतं असं त्याला वाटलं. काहीतरीच. मी उगाच कल्पना करतो आहे. औपचारिकता नेहमी एकसारखीच असते!

कमांडर एकटेच होते. ते नेहमीप्रमाणेच सुस्थिर आणि आदरयुक्त वागत होते. ते त्यांच्या खुर्चीतून उभे राहिले. डेस्कमागून त्यांनी त्यांचा हात पुढे धरला आणि त्याला बसण्याची विनंती केली. ओमरला आठवलं की पहिल्या दिवशी ते भेटले तेव्हा कमांडर त्यांच्या डेस्कमागून उठून पुढे आले, त्यांनी त्याला खुर्ची दाखवली आणि मग ते स्वत:च्या खुर्चीत जाऊन बसले. ते एखाद्या उच्चाधिकाऱ्यासारखे न वागता महत्त्वाच्या पाहुण्याशी यजमानानं वागावं तसे वागले होते.

त्याला वाटलं होतं तशी अवघडलेली शांतता तिथे नव्हती आणि त्याच्या प्रकृतीविषयी औपचारिक विचारपूसही फार लांबली नाही. साखरेशिवाय कॉफीची ऑर्डर लगेच दिली गेली. कमांडरनं म्हटलं तसं, सांगायला हवं ते 'स्पष्ट सैनिकी भाषेत' नम्र, अर्थहीन वाक्यांमागे न लपता, न टाळता सांगितलं

गेलं. ओमर आल्याला काही काळ झाला होता. तो भाग तपासून पाह्यला, तिथले लोक आणि प्रश्न तिथल्या स्वाभाविक परिस्थितीत बघायला त्याला पुरेसा वेळ आणि संधी देण्यात आली होती. कमांडर म्हणाले, ''हिंडण्या-फिरण्याचं इतकं मोठं स्वातंत्र्य दुसऱ्या कुठल्याही नागरी व्यक्तीला देण्यात आलं नाही याची खात्री बाळगा. तुम्ही आमच्या अतिशय प्रमुख लेखकांपैकी एक आहात आणि तुमच्या देशभक्तीबद्दल मला जराही संशय नाही. परिस्थिती तुम्ही तुमच्या स्वत:च्या डोळ्यांनी पाहावी, मनामध्ये निष्कर्ष काढावा अशी आमची इच्छा होती.' अर्थातच देशाच्या प्रतिष्ठित बुद्धिमंतांना अशी संधी देणं हे त्यांचं कर्तव्यच होतं, आणि परिस्थिती स्वत: पाहण्यासाठी इतक्या दूरवर प्रवास करण्याचे कष्ट त्याने घेतल्याबद्दल लष्कर आणि सरकार अतिशय कृतज्ञ आहे. तरीही माध्यमांत दाखवलं जात आहे त्याप्रमाणे या भागातले तणाव वाढत आहेत. 'युद्ध विराम' ही नेहमीप्रमाणेच रणनीतीची चाल होती. फुटीरतावादी दहशतवादी संघटना हल्ला करण्याच्या बेतात असल्याची खात्रीलायक माहिती मिळाली आहे आणि अशा वेळी - हे बोलताना आवाज खाली आणण्याची कमांडरना गरज वाटली- चांगलं आणि वाईट एकमेकांपासून वेगळं करणं अशक्य असतं आणि कुठून आणि कशी चिथावणी मिळेल ते सांगता येत नाही. लेखकाच्या सुरक्षिततेच्या दृष्टीनं त्यानं या भागातून लवकरात लवकर निघून जाणं सगळ्यांसाठीच चांगलं ठरेल.

एक क्षणभर ओमरला वाटलं की, त्याच्या खोलीत ठेवल्या गेलेल्या चिठ्ठीचा उल्लेख करावा आणि म्हणावं, 'मी जावं असं तुमच्याखेरीज इतरांनाही वाटतं.' मग त्याला कमांडरचे शब्द आठवले, चांगलं आणि वाईट एकमेकांपासून वेगळं करणं अशक्य आहे.' आणि मग तो गप्प बसला.

''ही आज्ञा आहे का कमांडर?''

''आपण त्याला विनंती म्हणू या, आणि तुम्हांला हवं तर मित्रत्वाचा इशारा.''

''समजलं मला.''

''आता, तुमची सहनशीलता आणि विश्वासार्हता यांवर विसंबून अतिशय प्रामाणिकपणे एक मित्र म्हणून मी काही सांगणार आहे. मी तुम्हांला सांगता कामा नये, तुम्हांला माझ्याकडून ऐकायला मिळता कामा नये, असं काही.''

ओमरला म्हणावंसं वाटलं, 'हवं तर नका सांगू मला.' असं वाटण्याचं

कारण जे काही ऐकायला मिळेल त्याची त्याला भीती वाटत होती, का त्याची सत्यता त्याला शंकास्पद वाटत होती, ते त्याला कळत नव्हतं.

तो फक्त म्हणाला, ''प्लीज, सर सांगा.''

''तुम्ही गैरसमज करून घेऊ नये किंवा तुमच्या खाजगी गोष्टीत आम्ही ढवळाढवळ करतो आहोत असं समजू नये, अशी माझी इच्छा आहे. शिवाय आम्ही चूकही असू शकतो. पण तरीही, त्या केमिस्ट लेडीबद्दल मला तुम्हांला इशारा द्यायचा होता. काही मर्यादेपर्यंत आम्हांला ज्याची गरज नाही अशा विषयावरली माहितीसुद्धा कधीकधी आमच्या कानावर पडते. आम्हांला जे कळतं आणि समजतं त्याचं आमच्यावर दडपण येतं.'' ते बोलायचे थांबले. जणू काही ते पुढे सांगत राहण्याच्या परवानगीची वाट पाहत होते.

एक क्षण ओमरला वाटलं अशी संमती न देता त्यांचे आभार मानून उठावं. पण त्याची जिज्ञासा आणि भावना उफाळून आल्या. ''जे काही तुम्ही जाणता, त्याचं तुमच्यावर ओझं होऊ नये असं मला वाटतं.''

''जियन *हनीम* ही एक अतिशय वेगळी स्त्री आहे. ती प्रत्येकासाठी, अगदी आमच्या गुप्तचर विभागासाठीसुद्धा गूढ आहे. या भूमीच्या आत खोलवर तिची रहस्यं दडवलेली आहेत. मी तुम्हांला सांगतो, अगदी शपथेवर सांगतो, की ती कोणासाठी काम करते आणि तिचे आतले आणि बाहेरचे धागेदोरे कोणाशी जोडले आहेत हे सिद्ध करण्यासाठी आमच्याकडे कोणताही पुरावा नाही. जणू काही कोणती तरी अदृश्य शक्ती तिचं रक्षण करत आहे. जमातीतले नातेसंबंध, विशेषत: या भागातलं युद्ध पेटल्यापासून इतके गुंतागुंतीचे, इतके गोंधळाचे झाले आहेत, की आम्हांला ते उलगडता येत नाहीत. आम्हांला सहकार्य देणाऱ्या लष्करी जमातीसुद्धा आम्हांला पूर्णपणे समजतात असं मी म्हणू शकत नाही. जमातीनं त्या केमिस्ट लेडीला दिलेलं संरक्षण नक्कीच महत्त्वाचं आहे. पण त्यामुळे प्रत्येक गोष्टीचा उलगडा होत नाही. शिवाय जमातीही हळूहळू विखुरत आहेत. ते आता राजकारणात लुडबुड करत आहेत आणि त्यामुळे काही मर्यादेपर्यंत ते त्यांची पूर्वीची ताकद आणि ऐक्य गमावत आहेत. तुम्ही जाणताच की ते नेहमी 'खोलवरच्या व्यवस्थे'बद्दल बोलतात. पण त्या खोलातल्या व्यवस्थेपेक्षाही अधिक खोल पद्धती या भागात आहेत; आणि ती सूत्रं कोण हलवतं ते माहीत नाही.''

ते पुन्हा बोलायचे थांबले. ओमरची नजर चुकविण्यासाठी खाली बघू लागले. काय बोलायचं यावर ते विचार करत होते हे उघड होतं. मग त्यांनी

निर्णय झाल्याप्रमाणे मान वर केली आणि समोरच्या माणसाच्या नजरेला नजर भिडवून म्हणाले, ''कोणालाच त्या स्त्रीचा जन्म आणि बालपण आठवत नाही. ती सोळा-सतरा वर्षांची असताना जणू अचानक उपस्थित झाली. मग त्यानंतर तिनं परदेशात शिक्षण घेतलं. तिच्या वडलांच्या सगळ्याच बायकांना ती 'आई' म्हणते. तिच्या जन्माच्या दाखल्यावरून जी तिची खरी आई असावीसं वाटतं, ती मृत आहे आणि तिची कोणतीही माहिती आम्हांला नाही.''

''ती दत्तक असू शकत नाही का? किंवा ती वधूंची अदलाबदल जिला ते *बर्डेल* म्हणतात, त्यातून कुटुंबात आली असू शकते का? म्हणतात, की या भागात अशीही माणसं आहेत की ज्यांना आपल्याला किती मुलं आहेत ते किंवा त्यांची नावं आठवत नाहीत.''

ते बोलल्या बोलल्या त्याला वाईट वाटलं, स्वतःची लाज वाटली. माझा सगळा सफेद तुर्कीपणा दाखवत मी 'ह्या भागात' असं म्हटलं. या अनोळखी भूमीत माणसाला ज्ञात असलेला प्रत्येक रोग होतो असं आम्हांला वाटतं! मी कमांडरची भाषा वापरली. मी जियनला दगा दिला. मी या गोष्टीत गुरफटलो गेलो आणि त्यात भर घातली. उलट मी या माणसाला ताबडतोब गप्प करायला हवं होतं.

''तसं असतं तर ते कळलं असतं. अशी नाती इकडे लपवता येत नाहीत. तुमच्यासाठी हा अगदी योग्य विषय आहे ओमर *बे*. अशा गोष्टी कादंबरीत घडतात, हो ना? वाचताना त्या कधीही शक्य कोटीतल्या वाटत नाहीत.''

''तुमच्या सूचनेबद्दल आभार. पण तरीही कशामुळे तरी मला विश्वास ठेवणं कठीण जात आहे. तुम्ही सांगता आहात ते सगळं खरं आहे असं मानू. पण ती कोणाची मुलगी आहे याच्याशी सरकारला काय करायचं आहे? म्हणजे मला म्हणायचं आहे की, यात राजकीय दृष्ट्या काय निषेधार्ह आहे? किंवा माझ्याशी तरी याचा काय संबंध?''

''निषेध म्हणण्याऐवजी आपण धोका म्हणू या. या स्त्रीच्या नवऱ्याचा खून त्यातलं काही सत्य कळल्यामुळे झाला असावा, असा माझा अंदाज आहे आणि त्याच्या मृत्यूची कारवाई या स्त्रीनं थांबवली नाही. तिला तसं करता आलं नाही. निदान ती गप्प तरी राहिली.''

कमांडरनं काय सांगितलं यापेक्षा जियनचा उल्लेख त्यानं 'लेडी' असा करावा याचाच ओमरला जास्त राग येत होता. पुरुषी संस्कृतीची ती 'लेडी'

हा शब्द उपहासानं, एखाद्या अपमानासारखी वापरणारी खोट्या आदराची भाषा होती.

''आता मी खरंच गोंधळलो आहे. ही सगळी माहिती जियन *हनीम*च्या दंतकथेत कुठे बसते?''

''मी अधिक उघडपणे बोलायला हवं आहे असं दिसत आहे. मी असं म्हणत नाही आहे की, केमिस्टनं तिच्या नवऱ्याच्या खून करवला. तसंच झालं यावर काहीजणांचा विश्वास आहे; पण खुणा आणि पुरावे असल्याशिवाय दोषारोप करता येत नाही. मी म्हणतो आहे की, स्वत:च्या नवऱ्याचा मृत्यू ती थांबवू शकली नाही आणि आणखी महत्त्वाचं म्हणजे खुनी कोण ते तिला माहीत असूनही तिनं त्यांचा धिक्कार केला नाही. तिनं धिक्कार केला नाही, कारण...''

''खून झालेल्या तिच्या नवऱ्यावर तिचं अजूनही प्रेम आहे हे मी सांगू शकतो. अजूनही ती त्याच्याशी जोडलेली आहे.''

''ते खरं आहे. मी ऐकल्याप्रमाणे कुर्दी लोकांबद्दल सहानुभूती बाळगणाऱ्यांपैकी तो महत्त्वाचा माणूस होता. त्यानं पुस्तक लिहिली वगैरे. फ्रान्समध्ये त्यानं डॉक्टरेट केली. तो खूप वर्षं युरोपमध्ये, मला वाटतं स्वीडनमध्ये राहिला. केमिस्टच्या विकासामध्ये त्याचा खूप मोठा वाटा होता. त्या दोघांमध्ये वीस वर्षांपेक्षा जास्त अंतर होतं. हे खरं आहे की नवऱ्याबद्दल तिला खूप आत्मीयता आहे. पण त्यामुळे प्रत्येक गोष्टीचं स्पष्टीकरण मिळत नाही. मी त्या विषयात फार खोल गेलो नाही. मी वाचलेल्या अहवालांप्रमाणे तिचा नवरा कुर्दी राष्ट्रवादी होता. तरीही तो हिंसेच्या विरोधात होता. मी सैनिक आहे, ओमर *बे*. मी युद्धात आणि सुरक्षिततेच्या बाबींत सामील असतो. माझे राजकीय निष्कर्ष मी स्वत:जवळच ठेवतो. तरीही मी तुम्हांला इतकं नक्की सांगू शकतो की, असा माणूस या प्रदेशात प्रत्येक गटाच्या ससाण्याचं लक्ष्य असतो.''

ओमरला आणखी काही ऐकायचं नव्हतं, कमांडरलाही त्याला आणखी काही सांगायचं नव्हतं. संभाषण संपलं होतं आणि दोघांनाही ते समजलं.

''आशा आहे की, तुम्ही रागावला नसाल आणि दुखावलाही नसाल. मी तुम्हांला जे काही सांगितलं ते तुम्हांला सावध करायला, तुमचं रक्षण करायला,'' मैत्रीच्या स्वरात कमांडर म्हणाले ''आणि कदाचित एक प्रकारे तुमचं बरोबर असेल. तुम्ही जाणताच की गुप्तचरांच्या काही बातम्या आमच्या

कानावर येतात. कधीकधी त्यांना आमचीही दिशाभूल करायची असते. मला असं म्हणायचं आहे की, चुकीची माहिती इतक्या दूरवर येते. सत्य कोणाला माहीत आहे किंवा नेमकं बोलायचं तर आमच्यापर्यंत सत्य म्हणून काय पोहोचवायचं हे कोण ठरवतं आणि करतं याबद्दल माझ्याही मनात कधीकधी शंका येतात. मी सैनिक आहे. कोणाचं बरोबर आहे आणि काय योग्य आहे याचा मला दरवेळी अंदाज बांधता येत नाही. या तऱ्हेच्या मीमांसेला सैनिकीपण आणि युद्ध परवानगी देत नाही, ओमर *बे*. हे संभाषण एक कमांडर आणि एक लेखक यांच्यात झालं नसून फक्त दोन मित्रांच्यात झालं; हे तुम्हांला समजेल असा मला विश्वास आहे.''

''मला समजलं. धन्यवाद. काळजी करू नका. आपली ही चर्चा अर्थातच फक्त आपल्या दोघांपुरतीच राहील. मला विचाराल तर हे सगळं अतिशय गुंतागुंतीचं आहे. आम्हां प्रसिद्ध कादंबरीकारांना इतक्या गुंतागुंतीच्या कहाण्या आवडत नाहीत. हा सगळा माल रहस्यकथा लेखक किंवा सामान्य दर्जाच्या लेखकांसाठी असतो, ज्यांना कोडी आणि कटकारस्थानं यांना वापरून त्यांचं लिखाण सजवायचं असतं. कदाचित सत्य, म्हणजे मी जियन *हनीम*च्या सत्याबद्दल बोलतो आहे, हे सगळे अंदाज आणि कटकारस्थानांच्या सिद्धांतापेक्षा अगदीच जुजबी आणि सामान्य असेल. पण पुन्हा एकदा आभार, मला माहिती दिल्याबद्दलही आणि माझ्यावर विश्वास टाकल्याबद्दलही. तुम्ही मला जे काही सांगितलं आहे ते पुढे कुठेही पसरणार नाही. काळजी करू नका. तुमचं बरोबर आहे, सत्य ठरावीक लोकांच्याच हातात असलं तरीसुद्धा आपणा सगळ्यांनाच खेळवलं जात आहे.''

आसपासच्याच वयाच्या त्या दोन पुरुषांनी एकमेकांशी मित्रत्वानं हस्तांदोलन केलं. कुठल्याही समारंभाशिवायचं हे साधं स्नेहपूर्ण निरोप घेणं त्यांच्यापैकी कोणीही विसरू शकणार नव्हतं. एका व्यक्तीकडून दुसऱ्या व्यक्तीकडे, पुरुषाकडून दुसऱ्या पुरुषाकडे पोहोचणारा भावनेचा प्रवाह त्या दोघांच्यात वाहला.

छावणीच्या चौक्या, टेहळणीचे मनोरे असलेल्या काटेरी तारेच्या कुंपणातून ओमर बाहेर पडला, तेव्हा चढाच्या माथ्यावर तो एक मिनिट थांबला आणि त्यानं खालच्या दरीतल्या धुळकट करड्या वैराण नगराकडे पाहिलं. बहुतांशी सपाट छपरांची मोडकळीला आलेली घरं, सौंदर्याच्या कल्पनांची जराही तमा न बाळगता उभ्या केलेल्या जवळजवळ सारख्या दिसणाऱ्या सरकारी इमारती,

शाळा, उन्हात चमकणारे शिशाचे घुमट, थोडे मिनार आणि बाजाराचा रस्ता जो या ठिकाणाहून अगदी गलिच्छ, दुर्लक्षित आणि कंगाल दिसत होता आणि पॉप्लरची झाडं... फांद्यांवर कावळे बसलेल्या पॉप्लरच्या झाडांच्या रांगा. मग त्यानं पर्वतांकडे नजर वळवली. नगराच्या भयाण दारिद्र्याचा उपहास करण्यासाठी सर्व बाजूंनी वर आलेले पर्वत, ज्यांची शिखरं उन्हाळ्यातल्या बर्फामुळं बरीचशी पांढरी झाली आहेत, ज्यांचे उतार ताजेतवाने, पोपटी रंगाचे झालेले आहेत आणि कड्यांवरून उधाणणारे ओढे वाहत आहेत असे पर्वत. त्याला महमूदचे शब्द आठवतात. 'आम्ही पर्वतांकडे पाहतो, *अबी* आणि आम्ही त्यांना ऐकतो. असं पिढ्यान्‌पिढ्या चालू आहे. नगर म्हणजे कैद, पर्वत म्हणजे स्वातंत्र्य... किंवा असं आम्हांला वाटतं.'

महमूदचा विचार येताच तो बेचैन होतो. ते काय करतील? त्यांचं काय होईल? त्यानं केलेल्या मदतीचा काही उपयोग झाला आहे का? महमूद आणि झिलल यांना जवळ केल्यामुळे प्रश्न कितीसा सुटला आहे? माणसं एकामागून एक कशी वाचवता येतील? ते पाण्याच्या प्रपातात डोकं कसं वर ठेवू शकतील? माझ्या तारुण्यात माझा वैयक्तिक मुक्तीवर विश्वास होता. दलदल कोरडी केल्यावाचून एकामागून एक डास मारल्याने मलेरिया संपणार नाही. मी वाचवण्याबद्दल बोललो का? मग मला कोण वाचवेल? आम्हांला कोण वाचवेल?

खूप अनुत्तरित प्रश्न डोक्यावर घेऊन आणि पायाशी पडलेले ठेवून वेगानं पावलं टाकत त्यानं उतार पार केला. जियनचा विचार करताना त्याच्या छातीत अडकल्यासारखं झालं, तिच्याशी पुनर्मीलनासाठी उतावीळ होऊन आणि एलिफचा विचार न करण्याचा प्रयत्न करत तो नगराकडे परतला.

**

८

उंदराला मारण्याची सूक्ष्म वेदना

तिच्या छातीच्या मध्यभागी कुरतडणारा अस्पष्ट घाव. प्रयोगशाळेतल्या प्राण्याच्या मरतानाच्या वेळच्या बारीक, घुसमटलेल्या 'इक' उद्गाराचा तिच्या हृदयातला प्रतिध्वनी. सवय होते त्याची. काही काळानंतर तुमचा बळी तुम्हांला रबरी खेळण्याप्रमाणे वाटू लागतो. छोटासा उंदीर, गिनी पिग, किंवा कधीकधी एखादं मांजर तुमच्यावर सोपवलेलं, तुमची आज्ञा आणि तुमचा मूड यांवर लटकणारं एक आयुष्य. तुम्ही परमेश्वर असता. तुमच्या हातातल्या चिमुकल्या प्राण्याला मृत्यू कुठून आणि कोणाकडून येतो तेही समजत नाही. जीवन मृत्यूकडे, अस्तित्व अस्तित्वहीनतेकडे वाटचाल करताना भीतीपोटी तो जीव सर्व शक्तीनिशी प्रतिकार करतो. त्याची सर्व शक्ती म्हणजे हे किंचितसं, अशक्त 'इक'. उंदरापेक्षा, एखाद्या प्रयोगाच्या प्राण्यापेक्षा माणसाचा आवाज जरा जास्त मोठा येतो. कधीकधी ती एक किंकाळी असते. आवाज जरी किंकाळीचा असला तरी संपूर्ण निर्मूलनाविरुद्ध ती बंड करू शकत नाही. ती किंकाळी मृत्यूवर विजय मिळवू शकत नाही. ती बंड करू शकत नाही का? ती विजय मिळवू शकत नाही का?

कोपनहेगनमधल्या आपल्या हॉटेलच्या खोलीत बसून दोन दिवसांनी गोटेबर्ग इथं होणाऱ्या परिषदेत ती सादर करणार असणाऱ्या प्रबंधावर एलिफ शेवटचा हात फिरवत आहे. ती या वाक्यावर विचार करत आहे. 'तो आवाज म्हणजे एक किंकाळी असली तरीही ती पूर्णपणे नष्ट होण्याविरुद्ध बंड करू शकत नाही. ती मृत्यूला पराजित करू शकत नाही.' या वाक्यातलं काहीतरी खटकतं आहे. जीवनमरणाच्या गोष्टी एकाच आयामात कोंबणं हा अतिसुलभ

आणि वरवरचा मार्ग झाला. जर सगळ्या डझनावारी गिनीपिग आणि प्रयोगाच्या शेकडो प्राण्यांनी एकमुखानं किंकाळी मारली, जर त्यांनी त्यांना बळी देणाऱ्यांविरुद्ध सामूहिक रीत्या बंड केलं तर ते स्वतःच्या संपूर्ण नष्ट होण्यात निदान एकदा तरी व्यत्यय आणू शकतील. ते अजून थोडा काळ जगण्यात यशस्वी होतील. अजून थोड्या जास्त काळासाठी जगणं... कशासाठी? कोणत्या उद्देशानं? एखाद्या छोट्याशा उंदराचं आयुष्य काही तासांनी वाढवल्यामुळे काय उपयोग होतो? उंदराच्या आयुष्याला काय अर्थ आहे? तसंही एखाद्या माणसाचं आयुष्य काही तासांनी, काही दिवसांनी किंवा अगदी काही वर्षांनीही वाढवण्याचा काय उपयोग असतो? प्रश्न विचारणारा उंदीर नाही, माणूस आहे यापेक्षा कोणता वेगळा अर्थ माणसाच्या आयुष्याला आहे?

हां, हा प्रश्न खरा आहे, एलिफला वाटतं. हातात कवटी घेऊन हॅम्लेटनं विचारलेला तो प्रसिद्ध प्रश्न, 'जगावं का मरावं?' जिथे आपण फिरून येतो. ज्या क्षणी तुम्ही उंदराच्या आयुष्याला अर्थ तो काय, असं विचारता, त्या क्षणी एखाद्या उच्च हेतूसाठी उंदराला मारायला मान्यता मिळते. 'उंदराच्या आयुष्याला अर्थ तो काय?' या प्रश्नावरून मारलेली उडी सहज 'माणसाच्या आयुष्याला अर्थ तो काय?' या प्रश्नापर्यंत पोहोचू शकते. उंदराला मारण्यापासून माणसाला मारण्यापर्यंतचं स्थित्यंतर वाटतं त्यापेक्षा सैद्धांतिक अंगानं कमी कठीण आहे. जर मृत्यू हे जिवंत प्राण्याचं नष्ट होणं असेल तर फरक संख्येचा आहे, दर्जाचा नाही. संपूर्ण मानवजातीच्या कल्याणाचं ठरेल असं वाटणाऱ्या एखाद्या उदात्त कार्यासाठी तुम्ही एकामागोमाग एक माणसांचा बळी देऊ शकता. जगाला वाचवण्यासाठी तुम्ही निम्मी मानवजात ठार मारू शकता. तुमचा प्रदेश, तुमची मातृभूमी आणि तुमच्या देशासाठी तुम्ही मरणं आणि मारणं हा धोका पत्करू शकता. श्रद्धा आणि विचारधारा यांसाठी तुम्ही माणसांचं आयुष्य बळी देऊ शकता. एखाद्या महाभयंकर रोगावरचा इलाज शोधता यावा म्हणून तुम्ही खूप आयुष्यं, प्राण्यांची किंवा माणसांचीही, बळी देऊ शकता. कुठला उदात्त हेतू, कुठलं उदात्त तत्त्व मृत्यू आणि ठार मारणं, आयुष्य संपवणं यांचं समर्थन करू शकतं? चांगला इरादा, योग्य हेतू हिंसेला कायदेशीर करू शकतं का? मग, चांगलं आणि योग्य ह्याचं मोजमाप काय? हे मोजमाप कोण ठरवतं? कोणाची नीती ते ठरवते? तत्त्वज्ञान आणि नीतिशास्त्राचे हजारो वर्षे पुरातन प्रश्न...

मी काही समाजशास्त्रज्ञ नाही किंवा मानसशास्त्रज्ञही नाही, तिच्या मनात येतं. पण तरीही ती उपस्थित राहत असलेल्या विज्ञानविषयक परिषदांमध्ये, जास्त करून विज्ञानातील नीतिशास्त्रावर विशेष भर असलेल्या परिषदांमध्ये, मानवाचं स्थान विरुद्ध या युगातल्या तांत्रिक क्रांतीने वाढवलेली हिंसा या वादात ती अटळपणे ओढली जाते.

सर्व प्रकारची हिंसा, तिचे सर्व पैलू यांची छाननी होण्याची गरज आहे; ओंगळ कुत्र्याला त्रास देणाऱ्या, मांजराच्या शेपटाला डबे बांधणाऱ्या, गवत आणि फुलांचे वाफे पायदळी तुडवणाऱ्या निष्पाप समजल्या जाणाऱ्या मुलाकडून घडणाऱ्या हिंसेपासून ते विज्ञानासाठी गिनीपिग ठार मारणाऱ्या संशोधकाच्या हिंसेपर्यंत, आपल्या लाडक्या कुत्र्याला, मुलाला आणि बायकोला, मारणाऱ्या माणसाच्या हिंसेपासून ते मृत्युदंडाची शिक्षा कायद्याने संमत करून कायदा करणाऱ्या राजकारण आणि युद्धाच्या हिंसेपर्यंत, सगळ्या जगाला वेढून टाकणाऱ्या आखीव, योजनाबद्ध हिंसेपासून दैनिक हिंसेपर्यंत सगळ्या हिंसेची छाननी. याबद्दल कोणाचंच दुमत नाही. सगळ्यांची एकजूट आहे. पण मग पुढे काय? जर ती नेस्तनाबूत करण्यासाठी माणसं उपाय शोधून काढू शकत नसतील तर ती हिंसा नुसती उघडी पाडून, विदित करून काय फायदा? मार्क्सच म्हणाला होता ना, 'तत्त्वज्ञान्यांनी जग फक्त उलगडून दाखवलं आहे, महत्त्वाचं आहे ते जग बदलणं'? आमची पिढी मार्क्सवादावर पोसली गेली होती आणि जरी आमचा त्यातला सखोल अभ्यास नसला तरीसुद्धा ही अवतरणं आमची तोंडपाठ होती. एक क्षणभर तिला वाटलं की, ती सादर करत असलेला प्रबंध मार्क्सचं अवतरण देऊन संपवावा. उदाहरणार्थ, असं एखादं वाक्य 'जीन तंत्रज्ञानामुळे होऊ शकणाऱ्या अनैतिक आणि धक्कादायक गोष्टी आणि हिंसेची निर्मिती यांबद्दल बोलण्यातच आपण समाधान मानतो. पण हा गुंता सोडवण्याचे उपाय शोधणं आवश्यक आहे.' इथे ती थांबते. शास्त्रीय वर्तुळात हल्ली मार्क्सची वचन आवडत नाहीत. त्या विधानांमुळे प्रतिष्ठा कमीही होऊ शकते. मग या प्रबंधाचा शेवट मी करू तरी कसा? तिला अचानक असमर्थता जाणवू लागते. उंदरांनी बंडखोरपणे केलेलं एकत्रित 'इक' यापेक्षा वेगळा शेवट तिला सुचत नाही. चर्चेला थोडा हलकेफुलकेपणा यावा म्हणून घातलेला एक साधासा विनोद, एवढंच.

तिच्या मुलाचा विचार जेव्हा जेव्हा तिच्या मनात येतो, तेव्हा डेनिजबद्दल ती असहाय्य झोंबणारा उदासवाणा विचार करते. त्याच्यात आम्हांला काय

बरोबर दिसत आहे हे शोधत जेव्हा आम्ही त्याच्यावर आमच्यापुढे जाणं, यशस्वी होणं, शक्तिशाली होणं लादलं तीही एक प्रकारची हिंसाच नव्हती का? आपण जेव्हा हिंसेबद्दल बोलतो त्यावेळी आपण फक्त युद्ध, बॉम्बस्फोट, सुरुंग, कुठलीही माणसं ठार होणं, स्त्रिया आणि मुलं यांचाच विचार करतो. पण आपण सगळेच हिंसेच्या उगमाला सतत पोसत नसतो का? मी प्रयोगशाळेतल्या जनावरांना मारून, कोणीतरी गर्भांमध्ये ढवळाढवळ करून, आणखी कोणी सामूहिक विनाशाच्या शक्तिशाली शस्त्राचा फॉर्म्युला शोधण्याचा प्रयत्न करत, जे हिंसेचं तत्त्वज्ञान सांगतात, जे सरकारी सत्ता वापरतात, ते आम्ही सगळे सतत हिंसा निर्माण करत असतो. त्यावरचा उपाय डेनिजनं दूर पळून जाण्यात शोधला. हिंसेचे, यातनांचे, लोकांच्या असहाय्यतेचे फोटो घेणं हेसुद्धा त्यानं त्यात सामील होणं असं मानलं आणि ते त्यानं नाकारलं. आम्ही त्याला पळपुटा म्हटलं. जीवनापासून पळून जाणारा! कदाचित खराखुरा अचल, ताकदवान, नैतिक माणूस कोणी असेल तर तो आमचा मुलगा होता, ज्याला आम्ही दुबळा, अपयशी आणि पळपुट्या मानून आमच्या हृदयातून पुसून टाकण्याचा प्रयत्न केला. आमचा मुलगा, जो या जगाच्या यातनांपासून आणि हिंसेपासून, आमच्यापासून दूर पळून गेला आणि ज्यानं परक्या बेटावर, त्याच्या प्रेमिकेत, जी मृत पावली, त्याच्या लहान मुलात आणि नैराश्यात आसरा शोधला.

मोठा मासा स्पर्धेतून परत आल्यावर एलिफ बेटावर नाही हे लक्षात आल्यावर डेनिज तिला फोन करील किंवा निदान तिच्या फोनवर मेसेज पाठवील, अशी आशा एलिफला वाटत होती. मी न थांबल्यामुळे कदाचित तो दुखावला गेला असावा. कदाचित फोन करण्याइतकी शक्ती त्याच्यात उरली नसेल. आम्ही इतक्या भिन्न जगांत राहतो. एका अर्थी आमच्यातलं अंतर आमच्या नात्याला दुरुस्त करतं. आम्ही आणखी तीन-चार दिवस एकत्र राह्यलो असतो तर आम्ही एकमेकांना वैताग आणला असता. आमच्यात एक कोवळा बंध आता तयार झाला आहे असं वाटत असताना जास्त राहिल्यामुळे तो कदाचित तुटला असता. पण तरीही तिच्या मुलानं फोन केलेला तिला आवडला असता. मौनापेक्षा कधीकधी भांडणसुद्धा चांगलं असतं. सततच्या वादावादीमध्ये एक संवाद, एक जवळीकसुद्धा असते.

बाहेर पावसाळी वातावरण आणि थोडा गारवा आहे. जुलै महिन्याची ही कसली सुरुवात? एलिफला सूर्य आणि चमकणारं निळं पाणी आवडतं. कर्क

राशीचं वैशिष्ट्य. बायकांच्या एका मासिकात बारा राशींची माहिती वाचली होती ज्यात कर्क राशीला पाण्याची ओढ वाटते असं लिहिलं होतं. तिला नैराश्य येतं. या सामान्य, दुय्यम दर्जाच्या परिषदेत भाग घेण्याऐवजी मी बेटावर थांबले असते किंवा तडक इस्तंबुलला गेले असते तर! कोपनहेगनचा परिसंवाद खरंच महत्त्वाचा होता. वैज्ञानिक वर्तुळातली सगळी महत्त्वाची नावं तिथं हजर होती आणि मला हवा असलेला परिणाम मला साध्य करता आला. गोटेबर्ग परिषदेत भाग घ्यायची मला काही गरज नव्हती. आणखी दोन-तीन विद्वानांना भेटणं, आणखी काही सहकाऱ्यांना माझं अस्तित्व जाणवून देणं याची गरज कुठे होती? मला नेहमी थोडं जास्त का हवं असतं? मी स्वत:ला आणखी जास्त ताणाखाली का आणते? हाही स्वत:च स्वत:वर केलेल्या हिंसेचा प्रकार आहे.

ती स्वत:चा लॅपटॉप बंद करते. बस्स झालं. हा आणखी चांगला करणं शक्य नाही! स्वत:ला महत्त्वाचं मानणाऱ्या त्या सगळ्या स्त्री-पुरुषांचे बहुतेक प्रबंध म्हणजे पोकळ वल्गना असतात. जणू काही सुट्टीवर असल्यासारखेच येतात. त्यांची काही तयारी नसते आणि एक-दोन चमकदार सहभागी सोडले तर बहुतेक जण उधारउसनवारीचा प्रबंध आणि त्यांच्या विशेष क्षेत्रातले घिसे पिटे दृष्टिकोन सादर करतात. पश्चिमेसंदर्भात आपल्या मनात असलेल्या न्यूनगंडामुळे आपण त्यांना उच्चासनावर बसवतो आणि तेही त्यांच्या पाश्चिमात्य अहंगंडातून - ही तुर्की स्त्री काय म्हणते आहे ते बघू या - माझा प्रबंध कुतूहलाने ऐकतात. ते जास्त लक्ष खरं तर माझ्या न आच्छादलेल्या डोक्याकडे, माझ्या स्मार्ट पाश्चिमात्य कपड्यांकडे आणि माझ्या उत्तम इंग्रजीकडे देत असतात.

या आंतरराष्ट्रीय परिषदांमध्ये तिची चिडचिड सगळ्यात जास्त कशानं होत असेल तर तिनं 'वाईट नाही' असं मूल्यमापन केलेल्या प्रबंधांना जेव्हा डोक्यावर घेतलं जातं तेव्हा. 'तुमचा प्रबंध चांगला होता, मिसेस एरेन. खरं सांगायचं तर तुर्कस्तानात, विज्ञान इतकं प्रगत आहे हे आम्हांला माहीतच नव्हतं' किंवा 'हे प्रयोग, हे संशोधन तुम्ही बहुधा अमेरिकेतल्या एखाद्या संशोधन संस्थेत केलं असणार, हो ना?' किंवा 'तुमचं अभिनंदन करायला मला आवडत आहे. माणूस आपल्या परिस्थितीवर कशी मात करतो, त्याचं तुम्ही उदाहरण आहात.' ती तिच्या वाईट जर्मन भाषेत बोलते तेव्हाही हे असंच. ते म्हणतात, 'वा, तुमचं जर्मन किती छान आहे!' थोडक्यात

माकडंसुद्धा नाचू शकतात! ... टाळ्या, टाळ्या, टाळ्या... अशा मीटिंग्जमध्ये तुम्ही सकारात्मक भेदभावाला तोंड देता. लायकी नसताना तुमची प्रशंसा होते आणि तुम्ही लक्षवेधी ठरता, तेव्हा पाश्चिमात्य संशोधकांचे, जागतिक दर्जाचे संशोधक निर्माण करण्याबद्दल ख्याती नसलेल्या देशातून आलेल्यांना एकटं न पाडण्याचे - प्रोत्साहनही देण्याचे - प्रयत्न तुम्हांला कळतात. ते काळ्या त्वचेच्या आणि आशियातून आलेल्या शास्त्रज्ञांनाही असंच वागवतात. त्यांचा हेतू निर्विवादपणे चांगलाच असतो, पण ती अतिशयोक्त स्तुती आणि सकारात्मक भेदभाव यांमुळे तो दुसरा माणूस अधिकच नामोहरम होतो.

कदाचित मी अन्याय करते आहे. माझी अविकसित देशातल्या माणसाची अतिहळवी मनोवृत्ती आहे. तरीही अशा संमेलनात आम्हां पूर्वेकडच्या लोकांचे आणि कमी प्रमाणात पण भूमध्य समुद्राकडच्या लोकांचेही एकत्र गट पडतात. आम्हांला एकमेकांबद्दल जवळीक वाटते. जाऊ दे, तसंही आत्तापुरतं हे चक्र संपतच आलं आहे. काही दिवसांनी मी इस्तंबुलमध्ये असेन.

परदेशात असताना चांगल्या हॉटेलमध्ये राहायला एलिफला आवडतं. पण आज या हॉटेलच्या खोलीत तिला नैराश्य येतं. तिला नेमकं कळत नाही, पण इथलं काहीतरी तिला बेचैन करतं आहे, एक अस्वस्थता ज्यामुळे तिची चिडचिड होते आहे, काहीतरी कमतरता जाणवते आहे. समजा, पावसाच्या भुरभुरीतही ती बाहेर रस्त्यावर गेली, थोडं चालली, एखाद्या कॅफेत बसून स्वत:साठी एक ग्लास वाईन मागवली तर! ते इथे राहिले होते तेव्हा असंच करायचे. उत्तरेची पावसाळी, धुकट हवा ओमरला आवडते. 'या भागाला हीच हवा बरोबर आहे. समुद्र, सूर्य आणि गरमी आपल्या भागासाठी ठीक,' तो म्हणायचा आणि मग पुढे जोडायचा, 'उत्तरेची हवा कर्क राशीवाल्यांच्या पचनी पडत नाही, पण कुंभ राशीच्या लोकांची त्याबद्दल तक्रार नसते.'

अचानक तिला आठवतं, आज माझा वाढदिवस आहे... राशिचक्राशी संबंध नसता तर मला आज तो आठवलाही नसता. ओमर खूप गोष्टी विसरतो, पण माझा वाढदिवस विसरत नाही. ती तिची इनबॉक्स उघडते. तिथे तीन संदेशांचा आकडा आहे. धपापत्या हृदयानं ती फोनच्या कीज दाबते. ओमरनं एक मेसेज छोटासा का होईना, पण पाठवलेला असू दे. ते मेसेज ओमरचे नाहीत. ते बिनमहत्त्वाचे आहेत. ओमर किंवा डेनिज कोणाकडूनही काहीच नाही. किंचितशा आशेनं ती मिस्ड कॉल्स बघते. तिथेही काहीच नाही.

किती उतावळी आहे मी! दिवस अजून संपला नाही आहे. अख्खी रात्र जायची आहे अजून. वाढदिवस चोवीस तास असतो.

ती हॉटेलच्या खिडकीतून बाहेर बघते. बाहेर उन्हाळी पाऊस सतत संथपणे पडत आहे. आज मी बावन्न वर्षांची झाले. मी कोपनहेगनमध्ये आहे. मी बायोकेमिस्ट्रीची प्राध्यापक आहे. 'या वर्षीची युरोपियन महिला वैज्ञानिक' अॅवॉर्डसाठी माझं नामांकन झालं आहे. हे नोबेल पारितोषिक नसलं तरी ते उडवून लावण्याइतकं तुच्छही नाही. मी कोपनहेगनमधल्या हॉटेलच्या खिडकीतून बाहेर बघत आहे. पाऊस पडत आहे. धुकं आणि काळोख आहे, संध्याकाळ अजून झाली नसली तरी रस्त्यावरचे दिवे लागले आहेत. सगळं काही ठीक आहे, पण मी मात्र नैराश्यात आहे. पाऊस पडतो आहे. मी विवाहित आहे आणि मला एक मुलगा आहे. मी कादंबरीकार ओमर एरेनची पत्नी आहे. माझ्या मुलाचं नाव डेनिज आहे. तो नॉर्वेतल्या एका छोट्या बेटावर राहतो. पाऊस पडत आहे. खिडक्यांवरून पावसाचे थेंब ठिबकत आहेत. मला एक नातू आहे, चिमुकला बिजोर्न. मला सून नाही, ती इस्तंबुलमध्ये मरण पावली. तिच्या समोर लाल ट्युलिपची फुलं होती आणि तिच्यामागे सुलतानामतचा शानदार घुमट आणि डौलदार मिनार होते. तिचं रक्त ट्युलिप्सवर उडालं आणि वाटेवर पसरलं, तिचे अवयव हवेत उडाले. इथे पाऊस पडतो आहे, हलका, ताजा पाऊस. ओमरच्या आणि माझ्या लग्नाला सत्तावीस वर्षं झाली आहेत. मी माझ्या नवऱ्याला कधीच फसवलं नाही. असं काही माझ्या मनातही आलं नाही; आणि मला तशी गरजही भासली नाही. हल्ली आम्ही फार वेळा दूर असतो. ते नैसर्गिक आहे. आमचं काम, कामाची क्षेत्रं, आमची व्यावसायिक वर्तुळं वेगळी आहेत. पण आमचं एकमेकांवर प्रेम नाही असं कोणीच म्हणू शकणार नाही किंवा असंही नाही म्हणू शकत की, आम्ही एकमेकांपासून अलिप्त झालो आहोत. नाही! ही जुलैची सुरुवातच आहे आणि पाऊस पडतो आहे. ह्याला म्हणतात उत्तरेकडची हवा! कोणालाच माझ्या वाढदिवसाची आठवण नाही. मी एकटीच आहे आणि कोपनहेगनवर हलकासा पाऊस पडतो आहे.

ती प्रथम ओमरला एक छोटासा मेसेज पाठवते. 'आज माझा वाढदिवस आहे. लव.' मेसेजऐवजी मी फोनही करून बघू शकले असते. पण नाही, त्यानं फोन केल्याशिवाय ती फोन करणार नाही असं तिनं स्वत:लाच बजावलं आहे. स्वत:ला दिलेलं वचन ती पाळेल. मग तिला आठवलं की, कोपनहेगनच्या

परिषदेत ज्या बायोफिजिसिस्टनं तिच्या प्रबंधात खराखुरा रस घेतला होता त्याचा फोन नंबर तिनं कुठंतरी टिपून ठेवला आहे. 'आम्ही अशाच प्रकारच्या विषयांवर संशोधन करत आहोत. आपण आपले प्रयोग आणि ज्ञान यांबद्दल एकमेकांना सांगू शकतो,' तो माणूस म्हणाला होता. मला वाटतं तो इथल्या बायोकेमिस्ट्री किंवा जीन तंत्रज्ञान संस्थेत काम करणारा इंग्रज माणूस आहे. त्यानं त्याचा फोन नंबर दिला होता आणि तिला वेळ झाल्यास त्याला तिनं फोन करावा असं सुचवलं होतं तो चाळीस-पंचेचाळीसच्या दरम्यानचा प्रसन्न, बुद्धिमान दिसणारा माणूस होता.

त्या माणसाचा नंबर तिला फोनच्या 'कॉन्टॅक्ट' विभागात मिळतो. म्हणजे मी तो टिपून ठेवला होता तर! ती त्या नंबरवर फोन लावते. एक क्षणभर तिला, तो फोन उचलणार नाही अशी धास्ती वाटते. जर या वेळी संपर्क होऊ शकला नाही तर पुन्हा ती त्याला फोन करणार नाही हे तिला माहीत आहे. त्यानं फोन लगेचच घेतला आहे.

''मी टर्कीची प्रोफेसर एलिफ एरेन. आज रात्री मी कोपनहेगनमध्ये आहे. आपला अभ्यास आणि प्रयोग एकमेकांना सांगण्याचा दोघांनाही फायदा होईल असं तुम्हांला अजूनही वाटत असेल तर आपण आज भेटू शकतो.''

''माझ्या मते तसं करणं केवळ फायद्याचं आहे असं नाही, तर ते अतिशय महत्त्वाचं आहे. मी तुम्हांला कुठे आणि केव्हा घ्यायला येऊ?''

एलिफ हॉटेलचा पत्ता त्याला देते. ''मी अजून एक तासानं तयार असेन.''

ती फोन पूर्णपणे स्वीच ऑफ करते. कोणी फोन केलाच तर ठेवतील ते तसा मेसेज. मी रात्रभर फोनजवळ ओमर किंवा डेनिजच्या फोनची वाट बघत बसणं हा माझा शुद्ध मूर्खपणा ठरेल! रात्रभर स्वत:ची कीव करत बसण्याऐवजी ज्याला मी करत असलेलं काम समजतं त्याच्याशी मी बोलेन आणि माझा वाढदिवस मी वाईन, नाही फक्त वाईन नाही, शॅम्पेन पिऊन साजरा करेन!

प्रथम ती स्वत:ला तयार करायचं, स्वत:चे लाड करायचे ठरवते. तुम्ही जितकं मागता तितकंच लोक तुम्हांला देतात. विशेषत: पुरुष. आता मागे वळून बघताना वाटतं, स्वावलंबी आणि स्ट्राँग राहण्यात दुसऱ्या कोणाकडूनही, अगदी माझ्या नवऱ्याकडूनही, ते देत असलेल्यापेक्षा जराही जास्त न मागण्यात मी स्वत:वर अन्याय केला आहे. तुम्ही रडलाच नाहीत तर तुमचे लाड करायला कोणी येत नाही. काही लोकांना लक्ष कसं वेधून घ्यायचं ते कळतं. मला त्यांच्यासारखं होणं जमलं नाही. हो, फक्त वाईन नाही, शॅम्पेन आणि

तीसुद्धा सगळ्यात चांगल्या क्वालिटीची शॅम्पेन. मी खर्चाचा विचारच करणार नाही, आणि उद्या सकाळी त्या प्रसिद्ध फॅशन डिझायनरच्या बुटिकमध्ये पाहिलेली बॅग आणि ब्लाऊज मी स्वत:साठी वाढदिवसाची भेट म्हणून घेईन.

ज्या घट्ट काळ्या पँटमध्ये, ती आहे त्यापेक्षा जास्त सडपातळ दिसते हे तिला माहीत आहे ती पँट आणि जांभळट, रेशमी ब्लाऊज ती बाहेर काढते आणि बिछान्यावर ठेवते. माझ्या जांभळ्या रेशीम आणि लिननच्या जॅकेटबरोबर हे कपडे छान दिसतील. माझ्या वाढदिवसाला मी नीटनेटकं आणि स्मार्ट असायलाच हवं. कित्येक वर्षांनंतरचा हा पहिलाच वाढदिवस आहे जेव्हा ओमर माझ्या सोबत नाही; त्यानं पाठवलेली फुलं माझ्याकडे नाहीत. जेव्हा आम्ही दोघंही कंगाल विद्यार्थी होतो तेव्हा माझ्या वाढदिवसाला कार्नेशन आणि गुलाबाची फुलं तो बागेतून तोडून आणत असे. त्यांच्या लग्नानंतरच्या सुरुवातीच्या वर्षांत फ्लोरिस्टकडून तो छान रचलेली फुलं आणायचा आणि तिला हव्या असलेल्या एखाद्या पुस्तकाबरोबर किंवा कॅसेटबरोबर ती द्यायचा आणि हल्ली काही वर्षं फोनवरून फ्लोरिस्टकडून मागवलेली महागडी, दुर्मिळ ऑर्किड्स आणि त्यांच्याबरोबर सध्याच्या एखाद्या प्रसिद्ध जवाहिऱ्याने डिझाइन केलेल्या अनोख्या अंगठीसारखा एखादा महागडा दागिना असायचा. काळाच्या कराल जबड्यात आमचं नातं जसंजसं विच्छिन्न होऊ लागलं, तसतशी फुलं आणि इतर भेटवस्तूंची आर्थिक किंमत वाढली. प्रेम आणि भेटवस्तू यांच्यात असलेल्या व्यस्त प्रमाणाचं सूत्र लिहिणं मला जमेल का, असा विचार माझ्या मनात येतो.

चेहऱ्यावर एक कोरडं, कडवट हसू घेऊन ती शॉवर घ्यायला जाते. गरम पाण्याच्या धारांखाली थोडावेळ उभं राहिलं की तिला बरं वाटेल.

ती हेअर ड्रायरनं काळजीपूर्वक केस कोरडे करते; आणि तिचा नेहमीचा हलकासा मेकप करते. वाढदिवसाच्या रात्री बाईनं नीट निगा राखलेलं आणि सुंदर असायला हवं! विशेषत: ती एखाद्या पुरुषाबरोबर बाहेर जाणार असेल तेव्हा!... 'पुरुषाबरोबर बाहेर जाणं' या कल्पनेची नाही पण शब्दांची तिला गंमत वाटते. आरशात दिसणारं तिचं प्रतिबिंब तिला आवडतं. तिच्या तरुणपणापासूनच जांभळट किरमिजी अणि जांभळा रंग तिचे आवडते होते. ओमर काही फारसं लक्ष देत नाही, पण माझे रंग त्याला माहीत आहेत. हे जांभळट, रेशमी ब्लाऊज त्यानं चीनहून अणलेलं प्रेझेंट होतं.

ती जॅकेट खांद्यावर टाकून जिन्याकडे जाते. दोन मजल्यांसाठी लिफ्टनं

जाण्यात अर्थ नाही. लिफ्ट एलिफला आवडत नाही. तुम्ही आत असताना वीज जाऊ शकते किंवा काहीतरी बिघाड होऊन तुम्ही त्यात अडकून पडू शकता. त्या विचारानंसुद्धा तिच्या छातीत धडधड होते.

साग लाकडाच्या साध्या, अभिरुचिपूर्ण स्कँडिनेविअन फर्निचरच्या लॉबीत तिचा इंग्रज सहकारी वाट बघत वर्तमानपत्र चाळत बसला होता.

'हॅलो' म्हणण्याऐवजी तो म्हणतो, ''तुम्ही खूप स्मार्ट दिसत आहात.या वेळी या भागात पार्किंगला जागा मिळणं अशक्य आहे. काही अंतरावर असलेल्या कार पार्कमध्ये मी माझी गाडी ठेवली आहे. पण मी तुम्हांला इतकं अंतर चालायला लावणार नाही. आपण टॅक्सी मागवू या, म्हणजे तुमचे कपडे ट्रेनमध्ये खराब होणार नाहीत.''

स्वागत कक्षातल्या तरुण स्त्रीला तो टॅक्सी बोलवायला सांगतो. हॉटेलच्या काचेच्या फिरत्या दरवाजाशी ते वाट पाहत थांबतात. हलकासा पाऊस सुरूच आहे. त्या माणसाचा पोशाख चांगला आहे. तो खूप काळजीपूर्वक केलेला नाही किंवा निष्काळजीपणेही केलेला नाही. जसं त्यानं असायला हवं तसा. त्याच्या हातात त्यानं मोठी छत्री धरली आहे. ब्रिटिश लोक नेहमी बरोबर छत्री बाळगतात, असं त्यांना प्राथमिक शाळेत शिकवलं आहे.

एलिफ त्या माणसाच्या छत्रीकडे बघत आहे हे लक्षात येऊन तो माणूस हसतो. ''मी अगदी टिपिकल इंग्रज माणूस आहे असं तुम्हांला वाटतं आहे, हो ना? इंग्लंडमध्ये रोज पाऊस पडतो. त्यामुळे प्रत्येकजण जवळ छत्री ठेवतो. अर्धे इंग्रज पुरुष होमोसेक्शुअल आहेत आणि अर्ध्या इंग्रजी स्त्रिया थंड असतात. त्यांचा पाच वाजताचा चहा कधी चुकणार नाही. ते सगळेच स्कॉच पितात आणि बराचसा वेळ क्लबमध्ये घालवतात. त्यांना विनोदाचं अंग नसतं आणि असं बरंच काही... पण मला तुम्हांला हेही लगेच सांगू दे की, ही स्टिरिओटाइप गुणवैशिष्ट्यं मला लागू होत नाहीत.''

मग कुठली गुणवैशिष्ट्यं तुला लागू होतात असं एलिफ त्याला विचारणार होती तेवढ्यात तिनं विचार बदलला. ''हो, तुम्हांला माहीतच आहे की प्रत्येक देशाचे असे स्टिरिओटाइप्स आहेत. का कोण जाणे, पण अख्खी मानवजात अशा पेट्यांमध्ये, साच्यांमध्ये घालायला आपल्याला आवडतं.''

''त्यामुळे गोष्टी सोप्या होतात, म्हणून. अगदी आपल्या प्रयोगशाळेतल्या प्रयोगासारखं. प्रत्येक गिनीपिगच्या स्वतंत्र वैशिष्ट्यांचा विचार करायला लागलो तर आपल्या चाचण्या संपवणं आपल्याला अशक्य होईल.''

टॅक्सी हॉटेलच्या दरवाजासमोरच येऊन उभी राहते. त्यांना फक्त काही पावलं चालत जायचं आहे. तरीही तो माणूस त्याची छत्री उघडून एलिफच्या डोक्यावर धरतो. टॅक्सी ड्रायव्हरची वाट न बघता तोच तिला टॅक्सीत बसायला मदत करतो.

''म्हणजे सगळे इंग्रज पुरुष सुसंस्कृत असतात, ही म्हण काही खोटी नाही,'' एलिफ आभार व्यक्त करण्याच्या उद्देशानं म्हणते.

कुठे जायचं हे त्यांनी सांगायची ड्रायव्हर वाट पाहतो.

''कुठल्या प्रकारच्या रेस्टॉरंटमध्ये जायला तुम्हांला आवडेल?'' तिचा इंग्रज सहकारी विचारतो. 'मला हे शहर चांगलं माहीत आहे आणि मला खायला प्यायला आवडतं. म्हणजे बघा, हे नेहमीपेक्षा आणखी एक वेगळं वैशिष्ट्य. 'इंग्लीश पाककला' हे जगातलं सगळ्या बारकंसं पुस्तक आहे असं म्हणतात, हे तुम्हांला माहीत आहे ना?''

''आज माझा वाढदिवस आहे, आणि तुम्ही माझे पाहुणे आहात आणि या विषयावर कुठलीही चर्चा मला नको आहे. कुठे जायचं ती निवड तुमची. शॅम्पेन मेन्यू असलेल्या एखाद्या चांगल्या रेस्टॉरंटमध्ये डिनर घ्यायला मजा येईल. जिथे आपल्याला बोलता येईल असं शांत, शालीन रेस्टॉरंट.''

तो इंग्रज माणूस ड्रायव्हरला पत्ता सांगतो आणि टॅक्सी सुरू होते.

''मला 'ल कॉक रूज' नावाचं एक खूप चांगलं रेस्टॉरंट माहीत आहे आणि योगायोगाची गोष्ट म्हणजे फ्रान्सबाहेरच्या निम्म्या फ्रेंच रेस्टॉरंटचं नाव रेड कॉकरेल असतं. पण आत्ता खूप लवकर होईल. अजून काळोखही पडला नाही. मी तुम्हांला आधी एखाद्या स्कँडिनेविअन बारमध्ये नेतो. तिथून आपण रेस्टॉरंटचं रिझर्वेशन करू.''

या इंग्रज सहकाऱ्याची आठवण झाली हे किती चांगलं झालं, एलिफच्या मनात आलं. आज रात्री त्या हॉटेलच्या रुममध्ये बसून राहणं मला झेपलं नसतं. हा खरंच चांगला आहे. विनोदाची उत्तम जाण असलेला, सहज आणि सौजन्यशील आणि एकमेकांशी बोलण्यासारखे, चर्चा करण्यासारखे विषय आमच्यात आहेत. आजची संध्याकाळ मजेत न जायचं कारणच नाही.

पण हा कोणता अस्वस्थपणा, कोणती अपराधीपणाची भावना आहे? खोलवरून तिला फोनची रिंग ऐकू आल्यासारखं वाटतं. ती बॅगमध्ये हात घालते आणि मग फोन हॉटेलच्या खोलीत ठेवून आल्याचं तिला आठवतं. कोणाचाच

फोन येऊ नये म्हणून मी आधी तो फोन बंद केला, मग पुन्हा सुरू केला. का? नाही, मी तो विसरून आले नाही, तर जाणून बुजून, मुद्दाम मी तो फोन मागे ठेवून आले, म्हणजे मला कोणालाच अटेंड करायला नको. स्वत:शी खरं बोल, एलिफ! तू ही दक्षता घेतलीस ती ओमर फोन करण्याच्या शक्यतेपोटी. प्रत्येक क्षणी तू ओमरच्या फोनची वाट पाहिली असतीस आणि मग सगळी संध्याकाळच नासून गेली असती. पण तरीही, मी फोन हॉटेलवर सोडायला नको होता. मी माझा मोबाईल फोन विसरले आहे, म्हणून आपण परत जाऊ या, असं आता म्हणणं उद्धटपणाचं होईल. करू दे त्यांना फोन मला फोन, करणाऱ्यांनाही समजू दे की, दर वेळी मी फोनवर असेनच असं नाही.

बारसमोर टॅक्सी थांबल्यावर ते बाहेर पडले तेव्हा पाऊस थांबल्याचं त्यांच्या लक्षात आलं. हवेत समुद्राचा हलकासा गंध होता. आकाश दुधट करडं होतं आणि ढग हळूहळू विखरत होते. एलिफ घड्याळाकडे पाहते. नुकतेच साडेसात वाजले आहेत. म्हणजे तुर्कस्तानात आत्ता साधारण साडेनऊ वाजले असतील. आज ती ज्याच्याबरोबर आली आहे तो, बारचा दरवाजा अंगभूत सौजन्यानं सहजपणे उघडून धरतो आणि आधी एलिफ आत जाईपर्यंत थांबतो. मग तिच्या पाठीला हलकासा स्पर्श करत तिला कोपऱ्यातल्या रिकाम्या टेबलकडे नेतो. त्यानं बाहेर ओढलेल्या खुर्चीवर बसत असताना ती मनाशी ठरवते की, चिंता आणि शंका यांच्या दुष्ट चक्रातून बाहेर पडायचं आणि आजची संध्याकाळ शक्य तितकी मजेत घालवायची. बघू काय होतं ते. उगीच टेन्शन घ्यायचं नाही. तुझ्या भावना कोंडून ठेवू नकोस. मनात येईल तशी संध्याकाळ मजेत घालव. कंटाळा आला तर हॉटेलमध्ये परत जा. जर तुला मजा वाटली, तर इथे थांब. तुला पाहिजे तेवढं खा आणि पी. काही झालं तरी एका रात्रीत तू जाड होणार नाहीस. तुझ्या मनाकडे लक्ष न देता आजच्या रात्रीपुरतं तरी तुझ्या हृदयाचं ऐक. तुला हा माणूस आवडला तर संध्याकाळ लांबव; पण हा जर तुला कंटाळवाणा वाटायला लागला तर, तू थकली आहेस असं सांगून निघून जा. आयुष्य सोपं कर. टेन्स होऊ नकोस. रिलॅक्स.

"तुम्हांला काय प्यायला आवडेल? इथे खूप चांगली बीअर मिळते.'' तिच्या सहचराच्या प्रश्नामुळे ती तंद्रीतून बाहेर येते.

"वेगवेगळी ड्रिंक्स एकत्र होऊ नयेत म्हणून मी वाइननंच सुरुवात करते.

पण प्लीज, ड्राय रेड वाईन हं – वाइन मागवली तर कधीकधी ते गोड वाईन आणतात.''

वेटर ऑर्डर घेतो.

लगेचच तिचा सहकारी कामाचा विषय सुरू करतो. ''तुमच्या पेपरमध्ये तुम्ही फक्त तुमच्या अगदी अलीकडच्या प्रयोगांचा उल्लेख केला आहे. जीन तंत्रज्ञानाचे नैतिक आयाम आणि त्यांच्या स्वीकारार्हतेच्या मर्यादा हा तुमचा विषय होता. त्यामुळे तुम्ही तुमच्या संशोधनावर जास्त भर दिला नाही.मला वाटतं मी करीत असलेलं कामही याच प्रकारचं आहे. म्हणूनच मला तुमच्याशी बोलायचं होतं.''

अगदी पक्का इंग्लीशमन, तिच्या मनात येतं. याला खरंच विज्ञानाबद्दल बोलायचं आहे. बाप रे! मग माझी काय अपेक्षा होती?

केमिस्टच्या दुकानात जियनबद्दलच्या बातमीची वाट पाहत असताना एलिफचा मेसेज ओमरला मिळाला. आधीच चिंतित असल्यामुळे तो नव्याने अस्वस्थ झाला नाही. त्या दिवशी १३ जुलै होती एवढंच त्याला आठवत होतं. त्या क्षणी उत्तर देण्याचा विचारसुद्धा त्याच्या मनात आला नाही. तो काय लिहिणार होता? एलिफला तो काय म्हणू शकणार होता?

ते त्याचा पाठलाग करत होते. ते त्याच्या मागे होते. खूप प्रॉब्लेम्स होते. त्यानं शक्य तितक्या त्वरेने सोडून जायला हवं. या कशालाही त्यानं काडीचीही किंमत दिली नाही. कमांडरकडून निघून तो थेट गेला होता ते केमिस्टच्या दुकानात जियनला बघायला. जियनला स्पर्श करायला, जियनशी बोलायला, जियनबरोबर शांत राहायला. तिच्या जगात भाग घेण्यासाठी किंवा तिची रहस्यं उलगडण्यासाठी नाही, तर त्या रहस्यांमध्ये गाडला जाऊन त्यांचा भाग होण्यासाठी. ती अशी रूपमती होती, जिची आकर्षणशक्ती काय दिसत आहे यापेक्षा काय दडवलं आहे यावर अवलंबून होती. तिची अवखळ बुद्धिमत्ता, तिचं प्रभावी स्त्रीत्व आणि थक्क करणारा आत्मविश्वास जणू हलकेच सांगायचा, 'कित्येक गोष्टी मी गुप्त ठेवते. तुम्ही त्यांच्यापर्यंत पोहोचू शकणार नाही आणि जितकं जास्त अपयश तुम्हांला येईल तितके जास्त तुम्ही माझ्यात गुंताल, जसं या भूमीत, या नद्यांत आणि या पर्वतांत गुंताल.'

ओमरला जाणवलं की, या पिवळ्या-करड्या मातीचं, या उजाड टेकड्याचं आणि सुळक्या-सुळक्यांच्या कड्यांचं काव्य ते दाखवत असलेल्या भागात नसून त्यांनी जे काही दडवून ठेवलं आहे त्यात आहे. 'कुठेतरी एखादी विहीर लपवून ठेवण्यामुळे वाळवंट सुंदर होतं.' या एक्झुपेरीच्या शब्दांचा अर्थ ओमरला आत्ता कुठे खरा कळला. ह्या जमिनी, हे पर्वत, ही माणसं सुंदर आहेत ती त्यांच्या आत घुमत असणाऱ्या आवाजामुळं. ती देते किंवा दाखवते त्यामुळे नाही, तर जियन सुंदर होते ती तिच्या रहस्यामुळे.

जियन फार्मसीत नव्हती. तिची दुर्मुखलेल्या चेहऱ्याची मदतनीस म्हणाली होती, ''जियन *अब्ला* उशिरा येणार आहे. कदाचित ती दिवसभर येणारही नाही.'' तिला आणखी बोलायचं नाही हे उघड दिसत होतं.

''उशिरा म्हणजे कधी? दुकान बंद झाल्यावर?''

''मला माहीत नाही. ती फक्त एवढंच म्हणाली, 'माझ्यासाठी थांबू नकोस.' बस्स एवढंच.''

''मला तिला भेटायलाच हवं. तिचा फोन स्विच ऑफ केलेला आहे. ती घरी नाही आहे आणि ती इथेही नाही आहे.''

''ती कुठेतरी गेली आहे. तिला खूप कामं आहेत.''

''तू तिला सकाळी भेटलीस का? ती बरी होती ना? काल रात्री इथे तपास किंवा काहीतरी होतं. काही नाही ना?''

''केमिस्टच्या दुकानावर ते नेहमीच छापा घालतात आणि ते जे काही शोधत असतील ते त्यांना मिळत नाही. मग ते जातात. आम्हांला सवय झाली आहे त्याची. जियन *अब्ला* ठीक आहे. काळजी करू नका. तिची तयारी झाली की ती येईल. माणसाला कामं असू शकत नाहीत का? ती कुठे जाऊ शकत नाही का? ती आम्हांला काही प्रत्येक गोष्ट सांगणार नाही, हो ना?''

गधडी, त्याच्या मनात आलं. माझी चेष्टा करते आहे. तिची तयारी झाली की ती येईल! एका मर्यादेपर्यंत या मुलीचं बरोबर आहे. अर्थातच लोकांना कामं असतात. तिला कुठेतरी जावं लागतं. तिला पेशंट्सना बघायचं असतं. तिला मित्रपरिवार आहे. मी अकारण गोंधळ घालतो आहे. पण काल रात्रीच्या घटनांनंतर ती अशी शब्दही न बोलता जाणार नाही. तिनं फोन केला असता, निरोप पाठवला असता, निदान चिठ्ठी तरी लिहिली असती. मी काळजी करत असेन हे काय तिला माहीत नाही? मग त्याला त्या वकिलाची आठवण झाली ज्याच्याबरोबर तो शोकगृहात गेला होता. नशीब, मी त्याचा नंबर घेतला.

कदाचित त्याला माहीत असेल. वकील त्याच्या ऑफिसमध्ये नव्हता. त्याच्या तरुण शिकाऊ मदतनिसानं, तो एका केससाठी बाहेरगावी गेल्याचं सांगितलं.

ओमर पुन्हा एकदा त्या मुलीकडे वळला. ''हे बघ, तिनं माझ्यासाठी काही निरोप ठेवला आहे का? माझं जियन *हनीम*कडे काम आहे. तिच्यासाठी खूप महत्त्वाची बातमी मी आणली आहे. मला तिला ताबडतोब भेटायला हवं. ती कुठे आहे ते मला कोण सांगेल? तिचं कुटुंब, तिचे मित्र, तिला ओळखणारे – ते सगळे कुठे राहतात?''

''काहीच नसताना उगाच गोंधळून जाऊ नका, सर. काळजी करू नका. ती येईल. तुम्हांला हवं तर जा, आणि लष्कराला विचारा. डिस्ट्रिक्ट गव्हर्नरला विचारा. कदाचित तुमच्या लोकांना माहीत असेल. तेच तर तिच्या मागे आहेत. मला कसं माहीत असेल, ती कुठे आहे ते.''

या मुलीच्या तुटक वागण्यामागे काय कारण असावं, ओमरनं विचार केला. ती म्हणाली होती, 'तुमचे लोक.' थोडक्यात, कमांडर, डिस्ट्रिक्ट गव्हर्नर. मी – आम्ही सगळे एकाच पारड्यात आहोत. 'टीसी सरकार' असं म्हणतात ते इथे. तिच्यासाठी मी पश्चिमेकडून आलेला परका माणूस आहे. असं वाटतं आहे की, ती जियनला माझ्यापासून वाचवू बघते आहे. त्यांचा इतका अविश्वास, इतकं दूरत्व का आहे? आपण म्हणतो की माणूस लोकांपर्यंत पोहोचू शकतो, पण कधीकधी नाही पोहोचता येत. कसं ते कळत नाही, मार्गही मिळू शकत नाही.

त्या मुलीच्या कमजोरीला, जियनवरच्या तिच्या प्रेमाला साद घालायचा तो प्रयत्न करतो.

''माझी बातमी फार महत्त्वाची आहे. तुला काही माहीत असेल तर मला सांग. बघ, मग जियन *अब्ला*ला काही झालं तर ते तुझ्यामुळे असेल.''

त्या मुलीच्या चेहऱ्यावर सावट येऊन गेलं किंवा त्याला तसं वाटलं. तिचे ओठ आवळले गेले. काऊंटरवर नजर लावून त्याच्या चेहऱ्याकडे न बघता ती म्हणाली, ''तुम्ही आमचं आमच्यावर का सोडत नाही? तुम्ही असे इथे येता, अविश्वासार्ह तुर्की... मग तुम्ही आम्हांला टाकून देता, आणि आम्ही संकटात सापडतो. कोणी अनोळखी माणूस इथे आला की नंतर काहीतरी होतं. आणि लष्करी कारवाया होतात. आम्ही इथे फक्त राहण्याचा प्रयत्न करत आहोत. आम्हांला सवय झाली आहे त्याची. आमचे आम्ही झगडतो. इथे येऊ नका

आणि सगळं ढवळून टाकू नका. तुम्ही जर जियन *अब्ला*चे मित्र असाल तर, ठीक आहे, तुम्ही तिला सोडलंत तर बरं होईल.''

दुकानात गिऱ्हाइकांचा घोळका आला. ते खेड्यातले होते हे उघड होतं. स्थानिक पोशाखातली एक खूप तरुण स्त्री तिच्या रडणाऱ्या लहान बाळाला शांत करण्याचा प्रयत्न करत होती. तिच्याबरोबर कल्पाकसारखं दिसणारं, सोन्याच्या नाण्यांनी मढवलेलं शिरोभूषण घालून कदाचित तिची सासू, आई किंवा सावत्र आई असेल अशी एक प्रौढ स्त्री होती. त्या स्त्रीच्या हिरव्या डोळ्यांच्या सौंदर्यानं, बोलता बोलता स्कर्ट फलकारण्याच्या तिच्या ढंगानं, तिच्या मुक्त हालचालींनी आणि तिच्या आवाजातल्या उद्दामपणानं ओमर चकित झाला. ती स्थानिक आगा स्त्रियांपैकी एखादी असावी असं त्याला वाटलं. त्यांच्या बरोबरच्या माणसानं केमिस्टच्या सहाय्यकासमोर काही कागद—ते प्रिस्क्रिप्शन असावं - धरले. बाहेरच्या बाजूला थांबलेल्या काळ्या मर्सिडिजवर ओमरची नजर खिळली. वा, आग्नेय दिशेबद्दलचा आमचा साचा उद्ध्वस्त करणारा आणखी एक देखावा! ऐकायची सवय झालेल्या काही कुर्दी शब्दांवरून ते जियनची चौकशी करत होते आणि तिला अभिवादन सांगत होते हे त्याच्या लक्षात आलं. कदाचित ते दुसऱ्या जमातीचं प्रमुख कुटुंब असावं, पण मी या मुलीला विचारलं तर ती पुन्हा तोंड बंद करील.

जेव्हा ती गिऱ्हाइकं गेली आणि पुन्हा ते दोघं एकटेच होते, तेव्हा त्या सहाय्यिकेवर दबाव आणण्यासाठी तो म्हणाला, ''मी कुठेही जाणार नाही आहे. जियन *हनीम* येईपर्यंत मी इथेच थांबणार आहे.''

''थांबा. सात वाजता मी दुकान बंद करणार आहे. तुम्हांला हवं तितका वेळ थांबा. पाहिजे तर सकाळ होईपर्यंतही थांबा.'' ती पुन्हा बोलली नाही. नव्यानं आत आलेल्या गिऱ्हाइकांवर तिनं लक्ष केंद्रित केलं.

जियनला फोन करण्याचा कदाचित विसावा प्रयत्न करताना ओमरला एलिफच्या मेसेजची आठवण आली. दुसऱ्या एखाद्या वेळी आपल्या बायकोचा वाढदिवस विसरल्याबद्दल त्याला वाईट वाटलं असतं आणि स्वतःच्या विसराळूपणाची भरपाई करण्याचा त्यानं प्रयत्न केला असता. पण आत्ता या सगळ्याचा विचार करण्याच्या अवस्थेत तो नव्हता. त्याचं सगळं लक्ष जियनला शोधण्यावर - निदान तिच्याबद्दल बातमी मिळवण्यावर केंद्रित झालं होतं.

''मी जातो. पण सातच्या आधी मी पुन्हा परत येईन. जर मधल्या वेळात तू जियन *अब्लाश*ी बोललीस तर प्लीज तिला मला फोन करायला सांग. माझा फोन चालू असेल.''

जियन कुठे आहे ते कदाचित त्या सहाय्यिकेला खरंच माहीत नव्हतं. केमिस्टनं स्वत:चे सगळे बेत या गरीब बिचाऱ्या मुलीला सांगण्याची काहीच गरज नव्हती! ती म्हणाली, 'मला उशीर होईल.' आणखीन सांगायची गरजच काय? अनिश्चित मनाने तो हॉटेलकडे गेला. कदाचित तिनं त्याच्यासाठी काही बातमी तिथं ठेवली असेल. मी मूर्खासारखं दुकानातच बसून तिची वाट पाहीन हे तिला कसं कळणार? त्याचा अंदाज चुकीचा नव्हता. हॉटेलच्या स्वागत-कक्षातल्या वयस्कर कारकुनानं लॉबीतल्या सगळ्यात काळोख्या कोपऱ्यातल्या आरामखुर्चीत बसून डुलक्या घेणाऱ्या कोणाकडेतरी बोट दाखवलं. ''त्यानं केमिस्टकडून बातमी आणली आहे. तो केव्हाचा वाट बघत थांबला आहे.'' मग त्यानं त्या झोपलेल्या माणसाला कुर्दी भाषेत हाकारलं. ''*यझर हतीन*! लेखक आले आहेत!''

खुर्चीतून उठून ओमरकडे आलेल्या माणसानं रुबाबदार कपडे घातले होते. तो खूप तरुण नव्हता, चांगल्या अंगकाठीचा आणि उमदा. त्याचा चेहरा जरी पश्चिमेकडच्यासारखा नव्हता, तरी त्यावरचे भाव आणि त्याचा वर्ण पश्चिमेतलाच होता. त्याच्या चालीत आणि त्याच्या चेहऱ्यात या भागाशी न जुळणारं काहीतरी होतं. त्यानं गडद, रुंद कटच्या पँट्स आणि कोपरापर्यंत दुमडलेल्या बाह्यांचा पांढरा स्वच्छ ताजा शर्ट घातला होता. त्याच्या कमरेजवळ पँटच्या मोठ्या खिशात असलेलं पिस्तूल लगेच कळत होतं. जणू काही त्याला ते लपवायचं नव्हतंच तर दाखवायचं होतं.

''मी तुम्हांला जियन *हनीम*कडे नेण्याठी आलो आहे. जियन *हनीम* म्हणाली, 'त्यांना वेळ असेल, आणि जर यायचं असेल तर.'''

ओमर एक क्षणभर घुटमळतो. कोण आहे हा माणूस? तो काय आहे? तो ड्रायव्हर, अंगरक्षक किंवा नोकरासारखा दिसत नाही. ती फोन का करत नाही आहे? त्याऐवजी हा माणूस का पाठवते आहे? या धोकादायक प्रदेशात अनोळखी माणसावर विश्वास कसा ठेवायचा?

तो हॉटेलच्या कारकुनाकडे वळतो ज्याच्याशी आता त्याची मैत्री होऊ लागली आहे आणि मदतीची याचना करत असल्याप्रमाणे प्रश्नार्थक नजरेनं बघतो.

''तो आमच्या जियन *अब्ला*चा नातेवाईक आहे. या माणसावर तुम्ही विश्वास ठेवू शकता,'' कारकून म्हणाला, ''तिनं तुम्हांला बोलावलं आहे. तुम्ही जायला हवं.''

''जियन *हनीम* नगरात नाही का? मी तिला दिवसभर फोन करतो आहे,मी तिच्यापर्यंत पोहोचू शकलो नाही.''

''ती दूरच्या गावाकडे आहे. तिथे फोनची रेंज नाही,'' तो न दिसणाऱ्या पर्वतांकडे बोट दाखवत म्हणतो, ''पर्वतांच्याजवळ...''

साहसाला आता सुरुवात होईल, ओमरला वाटतं. कुर्दींवरच्या सिनेमातला हा सुरुवातीचा देखावा होऊ शकला असता. पट्ट्याला पिस्तूल अडकवलेला देखणा रहस्यमय माणूस प्रेमानं व्याकूळ झालेल्या लेखकाला पर्वतांमधल्या अज्ञात ठिकाणी घेऊन जाण्यासाठी आला आहे. लेखक जाईल का? त्याच्याजवळ ते धाडस आहे का? ज्या दिवशी आम्ही भेटलो तेव्हा गव्हर्नरनं सायरनच्या आवाजाचा उल्लेख केला होता. मी इथे तो आवाज ऐकण्यासाठी आलो नव्हतो का? जो आवाज मी गमावलेला शब्द कुजबुजेल त्या आवाजाच्या मागे मी नाही का?

तो जाईल. त्या मोठ्या शहरातल्या बस स्टेशनवरच्या किंकाळीनं सुरू झालेली गोष्ट टप्प्याटप्प्यानं स्वत:च आपोआप लिहील. तिचा शेवटही होईल. यावेळी तो मांजरानं उंदराशी खेळावं त्याप्रमाणे आपल्या नायक-नायिकांशी खेळणारा आणि त्यांचं नशीब ठरवणारा देवसदृश लेखक नसेल. तो कहाणी लिहिणार नाही आहे, तर कहाणीच त्याला लिहील.

''कृपया पाच मिनिटं तरी थांबा आणि मला शर्ट बदलण्याएवढा वेळ द्या.''

तो माणूस आपला हात, बरोब्बर हृदयापाशी नेतो आणि सौजन्यपूर्वक ''हो, सर'' म्हणतो. अजून एक सिनेमातलं दृश्य, जिन्याकडे जाणाऱ्या ओमरच्या मनात येतं. त्या माणसाची ती हालचाल सहज नव्हती. जणू काही ती त्याला मुद्दाम शिकावी लागली होती. माझा इथला अनुभव मला खऱ्या आयुष्यातला का वाटत नाही? माझ्या मनात प्रत्येक गोष्ट, एखादं दृश्य, एखादा सिनेमा, एखादं काल्पनिक साहस, यात का रूपांतरित होते? पण इथे हे सगळं दैनंदिन आयुष्याचा भाग आहे... इतर प्रदेशांचं, इतर समूहांचं, इतर लोकांचं वास्तव आपल्याला नेहमी भीतिदायक किंवा एखाद्या भुरळ पाडणाऱ्या परीकथेसारखं वाटतं का?

जेव्हा तो खाली येतो, तेव्हा हॉटेलमधला कारकून म्हणतो, ''*बेग*, तो

तुमची वाट बघत बाहेर थांबला आहे. तो जियन हनीमचा *नातेवाईक* आहे. सर, प्लीज तुम्ही जा. जियन *हनीम*नं तुम्हांला बोलावलं आहे तर तुम्ही जायला हवं. शिवाय, या मोसमात आमच्या पर्वतांमध्ये खूप सौंदर्य असतं.'

तो माणूस 'आमचे पर्वत' ज्या प्रकारे म्हणाला त्याचा विचार करत ओमर हॉटेलच्या दरवाजातून बाहेर पडला. महमूदसुद्धा आमचे पर्वत असं म्हणायचा, जियन, महमूदचे वडील आणि इतर सगळेसुद्धा तसंच म्हणायचे. जणू काही पर्वत ही त्यांची अतिशय मौल्यवान, अतिशय लाडकी गोष्ट होती. आशेचा आसरा, रक्षणकर्ते आत्मे... म्हणूनच आशा बेचिराख करण्यासाठी या पर्वतांना आग लावली जाते का? का बरोब्बर उलट कारणासाठी, आशेला पुनर्जीवन देण्यासाठी? पण कुठे जायचं ते या माणसाला कसं माहीत आहे? इथल्या लोकांना किती माहीत असतं आणि ते किती कमी सांगतात!

एक काळी जीप दरवाजासमोर उभी आहे. या भागाचं दारिद्र्य आणि वंचितावस्था यांविषयी असलेल्या सार्वत्रिक समजुतीला आव्हान देणाऱ्या प्रकारचं वाहन. हॉटेलसमोर ओमरला पाहताच ड्रायव्हिंग सीटवरून तो माणूस चपळाईनं खाली उतरून पुढच्या भागाचं दार उघडून धरतो. 'इथे बसावं. इथे जास्त आरामशीर आहे. तासापेक्षा जास्त प्रवास करायचा आहे. म्हणजे जर रस्ता बंद नसेल तर.'

ते कुठे जात आहेत हे ओमर विचारत नाही. ते जियनकडे जात आहेत. स्वत:चा आवाज हरवलेल्या, स्वत:ला आत ओढून बसलेल्या आणि वाट पाहत पडून राहिलेल्या या नगरापासून दूर, तिच्या स्वत:च्या भागात, तिच्या स्वत:च्या वास्तवाच्या आणि दंतकथेच्या भूमीत मी तिचा शोध घेणार आहे. एलिफनं त्याच्या फोनवर ठेवलेल्या मेसेजची त्याला आठवण येते. आज माझ्या बायकोचा वाढदिवस आहे आणि कित्येक वर्षांत प्रथमच मी तो विसरलो आहे. तिला मी लगेच फोन करायला हवा. थोड्या वेळानं हे पठार सोडून आम्ही दऱ्यांच्या आणि घळींच्या तळामध्ये सूर मारू, तेव्हा तिथे फोनचं नेटवर्क अजिबातच नसेल. काय बोलायचं ते आधीच न ठरवता, कुठल्याही सबबी न देता जे सुचेल ते तो त्याच्या बायकोशी बोलणार आहे. एलिफ हे माझं खरं रूप, माझी डायरी, माझाच भाग आहे. जियन माझी दंतकथा, माझी परीकथा, हरवलेल्या शब्दांच्या वाळवंटातलं मृगजळ आहे.

तो एलिफला फोन लावतो. फोन खूप वेळ वाजू देतो. जर फोन स्विच ऑफ केलेला असेल तर तसं नोटिफिकेशन येतं. तिचा फोन कुठेतरी राहिला

आहे किंवा ती तो उचलत नाही आहे. तो घड्याळाकडे बघतो. तिथे आत्ता सहा वाजले असणार. कदाचित ती डिनरसाठी बाहेर गेली असेल, कदाचित परिषद बराच काळ चालली असेल. कंटाळवाण्या, वैज्ञानिकांच्या सभा, ज्यांत वक्त्याचं कोणीच ऐकत नाही; आणि जेव्हा चर्चेची वेळ येते, तेव्हा प्रत्येकजण अहमहमिकेनं स्वत:चं ज्ञान पाजळतो. टेक्स्ट मेसेजची कल्पना तो उडवून लावतो. थोड्या शब्दांत लिहिता येईल असं ते नाही. या क्षणी म्हणण्यासारखं काही नाही. खळाळत्या नदीच्या काठावरून वळणावळणाने जाणाऱ्या रस्त्यावरून, सुसज्ज तपासणी नाक्यांमधून, मावळत्या सूर्याचा रक्तिमा पसरलेल्या हिमशिखरांच्या पर्वताकडे तो या क्षणी जात आहे.

''सभोवतालचे पर्वत ३००० मीटरपेक्षाही जास्त उंच आहेत. आपल्या समोरचे पर्वत जवळजवळ ३५०० मीटर उंचीचे आहेत. त्यांना कधी कोणी बर्फाशिवाय पाहिलंच नाही. स्थानिक लोक म्हणतात, मॉर्टेपवरचा बर्फ वितळला तर जगाचा शेवट जवळ आला असं समजायचं. ह्या पर्वतात अद्भुत शक्ती आहे आणि तो त्या लोकांचं रक्षण करतो असं ते समजतात.''

त्या माणसाच्या सफाईदार बोलण्यानं, स्वत:ची मतं इतक्या चांगल्या प्रकारे आणि ठोसपणे मांडण्यानं ओमर चकित होतो. त्याची उत्कृष्ट तुर्की भाषा ही नंतर शिकल्यासारखी वाटते. त्याच्या बोलण्याच्या वेगळ्या स्वरानं पूर्वेपेक्षा पाश्चात्त्य परदेशी लोकांची आठवण येते. हा जियन *अब्ला*चा नातेवाईक आहे असं हॉटेलचा वयस्क कारकून म्हणाला होता. नातेवाईक, अंगरक्षक का... का कोण?

''मॉर्टेपवरचा बर्फ वितळायला लागला आहे,'' तो माणूस म्हणाला, ''हिमनद्या इतक्या सहज वितळणार नाहीत, पण ग्लोबल वॉर्मिंग आमच्या प्रदेशात येऊन ठेपलं आहे.'' ओमरचं वाढतं कुतूहल त्याच्या लक्षात येतं, आणि तो म्हणतो, ''मी तुम्हांला ओळखतो, ओमर *बे* पण अजून मी माझी ओळख तुम्हांला करून दिली नाही. हॉटेलच्या माणसांसमोर मला माझी ओळख करून द्यायची नव्हती. शब्दांचा इथे सहज विपर्यास होऊ शकतो. शिवाय एखाद्या माणसाच्या कामाबद्दल प्रत्येक माणसाला प्रत्येक गोष्ट माहीत होण्याची गरज नाही. कधी कधी माहितीमुळे धोका निर्माण होतो. माझं नाव दियार आहे. मी जियन *हनीम*चा नातेवाईक आहे किंवा खरं तर, मी तिच्या खून झालेल्या नवऱ्याचा मुलगा आहे.''

''मला कल्पना नव्हती,'' ओमर पुटपुटला. ''तिचा नवरा मारला गेला हे तिनं मला सांगितलं होतं – पण इतकंच.''

''मला माहीत आहे. त्याबद्दल बोलायला तिला आवडत नाही. माझ्या वडलांवर तिचं खूप प्रेम होतं आणि माझ्या वडलांचंही तिच्यावर. त्यांचं लग्न फार थोडा काळ टिकलं. फक्त पाच वर्षं. या चालत असलेल्या युद्धाचा तो सगळ्यात वाईट टप्पा होता.''

तो बोलायचा थांबतो. एखाद्या व्यावसायिक कथाकथनकाराप्रमाणे तो उत्सुकता शिखरावर पोहोचली असताना थांबतो. ओमरला अचानक वाटतं की त्याच्या जियनशी असलेल्या संबंधांबद्दल दियारला माहीत असावं आणि तो काहीतरी निरोप देत आहे आणि जियनचीच तशी इच्छा आहे असंही ओमरला वाटतं. आपण प्रथम हे बोलावं असं त्याला वाटत नाही. पाणी, खडक, आणि पर्वतांमध्ये प्रतिबिंबित होणाऱ्या मावळत्या सूर्याच्या लालिम्यात तो दंग झाल्याचं भासवतो.

''जादू करणारे देखावे आहेत हे, हो ना? पर्वतांवर परावर्तित होणारी मावळतीच्या सूर्याची किरणं मी जेव्हा जेव्हा बघतो, तेव्हा मी परीकथांच्या जगात असल्यासारखंच मला वाटतं. मी परत येण्याची आणि सोडून निघून न जाण्याची जी कारणं आहेत, त्यांतलं एक कारण हा देखावा नक्कीच असणार.''

''तुम्ही इथले नाही का?''

''माणसाची मातृभूमी कोणती असते हे मला नक्की नाही माहीत. जिथे जन्म होतो, जिथे मोठा होतो, का जिथे आपण परततो ती? मला नाही माहीत.''

''कुठल्या जागी तुम्ही परत आला आहात?''

''मला वाटतं इथे. पूर्वेच्या पूर्वेकडे...''

''हा वाक्प्रचार तुमच्या तोंडी कुठून आला? सॉरी, हा मी वापरतो. म्हणजे असं की हा मी तयार केलेला नाही. माहीत नाही, हा मी कुठून उचलला.''

''माझे वडील असं म्हणायचे. त्यांच्या एका पुस्तकात या भागाचा उल्लेख त्यांनी 'पूर्वेच्याही अति पूर्वेकडे' असा केला आहे.''

''तुमच्या वडिलांची पुस्तकं...''

''हो, त्यांनी बरीच पुस्तकं लिहिली. कुर्दी भाषा, कुर्दी इतिहास, कुर्दी साहित्य या विषयांवर. तुम्ही त्यांचं नाव ऐकलं असलं पाहिजे.'' त्यानं

सांगितलेलं नाव आपण तरुणपणात ऐकल्याचं ओमरला आठवतं ''जियननंही माझ्या वडलांचे नाव तुम्हांला सांगितलं नाही का?''

''नाही, आमची अशी संभाषणं क्वचितच झाली. आम्ही जास्त करून हा भाग आणि इथले लोक यांवर बोललो.''

''सहानुभूती बाळगणारा प्रत्येक पश्चिमी हा भाग आणि आमचे प्रश्न यांवर लिहू इच्छितो. माझा जन्म दियारबकिरमध्ये झाला, पण मी स्वीडनमध्ये मोठा झालो. १९८० नंतर स्थलांतरित झालेल्या कुर्दी मुलांपैकी मी एक आहे. स्वीडनमधले जे लोक स्वत:ला बुद्धिवादी मानतात त्यांना आमचा प्रदेश, कुर्दी लोक आणि कुर्दीस्तान यांबद्दल जिज्ञासा आहे. काहींना सहानुभूतीमुळे, काहींना मानवी हक्कांवरच्या त्यांच्या श्रद्धेमुळे, एक वाक्य चर्चा करून ठरवायचे आहे. काहींना या भागात असलेल्या तोलावर ताबा हवा असल्यामुळे. पण प्रत्येकजण फक्त स्वत:च्या चष्म्यातून बघतो आणि त्यामुळे विपर्यस्त दिसलेल्या गोष्टींबद्दल लिहितो. मग ते आम्हांला सल्ले देतात.अर्थात फक्त स्वीडिश नाही तर सगळेच पाश्चिमात्य लोक. कृपया रागवू नका, मी तुमच्याबद्दल बोलत नाही आहे. पण तरीही या भागाबद्दल लिहिता येण्यासाठी तुम्हांला या भागाचा आत्मा समजायला हवा, तो आतून जाणवायला हवा. मला आता इथे चार पाच वर्षं झाली. माझी मुळं या भूमीत आहेत, तरीही मला ही भूमी पूर्णपणे समजली आहे असं मी म्हणू शकत नाही.''

''माफ करा, पण मी तुम्हांला विचारतो आहे तो तुम्ही तो विषय काढल्यामुळे. तुमचे वडील आणि जियन *हनीम*... स्वीडनमध्ये का? म्हणजे, मला ते तितकंसं समजलं नाही... ते जरा अवघडच वाटलं. तुमची आई स्वीडिश होती का?''

''काही अवघड नाही. खरंतर तुमच्या कादंबऱ्यांच्या कथानकांपेक्षा साधं आहे ते. माझी आई दियारबकिरची आहे. माझे वडील आणखी पूर्वेकडचे म्हणजे या भागातले आहेत. माझा जन्मही दियारबकिरमध्येच झाला. मग १९८० मध्ये दियारबकिरमध्ये सैनिक आले आणि संपूर्ण पूर्व भाग म्हणजे नरक झाला. माझ्या आईवडलांना निसटून जावं लागलं आणि ते राजकीय आश्रित म्हणून स्वीडनला गेले. तेव्हा मी सहा-सात वर्षांचा होतो. आमचं विमानानं येणं मला आठवतं. त्यावेळी मी प्रथम विमानात बसलो.''

''आणि त्यानंतर तुमचे वडील आणि जियन, म्हणजे ते तिला भेटले कसे?''

''ती एक प्रेमकथा होती. तेव्हा मी एकोणीस वीस वर्षांचा तरुण मुलगा होतो. जियन स्वीडनमध्ये तिच्या मोठ्या भावाला भेटण्यासाठी आली होती. आमचं कुटुंब त्यांच्याकडे जात असे. त्यांच्या घरी माझे वडील योगायोगानं जियनला भेटले. त्यावेळी ते पन्नास वर्षांपेक्षा मोठे होते आणि त्यावेळी जियन - मी हे सांगायची गरज आहे का ते मला माहीत नाही - तरुण आणि मोहक होती. माझ्या म्हणण्याचा गैरसमज करून घेऊ नका. माझ्या वडलांना बायकांच्यात खास रस नव्हता. ते अजूनही माझ्या आईबरोबर लग्नबंधनात होते, अणि स्वीडनमध्ये सुंदर स्त्रिया खूप आहेत तरीसुद्धा, माझ्या वडलांची नजर फक्त त्यांचं काम आणि संशोधन यांवरच होती. पण जियन, विशेषत: त्या वयात, रूपवती असण्याखेरीजही जास्त काहीतरी होती. आता मला ते जास्त चांगलं उमगतं. त्या दिवसांत मी उत्तरेकडच्या सोनेरी केसांच्या स्त्रियांत गुंतलेला नौजवान होतो. माझे वडील म्हणाले, 'जणू काही माझ्या देशाचं स्वत्व, त्याचं हृदय, त्याचं गूढ आणि त्याची बंडखोरी या स्त्रीत एकत्र आली आहे. जियन ही फक्त एक सुंदर स्त्री नाही, तर ती एक भूमी आहे, जिच्यातून मला बाहेर फेकलं गेलं, जी मी सोडली आणि जिच्यासाठी मी तळमळतो आहे.' मला सगळं ते अतिरोमँटिक वाटलं किंवा त्यावेळी तो मनाचा दुबळेपणाही वाटला. त्यांनी माझ्या आईला सोडल्यामुळे मी रागवलोसुद्धा होतो. आता मला त्यांच्या म्हणण्याचा अर्थ कळतो.''

तो क्षणभर गप्प बसतो. ''जियननं हे स्वत: तुम्हांला सांगितलं नाही हे बघता कदाचित मीही तुम्हांला हे सांगितलं नाही पाहिजे.''

खोल दरी सोडून ते एका मातीच्या रस्त्यावर वळतात. मावळत्या सूर्याचे शेवटचे झोत त्या उभ्या कड्यांवर पडतात. ग्रॅनाईटचे खडक एकमेकांसमोर ठेवलेल्या आरशांप्रमाणे प्रकाश पुन्हापुन्हा परावर्तित करतात.

''आपण जवळजवळ पोहाचलोच आहोत,'' तरुण माणूस म्हणतो, ''पुढे एक किलोमीटरवर एक तपासणी नाका आहे. सूर्य मावळायच्या आधी आपण तिथे पोहोचलो तर आपण त्यातून जाऊ शकतो. नाहीतर ते रस्ता बंद करतात. इथे त्यांनी सगळीच ठिकाणं खाली केली नाही आहेत. तसा अधिकृतपणे हा भाग प्रतिबंधित म्हणून जाहीर झाला नसला तरी मागच्या तणावाच्या काळानंतर, स्फोट आणि कारवायांनंतर बऱ्याच काळापासून हे प्रतिबंधित क्षेत्र असल्यासारखंच झालं आहे.''

दिवस मोठे झाले आहेत. अजून संध्याकाळ झाली नाही. ते सूर्यास्तापूर्वीच

तिथे पोहोचले. खूप वाट बघावी लागते. पेपर्स, ओळखपत्र. 'डिकी उघडा!' 'तुम्ही कुठून आला आहात?' 'कुठे चालला आहात?'... करड्या आवाजात, अधिकारवाणीनं हेटाळणीच्या स्वरात. ओमर आता अशा प्रसंगी गप्प राहायला, ओळखपत्र त्यांच्या ताब्यात देऊन कोपऱ्यात गप्प बसून राहायला शिकला आहे. खूप रिहर्सल केलेल्या नाटकातल्या पात्रांप्रमाणे. इथल्या लोकांना प्रश्न, उत्तरं, हावभाव, कधी गप्प राहायचं आणि कधी बोलायचं ते पूर्ण माहीत आहे.

तपासणी नाक्यावरचा मुख्य अधिकारी - तो एखादा दुय्यम अधिकारी किंवा लष्करी पोलीस सार्जंट असणार - एखाद्या मुख्य सेनापतीच्या आविर्भावात दमदार आवाजात हुकूम देतो. 'जा! पुन्हा इतक्या उशिरा आलात तर मी तुम्हांला जाऊ देणार नाही. जा, चालायला लागा!' खाचखळग्यांच्या आणि दगडधोंड्यांच्या, दुर्दशा होत असलेल्या रस्त्यावरून चार बाय चारमधून हळूहळू पुढे जाताना ते वाहन पूर्णपणे चिलखती आवरण असलेलं आहे हे ओमरच्या लक्षात येतं. एका वळणावरून जाताना खडकांमधून त्यांच्यावर जणू उडी मारणारा झाडांचा एक समुदाय त्यांना दिसतो.

'आपण पोहोचलो आहोत!'

हॉटेलमध्ये ती परत आली, तेव्हा एलिफला दारू चांगलीच चढली होती. रात्रीची सुरुवात शॅम्पेननं आणि शेवटही शॅम्पेननंच झाला होता आणि त्यावर कळस म्हणजे अध्येमध्ये प्यायलेल्या झकास फ्रेंच वाइन्स. उत्तरेकडच्या दृष्टीनं पाहिलं तर ल कॉक रूज हे अत्युत्तम फ्रेंच रेस्टॉरंट होतं. तिच्या जोडीदाराला जेवण आणि ड्रिंक यांची खरोखर चांगली जाण होती. पण फक्त एवढंच? त्याच्या वैज्ञानिक क्षेत्रातली त्याची हुकूमतही दुर्लक्ष करण्यासारखी नव्हती. त्यांची अर्धी रात्र त्यांचं संशोधन, जेनेटिक्समधले नवीन शोध आणि अर्थातच त्यापासून उद्‌भवणारे नैतिक प्रश्न यांवर बोलण्यात गेली. तिला त्या माणसाचं काय आवडलं असेल, तर तिला उत्तेजन दिल्यासारखं न वागता तिच्याशी बरोबरीच्या दर्जानं बोलणं.

तिनं प्रथम तिच्या पँट आणि नंतर जांभळट रंगाचं ब्लाऊज काढलं तेव्हा तिची नजर वॉर्डरोबच्या दारावरच्या पूर्ण उंचीच्या आरशाकडे गेली. तिचं पोट आणि पार्श्वभाग आवळून धरून ती आहे त्यापेक्षा सडपातळ दिसण्यासाठी

घातलेले टाइट्स आणि तिचे उरोज अधिक आकर्षक दिसण्यासाठी बनवलेली खास ब्रा तिनं काढली. आपल्या शरीराचं वास्तव रूप तिनं निरखून बघितलं. ५२ वर्षे वयाच्या मानानं मुळीच वाईट नाही. 'माझी चिरतरुण बायको' ते प्रेमक्रीडा करताना ओमर म्हणायचा. लैंगिक मीलनाच्या वेळी शारीरिक सुखापेक्षा तिला अधिक खोलवरचं समाधान द्यायचे ते त्याचे शब्द, त्याची आलिंगनं आणि त्याचं सान्निध्य. तो म्हणायचा, 'तू प्रणय करतानाही तुझा मेंदू वापरतेस.' ती तिची प्रशंसा होती का तो तिची चेष्टा करत होता याचा विचार तिनं कधीच केला नाही. तिला वाटायचं, ओमर अशा स्त्रियांना जाणतो ज्या त्यांच्या देहानं, त्यांच्या पूर्ण अस्तित्वानं प्रणय करतात आणि प्राण्यांप्रमाणं स्वतःच्या मूलभूत प्रेरणांना स्वैर सोडतात आणि अशा स्त्रियांची आणि तिची तो तुलना करीत आहे असं वाटून ती अस्वस्थ होत असे.

त्यांनी प्रणय केल्याला किती काळ लोटला याचा ती विचार करते. महिना, दोन महिने? त्यापेक्षा जास्त नाही. एका महत्त्वाच्या आंतरराष्ट्रीय पुस्तक जत्रेत स्वाक्षरी दिन आटपून ओमर परत आला होता. पूर्वी अशा कार्यक्रमांनंतर तो त्याच दिवशी विमानानं परतत असे. त्यांनी कितीही आर्जवं केली तरी, 'मला काम आहे, माझे प्रकाशक मी पुस्तक संपवण्याची वाट बघत आहेत' असं सांगून स्वतःचा मुक्काम कधीही वाढवत नसे. त्यावेळी मात्र तो तिथे जवळजवळ आठवडाभर, पुस्तक जत्रेचा पूर्ण काळ राहिला होता. कारण परत येऊन करण्यासारखं त्याच्याजवळ काहीच नव्हतं. त्याला लेखकाचं शैथिल्य (writer's block) आलं आहे, तो आणखी लिहू शकत नाही हे एलिफला माहीत होतं. त्याच्या कामाचा उगम आटला आहे आणि तो नव्या स्फूर्तीच्या शोधात पूर्वेकडे गेला आहे, असं तिला वाटत होतं.

''यावेळी तू फार काळ राहिलास,'' तिनं त्याला टोकलं होतं.

''बरोबर आहे तुझं, डिअर. मी खूप दिवस राहिलो. तुझं नसणं मला जाणवत होतं.''

त्यांनी रतिक्रीडा केली होती. अगदी पूर्वीप्रमाणे तिथेच कोचावर संध्याप्रकाशात स्वतःला बुडवून. 'शांत, सुरक्षित, चांगली, साचेबद्ध रतिक्रीडा, ज्यात घाई नव्हती, नवलाई नव्हती, जिथे दोघांना एकमेकांच्या आवडी, त्यांचे संवेदनशील बिंदू, त्यांच्या देहाची वळणं माहीत होती.

आरशात स्वतःच्या शरीराकडे बघताना खूप काळ न अनुभवलेलं व्याकुळतेने वाट पाहणं तिनं अनुभवलं. तिला वाटलं रतिक्रीडा पूर्ण

होण्याआधी, समागमाच्या सर्वोच्च बिंदूला ती पोहोचणार तोच समागम तुटत तिला अर्ध्यावर सोडण्यात आलं आहे. न घडलेल्या व्यभिचाराची कडवट चव आणि अपमानात मिसळलेली शरमेची भावना. आखलेल्या पण न घडलेल्या खुनाच्या प्रयत्नाचा रितेपणा...

मी त्या इंग्रज सहकाऱ्याला का भेटले? मला काय फक्त विज्ञानाबद्दल बोलण्यातच रस होता का? आणि मग नखशिखांत नटण्याचं काय, ... अगदी ब्रापासून रेशमी जर्सी ब्लाऊजपर्यंतची प्रत्येक गोष्ट तुझ्या स्त्रीत्वाचं प्रदर्शन मांडण्यासाठी, त्याला उत्तेजित करण्यासाठी निवडली गेली नव्हती का? अगदी शेवटी एकदा तर तू ब्रा न घालता पातळ, सुती टॉप ज्यामुळे तुझी स्तनाग्रंही दिसतील, असा घालायचा विचार केला होतास. मग का नाही घातलास तू? पूर्वेकडच्या रहस्यमय स्त्रीची भूमिका वठवण्यासाठी का? तू तुर्की आहेस. पाश्चिमात्य स्त्रियांत मिळणार नाही असं काहीतरी तुझ्यात मिळायला हवं, थोडंसं राखून वागणं, थोडासा संकोच किंवा थोडासा नखरा असं काही तरी. पुरुषाला उत्तेजित करण्यासाठी, मासा खात्रीनं गळाला लागण्यासाठी रचलेले हे केविलवाणे कावे नाहीत का?

ती असं का वागली? आरशासमोरून बाजूला होण्याआधी ती स्वत:च्या हेतूंना प्रश्न करते. तिच्या विज्ञानविषयक अभ्यासातून लागलेल्या सवयीमुळे ती स्वत:कडे व्यक्ती म्हणून न बघता वस्तू म्हणून बघते. जशी गिनीपिगची वागणूक ती तपासते तसं. नाही, देहाची मागणी किंवा अनावर वैषयिक ऊर्मी किंवा दाबून टाकता येत नाही अशी इच्छा हे ते कारण नव्हतं. तसं असतं तर ते नैसर्गिक, समजण्यासारखं, निरोगी किंवा अगदी वाजवीसुद्धा असतं. तो स्त्रीच्या लैंगिक उदारीकरणाचा जाहीरनामाही मानता आला असता. पण प्रत्यक्षात त्यांतलं काहीच नव्हतं. ते कारण म्हणजे मला ओमरला शिक्षा करायची होती, कारण ते आमच्या दुरावण्याविरुद्धचं माझं बंड होतं; कारण त्यानं आमच्यात दुरावा येऊ दिला, कारण तो माझ्याकडे एक स्थिर असलेली गोष्ट म्हणून पाहत आहे असं मला वाटलं. त्याला माझ्या वाढदिवसाचीही आठवण राहिली नाही. त्यानं मला फोनही केला नाही म्हणून मी त्या इंग्रज माणसाला बोलावलं. तो दुसराही कोणी असू शकला असता. या शहरातली एकमेव उपलब्ध संधी तो वैज्ञानिक होता – पोहोचायला सोपा, अतिशय निरुपद्रवी असण्याची मोठी शक्यता असलेला आणि गुंतागुंत विरहित. सूड म्हणून व्यभिचार. वाईट नाटकी कथानकांचा ठरलेला विषय.

जर ती उत्कटतेनं कोणाच्यातरी प्रेमात पडली असती, जर सगळं मागे सोडून सगळे दोर कापून, सर्वस्वाचा त्याग करून तिनं या दुसऱ्या माणसाकडे धाव घेतली असती तर तिचा स्वत: विषयीचा आदर उणावला नसता. प्रेमात खूप काही माफ होतं; त्या वेळी सदसद्विवेकबुद्धी व्यभिचारापुढे नमतं घेते. आज माझी स्थिती त्या कंगाल मुलीसारखी झाली आहे जिला दिवस गेले असून तिच्या प्रेमिकानं तिला टाकलं आहे आणि जी सुडाच्या भावनेतून वेश्या झाली आहे.

आरशातल्या आपल्या नग्न रूपानं तिला लाज वाटते. तिला स्वतःचं दर्शन नकोसं झालं आहे. जणू तिच्यावर बलात्कार झाला आहे, ती मलिन झाली आहे, पुरुषाच्या चिकट द्रावानं माखली गेली आहे. ती धडपडत शॉवर घ्यायला जाते. तिला स्वच्छ करायला हवं आहे, शुद्ध करायला हवं आहे. पण माझ्या हृदयाचं काय? ते मी कसं नीट करू? ती नळ गार पाण्याकडे फिरवते. ती गोठते. ती शहारते, पण तिला बरं वाटत आहे, ती सैलावते. गार पाणी जसजसं तिच्या खांद्यांवर, तिच्या उरोजांवर आणि चेहऱ्यावर पडतं, तसा तिचा आत्मविश्वास परत येतो. ती हसायला लागते. संध्याकाळी शेवटी तो इंग्रज माणूस काय म्हणाला होता?

''मिसेस एरेन, आठवतं का मी तुम्हांला आंतरराष्ट्रीय पातळीवर ओळखल्या जाणाऱ्या इंग्रजांच्या स्टिरिओटाइपकडे - म्हणजे अर्धे पुरुष समलैंगिक असतात, पबमध्ये नसतील तेव्हा पाच वाजता चहा घेतात, सभ्य असले तरी भावनिक दृष्ट्या थंड असतात, त्यांना खाण्याबद्दल काहीच माहिती नसते, नेहमी छत्री बरोबर ठेवतात... वगैरेकडे दुर्लक्ष करायला सांगितलं होतं. पण कधीकधी राष्ट्रीयत्वाच्या अशा प्रचलित समजुतीत थोडंसं तथ्य असतं. उदाहरणार्थ, पुरुषच आवडणाऱ्या ५० टक्के इंग्रज पुरुषांत मी माझी गणना करतो. नाहीतर मी तुम्हांला असं निघून जाऊ देणं शक्यच नव्हतं!''

मी त्याच्या मागे लागले आहे हे त्याच्या लक्षात आलं होतं. सहाध्यायांमधलं विज्ञान आणि संशोधन यांवरचं संभाषण हे केवळ एक ढोंग होतं, हे त्याला समजलं होतं, आणि त्यानं सभ्यपणे मला नकार दिला होता. कदाचित त्यानं सांगितलं ते खरंही असेल किंवा ती सबबही असेल, पण नवऱ्याशी एकनिष्ठ न राहण्यापासून त्यानं मला वाचवलं. नाहीतर मी एखाद्या प्रेताच्या ममीसारखी तोंडात कडवट चव आणि हृदयात खंत घेऊन एखाद्या इंग्रजाच्या बाहुपाशात असते.

हॉटेलच्या मऊ, बर्फासारख्या पांढऱ्या शुभ्र टॉवेलनं स्वत:चं अंग पुसत असताना ती व्यभिचाराची सीमा कुठे असते हा प्रश्न स्वत:ला विचारते. तुम्ही कोणाबरोबर झोपता तेव्हा, तुम्ही गंभीरपणे तो विचार करता तेव्हा, जेव्हा तुम्हांला खरंच करायचा आहे पण तुम्ही करत नाही तेव्हा, का तुम्ही फक्त तशी इच्छा व्यक्त करता तेव्हा? तसाच हाही प्रश्न. हिंसेची सुरुवात कोठे होते? तुम्ही प्रयोगशाळेतला उंदीर मारता तेव्हा, तुमच्या बहिणीला प्रत्यक्ष भेदरवता तेव्हा, का जेव्हा तुम्ही आत्मघातकी बॉम्बर होऊन तुमच्या श्रद्धांच्या नावाखाली लोकांना नष्ट करता तेव्हा?

बिछान्यावर पडण्याआधी ती एक झोप आणणारं ट्रँक्विलायजर, सवय न लावणारी चिनी जडीबुटी घेते. तिनं चादर खाली केल्यावर तिचा फोन जमिनीवर पडतो. अर्थात... मी तो बिछान्यावर ठेवला होता. मी कशी विसरले? तो बंद करून बाजूच्या टेबलावर ठेवण्याआधी ती 'मिस्ड कॉल्स'चं बटण दाबते.

दोन मिस्ड कॉल्सची नोंद आहे. एक तुर्कस्तानहून आलेला, ज्याचा नंबर तिच्या ओळखीचा नाही आणि जो स्क्रीनवर येतही नाही. दुसरा नंबर ओमरचा आहे म्हणजे त्यानं फोन केला. त्यानं फोन केला! हुर्रे! आणि त्यानं रिंग बराच वेळ वाजू दिली. कदाचित बरेच वेळा. कोणी उत्तर दिलं नाही. त्याला काळजी वाटली असेल का? मी कुठे असेन आणि काय करत असेन यांचा अंदाज बांधायचा त्यानं प्रयत्न केला असेल का? तो पुन्हा फोन करील का? तिथे आत्ता पहाटेचे दोन वाजले असतील. खूप उशीर झाला आहे. हरकत नाही. तो झोपला असेल तर उठू शकतो. आजचा दिवस महत्त्वाचा आहे. ती 'रिप्लाय' बटण दाबते. 'तुम्ही फोन केला आहे तो माणूस उपलब्ध नाही.' तो पुन्हा नेटवर्कच्या बाहेर असणार किंवा त्यानं त्याचा फोन बंद केला असणार. मी उद्या पुन्हा फोन करीन. ओमरसुद्धा फोन करील. पश्चात्तापमिश्रित शरमेच्या भावनेनं ती भरून जाते. माझं पातिव्रत्य त्या इंग्रज सहकाऱ्याच्या लैंगिक आवडीमुळे टिकलं आहे. प्रत्येक गोष्ट किती कमजोर आहे! सगळंच कसं एखाद्या धाग्यावर लोंबकळतं आहे.

मग ती आलेले मेसेज बघते. सर्वांत ताजा मेसेज तिच्या ताज्या जोडीदाराकडून आला आहे. ते टॅक्सीतून हॉटेलवर परत आल्यावर टॅक्सीतून उतरताक्षणी त्यानं तो पाठवला असला पाहिजे. 'मी माझ्या लैंगिक आवडीबद्दल बोललो ते खरं आहे. तुम्ही एक खूप खास स्त्री आहात. तुमच्या

प्रेमात पडण्यास मी समर्थ असतो तर मला आवडलं असतं.' ती हसते. म्हणजे इंग्रज सौजन्यशील असतात हा प्रचलित समजही खरा आहे तर...

दुसरा मेसेज डेनिजचा आहे. पहा, माझा वाढदिवस त्यालाही आठवला. मी बहुधा थोडी लाडावलेली आहे. खूप नकारात्मक विचार करते. पण, नाही, या वाढदिवसाच्या शुभेच्छा नाहीत. 'त्यांनी गेस्ट हाऊस पेटवलं आहे, या नंबरवर मदर मला लगेच फोन कर.'

त्यांनी गेस्ट हाऊस पेटवलं आहे, या त्याच्या म्हणण्याचा काय अर्थ आहे? एक क्षणभर तिला काही कळतच नाही.मग तिच्या स्मृतीच्या तळातून एक फोटो तुकड्या तुकड्यांनी, एकमेकांवर चढत, एक ढिगारा बनून वर येतो. आवाज आणि रंग ते चित्र पूर्ण करतात. त्यातून डेनिजच्या बेटावर जिथे मत्स्योत्सव साजरा होत होता त्या बंदराजवळच्या चौकाच्या कोपऱ्यात त्या मोटरसायकल बाळगणाऱ्या, डोकं भादरलेल्या तरुणांच्या टोळीची प्रतिमा तयार होते. मी जेव्हा माझं सामान उचलून निघून जाण्यासाठी गेस्ट हाऊसवर गेले तेव्हा गेस्ट हाऊसचं दार नेहमीप्रमाणे उघडं होतं. माझ्या मागे बघून कुत्रा जोरजोरात भुंकला. तिथे कोणीतरी आहे असं मला वाटलं, परंतु कोणीच तिथे दिसत नव्हतं. कुत्रा भुंकतच राहिला याचं मला आश्चर्य वाटलं. बिजोर्न? त्यावेळी बिजोर्न कुठे होता? नाही, तो गेस्ट हाऊसमध्ये नव्हता. तो माझ्याबरोबर आला नाही. तो जत्रेच्या तिथे त्याच्या आजी-आजोबांबरोबर होता. मी त्याला भेट दिलेल्या गाडीत बसून तो चौकात गोल गोल फिरत होता.

डेनिजनं दिलेल्या नंबरवर ती फोन करायचा प्रयत्न करते. तिची बोटं थरथरत आहेत. त्याच्याकडे मोबाईल फोन नाही. हा त्याच्या मित्राचा नंबर असणार. आत्ता खूप रात्र नाही का झालेली? त्यानं काही बिघडत नाही!

फोन लगेच घेतला जातो. ''मदर'' डेनिज म्हणतो. हा त्याचा लहानपणी आजारी किंवा त्रासात असताना आईकडे - आसरा - घेण्यासाठीचा आवाज आहे. तिच्या गालांवरून मूकपणानं अश्रू ओघळतात. गेस्ट हाऊस जाळलं जात आहे म्हणून किंवा आता ऐकाव्या लागणाऱ्या वाईट बातमीसाठी ती रडत नाही आहे, तर तिचा मुलगा ज्या असहाय्य, बालीश आवाजात तिला 'आई' म्हणतो त्यामुळे ती रडत आहे.

''मनू, काय झालं आहे पिल्लू? खरं आहे ते?''

''तू सोडून गेलीस, त्या दिवशी गेस्ट हाऊस जळालं. त्यांनी आग

लावली त्याला. मोठा मासा स्पर्धेहून आम्ही परत येताना आम्हांला ज्वाला दिसल्या. मला कॅप्टननं आधीच सांगितलं होतं की, तुला बेट सोडून जाताना त्यांनी पाहिलं आहे. तिथे मोटर सायकलवरचे ते नव-नाझी आलेले तुला माहीत आहे. लोकांना त्यांचा संशय येतो आहे.''

''मुलगा... मुलगा कसा आहे? बिजोर्न? आजी आणि आजोबा? तू, तू कसा आहेस?''

''आता प्रत्येकजण जरा बरा आहे. फक्त कुर्त, तुला माहीत आहे, आमचा कुत्रा,तो बांधलेला होता - तो पळून जाऊ शकला नाही. इतर लोक उत्सवाच्या तिथे असताना त्यांनी घराला आग लावली. बिजोर्नला खूप कळत नसलं, तरी तो खूप उदास आहे. तो म्हणतो की, राजकन्या उलाला आपण सैतानाकडून काढून घेतलं म्हणून त्यानं आपल्याला शिक्षा केली आहे. त्याची खात्री आहे की तू वेषांतर केलेली राजकन्या उला आहेस.''

''तू कसा आहेस, पुत्रा? कसा आहेस तू पिल्लू?''

मी त्याला 'पिल्लू' म्हणाले त्याला कितीतरी दिवस झाले. असं वाटत आहे की, पूर्वीसारखाच तो मला पुन्हा बिलगला आहे. जणू काही माझा हरवलेला मुलगा मला सापडला आहे.

''मी खूप, खूप, खूप छान आहे, आई माऊ...''

एलिफ रडू लागते. मला तुझं 'खूप, खूप, खूप छान' माहीत आहे. तुझा असहाय्यपणा, तुझा एकाकीपणा आणि तुझ्या मनातली भीती.. माझा निर्वासित मुलगा, ज्यानं एका दूरदेशीच्या बेटावर आसरा घेतला आहे. जिथं त्यानं निवारा शोधला, तिथं माझ्या लाडक्या मुलावर पुन्हा घाला पडला आहे.

''आपण आत्ता लगेच भेटलं पाहिजे, डेनिज - आत्ता लगेच किंवा उशिरात उशिरा निदान उद्या सकाळी. मी पुढच्या फ्लाईटनं ओस्लो किंवा बर्गेतला येते. गाडी भाड्यानं घेते आणि लवकरच तिथे पोहोचते. का तुला इथे यायला आवडेल? तू आणि बिजोर्न? लगेच! तुम्ही ताबडतोब यायला हवं!''

ती हुंदके देते. स्वत:च्या भावना आपल्या मुलापासून लपवण्याची तिला गरज वाटत नाही.

''रडू नकोस, आई माऊ. प्लीज रडू नकोस. तू इथे येणं योग्य ठरणार नाही. इथले लोक बेचैन होऊ शकतील. आम्ही उद्या सकाळी लवकर निघालो तर संध्याकाळपर्यंत आम्ही कोपनहेगनमध्ये असू.'' शांतता... ''तुला तो

अज्ञात पळपुटा आठवतो आई? त्याची एक कविता होती. 'तुम्हांला जायला दुसरं ठिकाण नाही, फक्त तुमच्याशिवाय. या युगाचा हिंसाचार तुम्हांला प्रत्येक ठिकाणी शोधून काढेल.''

ती ओमरला फोन करते. पुन्हा पुन्हा. 'तुम्ही फोन करत आहात ती व्यक्ती आत्ता उपलब्ध नाही.'

तुम्ही फोन करत आहात ती व्यक्ती आत्ता उपलब्ध नाही. ती जिला फोन करत आहे ती व्यक्ती आत्ता खडकाळ पर्वतांमधल्या हिरव्या निवाऱ्यात आहे. सगळे फोन, भूतकाळ आणि भविष्यकाळ जगाच्या आणि त्याच्या स्वत:च्या नशिबाच्या कक्षेबाहेर आहेत.

जी जागा त्याला इथे आणणाऱ्या तरुण माणसानं दाखवून म्हटलं होतं, 'आपण पोहोचलो आहोत!' ती जियनची निवाऱ्याची जागा असणार. ज्याबद्दल ती व्याकुळतेनं बोलायची ते तिच्या कुटुंबाचं घर, ज्याचा उल्लेख तिनं मॅन्शन म्हणून केला होता आणि नंतर त्या शब्दाच्या बढाईखोरपणानं शरमून जात, तिनं तो शब्द बदलण्याचा प्रयत्न करत म्हटलं होतं, 'आमच्या भागात गव्हर्नर आणि आगाच्या बऱ्यापैकी मोठ्या घरांना असंच म्हटलं जातं.'

ती गावं रिकामी करवण्यात आल्याचं तिनं त्याला सांगितलं होतं आणि ती त्या भागाला भेट देऊ शकत नसल्याबद्दल तक्रारही केली होती. कदाचित मलाच चुकीचं आठवत असेल, कदाचित ती म्हणाली असेल, 'त्यांनी गाव रिकामं करायला लावल्यापासून मला त्या घरी जावंसं वाटत नाही.'

जीपमधून खाली उतरताना ओमर सभोवती एक नजर टाकतो. वर, चढाच्या बाजूला मातीच्या विटांची पडकी घरं, मोकळ्या पडलेल्या भयाण झोपड्या होत्या. त्या सगळ्या त्या पिवळट रंगाच्या चढाशी, पिवळ्या मातीशी आणि करड्या खडकांशी एकजीव झाल्या होत्या. ज्या रस्त्यानं ते आले तो रस्ता जिथे संपतो तिथे झाडं आणि हिरवाईच्या मध्ये जियनच्या कुटुंबाचं घर गावाच्या दरवाजाप्रमाणे किंवा गुप्त प्रदेशद्वाराप्रमाणे त्या रित्या गावाचं जणू रक्षण करत होतं.

मोठ मोठे दांडगे कुत्रे गुरगुरत आणि दात विचकत त्यांच्याजवळ आले. ओमर न हलता जिथे होता तिथेच उभा राहिला. त्याच्या लहानपणी त्याला हे शिकवण्यात आलं होतं. जेव्हा तुम्ही आक्रमक कुत्रा बघता तेव्हा तुम्ही स्तब्ध उभं राहायला पाहिजे. हातात काठ्या आणि कमरेला शस्त्रं असलेले

दोन गावकरी किंवा पहारेकरी काटेरी वेली आणि काटे यांनी बनवलेल्या, बागेच्या कुंपणाआडून बाहेर येतात. ते त्या दांडग्या कुत्र्यांना हाकलतात.

''इथे आमच्या पहारेकऱ्यांपेक्षा आमचा आमच्या कुत्र्यांवर जास्त विश्वास आहे,'' दियार म्हणतो. ''त्यांचे कोणतेही स्वार्थी हेतू नसतात. परका तो कुत्र्यांसाठी परकाच असतो, पण लोकांच्या बाबतीत मात्र काही सांगता येत नाही. जियनचा आमच्या लोकांवर पूर्ण विश्वास आहे. तिनं त्यांच्यावर इतका विश्वास टाकला नसता तर कदाचित आज माझे वडील जिवंत असते.''

या सावत्र मुलाला काय म्हणायचं आहे? त्याला कमांडरचे शब्द आठवतात, 'मला असं म्हणायचं नाही की केमिस्टनं आपल्या नवऱ्याची हत्या करवली. काहीजणांना असंच घडलं असं वाटतं, पण साक्ष आणि पुरावा नसताना आरोप करू शकत नाही. मी असं म्हणतो की, ती नवऱ्याची हत्या थांबवू शकली नाही आणि त्याहीपेक्षा महत्त्वाचं म्हणजे माहीत असूनसुद्धा ते खुनी तिनं जाहीर केले नाहीत.'

दियारच्या शेऱ्याचा अर्थ ओमर त्याला विचारणार होता तेवढ्यात त्याला त्या दगड आणि लाकूड यांनी बनलेल्या दोन मजली मॅन्शनच्या पुढच्या बाजूला असलेल्या ओसरीतल्या आधाराच्या खांबाला टेकून उभी असलेली जियन दिसली. थोड्या पायऱ्या उतरून त्यांच्याकडे येण्याऐवजी ती जराही न हलता ते तिच्याकडे येण्याची वाट बघत उभी आहे. कदाचित तसा रिवाज असेल. मुख्य स्त्री किंवा *हनीमआगा*, जे काही म्हणतात ती, तिच्या पाहुण्यांकडे येत नाही; पाहुणे आदर दाखवत तिच्याकडे जातात. नगरात जरी ती रितीरिवाजांकडे दुर्लक्ष करत असली, जरी इथे स्वत:च्या भूमीत, स्वत:च्या राज्यात, तिच्या रिकाम्या केलेल्या, सोडून दिलेल्या, वाडवडलांच्या घरात ती परंपरा पाळते.

''मला काळजी वाटायला लागली होती,'' स्वत:चा हात पुढे करून त्याच्या हाताशी मैत्रीपूर्ण हस्तांदोलन करत ती म्हणते.

''कोण कोणाची काळजी करत होतं याबद्दल आपण नंतर बोलू. काल रात्रीच्या घटनांनंतर नक्कीच तू मला काहीतरी कळवू शकली असतीस?''

ती त्याचा हात आपल्या हातात घेऊन दाबते. ''मी सांगते. नगरातून काही दिवसांसाठी मी दूर जाणं आणि इथे एकटंच राहणं गरजेचं होतं.''

तिनं स्थानिक स्त्रियांसारखे कपडे घातले आहेत. लांब हिरवा स्कर्ट, त्यावर चमकदार रेशमाचं, डाळिंबासारख्या लाल रंगाचं सैलसर, पातळ, पुढे उघडं

असणारं जाकीट, त्याच्याखाली घट्ट, पिवळा जर्द ब्लाऊज पुन्हा तेच रंग. लाल, हिरवा आणि पिवळा!

''हा कुठल्यातरी प्रकारचा बंडखोर भाग आहे का? तू निशाण उभं केलेलं मला दिसत आहे.''

ती एक उदास हसू हसते, ज्यामुळे तिच्या ओठाखालची उजव्या बाजूची खळी दिसते. हे हसू, ही खळी, हे केस आणि हा चेहेरा हे न दिसल्यामुळे मला किती चुकल्या चुकल्यासारखं वाटत होतं. नाही, हे फक्त काही दिवसांचं व्याकूळ होणं नाही; ती कदाचित पुन्हा दिसणार नाही या विचारानं आलेली भयग्रस्तता होती ती.

''वसंत ऋतूत डेझीची पिवळी आणि पॉपीची लाल फुलं हिरव्या गवतात फुलतात, त्यावेळी आम्हांला कापडाच्या निशाणाची गरजच नसते,'' ओसरीवरून ते घरात येत असताना ती म्हणते.

दियार आजूबाजूला दिसतो आहे का म्हणून ओमर बघतो. तो तिथे नाही. तो गुपचूप नाहीसा झाला आहे. जणू काही तो भूमिगत झाला आहे. मघाशी गुरगुरणाऱ्या त्या भयंकर दिसणाऱ्या कुत्र्यांपैकी एकजण ओळख असल्यासारखी शेपूट हलवत त्यांच्या मागे येतो. आपल्या मालकिणीला धोका नाही हे ओळखून तो सैलावला आहे असं दिसत आहे. हॉलमधल्या जमिनीवरच्या कुशनवर ओमर कोसळतो. त्यानं स्वत:ला आवरलं नसतं तर जियनच्या मांडीवर डोकं ठेवून तो झोपी गेला असता. तो खूप थकला आहे. जियन त्याच्याजवळ न बसता काही अंतरावर बसली आहे. तिचे पाय तिच्या घोळदार हिरव्या स्कर्टच्या आत आहेत. तिच्या उजव्या घोट्यावरचं चांदीचं कडं त्याच्या नजरेत भरतं. तिचा बारीक डौलदार घोटा त्याला थोपटावासा वाटतो - वासनेपोटी नाही, तर एखाद्या देवतेच्या पुतळ्याला आपलं उन्नयन होण्याच्या इच्छेनं माणूस स्पर्श करतो तसा.

''तर हे माझं अभयस्थान,'' जियन म्हणते, ''ज्या घराबद्दल मी तुम्हांला सांगत होते ते.''

ओमर गप्प आहे.

''अध्येमध्ये मी ही जागा वापरते तिकडे ते दुर्लक्ष करतात. अर्थातच ही एक खास सवलत आहे. खरं तर कायद्यानं ते मला थांबवू शकत नाहीत. पण ही जागा आणीबाणीची परिस्थिती असलेल्या भागात आहे आणि त्यामुळे कायदा वगैरे गोष्टी इथे लागू पडत नाहीत. आणि ते मला का रोखतील?

उलट मला इथे ठेवून आल्या-गेल्यावर त्यांना ताबा ठेवता येतो. आमच्या मागे खडे कडे आहेत. तिथे फक्त बंडखोर, पर्वतीय कमांडो आणि बकरे जाऊ शकतात. समोरच्या बाजूला तुम्ही आलात तो रस्ता आहे. ही सगळी जागा लष्करी नजरेखाली आहे.''

ओमर गप्प आहे.

''सभोवताली सगळं वैराण आहे, पण आमचं गाव एखाद्या ओॲसिस-सारखं आहे. खरं तर ते तसं होतं रिकामं केलं जाण्याआधी. थोड्या अंतरावर एक झरा आहे. पाणी या बाजूला वाहत येतं आणि मग जमिनीखाली जातं. असं म्हणतात की ते मोठ्या नदीला जाऊन मिळतं.''

ओमर गप्प आहे.

''मी तुम्हांला फोन केला नाही म्हणून तुम्ही रागावला आहात का? पण माझ्यासाठी ते चुकीचं ठरलं असतं. तुमचं आणि कमांडरचं बोलणं झालं हे मला माहीत आहे. त्यांनी तुम्हांला काय सांगितलं असेल याचा मला अंदाज आहे. माझ्याबद्दल ते रचतात त्या कहाण्या, त्यांचे संशय... तुमची वेळ संपत आली आहे, तुम्हांला आता निघून जावं लागेल हेही त्यांनी सांगितलं. तुम्ही जावं असं वाटणारे इतरही आहेत. ह्या प्रदेशात परक्या माणसाचं प्रत्येकाला भय वाटतं. आम्ही शत्रू असलो तरी एकमेकांना ओळखतो, पण परक्या माणसांना इथे धोकादायक मानलं जातं. इथे एकमेकांच्या जिवावर उठणारे परक्या माणसाविरुद्ध एक होतात आणि अर्थातच, मी त्यांची मालमत्ता आहे! त्यांची मिळकत ते वाटायला किंवा दुसऱ्यांनी घ्यायला तयार नसतात.'' ती पुन्हा एकदा उदासपणे हसते.

जियन आज काहीतरी वेगळीच आहे. नेहमीपेक्षा अनोळखी. जणू काही तिचा उत्साह, तिचा क्रोध, तिचं बंड, तिच्या आतली ठिणगी मालवली आहे. विरोध करणारी जियन नाही तर शरण गेलेली जियन. जर काही रहस्यं असलीच तर या जियननं ती पुरून टाकली आहेत आणि त्यांचा तिला विसरच पडला आहे. कदाचित हे सगळं माझ्या कल्पनेतलं आहे. माझ्या पद्धतीनं मी पुन्हा एखादी गोष्ट लिहीत आहे. मी एका जियनची निर्मिती केली आणि आता ती गोष्ट संपवण्यासाठी मी शेवटाच्या शोधात आहे.

''दियार कोण आहे?'' ओमर विचारतो... ''हा कुठला सावत्र मुलगा? हा सावत्र मुलगा किती काळ इथे आहे? तुझ्या नवऱ्याचा मृत्यू, ते सगळं... तू मला त्यातलं काहीच सांगितलं नाहीस! तुझ्या पापण्यांआडून बघत तू मूक

राहिलीस; आणि गूढाच्या पडद्यात स्वत:ला लपेटलंस.'' आपण ओरडत आहोत आणि आपला आवाज भिंतींवर आदळत आहे हे त्याला जाणवलं. ह्या स्त्रीचा, तिच्या मृत नवऱ्याचा, दियारचा, वकिलाचा, तिच्या त्या कल्पित रहस्यांचा, या घराचा, या विचित्र भूमीचा, जियनला बघून तिला कुरवाळणाऱ्या आणि तिचं चुंबन घेणाऱ्या स्थानिक स्त्रियांचा, एकच भाषा बोलणाऱ्या या लोकांचा आणि अगदी कमांडरचासुद्धा आपल्याला मत्सर वाटत आहे हे त्याला समजलं. ते म्हणजे एक बंद गोल, एक अंडं आहे ज्याच्या आत ते भांडतात आणि एकत्र होतात. या अंड्याचं कवच फोडून मी आत जाऊ शकत नाही. मी फक्त हे अंडं माझ्या हातात धरतो आणि त्याच्याकडे पाहतो. मी फक्त तेवढंच करू शकतो!

''कमांडरच्या गोष्टींचा परिणाम झाला आहे हे अगदी उघड आहे.'' तिचं यावेळचं हसू उदास नसून उपहासाचं आहे. तिची खळी अधिक खोल होते, संधिप्रकाशात तिचा चेहरा जेमतेम दिसत आहे.

''याच्याशी कमांडरचा काही संबंध नाही. मी काय पाहतो आणि मला काय पाहता येत नाही, मला काय जाणवतं आणि काय जाणवू शकत नाही त्याचा माझ्यावर परिणाम झाला आहे. मी हात लांबवतो आणि माझ्या हाताला काहीतरी लागलं असं मला वाटतं आणि मग समजतं की ती फक्त हवा होती.''

थकवा आणि श्रम त्याचा कब्जा घेतात. माझा हरवलेला शब्द शोधण्यासाठी मी इथे आलो. तुटलेपण टाळण्यासाठी, माझ्या बुद्धीला जे कळत नाही ते हृदयानं जाणण्यासाठी मी इथे आलो. आता जियन मला बाहेर ठेवत आहे. प्रत्येक गोष्ट आणि प्रत्येकजण परक्याच्या विरोधात एक होतात.

''मला तुम्हांला समजावून सांगायचं होतं. कोणतंही रहस्य नाही. प्रत्येक गोष्ट इतकी साधी आहे की तुमची निराशा होईल हे मला तुम्हांला सांगायचं होतं. म्हणून मला आपलं बोलणं व्हायला हवं होतं. इथे खूप शांतता आहे. इथे मला अगदी सहजपणा वाटतो. मला असं वाटलं की, ह्या ठिकाणी मी काही गोष्टी तुम्हांला अधिक सहजतेनं समजावून सांगू शकेन आणि शिवाय या अभयस्थानावर फोन सुद्धा पोहोचू शकत नाही. म्हणून मी तुम्हांला इथे यायला सांगितलं. आमच्या कुटुंबाला प्रिय असणारं हे घर, ही बाग तुम्ही पाहायला हवी असं मला वाटलं आणि कदाचित तुम्ही एक लेखक, कादंबरीकार असल्यामुळे हे घर, हा परिसर तुमच्यावर परिणाम करील असं

मला वाटलं. आज मी दुकानात आले नाही त्याचं कारण साधं आहे. आदल्या रात्री मी सकाळपर्यंत जागी होते. त्यामुळे मी अतिशय थकले होते. इथे मी व्यत्यय न येता, काहीही वाईट न घडता झोपू शकेन असं मला वाटलं. मी एकटीच असेन आणि विश्रांती घेऊ शकेन. दियार बडबड्या आहे. त्यानं तुम्हांला खूप काही सांगितलं असणार याची मला खात्री आहे. खरं तर तो एक स्वीडिश कुर्दी आहे – किंवा कदाचित कुर्दी स्वीडिश म्हणणं जास्त बरोबर होईल. या जागेचा मूळ जन्मजात रहिवासी बनण्याचा प्रयत्न करणाऱ्यांपैकी तो एक आहे. त्याला असं का व्हायचं आहे, हा वेगळाच विषय आहे. तुम्हांला हवं तर आपण त्याबद्दल बोलू. मी त्याला 'नवीन प्रादेशिकतावाद' असं म्हणते. प्रत्यक्षात माझा नवरा किंवा खरं तर दियारचे वडील असं म्हणायचे. सुरुवातीलाच मला हे स्पष्ट करू दे की, दियार आणि माझ्यामध्ये, तो माझ्या मृत नवऱ्याचा मुलगा आहे आणि इथे काही सामाजिक कामं आम्ही एकत्रितपणे करण्याचा प्रयत्न करतो आहोत याखेरीज दुसरा कोणताही संबंध नाही. ओमर एरेन, तुमची निराशा करायला मला वाईट वाटतं, पण 'गूढ पूर्वे'च्या तुमच्या कल्पनेत मी भर घालू शकत नाही.''

आपला राग निवळला आहे आणि आपल्याला आराम आणि स्वस्थता वाटत आहे हे ओमरला जाणवलं. तो थोडासा शरमलाही आहे. हा माझा गदारोळ, 'परकेपणा' आणि 'तुटलेपणा' यांबद्दलचे शेरे हे सगळं मला वाटत असलेल्या मत्सरातून होतं,तिला गमावण्याच्या भीतीतून होतं. इतकं सरळ आहे हे सगळं.

संपणाऱ्या दिवसाचा मावळणारा प्रकाश ओसरीच्या दरवाजातून आत झिरपतो. लवकरच अंधार होईल. जियन दिवा लावेल. फिकट, स्तब्ध प्रकाश या जागेला शोभेल.तो बसला आहे त्या कोपऱ्यातून उठतो आणि तिच्याकडे येतो. तिच्या केसांच्या बटा तो मोकळ्या सोडतो. जणू काही कड्यांवरून काळाभोर पूर खाली कोसळतो. तिच्या घोट्यावरचं कडं तो हलकेच थोपटतो. तिच्या त्वचेला स्पर्श न करता तो त्याच्या बोटांना तिच्या चांदीच्या ब्रेसलेटमधल्या छोट्या, गोल घुंगरांवर फिरू देतो. पहिल्या दिवशी केमिस्टच्या दुकानात भेटल्यापासून – 'मी काही मदत करू का, तुम्हांला काही हवं होतं का?' – त्याच्या लालसा आणि उत्कटतेचं लक्ष्य असलेल्या स्त्रीची त्याला आता कामना नाही. जणू काही त्याची वैषयिकता लोपली आहे किंवा त्यानं त्यावर मात केली आहे.

''तू स्पष्टीकरण देण्याची गरज नाही आहे'', त्याला स्वत:लाच अपरिचित असलेल्या सौम्य, थकलेल्या आवाजात तो म्हणाला. ''कसलंच स्पष्टीकरण देऊ नकोस. जे आहे ते तसंच राहू दे. कहाणी आपण आपल्याला पाहिजे तशी लिहू या.''

कडं घातलेला उघडा पाय जियन तिच्या मोठ्या स्कर्टमध्ये ओढून घेते. ''कुठलीच रहस्यं नाही आहेत,'' ती म्हणते, ''रहस्यं तुम्ही तयार केलीत. 'गूढ पूर्वे'ची कल्पना, जनानखाना, रखेली आणि तवायफ यांच्यापासून ते कुर्दी स्त्री आणि माझ्यापर्यंतची कल्पनारम्य चित्रणं. रहस्यं तुमच्या डोक्यात आहेत. ती कमांडर, गुप्तहेर खातं, डिस्ट्रिक्ट गव्हर्नर यांच्या आणि तुझ्या डोक्यात आहेत, ओमर एरेन. अगदी तुझ्यासुद्धा.''

जियन आज प्रथमच तू म्हणत आहे हे ओमरच्या लक्षात आलं. हा 'तू' जणू जवळीक दाखवत नव्हता तर राग दर्शवत होता. जरी दुखावला गेला असला तरी तो उत्तर देत नाही. तो गप्प राहतो.

''कुठलाच छुपा हेतू, रहस्य किंवा शब्द नाही जो बोलला गेला नाही. कमांडरनं तुला काय सांगितलं ते मला माहीत आहे. कितीतरी वेळा मी विचार केला की जाऊन समोरासमोर त्याच्याशी बोलावं, आत्ता मी जे तुला सांगितलं तेच त्याला सांगावं. मला काही फार मोठी आशा वाटते म्हणून किंवा स्वत:चं संरक्षण करावं म्हणून नाही. पण त्यांना माहीत व्हावं आणि समजावं, त्यांच्या हृदयात काहीतरी हलावं म्हणून. कदाचित त्यांना समजेल. अजूनही माझा लोकांवर, वचनांवर विश्वास आहे. कमांडरना समजेल, पण ते काही करू शकणार नाहीत. कमांडरबद्दल मला वाईट वाटतं, पण त्यांना वाटतं किंवा त्यांच्या खबऱ्यांनी जे गृहीत धरलं आणि रचलं त्याच्या अगदी उलटं सत्य म्हणजे, माझी आई किंवा वडील यांच्याबद्दल काहीच गुप्त रहस्य नाही आणि समजा असतं, तरी त्याच्याशी माझा संबंध असता, पण असं रहस्य नाहीच. फक्त एवढंच की, मी खूप लहान असताना माझी आई वारली. आणि ती जमातीच्या सीरिअन पातीची होती. तुला माहीत आहे का मी कुर्दी दिसण्यापेक्षा जास्त अरबी दिसते ते त्यामुळे. माझ्या वडलांबद्दल : तुर्की बुद्धिवाद्यांना वाटतं की, १९८० मध्ये इथे काय घडलं ते त्यांना कळतं, पण त्यांना काहीच कल्पना नाही. कशी असेल? माझ्या वडलांना काही काळ दियाबकर तुरुंगात कैदेत ठेवलं होतं. राजकारण त्यांच्यासाठी नव्हतं. आत्ताच्या दृष्टिकोनातून तुम्ही असंही म्हणू शकता की, त्यांचा सरकारला पाठिंबा होता.

पण तरीही ते उचलले गेले. तिथून त्यांनी कळवलं. 'कल्पना करता येईल तितक्या प्रकारचं क्रौर्य आणि छळ इथे अस्तित्वात आहे. ते बाहेर काय करतील कोण जाणे! तिथे राहू नका.' कुटुंब घाबरलं. ते या भागातून निघून गेलं. माझे वडील सुटून परत येईपर्यंत मी या भूमीवर दिसलेच नव्हते. नंतर मी नेहमी बोर्डिंग स्कूलमध्ये असायचे आणि अंकारा येथल्या विद्यापीठात शिकले.''

जियन स्पष्टीकरण देत असताना तिची भाषा तिच्या आलंकारिक पुस्तकी तुर्की भाषेपासून तिच्या पूर्वेकडच्या कठोर स्वराघातांकडे, पूर्ण चालू भूतकाळाऐवजी साध्या वर्तमानकाळाचा वापर करत स्थानिक बोलीभाषेकडे जात असलेली ओमरच्या लक्षात येते. ती तिच्याही नकळत तिची स्वत:ची कुर्दी भाषा वापरण्याच्या बेतात आहे.

''जे तुम्हांला खरंच माहीत करून घ्यायचं आहे, ते मला तुम्हांला सांगू दे. मी माझ्या नवऱ्याला भेटले तेव्हा मी तेवीस वर्षांची होते. स्वीडनमध्ये स्थायिक झालेल्या माझ्या मोठ्या भावाला भेटायला मी गेले होते. मी माझ्या नवऱ्याला प्रथम पाहिलं ते माझ्या भावाच्या घरी... तो माझ्यावर अतिशय प्रेम करत होता. तो माझ्या वडलांच्या वयाचा होता आणि मी त्याच्यावर विलक्षण, मोजता येणार नाही एवढं प्रेम करत होते. तसं व्हायला नको होतं, पण झालं. *देंगबेज*नं कथन केली नाही अशी प्रेमकहाणी होती ती. आम्ही ती सांगितली, ती कहाणी जगून दाखवून.''

मला अधिक काही सांगू नकोस. आपण एकत्र शांत राहू या. आपण बाहेर जाऊन उरलेल्या संधिप्रकाशात या रित्या केलेल्या गावाची शांतता ऐकू या.

त्याला वाटतं की तो हे बोलला, पण आपण शब्दही काढला नाही हे त्याला माहीत आहे.

''मूळ रहिवासी होण्यासाठी माझं इथं राहणं पुरेसं नाही हे त्यानं मला शिकवलं. त्यानं मला माझा इतिहास, माझी भाषा आणि माझ्या व्यक्तित्वाची ओळख शिकवली, आणि या ठिकाणाच्या नजरेनं पाह्यला शिकवलं. त्यानं मला या भागावर प्रेम करायला आणि माझ्या व्यक्तित्वाशी जुळवून घ्यायला शिकवलं. आणि हे करताना दुसऱ्या व्यक्तित्वांवर आग न पाखडायला आणि स्वत:वरच्या जुलमात आसरा घेत क्रूर न बनायला शिकवलं. त्यानं मला आशा शिकवली. मला जाणवणाऱ्या भावना आणि विचार, जे मी शब्दांत मांडू शकत

नव्हते, मी ओळखत होते पण व्यक्त करू शकत नव्हते, ते व्यक्त करायला शिकवलं. तो म्हणाला, 'जे कठीण आहे त्याचा आपण प्रयत्न करू या. आपण जुलूम आणि छळ यांच्या बाजूला न जाता मानवता आणि जीवन यांच्या बाजूला जाणं निवडू या.' तो म्हणाला 'तुमचा छळ झाला म्हणून तुम्हांला क्रूर होण्याचा अधिकार मिळत नाही.' मी त्याच्यावर इतकं प्रेम केलं.''

ओमरला वाटलं, प्रेम. साहित्यात फार काळ खोलवर रुजलेली अजून एक संकल्पना. मृत्यूनं हिरावलेलं किंवा पुन्हा न मिळू शकणारं प्रेम... तुम्ही प्रत्येक माणसाला किंवा प्रत्येक गोष्टीला हाताळू शकता, पण मृत माणसाला नाही. काळानं पुसल्या जायला हव्या किंवा निदान सर्वसामान्य तरी व्हायला हव्यात अशा भावना मृत्यू खिळवून ठेवतो, उत्कट करतो आणि वाढवतो. मृत माणसाच्या मागे राहिलेल्या बाकीशी तुम्हांला जुळवून घ्यावं लागतं.

''आम्ही ह्या घरात राहायचो. तो कायम इथेच राहायचा. कामही इथेच करायचा. मी नगरामध्ये जाणं येणं करायचे. तो घाबरत नसे. म्हणायचा की, त्याच्यापासून कोणालाच भीती नाही, कोणी त्याला काही करणार नाही. त्याची खोली आत होती. त्याची पुस्तकं, त्याच्या वस्तू सगळं काही त्यानं ठेवलं तसंच आहे. त्याचे शेवटचे लेख शांती या विषयावर होते. तो म्हणायचा, 'आपण नेहमी राजकारणातूनच शांती हा विषय हाताळला.आता या पुढे सदसद्‌विवेकबुद्धीतूनच तो हाताळला पाहिजे.' या विषयावर एका महत्त्वाच्या पुस्तकाची, एक प्रकारच्या जाहीरनाम्याची तो तयारी करत होता. आमच्या लग्नाचं ते पाचवं वर्ष होतं. तो इथे एकटाच होता. माझा ज्यांच्यावर पूर्ण विश्वास आहे, अशी माझ्या जमातीतली दोन माणसं त्याच्याबरोबर होती. असं की नोकरांसारखी, अंगरक्षकांसारखी... मी नगरात, केमिस्टच्या दुकानात होते. त्या रात्री, मी ड्यूटीवर होते. दुसऱ्या दिवशी सकाळी मला बातमी मिळाली की त्याचा खून झाला आहे.''

ती बोलायची थांबते. ती उठते आणि अर्धवट उघड्या दरवाजाच्या शेजारीच असलेल्या छोट्या टेबलावरचा एक गॅसचा दिवा लावते. ''मला हे दिवे आवडतात,'' ती म्हणते ''आम्हांला मिथेन गॅसचे किंवा प्रॉपेनचे जाळीदार दिवे वापरता येतील, पण मला हे आवडतात.''

दिव्यातून धूर येतो आणि पूर्वीच्या दिवसांच्या आठवणी जागवणारा रॉकेलचा वास घरभर पसरतो. ती वात नीट करते. हलका उदास प्रकाश तिच्या चेहऱ्यावर पडतो.

“पूर्वी, माझ्या वडलांच्या काळात, एक जनरेटर होता आणि आमच्याकडे वीज होती. जेव्हा गाव ओसाड केलं गेलं, त्यावेळी इतर वस्तूंबरोबर तोही गेला.”

शेवटी त्याला प्रश्न विचारायचा धीर होतो. “तो कसा मरण पावला? तू तपास न लागलेल्या खुनाबद्दल बोललीस. या सगळ्यात ते तुझा अंतर्भाव का करतात?”

“तो या घरात मारला गेला. गरज लागली तर माझं स्वत:चं रक्षण करण्यासाठी वडिलांनी मला भेट दिलेलं पिस्तूल नाहीसं झालं होतं. तसं मी कधीच ते शस्त्र वापरलं नव्हतं आणि माझा ज्यांच्यावर विश्वास होता ती माणसंही पळून गेली होती. माझ्या मते त्यांना पळवण्यात आलं होतं. त्यांतल्या एकाचा इथून काही अंतरावरच्या भागात पुढे काही वर्षांनी माग लावण्यात आला. आणखी एक तपास न लागलेला खून... दुसऱ्याचा तर कधीच सुगावाही लागला नाही. म्हणून जमातीला यात गोवण्यात आलं. माझ्या नवऱ्याला पाठीमागून, मानेमध्ये माझ्या हरवलेल्या पिस्तुलातून गोळी घालण्यात आली होती. कुठलाही पुरावा नव्हता. मी त्या रात्री दुकानात ड्यूटीवर होते हे प्रत्येकाला माहीत होतं. साक्ष देण्यासाठी कोर्टाच्या दाराबाहेर लोकांनी गर्दी केली होती. तरीही संशय निर्माण करणं काही जणांच्या सोयीचं होतं. ब्लॅकमेल करण्यासाठी दारूगोळा. ‘तू फार पुढे गेलीस, तर आम्ही तुला संपवू!”

“पण सत्य काय ते शोधायचा तू प्रयत्न नाही का केलास?”

“आम्ही प्रयत्न केला. पण ते सगळं गोंधळात हरवलं होतं. त्यानं जे काही शेवटी लिहिलं ते शस्त्र वापरणाऱ्यांच्या हेतूंना जुळणारं नव्हतं. जे युद्धावरच पोसले जातात त्यांना त्याचे, शांततापूर्ण पद्धतीनं प्रश्न सोडवण्याचे प्रस्ताव मानवणारे नव्हते. त्यात त्याच्या मतांना किंमत होती, या इलाख्यात लोकांना त्याच्याबद्दल आदर वाटायचा. त्याचा गटांवर परिणाम पडायला लागला होता. जिथे शांतीचं केवळ लेख आणि भाषणं यांपुरतंच अस्तित्व नाही अशा समाजाची स्वप्नं तो बघायचा.”

“त्यानं काय लिहिलं होतं ते मला वाचता येईल का?”

“जरी त्याची तुर्की भाषा अतिशय चांगली होती तरी आमची भाषा वाढावी, अधिक दूर ओळखली जावी आणि स्वतंत्र व्हावी म्हणून तो कुर्दी

भाषेतच लिहायचा. जर वेळ असता तर तुझ्यासाठी मी ती भाषांतरित केली असती.''

'''वेळ असता तर,' या तुझ्या म्हणण्याचा अर्थ काय? माझ्याकडे वेळ आहे. भले प्रत्येकजण – अगदी कमांडरपासून निनावी राक्षसांच्या टोळीपर्यंत सगळेजण मला सांगू दे, 'तुम्ही मुक्काम फार लांबवला आहे,' तरीही मी जाणार नाही. मी तुला सोडणार नाही आणि मी कुठेही जाणार नाही.''

''मला इतकी खात्री नाही. नको असलं तरी कधीकधी लोकांना जावं लागतं. सोडून जावं लागतं.''

''याचा अर्थ काय, लाडके? इथे काय चाललं आहे? तू मला काय सांगायला बघते आहेस?''

''जे दिसतं आहे त्यामागचं रहस्य, ऐकू आलं त्यामागचा आवाज तू इथे शोधत होतास. तू जे हरवलं आहेस, ते तुला इथे मिळेल अशी तू स्वतःची खात्री पटवून दिली होतीस. तू तसं म्हणलास. पण, तूच बघ, प्रत्यक्षात कोणतीच खास रहस्यं, लपवलेले आवाज, दडवलेले शब्द ना या भूमीकडे आहेत, ना माझ्याकडे. सगळं स्वच्छ उघड आहे. सर्वसामान्य आग्नेय बाजूच्या पद्धती, सर्वसामान्य कुर्दी स्त्रीच्या पद्धती या 'माझ्या भूमीच्या सर्वसामान्य मूळच्या रहिवाशाप्रमाणे' आहेत. ज्या रहस्यांनी तू आम्हांला चिंब भिजवलं होतंस, ती रहस्यं काढून घेतल्यावर आम्ही सामान्य बनतो आणि मग कुठलंच आकर्षण उरत नाही.''

''मी तुमच्या रहस्यांच्या किंवा इतर कशाच्या मागे नाही. मी प्रेम करतो ते तुझ्यावर – तुझ्या रहस्यांच्यावर नाही. मी इथे तुझ्याबरोबर राहीन. मला कोण थांबवू शकेल? माझ्यासाठी तू तुझ्या नवऱ्याच्या लिखाणाचं भाषांतर करू शकशील. आपण दोघं तुर्की भाषेत त्यावर काम करू. मी गमावलेला शब्द शोधत मी इथे आलो आहे, हे मी तुला सांगितलं आहे.कदाचित मी शोधत असलेल्या शब्दाची किल्ली त्याच्या लिखाणात असेल.''

जियन उठून उभी राहते. तिच्या पायातल्या कड्याची मोहवणारी रुणझुण अस्पष्ट ऐकू येते. तिनं टेबलावर ठेवलेला गॅसचा दिवा ती हातात घेते आणि हॉलमध्ये उघडणाऱ्या दरवाजांपैकी एकासमोर उभी राहते.

''ये'', ती म्हणते, ''तू ही खोली पाहावीस असं मला वाटतं.''

गॅसच्या दिव्याच्या फिकटशा उजेडात त्याला पुस्तकांनी भरलेली भिंत

दिसते. मग जाजमानं झाकलेला एक कोच आणि कागद आणि वह्यांनी भरलेल्या ड्रॉवर्सचं एक डेस्क दिसतं.

''ही त्याची स्टडी होती. त्याच्या मृत्यूनंतर इथे कुठलाही बदल करायची माझ्या मनाची तयारी नाही. शिवाय तसं करण्यात तरी काय अर्थ आहे?'' ती डेस्कचा एक ड्रॉवर उघडते आणि आतली एक वही निवडते. ''हे त्याचं शेवटचं लिखाण, ज्याचा मी मगाशी उल्लेख केला.''

ओमर त्या जाडजूड, बांधीव वहीतली कुर्दी भाषेत हातानं लिहिलेली पानं उलटतो. ''आता ही भाषा मला शिकायला हवी.''

जियन ती वही घेऊन मधलंच पान उघडते. ती ते वाचते आणि तुर्की भाषेत त्याचं भाषांतर करते.

''माणसं दंतकथा निर्माण करतात. कारण आपल्याला उन्नती होण्यासाठी दंतकथा आणि महाकाव्य यांची गरज आहे. स्वत:ला दंतकथांत गुरफटून घेऊन आपण आयुष्यातलं क्रौर्य आणि वंचना यांतून निसटून जाऊ शकतो. आपल्या दंतकथांशी हितगूज करून आपण चिरडलं जाण्यावर मात करू शकतो आणि नायक बनतो. नष्ट होऊ नये किंवा अपमानित होऊ नये यासाठी, प्रतिकार करण्यासाठी सगळ्याच समाजांना नायकाची गरज असते. आपल्या *देंगबेज*ची महाकाव्यं पर्वतातल्या दरोडेखोरीच्या गोष्टींशी एकजीव होतात, दरसिम कुडीला भेटतो. आपल्या भागात पर्वत हे बंडाचं चिन्ह आहे. पर्वतांचं महाकाव्य एका पिढीकडून दुसऱ्या पिढीकडे जाते आणि प्रत्येक नवी पिढी हे काव्य पुन्हा लिहिते.''

थोडंसं गाळून ती पुढे वाचते :

''पण जर लोक आणि गट रचना यांच्यासाठी दंतकथा आणि महाकाव्य अफू झाली, तर विद्रोह हा जुलूम होईल. जर नायकत्व हे जुलमाचं कवच ठरलं, तर हिंसा नायकत्वाचं जुळं भावंड होतं. मग दंतकथा आणि महाकाव्यं रक्तानं डागाळली जातात. खरा प्रश्न आहे तो आपल्या दंतकथांच्या पायाभूत आणि मुक्तीच्या निरागसतेकडे आणि माणुसकीकडे परतण्याचा.''

''असं हे पुढे जातं. याचा अर्थ तुझ्यापर्यंत पोहोचला की नाही ते मला माहीत नाही.''

''मला वाटतं, मला अर्थ समजतो आहे. हे एखाद्या न नाकारणाऱ्या, केवळ बाह्य दर्शनी नसलेल्या शांतिसंदेशाप्रमाणे आहे.''

''कुर्दी लोकांचा भीती किंवा हिंसेशिवाय जगण्याचा हक्क आणि आमच्या लोकांचं सुख यांवर भर देणाऱ्या शांति कार्यक्रमावर शेवटी त्यानं आपलं लक्ष केंद्रित केलं होतं. अर्थातच ते फार कठीण होतं. अशा गांधींसारख्या कल्पना आम्ही जे काही अनुभवलं आहे त्यामुळे कल्पनारम्य, समेट करणाऱ्या आणि जवळजवळ अशक्य ठरत होत्या. इतकी वर्षं आमची माणसं मरत आणि मारत राहिल्यावर आता लोकांना तो बरोबर होता असं वाटू लागलं आहे.''

''लोकांना खरंच समजतं? हिंसेच्या भाषेला दुसऱ्या भाषेत उत्तर देता येतं? तुझा यावर विश्वास आहे?''

''माझा विश्वास आहे, आमचा विश्वास आहे. इथे आम्ही माझ्या नवऱ्याचं मन आणि हृदय यांनी पोसलेली एक महत्त्वाची वंशावळ निर्माण करण्यात यशस्वी झालो आहोत. मी, दियार, आमचा वकील मित्र, आणि तू ज्यांना ओळखतोस आणि ओळखत नाहीस असे इतर यांनी शांतीला संधी दिली आहे.''

''शांतीला संधी दिली आहे?''

''हो. शांतीला संधी दिली आहे! हे सगळे लेख तो 'शांतीला संधी देत' या शीर्षकाखाली एकत्र करण्याचा विचार करत होता. पश्चिमेत तुम्ही आणि इथे आम्ही शांतीबद्दल बरंच बोलतो. शांति संवाद, शांति सोसायट्या, शांति पुढाकार ... प्रत्येकाची स्वतःची शांतीची कल्पना असते; आणि प्रत्येकाला शांती म्हणजे शत्रूनं शरण येणं असं वाटतं. त्याचं कारण हे आहे की, आपल्याला शांती समजते ती फक्त लष्करी - राजकीय आयामात. मानवतेची आणि सदसद्विवेकबुद्धीची शांती आपण विसरतो.''

''त्याचं कारण मानवता आणि सदसद्विवेकबुद्धी यांची मोजमापं ही अमूर्त कल्पना आहे.''

''तुम्ही चुकता आहात. माणसं आणि सदसद्विवेकबुद्धी यापेक्षा मूर्त काय असू शकतं? पण शांतीची संधी घ्यायची तर त्याची किंमत चुकवावी लागते. खरी किंमत चुकवायला कोणीच तयार नाही. ती किंमत कधीकधी मृत्यूइतकी कठोर असते. कधीकधी तिला शरणागती मानलं जातं. जे लढतात त्यांच्यासाठी युद्ध हीच जगण्याची पद्धत होते, जिची सवय मोडणं कठीण असतं. लोकांना तोच एकमेव मार्ग वाटतो. ही वही घे. यात तुला आपण ज्यांच्याविषयी बोललो त्या काही कल्पना मिळतील. तू ही ठेवू शकतोस.

भाषांतरासाठी माझ्याकडे दुसरी फोटो कॉपी आहे. तू कुर्दी शिकल्यावर हे भाषांतर तू स्वत: करू शकशील किंवा इतर कोणाकडून करून घेऊ शकशील.''

ती इतर वह्या उचलून ड्रॉवरमध्ये ठेवत असताना एक छोटासा उंदीर अचानक त्यांच्या पायाशी उडी मारतो. ओमर त्याला मारायला सरसावतो.

''थांब, थांब! त्याला मारू नकोस,'' ती हलक्या आवाजात म्हणते, ''त्याला जाऊ दे. या पुस्तकाच्या सुरुवातीलाच काय म्हटलं आहे ते ऐक. 'हरणाला मारण्यापासून हिंसा सुरू होऊ शकते. त्यानंतर फरक दाखवणारी रेघ तुम्ही काढू शकत नाही आणि हरिण मरतं, तेव्हा मागे उरतो तो फक्त गोंधळलेला चकित उदास भाव.'''

✺✺

९

महमूद, झिलल आणि दैव यांच्यासंबंधी

कधीच न पाहिलेल्या समुद्रासाठी झिलल झुरत होती, तर हव्या असलेल्या बंडखोरांना मदत आणि प्रोत्साहन देण्याबद्दल महानगराला जन्मठेपेची शिक्षा होण्याची स्वप्नं महमूद पाहत होता. झिललसाठी समुद्र हे सुटका, मोक्ष आणि स्वातंत्र्याचं दुसरं नाव होतं. तर महमूदसाठी आश्रयाला आलेल्यांना हृदयाशी धरणारी नगरं आणि शहरं हे ते नाव होतं. जर त्या रात्री एका चुकार गोळीनं त्यांच्या स्वप्नांना छिन्न केलं नसतं आणि हेवीला मारलं नसतं, तर आत्तापर्यंत ते समुद्राजवळच्या नगरात गेले असते.

हॉस्पिटलमधून निघून, स्वत:च्या विचारात गढून उदास आणि काहीसा चिंतातुर होऊन चालत असताना त्याला ती भयंकर रात्र आठवते. त्या रात्री घडलेली प्रत्येक गोष्ट म्हणजे देवाचा शाप किंवा सैतानाचा सापळा होता, का वाचविणाऱ्या आणि क्षमा करणाऱ्या सर्वशक्तिमान विघ्नहर्त्यानं त्यांच्या निष्पाप हृदयाची करुणा येऊन त्यांच्यावर कृपा केली होती, हे त्याला ठरवता येत नाही.

त्यानं काहीतरी वेड्यासारखं केलं होतं. तो त्याचा तो एकटा असता तर हरकत नव्हती, पण त्यानं आणि झिललनं काहीतरी फार वेडेपणा केला होता.

पर्वतातून पळून जाणं आधी वेडेपणाचं नव्हतं. पर्वतातल्या तुकड्यांमधून लोक, विशेषत: नव्यानं भरती झालेले वेळोवेळी सोडून जात. भरती झाल्या झाल्या पहिल्या काही दिवसांतच त्यानं चकमकीच्या वेळी उतारावर कोंडीत सापडला असताना पळून जाण्याचा प्रयत्न करणारा – जसा मी केला – अतिशय तरुण गुरिला पकडून त्याला मृत्युदंड देताना पाहिलं होतं. त्याला

वाटलं होतं, जर ते इतक्या निर्दयीपणे वागले तर लढण्यासाठी माणसंच शिल्लक राहणार नाहीत. पाषाणह्रदयी शिस्तीबद्दल फक्त बोलणं पुरेसं नसतं, तर अशा शिस्तीचा प्रतिबंध म्हणून उपयोग होण्यासाठी ती राबवावी लागते. पण तरीही तो मृत्युदंड त्याच्या पचनी पडला नव्हता, त्या मुलाच्या डोळ्यांतली भीती, स्वत:च्या आयुष्याची भीक मागता मागता त्याचं आईसाठी रडणं, ज्यांनी मृत्युदंडाची शिक्षा ठोठावली त्यांची निर्दयता आणि विशेषत: उर्मटपणा आणि ज्यांनी ती शिक्षा अमलात आणली त्यांची अमानुषता या सगळ्यांनी त्याला अपार वेदना झाल्या होत्या. त्या दिवसांत मी नव्यानं भरती झालेलो होतो, अननुभवी होतो, सश्रद्ध होतो आणि स्वातंत्र्य युद्धातला अज्ञात वीरपुरुष, पुराणकथेतला एक भाग होतो. आज मीही एक पळपुट्या आहे.

पलायन करणाऱ्यांविरुद्धचे दृष्टिकोन वेळोवेळी बदलले. कधी ते अतिकडक असतील तर कधी ते जास्त सैल असतील आणि कधीकधी दुर्लक्षही केलं जाईल. पण पळणाऱ्यांचे काही विशिष्ट नियम होते. पूर्वी पळून जाणारा बारझनीच्या सैन्याला शरण जाई, मग ते पळपुट्याला सीमेवर नेऊन सोडत. आजकाल पळून जाणारा लष्करी संरक्षण असणाऱ्या गावाकडे जातो; किंवा सरळ जवळच्या पोलीस स्टेशनवर शरण जातो. असेही आहेत की, जे पळून जातात आणि मागमूसही न सोडता दिसेनासे होतात. असे भरपूर लोक इस्तंबूल आणि इझमीरमध्ये आहेत असं म्हणतात. जर तुम्हांला शिक्षा झालेली नसेल, सरकार तुमच्या मागावर नसेल, जर तुमचं काही रेकॉर्ड नसेल, जर कोणी तुमचं नाव फोडलं नसेल, तर थेट जाऊन स्वत:ला ताब्यात देणं हा सगळ्यात सुरक्षित मार्ग आहे. जर तुम्ही नशीबवान असाल तर तुमचा जीव वाचेल, तुमच्यावर केस होईल आणि तुम्हांला छोटी शिक्षा होईल आणि जर तुम्ही खबरे झालात तर प्रत्येक गोष्ट सुरळीतपणे मार्गावर राहील.

तो स्वत:शीच विचार करतो : सगळं रुळावर असेल,पण तू मात्र भटकत असशील. तू खबऱ्या असलास तर तू *हेवल*च्या बातम्या देशील. ते कुठे आहेत ते तू सांगशील, त्यांच्या योजना काय आहेत त्या सांगशील आणि गरज पडल्यास त्यांचा नाशही करवशील. चुकीची माहिती देऊन किंवा खोटं बोलून भागणार नाही. सरकार काय मूर्ख आहे? ते काय स्वत:ची टोपी उडवून घेतील? अर्थातच नाही. स्वत:च्या लोकांना, स्वत:च्या साथीदारांना दगा देऊ शकणाऱ्या प्रकारातले हे खबरे आहेत की नाही हे चाचपण्यासाठी ते प्रथम त्यांची परीक्षा घेतात. तुम्ही या परीक्षेतून पुढे जालही, परंतु अजूनही तुमचे

नवीन मालक तुमच्यावर विश्वास ठेवत नाहीत. एकदा दगा देणारे कितीही वेळा दगा देतात. खबऱ्यांची हृदयं भीतीनं काळवंडलेली असतात. स्वत:ची कातडी बचावण्यासाठी त्यांनी आपल्या साथीदारांना विकलेलं असतं. ज्यांनी आपल्या साथीदारांना विकलं आहे ते स्वत: कचाट्यात सापडले तर आत्ता ज्यांना ते बिलगले आहेत त्या नव्या मालकांनाही ते विकणार नाहीत का? इतर कोणाहीपेक्षा सरकारला हे चांगलं समजतं.

अस्वस्थ मनानं महमूद गर्दीमध्ये चालत आहे. मी तसं करू शकलो नसतो. मी शरण जाऊ शकलो नसतो. मी तसं केलं नाही, ही देवाची कृपा. मी सगळ्यात कठीण, अगदी अशक्यप्राय रस्ता निवडला, पण मी दगाबाज झालो नाही. मी संघटना, पर्वत, सरकार, प्रत्येक गोष्ट सोडून पळालो आणि इभ्रतीच्या रिवाजांपासून झिलल पळून आल्यामुळे प्रत्येक गोष्ट जशी द्विगुणित झाली आहे. कसल्या कचाट्यात सापडलो आहोत आम्ही! माझ्या बऱ्या न झालेल्या जखमा घेऊन हेवी पोटात असलेल्या झिललबरोबर पळून जाण्याचा प्रयत्न करणं म्हणजे वेडेपणाचा कहर होता. त्या रात्री जे काही घडलं ते म्हणजे देवाचा शाप नसून दैवाची कृपाच होती. त्या चुकार गोळीनं झिललच्या गर्भाशयाचा वेध घेतला नसता तर आमच्याकडे लेखकाचं लक्ष कसं गेलं असतं? जर आम्हांला तो तिथं भेटला नसता तर आम्ही आणखीनच मोठ्या संकटात सापडलो असतो. प्रत्येक ढगाला रुपेरी किनार असते, असं म्हणतात. कदाचित खरं असावं ते.

त्याची लाडकी आई असं बोलायची. गाव उठवलं जाऊन जाळून टाकलं जाण्याआधी जेव्हा ते गावातच होते, जेव्हा त्यांच्याकडे जनावरं, शेळ्या-मेंढ्यांचे कळप होते आणि जेव्हा लांडगे कोकरांना पकडायचे तेव्हा ती म्हणायची, 'जर तो लांडगा तुझ्यासमोर आला असता, जर माझ्या मुलांना काही झालं असतं...' आणि स्वत:ची समजूत काढायची. जेव्हा त्याचा सगळ्यात मोठा भाऊ पर्वतात गेला तेव्हा ती म्हणाली होती, 'आपण चांगल्याची आशा करू या. समजा त्यांनी येऊन त्याला गोळी मारली असती किंवा झाराच्या सेदोसारखं गोळ्यांनी चाळण झालेलं त्याचं शरीर मला मिळालं असतं तर.' जेव्हा गाव उठवलं गेलं आणि ते पळून गेले असता काही अंतरावरून त्यांना ज्वाळा दिसल्या तेव्हा एखाद्या प्रिय व्यक्तीसाठी करावा तसा आक्रोश आणि शोक तिनं तिच्यासाठी, गावासाठी केला होता. पण त्याही वेळी ती म्हणाली होती, 'प्रत्येक ढगाला रुपेरी किनार असते. समजा

आपण गावातच असताना त्यांनी ते जाळलं असतं.' आणि त्यावेळी त्याच्या वडलांना या परिस्थितीत हसावं का रडावं ते कळेना. जेव्हा ते नगरात आले आणि पत्र्याच्या छपराच्या, बांबू आणि मातीच्या भिंती असलेल्या, आणि काचांऐवजी जाड प्लॅस्टिकनं झाकलेल्या खिडक्यांच्या झोपडीत राहू लागले, तेव्हा ती म्हणाली होती, 'देवाची दया, आपल्या डोक्यावर छप्पर आहे.' त्या वेळी प्रथम त्याच्या वडलांचा स्फोट झाला होता. 'बस्स कर बाई! तू जितकी दुवा देतेस, तितके जास्त आपण अडचणीत येतो!'

प्रत्येक ढगाला रुपेरी कडा असते. कदाचित हेवी जन्माला येण्याआधीच त्याला गमावल्यामुळे आमची आयुष्यं वाचली. कदाचित नशिबाचं चक्र आमच्या बाजूनं फिरलं. लेखकानं आम्हांला मदत केली आणि पुढेही मदत करील. छोट्या-मोठ्या वस्तू विकणारं एखादं छोटंसं दुकान, समुद्राजवळच्या एखाद्या छान ठिकाणी छोटासा व्यवसाय. तो गालिचे आणि रुजाम्यांचा असू शकेल. सध्या कुर्दी गालिच्यांना खूप मागणी आहे आणि विशेषत: परदेशी लोकांच्यात त्यांना फार मागणी आहे. उन्हाळ्याच्या दिवसांत उन्हाळी घरात प्रवासी आणि इतर माणसं येतील आणि मग खूप विक्री होईल. मग हळूहळू आम्ही व्यवसाय वाढवू. मी झिललला काम करू देणार नाही. आमच्या मुलांना ती वाढवेल. तशी कधीकधी ती दुकानात येऊन जमाखर्च तपासू शकेल.

आपल्या स्वप्नात वाहवत जाऊन, जत्रेच्या कल्पनेत रममाण होणाऱ्या मुलासारखं चेहऱ्यावर हसू खेळवत तो गर्दीतून चालत आहे. लेखक *अबीनं* त्यांना लक्ष वेधून न घेण्याबद्दल बजावलं आहे. पण आजच्या संध्याकाळी मात्र त्याला घरी परत जावंसं वाटत नाही आहे. श्रीमंतांची घरं असतात तसं तेही घर आरामदायक आणि प्रसन्न आहे. पण जिच्यावर तुमचं प्रेम आहे तिच्याबरोबर, झिललबरोबर ते प्रसन्न वाटेल. अगदी स्वर्गात असलात तरी एकटेपणा नकोसा वाटतो. ज्यांच्यावर तुमचं प्रेम आहे त्यांना सहभागी करून घेता येत नसेल तर अशा सौंदर्याचा काय फायदा?

तो उशिरा घरी गेला तरी काही फरक पडणार नाही. तिथे कोणी त्याची वाट बघत नाही बसलेलं. हां, त्याची वाट बघत झिलल घरी बसलेली असती तर वेगळी गोष्ट होती. मग त्यानं घरी धाव घेतली असती. मी घरी उशिराच जाईन. तेच चांगलं होईल. तेव्हा बस आणि मिनीबसमध्ये कमी गर्दी असेल. शिवाय त्या चढावर काळोखात जाणंच जास्त सुरक्षित ठरेल. समजा, कोणी

माझ्यावर लक्ष ठेवतच असेल तर भर दिवसापेक्षा काळोखात लपणं सोपं जाईल.

शहराच्या एका प्रमुख चौकातून फुटलेल्या रस्त्यावर तो रेंगाळत चालत होत. स्मार्ट कपडे विकणाऱ्या दुकानांच्या रांगा, स्त्रियांचे कपडे, पुरुषांचे सदरे, पँटी आणि सूट... झिलल बरी झाली की तिला छान कपडे आणले पाहिजेत. तिला किती शोभतील. तिनं छान पोशाख केला तर ती अगदी सौंदर्यसम्राज्ञी दिसेल! पण मग इतर पुरुषांच्या नजरांमुळे मला मत्सर वाटणार नाही का? महमूद, मूर्ख बेअक्कल माणसा! तुझ्या विचारांना जरा लगाम घाल! फक्त मत्सराचीच तेवढी कमतरता आहे!

खमंग वास दरवळणाऱ्या कबाब आणि *लहमकुन*च्या दुकानांपुढून तो पुढे जातो. द दरसिम कबाब हाऊस, उर्फा ग्रिल, मंझूर किओस्क, कोमजिन चिगकोफ्ते हाऊस, चरबी असलेलं मांस भाजल्याचा उग्र वास... केवढं नवल! आमचं खाणं, वास आणि आमची नावंसुद्धा या प्रमुख शहरावर ताबा मिळवत आहेत. कुर्दीनी पश्चिमेला तर फार पूर्वीच व्यापलं आहे. पण पहा, आता तर त्यांनी महानगरातही धूम मचवली आहे! तो खुशीत हसतो आणि मग स्वत:ला सावरतो. कोणी पहिलं तर त्याला वेड लागलं आहे असं त्यांना वाटेल. त्याला कबाब खावासा वाटतो, खूप कांदा, भाजलेला टोमॅटो आणि मिरच्या घातलेला चमचमीत कबाब आणि प्यायला *ऐरन*. त्यानं कबाब खाल्ल्याला किती काळ लोटला याचा तो विचार करतो. जसा काही तो रोजच कबाब खात होता! असा किती वेळा दुकानात जाऊन कबाब खाल्ला आहेस रे तू! त्याच्या लहानपणी जेव्हा ते खेड्यात हेते, तेव्हा ते मांस खायचे. कधी कधी ते कापण्यासाठी जनावर योजून ठेवायचे तर कधीकधी एखादं जनावर आजारी पडायचं किंवा लांडगा त्याच्यावर हल्ला करायचा किंवा असंच काहीतरी घडायचं आणि मग त्याला ठार मारायला लागायचं. त्याची आई ते अगदी झकास भाजायची. ताज्या भाज्या नसायच्या, पण मांसाबरोबर खायला तेलात कांदे परतले जायचे आणि कधीकधी ती शेकोटीच्या राखेत बटाटे खुपसून ठेवायची. सगळ्याच मुलांना ते फार आवडायचे.

त्याच्या अख्ख्या आयुष्यात फक्त दोन वेळा तो कबाबच्या दुकानात गेला होता. तो लहान मुलगा होता तेव्हा पहिल्यांदा. त्या काळात ते खेड्यातून नुकतेच आले होते. आणि ओढ्याकाठच्या भंगारानं बनवलेल्या झोपडीची सवय करून घेण्याचा प्रयत्न करत होते. ते त्याला 'भंगार-घर' असंच

म्हणायचे. हेटाळणी करायची म्हणून नाही तर ते खरोखरंच टाकलेल्या सामानातून आणि कचऱ्याच्या डबड्यांपासून तयार केलं होतं म्हणून. त्या काळात आई सोडून घरातला प्रत्येकजण भंगार गोळा करायचा. ओढ्याकाठी राहणारी कुटुंबच्या कुटुंबं पहाट होण्याआधीच बाहेर पडायची. ते शहराच्या केंद्रस्थानी, संपन्न भागात आणि सरकारी अधिकाऱ्यांच्या वस्तीच्या आसपास, झुंडीनं जायचे. ''बस झालं आता. कचरा वेचायला आता मी येणार नाही. या घाणेरड्या कामाची मला शिसारी येते,'' त्याचा मोठा भाऊ एक दिवस म्हणाला होता. त्याचे वडील काहीच बोलले नव्हते. ते समोर बघत गप्प राहिले होते. मुलांबरोबर ते कडकपणानं वागत नाहीत याबद्दल त्याच्या आईनं कुरकुर केली होती, तेव्हा ते म्हणाले होते, ''तरुण माणसासाठी हे उबगवाणं आहे. मला किंवा लहान मुलांना त्यानं फरक पडत नाही; पण कचऱ्याचे ढिगारे उपसायला तरुण माणसाला लाज वाटते.''

लहानांना नाही का त्रास होत? मला व्हायचा. तो कचऱ्याचा उबगवाणा वास यायचा आणि मी नाकावर आणि तोंडावर फडकं बांधायचो. शिवाय मला शाळेतलं कोणीतरी पाहील ही भीतीही असायचीच. मला मी जणू काही चोरी करतो आहे असंच वाटायचं. आपलं म्हणणं सांगून घर सोडल्यावर दोन दिवसांनी माझा भाऊ परत आला आणि तो पर्वतात जात असल्याचं त्यानं सांगितलं. माझी आई रडली आणि कापऱ्या आवाजात वडील म्हणाले, 'मुला, नको जाऊस.' पण त्यांनी विनवणी केली नाही. अगदी जरी ते म्हणाले असते, 'रहा, जाऊ नकोस' तरीही मुलासमोर ठेवण्यासाठी त्यांच्याजवळ कचरा धुंडाळण्याव्यतिरिक्त दुसरा पर्याय, दुसरं भवितव्य नव्हतं.

महमूदला त्याचा पहिला कबाब या कचरा धुंडाळण्यातूनच मिळाला. त्या दिवशी तो कामावर पहाटे गेला नव्हता. त्या दिवशी तो बालसुलभ गाढ झोपेत होता आणि त्याला उठवायला त्याच्या आईचा जीव झाला नाही. मग दिवसा तो मोठ्या बाजारातल्या कबाबच्या दुकानासमोर कचरा वेचत असताना अचानक त्या पदार्थाच्या वासानं घाणीच्या वासावर मात केली. तो क्षणभर थांबला, पाठीवरची गोणी त्यानं खाली ठेवली. आपलं तोंड कबाबच्या दुकानाच्या उघड्या दाराकडे वळवलं आणि डोळे अर्धवट मिटून तो उत्तेजक वास खोलवर छातीत भरून घेतला. त्याला भूक अशी नव्हती. आईनं सकाळी ब्रेड आणि कांदा खाऊ घातला होता. पण तो वास! त्या वासानं कोणीही चळेल, वेडा होईल. तुम्ही ब्रेडच्या अगदी दहा लाद्या खाल्ल्या असल्या तरी

त्या वासाला तुम्ही फशी पडाल. त्याच्या मागून जवळून आलेला आवाज त्यानं ऐकला, 'मुला', आणि त्याच्या खांद्याला हाताचा स्पर्श झाला. महमूदची भीतीनं गाळण उडाली. समजा, पोलिसांनी त्याला उचललं आणि घेऊन गेले तर? जेव्हा परदेशी लोक किंवा राज्याचे मोठे पाहुणे नगराला भेट द्यायचे तेव्हा मुख्य ठिकाणाहून पोलीस भिकारी, टिश्यू पेपर विकणारी मुलं आणि कचरा वेचणाऱ्यांना उचलायचे आणि पोलीस स्टेशनवर न्यायचे. तो भीतीनं जागच्याजागी खिळला.

''चल, आपण जाऊन कबाब खाऊ या,'' तो माणूस म्हणाला होता.

''नाही, अं..., मला नको,'' तो पळून जायच्या तयारीनं पुटपुटला होता.

''ये रे, घाबरू नकोस.' त्या माणसानं आग्रह केला होता ''मी तुझ्याएवढा होतो तेव्हा मला कबाब खूप आवडायचे. आमच्याकडे पैसे नव्हते, म्हणून मला ते घेता यायचे नाहीत. आता मला खावेसे वाटताहेत - या साल्या कबाबांचा वास फारच छान येतो. ये, लाजू नकोस.''

अखेर त्याला धीर झाला आणि वळून त्यानं त्या माणसाकडे पाहिलं. तो एक मध्यम वयाचा, त्याच्या बोलण्यावरून शहरातला वाटणारा माणूस होता. तो खोटं बोलतो आहे ते मला वाईट वाटावं म्हणून नाही, तर मला कमीपणा वाटू नये म्हणून. पैसे नसल्यामुळं ज्यानं लहानपणी कधीच कबाब खाल्ले नसतील अशा माणसासारखा तो दिसत नाही, असं महमूदला वाटलं.

''तुम्ही पण त्या दिवसांत कचरा वेचायचात?'' त्यानं लहान मुलाच्या पद्धतीनं त्या माणसाची परीक्षा घेतली.

''नाही, मी कचरा नाही वेचायचो. मी इतर कामं करायचो. पण कबाबचा वास मला कळतो,'' तो हसत म्हणाला. मग महमूदला आणखी हुज्जत घालण्याची संधी न देता त्याचा हात धरून त्या माणसानं आत ओढलं.

आता महमूद स्वत:शीच हसला आणि समोरच असलेल्या कबाबच्या दुकानाच्या दरवाजाकडे गेला. आता मी कबाब खाल्ला नाही तर मूर्खच आहे म्हणायला हवं! अगदी खरं की लेखकानं दिलेले पैसे मी जपून वापरायला हवेत. झिललच्या प्रकृतीसाठी मी ते वाचवतो आहे. पण एखादा कबाब खायचा हक्क मला नक्कीच आहे!

दुसऱ्यांदा त्यानं कबाब खाल्ला तो वडील त्याला घेऊन गेले तेव्हा. युनिव्हर्सिटीची परीक्षा तो पास झाल्याचं त्यानं सांगितलं तेव्हा. 'तुला मिळायलाच हवा! आपण बापलेक जाऊन, कबाब खाऊ या, आणि मग

बकलावा. तू डॉक्टर होशील तेव्हा तुझ्या आईवडलांना, सगळ्यांनाच तुझ्या पहिल्या पगारातून तू कबाब खायला नेशील,' त्याचे वडील म्हणाले होते. जास्त खर्च होऊ नये म्हणून त्यांनी फक्तच एकच प्लेट घेतल्याचं त्याला आठवतं. महागड्या कोर्ससाठी, युनिव्हर्सिटीतल्या ॲडमिशनसाठी, कपडे आणि तो ओळखींच्याकडे राहणार असला तरीही हातखर्चासाठी... या सगळ्यासाठी लागणारे पैसे कचरा वेचून, रोज सकाळी मजुरांच्या बाजारात वाट बघताना सुदैवानं इमारतीच्या बांधकामाच्या ठिकाणी किंवा खाणीमध्ये वडलांना मिळालेल्या कामातून, त्याच्या आईच्या धुणं धुण्यातून आणि टाऊन हॉलमध्ये तिला मिळालेल्या सफाईच्या कामातून, शाळेत शिकताना त्यानं रात्री हॉटेलमध्ये केलेल्या कामाच्या चार दिडक्यांतून येणार होते आणि त्यात जर कबाबासाठीच्या पैशाचं ओझं टाकलं तर!

तो दिवस आठवला की त्याच्या जिव्हारी वेदना होते. वेळेआधीच म्हातारपण आलेल्या वडलांच्या थकल्या चेहऱ्यावरचा यशाचा आनंद, समाधान आणि मुलाला युनिव्हर्सिटीत पाठवता आल्यामुळे वाटणारी आशा. माझ्या मुलाला चांगलं करिअर मिळेल. तो पर्वतात जाणार नाही; तो डॉक्टर होईल, आजारी माणसांना बरं करील; तो पैसे मिळवेल. वडलांची स्वप्नं खरी केल्यामुळे, आदर्श मुलगा झाल्यामुळे अणि स्वत: यश मिळवल्याच्या भावनेमुळे महमूदचं स्वत:चं हृदयही हलकं फूल झालं होतं आणि नंतर... तो आयुष्यातला तिसरा कबाब खाण्याचं ठरवतो. तो वळून दुकानाच्या दरवाजाकडे जाण्यासाठी ठामपणे पाऊल उचलतो.

बाजूच्या दरसिम कबाब हाऊस आणि उरफा कबाब शॉपपेक्षा हे थोड्याच टेबलांचं खूपच लहान आणि भपका नसलेलं ठिकाण होतं. अशा छोट्या ठिकाणी जास्त चांगली सेवा मिळेल आणि ते स्वस्तही असेल असं वाटून तो खूष झाला. मागच्या बाजूला भट्टीजवळच्या टेबलावर मानही वर न करता आणि शब्दही न बोलता दोन माणसं घाईघाईनं खात होती. भट्टीच्या धुरानं घुसमटू नये म्हणून तो अगदी दरवाजाजवळच्या टेबलापाशी बसला.

"अडाना का उरफा?" आजूबाजूला फिरणाऱ्या खुरटलेल्या मुलानं विचारलं. यात काय फरक असतो हे विचारायचा मोह त्यानं टाळला. तो म्हणाला, "एक अडाना आणि एक *आयरन*ही दे."

एका बाजूला आगीची झळ होती तर दुसऱ्या बाजूला उन्हाळ्याची. छतावरचा पंखा फिरत असूनही आतमध्ये कोंडल्यासारखं होत होतं. दरवाजा

पूर्ण उघडा होता तरी बाहेरून ताजी झुळूक येण्याऐवजी ज्वाळाच येत आहेत असं वाटत होतं. सुदैवानं वेटरनं टेबलावर ठेवलेल्या प्लॅस्टिकच्या बाटलीतलं पाणी बर्फासारखं गार होतं. त्यानं एकामागून एक दोन ग्लास पाण्यानं भरले आणि तो ते गटागटा प्यायला. त्या गार पाण्यानं तजेला येऊन तो शांत आणि निवांत झाला आणि कबाबची वाट पाहू लागला. तो येणाऱ्या जाणाऱ्यांकडे बघण्यात रमला. एकदा का झिलल बरी होऊन हिंडू फिरू लागली की ते शहरभर असेच हातात हात घालून भटकतील. ते रस्त्यांवरच्या खूप गर्दी असलेल्या, सगळीकडे फ्लॉवर पॉट ठेवलेल्या ऐटदार अशा कॅफेत बसतील. ते आईस्क्रीम खातील, चहा पितील आणि मजेत गप्पा गोष्टी करतील.

तो मुलगा भिंतीवरचा छोटा टीव्ही दरवाजाच्या उजव्या बाजूला त्याच्या टेबलाच्या विरुद्ध कोपऱ्याकडे वळवतो. 'मॅचचे निकाल कळतील. आपल्या टीमच्या जागी पुन्हा एकदा ते बदमाष आले. आपण लीगच्या बाहेर आहोत.' तो मुलगा संतापानं म्हणाला. कोण कोणाऐवजी आलं आणि बदमाष म्हणजे कोण यात महमूदला थोडाही रस नव्हता.

मुलगा कबाब घेऊन आला. तेव्हा टी. व्ही. वर राष्ट्रीय बातम्या प्रसारित होत होत्या. 'ब्रेकिंग न्यूज : आपल्या समुद्रकाठावरच्या नगरांवर फुटीरता- वाद्यांची दहशत. पर्यटकांचा सीझन सुरू होताच दहशतवादही समुद्रापर्यंत पोहोचला. तीन मृतांमध्ये दोन परदेशी. दोन गंभीर जखमी. रिमोट कंट्रोलचा बॉम्ब वापरून केलेल्या निर्दयी हल्ल्यात अनेकजण किरकोळ जखमी. आमच्या स्थानिक वार्ताहराकडून येणारी ताजी माहिती आम्ही आपल्याला देतच राहू. आम्ही आपल्याला काही ठिकाणी अस्पष्ट केलेल्या पहिल्या प्रतिमा दाखवत आहोत आणि लहान मुलांना आपण त्या बघू देऊ नयेत अशी विनंती करत आहोत.'

तुटलेल्या अवयवांची शरीरं जमिनीवर पडलेली. त्या दृश्यांची भयानकता कमी करण्यासाठी केलेले प्रयत्न - जे ती लपवण्यात असफल झाले आहेत. जखमी झालेल्यांच्या किंकाळ्या आणि विव्हळणं. तापलेल्या रस्त्यावर पसरणारं आणि जवळच्या भूमध्य सामुद्रिक झुडपांवर पडलेलं रक्त, गोंधळलेली, भयभीत झालेली आणि हादरलेली धावपळ करणारी माणसं, एक जळणारी मिनीबस... रक्त, ज्वाला, रक्त, मृत्यू, वेदना, रक्त, रक्त...

तो कबाबवाला मुलगा पुन्हा ओरडतो, 'हलकट. या असल्या अक्करमाशांना लोकांच्या ताब्यात दिलं पाहिजे. क्षणात चिंध्या उडवतील

त्यांच्या. साला, मी आत्ता तिथे असायला हवं होतं, या हलकटांना मी असं काही...'

महमूद मुळापासून हादरला. त्या असह्य गरमीतही थंडगार घामानं त्याची पाठ आणि गळा ओला झाला. त्यानं सदऱ्याचं आणखी एक बटण उघडलं. टी. व्ही. परदेशी बातम्यांकडे वळला. ती आकर्षक स्त्री वार्ताहर कोऱ्या चेहऱ्यानं खळ्या पाडत आंतरराष्ट्रीय बातम्या प्रसारित करत होती. 'काल शियांच्या धर्मस्थळावर झालेल्या आत्मघातकी बॉम्ब हल्ल्यानंतर, आत्ताच मिळालेल्या बातमीनुसार जिथे सुन्नी लोक दुपारच्या प्रार्थना करत होते त्या मशिदीवर झालेल्या बॉम्बहल्ल्यात एकोणीसजण ठार आणि कित्येकजण जखमी झाले आहेत.' त्या पाठोपाठची बातमी होती, शाळा सुटल्यावर लहान मुलं जिथे बसची वाट पाहत थांबली होती, त्या बस स्टॉपवर झालेल्या बॉम्ब-हल्ल्याची. 'आत्ताच्या बातमीनुसार तीन चिमुकले विद्यार्थी जागच्याजागी मरण पावले आणि दहापेक्षाही जास्तजण गंभीररीत्या जखमी झाले... या हल्ल्याची जबाबदारी हमसने घेतली आहे. लेबेनॉनमध्येसुद्धा रक्तपाताला खंड पडला नाही आहे. ताज्या हल्ल्यांच्या बातम्यांनी काल पुन्हा लेबेनॉन हादरले...'

''बंद कर ते!'' महमूद ओरडला आणि स्वत:च्याच आवाजानं तो दचकला.

मागच्या बाजूच्या टेबलावर बसलेल्या माणसांपैकी एकजण पाठिंबा देत म्हणाला, ''आम्हांलासुद्धा नकोसं झालं आहे ते. कृपा करून तो बंद कर!''

मुलानं पुन्हा एकदा 'हलकट' असं म्हटलं ते कोण्या एकाला उद्देशून नव्हतं. ''जग कुठे चाललं आहे *अबिलेर*? माझ्या तावडीत सापडू देत ते! थोडीसुद्धा दया दाखवणार नाही मी त्यांना! आपण इथे असलेल्यांनी थोडी हालचाल करू या आणि यांना पुरते गारद करू या. मग ते दहशतवादी असू देत का खेडूत. त्यानं काही फरक पडत नाही. हे सगळे हलकट सारखेच आहेत *अबी*.''

''बस्स झालं'' महमूद म्हणाला, यावेळी त्याचा आवाज शांत पण ठाम होता. ''आम्हांला आधीच खूप उदास वाटतं आहे. उन्हाच्या या तलखीत आम्हांला आणखी तुझं काही ऐकायचं नाही.''

आपला मदतनीस पोऱ्या जरा ज्यादाच बोलला हे जाणवून मालकानं परिस्थितीचा ताबा घेतला. ''गप रे गाढवा! काहीतरी बहकत बसू नकोस. सगळ्यांनाच हे अति झालं आहे!''

महमूदनं त्याच्या पुढ्यातल्या प्लेटकडे पाहिलं. सळईवरचे ते लांब कोफ्ते,

कांदा आणि दाण्यांचं सॅलेड, शेवयांचा पुलाव या सगळ्यांची त्याला शिसारी आली. त्याची अन्नावरची वासनाच गेली. जणू काही एखादा खडक त्याच्या घशात कोंबला गेला होता, ज्यामुळं त्याची अन्ननलिका आणि श्वासनलिका बंद झाली होती. प्लॅस्टिकच्या बाटलीतून त्यानं आणखी एक ग्लास पाणी घेतलं आणि तो घुटके घेऊ लागला. त्यानं कितीही प्रयत्न केला तरी तो खाऊ शकणार नव्हता. त्याच्या आयुष्यातला तिसरा कबाब त्याच्या नशिबी नव्हता. मुलाला हाक मारून 'माझं बिल दे, मी निघतो', असं तो म्हणणारच होता, तेवढ्यात दरवाजातून येणाऱ्या माणसावर त्याची नजर केली.

मी या माणसाला ओळखतो तरी आहे किंवा माझ्या ओळखीच्या माणसाशी याची गल्लत करतो आहे. असं वाटतं आहे की, मी याला नुकतंच पाहिलं आहे. पुन्हा एकदा थंडगार घाम सुटला आणि शरीरभर पसरला. हॉस्पिटलमध्ये जाण्यासाठी तो रस्त्याकडे जात असताना बसस्टॉपवर वाट पाहणारी ती परकी माणसं त्याला का कोण जाणे, पण आठवली. कोंडीत सापडलेल्या प्राण्यासारखा त्याचा भीतीनं थरकाप झाला.

एका क्षणात त्या माणसानं कबाबचं दुकान आपल्या तीक्ष्ण नजरेनं तपासलं. आणि न थांबता तो सरळ महमूदच्या टेबलाकडे आला. समोरची खुर्ची बाहेर ओढून न विचारता तो त्यावर बसला.

''कसं काय आहे *हेवल*? कसं काय आहे कॉम्रेड मझलूम?'' खूप वर्षांनंतर भेटलेल्या जिवाभावाच्या साथीदाराला जुन्या मित्रानं विचारावं तसं त्यानं विचारलं.

त्याचं सांकेतिक नाव मझलूम होतं. सौम्य, दिखाऊपणा नसलेलं, साधंसुधं, छान नाव. मझलूम होणं थांबवून पुन्हा स्वत:च्या नावाकडे,महमूद असण्याकडे परतल्याला अजून पुरते दोन महिनेही झाले नाही आहेत. मी जवळजवळ विसरलोच होतो. विसरायच्या असलेल्या गोष्टी माणसं आपल्या आठवणीतूनही काढून टाकातत.

''तुमचा काहीतरी गैरसमज झाला आहे *करदाश,*'' तो म्हणाला. ''मी मझलूम नाही. मी महमूद.'' हा माणूस कोण असावा ते कळण्यासाठी तो वेळ काढायचा प्रयत्न करतो.

''हरकत नाही. तू मझलूम असलास किंवा महमूद तरी आम्हांला काही

फरक पडत नाही. जो पर्यंत तू 'तू' आहेस.'' तो वेटरला दमदार आवाजात हाक मारतो ''बेटा, मला दीड उरफा आणि एक कोक दे.'' तो महमूदसमोरच्या प्लेटकडे बघतो. ''तू काहीच खाल्लं नाहीस. तुझ्या तोंडाची चव गेली का?''

महमूद गप्प रहातो. तो म्हणू शकत नाही, माझी भूकच उडाली. टीव्हीनं ती हिरावून घेतली आणि नंतर तू येऊन माझ्यासमोर ठाण मांडलंस. तो उठण्याची हालचाल करतो. स्वत:चा नख्यांसारखा पंजा त्याच्या गुडघ्यावर ठेवून तो माणूस त्याला थांबवतो. '*हेले बिसे, मे हीन दु-से किस न दिरि ये, मा त्यू कुदेर व दिसी*? थोडा थांब. आपण काही बोलण्याआधीच तू कुठे निघालास?'

तेव्हा महमूदच्या लक्षात येतं की, ते कुर्दी भाषेत बोलत आहेत. त्याला माझं सांकेतिक नाव माहीत आहे म्हणजे तो चळवळीतला असला पाहिजे. म्हणजे ते माझ्या पाठलागावर आहेत तर. नाही नाही, हा फक्त योगायोग असणार. माझ्यामागे कोणाला पाठवण्याइतका काही मी त्यांच्यासाठी महत्त्वाचा नाही. ते कोणाच्याही मागे माणसं पाठवत नाहीत असं ते म्हणतात. स्वत:हून भरती होणं हेच तर आमच्या कामामागचं तत्त्व आहे ना! पण तरीही...

आपला अस्वस्थपणा समजू नये म्हणून तो काटाचमचा स्वत:च्या प्लेटमध्ये फिरवतो. एक घास उचलून तो आपल्या तोंडात ठेवतो. कबाब गार झाला आहे आणि या उष्णतेतही त्यातलं फॅट घट्ट झालं आहे. त्याला ढवळून येईल असं वाटतं. देवावर भरवसा ठेवत तो विचारतो, ''आपण कुठे भेटलो आहोत? शाळेत का आणि कुठे? तू नक्कीच माझ्या भागातला आहेस.''

''हं. तू त्याला एक प्रकारची शाळाच म्हणू शकतोस.''

मांजरानं उंदराशी खेळावं तसं त्याच्याशी खेळण्यात त्या माणसाला मजा वाटते आहे हे त्याच्या लक्षात येतं. त्याचा राग वाढू लागतो. ''मला नाही तुम्ही आठवत,'' तो चिडक्या, चिरक्या आवाजात म्हणतो. ''तुमचा गैरसमज झाला आहे हे उघड आहे. मला काम आहे. असा फुकट घालवायला माझ्याकडे वेळ नाही. मला माफ करा... *कारदेश*, माझं बिल आण लगेच!''

''खाली बस,'' तो माणूस हलक्या आवाजात म्हणतो. ''उगाच लपाछपी खेळू नकोस.''

त्या माणसानं त्याचा एक पाय टेबलाखाली लांब केला आहे आणि महमूदचं पाऊल तो हलकेच दाबत आहे. त्याच्या दुसऱ्या पायाच्या वर

मांडीच्या पातळीत असलेल्या पिस्तुलावर तो हात फिरवत आहे हे महमूदच्या लक्षात येतं.

''तुला काय हवं आहे?'' महमूद यावेळी तुर्की भाषेत विचारतो.

''एक छोटंसं काम आहे. तू ते नीट पार पाडलंस, तर तू तुझ्या प्रेयसीबरोबर हवं तसं जगू शकतोस. तुला हवं तिथे जाऊ शकतोस. *पाशे लिगेल दरजिस्टिया इवे त्यू चावा दिक्सवेझी त्यू झ वेसा बिजी.*''

महमूद हाडापर्यंत गोठला. हा माणूस म्हणाला. 'तुझी प्रेयसी'; म्हणजे त्याला सगळं माहीत आहे. त्याचं सांकेतिक नाव आणि तो पळून आला आहे हे त्या माणसाला माहीत असलं तर असू दे, पण त्याला झिललबद्दल माहीत आहे. म्हणजे त्यांचा पाठलाग झाला आहे. कोणी केला असेल? हे सरकारचं काम असेल तर... हो, सरकारला संशय येऊ शकतो किंवा त्यांना माहिती मिळू शकते. ते तुमच्यावर नजर ठेवतील आणि तुम्ही महत्त्वाचे असाल तर तुम्हांला ताब्यात घेतील. पण त्यांना एखाद्या मुलीशी काही देणंघेणं नसेल. मग संघटना पाठलागावर आहे का? संघटनेला माहिती आहे हे उघड आहे. त्यानं 'मझलूम' म्हटलं ते अंदाजानं नाही. पण तरीही यात संघटनेचा हात आहे याची त्याला खात्री नाही. *हेवल* जरी एकमेकांना ओळखत नसले, तरी त्यांना काहीतरी संबंध जाणवणारच. मग ती एखादी लकब असेल, बसण्याची पद्धत, एखादं वाक्य किंवा आवाजाची पट्टीही असेल... पण पुन्हा, तशीही काही पूर्ण खात्री नाही. १००% निश्चिती नाही. पूर्वीची एकी आत्ताच्या गटात दिसत नाही.

''तू गोंधळलेला आहेस. हातातल्या कामावर लक्ष केंद्रित करणं तुला जमत नाही हे नेतृत्वाला माहीत होतं. एखादा माणूस गोंधळलेला असला तर कधी ना कधी तो दुसऱ्या बाजूला जातोच. तुझं संघटनेला सोडून जाणं अनपेक्षित नव्हतंच.''

''मी पळालो नाही. मला गोळी मारली होती. मी जखमी झालो होतो. अजूनही माझा हात बरा झाला नाही आहे. मी जखमी होऊन उतारावरून घसरलो. मला परत जाता येत नव्हतं. शिवाय मी अगदी गेलो असतो तरी मला *हेवल* तिथे भेटलेच नसते आणि मी जिथे जखमी होऊन पडलो तिथे मला शोधत कोणीच आलं नाही.''

त्याच्या तोंडून हे शब्द बाहेर पडताक्षणीच आपल्या हातून फार मोठी चूक झाली आहे हे त्याच्या लक्षात आलं. मी मझलूम नाहीच असं त्याला म्हणत

राहता आलं असतं. त्याला बघताच त्या माणसानं ओळखलं नव्हतं, हे स्पष्ट होतं. बसस्टॉपवर वाट पाहणारा दुसरा माणूस संघटनेतला असणार किंवा खबऱ्या असणार. मी स्वतःला खड्ड्यात घातलं आहे, अगदी मूर्खासारखा वागलो आहे मी. आता काही ते सुधारता येणार नाही. आता उरलं आहे ते फक्त मारलं जाण्याचा धोका पत्करणं.

''छान गोष्ट सांगितलीस; आणि कदाचित थोड्या फार प्रमाणात खरीही असेल. पण पटण्यासारखी नाही. खरं सांगायचं तर अशा परिस्थितीत ते कोणालाही जिवंत सोडणार नाहीत – अन् हे तुलाही माहीत आहे. पण तरीही आमच्या माहितीनुसार तू अधिकाऱ्यांना शरणही गेला नाहीस किंवा माहितीही दिली नाहीस त्यामुळे तुला अजून एक संधी आहे. ती घेण्यात तुझा फायदा आहे.''

मला शेवटची संधी आहे. मला शिकण्याची आणि डॉक्टर बनण्याची संधी मिळाली होती. पण तिचा उपयोग झाला नाही. पर्वत हीसुद्धा एक संधी होती, तेही काही जमलं नाही. झिललला गोळी लागणं आणि लेखकाची भेट होणं हीही एक संधीच होती, पण तिचाही काही उपयोग झाल्याचं दिसत नाही आहे आणि आता मला एक शेवटची संधी आहे.

''स्वतःला सिद्ध करण्याची शेवटची संधी. एक प्रकारचं आत्मपरीक्षण. केवळ शब्दांत नाही तर कृतीनं. नेतृत्वाचं मत आहे की ज्याला अजून वाचवता येईल असा घटक तू आहेस.''

'एक घटक', हं? ज्यांची नावं काढलेली आहेत, ज्यांना आता कॉम्रेड समजलं जात नाही त्यांना म्हणतात 'घटक', ज्यांना पहिल्याच संधीला उडवायचं आहे त्यांना म्हणतात 'घटक' आणि आता घटकाला वाचवता येईल असं ते म्हणत आहेत!

या क्षणी सुटकेचे सगळे मार्ग बंद असलेल्या चकमकीत तो सापडला आहे. असहाय्य आणि वैफल्यग्रस्त. तो अतिशय गळून गेला आहे. विरोध करण्याची शक्ती त्याच्यात नाही. तो कुतूहलापोटी विचारतो, ''तुम्ही केव्हापासून माझा पाठलाग करत आहात?''

''मला माहीत नाही. हे काम माझ्याकडे सोपवण्यात आलं. खरं तर इभ्रतीचा भाग म्हणून कोणीतरी त्या मुलीच्य मागावर होतं. त्या मुलीचा मोठा भाऊ पर्वतीय दलात आहे. त्यानं खरं ते सांगितलं. सगळं गुंतागुंतीचं आहे

हे तूही मान्य करशील. संघटना तुझ्यामागे, त्या मुलीचा भाऊ तिच्यामागे, सरकार प्रत्येकाच्या मागे, अशी आहे ही गोष्ट.''

''मला आता हे काहीच नको आहे,'' कुठलीही आशा न बाळगता महमूद म्हणाला. ''मला इथून दूर, शांतपणे जगायचं आहे. मी घाबरलो आहे म्हणा किंवा दुबळा, खराखुरा पर्वतातला नसलेला माणूस म्हणा. मी खबऱ्याही नाही किंवा कोणालाही दगाही दिला नाही हे तू स्वतःच म्हणतो आहेस. मला फक्त हे सोडायचं आहे आणि स्वतःच्या मार्गानं जायचं आहे एवढंच...''

''नाही, ते इतकं सोपं नाही. प्रवेश मुक्त आहे. पण बाहेर जाताना मात्र किंमत चुकवावी लागते. हे त्यांनी तुला सुरुवातीला सांगितलं नाही का?''

खिशात लपवलेल्या पिस्तुलावर तो माणूस सूचकपणे हात फिरवतो आहे हे महमूदला कळतं.

''तू सुरुवातीबद्दल बोलतो आहेस. पण त्यांनी तेव्हा जे सांगितलं होतं त्यापेक्षा वेगळंच केलं जात होतं आणि शिवाय प्रवेशही मोफत नव्हता, किंमत फार जास्त होती. एक संपूर्ण, मानवी आयुष्य.''

समजा तो अचानक उठला, झटकन कृती करून त्यानं त्या माणसावर खुर्ची फेकली आणि दरवाजातून बाहेर पडून पळाला... तर तो पिस्तूल वापरेल? सगळीकडे माणसं आहेत, कबाबाच्या दुकानासमोरचा रस्ता गर्दीनं ओसंडून गेला आहे. तो गोळी झाडायला धजेल? वेळ मिळवण्यासाठी काहीशा आशेनं आणि थोड्याशा जिज्ञासेनं तो विचारतो, ''तुम्हांला मी काय करायला हवं आहे?'' शब्द बाहेर पडताच त्याला पश्चात्ताप झाला.मी तर सौदा करायला सुरुवात केली, आता हा माणूस त्याचा फायदा उठवेल.

''हे काम काही तुला नवीन नाही. छोटासा स्फोट आणि त्यात धोकाही जवळजवळ नाहीच. रिमोट कंट्रोल वापरून स्फोट.''

तो त्या माणसाकडे बघतो. त्यानं कधीही न पाहिलेला, पण तरीही ओळखीचा वाटणारा माणूस. नाही, तो डोंगरातला नाही. त्याबद्दल त्याची खात्री आहे. पण मग कुठला? महमूदला सांगता येत नाही. 'तुला नवीन नसलेलं काम' असं तो म्हणाला? पण हा माणूस जर खरंच आतल्या गोटातला असला तर हे काम त्याच्यासाठी नवीन आहे हे त्या माणसाला माहीत असायला हवं. शिवाय या प्रकारच्या नागरी कारवायांसाठी दलांची कमतरता आहे का? अशा प्रकारच्या कामांची सक्ती कोणावरही केव्हापासून गेली जाऊ लागली?

''मला पर्वतांची माहिती आहे'' तो म्हणाला, ''पण शहरात मी कधीच कारवाई केली नाही. शिवाय निष्पाप लोकांना मारणं मला घृणास्पद वाटतं. मी फक्त समोरासमोर लढतो.''

''चूप बस!'' तो माणस त्वेषानं आणि संतापानं खेकसतो. ''हातात काम नसलेल्या मॉडेलला काम मिळालं की तो जशी सौदेबाजी करतो तसं तू करतो आहेस. हे काम होईलच. नेतृत्वाचा हुकूमच आहे तसा. युद्धविरामामुळे सध्या शहरांकडे दुर्लक्षच झालं आहे. मारे युद्धविराम आहे – पण त्याचा परिणाम काय झाला? टीसी एकामागून एक कारवाया करत आहे. शिवाय सतत पत्रकं काढणाऱ्या लुडबुड्या बुद्धिवाद्यांखेरीज कोणाचाच युद्धविराम किंवा शांतीवर विश्वास नाही आहे. शिवाय अधेमधे हात मिळवणारे ते बुळबुळीत हरामखोर उपटतात. शांतिपूर्ण उपाय, आमची शस्त्रं पुरून टाकणं आणि बंधुभावाची वक्तव्यं... आपल्यासाठी युद्धविराम आणि ते येऊन बॉम्ब टाकतात, ते येतात अणि आपल्या गुहांपर्यंत पोहोचून सशांसारखं पकडतात. लोकांचा छळ करून नमवण्याचा प्रयत्न करतात... शांतीची भाषा करणाऱ्या थोबाडांना योग्य फळ मिळतं.''

एक छोटासा स्फोट... धोका जवळ जवळ नाहीच.. दूर अंतरावरून. समजा त्यांनी आत्मघातकी हल्ला सांगितला असता तर? मी ताबडतोब सांगितलं असतं, मी करणार नाही.

त्याच्या मनातले विचार जणू वाचल्याप्रमाणे तो माणूस पुढे बोलत राहतो. ''बघ, संघटना काही तुला आत्मघातकी हल्ला करायला सांगत नाही आहे. आपल्या दलातल्या माणसांचं आयुष्य वाचवण्याची काळजी संघटना घेतेच. दुरून तुम्ही एक बटण दाबता. एका मोबाईल फोनवरची एक की क्लिक करता, बस्स एवढंच.''

पडद्यावरच्या त्या प्रतिमा : मृत, जखमी, मृत मुलं, जखमी मुलं, स्त्रिया, पुरुष, तरुण, म्हातारे, मृत... विखुरलेली शरीरं, उडालेले हात पाय... रक्त रक्त रक्त... आत्मघातकी हल्ले न करता आपली दलं वाचवण्यासाठी रिमोट कंट्रोलचा वापर करणारी संघटना. दलांची आयुष्यं, नेत्यांची आयुष्यं, कमांडरांची आयुष्यं, लोकांची आयुष्यं... लेखकाच्या सुनेचं आयुष्य, जिच्याबद्दल बोलताना तो म्हणाला होता, 'आम्हांला विखुरलेले सगळे तुकडेसुद्धा मिळाले नाहीत...' पांगळा झालेल्या आणि पळून गेलेल्या त्याच्या मुलाचं आयुष्य...

हे मी काय केलं! मी कसला विचार करत होतो? क्षणापूर्वी मी कोणते हिशेब मांडत होतो? त्यांनी आत्मघातकी हल्ला सुचवला असता तर, असं माझ्या मनात आलं की नाही? त्या फायद्यातोट्याचं गणित मी मांडलंच की नाही? म्हणजे मी ते दुसरं करायला, त्या माणसानं सांगितलेलं बटण दाबायला तयार होतो. आत्मघातकी हल्ल्यात त्या विचारावर श्रद्धा आहे, त्यात स्वार्थत्याग आहे. स्वत:चा बळी द्यायला तयार व्हावं इतकी खोलवर रुजलेली श्रद्धा, स्वत:चं आयुष्य पणाला लावलेली भक्ती. रिमोटचं बटण दाबून तुम्ही मारता ते फक्त इतरांना, निरपराध लोकांना. मृतांची संख्या एकाने जास्त किंवा एकानं कमी, एवढाच तर फरक, पण ते एक कमी किंवा जास्त आयुष्य तुमचं आयुष्य असतं, तुमचं स्वत:चं आयुष्य.

वेटर दुसऱ्या माणसाचे कबाब आणतो.

''आमच्यासाठी टोमॅटो सॉस आणि खूप लोणीही दे,'' तो माणूस सांगतो.

मुलगा सॉस आणेपर्यंत ते गप्प राहतात. मुलगा ते गरम सॉस त्या माणसाच्या प्लेटवर ओतत असताना काही सॉस टेबलावरही सांडतं. गोठलेल्या रक्ताचा गडद डाग त्या न आच्छादलेल्या टेबलाच्या पांढऱ्या फोर्मायकावर पसरतो. महमूदचे डोळे रक्तावर खिळले आहेत. तो डाग मोठा होत होत संपूर्ण टेबलाला, सर्वत्राला व्यापतो. कोपऱ्यातल्या टेलिव्हिजनच्या पडद्यावरून ते भळभळा उफाळू लागतं, समोरच्या माणसाच्या चेहऱ्यातूनही ते वाहतं. त्याच्या स्वत:च्या पायाला रक्ताचा स्पर्श होतो. ते वर येतं आहे. ते त्याच्या गळ्यापर्यंत येतं. तो रक्तात बुडत आहे...

त्या माणसाच्या आवाजानं तो भानावर येतो. वेटर त्याच्या अंगावर ओणवा होऊन कोलोन शिंपडतो आहे आणि त्याला पाणी पाजायचा प्रयत्न करत आहे. पाणी महमूदच्या चेहऱ्यावरून, छातीवरून वाहतं आणि त्याचा शर्ट भिजवतं. कोलोन आणि सॉस यांचा एकत्र उग्र वास त्याच्या नाकात भरतो; त्याला उमळून येतं.

'ठीक आहे, ठीक आहे,' तो माणूस तुर्की भाषेत बोलतो. 'तसंही माझ्या मित्राची प्रकृती बरी नव्हती. बघ, त्याला कबाबसुद्धा खाववले नाहीत आणि त्यात हा उन्हाळा. फार काही नाही. ठीक आहे आता. त्याला थोडं बरं वाटू दे, मग मी त्याला घरी पोहोचवेन.'

महमूदची छाती कोंडली आहे. तो त्याची नजर टेबलावर खिळवतो. तिथे छोटासाही लाल डाग नाही. तिथे फक्त घाणेरड्या पांढऱ्या फोर्मायकावर

चाकूच्या चऱ्यांच्या बारीक रेघा आहेत... वेटरनं डाग लगेच पुसला असेल. मला भयानक स्वप्न पडलं. इथे ना रक्त आहे, ना कुठला अनोळखी माणूस.

पण तो अनोळखी माणूस तर तिथे, त्याच्या समोरच आहे. तो हसतो आहे, सहज का कुचेष्टेनं ते तुम्ही कसा अर्थ लावता त्यावर आहे, पण तो बोलतो तेव्हा तो चिडवत नाही आहे किंवा जराही चिडलेलाही नाही. ''का, तुला रक्त बघवत नाही?''

महमूद गप्प आहे. मला वाटायचं की मला बघवतं. पण कदाचित आता मी नाही बघू शकत. कदाचित तो माणूस सोडून देईल. तो उठेल आणि निघून जाईल. ''खूप रक्त वाहतं आहे,'' तो सगळा धीर गोळा करून म्हणतो. ''जगात खूप रक्तपात आहे. खूप यातना आहेत. तुझं बरोबर आहे. मला ते सहन होत नाही – तू माझा पाठलाग थांबव, तू कोणीही अस, पण हा पाठलाग थांबव. मी नाहीसा होईन. मी कोणालाही त्रास देणार नाही. ना सरकारला, ना संघटनेला ना *हेवल्मा*... मी आजपर्यंत असं काहीच केलं नाही आहे. तुला ते माहीत आहे. मी फितूर नाही.''

''कसला नेभळट आहेस तू! तुझ्यासारख्या लोकांना ते संघटनेत, तेही पर्वतीय दलात, का घेतात कोण जाणे! जाऊ दे, तो काही माझा प्रश्न नाही. स्वत:ला सावर. थोडं पाणी पी. जन्माला येताना कोणीच फितूर नसतं. नंतर ते तसे होतात. जर तुला ध्येय, नेतृत्व आणि विशेषत: रक्तपात याबद्दल शंका येत असल्या, तर तुझी काहीच आशा नाही. रक्त सांडतंच, ते तसंच घडतं. तू आता ठीक असलास तर आपण निघू या. फार वेळ आपण इथे आहोत. आपल्याकडे सगळ्यांचं लक्ष गेलं आहे.''

त्याच्यात उभं राहायची ताकद नाही; तो खुर्चीवर रेलतो. तो माणूस कोपऱ्यामध्ये बिल देतो आहे. जर त्याचं डोकं गरगरत नसतं, त्याच्यात शक्ती असती, तर पळत दरवाजाबाहेर जाऊन क्षणात बाहेरच्या गर्दीत मिसळून जाता आलं असतं. पण तरीही तो हालचाल करतो. खाली पडू नये म्हणून तो दरवाजाच्या कडेवर रेलतो. त्याच्या बचावासाठी जणू तो माणूस येतो आणि एखाद्या मित्रासारखा किंवा मोठ्या भावासारखा तो त्याचा हात पकडतो.

''कुठेतरी शांत जागी जाऊ, जिथं तुला बरं वाटेल.''

चालत जाताना, टॅक्सीत बसताना आणि चहाची बाग असलेल्या एका मोठ्या उद्यानात जाताना तो त्या दुसऱ्या माणसावर रेलतो. जणू त्याच्या

नसांतलं रक्त संपल्यासारखे प्रत्येक पावलाला त्याचे गुडघे थरथरतात. केवळ तीन टर्मच्या तुटपुंज्या वैद्यकीय शिक्षणाची तो मनातल्या मनात उजळणी करतो. थकवा, अस्वस्थपणा, नसा; माझं ब्लड प्रेशर खाली आलं असावं. जखम बरी झाली आहे असं वाटतं. पण आतमध्ये जंतुसंसर्ग किंवा रक्तस्राव असू शकतो. लोहाची कमतरता, ॲनिमिया, मेंदूत काहीतरी, हे सगळंच शक्य आहे आणि हे सगळं झालं ते एका कबाबमुळे. आता पुन्हा मी तो कधीही खाऊ शकणार नाही.

चहाच्या बागेत, आजूबाजूच्या हिरव्या झुडपांत मध्यभागी कारंजं असलेल्या तलावाच्या अगदी जवळ ते बसतात तो माणूस चहा मागवतो. ''माझ्या मित्रासाठी लेमन अँड मिंट टी द्या. औषध म्हणून. खूप लिंबू आणि खूप पुदिना घालून. त्याला बरं नाही आहे.''

काय अवस्था आहे माझी. मार बसलेल्या आणि घाबरगुंडी उडालेल्या लहान मुलासारखी. मला शिक्षा ठोठावणाऱ्याच्या पायाशी मी लोटांगण घातलं आहे आणि त्याच्याकडे दयेची भीक मागत आहे! तो हळूहळू स्वत:ला सावरतो. लेमन आणि मिंटच्या पेयाचा घुटका घेतो. त्याला हुशारी येते. ''या गरमीनं मला असं चीत केलं,'' तो म्हणतो. मग का कोण जाणे पण तो थाप मारतो. ''मी एक प्लेट कबाब आधीच खाल्ले होते. त्याचा या गरमीत त्रास झाला असणार.''

''त्याचाच त्रास झाला असणार.''

या ठरावीक गप्पांमागच्या भयानक वास्तवाचाच त्रास होत आहे हे दोघंही जाणतात.

''आपल्या लोकांना जे करण्यात आलं तेही अतिच होतं. तो बंदीवास, तो अत्याचारही अतिच होता. तसं नसतं तर इतके लोक-तरुण आणि म्हातारे, स्त्रिया आणि पुरुष, पर्वतात गेले असते का? तूही गेला नसतास आणि मीही. कोणाला मरायचं असतं किंवा मारायचं असतं? युद्ध संपलं नाही आहे. ते प्रत्येक आघाडीवर सुरू आहे. संघटनेला तुमची गरज आहे आणि तुम्हांला संघटनेची. त्यामुळे तुम्ही निदान तुमच्या स्वत:च्या नजरेतून उतरत नाही. नेतृत्व काय म्हणतं? संघटनेची इज्जत ती तुमची इज्जत. तुम्ही तुमची इज्जत घालवलीत तर तुम्ही क:पदार्थ होता; तुम्ही धूळ खाता.''

त्याला तोंडपाठ असलेलं तेच सगळं जुनं वक्तव्य. कानांना गोड लागणारे, उभारी देणारे शब्द, धैर्य देणारे आणि लढाऊ वृत्तीला खतपाणी घालणारे. पूर्ण

खात्रीनं उच्चारले गेले की हे शब्द माणसाचं उन्नयन करतात आणि ते स्वत:ही माणसंच आहेत याची आठवण करून देतात आणि ते सगळं खरंही होतं. इतक्या माणसांनी अचानक पर्वतात का जावं? भाषणं, वचनं, दंतकथा बनलेल्या गुरिलांच्या कथा... या बाबी इतक्या माणसाना त्यांच्या घरातून, कुटुंबातून आणि शाळाकॉलेजमधून उपटून काढून मृत्यूतच पर्यवसान होणाऱ्या साहसासाठी उद्युक्त करायला पुरेशा आहेत का?

तो माणूस बोलला ते सगळं खरं होतं. ते खरं होतं, पण तरीही त्याच्या भाषणात काहीतरी संशयास्पद होतं. शब्द त्यांच्या जागी योग्य होते. पण काहीतरी - काय? - बरोबर वाटत नव्हतं.

महमूद समोरचा चहा ढवळत राहतो. चहाच्या ग्लासवर चमच्यानं होणारी किणकिण तो ऐकत राहतो. आता त्याच्या मनात भीती किंवा दहशत किंवा कोंडीत सापडल्याची भावना नाही. तिथे एक अपरिचित शांती, एक गहिरं दु:ख आणि एक वेगळाच खेद होता जो त्याला त्याच्या कृत्यांबद्दल वाटत नव्हता, तर जिवंत असण्याबद्दलच वाटत होता.

'हल्ल्यासाठी दुसरं कोणीतरी शोधा. लागलं तर मी पुन्हा पर्वतात जाईन. शिवाय ही कामं कशी करतात ते मी कधी पाहिलंही नाही आहे. तुम्ही कोण आणि काय आहात हे मला कसं कळेल! हल्ल्याच्या ऑर्डर्स अशा दिल्या जातात का? मला माहीत नाही.'

'म्हणजे साहेबांना मी आता माझं ओळखपत्र दाखवायला पाहिजे. सगळं इतकं सोपं नसतं. जणू काही उन्हाळ्यात साहेब पर्वतातल्या कुरणात गेले आणि त्यांची लहर लागली तेव्हा खाली आले. आता आपण सरळ बोलू या. ही तुला देण्यात आलेली संधी आहे, जगण्याची संधी. नेतृत्व तुझी एक शेवटची परीक्षा घेणार आहे. हे काम करण्यासाठी हवे तेवढे स्वयंसेवक, कॉम्रेड्स, शहाणी माणसं, ज्यांनी आपल्या लोकांना दगा दिलेला नाही असे लोक आज्ञा होण्याची वाट पाहत आहेत. थोडक्यात निर्णय तू घ्यायचा आहेस. तुझ्या निर्णयावर त्या मुलीचं आयुष्य अवलंबून आहे हेही तुझ्या लक्षात असू दे.'

त्याची भीतीनं उडालेली गाळण दिसू न देण्याचा आणि नेहेमीसारखं बोलायचा प्रयत्न करत तो म्हणाला, 'मुलीचा संघटनेशी काहीच संबंध नाही.'

'तिच्या भावानं तुमचा माग काढला. थोडक्यात ती मुलगी आता आमच्या ताब्यात आहे.'

'तिचा भाऊ आता खबऱ्या झाला असला तरीही तो झिललला हात लावणार नाही. जो माणूस संघटनेशी जोडला गेला, पर्वतात गेला तो आता खबऱ्या झाला म्हणून रूढीसमोर नमणार नाही.'

'तू अतिशय भाबडा आहेस, *हेवल*,' हे म्हणताना त्या माणसाच्या आवाजात खरीखुरी दया आणि अनपेक्षित करुणा होती. 'सदरा बदलावा त्याप्रमाणे माणसं आपला विश्वास आणि रितीभाती बदलत नाहीत. रिती आणि विश्वास आपल्यात भिनलेले असतात. अर्थात आपण प्रेम करतो. पण देवा-शप्पथ तरीही आपण ठारही मारतो! आणि जर त्या माणसानं कबूल केलं असेल तर त्याचा अर्थ काय होतो? स्वत:चं आयुष्य दोन्हीकडून सांभाळलं जावं यासाठी तो संघटना आणि सरकार या दोघांची मर्जी संपादन करील. शेवटचं सांगतो. तू जर पक्कं केलंस तर आम्ही त्या मुलीला इजा होऊ देणार नाही. आपापसांत आम्हांला एक ऋण संपवायचं आहे. आम्ही तुला शोधून काढलं ते त्या भावाच्या मदतीनं तिचा पाठलाग करून.'

महमूद त्यातून मार्ग शोधू बघतो. त्यानं काय करायला हवं? हल्ल्याचं काम त्यानं स्वीकारलं असं दाखवून झिललला गुपचूप दूर पाठवायचं? कसं? कुठे? शिवाय ही माणसं काय मूर्ख आहेत! एकापासून पळालो तर दुसरा पकडेल आणि शिवाय मी बटण दाबलं तरी ते तिला जिवंत सोडतील हे कोणाला सांगता येईल? जर त्या माणसानं इज्जत वाचवण्यासाठी ठार केलं तर मी माझ्या राज्यातल्या पोलिसांकडे अर्ज करीन का? जर मी पकडला गेलो तर झिललचं काय होईल? समजा, मी पकडला गेलो नाही आणि झिललला त्यांनी काही केलं नाही. इतक्या निष्पाप लोकांच्या रक्तात न बुडता आम्हांला कसं जगता येईल? लेखक *अबी*, अहो लेखक *अबी*! तुम्ही आम्हांला सोडून का गेलात? आम्ही तुम्हांला का म्हटलं, 'आमच्या भूमीत जा, आणि शब्द शोधा.' तुम्हांला शब्द मिळेल आणि तुम्ही पुस्तकं लिहाल, ती इतक्या रक्तपाताच्या आणि इतक्या यातनांच्या वेढ्यात लिहिली गेली तरी काय झालं! शब्द इतका दूर नाही हे तुम्हांला समजलं नाही. पहा, शब्द इथे आहे!

तो गप्प राहतो. ते दोघेही गप्प रहातात. अजून एक चहा आणि अजून एक लेमन मिंट चहा. त्यांच्या समोरच्या तळ्यात गोल्डफिश शेपट्या हलवत पोहत आहेत. महमूद गोल्ड फिशकडे पाहत आहे. त्याचं मन पूर्ण रिकामं आहे. तो गप्प राहतो.

''ती मुलगी खरंच सुरक्षित आहे का?'' थोड्या वेळानं तो विचारतो.

"तू हे काम सुरळीतपणे पार पाडलंस तर तुला ती मुलगी मिळेल. काही होणार नाहीच, पण समजा काही गोंधळ झालाच,तर कोणाशी संपर्क साधून आम्ही तिला तिथे नीट आणि सुरक्षितपणे पोहोचवायचं, ते आधीच सांगून ठेव."

"हा नंबर कुठेतरी लिहून ठेव. मला काही झालंच तर लेखक ओमर एरेन यांना कळवा."

नंबर लिहिला जाताच त्याच्या लक्षात येतं की त्यानं रणनीतीतली आणखी एक चूक केली आहे; त्यानं लेखकाला या उद्योगात गुंतवायला नको होतं. त्यानं आमच्यासाठी इतकं केलं – आणि मी ही काय तऱ्हेची परतफेड करतो आहे? या घाणेरड्या उपद्व्यापात मी त्याला अडकवतो आहे. त्याला मी संकटात टाकत आहे.

"तुझा लेखक आणि तशा प्रकारच्या लोकांशी काय संबंध?"

"आम्ही जेव्हा अडचणीत सापडलो, झिललला जेव्हा बस स्टेशनवर गोळी लागली, तेव्हा त्यानं आम्हांला मदत केली. आम्ही कोण होतो किंवा काय होतो हे त्यानं विचारलं नाही. तो एक चांगला माणूस आहे. त्याला कुठलाही त्रास होऊ नये अशीच माझी इच्छा आहे; तसंही आत्ता तो जवळपास नाहीच आहे."

त्याला वाटतं, नाणेफेक झालीच आहे. मी काम स्वीकारलं आहे. पूर्वी अशा कृत्यांना 'ड्यूटी' कर्तव्य असं म्हणायचे, काम नाही, हे आठवून त्याला पिळवटल्यासारखं वाटतं. माझ्या लोकांच्या स्वातंत्र्यासाठी आणि आमच्या नेत्यांसाठी हे मी आनंदानं पार पाडलेलं कर्तव्य आहे असं मला वाटू शकलं असतं तर...! तो पुन्हा तळ्यात थिरकणाऱ्या माशांमध्ये गुंगून जातो. इतक्या कमी पाण्यात ते हालचाल करत आहेत. ते कैदी आहेत, जिथे आहेत तिथेच अडकलेले, निराधार; पण त्यांना ते माहीत नाही. पण मला माहीत आहे. मला सगळं माहीत आहे.

त्याचं मन बधिर होतं. खूप रक्त वाहून गेल्यावर आणि गळून गेल्यावर माणसाच्या मेंदूला झिणझिण्या येतात. हे त्या प्रकारचं आहे, गुंगी आलेली अवस्था.

"कुठे आणि केव्हा काम करायचं आहे?" हा सगळा छळ शक्य तितक्या लवकर संपवावा या हेतूनं त्यानं विचारलं.

तो माणूस एक मोबाइल फोन समोर धरतो. स्त्रिया वापरता तसा तो लहानसा, अद्ययावत फोन आहे.

''या फोनवर तुला कॉल येईल. तेव्हा तुला जागा, वेळ आणि इतर तपशील सांगितले जातील. हा फोन आणि त्यातलं सिम कार्डही कोरं करकरीत आहे. हा फोन हल्ल्याच्या आधी किंवा नंतरही तू कधीच वापरता कामा नयेस. काम झालं की तू हा नष्ट कर. गोंधळून जायचं कारण नाही, फोन यायला फार वेळ लागणार नाही.''

तो फोन घेऊन खिशात ठेवताना त्याचा हात थरथरतो. जेव्हा त्याला मिळालेलं शस्त्र घेऊन त्यानं गुरिलाची शपथ घेतली होती, त्यावेळी थरथरला होता तसा. तरीही एक फरक आहे. त्यावेळी हात थरथरला तो अभिमान आणि उत्तेजित झाल्यामुळे; आता भीतीमुळे. तो त्या माणसाकडे पुन्हा एकदा काळजीपूर्वक बघतो. तो ओळखीचा आहे, खूप ओळखीचा तरीही अनोळखी. तो नक्कीच पूर्वेकडचा आहे. कुर्दी, पण संघटनेतल्या ओळखीचा नाही. तो त्याला कॅम्पमधला, पर्वतातला किंवा चकमकीतला म्हणूनही ओळखत नाही. त्याचा चेहरा आणि विचारसरणीत काहीतरी परकं आहे ज्यामुळे तो 'आपल्यातला' ठरत नाही. 'ते काय आहे?' हे त्याला सांगता येणार नाही, पण ते त्याला जाणवतं.

''मीच का? तुम्ही माझ्यावर विश्वास कसा टाकू शकता? संघटनेतून जे लोक दूर निघून गेले आहेत, त्यांना संघटना असं कृत्य करायला केव्हापासून भाग पाडू लागली? समजा इथून निघून मी सरळ पोलिसांकडे गेलो आणि त्यांना सगळं सांगितलं.''

''तू तसं करणार नाहीस, ते करणं तुला शक्य नाही. प्रत्येकजण खबर देऊ शकतो, हेवल, पण तू नाही. विसरू नकोस, ती मुलगी आमच्या ताब्यात आहे. तू गुप्तपणे, अप्रामाणिकपणे काहीही केलंस तर त्या मुलीच्या भावाला आम्ही तिच्यावर सोडू. हे काम तुझ्यावर जबरदस्तीने लादण्यात आलं आहे किंवा नाही, ते कोण कशा तऱ्हेने करून घेईल याची मला कल्पना नाही. मी हुकूम तुझ्यापर्यंत पोहोचवला एवढंच. चल तर. आपण निघू या. तू आधी जा.''

'ती मुलगी तुमच्या हातात आहे,' माझी झिलल, माझी लाडकी स्त्री. जिच्यावर मी प्रेम करतो. मृत हेवीची आणि जन्माला न आलेल्या होपची आई. महमूदच्या परीकथेतली पर्वतातली वनदेवता,जंगलातली अप्सरा कथांबरोबर मोठी झाली नव्हती, पर्वतातल्या दंतकथांशिवाय इतर दंतकथांनी भारून गेली नव्हती. 'तुमच्या हातातल्या मुलीला' आकडे कळतात. तिला प्रेम कसं करावं ते माहीत आहे आणि शरीरानं प्रेम कसं करावं तेही माहीत आहे. तिला मृत्यू आणि यातनाही माहीत आहेत. समुद्र तिनं कधी पाहिला नाही आहेआणि तिला जो माहीतही नाही, त्याची आस तिला लागली आहे, आणि त्या समुद्राशी जोडलं जाण्याचं स्वप्न ती पाहते. 'तुमच्या हातातली ती मुलगी' हॉस्पिटलच्या वॉर्डमध्ये त्या तक्रारखोर म्हातारीशेजारच्या बिछान्यावर उद्याच्या भेटीच्या वेळेची, मी तिच्यासोबत असण्याची ज्यामुळे ती मला बिलगू शकेल, तिच्या भाषेत बोलू शकेल आणि तिचं हृदय हलकं करू शकेल यासाठी माझी वाट पाहत आहे. तुमच्या हातातली ती मुलगी...

चहाच्या बागा, ठेले, तळी आणि झाडं असलेल्या त्या प्रशस्त उद्यानातून तो हळूहळू बाहेर आला. अजून ती विचित्र बधिरावस्था, तो पूर्णपणे थकून गेल्याची भावना त्यानं पूर्णपणे झटकून टाकलेली नाही. त्याला घाई नाही. ज्यांची वाट बघणारं कोणी आहे, ज्यांना काही काम आहे आणि पोहोचायला हवं असं ठिकाण आहे त्या लोकांना घाई असते. तो माणूस अजून पाठलाग करतो आहे का हे बघण्यासाठी तो मागे वळून पाहत नाही. आता घाबरण्यासारखं लपवण्यासाखं काय उरलं आहे? आत्ता खरं तर त्यानं तो काय करणार आहे त्याचा विचार करायला हवा पण तो झिललचा विचार करतो आहे. तिच्या शरीराचा, तिच्या उत्कटतेचा, तिच्या हुशारीचा, ज्या सळसळत्या तप्तपणे तिनं स्वत:ला देऊ केलं त्याचा आणि ती जशी लहान बाळाप्रमाणे त्याच्या छातीला बिलगायची त्याचा विचार करतो आहे. पर्वतातल्या गवताळ भागात त्यांनी अनुभवलेल्या, परीकथेत शोभणाऱ्या काळाचा तो विचार करत आहे. प्रत्येक वेळी त्याच्यावर नव्यानं गारूड करणारी ती प्रेमकथा स्वत:लाच पुन्हा पुन्हा सांगायचा त्याला कधीच कंटाळा येत नाही.

''आपण इथे असंच राहू या. ही राई सोडून आपण कधीही पर्वतात जायला नको.'' एक दिवस झिलल म्हणाली होती. ''आपण जिवंत आहोत तोपर्यंत इथेच राहू या. आदिपुरुष आणि आदिस्त्रीसारखं. फक्त आपण दोघं, काळवीट, ससे आणि पक्ष्यांसारखे आपल्या नशिबाचे आपण धनी.''

"ते आपल्याला शोधून काढतील."

"काढू दे. काढू दे त्यांना आपल्याला शोधून. ते शोधून काढेपर्यंत आपण इथे सुखानं राहू."

"आत्ता ठीक आहे, पण जेव्हा उपासमार होईल आणि थंडी पडेल…"

"चालेल. बंदीवासातलं नीरस, प्रेमहीन आयुष्य, शंभर वर्षं जगण्यात काय अर्थ आहे!"

"लाडके, आपलं प्रेम का म्हणून आटेल? का म्हणून आपण कैद होऊ?"

"आपल्या आयुष्यातला प्रत्येक दिवस हासुद्धा एक नजराणाच नाही का? माझ्या वडलांनी दया दाखवून मला जाऊ दिलं नसतं, तर आत्ता मी मेलेलीच असते. जर तुला खांद्याऐवजी डोक्यात गोळी लागली असती तर तूही मेलाच असतास. तेव्हा आपल्याजवळ गमावण्यासारखं आहेच काय?"

माझी प्रिया असं बोलायची. तिच्या शब्दांनी त्याच्या हृदयाला पीळ पडला. त्याची प्रेयसी तिरकस बोलते आहे, तिच्यात जीवनाचं सळसळतं चैतन्य आहे, तिला जगायचं आहे आणि जगू द्यायचं आहे - मरायचं नाही, हे त्याला माहीत होतं.

'तुला काही झालं तर आपल्या हेवीचं काय होईल?' तिला पकडण्यासाठी तो तिच्या मर्मावर बोट ठेवायचा.

हेवीच्या चमत्कारावर त्यांचा विश्वास होता. येशूसारखाच हेवीसुद्धा पृथ्वीवर शांतीसाठी पाठवलेला देवपुत्र होता. हेवीला इजा पोहोचवायचा त्यांना अधिकार नव्हता.

त्यानंतर ते पर्वतातून खाली आले होते. हेवीला भीतीशिवाय वाढवण्यासाठी आणि समुद्राला भेटण्यासाठी. मग हेवीला गोळी लागली. देवाच्या शांतिदूताला एका चुकार गोळीनं ठार मारलं आणि आता…

त्यांच्या परीकथेसारख्या दिवसांच्या आठवणीनं भावनेच्या भरात गढून उद्यानासमोरील रस्त्यावरून महमूद चालत होता.

उन्हाळ्याच्या सुरुवातीचे ते दिवस मोठे होते.. उन्हाळ्याच्या तलखीनं त्रासलेले लोक बागा, रस्ते आणि चौक यांमध्ये मोठ्या संख्येनं आले होते. सगळीकडे गर्दी आणि चैतन्य होतं. त्याच्या मेंदूला बधिर आणि कानांना बहिरं करत मोटरगाड्या, बस आणि मिनीबसचा लोंढा त्या रुंद रस्त्यावरून वाहत होता. दिशाहीन, ध्येयशून्य, अर्थहीन आणि कुठेच जायचं नसलेला तो, या

अनोळखी शहराच्या कुठल्या भागात आपण आहोत हे माहीत नसलेला, रस्त्याच्या रुंद फुटपाथवरून चालत राहिला.

तरुण आणि म्हातारे, मुलं, पुरुष, स्त्रिया, डोक्यावर स्कार्फ घातलेल्या किंवा न घातलेल्या स्त्रिया, हात धरून, गळ्यात गळे घालून, गटागटांमध्ये किंवा एकेकटे असे लोक त्याच्या जवळून गेले. तरुण जोडपी गेली, कुटुंबं गेली, भिकारी, टिश्यू पेपर आणि च्युइंगम विकणारी मुलं, गणवेषातले सैनिक, स्मार्ट कपडे केलेले सभ्य लोक, जीन्समधले तरुण, घट्ट पँटमधल्या कंबर उघडी टाकलेल्या तरुण मुली, प्रत्येक वयोगटातल्या गोषातल्या स्त्रिया, दरिद्री कपडे घातलेले तसेच स्मार्ट पोशाख केलेले पुरुष आणि स्त्रिया जवळून गेल्या. मुख्य शहराच्या आजूबाजूच्या झोपडपट्ट्यांतले, दरिद्री कामगारवस्तीतले लोक ताज्या हवेत श्वास घेण्यासाठी, आईस्क्रीम कोन आणि टोस्ट सँडविचची मजा करण्यासाठी आणि *ऐरन* पिण्यासाठी रस्त्यावर लोटले होते. महमूद त्यांच्यामध्ये, त्यांच्याबरोबर चालला. तो या गर्दीबरोबर त्यांच्यातला एक असण्याची सुरक्षितता अनुभवत आणि खरोखर तसं असण्याची आस बाळगत चालला. काय झालं होतं त्याचा विचार न करण्याचा प्रयत्न करत आणि त्यात यशस्वीही होत तो चालला. लोकांकडे बघण्यात आणि त्यांचं निरीक्षण करण्यात त्याचं चित्त गुंगलं. ते सगळे वेगळे होते, दुसऱ्याच जगातले. त्यांच्यातल्या एखाद्याला माझ्याकडे बघून प्रश्न पडला, 'हा कोण आहे? हा काय आहे? हा काय करतो?' तर मी कुठल्या गुंत्यात अडकलो आहे याचा अंदाज त्याला येईल का? अर्थातच नाही. बाह्यरूपावरून माणूस कळू शकत नाही. माणूस आपल्या आत काय दडवतो ते इतरांना समजू शकत नाही.

गर्दीनं भरलेल्या रस्त्याच्या रुंद फुटपाथवरून महमूद रेंगाळत फिरला. मध्यभागी कारंजं आणि तळं असलेल्या एका मोठ्या चौकात तो आला. चौकात खूप गर्दी आणि हालचाल होती. मोठ्या गोल तळ्याभोवतीच्या बाकांवर माणसं बसली होती; आणि ज्यांना तिथं जागा मिळाली नाही ते तळ्याच्या काठावर किंवा बाजूच्या गवतावर बसले होते. त्या उथळ तळ्यात मजेत आरडाओरडा करत मुलांनी उड्या मारल्या होत्या आणि ते कारंज्याच्या फिरत्या धारा चुकवायचा खेळ खेळत होते. महमूद तळ्याच्या काठावर बसला आणि त्यांच्याकडे पाहू लागला. त्याच्यावर अधूनमधून पडणाऱ्या तुषारांकडे त्यानं लक्ष दिलं नाही. त्याच्या गळ्यावर, केसांवर आणि खांद्यांवर पडणाऱ्या तुषारांनी त्याला थंडावा वाटला. काय घडलं होतं आणि काय घडणार आहे

याचा विचार करणं त्यानं थांबवलं. तो विचार केला तर त्याला वेड लागेल. कारंजं, पाणी आणि ती मुलं यांत तो पूर्णपणे गुंतून गेला. त्याच्या कल्पना-राज्यात त्यानं झिलल आणि हेवीला तिथे आणलं आणि त्याच्या शेजारी बसवलं. त्यांना त्यानं घट्ट पकडलं.

इथे मी जर झिललबरोबर आलो तर त्या समोरच्या बाकावर बसलेल्या तरुण जोडप्यासारखं आम्ही आलिंगन देऊ आणि पाणी, मुलं आणि लोकांकडे बघू. आम्ही आइस्क्रीम आणि हलवा वेफर्स विकत घेऊ. झिलल सुखात असेल. आमच्याबरोबर हेवी असेल. या मुलांसारखा तोही पाण्यात उतरेल. तो पाण्यात पडेल आणि चिंब भिजेल म्हणून त्याची आई काळजी करील आणि कदाचित माझ्यासारखाच कोणी एकाकी माणूस, मी आत्ता जसं करतो आहे तसा, आमच्याकडे बघेल अणि आमचा हेवा करील.

पाण्यावर वाकत असलेला त्याच्या शेजारचा लहान मुलगा पाण्यात पडू नये म्हणून तो मुलाच्या पँटचे पट्टे पकडतो. तो लहान मुलगा रागावतो आणि सुटण्याची धडपड करतो. 'मला जाऊ दे, *अम्का!* सोडा ना!' मुलाचे वडील येतात, त्याचे आभार मानतात अणि त्यांच्या मुलाचा हात ओढत त्याला पाण्यापासून दूर नेतात. माझ्या खिशात एक महाभयंकर शस्त्र आहे हे त्या वडलांना कसं कळेल. त्यांना कसं कळेल की उद्या - उद्या का, कदाचित आत्ताच इथेच - मी त्याचा मुलगा, त्याची पत्नी आणि तो स्वत: यांना मारेन? त्याला कसं कळेल की आत्ता त्यानं शरीर आणि आत्मा यांची फारकत करणाऱ्या अझराइलचे आभार मानले आहेत?

काळोख व्हायला लागला आहे. चौक हळूहळू रिकामा होतो. कारंज्याला प्रकाशमान करणारे रंगीबेरंगी दिवे लागतात. हवेत उडणारे पाण्याचे थेंब तळ्याच्या काठावर बसलेल्यांच्या अंगावर रंगीत होऊन पडतात. दुधाळ निळ्या रंगापासून गडद निळ्या होत जाणाऱ्या प्रकाशाच्या पार्श्वभूमीवर महमूदला अंकारा किल्ला दिसतो आहे. त्यावर एक मोठं निशाण फडकत आहे. त्याच्या खिशातल्या, त्या माणसानं दिलेल्या फोनचं वजन त्याला जाणवतं. फोन कुठल्याही क्षणी वाजेल. समजा,तो वाजल्यावर मी बंद केला किंवा उचललाच नाही तर 'ती मुलगी आमच्या हातात आहे!' 'ती मुलगी आमच्या हातात आहे!' ते आमच्या पाठलागावर केव्हापासून आहेत? आणि त्याहीपेक्षा महत्त्वाचं म्हणजे ते कोण आहेत? झिलल हॉस्पिटलमध्ये आहे हे त्यांना माहीत आहे का? का त्यांना झिललबद्दल फक्त माहिती आहे आणि ते थापा मारत

आहेत? त्याला वाटतं, त्यांची काउंटडाऊनला सुरुवात होऊन ते झिरोकडे चालले आहेत. सहा... पाच... चार... तीन... दोन...

मी लेखक *अबीं*ना फोन करायला हवा. तो मी का करत नाही आहे? मी त्यांना या लफड्यात गुंतवलं म्हणून का? च्! पकडीत धरून पिळल्यासारखी महमूदची छाती आकसते. ओमर एरेननं त्याला दिलेल्या मोबाईलवर तो हळूहळू त्यांचा नंबर लावतो. फोन देताना त्यानं महमूदला सांगितलं होतं की, संकटात सापडल्यावर महमूदनं त्याला फोन करावा. आत्ता त्याला फोन करायचा नाही तर केव्हा? मेल्यावर?

फोन बंद तरी आहे किंवा रेंजबाहेर तरी आहे. सिग्नल नाही आहे. मेसेज पाठवलेला बरा. जेव्हा लेखक फोन सुरू करील तेव्हा मेसेज मिळेल. तो की दाबतो. 'SOS आम्ही खूप अडचणीत आहोत. अर्जंट.'

हडकुळा, रोगट चेहऱ्याचा मध्यमवयीन माणूस तळ्याच्या काठावर येतो आणि त्याच्या शेजारी अंग चोरत बसायचा प्रयत्न करतो. ''माझ्यासाठी थोडं तिकडे सरकता का *करदाश*?''

महमूदचा थरकाप होतो... हा त्यांच्यापैकीच एक आहे का? फोनवर न देता ते प्रत्यक्ष भेटून हुकूम देणार आहेत का? तो जागा करण्यासाठी थोडा एका बाजूला सरकतो.

''संध्याकाळ झाली आहे तरीही अजून गारवा आला नाही,'' तो माणूस म्हणतो.

त्याचा आवाज मृदू आणि स्नेहपूर्ण आहे. आपल्याला घाबरायची गरज नाही. या माणसाशी बोलावं, त्याला सगळं उलगडून सांगावं असं त्याला वाटू लागतं. जर तो कोणाशी तरी याबद्दल बोलला, त्याला सांगितलं, कबूल केलं तरच या अपराधी भावनेच्या भयंकर एकाकीपणातून सुटका होईल. ''खरं आहे, जराही गारवा आलेला नाही, *करदाश*,'' संभाषण सुरू ठेवण्यासाठी तो म्हणतो.

''तुम्ही कुठले आहात? कारण तुम्ही आमच्या भागातले वाटता.''

''तुम्ही कोणीकडचे?'' आपल्यासारखं दुसरं कोणी शोधण्याची आमच्या लोकांना किती उत्कंठा असते. तो खोटं सांगतो, ''मी मूळचा सिवासचा.''

''खुद्द सिवास शहरात का?''

''नाही, झाराचा.''

माझ्या मनात झारा कुठून आलं? आठवणींचा खेळ! पर्वतात झाराचा एक मुलगा होता. नंतर चकमकीत तो हुतात्मा झाला. तो खूप तरुण, अननुभवी

आणि विश्वास ठेवणारा होता. आम्ही शेकोटीभोवती बसलो असताना आपल्या मूळ गावाचं त्यानं किती सुंदर वर्णन केलं होतं.

''आपण गाववाले नसलो तरी शेजारी मात्र आहोत आणि मला नेहमी वाटतं, इतकं गरम होत असताना तर वाटतंच वाटतं, आपण आपला गाव सोडून इथे कशाला तडमडलो? आता तिकडे छान प्रसन्न वारा वाहत असेल. तुम्हीही इकडेच स्थलांतर केलं का?''

''नाही मी शिकायला आलो आहे,'' 'महमूद म्हणतो. असं म्हणता क्षणीच त्याला इतकं उदास वाटतं की रडू कोसळेल. मी शिक्षणासाठी आलो असतो तर. जर कुर्दी गाणी गाण्याबद्दल, नवरोझच्या वेळी कॅम्पसवर शेकोटी पेटवून त्यावरून उडी मारल्याबद्दल, हट्टीपणा केल्याबद्दल आणि परीक्षेच्या हॉलच्या दरवाजात ओळखपत्र तपासताना आपल्या बंदुकीनं मला डिवचणाऱ्या सैनिकी पोलिसाला 'मी दरवाजाजवळ पोहोचायच्या आधीच तुम्ही तीन वेळा मला ओळखपत्राबद्दल विचारलं आहे' असं म्हणण्याबद्दल जर मला शाळेतनं पुन्हा पुन्हा सस्पेंड केलं नसतं तर... असत्य, निरर्थक स्वप्नं, कधीकधी माणसाच्या हृदयाला किती मोहक वाटतात. वास्तवाशी जमवून घेता येत नसतं तेव्हा यांचाच तर आसरा असतो. 'मी शिकायला आलो', कसं छान वाक्य आहे. कदाचित मी म्हणायला हवं. मी वैद्यकीय अभ्यास करतो आहे. मला डॉक्टर व्हायला अजून दोन वर्षं बाकी आहेत. आणि त्या वाक्यांचा फायदा उठवायला हवा.

पण तसं न करायचं तो ठरवतो. असं स्वप्न, असं असत्य, फार काळ पेलणं त्यालासुद्धा कठीण आहे. तो गप्प राहतो. तो माणूसही गप्पच राहतो. त्यांचं संभाषण संपलं आहे हे ओळखून तो माणूस गुडबाय म्हणतो, उठतो आणि रस्त्याकडे चालू लागतो. महमूद त्याच्याकडे बघत राहतो. तो कोण आहे? काय आहे? त्याला काय वाटतं? त्याच्या काळज्या, त्याच्या चिंता काय आहेत? जेव्हा मी एक बटण, एक की दाबेन आणि त्याला मारेन तेव्हा शेवटच्या क्षणी त्याच्या मनात काय येईल?

असं नाही चालणार. दहशतवादी कृत्य करणार असणाऱ्यानं आधी आणि मग असा विचार करता कामा नये. अगदी लष्करी सेवेप्रमाणे. सैनिक हुकुमाविषयी विचार करत नाही का वाद घालत नाही. तो फक्त हुकूम पाळतो. गुरिलाही तेच करतो. युद्धात विचार करून चालत नाही. पण मी लढत नाही आहे. मी युद्ध नाकारलं आहे. पळून आलो आहे. युद्धाच्या दंतकथा आणि

स्वप्नं होती, ज्यांनी लढवय्याला जिवंत ठेवलं होतं. मी त्या सगळ्यापासून पळालो. अतिशय सुंदर, तरुण नायिकांच्या दंतकथा, ज्यांतली प्रत्येकजण ॲमेझॉनसारखी आपले लांब काळेभोर केस आणि बंदुकीच्या गोळ्यांनी केलेल्या जखमा लखलखत्या झऱ्यांवर धुवायची. स्वातंत्र्याचं निशाण त्यांच्या शेवटच्या श्वासापर्यंत, मृत्यूच्या घडीलाही फडकवणारे, आपल्या सैनिकांच्या जखमा बांधताना, त्यांना वाचवण्यासाठी स्वत:चा बळी देणारे, मृत्यूला निष्ठा वाहिलेले कमांडर, आणि कॉम्रेड्स यांच्या दंतकथा, पर्वतातल्या कहाण्या, महाकाव्यातल्या शौर्यगाथा, स्वातंत्र्याच्या स्वप्नांच्या आणि चमकत्या चिलखतातल्या सरदारांच्या दंतकथा या सगळ्यांपासून मी पळून आलो आहे. जिवंत राहण्यासाठी लोक अशा दंतकथांकडून शक्ती मिळवतात आणि त्यांनाही पोसतात. अशा पोषण मिळालेल्या दंतकथा पिढ्यान् पिढ्या राहतात. वास्तवाच्या बोचऱ्या काट्यांपासून, उत्साहावर पाणी फिरवणाऱ्या उघड्या वाघड्या विचारांच्या शुष्कपणापासून या दंतकथा आपलं रक्षण करतात. दंतकथा आणि स्वप्नं यांचं चिलखत आपण स्वत:भोवती बांधतो. आपल्या दंतकथा आणि आपली महाकाव्यं यांनी आपण शुद्ध आणि उदात्त होतो. आपण स्वत:ला त्यांच्या मोजपट्टीनं मोजून नायक बनतो, जोपर्यंत त्या दंतकथांचं गारूड शाबूत असतं तोपर्यंत.

तो तिथे कित्येक तास असा बसून आहे हे त्याच्या लक्षात येतं. कोणाचं त्याच्याकडे लक्ष असेल तर त्यांना संशय येईल. तो पुन्हा एकदा लेखकाला गाठायचा प्रयत्न करतो. त्याचा फोन अजूनही बंद आहे. रात्र पडली आहे. किंचित वारा वाहत आहे. कारंज्याचा जोर कमी झाला आहे. आता पाणी उंच जाऊन टपोऱ्या थेंबांनी खाली पडत नाही. आता ते जेमतेम ठिबकत आहे. आता त्यानं घरी जायला पाहिजे आणि तिथून लेखकाशी संपर्क साधला पाहिजे. काहीतरी मार्ग शोधायलाच हवा. उद्या सकाळी लवकर, पहाटेच्याही आधी झिललला हॉस्पिटलमधून बाहेर काढायचा मार्ग त्याला मिळवायलाच पाहिजे. मी घरी जाऊ शकत नाही. त्या अनोळखी घरात मी एकटा रात्रभर राहू शकत नाही. महमूद बाळा, तू या सगळ्याचा बागुलबोवा करतो आहेस. तुला फक्त एक बटण दाबायचं आहे. क्लिक! बस् एवढंच. समजा, तू बस ड्रायव्हर आहेस आणि तुझ्या हातून ॲक्सिडेंट होऊन प्रवासी मरतात. हे त्यासारखंच आहे, नाही का? एक बटण, एक क्लिक - बस एवढंच. तुझ्या

प्रेयसीबरोबर तुला शांततेत जगायचं असेल, तर इतकी किंमत चुकवायला हवीच.

महमूद दुसऱ्या ठिकाणी, दुसऱ्या काळात जन्माला येण्याची कल्पना करतो. लहानपणीसुद्धा तो अशी कल्पना करायचा. एकदा त्यानं आपल्या शिक्षकांना विचारलं होतं, "समजा मी आपल्या खेड्यात जन्माला आलो नसतो आणि एखाद्या मोठ्या शहरात जन्माला आलो असतो आणि समजा माझे वडील लष्करी पोलिसातले कमांडर किंवा जनरल असते तर मी मीच असतो का?" शिक्षक मोठ्यानं हसले होते आणि प्रेमानं म्हणाले होते, "नाही मामुडो, तू तू नसतात. मग तू जनरलचा मुलगा महमूद असतास. असे प्रश्न तुझ्या डोक्यात येतात तरी कसे? तू एक विलक्षण मुलगा आहेस!"

कोण कुठे जन्म घेईल आणि तुम्ही कोणाचा मुलगा असाल हे कोण ठरवतो? अल्ला ठरवतो? मला वाटलं होतं अल्ला न्यायी आहे. तो वाचवतो आणि क्षमा करतो असं मला वाटलं होतं. मी विलक्षण मुलगा होतो, हे खरं आहे, मी खूप प्रश्न विचारायचो. प्रश्न विचारले म्हणून तर मी पर्वतात गेलो ना? आणि शिवाय मी पर्वतातून पळालो तेही प्रश्न विचारल्यामुळेच ना? आणि आत्तासुद्धा मी घुटमळतो आहे ते त्याच कारणामुळे ना? माझे धर्मज्ञानाचे शिक्षक म्हणायचे की प्रश्न विचारणारे देवाला आवडत नाहीत आणि संघटनेनी जरी प्रश्न विचारणारे आवडतात असं वरवर दाखवलं तरी प्रत्यक्षात त्यांनाही असे लोक आवडत नाहीत. संघटनेतली लोकशाही आणि होणाऱ्या चर्चा यांचं महत्त्व नेतृत्व ठासून सांगतं, त्याला उत्तेजन देतं इतकंच काय मुद्दाम डिवचतंही. तरीही त्यांच्या जाणिवेच्या कुठल्यातरी गुप्त, दडवलेल्या कोपऱ्यात प्रश्न विचारणाऱ्यांना धोकादायक, गोंधळलेल्या विचारांचं समजलं जातं. एक दिवस असा येईल की, प्रश्न विचारणारे नेतृत्व आणि ध्येय यांच्याबद्दलच प्रश्न उपस्थित करतील. प्रश्न विचारणाऱ्यांची श्रद्धा आणि विश्वास गळून पडतो. जितका विश्वास जातो, तितके प्रश्न जास्त वाढतात. प्रश्न विचारणाऱ्यांचा हात थरथरतो. बघा, माझा हात थरथरतो आहे. जेव्हा सुरू करण्याचा इशारा येईल तेव्हा तो अधिकच थरथर कापेल.

'तुमच्या हातातली मुलगी' हॉस्पिटलच्या बिछान्यावर आहे. ती तिथे असुरक्षित, असहाय्य आणि खूप एकाकी आहे.माझ्याशिवाय तिला दुसरा कुठलाही दिलासा किंवा आधार नाही आणि मी इथे तळ्याच्या काठावर स्वत:शीच बोलत बसलो आहे. मी जन्म आणि मृत्यूबद्दलचे प्रश्न झिललच्या

संदर्भात विचारतो आहे. जर तो माणूस येऊन म्हणाला असता, तुझ्या आयुष्याच्या बदल्यात तिचं आयुष्य दिलं जाईल तर गोष्टी सोप्या होत्या. झिललचं आयुष्य वाचावं यासाठी किती आयुष्यांची किंमत द्यावी लागेल तेही मला माहीत नाही. जेव्हा मी ते बटण, की किंवा जे काही असेल ते दाबेन तेव्हा... किती आयुष्यं गमावली जातील? तुमच्यासमोर जेव्हा तुमच्यासारखा हाडामासाचा माणूस बळी जाणार नसेल तेव्हा सगळंच सोपं आहे. उदाहरणार्थ, मुंगीलाही मारू न शकणारा, मुलाला रट्टाही न देऊ शकणारा विमानदलाचा एखादा वैमानिक एका अख्ख्या शहरावर बॉम्ब टाकू शकेल. ते लोक ते उपकरण कुठे ठेवणार आहेत तेसुद्धा मला माहीत नाही. एखाद्या वैराण जागी, एखाद्या खूप गर्दीच्या ठिकाणी, एखाद्या शॉपिंग सेंटरमध्ये, का सबवेच्या जाळ्यामध्ये? मला माहीत नाही. त्यांनी निवडलेल्या ठिकाणी मला फक्त जायचं आहे आणि या शानदार लेडीज फोनची एक की दाबायची आहे. इतकं सोपं, इतकं साधं. झिललचं आयुष्य इतक्याशा मोलाचं नाही का? आमच्या हेवीचं हे मोल जास्त आहे का? उरलेलं आयुष्य समुद्राकाठच्या एखाद्या छोट्याशा गावात सुखशांतीनं काढण्यासाठी ही किंमत जास्त आहे का?

पण समजा, काही चुकलं तर? नाही, नाही! का चुकेल?

आता रात्रच झाली आहे. आकाश अंधारलं आहे, पण शहरातल्या दिव्यांमुळे तारे दिसत नाहीत. गावात किंवा पर्वतावर अमावस्येच्या रात्री तुम्ही पाठीवर झोपलात आणि आकाशाकडे पाहिलंत तर ताऱ्यांचा प्रवाहच अंगावर ओसंडतो. मी आणि झिलल रात्री एकमेकांच्या बाहुपाशात पडून तारे निरखायचो. झिलल म्हणायची, ''तो बघ सायंतारा. रात्र मोठी होत होत सकाळला मिळते तेव्हा तो बरोबर उलटच्या बाजूला दिसतो आणि तो प्रात:तारा होतो.''

''हे तू कुठे शिकलीस?'' मी चकित होऊन विचारायचो.

ती म्हणायची, ''शाळेतल्या माझ्या शिक्षकांकडून.'' आणि मी चकित झालो होतो. इथून तारे ओळखणं कठीण होतं, पण सायंतारा त्याला दिसला. तो सगळ्यात जास्त तेजस्वी आहे. आता त्याला माहीत आहे की उद्या दिवस फुटायच्या आधी तो प्रात:तारा झाला असेल.

तो बसल्या जागेवरून उठणारच होता तेवढ्यात एक पांढऱ्या कुरळ्या केसाळ कातडीचा छोटा कुत्रा त्याच्या पायाशी आला. त्याच्या गळ्याभोवती लाल कातडी पट्टा होता. अनाहूतपणे तो कुत्रा येतो. त्याच्या जवळ येऊन

त्याच्या पायांना हुंगतो आणि त्याच्या पँटचा पाय ओढू लागतो. मागच्या पायांवर उभा राहून त्याचे हात चाटत तो शेपटी हलवतो. महमूद त्या कुत्र्याला थोपटतो. आनंदाने अंग थरथरणाऱ्या त्या कुत्र्याच्या अंगाची ऊब त्याला जाणवते आणि त्याच्या हाताला कुत्र्याच्या कुरळ्या केसाळ अंगाचा मऊपणा जाणवतो. त्याच्या गालांवरून गरम, हळवे आसू वाहू लागतात. त्याला आश्चर्य वाटतं. मी रडतो आहे. मी किती वर्षं रडलेलो नाही, देव जाणे - पण तरीही आम्ही हेवी गमावल्याचं कळलं तेव्हा मी रडलो होतो.

कुत्र्याला हाका मारत एक तरुण स्त्री त्याच्याकडे येते. एखाद्या लहान मुलाला रागवावं त्याप्रमाणे ती त्या कुत्र्याच्या पिल्लाला मृदूपणे सौम्यसं रागावते. ''माफ करा, त्यानं तुम्हांला डिस्टर्ब केलं. तो चांगला कुत्रा आहे. तो असं प्रेमापोटी आणि विश्वासानं करतो.''

''हरकत नाही. त्यानं मला डिस्टर्ब केलं नाही. मला कुत्री आवडतात.''

त्या स्त्रीला त्याचे अश्रू दिसतील अशी त्याला भीती वाटते. तो मान वर करत नाही... ती तरुण स्त्री आणि तिचा कुत्रा हळूहळू दूर जाताना तो बघत राहतो. त्या कुत्र्याचं चैतन्य, त्याची ऊब, आनंदानं आणि उत्साहानं हलणारी त्याची शेपटी... तो आजूबाजूला बघतो. आता चौकातली गर्दी कमी झाली असली तरी अजूनही तिथे लगबग, जिवंतपणा आहे. हलवा वेफर्स विकणारे, ससावाले भविष्य सांगणारे आणि गळ्याभोवती ट्रे अडकवून लायटरपासून पेनापर्यंत सगळ्या वस्तू विकणारी मुले यांची जागा आता अर्धवट काळोखात काजव्यांप्रमाणे चमकणारे फॉस्फोरसंट भोवरे, चेंडू आणि मुलींसाठी फुलपाखरांचे चमकते हेअरबँड विकणारे यांनी घेतली आहे.

डोक्यावर एक चमचमता फॉस्फरसंट मुकुट घातलेली छोटीशी मुलगी तळ्याच्या काठाने धावत येते. '*अम्का* पहा, मी फुलपाखरू आहे' ती आनंदानं चीत्कारते आणि तळ्यावर झुकते. तो फॉस्फरसंट हेअरबँड तळ्यात पडतो. महमूद त्याचा हात तळ्यात बुडवतो आणि तो बँड काढून बाहेर मुलीसमोर धरतो. तिचे आईवडील वेगानं येतात. मुलीचा हात पकडून खेचत नेताना ते तिला रागवत असलेले महमूद ऐकतो. 'ओळख नसलेल्यांशी बोलायचं नाही असं आम्ही तुला सांगितलं आहे ना!'

खरं आहे, अगदी खरं आहे. मुलांनी अनोळखी लोकांशी बोलू नये, त्यांच्या जवळही जाता कामा नये. अनोळखी लोकांच्या खिशात महाघातक शस्त्रं असतात. विशषेत: कुर्दी, अरब, पूर्वेकडचे चेहरे असलेल्या त्या

दहशतवाद्यांच्या! माझा चेहरा कसा दिसतो? तो स्वत:कडे बाहेरून बघायचा प्रयत्न करतो. तो घाबरवणारा नाही आहे. काहीसा पूर्वेच्या धाटणीचा पण घाबरवणारा नाही. शिवाय त्यानं त्याची दाढी साफ केल्यापासून त्याचा चेहरा सौम्य दिसणाराही म्हणता येईल. माझ्या खिशात टाइम-बॉम्ब आहे. माझ्या चेहऱ्याकडे बघून कोणीही असं म्हणणार नाही.

माझ्या चेहऱ्याकडे बघून... त्याच्या चेहऱ्याकडे बघून... त्या दु:स्वप्नातल्यासारख्या माणसाचा चेहरा त्याच्या नजरेसमोर येतो. महमूदनं त्या माणसाला प्रथम पाहिलं तेव्हापासूनच याला आधी कुठे पाहिले आहे हा विचार तो अजाणतेपणे करत होता. कबाबच्या दुकानापासून हा विचार आपलं डोकं खात आहे हे त्याच्या लक्षात आलं. त्याच्या स्मृतीच्या अगदी गुप्त गल्लीबोळांतूनही झिललचा चेहरा सतत फिरत असतो आणि त्याच्या डोळ्यांसमोर तो स्पष्ट उभा राहतो. एकावर एक छापलेल्या फोटोंप्रमाणे त्या दु:स्वप्नातल्या माणसाचा चेहरा झिललच्या चेहऱ्याला झाकून टाकतो. तो चेहरा त्या फोटोची निगेटिव्ह बनतो. त्याला झिललचे शब्द आठवतात : आमचे रंग सारखे नव्हते. तो रंगानं काळा होता. पण ते माझ्या आणि भावाच्या दिसण्यातल्या साम्याबद्दल बोलायचे. माझी आई म्हणायची, 'मसूद म्हणजे तुझी अरबी आवृत्ती आहे.'

त्याच्या दातातून 'वीऽऽ' किंवा 'वाऽऽ' अशा आवाजाचा चीत्कार निघतो. विश्वासघातकी! *झायिन*! तो चेहरा ओळखीचा आणि तरीही अनोळखी असा का वाटत होता ते त्याला उमगते. त्या चेहऱ्यानं त्याला जरी *हेवल*ची आठवण करून दिली त्याचवेळी सांगता न येणारं संशयाचं अभ्रही पसरलं. तो संशय काय आहे आणि त्याचा उगम कशात आहे हे महमूदला सांगता येत नव्हतं. तो माझ्याकडून हे दहशतवादी कृत्य करवून घेणार होता. 'हुतात्म्यांचे अंत्यसंस्कार' आणि पर्यटकांच्या भागातले आत्मघातकी हल्ले यांव्यतिरिक्त राजधानीत एक महाभयंकर स्फोट होणार होता! आम्हांला अकस्मात पकडण्यासाठी सबबी आणि संधी यांच्या साखळीत एक सोनेरी कडी... खबऱ्याला अटळपणे बढती, त्याच्या मालकांकडून त्याला मिळू शकणारं सर्वोत्तम बक्षीस : एक नवी ओळख आणि कदाचित एक नवं आयुष्य. बघा तरी! काय चाललं आहे! आज्ञा कोण देतो आणि या हालचालींवर कोण ताबा ठेवतं? रक्तपातापासून कोणाचा फायदा होतो?

महमूद थक्क झाला आहे पण त्याचवेळी चिंतामुक्तही झाला आहे. त्यांनी आमचा शोध झिललच्या माध्यमातून लावला असला तरी मला पकडण्याची ती केवळ युक्ती होती. मसूद *अबी* तिला इजा करणार नाही. तो करू शकणार नाही. ती मुलगी आमच्या हातात आहे असं सांगून तो हे कृत्य माझ्याकडून करवून घेणार होता. ठीक आहे, बघू या..

तो आजूबाजूला झरकन नजर टाकतो. कोणालाच त्याच्यात रस नाही. प्रत्येकजण आपापल्या विश्वात आपापलं उन्हाळी रात्रस्वप्न जगण्यात मश्गूल आहे. तो त्याच्या शर्टच्या डाव्या खिशातला फोन उजव्या हातानं पकडतो. ते उपकरण त्याच्या पंजात लपलं आहे. पाण्यात जणू काही खेळत असल्याप्रमाणे तो स्वत:चा हात पाण्यात बुडवतो. फोन हातातून हलकेच निसटून पाण्यात बुडतो. उद्या सकाळी कोणीतरी तो बघेल आणि पाण्यातून बाहेर काढेल. त्यांना वाटेल तळ्याच्या काठावर बसलेल्या कोणा स्त्रीचा फोन पाण्यात पडला.

तो उठतो आणि ठाम पावलं टाकत चालू लागतो. एक टॅक्सी थांबवून तो हॉस्पिटलचं नाव सांगतो. रात्री या वेळेला मुख्य प्रवेशद्वारावर कडक सुरक्षा असते. अपघात आणि तातडीच्या विभागाचा दरवाजा नेहमी उघडा असतो. तिथून तो झिललच्या मजल्यावर जाण्याचा रस्ता शोधेल. जर ते नाही जमलं, त्यांनी त्याला आत नाही येऊ दिलं तर बागेच्या कोपऱ्यात तो मुटकुळं करून बसेल आणि सकाळपर्यंत वाट पाहील.

आज रात्री किंवा उद्या सकाळी तो झिललला इथून गुपचूप बाहेर काढेल. तो लेखक *अबी*ला शोधायचा प्रयत्न करील. तो काही मेलेला नाही. त्याला काही गाडलं गेलेलं नाही, नाही का? अर्थातच तो फोनचं उत्तर देईल. समजा, तो नाही देत आहे. समजा ते दोघं जगात पूर्ण एकटे आहेत. पुन्हा एकदा खूप संकटांचा ससेमिरा मागे लावून ते रस्त्यावर येतील. त्यांच्याजवळ दुसरा मार्ग नाही. त्यानंतर... 'त्यानंतर' काही नाही. त्यानंतर काय होईल त्याला माहीत नाही.

कोणीतरी हलवल्यासारखी ती जागी झाली. तिनं एखादा ओळखीचा आवाज ऐकल्याप्रमाणे पुरुषाचा आवाज. तिच्या वडलांचा का तिच्या भावाचा?

कोणीतरी हाक मारली होती. तो महमूद नव्हता. त्याचा आवाज तिला लगेच ओळखता येईल आणि महमूदच्या आवाजानं तिचा थरकाप होणार नाही.

तिचे डोळे रात्रीच्या काळोखाला सरावण्याचा ती प्रयत्न करते. कशामुळे तरी शेजारच्या आजारी स्त्रीचा रात्रीचा दिवा आज नेहमीप्रमाणे सुरू नाही. खोली काळोखात बुडाली आहे. तिला स्वप्न पडले असणार. ती स्वप्न आठवायचा प्रयत्न करते.

ते स्वप्न वाईट होतं. खरं तर खूप दिवस तिला वाईट स्वप्नं पडत आहेत. तिच्या स्वप्नात ती एका उंच टेकडीवरून गावाकडे पाहत आहे. ती रात्रीची वेळ होती आणि काळोख होता. तिच्या स्कर्टमध्ये एका कुत्र्यानं दात रोवले होते आणि गुरगुरत तो स्कर्ट ओढायचा प्रयत्न करत होता. तो कुत्रा नसून लांडगा होता का? रानटी, खूप भयंकर प्राणी होता तो. त्या चिडलेल्या कुत्र्याला हाकलताना ती पडली होती. त्या प्राण्याचा मोठा जबडा, त्याचे रानटी, तीक्ष्ण सुळे थेट तिच्या चेहऱ्यावर आले. तिनं ओरडायचा प्रयत्न केला, पण तिला ओरडता आलं नाही. गावाच्या बाजूनं तिला एक आवाज ऐकू आला. कदाचित त्या आवाजामुळेच ती उठली असावी.

झिलल आपले डोळे खोलीत फिरवते. दरवाजाजवळच्या बिछान्यावरची स्त्री किंचित घोरत झोपली आहे. खोलीचा दरवाजा लावलेला आहे. बिछान्या- शेजारची खिडकी हवेसाठी थोडी उघडी ठेवली आहे. ती झोपली आहे तिथून तिला आकाश आणि हॉस्पिटलच्या बागेतल्या प्रचंड झाडांच्या वरच्या फांद्या दिसत आहेत. अजून पहाट झाली नसली तरी ती फार दूर नाही. पूर्वेकडून हलकी लाल आभा वर येत आहे.

आदल्या संध्याकाळी तिचा बिछाना खिडकीजवळ हलवला गेल्यापासून तिला आकाश, ढग, तारे आणि झाडाच्या वरच्या फांद्यांवर बसणारे पक्षी दिसतात. आज, महमूद येईपर्यंत मी पक्षी आणि ढग बघण्यात वेळ काढेन. आम्ही बिछान्यांची अदलाबदल केली हे किती बरं झालं. खिडकीसमोर बरंच प्रसन्न वाटतं; निदान पक्षी आणि तारे तरी दिसतात. ती आपल्या मोठ्या वयाच्या सहनिवासिनीचा विचार करते. ती स्त्री जोराने श्वास घेत आहे. कसली थंड, उदासीन गाय होती ही; नंतर अचानक किती बदलली. मी किती घाबरले आहे, हे बघितल्यावर ती विरघळली. कदाचित तिच्या आधीच्या वागण्याची तिला लाज वाटली असावी. माणसाला सदसद्बुद्धी असेल तर दुसऱ्याच्या

वेदना कळतात. एकदा त्यांना ते कळलं की वाईट वागणं त्यांना जड जाईल. म्हणजे या स्त्रीला सदसद्विवेकबुद्धी आहे.

रात्रीच्या या वेळी गावात आणि पर्वतात पूर्ण काळोख असतो. खोडकर मुलांना मोठी माणसं काळोख्या रस्त्यात सोडण्याची धमकी देतात. पहाटेचा लालिमा भीती संपत आल्याची सूचना देतो. पहाटेआधीचा सगळ्यात गडद अंधारा क्षण इथे शहरातले दिवे येऊ देत नाहीत.

ती पर्वतातल्या पहाटेचा विचार करते. मी आणि महमूद एकमेकांना बिलगलेल्या अवस्थेत जागे होत होतो. झऱ्याच्या पाण्याचा आवाज ऐकत आम्ही पहाट होण्याची वाट बघायचो. आमचा शिधा संपला होता. फक्त साखरेचे काही खडे शिल्लक होते. तोंडात घालायला आमच्याकडे झुडपं आणि आम्ही पकडलेले जंगली पक्षी यांशिवाय दुसरं काही नव्हतं, पण आम्हांला कुठे पर्वा होती? पहाट झाली आणि सूर्याचा लालसर प्रकाश आमच्या कांतिमान शरीरावर पडला की आम्ही रत व्हायचो. आमच्या प्रत्येक समागमाच्या वेळी माझ्या आतलं बाळ वाढायचं. जणू काही तो शंभर मुलं, एक हजार मुलं व्हायचा. आम्हांला भूक लागायची आणि मुलालाही भूक लागायची. आम्हांला जवळच्या गावातून पूर्वीसारखा शिधा, दूध आणि ब्रेड मिळेनासा झाला. घाबरून किंवा आमच्यावर वैतागल्यामुळे गावकरी आमच्या तोंडावर दरवाजा लावून घ्यायचे. आम्ही जास्त चिवटपणा केला असता तर त्यांनी आमची माहिती कळवली असती. कुठेच सुरक्षितता नव्हती. विशेषतः आमच्यासाठी. खाण्यासाठी काहीतरी शोधत महमूद आजूबाजूला भटकायचा. मी स्ट्रॉबेरी, प्लम, नेटल, मॅलो, आणि खाण्याजोगं काहीही गोळा करायचे. पक्षी आणि छोटे मासे शिजवण्यासाठी आम्ही छोटी चूल पेटवायचो. त्यानंतर आम्ही झऱ्यावर आंघोळ करायचो. पाणी बर्फासारखं असायचं. आमचे देह आणि आमचं हृदय या दोन्हीसाठी ते चांगलं होतं. लहानपणी मला परीकथा ऐकायला आणि सांगायलाही आवडायच्या. माझ्या भाषेवर दुसरी भाषा लादली जाण्यापूर्वी आणि त्या दोन भाषा आपापसांत मारामारी करू लागण्याआधी, कहाण्या सांगणारी गावातली वयस्कर बाई म्हणायची की, तिची जागा पुढे मी घेईन. कदाचित मी एक प्रकारची महिला *देंघेज* झाले असते. मला परीकथा आवडायच्या कारण प्रत्यक्षातल्या आयुष्यापेक्षा त्या जास्त तेजाळ आणि आनंदी होत्या; कारण त्यांतल्या प्रेमिकांच्या इच्छा पूर्ण होत, त्यांतल्या दुष्ट

लोकांना शिक्षा व्हायची आणि चांगल्याचा विजय व्हायचा. मला नंतर परीकथांची गरजच उरली नाही. वनराईतल्या आमच्या आसऱ्याच्या जागी मला माहीत असलेल्या सगळ्यात सुंदर परीकथेत तर मी जगत होते.

परीकथा चिरंतन काल टिकत नाहीत हे झिललला माहीत होतं. आणि हेही माहीत होतं की, खऱ्याखुऱ्या आयुष्यात माणसांच्या सगळ्या इच्छा पूर्ण होऊ शकत नाहीत आणि ते सदैव सुखाने नांदू शकत नाहीत. पण त्या जोडीचं प्रेम इतकं बलवत्तर होतं की क्रूर राक्षस आणि हैवान यांच्यापासून पळणाऱ्या छोट्या सुलतानाला वाचवायला येणाऱ्या राजकुमाराची कथा वाईट तऱ्हेने संपूच शकत नव्हती.

तिच्या मनात आलं की तिचं तिच्या प्रियकरावर किती प्रेम आहे. महमूदचं प्रेम तिला तिच्या सगळ्या शरीरात, तिच्या प्रत्येक अवयवात, तिच्या केसांच्या बटांपासून तिच्या अगदी खाजगी अवयवांपर्यंत प्रत्येक भागात जाणवलं. तिला वाटलं, शेवट काय व्हायचा असेल तो होवो पण या प्रेमाचा अनुभव मिळाला हे खूप छान झालं. आपल्या किती सेवकांच्या नशिबी देव हे अशा प्रेमाचं वरदान देतो! त्या रात्री जर मी गाव सोडून त्या काळ्या कोकराच्या मागे दऱ्याखोऱ्यांत गेले नसते, त्या माणसांनी जर माझ्यावर बलात्कार केला नसता, जर माझे वडील त्यांच्या मुलीला वाचवायला रिवाजांना झुगारण्याचा धोका पत्करून मला गुपचूप सोडून द्यायला असमर्थ ठरले असते तर मी महमूदला भेटले नसते. नशिबाचे हे खेळ बघून झिलल थक्क झाली होती. त्या रात्रीला तिनं दुवा दिला. तिच्या बाबतीत जे घडलं त्याबद्दल तिनं अल्लाचे आभार मानले. तिच्यात पुन्हा आशा जागली. लवकरच मी बरी होईन आणि या खोलीबाहेर पडेन. आम्ही समुद्राच्या दिशेनं जाऊ. मी होपला जन्म देईन.

खोलीचं दार हळूहळू उघडलेलं तिनं ऐकलं. तिनं दरवाजाच्या दिशेनं बघत कोण आलं आहे ते पाहण्याचा प्रयत्न केला. आज नर्स एलेम ड्यूटीवर असल्याचं तिला आठवलं. ती रात्रपाळीला असली की तिच्या वॉर्डमधल्या पेशंटनी तिला बोलावलं असो वा नसो, ती त्यांना बघायला येण्याची टाळाटाळ करत नाही. माणसाच्या डोळ्यांकडे बघून तिला केवळ त्याच्या प्रकृतीचीच नाही तर त्याच्या मनाची स्थिती कळते. तिनं महमूद माझा कोण किंवा आम्ही कोण किंवा आमच्या अडचणी काय आहेत हे कधीच विचारलं नाही. ती जास्त बोललीही नाही. पण तिच्या हृदयानं ऐकलं आणि पाहिलं आणि तिला आम्ही समजलो.

पहाट होतानाच्या लालसर प्रकाशात झिललला दरवाजाजवळची सावली अंधूकपणे दिसली. ती नर्स एलेम नव्हती. तो एक चांगल्यापैकी उंच धिप्पाड माणूस होता. मग तिला एक दबलेला आवाज ऐकू आला. सायलेन्सरनं किंवा कापड गुंडाळून आवाज दाबलेली बंदूक चालली. एक क्षणभर तिला वाटलं आवाज बाहेरून, हॉस्पिटलच्या बागेतून आला. अजून दोन गोळ्या झाडल्या गेल्या आणि मग... त्या वयस्क स्त्रीची तीक्ष्ण, किरटी किंकाळी. पुढच्या दरवाजाशी गोंधळ, आरडाओरडा, शिव्या आणि मग आणखी एक गोळी. पावलांचा – जड बुटांचा – कॉरिडोरमधून कोणीतरी पळत गेल्याचा आवाज. तिच्या कानांच्या ओळखीचा. त्या काळोखातून एक ओळखीचा चेहरा तिला आठवला आणि हळूहळू साकार झाला. तिच्या आठवणीतून तो जोरदारपणे पुढे आला. *केके मसूद!*

सायरन्स, कोलाहल, एकामागून एक लावलेले दिवे. खोलीत येणारे ड्युटीवरचे लोक, डॉक्टर, नर्सेस आणि उशिरा आलेले सुरक्षा रखवालदार...

नर्स एलेम जमिनीवर पडलेली तिनं पाहिलं. ती स्त्री वेदनेमुळे कण्हत बोलताना तिनं ऐकलं. *'मी खूप जखमी नाही झाले. त्यानं माझ्या पायावर गोळी मारली.'* दरवाजासमोरच्या बिछान्यावरल्या वयस्क पेशंटच्या डोक्यातून आणि छातीतून वाहणाऱ्या रक्तानं रंगलेली पांढरी चादर तिनं पाहिली. नर्स एलेमला स्ट्रेचरवर ठेवलेलं तिनं पाहिलं. त्या मृत पेशंटला रक्ताळलेल्या चादरीत गुंडाळून तिथून हलवण्याच्या त्यांच्या विचाराला पुरावा नष्ट होऊ नये म्हणून विरोध करणाऱ्यांचं म्हणणं कसं मान्य केलं गेलं ते तिनं पाहिलं. त्याऐवजी त्या वयस्कर स्त्रीला बिछान्यात ठेवूनच कॉरिडॉरमध्ये नेलं. कॉट बाहेर नेण्यासाठी दोन्ही बाजू उघडल्या गेलेल्या दरवाजातून तिला भीतीनं गर्भगळीत झालेले लोक जमलेले दिसले. डॉक्टर, पेशंट, काळजी घेणारे आणि स्टाफ. झिलल जणू खोलीत नाहीच, तिचा बिछाना रिकामाच आहे अशा तऱ्हेने सगळं करण्यात आलं. जवळच्या मशिदीतून सकाळच्या प्रार्थनेसाठी पुकारा. साडेपाच झाले असले पाहिजेत, तिला वाटलं. दिवसाची सुरुवात होत आहे. मी जिवंत आहे. त्या म्हाताऱ्या स्त्रीला सूर्य बघता येणार नाही, कारण आता ती जिवंत नाही.

झिललनं गादीवरची चादर आपल्या डोक्यावरून ओढून घेतली आणि पांढऱ्या चादरीखाली ती लपली. त्या पांढऱ्या रंगात मिसळून जाऊन दिसेनासं व्हावं असं तिला वाटत होतं. सफाई कामगार पोतेरी आणि बादल्या घेऊन

आले. स्वत:भोवती गुंडाळून घेतलेल्या चादरीच्या फटीतून तिनं त्यांना पाहिलं. तिच्या गादीभावती फिरत असताना ते एकमेकांना म्हणाले, ‘ही खरी झोप! एवढ्या गोंधळात ती हललीसुद्धा नाही!’ तिनं चादरीखालचं स्वत:चं अंग आणखी चोरून घेतलं. ते मला असं सोडणार नाहीत. थोड्याच वेळात इथे पोलीस, लष्करी पालीस, सुरक्षा रक्षक आणि डॉक्टर्स सगळे सगळे येतील आणि मला प्रश्न विचारतील, तिच्या मनात आलं. मी बहिरी आणि मुकी आहे. मी बहिरी आणि मुकी झाले आहे. मी मुकी झाले आहे. कोणालाही माझ्याकडून एकही शब्द वदवून घेता येणार नाही.

तिच्या बाजूच्या शेजारणीचा विचार तिच्या मनात आला. त्या बिचाऱ्या स्त्रीला अंतर्मनानं इशारा दिला होता का? कशी कोण जाणे पण मी तिच्या मृत्यूला कारणीभूत ठरणार आहे अशी संवेदना तिला येत होती का? काल संध्याकाळी तिनं माझ्याबरोबर बिछान्याची अदलाबदल केली नसती तर आज मेलेली असते ती मी. मला दरवाजाजवळ कोणीतरी अमंगल दिसलं असं मी तिला सांगितलं तेव्हा तिचा विश्वास बसला नाही. उघड्या दरवाजातून लोकांनी आत डोकावणं हे साहजिकच आणि नेहमीचं आहे आणि त्यात मी काळजी करण्यासारखं काहीच नाही असं ती म्हणाली. तिचा विश्वास बसला नाही, पण मी खरंच एक माणूस पाहिला होता – तो मसूद *अबी* होता. साक्षात मृत्यू. मला पडणाऱ्या वाईट स्वप्नातही तो असायचा. म्हणून तर मी झोपेत किंचाळले. मला तो दिसला. त्याचा चेहरा सैतानाचा होता. वॉर्डच्या दाराशी मी सैतानाला माझ्या मसूद *अबी*चं रूप घेतलेलं पाहिलं – तोच माझा भाऊ जो मला स्वत:च्या गुडघ्यांवर झुलवायचा, डेलिस झऱ्याला पूर आला की जो त्याच्या पाठीवरून मला शाळेत न्यायचा, जो मला थोपटायचा, ‘आकाशा-सारख्या डोळ्यांची, सोन्याच्या केसांची माझी बहीण’ असं म्हणत माझं रक्षण करायचा, गावातल्या मुलांनी माझ्या केसांच्या बटेला जरी धक्का लावला तरी सिंहासारखं विक्राळ रूप धारण करायचा.

ज्या दिवशी तो दोन वाईट माणसांबराबेर वस्तीवर आला त्याच दिवशी सैतानानं आपल्या भावाचा ताबा घेतला आहे हे तिला समजलं. त्याचा आवाज त्याचा राहिला नव्हता. त्याचं दिसणं वा चालही त्याची स्वत:ची राहिली नव्हती. सैतान त्याचं हृदय ओरबाडून घेऊन गेला होता. त्यानं मसूदचं हृदय चोरलं आणि त्याच्या शरीरात प्रवेश केला.माझा बिचारा भाऊ विश्वासघातकी हैवान झाला.

केके मसूद वेगळाच होता. तो निर्भय होता अणि कधीकधी काहीसा जंगली बनू शकायचा. तो ज्या तऱ्हेनं कोंबडीची मुंडी पिरगळायचा किंवा वासराच्या गळ्यात सुरी खुपसायचा त्यामुळे मला नेहमी भीतीच वाटायची. पण मी आणि माझी आई, आमच्या बाबतीत मात्र तो अगदी देवदूतासारखाच वागायचा. तो त्याच्या वारशाशी, रितीरिवाजांशी एकनिष्ठ होता. त्याच्या काकांचंही त्याच्यावर प्रेम होतं. जेव्हा गावांनी शस्त्र वापरण्याचा निर्णय घेतला आणि वडलांनी गाव सोडलं आणि ते खाली वस्तीत आले तेव्हाही काकांनी मसूदला गावातच ठेवण्याबद्दल सांगितलं, पण वडलांनी ते ऐकलं नही. त्या लोकांनी त्याला नेलं तेव्हा त्याला नुकतीच दाढी फुटू लागली होती.

ती रात्र झिललला आठवते. त्या रात्री त्यांनी गावावर छापा मारला आणि ओरडून आज्ञा देत, शपथा घेत लष्करी गाड्या माणसांनी भरून घेऊन गेले... त्या वेळी त्यांनी फक्त चालता न येणाऱ्या तिच्या आजोबांना सोडलं - पण तेही आधी त्यांना ते खरोखरच अपंग आहेत का हे बघण्यासाठी त्यांनी काही लाथा मारल्यावर. इतर पुरुषांबरोबर त्यांनी तिचे वडील आणि मसूद *अबील*सुद्धा नेलं होतं. तीन दिवसांनंतर तिचे वडील परत आले तेव्हा त्यांच्या चेहऱ्यावर ओरखडे आणि सूज होती. ते लंगडतही होते. ते जास्त काही बोलले नाहीत. त्यांनी तिला सांगितलं, 'त्यांना वाटत होतं की आम्ही गुन्हेगारांना मदत आणि प्रोत्साहन देत आहोत. आता दरवाजाशी कोणीही, अगदी माझा स्वत:चा मुलगा जरी आला, तरी कोणालाही शिधा द्यायचा नाही.' रडत ओरडत तिच्या आईनं मसूदबद्दल विचारलं. 'थोड्या दिवसांनंतर तो येईल. बाई ग असा आक्रोश करू नकोस. तो परत येईल असं मी सांगितलं ना? त्या मुलाचा पर्वतांशी आणि संघटनेशी काय संबंध? ते त्याला सोडतील. काळजी करू नकोस!'

वडलांचं म्हणणं खरं ठरलं नाही. काही दिवसांनंतर मसूद गावात परत आला. तो जराही ठीक दिसत नव्हता. त्याला मारहाण झाली होती. तो आला तो सरळ धान्याच्या कोठीपलीकडे गेला. आणि काही दिवस तिथेच न खातापिता, न सांगतासवरता राहिला. थोडं तरी खाण्यासाठी, निदान थोडं सूप पिण्यासाठी आईनं केलेली आर्जवं त्यानं ऐकली नाहीत, ना वडलांचा उपदेश किंवा सांत्वन ऐकलं. त्याला मानसिक धक्का बसला होता. त्यांनी काय केलं कुणास ठाऊक ज्यामुळे मुलाची अशी स्थिती झाली, असं सगळं म्हणाले

आणि त्यांनी त्याच्यावरून उतरून टाकण्यासाठी प्रार्थना म्हणायला *हुडजा*लाही आणलं – पण व्यर्थ.

मग एका सकाळी मी गुपचूप सगळ्यांच्या नकळत त्याच्याजवळ गेले. *'केके मसूद'* मी त्याला हाक मारली. त्यानं काहीच प्रतिसाद दिला नाही. असं त्याला कोणी केलं हे त्यानं सांगावं म्हणजे मला कळेल असं मी त्याला म्हटलं. तरीही तो गप्पच राहिला. मला त्याचा चेहरा कुरवाळायचा होता पण त्यानं मला दांडगेपणानं दूर लोटलं. तोपर्यंत त्यानं मला कधीही ढकललं नव्हतं, पण या वेळी ढकललं.

तो म्हणाला, '*केके मसूद* मेला आहे.' त्याचा आवाज, त्याचा चेहरा, त्याचं वागणं – सगळंच बदललेलं होतं. तो खरंच मेलेला होता. त्या लोकांनी त्याला काय केलं ते आम्हांला कधीच कळलं नाही.

परत आलेल्या इतरांना आम्ही विचारलं, 'का कोण जाणे, पण त्याला त्यांनी अगदी लक्ष्य केलं. कोणीतरी कुठे आहे हे त्यानं सांगावं अशी त्यांची इच्छा होती, पण त्यानं सांगितलं नाही. त्याच्या आईला अणि बहिणीला काहीतरी करण्याची त्यांनी धमकी दिल्यावर तो शरण गेला. तो शरण आला म्हणूनही त्यांनी त्याचा छळ केला. त्यांनी त्याला गू खायला लावला, असं आम्ही ऐकलं. मग त्यांनी सगळ्यात भयंकर गोष्ट केली. त्यांनी पाठीमागून त्याच्या आत काठी खुपसली. हे खरं का अफवा ते कोणालाच माहीत नाही,' ते म्हणाले. सांगता येण्यासारखं माझ्या भावाला काय माहीत होतं? तो खरं तर बकऱ्यांबरोबर शेतात हिंडणारा खेड्यातला मुलगा होता.

माझे वडील नेहमी म्हणायचे की शिक्षक त्यांना सांगायचे, 'तुम्ही त्याला शिकू दिलंत तर तो युनिव्हर्सिटीत प्रोफेसर होईल.' त्यांनी त्याला शिकू दिलं नाही आणि तो गावातच राहिला. मला नाही वाटत की त्या दिवसाआधी त्याला पर्वत संघटना किंवा इतर कशाबद्दल माहिती होती.

मग एक दिवस त्यानं कोठी सोडली. तो म्हणाला, 'मी पर्वतात जातो आहे. मला शोधत येऊ नका.' रडत रडत माझ्या आईनं काही खाद्यवस्तू बरोबर दिल्या. त्यानं त्या घेतल्या नाहीत. संध्याकाळच्या वेळी गावाच्या रस्त्यावरून एका छोट्या नगराकडे त्याला चालत जाताना आम्ही पाहिलं. तो हळूहळू लहान होत गेला आणि मोठाल्या खडकांमागे दिसेनासा झाला. मला वाटलं त्याच्या शरीरात सैतानानं प्रवेश केला आहे, त्यानं कबुली दिली म्हणून नाही, तर सैनिकी ठाण्यावरून त्याला सोडून देण्यापूर्वी आणि तो गावात

परतण्यापूर्वीच खूप आधी. दुष्ट माणसांनी सैतान त्याच्या डोक्यात आणि त्याच्या शरीरात घातला होता. सैतानाचा प्रवेश झाला होता, पण आम्हांला ते कळलं नव्हतं.

प्रात:कालच्या प्रार्थनेचा पुकारा थांबला होता. दिवस केव्हाच उजाडला होता. झिलल चादरी खाली दडून राहिली. त्यांनी गणवेषातला पोलीस खोलीच्या दाराशी ठेवला होता. चादरीच्या भोकातून ती हे निरीक्षण करते. नर्स एलेमचा मित्र असलेला तरुण डॉक्टर आणि एक नागरिक खोलीत येतात. पोलीस डॉक्टरच्या साथीदाराला सलाम ठोकतो. तो कोणीतरी महत्त्वाचा माणूस असणार. तो रागावलेला आहे आणि तो सगळ्यांना ताकीद देतो. ''तपास पूर्ण होण्यापूर्वी खून झालेल्या बाईचा बिछाना तुम्ही हलवायला नको होता! रक्ताच्या खुणाही पुसल्या आहेत!'' झिलल झोपलेल्या बिछान्याकडे त्याची नजर जाते.

''हिला तुम्ही दुसऱ्या खोलीत हलवायला हवं होतं. यावर तुम्ही फाइल तयार करा. बयाण देण्यासाठी आपण तिला नंतर बोलवू. ती आपली एकमेव साक्षीदार आहे.''

''हा पेशंट म्हणजे एका चुकार गोळीनं जखमी झालेली खूप तरुण स्त्री आहे. ते याला बंदुकांच्या उत्सवी फैरी म्हणतात, माहीत आहे नं? त्या अपघातात तिचा गर्भ पडला. त्या धक्क्यातूनच ती अजून बाहेर आली नाही आणि आता त्यावर हा प्रकार. या क्षणी ती कुठलीही जबानी द्यायला समर्थ आहे असं मला खरंच वाटत नाही, सर.''

झिललला वाटतं डॉक्टर तिला वाचवायचा प्रयत्न करत आहेत. काही झालं तरी ते नर्स एलेमचे मित्र आहेत. ते आम्हांला ओळखतात आणि आम्हांला त्यांनी वाचवायला हवं हेही त्यांना माहीत आहे. कदाचित लेखकानं त्यांना गुपचूप काही सांगितलं असावं.

''अर्थात पेशंटच्या स्थितीविषयी तुम्हीच सांगू शकता. पण शक्य तितक्या लवकर तिचा जबाब घ्यायलाच हवा.''

''ती धक्क्यातून जरा सावरली की आम्ही तुम्हांला लगेच कळवू, सर.''

ते बिछान्याकडे येतात. तो माणूस तिनं डोक्यावरून ओढून घेतलेली चादर किंचित उचलतो. झिललचे टप्पोरे निळेभोर डोळे बघतो आणि चकित होतो. ''ती खूपच लहान आहे. अगदी बालिकाच आहे,'' तो म्हणतो, ''बाळा, लवकर बरी हो. बरी झालीस की तू काय पाहिलंस ते आम्हांला सांग. घाबरू

नकोस. तुझा ह्याच्याशी काही संबंध नाही. सरकारवर विश्वास ठेव. आम्ही तुझं रक्षण करू. घाबरू नकोस!''

झिलल गप्प रहाते. ती मूकबधिर असल्यासारखीच राहते. त्यांनी मला मारलं तरीही मी तोंड उघडणार नाही. मी काही पाहिलं नाही, मी काही ऐकलं नाही. एखाद्या दुःस्वप्नाबद्दल जबानी देता येते का? मी सैतानाचा चेहरा आणि रक्त पाहिलं. बस एवढंच.ती त्या माणसाच्या चेहऱ्याकडे रिकाम्या डोळ्यांनी बघते.

तो माणूस तिची नजर टाळतो. ''बिचारीला खरोखरच धक्का बसला आहे.''

झिललच्या नजरेसमोर रक्ताचे जोरदार प्रवाह वाहतात. डेलिस झरा रक्ताचा झाला आहे. तिला पाठीवर घेऊन तिचा मसूद *अबी* रक्ताच्या नदीत लोळतो आहे. पर्वतातले प्रेमाचे झरे रक्त झाले आहेत. हेवी रक्तात गटांगळ्या खातो आहे. महमूदच्या जखमेतून वाहणारं रक्त गुहेच्या जमिनीवर टपटपतं. मी घाबरू नये, मला नीट झोप लागावी म्हणून माझ्या जागी येणाऱ्या मृत पेशंटच्या रक्तानं पांढऱ्या चादरीचं लाल निशाण होतं. झिललला अस्वस्थ वाटतं, तिचं डोक गरगरतं. खोलीतून बाहेर जाणाऱ्या डॉक्टरला बोलवावं असं तिला वाटतं. त्यानं महमूदला बातमी द्यावी आणि पळून जायला सांगावं असं तिला वाटतं. त्या तरुण डॉक्टरचा तिला भरवसा वाटतो. तो नर्स एलेमचा मित्र आहे. ती सगळी शक्ती एकवटून त्याला हाक मारते, पण आवाज येत नाही. ती पुन्हा प्रयत्न करते. मला आता मूकबधिराचं सोंग करण्याची गरज नाही. मला डॉक्टरना काही सांगायचं आहे. ती ओरडते, ''डॉक्टर *अबी!*'' तिच्या घशातून खरखर आवाज येतो. त्या अनोळखी माणसाला खोलीच्या दरवाजाबाहेर नेणारा तो तरुण डॉक्टर तो आवाज ऐकतो आणि मागे वळतो. ''काही सांगायचं आहे?''

ती मान हलवते, हो, हो, हो... कोणताच आवाज येत नाही. तिच्या आवाजात जीव ओतणारा ध्वनीच उरला नाही आहे.

डॉक्टरांच्या पांढऱ्या गाऊनच्या वरच्या खिशातल्या बॉल पॉईंट पेनकडे ती बोटानं निर्देश करते. डॉक्टर एक क्षण घुटमळतात. तिला काय हवं आहे ते त्यांना कळत नाही. झिलल बिछान्यात कमरेवरचा भाग उभा करते आणि तिच्यावर ओणव्या झालेल्या डॉक्टरांच्या खिशातलं पेन ओढून घेते. त्या पांढऱ्या चादरीच्या एका कोपऱ्यात मोठ्या अक्षरांत ती प्रयत्नपूर्वक लिहिते, 'तो मसूद *अबी* होता. महमूदनं निसटायलाच हवं.' मग ती बिछान्यात

कोसळते. डॉक्टर डोळ्यांच्या कोपऱ्यातून हे सगळं कोणी बघितलं नाही याची खात्री करतात. मग ती चादर हलकेच गोळा करतात. लिहिलेलं दिसणार नाही अशा तऱ्हेनं ते चादरीची घडी करून ती चुरगळतात आणि बिछान्याखाली टाकतात. दरवाजाजवळ उभ्या असलेल्या सफाई कामगारांच्या दिशेने ते ओरडतात. ''या पेशंटच्या चादरी खराब झाल्या आहेत. त्या बदला.''

ते झिललकडे वळतात आणि तिच्या स्वच्छ निळ्या अथांग डोळ्यांत थेट बघतात. ते ठीक आहे असं म्हणत असल्याप्रमाणे मान हलवतात. मुलीच्या कपाळाला ते त्यांच्या बोटांनी स्पर्श करतात. 'काळजी करू नकोस. तू खूप घाबरली आहेस आणि स्वत:चा आवाज गमावला आहेस. काही काळानंतर ते ठीक होईल. मात्र तू आत्ता आहेस तशीच सध्या रहा.' ते तिचा कटातला सहकारी असल्याप्रमाणे हसतात आणि तिच्याकडे बघून डोळा मिचकवतात.

आपल्या कपाळावरची डॉक्टरांची बोटं झिलल आपल्या ओठांकडे नेते. आदर आणि कृतज्ञतेनं ती त्या बोटांचं चुंबन घेते. माणूस इतरांपर्यंत पोहोचू शकतो, महमूद एकदा म्हणाला होता. तुला दिसत आहे का? खरंच पोहोचू शकतात.

ती स्वत:चे डोळे बंद करून सैलावते. एक लहानशी मुलगी अगदी एकटी, निराधार आणि मुकी होऊन अनोळखी जगातल्या, अनोळखी शहरातल्या, अनोळखी हॉस्पिटलच्या खोलीत पडली आहे. आता ती महमूदचीसुद्धा अपेक्षा करत नाही, महमूद, अख्ख्या जगातला तिचा एकमेव आधार. पण तिला तो पळून जायला हवा आहे. तिच्याजवळ येऊन तो पकडला जायला किंवा धोक्यात यायला नको आहे. ती परीकथेचा विचार करते. परीकथेत शत्रू सलोखा करतात, प्रेमिक पुन्हा एकत्र येतात, माणसं वृद्धापकाळानं योग्य वेळी मरतात, जिथे जन्म म्हणजे जीवनाची सुरुवात असते; नद्या आणि झरे पारदर्शक स्वच्छ निळे वाहतात, ज्यांचा रंग रक्ताचा नसतो, जिथे माणसं गोळ्या मारण्याऐवजी एकमेकांचे हात धरतात. शब्दाच्या शोधात गेलेल्या लेखकाला ती म्हणाली होती, 'तुम्ही गोष्ट सांगणारे आहात तर मला सुखी शेवट असलेली गोष्ट सांगा.' हलकेच कुजबुजणारा आवाज लेखक *अबींना* ऐकायला आला का? ते ज्या शब्दाच्या शोधात होते तो शब्द त्यांना मिळाला का? त्यांच्याबरोबर शब्द घेऊन ते परत येतील का? त्या दिवशी बस स्टँडवर ते देवानं पाठवल्याप्रमाणे आले होते, आताही पुन्हा ते तशाच प्रकारे येतील का?

**

१०

मांजरं त्यांच्या घरी परततात

त्याला आणि मुलाला हॉटेलच्या फिरत्या दरवाजातून आत येताना पाहिलं तेव्हा रिसेप्शन काऊंटरजवळच्या कोपऱ्यातल्या खुर्चीतून उठून त्यांच्याकडे धाव घ्यावी असं एलिफला वाटलं, पण तिला ते जमलं नाही. ती खुर्चीतच रुतून बसली. क्षणभरही डोळा न लागलेली अख्खी रात्र, अस्वस्थपणे शहरभर फिरण्यात घालवलेला अख्खा दिवस, हॉटेलची कैद करणारी खोली आणि आता रिसेप्शन काऊंटरवरची मुलगी कुतूहलानं न्याहाळत असताना कपामागून कप कॉफी रिचवत आणि अखंडपणे सिगरेटी ओढत घालवलेले चिंताग्रस्त तास. आणि विशेषत: डेनिजनं फोनवर 'आम्ही आता हेलसिंगोरमध्ये आहोत. जास्तीत जास्त तासाभरात आम्ही तिथे पोहोचू' असं सांगितल्यानंतरचा शेवटचा तास तिला शतकासारखा वाटला होत.

डेनिजनं मुलाचा हात धरला होता. डेनिजच्या शेजारी अधिकच छोट्या दिसणाऱ्या त्या मुलाच्या पाठीवरची मोठी सॅक जवळजवळ त्याच्याच आकाराची होती. त्या तुलनेत डेनिजचं बॅकपॅक मध्यम आकाराचं वाटत होतं. त्यांना जवळ धरण्यासाठी, त्यांना मिठी मारण्यासाठी ती त्यांच्या दिशेला वळली. यावेळी तिला उठणं जमलं.

ते थकले असणार. ते इथे कसे आले कुणास ठाऊक. समुद्रातला दीर्घ प्रवास आणि मग जमिनीवरचा. ओस्लोहून बर्जेनला येणाऱ्या थेट विमानाचं तिकीट त्यांना पाठवायचं मला का बरं सुचलं नाही? म्हणजे मग ते संध्याकाळ होण्याआधीच इथे आले असते आणि इतके थकलेही नसते. स्वत:च्या मुलाच्या गळ्यावर आपलं डोकं विसावून ती स्वत:चा हात बिजोर्नच्या

डोक्यावर ठेवते तेव्हा स्वत:ला जाणवणाऱ्या अशक्तपणाचं आणि थकव्याचं तिचं तिलाच आश्चर्य वाटतं. जोरजोरानं हुंदके देत रडता आलं असतं, तर तिला बरं वाटलं असतं. पण ती तसं करू शकत नाही. ती एवढंच म्हणू शकते, 'मियाव म्याव...'

शेवटी ती म्हणते, ''तू थकला आहेस आणि बिजोर्न तर चांगलाच दमला असणार. आपण सरळ रुममध्ये जाऊ या.''

त्यांच्यासाठी तिनं खोली आधीच राखून ठेवली आहे. किती काळासाठी, असं विचारलं गेल्यावर ती म्हणाली, माहीत नाही. तिला खरंच माहीत नाही. तसं विचारायला, जाणून घ्यायला ती अडखळते आहे. मिळणाऱ्या उत्तराची तिला भीती वाटते आहे. बापलेकांच्या पाठीवरच्या सामानाचे आकार आशादायक दिसत आहेत. पण तरीही कोण जाणे, त्याचा विचार आत्ता करायला नकोच. ही योग्य वेळ नाही. या क्षणी महत्त्वाचं आहे ते इथे सुरक्षित आणि नीट असणं.

ते स्वागतकक्षातून किल्ली घेत असताना तिला काहीतरी सांगायचा प्रयत्न करत बिजोर्नची बडबड सुरू आहे. मुलगा काय म्हणत आहे ते डेनिज तिला भाषांतर करून सांगतो... ''सैतान आमच्यावर रागावला आहे. त्यानं आमचं घर जाळलं आहे. तो म्हणतो की, त्यांना आता आम्ही तिथे नको आहोत.''

''काळजी करू नकोस, बिजोर्न. मी पण सैतानावर रागावले आहे. आपण त्याचा किल्ला जाळून टाकू. मग तो त्या बेटावर राहू शकणार नाही आणि जिथं सैतान पोहोचू शकणार नाही अशी छान छान ठिकाणं मला माहीत आहेत. आपण सगळे तिथे जाऊ या.''

ते लिफ्टकडे जात असताना एलिफ काय म्हणाली ते भाषांतर करून डेनिज थोडक्यात बिजोर्नला सांगतो. त्यानं प्रत्येक गोष्टीचं भाषांतर करून मुलाला सांगितलं नाही हे एलिफच्या लक्षात येतं.

''सैतान आपल्याला गाठू शकणार नाही असं ठिकाण कुठे आहे का आई? तुझा खरंच विश्वास आहे का त्यावर? अज्ञात पळपुट्यानं लिहिलं होतं. 'या युगातली हिंसा तुम्हांला प्रत्येक ठिकाणी गाठेल.''' थकल्याभागल्या पलीकडे गेलेला डेनिजचा आवाज पूर्णपणे हताश वाटत होता. तो जणू म्हणत होता, 'या मुलाला आणि मला घे आणि हवं ते कर. मी एवढंच सांगतो. मी हरलो आहे.' त्यानं जगण्याचं जड ओझं जमिनीवर टाकलं आहे आणि तो म्हणत

आहे, 'मला आता हे वाहून नेता येत नाही. तुला हवं तर हे उचल नाहीतर असंच जमिनीवर टाकून दे.'

काही बिस्किटांचा फडशा पाडून बिजोर्न झोपल्यावर, मायलेक हातात, कोनॅकचा ग्लास घेऊन बसले. तेव्हा तो म्हणाला, ''मला अधिक शक्तिमान व्हायला आवडेल. फक्त माझंच नाही तर अख्ख्या जगाचं ओझं घेऊन शर्यतीत उतरण्याएवढा शक्तिमान असायला मला आवडेल. कुठचाही आसरा, शांत बंदरं यांची गरज न राहता बेफाम, वादळी समुद्राला तोंड द्यायला समर्थ असणं मला आवडेल. चुळकाभर पाण्यातही माणूस बुडू शकतो. समुद्रात बुडण्यामध्ये उदात्तपण तरी असेल. मी ताठ मानेनं बुडलो असं तरी तुम्हांला म्हणता येईल.''

सुरुवातीला त्यांचं संभाषण अडखळत, मोजून मापून आणि हातचं राखून ठेवणारं होतं. ते शत्रूंप्रमाणे एकमेकाचा अंदाज घेत होते, एकमेकांच्या जाळ्यात न अडकण्याचा प्रयत्न करत होते, प्रश्न टाळत होते आणि उत्तरं ऐकायला तयार नव्हते. ते सावध होते, वाट बघत होते. जणू काही त्यांच्यासमोर पांढऱ्या कागदाचा तुकडा आणि रिकामा पडदा होता आणि सखोल विचार करून त्यावर ते त्यांचं सामायिक नशीब लिहिणार होते. त्यांच्या भविष्याच्या अहवालात त्यांनी उच्चारलेला प्रत्येक शब्द नंतर बदलता येणार नाही किंवा खोडता येणार नाही अशा प्रकारे लिहिला जाणार होता. 'बेटावर काय घडलं?' सगळा धीर एकवटून एलिफनं विचारलेला हा प्रश्न हवेत उडत टांगल्यासारखा झाला होता.

'मोठा मत्स्य' स्पर्धेत खरोखरच खूप मोठा मासा पकडल्यामुळे अत्यंत आनंदात ते परतले तेव्हा त्यांना दूरवर लालिमा दिसला. जर तो पूर्वेकडे नसून पश्चिमेकडे असता, तर ती सूर्यास्ताची शोभा समजून त्यांनी त्या लाल-जांभळ्या क्षितिजाच्या सौंदर्याचं कौतुकही केलं असतं. बेटाभोवतालचा समुद्र आणि आकाश यांची चांगली माहिती असलेले कोळी एक चमत्कार बघत होते. पश्चिम आणि पूर्व या दोन्ही दिशांत सूर्य मावळत होता; दोन्ही दिशांचं क्षितीज लाल झालं होतं. प्रथम तो शब्द कोणी उच्चारला? तो शब्द ते कुजबुजले का? का तो शब्द ते ओरडून म्हणाले? डेनिजला आठवत नाही. त्याला फक्त शब्द आठवतो, 'आग!' आणि मग त्याचा स्वत:चा आवाज 'गेस्ट हाऊस जळत आहे.' तो हे मोठ्याने म्हणाला का? इतरांनी ते ऐकलं का? त्याला कल्पना नाही.

ते बेटापासून काही मैल दूर होते; आणि उत्तरेकडून येत होते. ते होते तिथून गेस्ट हाऊस दिसणं शक्यच नव्हतं. पण अंतर्मनाच्या अचूक जाणिवेनं गेस्ट हाऊसच जळत आहे हे डेनिजला समजलं होतं. जान कोळी म्हणाला, 'ती दिशा गेस्ट हाऊसची आहे. तिथे तर फक्त खडक आणि तुझं घर आहे. तुझं बरोबर आहे!' खात्री होण्यासाठी त्यानं दुर्बीण वापरली. 'हो, अरे देवा! गेस्ट हाऊस जळत आहे.'

डेनिज पुढे सांगत राहिला. ''मग एक विचित्र पण चांगली गोष्ट झाली. जणू काही माझा मेंदू रिकामा झाला. मी एक रोबोट झालो, ज्याला सगळं दिसतं पण विचार करता येत नाही किंवा भावना कळत नाहीत. बधिरतेच्या आणि नगण्यतेच्या रिकाम्या पोकळीत – जिला मानसशास्त्रज्ञ कृष्णविवर म्हणतात, त्यात मी लपलो. आधीही काही वेळा मला असं झालं होतं. अशा वेळी मी इतका बथ्थड, स्थिर आणि शांत झालो होतो की प्रत्येकाला आश्चर्य वाटलं होतं. तसंच पुन्हा एकदा मी शांतपणे आणि निमूटपणे आम्ही बंदरावर पोहोचायची वाट पाहिली. जानचा हात माझ्या खांद्यावर आहे एवढीच जाणीव मला होती. माझ्या मनात फक्त बिजोर्न होता.

''अर्धा टाकलेला उत्सव – उरली होती फक्त घबराट, रिकाम्या बाटल्यांचे ढीग, मासे आणि मत्स्यकन्यांनी सजलेली जाळी, चमचमीत खाद्यपदार्थांचे आणि बीअरचे रिकामे ठेले, व्यत्यय आलेला आनंद, मूक झालेलं संगीत, बिजोर्नची लाल गाडी, ठेवणीतले कपडे घातलेले लोक... सगळे बंदराजवळच्या चौकात जमा झाले होते आणि 'मोठा मत्स्य' स्पर्धेतल्या बोटी परत येण्याची वाट पाहत होते. बक्षीस देण्यासाठी नाही तर आगीची बातमी देण्यासाठी.

''मी आणि जाननं बोटीतून एकदमच उडी मारली. चौकात जमलेल्या लोकांकडे मी जराही घाईगडबड न करता, धाव न घेता चालत गेलो. बेटावरचे लोक मला व्यक्ती म्हणून दिसले नाहीत तर एक दांडगी भिंत, संधिप्रकाशापेक्षा गडद असा काळा डाग असे दिसले. ते सहानुभूती दाखवत नव्हते. ते तिथे शोकांतिका वाटून घ्यायला आले नव्हते, तर परक्या माणसाचा शाप थांबवायला आले होते. मला ते तसं वाटलं. मी आणि माझ्या पाठीशी जान असे आम्ही जेव्हा बंदराच्या टोकाशी पोहोचलो तेव्हा गर्दीतून एक छोटा पिवळा तारा माझ्या दिशेनं आला. 'डॅडी!' असं ओरडत त्यानं माझ्या बाहुपाशात उडी घेतली. आणि मग मी रडू लागलो.''

‘‘आजी आणि आजोबांचं काय?’’

‘‘जेव्हा त्यांनी आग लावली तेव्हा गेस्ट हाऊसमध्ये कोणीच नव्हतं. तू निघून गेल्यावर काही तासांनी जेव्हा सगळेजण नाच, गाणं, मौजमजा यांत मश्गूल झाले होते तेव्हा त्यांनी गेस्ट हाऊस पेटवलं. समुद्राकडचा दरवाजा नेहमीच उघडा असतो हे तुला माहीतच आहे. त्यामुळे आत प्रवेश करणं त्यांना कठीण नव्हतं. शिवाय घर पेटवून देण्यासाठी त्यांना आत जायची गरजच नव्हती. इतके रानटी पशू – त्यांनी कुत्र्यांच्या घरालाही आग लावली – कुर्तची साखळी न सोडता – तो जिवंत जळतो आहे याची पर्वा न करता.’’

‘‘घर पूर्णपणे जळालं का?’’

‘‘नाही, पूर्णपणे नाही. बेटावर खूप चांगलं प्रशिक्षित असं अग्निशामक दल आहे. आम्ही सगळेच तिथे वेळोवेळी स्वयंसेवक म्हणून काम करायचो. ते अगदी ताबडतोब धावले. पण तरीही घराची उत्तरेकडची बाजू, म्हणजे मी वापरायचो ती खोली – तुला आठवतं ना त्या म्हाताऱ्या पळपुट्या कवीची खोली – जळाली होती. स्वयंपाकघर, तू राहिली होतीस ती खोली, घराची समुद्राकडची बाजू अजून उभी आहे.’’

‘‘आग लावणारे लोक मिळाले का? सुरुवातीपासूनच मला त्या मोटर-बाइकवरच्या डोकं भादरलेल्यांचा संशय येत होता.’’

‘‘त्यांना पकडलं. ते एवढंच म्हणाले, ‘आम्हांला फक्त या उपऱ्यांना धडा शिकवायचा होता. आग पसरेल असं आम्हांला वाटलं नाही.’’

‘‘हे सगळं माझ्यामुळे!’’ एलिफ म्हणाली, ‘‘जर मी बेटावर आलेच नसते, जर मी समारंभात भाग घेतलाच नसता, जर मी बिजोर्नबरोबर चौकात मिरवलेच नसते तर ते घाणेरडे बायकर्स डिवचले गेले नसते, आणि यातलं काहीच झालं नसतं. तुझा शेवटचा आसरासुद्धा मी नष्ट केला आहे. तिथेही मी तुला शांती मिळू दिली नाही.’’

‘‘काहीतरी बोलू नकोस आई. याच्याशी तुझा काहीच संबंध नाही. दुःखाची गोष्ट आहे ती ही की, इतक्या दूरच्या बेटावरही कुप्रवृत्तीचं बीज पेरलं गेलं आहे. आता बेटावरच्या रहिवाशांनी भीती आत्मसात केली आहे. आता ते सावध असतात. घाबरायला लागलेले लोक क्रूर आणि विरोधी होतात. गेल्या दोन तीन दिवसांत बेटावर खूप काही बदललं आहे. ते जादूभरं वातावरण नाहीसं झालं आहे. चांगुलपणा आणि निरागसतेचा पराभव झाला आहे.

राजकन्या उलाला सैतानानं पुन्हा एकदा मारलं आहे. शेवटचा बालेकिल्ला ढासळला आहे, पण तो तुझ्यामुळे नाही.''

उत्तराची भीती वाटत असतानाच, ती प्रश्न विचारायचं धाडस करते, ''तू बेटावर परत जाणार आहेस?''

''मी इथे आलो आहे, ते पुन्हा तिथे जाण्यासाठी नाही. मी एकटा असतो तर कदाचित पुन्हा तिथे गेलो असतो, पण मी बिजोर्नचा बळी देऊ शकत नाही. त्याच्यासाठी भीती, शत्रुत्व, ताणतणाव आणि हिंसा या गोष्टी नसलेलं एक सुरक्षित अभयस्थान मला तयार करायचं होतं. पण मला त्यात यश आलं नाही. मला वाटतं तू आणि डॅडी बरोबर होतात. आसरा घेण्यासाठी कुठेच जागा नाही आहे. मला वाटतं, गेस्ट हाऊसचा मालक तो म्हातारा कवी, त्यालाही शेवटी हे कळलं असावं, म्हणून त्यानं स्वतःचं आयुष्य संपवलं.''

एलिफला त्या वह्या, त्या म्हाताऱ्या माणसाच्या अक्षरातल्या त्या कविता, डेनिजनं लिहिलेल्या गोष्टी आणि बिजोर्नसाठी असलेल्या ड्रॉवरमधली ती फोटोंची सीडी आठवते. ते सगळं आगीत खाक झालं असणार. ते सारं पाहिलं आणि वाचलं असल्याचं ओझं तिच्या मनावर येतं. ते ओझं आता तिनं तिच्या मुलाबरोबर वाटून घेतलं पाहिजे, नाहीतर ते पेलणं अशक्य होईल.

''मी तुला एक सांगणं आवश्यक आहे. तुझ्या डेस्कवर पडलेल्या वह्या मी चाळल्या. माफ कर. पण तुला माहीत आहे की, तू लहान असतानासुद्धा मी असं काही केलेलं नाही. तुझ्या खाजगी गोष्टींना हात न लावण्याची दक्षता तेव्हाही मी घेतली. पण त्या दिवशी मी बेट सोडून जाण्याआधी तुझ्या खोलीवरून जाताना खोलीचा दरवाजा सताड उघडा दिसला. मी आत गेले. खरं तर मला तुझ्याजवळचं व्हायचं होतं, तुला अधिक समजून घ्यायचं होतं. तुझ्या डेस्कवरच्या वह्या मी चाळल्या आणि तू लिहिलेल्या काही ओळी मी वाचल्या. त्यात त्या म्हाताऱ्या कवीच्या कविता आणि काही लिखाणही होतं. मग तुझ्या ड्रॉवरमध्ये काय आहे याबद्दल मला जिज्ञासा वाटली. म्हणतात ना तसा सैतानानं माझा ताबा घेतला असावा; तशाच प्रकारची ऊर्मी होती ती. मी सीडीवरचे फोटो पाहिले जे तू बिजोर्न मोठा झाल्यावर त्याला दाखवणार होतास. ते चार फोटो म्हणजे फक्त तुझ्याच नाही तर आपल्या सगळ्यांच्या, सगळ्या मानवजातीच्या दुर्दैव आणि यातनांचं प्रतीक होतं.''

एक अस्वस्थ शांतता पसरली.

''ते सगळे जळाले आणि ते बरं झालं,'' डेनिज म्हणाला, ''त्या

लिखाणाचं त्या फोटोंचं ओझं मनावर असताना एकही पाऊल टाकता येत नव्हतं. ते सगळे काढून टाकल्याशिवाय, नष्ट केल्याशिवाय पुन्हा नव्यानं कशालाही सुरुवात करता येणं शक्य नव्हतं. आग लावणाऱ्यानं माझ्या स्मृतीलाही आग लावली असती तर! आता विचार करतो तेव्हा वाटतं, बिजोर्नला हे रक्ताळलेलं ओझं देण्याचा मला काहीही अधिकार नाही. ते सगळं जळून गेलं ही किती चांगली गोष्ट झाली.''

तो 'एक पाऊल टाकणं' म्हणाला. तो 'सुरुवात करणं' म्हणाला... तिच्या मनातला अप्पलपोटा आनंद, उत्साह आणि उसळणारी आशा आवाजात उतरू नये म्हणून एलिफ गप्प राहिली. एक क्षण ते त्या विशाल बिछान्यावर छोटीशी जागा व्यापणाऱ्या मुलाकडे पाहतात. तो इतका छोटा, इतका कोवळा, असहाय्य दिसतो आहे की दोघांचंही अंतःकरण हेलावतं. त्याला झाकावं आणि त्या छोट्या जीवाला जगातल्या सगळ्या दुष्ट गोष्टींपासून वाचवावं अशी प्रबळ इच्छा त्यांच्या मनाचा ताबा घेते. त्याक्षणी, नकळत, डेनिज आणि एलिफ एकाच फोटोचा विचार करत आहेत. काटेरी तारेमागे, आपल्या लहानग्याला छातीशी कवटाळून वाचवण्याचा प्रयत्न करणाऱ्या, डोक्यावर काळी गोणी चढवलेल्या, जखमी, बंदीवान वडलांची प्रतिमा त्यांच्या डोळ्यांत आणि हृदयात घर करते.

''आई, या माणसांच्या जगात मला करता येण्यासारखं काही आहे असं तुला वाटतं का? मला बिजोर्नला मोठं करायचं आहे. शिकवायचं आहे. त्याची जबाबदारी आहे माझ्यावर.''

एलिफ म्हणणार होती, 'आपण सगळे मिळून त्याला वाढवू या, शिकवू या. आपण सगळेच त्याची जबाबदारी घेऊ...' पण तिनं स्वतःला थांबवलं. तिला भीती वाटते की त्यामुळे डेनिज दुखावेल आणि त्याला कमी लेखलं जाईल.

''तू करू शकशील अशा गोष्टी अर्थातच आहेत. तुझी कौशल्यं आणि गुण वापरून तू काहीही करू शकतोस. फक्त तुझी इच्छा पाहिजे.''

''आजच्या प्रवासात मी काय कामाचा आहे याचा विचार करत होतो. दुसरं काही नाही तरी मी खाद्यपदार्थ आणि टेबल सजावटीचे फोटो घेऊ शकतो. अशी काही नोकरी असेल? अत्याचार आणि हिंसा यांचे फोटो घेण्याऐवजी खाद्यपदार्थ आणि सजवलेली टेबलं यांचं फोटो घेणं खूप चांगलं असेल.''

"माझ्या एका मैत्रिणीचा मुलगा ते काम करतो. तिच्याकडून मी ऐकलं की तसे फोटो काढणं ही आता फोटोग्राफीची प्रस्थापित शाखा आहे. त्याचे पैसेही चांगले मिळतात."

"हो, अर्थातच मला पैसे मिळवायलाच हवेत."

त्याच्या आवाजातली शरणागती, पराभव स्वीकारणं आणि नित्यक्रमाला मान तुकवणं तिला सहन होत नाही. कशा प्रकारची बाई आहे मी? माझा मुलगा सर्वसामान्य जीवनक्रमाकडे परतण्याचं आणि पोटापुरतं कमावणारा बाप होण्याचं ठरवतो आहे तर मला त्रास होतो आहे.

"काळजी करू नकोस. सगळं काही आपोआप नीट होईल," ती म्हणते "आसरा घेण्यासाठी ठिकाणच शिल्लक नाही असं तू म्हणाला होतास ते खरं होतं. अशी जागा जगात कुठेच शिल्लक नसली तरी माणसाला स्वत:च्याच खोलवर आत, गुप्त भागात आसरा घेणं शक्य आहे. जेव्हा तेही शक्य नसेल तेव्हा माणसांचं जग शेवटाला पोहोचलं असेल. कदाचित माणसाचा शेवटचा आसरा त्याचं स्वत:चं हृदय, त्याची स्वत:ची भूमी असेल. आपण घरी जाऊ या, मन्या. मला पण घराची आठवण येते आहे. कितीही दूरवर असली तरी मांजरं परत त्यांच्या घरी जायला धडपडतात. जर ती रस्त्यातच आटोपली नाहीत, तर मांजरं आज ना उद्या घरी परततात."

हॉस्पिटलच्या बागेच्या नजरेस न पडणाऱ्या कोपऱ्यातल्या बाकावर तो आडवा झाला आहे. आजपर्यंत कधीच माहीत नव्हता असा, शिसं भरल्यासारखा जडपणा डोक्यात, उलटी होईल असं वाटणारा दु:सह अस्वस्थपणा पोटात, आणि पापण्यांवर जणू दगड ठेवल्याची भावना जाणवत आहे. ॲम्ब्युलन्सचे आणि पोलीस गाड्यांचे व्यत्यय आणणारे सायरन त्याला ऐकू येतात. तो इथे कधी आणि कसा आला ते त्याला माहीत नाही. तो कुठे आहे तेही त्याला उमगत नाही आहे. कदाचित त्याला गोळी मारली आहे आणि तो कपारीत पडला आहे. असं वाटतं आहे की, त्याला डोक्यात, पोटात आणि डोळ्यात गोळ्या मारल्या आहेत. तो उठण्याचा, स्वत:च्या पायांवर उभं राहण्याचा प्रयत्न करतो. त्याचं डोकं गरगरतं आहे, त्याला उमासे येत आहेत आणि गुदमरल्यासारखं वाटत आहे. नंतर त्याला थोडं बरं वाटतं. अल्कोहोलचा वास नाकात जाऊन त्याला थोडी हुशारी येते. त्या अर्धवट

उजेडात तो आजूबाजूला बघतो. तो हॉस्पिटलची बिल्डिंग ओळखतो. पांढऱ्या किंवा हिरव्या गाऊनमधले डॉक्टर आणि नर्स त्यांची रात्रपाळी संपवून बाहेर पडताना दिसतात. आता कुठे महमूद भानावर येतो. 'हे मी काय केलं!'

खरंखुरं झिंगेपर्यंत दारू पिण्याचा त्याचा हा पहिला अनुभव. असं म्हणतात की, प्रत्येक तरुणाचं असं होतं. आमचं नाही असं होत. आमच्या भागात, शहरात किंवा पर्वतात कुठेच माणसं दारू पीत नाहीत. विशेषत: आता, आमच्या राज्यात! महमूद, तुला शक्य तेवढा त्रास व्हायलाच पाहिजे. तू एकदम च्युतिया आहेस. टॅक्सीतून मध्येच उतरून उपनगरातल्या दारू पुरवणाऱ्या पहिल्याच हॉटेलमध्ये जाणं हे काही शहाणपणाचं होतं का? तुला वाटलं की तू माणसांना हुकवशील. तुझा मागोवा पुसशील आणि हॉस्पिटल सापडणं त्यांना जास्त कठीण जाईल. तुला वाटलं, त्यामुळे तू झिललला वाचवशील. महमूद तू महामूर्ख आहेस. तू एक *काश* आहेस. *काश*! तू पूर्णपणे बिनडोक आहेस! हॉस्पिटलच्या रस्त्यावरची बीअर विकणारी दुकानं, नेटक्या खाद्यविक्री सेंटरसारखे दिसणारे गुत्ते तू काही प्रथम पाहत नव्हतास. त्यांच्यासमोरून तू किती वेळा गेला आहेस? किती वेळा तू कुतूहलानं त्यांच्याकडे पाहिलं आहेस? म्हणजे आत जाण्याचा तू आधीच विचार केला होतास. का असा मूर्खासारखा टॅक्सीतून उतरून गुत्त्यात गेलास?

तो स्वत:शी, आयुष्याशी, गुत्त्याशी, पर्वतांशी, पठारांशी, दैवाशी, प्रत्येकाशी आणि प्रत्येक गोष्टीशी एक हिंसक प्रतिज्ञा करतो. '*निझानिम सी जी दिया बिकिम!*' डॅम!

त्याला दारू हवी होती का? प्यावी असं वाटण्यासाठी त्याला दारूबद्दल काहीच माहिती नव्हती. त्याला फक्त थोडासा ताण कमी करायचा होता. झिललला हॉस्पिटलमधून पळवून नेऊन घरी आणायचं हे त्याला सुरुवातीला वाटलं होतं तितकं सोपं नव्हतं. सतत वैतागलेल्या त्या शेजारच्या पेशंटला आणि हॉस्पिटलच्या कर्मचाऱ्यांना टाळून, कॉरिडॉरमधल्या डॉक्टर आणि नर्सना तसंच दाराजवळच्या सुरक्षासेवकांना हुकवून बाहेर यायला हवं. टॅक्सी मिळवून त्यात बसायला झिललला मदत करायला हवी. या काळात झिलल तरतरीतपणे हालचाल करू शकणारी, थोडं तरी चालू शकणारी असायला हवी. समजा आपण अगदी टॅक्सीत बसलो तरीही तात्पुरता निवारा मिळालेल्या घराकडे तिला थेट घेऊन जाणं अविचारी ठरेल. गाडीतून त्यांना आधी उतरलं पाहिजे, ते कुठे राहतात ते ड्रायव्हरला कळता कामा नये. त्यानंतर तो झिललला

उचलून नेईल. ती पिसासारखी हलकी आहे. तिच्या वजनाचं त्याला काय ओझं होणार?

या सगळ्याचा विचार करून त्याला आणखीनच ताण आला होता आणि तो त्याला कमी करायचा होता, नीट विचार करायचा होता आणि स्वत:ची शक्ती परत मिळवायची होती. शिवाय जर का ते माझा पाठलाग करत असले तर बसून पिताना मी त्यांना लक्ष वेधून न घेता पाहू शकेन.

अगदी टोकाच्या टेबलजवळ मटकन बसत त्यानं 'बीअर' असं ओरडून वेटरला सांगितलं. हे पेय त्याच्या त्यातल्या त्यात ओळखीचं होतं आणि त्यात सगळ्यात कमी अल्कोहोल होता. ते सर्वांत जास्त निरुपद्रवी होतं. दुसऱ्या बीअरनंतर वेटरनं विचारलं होतं, 'त्याबरोबर एक डबल वोडका देऊ का?' तो हो म्हणाला होता, ते त्याचं वागणं सहज वाटावं म्हणून आणि वेटरला रिकामं परत पाठवू नये म्हणून. शिवाय त्यामुळे त्याला जास्त वेळ बसताही आलं. त्याला किंचित झिंग आल्यावर मजा वाटली होती, आणि ताण कमी झाल्यामुळे बरंही वाटलं होतं; या राक्षसी पेयाकडे माणसं वळण्याचं कारण उघड आहे. त्या ठिकाणाहून तो केव्हा निघाला ते त्याला आठवत नाही आहे आणि तो हॉस्पिटलशी कसा पोहोचला आणि बागेच्या प्रवेशद्वारातून कसा आत आला? तो हॉस्पिटलच्या अपघात आणि तातडीच्या सेवेकडे गेला होता आणि त्याच्या अवतारावरून तो आजारी आहे असं वाटून त्यांनी त्याला तातडीच्या सेवेकडे जाणारा दरवाजा दाखवला होता. काही काळ तो कॉरिडॉरमध्ये खाली – वर भटकला होता, कदाचित तो झिललच्या वॉर्डकडे जाणारा जिना शोधत होता. पण त्याला तो जिना सापडला नव्हता. अचानक त्याला खूप बरं नाहीसं झालं आणि त्यानं बागेकडे धाव घेतली – कुठल्या रस्त्यानं ते त्याला आठवत नाही.

तो आता हळूहळू भानावर येत होता. त्याची कानाशिलं उडत होती. घामानं त्याचा शर्ट त्याच्या शरीराला चिकटला होता, आणि त्याच्या अंगाला घाणेरडा वास येत होता. स्वत:च्याच वासाची त्याला शिसारी आली. त्याच्या जागेवरून त्याला दिसत नसलं तरीही हॉस्पिटलच्या प्रवेशद्वाराशी काहीतरी गडबड गोंधळ चालल्याचं त्याच्या लक्षात येतं. मुख्य प्रवेशद्वारातून जाणाऱ्या पोलिसांच्या गाडीचा उघडझाप होणारा पिवळा दिवा ॲम्ब्युलन्सच्या सायरनशी एकरूप होतो. काय झालं आहे? कोण जाणे! थोड्या वेळापूर्वी प्रार्थनेसाठी पुकारा झाला होता. म्हणजे जवळजवळ सहा वाजले असणार. मला उशीर

झाला आहे. झिललसाठी मला उशीर झाला आहे! आता सगळेच जागे असतील. हॉस्पिटलमधून मी तिला कसं बाहेर आणणार? इतकी गडबड आणि इतके पोलीस दाराशी असताना मी तिला कसा पळवून नेऊ शकणार?

त्याला त्याचा चेहरा धुवायचा आहे आणि डोकं गार पाण्याखाली धरायचं आहे. पर्वतात जेव्हा तो आणि झिलल सकाळी जागे व्हायचे तेव्हा झऱ्याकडे धाव घ्यायचे. झुडपात लपलेल्या, दगड आणि झाडं यांच्यामधून वाहणाऱ्या गार पाण्यानं ते स्वत:ला स्वच्छ करायचे. ती ओंजळीत पाणी घेऊन ते एखाद्या गोड वासाच्या पानात किंवा फळात घालून प्यायची. ते पाणी त्या खडकातून वाहतं ते फक्त त्यांच्यासाठी असं त्यांना वाटायचं.

'मला हा भाग चांगला माहीत आहे. हा झरा आधी इथे नव्हता. या दगडातून पाणी पाझरत आहे ते आपल्यासाठी, आपली तहान भागवण्यासाठी, आपल्या प्रेमाला आशीर्वाद देण्यासाठी आणि आपली पापं धुऊन आपल्याला शुद्ध करण्यासाठी,' महमूद म्हणायचा. तो स्वत:ला फरहाद हा शूरवीर प्रेमी समजायचा. प्रत्येक गोष्टीला आपल्या ठिकाणी सर्वांत जास्त मोल असतं असं म्हणतात. पर्वतात मी मझ्नूमही होतो आणि फरहादही होतो. मी रुस्तम झालही होतो. पर्वतात मी सभ्य, बळकट आणि हिरो होतो. इथे मी कोण आणि काय आहे? इथे मी झिंगलेला उंदीर आहे का स्वत:ला किंवा स्वत:च्या प्रेयसीला वाचवायची शक्ती नसलेला निर्वासित आहे? एक दुर्दैवी महमूद ज्याचा एकमेव आधार, एकुलती एक आशा म्हणजे एक विचित्र लेखक आहे, ज्याच्याबद्दल तो कोण आहे, काय आहे, कुठे आहे आणि तो परत येईल का याचीही आपल्याला काहीच माहिती नाही. महमूद, जो आपल्या प्रियेला वाचवण्यासाठी जात असताना दोन बीअर आणि तीन वोडकांमध्ये हरवून गेला.

एके दिवशी तो झिललला भेटायला गेला होता तेव्हा एखाद्या जाळ्यासारख्या असलेल्या हॉस्पिटलच्या कॉरिडॉरमध्ये हरवला होता आणि दोन मजले जमिनीखाली असलेल्या गराज किंवा डेपोमध्ये पोहोचला होता. थोड्या पायऱ्या चढून गेल्या की एक दार बागेत उघडतं हे त्याला आठवत होतं. त्या दाराशेजारी लगेचच बागेला पाणी घालण्यासाठी एक नळ आणि एक नळी होती. मला ती जागा मिळायलाच हवी. मला नीट तोंड धुतलं पाहिजे, पाणी प्यायलं पाहिजे आणि थंडावा मिळवला पाहिजे. त्याचं अंग जणू जळतं आहे. मला ताप आला आहे. बरं वाटत नाही आहे. तो स्वत:ची नाडी तपासतो.

हो, मला बराच ताप आहे. त्याला त्याचे मेडिकल कॉलजेमधले दिवस आठवतात. आत्तापर्यंत मी या हॉस्पिटलच्या नवीन डॉक्टरांपैकी एक होऊन पांढऱ्या कोटात मिरवत, लोकांच्या तक्रारी बऱ्या करत आणि दुखणं निवारत असतो. तो पाण्याखाली ओंजळ धरतो आणि गटागटा पाणी पितो. रात्रीचा गारवा शोषून घेतलेलं पाणी त्याचं हृदय आणि त्याचा मेंदू या दोन्हीसाठी चांगलं आहे. तो शर्ट काढून त्याचा गळा आणि त्याचे पूर्ण हातही धुतो. त्याला जरा बरं वाटतं.

आता तो झिललच्या खोलीकडे जाऊ शकतो. जे काही घडलं असेल त्यामुळे मुख्य दरवाजाशी गोंधळ माजला आहे. तिथून आत जाणं शक्य नाही. भेटीच्या वेळेपूर्वी ते कोणालाही आत सोडणार नाहीत. डेपोजवळच्या दरवाजाजवळ जाऊन पाह्यला पाहिजे. त्या अरुंद काळोख्या पायऱ्या तो उतरतो. दरवाजा उघडा आहे. तिथे कोणीही नाही. तो टोकाकडचा सी३ विभाग शोधेल. जर ते नाहीच जमलं तर तो झिललच्या आवडत्या नर्स एलेमला शोधेल; आणि तिला विचारेल. आणखी उशीर होण्याआधी त्याला झिललपर्यंत पोहोचलं पाहिजे. आधीच मला खूप उशीर झाला आहे. जर एखाद्या घाणरेड्या, पक्क्या दारुड्यासारखा मी झिंगलो नसतो तर आत्ता ती आणि मी कदाचित इथून दूर जाणाऱ्या टॅक्सीत एकत्र असतो. तो दारातून आत जातो. त्या अर्धवट उजेडात तो समोरच्या मोठ्या कॉरिडॉरकडे जातो. समोर आलेल्या पहिल्या पायऱ्या तो चढू लागतो. दोन मजले चढून गेल्यावर मी तळमजल्यावर पोहोचायला पाहिजे. मला लिफ्ट सापडली की पुढे सगळं सोपं आहे.

तो काचेच्या दारांमधून, अंधाऱ्या कॉरिडॉरमधून, इतर दारांतून, आणखी काही कॉरिडॉरमधून जातो. तो काही पायऱ्या चढतो उतरतो. झिललला अतिदक्षता विभागातून काढून खोलीत आणलं होतं, तेव्हाही असंच झालं होतं. तो तिची खोली शोधत वॉर्डमधून फिरताना पहिल्यांदा रस्ता चुकला होता. त्यावेळी आपण एका दुःस्वप्नात असून किंचाळत जागं होऊ असं त्याला वाटलं होतं. हॉस्पिटल म्हणजे एक प्रचंड जाळं होतं.

आपण प्रवेश करण्याच्या ठिकाणी पोहोचू असं त्याला वाटत असताना तो सी-३ विभागाच्या समोर आहे हे त्याच्या लक्षात आलं. इथे सर्वत्र लखलखीत उजेड होता. पहाट तर केव्हाच होऊन गेली होती आणि तरीही त्यांनी सगळीकडे दिवे लावले होते. कॉरिडॉरमध्ये विलक्षण शांतता होती. झिललच्या खोलीसमोर गणवेशातली काही माणसं नोंदी करत होती. तेव्हा

महमूदला कळून चुकलं. झिंगलेल्या अवस्थेत त्यानं जे ऐकलं, पाहिलं होतं ते भानावर येताना त्याला आठवलं. आपण खाली कोसळू नये म्हणून तो भिंतीला टेकून उभा राहिला. मला हे कसं सुचलं नाही? ते माझ्याआधी येऊन त्यांचं काम करतील, याचा विचार मी आधीच कसा केला नाही! तो माणूस म्हणाला होता 'मुलगी आमच्या हातात आहे.' तेव्हा त्याचा या म्हणण्यावर विश्वास बसला नाही. त्याला वाटलं, तो माणूस थापा मारतो आहे. तो माणूस जर का कबुलीजबाब दिलेला झिललचा भाऊ असेल तर स्वत:च्या बहिणीला मारायला त्याचं मन धजावणार नाही, असं आपल्याला वाटलं होतं.

तो झिललच्या खोलीकडे गेला. तो दरवाजाजवळ पोहोचण्याआधीच कॉरिडॉरमधल्या माणसांनी त्याला थांबवलं.

''माझी नातेवाईक इथे आहे'', तो म्हणाला.

''कुठली नातेवाईक? तुझं ओळखपत्र दाखव.'' तो ते दाखवतो. ''ती माझी पत्नी आहे'', तो म्हणतो, ''तिचं नाव झिलल. तिचं ऑपरेशन झालं आहे. ती काल या खोलीत होती.''

त्याची कीव करावी का त्याला पकडून घेऊन जावं ते न कळल्यामुळे तो माणूस क्षणभर घुटमळला.

या क्षणी त्याला कसलीही पर्वा नाही. ते हवं तर मला गोळी घालू देत, मारू देत किंवा पकडू देत! तो खोलीच्या दिशेला वाकला. खोली पूर्णपणे रिकामी होती. तिथे झिललची कॉटही नव्हती; ना त्या वयस्क स्त्रीची. जमीन जंतुनाशकानं धुतली असल्याचं स्पष्टपणे जाणवत होते. लायझॉलचा उग्र वास येत होता.

''या दरवाजासमोरच्या बिछान्यात ती होती,'' तो हलकेच म्हणाला, ''काल संध्याकाळी मी तिला भेटलो. ती बरी होती. तिला लवकरच डिस्चार्ज देणार होते.''

''तुझं तिच्याशी काय नातं होतं म्हणालास?''

''ती माझी बायको, माझ्या न जन्मलेल्या मुलाची आई आहे. माझी झिलल आहे.''

''अच्छा,तर मग तू आमच्याबरोबर डॉक्टरांच्या खोलीत चल. तिथे आमचे मुख्य साहेब आहेत.''

''तिला काय झालं आहे? झिललला कोणी काही केलं का? तिची जखम पुन्हा उघडली का?''

''नाही, तसं काही नाही. काही नाही. आमच्याबरोबर ये.''

ते दरवाजे, कॉरिडॉर आणि जिन्यांवरून गेले. एका ऑफिसरनं त्याचा हात हळुवारपणं धरला आहे. तो पडू नये, अडखळू नये म्हणून, का पळून जाऊ नये म्हणून हे त्याला ठरवता येत नाही. तो कोणताही प्रतिकार न करता मुकाट्याने त्यांच्या बाजूने चालत आहे. ते त्याला घेऊन गेले आणि त्यांनी कैदेत टाकलं तरी त्याला पर्वा नाही. आता प्रतिकार करण्याची किंवा पळून जाण्याची गरजच नाही.आता जिला वाचवायचं ती झिललच नाही,जगावं असं आयुष्यच नाही,जन्म घेणारी मुलंच नसतील, कुठल्याच समुद्राजवळ जायचं नाही, मग पळून जाण्याची किंवा धडपड करण्याची गरजच काय?

त्याला नेलं गेलेल्या खोलीत तो तरुण डॉक्टर दिसल्यावर त्याच्यात चैतन्य आलं.

''साहेब, जिथे गुन्हा घडला, त्या खोलीच्या दाराशी हा आला होता. आम्ही त्याचं ओळखपत्र तपासलं. त्याच्या जवळ असलेल्या ओळखपत्रावर महमूद बोझलाक असं नाव आहे. तो म्हणतो की झिलल नावाची ती स्त्री त्याची बायको आहे.''

''सकाळच्या वेळी तू इथे काय करतो आहेस? ही भेटायची वेळ नाही,'' 'साहेब' असं ज्याला म्हटलं जात होतं तो माणूस म्हणाला.

''मी नेहमीच रात्री बागेत थांबतो. काल रात्री मला बाहेर झोप लागली. दिवस उजाडताना मला आवाज ऐकू आले आणि काळजी वाटली.''

''काळजीचं कारण नाही,'' तो तरुण डॉक्टर म्हणाला, ''तुझा पेशंट छान आहे.'' मग तो मुख्य अधिकाऱ्याकडे वळला. ''मी ओळखतो याला. तो खरंच पेशंटचा नवरा आहे. तिला हॉस्पिटलमध्ये दाखल केल्यापासून तो इथे आहे. पेशंटची जबाबदारी सुप्रसिद्ध लेखक ओमर एरेन यांच्याकडे आहे. कदाचित तुम्ही त्यांना ओळखत असाल.''

''खाली बस'', हुकूम सोडण्याची सवय असलेल्या करड्या आवाजात अधिकारी म्हणाले. ''तुझा पेशंट बरा आहे, पण तिला धक्का बसला आहे. तिला बोलता येत नाही आहे. त्यामुळे आम्हांला तिच्याकडून जबाब घेता येत नाही. कदाचित तुझी मदत होऊ शकेल. तुम्हांला कोणी प्रतिस्पर्धी किंवा वैरी आहेत का? खोलीतली ती वयस्क आजारी स्त्री मारली गेली. पण माझ्या मते, खरा निशाणा तिच्यावर नव्हता.''

''आम्हांला कोणीच प्रतिस्पर्धी किंवा वैरी नाहीत'', महमूद ठामपणे

म्हणाला. तो गप्प झाला. डॉक्टरांकडे वळून त्यानं विचारलं, ''मी तिला भेटू शकतो का?''

''आम्ही तिची खोली बदलली आहे. ती नेमकी कुठल्या खोलीत आहे हे सध्या कोणाला न कळलेलंच बरं. अगदी तुलासुद्धा. काळजी करू नकोस. ती खरंच व्यवस्थित आहे. फक्त खूप घाबरली आहे, आणि तिला धक्का बसला आहे. आम्ही तिला गुंगीचं औषध देणार आहोत ज्यामुळे ती सुधारेल. शिवाय, आत्ता ती झोपलेली आहे.''

''कृपा करून मला इथे या दरवाजाशी थांबू दे. म्हणजे ती भानावर आली की मी तिला बघू शकेन. मी कुठेही जायच्या परिस्थितीत नाही. मला वाटतं, मला ताप आला आहे. मला खूपच कसंतरी होतं आहे.''

तो स्वतःही वैद्यकीय महाविद्यालयात शिकला आहे असं त्या डॉक्टरना सांगावंसं त्याला वाटलं. पण त्यानं स्वतःला आवरलं. जर या गोळीबाराच्या घटनेचा त्यांनी आणखी शोध घ्यायचं ठरवलं तर आपण गरीब बिचारा बळी, दुःखी कष्टी, अडाणी, जखमी खेडूत समजलं गेलो तर बरं...

''माझ्याबराबेर ये,'' तो तरुण डॉक्टर म्हणाला, ''तुझी अवस्था खरंच फार वाईट दिसते आहे. मी तुला काहीतरी औषध देतो. सर, आम्ही जाऊ शकतो का?''

''अर्थातच. जा ना, हिप्पोक्रॅटिकच्या शपथेनुसार पेशंटची काळजी घ्यायला हवी. आम्ही एक औपचारिक अहवाल बनवतो. तुम्ही या माणसाला ओळखता त्यामुळे आम्हांला काही याची गरज नाही.''

ते शेजारच्या औषधं आणि साधनांच्या साठ्याच्या खोलीत गेले.

''आमच्या तरुण पेशंटची - तिचं नाव झिलल आहे, नाही का? - इच्छा आहे की, मी तुला एक सांकेतिक संदेश पोहोचवावा. संदेश असा 'तो मसूद *अबी* होता. महमूदनं पळून जायलाच हवं.''

विशेषतः 'सांकेतिक' हा शब्द म्हणताना त्याचा आवाज चेष्टेखोर आहे; पण त्याचं वागणं मात्र मित्र आणि साथीदारासारखं आहे.

''मी तिला हॉस्पिटलमधून घेऊन जाऊ का?'' महमूदनं विचारलं.

''तुला तिला बाहेर नेता येणार नाही. अजून ती पुरेशी बरी नाही आणि आता ती इथे सुरक्षितही आहे. आम्ही खूप दक्षता घेतली आहे. हॉस्पिटलला आपलं नाव वाईट व्हायला नको आहे. बिचारी ती वयस्कर बाई! मुलीऐवजी त्यांनी तिला मारलं. कोण आहे हा मसूद?''

''तिचा भाऊ... हे तुम्ही तुमच्याशीच ठेवाल ना?''

''अर्थातच.''

''हा इज्जतीच्या नावाखाली केलेला खून असणार. मी झिललला भेटलो तेव्हा या इज्जतीच्या नीतिनियमांपासून ती पळून जात होती. मग आम्ही बरोबर पळालो. इथे आम्ही सुरक्षित आहोत असं आम्हांला वाटलं. म्हणजे त्यांनी आम्हांला शोधून काढलं आहे. बिचारी ती वयस्कर स्त्री-किती वाईट अंत! किती भयंकर नशीब! झिललच्या जागी ती मेली.''

''ती मेली आणि नर्स एलेम जखमी झाली. ती माझी वाग्दत्त वधू आहे. हिंसा सगळीकडेच आहे आणि ती नेहमी निष्पाप लोकांवरच वार करते. या गोळ्या लगेच घे. तुला ताप आला आहे. निःसंशय तू आजारी आहेस. जा आणि ऑफिसरच्या प्रश्नांची उत्तरं दे. तो आत वाट पाहतो आहे. तुझ्याकडे असला तर त्यांना व्यवस्थित पोस्टाचा पत्ता दे आणि तुला काही दिवस विश्रांती घेता येईल अशी सुरक्षित जागा शोध.''

''थँक्स, एक सांगू. मी पण वैद्यकीय शिक्षण घेतलं आहे. फार काळ नाही. फक्त तीन टर्म्स. नंतर मला सोडायला लागलं. एक विनंती करायची आहे. जर काही बिनसलं तर झिललला ओमर एरेनकडे पाठवा. तसंही तुम्ही म्हणालात त्याप्रमाणे, रजिस्टरमध्ये तिची जबाबदारी त्यांच्यावर आहे. आमची परिस्थिती सरळ आहे. थोडक्यात, मी आणि झिलल बस स्टेशनवर थांबलो असताना तिथे गोळीबार झाला आणि एक चुकार गोळी तिला लागली. त्यावेळी तिथे असलेल्या लेखकांना आमची दया आली आणि त्यांनी आम्हांला मदत केली. निव्वळ दयाळूपणामुळे त्यांनी तिला इथे आणून हॉस्पिटलमध्ये ठेवले. आत्ता आम्ही विलक्षण गोंधळाच्या परिस्थितीत आहोत. आम्ही फक्त ओमर एरेनवर विश्वास टाकू शकतो. आत्ता ते शहरात नाहीत, पण लवकरच परत येतील. मी तुम्हांला त्यांचा नंबर देतो.''

''ठीक आहे. मग हे ठरलं. आपल्यात असं संभाषण झालंच नाही. कोणालाच याबद्दल सांगू नकोस. आहे हेच सगळं खूप कठीण आहे.'' ते खोलीबाहेर पडणार एवढ्यात डॉक्टर थांबला आणि त्यानं स्वतःचा हात पुढे केला. ''तू कोण किंवा काय आहेस हे मला माहीत नाही. त्या मुलीच्या निरागसतेनं माझ्यावर परिणाम केला. तिनं माझ्यावर असहाय्य, निष्पाप विश्वास टाकला. कधीकधी मला वाटतं, निरागसता हे सगळ्यात प्रभावी शस्त्र आहे.''

त्या उद्ध्वस्त पुलाच्या पडझड होणाऱ्या आधारांच्या समोरून जाताना ड्रायव्हर ओरडला, 'झाप पूल!'

म्हणजे येताना होता तोच हा ड्रायव्हर होता तर. त्यानं मला ओळखलं आणि या जुन्या पुलात रस असणाऱ्या अनोळखी इसमाला त्याच्या पद्धतीनं त्यानं अभिवादन कलं. कित्येक वर्षांपूर्वी जो पूल बांधण्यासाठी त्यांनी दगड वाहिले होते, वाळू मिसळली होती, लोकगीतं आणि परेडची गीतं गायली होती आणि क्रांतिकारी सहकार्य, लोकांचा बंधुभाव यांवर रात्रभर वाद घातले होते. काही झालं तरी आमचा पूल इथे नव्हताच. ड्रायव्हरला बरं वाटावं म्हणून तो मोठ्या आवाजात 'थँक्स' असं ओरडला. बसमधल्या प्रवाशांना हे काय चालले आहे हे समजले नाही आणि त्यांना त्यात रसही नव्हता.

'बंधुत्वाचा पूल' पाडलाच आहे म्हटल्यावर तो इथे होता का तीस / चाळीस किलोमीटर आधीच होता याला काय महत्त्व आहे? पण तरीही त्या तरुण ड्रायव्हरला आठवण होती यामुळे त्याला बरं वाटलं. विस्मृतीच्या रानटी आक्रमकपणावर मिळवलेला एक छोटा विजय. अेअर कंडिशनिंग बिघडलेल्या त्या गरम, कोंदट बसच्या खिडकीवर त्यानं त्याचं डोकं टेकवलं. त्या ओबडधोबड रस्त्यावरून हळूहळू पुढे जाणाऱ्या बसच्या पुढच्या सीटवरून बाहेरचं दृश्य बघण्याऐवजी, डोळे मिटून घेऊन तो स्वत:च्या आत बघत होता. फक्त काही आठवड्यांपूर्वी - का महिना झाला? - इकडे येत असताना तो बघत असलेला प्रत्येक तपशील न हुकता मनात उतरावा म्हणून प्रयत्न करत होता. जमिनीचा पिवळट करडा रंग, अंगावर येणारे खडकाळ उतार, हिमशिखरांचे सौंदर्य, नदीची वळणं, निर्जन झालेल्या वस्त्या आणि झोपड्या, हिरव्या गवतात फुलणारी पिवळी डेजीची आणि पॉपीची फुलं, रस्ताभर सुरुंग हुडकणारे सैनिक, उग्र खिंडी, सैन्याच्या तटबंद्या, रस्त्याच्या फाट्यांवर बस थांबवून आत येणारी आणि ओळखपत्र तपासणारी माणसं, थकलेले प्रवासी, जिथे ते थांबत ती छोटी गलिच्छ हॉटेल, एखाद्या कोरड्या उतारावर, खडकांच्यामध्ये उमलणारं जंगली फूल, खडकांवरून उड्या मारत चढ चढणारे हडकुळे बकरे, मावळत्या सूर्यानं लाल रंगात रंगवलेल्या कपारी. प्रत्येक गोष्ट तो त्याच्या हृदयात आणि स्मृतीत कोरण्याचा, तिचा ठसा उमटवण्याचा प्रयत्न करत होता.

आता त्याला काहीही बघायचं नाही की समजून घ्यायचं नाही. त्याला फक्त आठवायचं आहे. लगेचच नाही, स्मृतींना उतार पडण्यासाठीसुद्धा काळ

लोटण्याची गरज असते. पण त्याला त्याच्या उर्वरित - जितकं असेल तितक्या - आयुष्यात थोडं थोडं करत आठवत राहायचं आहे. त्याला या स्मृती त्याच्या व्यक्तित्वाचा एक महत्त्वाचा भाग बनवायच्या आहेत. प्रत्येक गोष्ट, इतकी ताजी, इतकी नुकतीच घडलेली, इतकी तीव्र आहे की इतक्यात तिला स्मृती म्हणता येणार नाही. तो फक्त समजून घेण्याचा, मान्य करण्याचा आणि पचवण्याचा प्रयत्न करीत आहे.

मी ज्या बसनं आलो त्याच बसनं परत जात आहे. हा योगायोग आहे, दैव आहे का कुठल्या तरी प्रकारे वैशिष्ट्यपूर्ण आहे? ज्या ठिकाणी फक्त दोन ट्रॅवल एजन्सी आहेत, तिथे या गोष्टीवर विचार करण्यासारखं काही नाही. पण तरीही मला ही गोष्ट डाचत आहे. आम्ही जातोही आहोत त्याच रस्त्यावरून. पण इथे दुसरा रस्ताच नाही आहे. डोंगरही तेच आहेत. नद्या, दऱ्या आणि कडेही तेच आहेत. आम्ही आलो त्या वेळेपेक्षा जास्त वेळा थांबवलो गेलो. आमची जास्त संशयाने, जास्त धसमुसळेपणाने तपासणी होत आहे. एका बाजूला दरी असलेल्या डोंगरी रस्त्यावरून सीमेकडे जाणाऱ्या सैनिकी वाहनांच्या, रणगाड्यांच्या आणि सशस्त्र सैनिकांच्या मागून जात आहोत, त्यांना मार्ग देण्यासाठी वेळोवेळी थांबवले जात आहोत, वाळूची पोती, काटेरी तारा आणि बंदुका याचा जोरदार आधार असलेल्या तपासणी नाक्यांशी गती कमी करत आहोत.

येताना मी आलो त्याच रस्त्यांवरून परत जात आहे. जिथून सुरुवात केली तिथेच पोहोचून एक वर्तुळ पूर्ण करत. जिथे पोहोचल्यावर वर्तुळ पूर्ण होईल त्या जागी मी थांबेन आणि विचार करेन. त्याच जागी पोहाचण्यासाठी मी इतक्या रस्त्यांवरून का गेलो? हा प्रश्न मी विचारणार नाही. कारण जेव्हा रस्ता संपेल तेव्हा आधीचं आरंभस्थान पोहोचण्याचं ठिकाण होईल आणि मी असेन मागे टाकलेल्या सगळ्या रस्त्यांची गोळाबेरीज.

कठीण होतं ते बसमध्ये चढणं. तो कधीच ते करू शकणार नाही असं त्याला वाटलं होतं. आत्ता, खिडकीवर डोकं टेकून आणि डोळे जवळजवळ मिटून ताण संपल्यानंतरच्या शिथिलपणाच्या थकव्याला शरण गेल्यावर त्याचा बधिरपणा आणि शांतपणा एक प्रकारच्या सुखामध्येच बदलतो.

खेड्यातल्या घरातून परत येताना जियन आणि तो दियार चालवत असलेल्या जीपमध्ये फारसे बोलले नाहीत. रात्रीच्या जागरणामुळे ते सगळेच थकले होते. जमिनीवर बसून त्या तिघांनी एका मोठ्या थाळ्यात रात्रीचं

जेवण साधंच घेतलं होतं. त्यांनी मद्यप्राशनही केलं नव्हतं. कदाचित खेड्यातल्या घरात अल्कोहोल नसेल. कदाचित त्यांना मद्य नको असेल किंवा तो विचार त्यांच्या मनातच आला नसेल. जियननं कुठला तरी हर्बल चहा तयार केला. ती नेहमीच हा चहा प्यायची. त्यानंतर ते देश, तो भाग, संपूर्ण जग यांच्याविषयी, प्रत्येक गोष्टीविषयी उशिरापर्यंत, अगदी पहाटेपर्यंत बोलत होते. त्यांचं संभाषण खूप छान झालं. त्यांच्यात इतकं बोलण्यासारखं आणि एकमेकांबरोबर वाटून घेण्यासारखं होतं याचं त्याला आश्चर्य वाटलं. ते घरातल्या हॉलच्या जमिनीवरच्या उशांवर जुन्या मित्रांप्रमाणे गप्पा मारत, मिंट, थाइम आणि लिटेनचा सुवास येणारा हर्बल चहा पीत असताना त्याला कळून चुकलं की, बोलायचे आणि ऐकायचे असलेले खरे शब्द आत्तापर्यंत त्याला जियनबद्दल वाटणाऱ्या वासनेच्या कचाट्यात दडपले गेले होते.

दोन जुन्या मित्रांसारखं जियनबरोबर संभाषण. खरं तर तो नगरात आला आणि त्यानं केमिस्टच्या दुकानात प्रथम प्रवेश केला तेव्हापासूनच त्यांच्यातलं संभाषण असंच व्हायला हवं होतं. मग, ओमर एरेन, तू काय करत होतास? तुला तुझ्या कादंबरीसाठी एखादी थीम निर्माण करण्याची गरज का वाटली? तुझ्या नायिकेच्या आकर्षकपणाला तू का बळी गेलास? शब्दाचा स्रोत जियनच्या शरीरात नव्हता, तिच्या अनोख्या पौर्वात्य सौंदर्यातही नव्हता. तिला घडवणाऱ्या गोष्टी दुसऱ्याच होत्या. नंतर हळूहळू तुला ते समजलं. पण तरीही तू अनुभवलेली आजपर्यंतची ती सगळ्यात सुंदर भावना होती. शेवटचा श्वास घेतानाही माणूस गतकाळातल्या ज्या आठवणींकडे आनंदाने बघू शकेल अशी एक गोष्ट. त्या संध्याकाळी *होका*ची पुस्तकं आणि हस्तलिखित वह्या बघून झाल्यावर ते खोलीबाहेर पडताना जियन दरवाजाशी थांबली आणि म्हणाली, ‘‘आता आपली जायची वेळ झाली आहे. कमांडर तसं म्हणाले किंवा अजून कोणाला तुम्ही जावं असं वाटतं म्हणून नाही. पण इथे तुम्ही करण्यासारखं काहीच उरलं नाही आहे म्हणून, तुमची माणसं वाट बघत आहेत म्हणून आणि यानंतर तुम्ही इथे घालवलेला प्रत्येक दिवस इतक्या थोड्या काळात आपण उत्कटतेने अनुभवलेल्या सर्व सुंदर गोष्टींना कुरतडेल म्हणूनही.’’

तिनं त्याला आज इथे बोलावलं ते हे सगळं सांगण्यासाठी आणि गुडबाय करण्यासाठी असं वाटून ओमर गप्प राहिला. आमच्या ताटातुटीचं

फर्मान इथे या जादूई गूढ वातावरणात ,त्याहीपेक्षा या 'अभयस्थानी' काढणं तिला सोपं वाटलं असणार.

त्यानं फक्त विचारलं, ''आपल्या नात्याचा अर्थ तुझ्या लेखी काय होता?''

''मी त्याच्या अर्थाचा कधी विचारच केला नाही. प्रेमाला अर्थ असू शकतो का? माझं तन आणि मन शांत करणारी एक उत्कट, चैतन्यदायी अविस्मरणीय भावना होती ती. मी ती अनुभवली याचं मला समाधान वाटत आहे आणि अर्थातच मी थोडी उदासही आहे. सगळ्याच चांगल्या गोष्टी संपतात तेव्हा येणारी उदासी.''

''ही गोष्ट संपायचं कारण नाही. ही संपवायची आहे ती तुला, तू मला काही बोलूच देत नाही आहेस लाडके.''

''तुमचं बरोबर आहे. हे संपवायची माझी इच्छा आहे.''

''पण का? आपल्या ताटातुटीनं तू जर उदास होते आहेस, तर मग का?''

''कोल्हा लिटल प्रिन्सला काय म्हणाला? 'तू जाशील तेव्हा मी रडेन. पण तरीही गव्हाच्या शेताच्या रंगामुळे मी जिंकलो.' ओमर *बे*, तुम्ही मला लिटल प्रिन्स वाचायला लावलंत,त्यावर प्रेम करायला लावलंत. ते पुस्तक माझ्या अंत:करणात खोलवर मला जाणवलं. तुम्हांला माहीत आहे, स्वत:च्या दूरच्या ग्रहावर परत आल्यावर लिटल प्रिन्सनं आकाशातले सगळे तारे पायलटला दिले. त्या ताऱ्यांच्यातल्या एका ताऱ्यावर तो असल्यामुळे आणि त्याच्या मित्राकडे बघून तो हसत असल्यामुळे सगळेच तारे हसत असल्यासारखे वाटेल. चला, आपण एक गेम खेळू या. जेव्हा तुम्ही परत घरी जाल आणि या प्रदेशांची तुम्हांला आठवण येईल तेव्हा पूर्वेशी संबंधित प्रत्येक गोष्टीत तुम्ही माझा चेहरा पाहाल आणि तुम्ही जेव्हा मी इथल्या लोकांसाठी काही करत आहे असा विचार कराल तेव्हा इथे जे घडतं आहे ते तुम्हांला तुमच्या हृदयात खोलवर जाणवेल. या भूमीबद्दल तुम्हांला वाटणारी आत्मीयता पाश्चिमात्य बुद्धिवाद्यांच्या राजकीय सदसद्विवेकबुद्धीला धरून असलेल्या नैतिक कुतूहलाला वरचढ ठरेल आणि उत्कटता, भावना आणि प्रेम यांचा रज्जू होईल, म्हणजे जसं असायला हवं तसं होईल. लिटल प्रिन्सच्या हसऱ्या ताऱ्यांप्रमाणे मी तुम्हांला प्रेमाचे पर्वत आणि कडे आणि नगरं दिलेली असतील ज्यांच्यासाठी जियनचं हृदय काम करतं.''

"मला भूमी, पर्वत, नगरं नको आहेत. मला तू हवी आहेस. मला त्या नगरांचे नाही तर जियनच्या हृदयाचे ठोके ऐकायचे आहेत.''

"जियनचं हृदय फक्त या इथेच चालू राहतं. जियन सुंदर आहे ती इथे, जोपर्यंत ती दूरस्थ आणि मुक्त आहे. त्यामुळेच तुम्हांला तिच्यात रस वाटला म्हणून तर तुम्ही तिच्यावर प्रेम केलंत. कारण मी इथे रुजलेली आहे.'' ती एक क्षणभर बोलायची थांबली. तिच्या विस्कटलेल्या केसांच्या बटांशी खेळली आणि म्हणाली, 'गहाळ शब्द शोधायला तुम्ही इथे आलात असं तुम्ही म्हणाला होतात. तेव्हा मला त्याचा अर्थ कळला नव्हता, पण आता कळतो आहे. तुम्ही शोधत असलेला शब्द तुम्हांला मिळाला आहे. आता तुम्हांला इथून निघून जाणं सोपं झालं आहे.''

शब्द मला मिळाला आहे? मला शब्द मिळाल्याचं तिला कसं कळलं?

"जे सगळं आपण अनुभवलं त्याला आपण असा पूर्णविराम देणार आहोत का? ते फक्त एक तात्पुरतं आकर्षण, स्त्री आणि पुरुष यांच्यातला एक नातेसंबंध एवढंच ठरणार का? तू म्हणतेस की शब्द मला मिळाला आहे. मला अजून नाही कळलं आणि जरी मिळाला असला, तरी जर तो तुझ्याबद्दल सांगत नसेल, तुला सांगता येणार नसेल तर त्या शब्दाचा काय उपयोग!''

"तो फक्त माझ्याबद्दल सांगणार नाही. तो आपल्या सगळ्यांबद्दल सांगेल. फक्त एका स्त्रीबद्दल सांगणारा शब्द रिकामा असेल. त्या रितेपणामुळेच तर तुम्ही या दिशेला ओढला गेलात ना! तुम्ही म्हणालात, 'आपण अनुभवलेल्या गोष्टींना पूर्णविराम देणं.' माझ्या मते आपण अनुभवलं तो कंस होता. असा कंस ज्याने आपली वाक्यं समजावून सांगितली, त्यांना अधिक अर्थपूर्ण बनवलं, त्यांना जास्त विशाल होऊ दिलं आणि अधिक समजण्यायोग्य केलं. आपण पूर्णविराम देत नाही आहोत, तर आपण फक्त कंस बंद करत आहोत.''

"माझं तुझ्यावर प्रेम आहे. हा कंस पुस्तक संपेपर्यंत चालू राहिलेला मला आवडेल.''

"माझंही तुमच्यावर प्रेम आहे, खूप खूप प्रेम आहे. कंस बंद होतील, पण कथा सुरूच राहील.''

खोलीचा दरवाजा उघडा होता. जणू काही ते काय खायचं, शॉपिंगला कोण जाणार आहे आणि कुठली पुस्तकं न्यायची आहेत यावर बोलत असल्याप्रमाणे त्यांच्या आयुष्यातली महत्त्वाची चर्चा करत होते.

प्रथम त्यांना कुत्र्यांचा आवाज ऐकू आला आणि नंतर पावलांचा.

''दियार आला आहे'', जियन म्हणाली.

त्यांनी हलकेच दरवाजा लावला आणि ते बाहेर पडले.

''हालचाली वाढल्या आहेत. लष्करी कारवाईची तयारी चालली असल्यासारखं वाटतं. आपण उद्या सकाळी लवकर निघून जावं असं त्यांना वाटतं आहे,'' थोड्याशा उत्तेजितपणे दियार म्हणाला. नगराकडे परत जायला दुसऱ्या दिवशी सकाळी किती वाजता निघायला हवं आणि सुरक्षिततेसाठी काय काळजी घ्यायला हवी याची त्यांनी चर्चा केली.

''मी या घरी आता शेवटची आले म्हणून मला बरं वाटतं आहे. आता बराच काळ आपल्याला इथे येता येणार नाही,'' जियन म्हणाली, ''मला जरा वेगळं वाटतं आहे. *होकां*च्या इथल्या स्टडीमध्ये असलेल्या खाजगी वस्तू, वह्या, आपल्याला मोलाची वाटणारी कोणतीही गोष्ट, इथे त्यांचं काही नुकसान होऊ नये म्हणून आपण इथे सोडून जाता कामा नये.''

त्यानंतर ते या भागासंबंधीच्या ताज्या राजकीय घडामोडींबद्दल चर्चा करू लागले. इतका कठीण काळ येत होता की शांततामय उपायांबद्दल बोलणंही अवघड होईल. त्या भागाबद्दल लोकांना वाटणारं वेगवेगळं स्वारस्य, सत्तेचे वेगवेगळे तोल, तुर्कस्तानच्या सीमेपलीकडच्या प्रश्नांमुळे तुर्कस्तानमध्ये निर्माण होणाऱ्या नव्या अडचणी या सगळ्यांमुळे काही उपाय मिळण्याची आशा मावळली होती, निदान त्यावरचे उत्तर पुढे तरी ढकललं गेलं होतं. प्रथम भेटीत जिच्या अनावर, भावपूर्ण भाषणांचा ओमरच्या मनावर परिणाम झाला होता त्या जियनच्या मते, आणीबाणीच्या परिस्थितीचं कारण सांगून कामाचं वेळापत्रक, सध्याचे कार्यक्रम आणि बेत बदलता कामा नयेत किंवा पुढेही ढकलता कामा नयेत. हुतात्म्यांची कुटुंबं आणि पर्वतात मारल्या गेलेल्यांची कुटुंब-निदान त्यांच्या आया एकमेकांबरोबर एकत्रितपणे भरवत असलेल्या शोकसभांना तिनं खूप महत्त्व दिलं, आणि काय वाट्टेल ते झालं तरी हे चालूच राहिलं पाहिजे असं मत तिनं जोरदारपणे मांडलं.

'आपण नेहमीच ही योग्य वेळ नाही किंवा ती वेळ अजून आलेली नाही असं म्हणत गोष्टी पुढे ढकलत राहिलो. या भूमीत शांततेची वेळ कधी येणार आहे? केव्हा सांगा ना!' तिनं रागानं विचारलं.

ज्यावर ती वर्षभर काम करत होती आणि ज्याचा प्रत्येक लहान मोठा तपशील तिनं आखला होता, तो सांस्कृतिक महोत्सव किंवा जमिनीत पेरल्या

जाणाऱ्या सुरुंगांविरुद्धचा स्त्रियांचा कार्यक्रम यातलं काहीच रद्द करायची तिची तयारी नव्हती. ती म्हणाली 'माझ्या एकटीवर जरी हे सगळं पडलं तरीही ते पार पाडण्याचा मी प्रयत्न करीत.' मग ती पुढे म्हणाली, 'आपण सोडून दिलेलं, वैतागून गेलेलं आणि आपल्याच बिळात परत गेलेलं त्यांना हवं आहे. आपण त्यांना ती संधी देता कामा नये.'

तिच्या चेहऱ्यावर याआधी कधीच न दिसलेल्या थकलेपणाच्या रेषा ओमरला दिसल्या. त्याला उदासपणाचं सावटही दिसलं. ती अशीच झगडत राहणार. तिच्या सुंदर चेहऱ्यावरच्या रेषा आणि सावल्या अधिकाधिक गडद होत जाणार. त्याला पुस्तकातले कंस आठवतील. त्या कंसांतला एक कंस म्हणजे आमचं प्रेम आणि आमचा उत्कट समागम असेल. मग एक दिवस पुस्तक संपेल. त्याचं तेच संपेल, कारण गोष्ट संपली असेल. किंवा – विचारानं त्याचा थरकाप होतो – एखादी गोळी, एक न उलगडलेला खून, एखादा घातकी सुरुंग, एखादा कपटी स्फोट... कहाणी संपण्याआधीच पुस्तक जमिनीवर पडेल.

रात्री उशिरा ती म्हणाली होती, 'दियार तुम्हांला तुमची खोली दाखवेल. मला जाऊन माझी पुस्तकं, वह्या आणि माझ्या स्वत:च्या खाजगी वस्तू एकत्र करायच्या आहेत'; आणि त्यांना सोडून ती निघून गेली.

आत्ता विचार करताना असा शेवट खरोखरच होऊ शकतो यावर त्याचा विश्वास बसत नाही. खरं तर जियनच्या अंतावरच त्याचा विश्वास नाही. प्रारंभ! हो, ती एक सुरुवात होती. एका नव्या शब्दाची सुरुवात. कदाचित तो एक उदास, अतिशय यातनादायक शब्द असेल पण त्या शब्दाला लोकांची हृदयं सापडतील आणि तो भविष्यावर लक्ष केंद्रित करील.

जेव्हा ते 'एक देश, एक भाषा, एक ध्वज' हे लिहिलेल्या कमानीतून जाऊन नगरात पोहोचले, तेव्हा दियारनं जीप यिलदिझ हॉटेलसमोर नेऊन थांबवली. निरोप देण्यासाठीसुद्धा ते गाडीतून खाली उतरले नाहीत. जियननं आपला हात पुढे केला, बोटांवर खूप अंगठ्या घातलेला तिचा डौलदार हात. ओमर वाकला आणि त्यानं त्या अंगठ्यांचं चुंबन घेतलं. ''गुडबाय'' तो म्हणाला, ''माझ्यावर सोपवलेल्या वह्यांबद्दल तुझे आभार. तुमची भाषा शिकून मी त्या वह्या वाचणार आहे.''

''भेटू या.''

''भेटू या.''

ज्या रस्त्यांवरून तो आला त्यांवरूनच परत जाताना तो हे आठवत विचार करतो आणि स्वत:शीच 'भेटू या' असं म्हणत राहतो.

त्याच्या मोबाईलवरची मेसेज बॉक्स भरून वाहत आहे. या फोनचं अस्तित्व तो जणू विसरलाच होता. मी हा चालू केल्याला कित्येक दिवस होऊन गेले. समजा हा मी पुन्हा सुरू केलाच नाही आणि हा घाणेरडा फोन कचऱ्यात टाकून दिला तर? हे खरं तर मी तेव्हाच करायला हवं होतं, जेव्हा शब्दाच्या शोधात मी माझा किंकाळीमागचा प्रवास सुरू केला होता. परतीचे सगळे दोर मी कापून टाकायला हवे होते. पण मी तसं करू शकलो नाही.

आज सकाळी एलिफचा मेसेज आला आहे. 'अजूनही मी तुझ्यापर्यंत जो पोहोचू शकत नाही. मी डेनिज आणि बिजोर्नबरोबर परत येत आहे.'

महमूदकडून एक नाही तर चांगले पाच मेसेज होते. शेवटचा आज पहाटे पाठवला होता. 'SOS आम्ही संकटात आहोत.'

जियनचा मेसेज नुकताच आला होता. 'तुम्हांला शब्द मिळाला आहे, तर मग आता आमचा आवाज व्हा.'

तो इतर मेजेस आणि फोन कॉलकडे दुर्लक्ष करतो.

यिलदिझ हॉटेलच्या २०४ नंबरच्या खोलीतून स्वत:चं थोडंफार सामान गोळा करताना त्याला प्रचंड हसू फुटतं.

तो सगळे संदेश पुन्हा एकदा मोठ्याने म्हणतो, 'मी डेनिज आणि बिजोर्नबरोबर परत येत आहे... SOS आम्ही संकटात आहोत... आमचा आवाज व्हा...' आणि मग तो हसत सुटतो आणि हसतच राहतो. त्याचा श्वास कोंडतो आणि रडू फुटेपर्यंत तो हसतच राहतो. मग तो रडतो, खूप रडतो – गदगदून हुंदके देत रडतो. पूर्वेकडच्याही अतिपूर्वेकडच्या नगरात जिथे दूरवरून येणाऱ्या चकमकीच्या आवाजांनी, कोब्रांच्या उडण्याच्या आणि पर्वतांच्या दिशेनं रस्त्यावरून जाणाऱ्या रणगाड्यांच्या आवाजानं कान छेदले जातात, तिथल्या हॉटेलच्या खोलीत ओमर एरेन आपलं डोकं हातांत खुपसून खूप खूप रडतो.

मग तो गळका नळ आणि संडासाची मोडकी टाकी असलेल्या बाथरुममध्ये जातो आणि स्वत:चा चेहरा धुतो. तो आरशात पाहत नाही. आपले दाढीचे खुंट वाढले आहेत आणि डोळ्यांखाली सूज आली आहे हे त्याला माहीत आहे. स्वत:च्या रूपाची त्याला भीती वाटते. त्याला एखादी वेदनाशामक गोळी आणि कडक ड्रिंक हवं आहे. मी हयात केमिस्टकडे जावं का? आणि जर

तिथे जिचे काळेभोर केस तिच्या आवाजात गुरफटले आहेत अशी स्त्री, 'मी मदत करू शकते का?' असं म्हणाली तर? आम्ही जर आमची फिल्म पुन्हा चित्रित केली, जर या वेळी मी अधिक चांगल्या पद्धतीनं माझं काम केलं, जर मी तिला म्हणालो, 'तुझे डोळे एखाद्या भूमीसारखे आहेत. तुझा आवाज या भूप्रदेशाचा आवाज आहे,' तर?

जियननं दिलेली वही तो त्याच्या बॅगमध्ये ठेवतो. तो गादीवर बसतो आणि तो काही विसरला आहे का हे सगळीकडे नजर फिरवून बघतो. तो एलिफ आणि महमूदला एकच मेसेज पाठवतो, 'मी आता येत आहे'. तो जियनला उत्तर देत नाही. तिला उत्तराची अपेक्षा नाही. खोलीभर नजर फिरवून तो जिन्यावरच्या काळपट लाल गालिच्यावरचे डाग मोजत खाली उतरतो. त्याची गाडी एवढ्यात सुटेल. त्यानं घाई करायला हवी. जर तो वेळेत पोहोचला तर त्याला अंकाराला जाणारं संध्याकाळचं विमान मिळेल. जर तो वेळेत गेला तर तो महमूद आणि झिललपर्यंत पोहोचेल. जर तो वेळेत गेला तर त्याला इस्तंबूलचं विमान मिळेल. जर तो वेळेत गेला तर त्यानं गमावलेला त्याचा मुलगा त्याला मिळेल. जर तो वेळेत गेला तर त्याला नवं आयुष्य सुरू करता येईल. तर तो वेळेत गेला...

हॉटेलच्या वयस्कर कारकुनाला त्याचं बिल तयार करणं कठीण जातं. 'तुम्ही किती रात्रींचे पैसे दिले नाही आहेत? काही एक्स्ट्रा घेतलं होतं का?' नंतर बारीक आवाजात, 'तुम्ही जाताय आणि आम्हांला सोडून जाताय *बे/जिम*. तुम्ही सोडून जाणं बरोबरच आहे. इथे सगळं पुन्हा विचित्र होऊ लागलं आहे. आम्हांला तुमची सवय झाली आहे, आमचा पण विचार करा.'

दरवाज्याशेजारच्या त्याच्या नेहमीच्या जागेवर विरिक मांजर बसलं आहे आणि उजेडाकडे तोंड करून स्वतःला चाटत आहे. बाहेर जाता जाता तो पावलाच्या वरच्या भागाने विरिकला थोपटतो. एक क्षणभर तो बाजाराच्या दिशेने बघतो. त्याला हयात केमिस्टचं दुकान दिसतं. बुटाच्या टोकाने थोपटल्यानेसुद्धा विरिक खूष झाला आहे आणि ओमरच्या पायांना अंग घासत आहे.

त्याला निरोप द्यायला हॉटेलचा कारकून दरवाजाशी येतो. 'थांबा, मला गाडी बोलवू द्या *बे/जिम*. स्टेशनपर्यंत चालत जाऊ नका.' तो हॉटेलसमोर उभ्या असलेल्या टॅक्सीला हात करतो.

तो त्याला थांबवत नाही. त्यानं आता थांबता कामा नये. त्यानं ताबडतोब गेलं पाहिजे. आता कुठलेच निरोप घ्यायला नकोत. सायरनच्या आवाजानं त्याला पुन्हा ओढता कामा नये. पण आता नगरात ऐकू येणारे आवाज सायरनचे नाहीत तर रणगाड्यांचे आहेत.

त्याच्या कल्पनेतल्या पुलाकडे बोट दाखवून ड्रायव्हर 'झाप पूल' असं ओरडतो. लष्करी वाहनं आमच्याजवळून पुढे जातात. आम्ही थांबलो आणि आम्हांला थांबवलं गेलं. ओळखपत्र? तुमची बॅग उघडा! तुम्ही कुठून आलात? कुठे चाललात? बंद रस्ता, चालू रस्ता, पर्वत अजूनही सुंदर आहेत, जमीन अजूनही पिवळी-करडी आहे आणि झाप नदी नेहमीसारखीच वाहत आहे.

मी नशीबवान आहे, विमानाच्या प्रतीक्षा यादीत एक जागा आहे. उतरल्या उतरल्या मी महमूदला फोन करतो. तो हॉस्पिटलच्या बागेत माझी वाट बघत आहे. तो इतकं काही इतक्या भरभर सांगतो की मला कळतं ते एवढंच, की त्यांना झिललला गोळी घालायची होती, पण त्यांनी तिच्याऐवजी दुसऱ्या कोणाला तरी ती मारली. मी मेडिकल सुपरिंटेंडंटकडे धाव घेतो, मी डॉक्टरांच्याकडे धाव घेतो, मी पोलिसांच्याकडे जातो, मी वजनदार मित्रांना भेटतो आणि महमूद जिथे लपला आहे तिथे जातो... माझं मन घरी आहे, डेनिज आणि एलिफकडे... मी कुठे जातो आहे मला माहीत नाही. मी एलिफला फोन करतो. म्हणतो, 'मी परत आलो आहे, पण एक खूप महत्त्वाची गोष्ट मार्गी लावण्यासाठी मला अंकारात राहावं लागत आहे. व्यवस्था लागताच मी घरी येईन.' मी व्यवस्था कशी लावणार आहे ते मला माहीत नाही. झिलल स्वत:च्या स्वच्छ निरभ्र निळ्या डोळ्यांनी त्याच्याकडे बघते. ती बरी होईल, ती आत्ताच धक्क्यातून सावरली आहे, डॉक्टर म्हणतात. मी तुला समुद्राकडे नेईन, लवकर बरी हो, मी तिला म्हणतो. मी महमूदला लपण्यासाठी जागा शोधतो, अधिक सुरक्षित. मी हे सगळं कसं केलं माहीत नाही. मी हे करायलाच पाहिजे एवढंच मला माहीत आहे आणि हेही माहीत आहे की त्यांच्या त्रासाला मी जबाबदार आहे.

काही दिवसांनंतर एका रात्री मी पुन्हा एकदा बाश्कंतच्या बस स्टेशनवर वाट बघत उभा आहे. मी प्यायलेलो नाही आहे. माझं मन स्वच्छ, स्पष्ट आहे. पण मी थकलो आहे. माझ्या संपूर्ण आयुष्यात मी कधीच इतका थकलो नव्हतो. इतका थकलेला की मी तिथेच खाली पडून झोपू शकतो.

माझी बस कुठल्या प्लॅटफॉर्मवरून सुटणार आहे? प्लॅटफॉर्म नंबर १० वरून का? मी त्या दिशेने चालू लागतो म्हणजे मी बसमध्ये लवकर बसून लगेच झोपी जाईन.

पुन्हा एकदा ती स्त्री तिथे त्याच जागी आहे. डोक्यावर तशीच गवती टोपी आणि त्याच फिकट रंगाच्या केप्री पँट घालून ती प्लॅटफॉर्म नंबर ८ समोरच्या बाकावर बसली आहे. हे काहीतरी स्वप्नाच्याही पलीकडचं दुःस्वप्न आहे. कदाचित हा भास असेल. माझ्या मज्जासंस्थेचं न्याय्य बंड. मी दिशा बदलत नाही. मी पळून जात नाही.मी तिच्याकडे चालत जातो.

''मी पूर्वेकडून पळून आलेली नाही. दान्यूब नदीतून चोरून प्रवेश केलेल्या लोकांत मी नव्हते. मी मुलालाही पाहिलं नाही. कँडल स्टिक्स शोधायला हंगेरियन नवरी गेली आहे. या सगळ्या थापा आहेत. मी त्यांना सहकार्य केलं नाही. सर, तुम्ही त्या मुलाला पाहिलं आहे का?''

''नाही, मी त्याला पाहिलं नाही,'' मी म्हणतो. मला त्या स्त्रीनं बोलायला आणि समजावून सांगायला हवं आहे. तिच्या वर्षानुवर्षांच्या यातना मला अंतःकरणात जाणवतात.

''आपण कुठे आहोत, सर?'' ती विचारते. ''ते मला पश्चिमेकडे पाठवणार होते. मूलसुद्धा माझ्याकडे येणार होतं. हे कुठलं ठिकाण आहे? कित्येक वर्षं मी मुलाची वाट बघत आहे. मी चुकीच्या जागी आले आहे का?''

''नाही. तुम्ही योग्य ठिकाणी आहात,'' मी म्हणतो. ''मूल येईल. हरवलेली सगळी मुलं परत येतात.''

मला त्या स्त्रीला मिठी मारून पोटभर रडायचं आहे. पूर्वेकडून आणि पश्चिमेकडून येऊन रस्ता हरवणाऱ्यांसाठी, न येणाऱ्या मुलांसाठी, ज्यांना जहाजांवर चढता आलं नाही त्यांच्यासाठी, जी स्वप्नं खरी होणार नाहीत त्यांच्यासाठी, ज्याकडे आपण परत जाऊ शकत नाही त्या तारुण्यासाठी, आमचे जे दिवस आगीत खाक होतात त्यांच्यासाठी आणि ज्या आमच्या भूतकाळाच्या राखेवर आम्ही जड पावलांनी चालतो त्यांच्यासाठी. मला मोठ्यांदा रडायचं आहे ते शोकगृहांसाठी, जळलेल्या खेड्यांसाठी, हरवलेल्या मुलांसाठी, गोळ्या घातलेल्या मुलांसाठी, न जन्मलेल्या मुलांसाठी, अज्ञात पळपुट्यांसाठी आणि आयुष्यापासून पळणाऱ्या अज्ञातांसाठी.

मी शब्द शोधत होतो, मी एक आवाज ऐकला.

मी किंकाळीच्या मागे खूप दूर गेलो.

जो आवाज मी ऐकला तो हिंसेतून जन्मलेल्या यातनेचा आवाज होता हे मला माहीत नव्हतं. ते मला समजलं.

मी आवाजाच्या मागे गेलो, गहाळ झालेला शब्द मला सापडला.

आता बोलण्यासाठी माझ्याकडे शब्द आहे.

❊❊

तुर्की साहित्यातील महत्त्वपूर्ण लेखक आणि त्यांच्या अनुवादित कादंबऱ्या

अहमेत हमदी तानपिनार
मन:शांती (मूळ शीर्षक : 'हुजूर') – अनुवाद : सविता दामले
तास वाजे झणाणा (मूळ शीर्षक : 'सतलेरी आयर्लामा इन्स्टिट्युत्सू') – अनुवाद : जयश्री हरि जोशी

हकन गुंदे
देर्दा (मूळ शीर्षक : 'एझेड') – अनुवाद : शर्मिला फडके
एक होता गाझा (मूळ शीर्षक : 'दाहा') – अनुवाद : उल्का राऊत

गुल इरेपोलू
ट्यूलिपच्या बागा : माझ्या छायेत (मूळ शीर्षक : 'गॉलगॅमी बिराक्तिम लाले बासेलेरिंडे') – अनुवाद : ललिता कोल्हारकर
अस्किदिल (मूळ शीर्षक : 'कॅरिए') – अनुवाद : सविता दामले

आयफर टंक
अझिझ बेची शोकान्तिका (मूळ शीर्षक : 'अझिझ बे हादिसेसी') – अनुवाद : अरुणा श्री. दुभाषी
सत्तर तासांपूर्वी... (मूळ शीर्षक : 'येसील पेरी गेसेसी') – अनुवाद : श्वेता प्रधान

इस्क्यांदार पाला
मेस्नेवी (मूळ शीर्षक : डेथ इन बॅबिलॉन लव्ह इन इस्तंबूल) – अनुवाद : श्वेता प्रधान

ओया बाय्दोर
नक्षी–दार (मूळ शीर्षक : 'एर्गुवान कापिसी') – अनुवाद : जयश्री हरि जोशी
गहाळ (मूळ शीर्षक : 'कायिप–सोझ') – अनुवाद : ललिता कोल्हारकर

तहसीन युचेल
स्कायस्क्रेपर्स (मूळ शीर्षक : 'गॉकडेलेन') – अनुवाद : शर्मिला फडके

बुऱ्हान सोनमेझ
इस्तंबूल इस्तंबूल (मूळ शीर्षक : इस्तंबूल इस्तंबूल) – अनुवाद : सविता दामले

सोलमाझ कामुरान
किराझे (मूळ शीर्षक : किराझे) – अनुवाद : शर्मिला फडके

ट्युना किरीमिच्च
मॅडम रोझेला आणि पेलीन (मूळ शीर्षक : ड्युलार कालिसीडीर) – अनुवाद : अरुणा श्री. दुभाषी